HƯỚNG ĐẾN 400 NĂM
VĂN HỌC CÔNG GIÁO VIỆT NAM
(1632 - 2032)

QUYỂN II

HƯỚNG ĐẾN 400 NĂM VĂN HỌC CÔNG GIÁO VIỆT NAM (1632 - 2032) - QUYỂN II

LM. TRĂNG THẬP TỰ Chủ biên

thuộc TỦ SÁCH NƯỚC MẶN (thuộc Giáo phận Quy Nhơn)

116 Trần Hưng Đạo, Quy Nhơn, Vietnam
Phone: +84 98 756 67 35
E-mail: tusachnuocman1618@gmail.com
Website: tusachnuocman.com
Facebook: facebook.com/tusachnuocman/

Chịu trách nhiệm phát hành tại hải ngoại:
Nhà xuất bản SỐNG:
Ông Vũ Đình Trọng - vudinhtrong@gmail.com
Ông Phạm Hùng Nghị - hungnghi@gmail.com

ISBN: 979-8-3496-5211-0

LM. TRĂNG THẬP TỰ Chủ biên
Với sự giúp đỡ đặc biệt của
Pgs. Ts. NGUYỄN HỮU SƠN - Pgs. Ts. VÕ VĂN NHƠN
Nv. Micae BÙI CÔNG THUẤN, và Nnc. Phaolô NGUYỄN VY KHANH

HƯỚNG ĐẾN 400 NĂM VĂN HỌC CÔNG GIÁO VIỆT NAM (1632 - 2032)

QUYỂN II

TỦ SÁCH NƯỚC MẶN 1618
91 - VĂN CHƯƠNG

GIỚI THIỆU TỔNG QUÁT

Bộ sách gồm ba quyển.
Mục lục tổng quát tiếp đây giúp độc giả có cái nhìn toàn cảnh
về 400 năm Văn học Công giáo.

QUYỂN I

giới thiệu sự phát triển từ đầu tới hết thế kỷ XIX.

QUYỂN II

giới thiệu bước tiến trong thế kỷ XX.

QUYỂN III

giới thiệu bước tiến đầu thế kỷ XXI,
Văn học Công giáo Việt Nam hải ngoại
và viễn cảnh hướng đến chào mừng kỷ niệm
400 năm Văn học Công giáo vào năm 2032.

(Xem mục lục chung cuối quyển này)

MỤC LỤC QUYỂN II

5. NHỚ 1908, TUẦN BÁO *NAM KỲ ĐỊA PHẬN*

6. NHỚ 1933, GIONG CÁNH BUỒM RA KHƠI

5. NHỚ 1908, TUẦN BÁO *NAM KỲ ĐỊA PHẬN*

Nam Kỳ địa phận số đầu tiên ra ngày 26.11.1908 và số cuối cùng ra ngày 01.3.1945, ra ngày thứ năm hàng tuần. Tờ báo sống 37 năm với khoảng 30.000 trang báo. Tuy là "báo đạo" nhưng hai phần ba số trang bàn về đủ mọi vấn đề của cuộc sống.

Trước năm 1900, đã có một số tuồng tích được ấn hành nhưng năm 1912 *Tuồng Thương Khó* của tác giả JB. Nguyễn Bá Tòng kịch bản đầu tiên được đón nhận rộng rãi và công diễn khắp Nam, Trung, Bắc.

Năm 1913, Linh mục thừa sai Albert Schlicklin (1857-1932), người Pháp, còn được biết với tên gọi Cố Chính Linh, ấn hành pho *Kinh thánh cứ bản Vulgata,* bốn tập. Đây là bản dịch Việt ngữ trọn bộ đầu tiên, đầy tính chuyên môn và chuẩn mực về tiếng Việt.

Nhờ có các nhà in, việc ấn hành sách báo Công giáo khá thuận lợi. Từ bắc chí nam có nhiều báo Công giáo, ngoài tuần báo *Nam Kỳ địa phận* bán nguyệt san *Lời Thăm* (Qui Nhơn) đứng vững 24 năm (1919-1943), tiếp đến có *Công giáo Đồng thinh* (nhật báo, Hà Nội), *Vì Chúa* (tuần báo, Huế) và cũng phải nhắc đến *Chức dịch thơ tín* (nguyệt san, Kontum) là tờ báo giúp định hình văn học Công giáo Tây Nguyên.

Xin giới thiệu 16 bài trình bày chung về giai đoạn này và về một số tác giả tiêu biểu.

KHÁI LƯỢC *NAM KỲ ĐỊA PHẬN* TỜ BÁO CÔNG GIÁO ĐẦU TIÊN TẠI VIỆT NAM

Nt. Đinh Ngọc Oanh

Một trang bìa của tuần báo

Xuất hiện cùng thời với *Nông cổ mín đàm* và *Lục tỉnh tân văn*, nhưng lâu nay *Nam Kỳ địa phận* (tuần báo) ít được giới nghiên cứu chú ý. Có lẽ vấn đề lớn nhất là do sự khan hiếm tài liệu. Các tờ báo *Nam kỳ địa phận* (tính cả bản gốc và bản photo) đâu đó chỉ còn nằm rải rác ở các cơ sở của các nhà thờ Công giáo, nơi tương đối khó tiếp cận dưới góc nhìn của những người nghiên cứu báo chí, nghiên cứu văn học; trong khi để khai phá «lãnh địa» này thiết tưởng cần một sự bao quát hết các số báo đòi hỏi sự công phu và thời gian thực hiện.

Nữ tu Maria Đinh Ngọc Oanh

* *Sinh: 23-02-1986, tại tỉnh Đồng Nai.*
* *Thuộc Hội Dòng Nữ tu Thừa sai Đức Mẹ Trinh Vương Sài Gòn.*
* *Nghiên cứu sinh Tiến sĩ.*
* *Email: <dinhngocoanhvhu@gmail.com>*

Tuần báo *Nam Kỳ địa phận* là mảnh đất màu mỡ rất đáng được các thế hệ sau can đảm «trở về nguồn» để khai thác, gạn đục khơi trong để thấy những giá trị của nó với những chuyên mục rất phong phú. Xét riêng chuyên mục văn học của tờ báo *Nam Kỳ địa phận*, đặc biệt phần tiểu thuyết quốc ngữ cũng đã là một đề tài rất thú vị với những tác phẩm khá dài hơi.

Người sáng lập và tôn chỉ tuần báo *Nam Kỳ địa phận*

Tuần báo *Nam Kỳ địa phận* do một vị Giám mục người Pháp Mossard chủ trương thành lập. Tờ báo sống 37 năm với khoảng 30.000 trang báo, ra ngày thứ năm hàng tuần. Số đầu tiên ra ngày 26.11.1908 và số cuối cùng ra ngày 01.3.1945. Tuần báo *Nam Kỳ địa phận* đáng lưu ý ở chỗ tuy là "báo đạo" nhưng chỉ bàn về vấn đề đạo khoảng một phần ba, còn lại bàn về đủ mọi vấn đề của cuộc nhân sinh, thấy gì «hữu ích thì đem vô hết»; từ văn học dân gian (thai đố, chuyện giải buồn) đến thuốc bắc, thuốc nam, làm ăn buôn bán,... Tờ báo không chỉ dành riêng cho người Công giáo.

Tuần báo *Nam Kỳ địa phận*, cơ quan ngôn luận chính thức đầu tiên của người Công giáo Việt Nam chào đời, mở ra một kỉ nguyên cho Báo chí Công giáo Việt Nam. Trang bìa của báo có in huy hiệu của Toà Giám mục Sài Gòn. Tôn chỉ của báo là "để cho bà con An Nam thông phần đạo, ngoan phần đời", được khai triển rõ ý trong bài *Bổn Quán Kính Báo* và *Bài cám ơn Đức Cha*, người sáng lập tờ báo của Ban biên tập ở ngay số 01 ra ngày 26.11.1908. *Bổn Quán kính báo* nêu rõ chủ trương: "Vì lòng ái mộ cho danh Cha cả sáng, cùng ước ao cho con nhà Annam ta mọi nơi đâu đó đều đua nhau tấn tài tấn đức, cho thông phần đạo và ngoan việc đời, thì Đức Giám mục [Mossard] đã dạy kiến tạo một Nhựt báo này để mà thúc giục mọi người lo tấn phát".

Bài cám ơn Đức Cha được viết bởi một người có bút hiệu H.K.K đề cập đến tôn chỉ của *Nam Kỳ địa phận* như sau: "Người [Đức Cha Mossard] có ý định lập một cái nhựt trình chữ quốc ngữ, để cho các bổn đạo ở xứ này xem cho rõ việc đạo, lại dạy cho biết việc đời, nên chúng tôi tạm đôi hàng mà tạ ơn Người, vì đã có công tìm phương nọ cách kia mà giúp đỡ chúng tôi cho bản việc bổn phận chúng tôi phải làm. Chúng tôi tưởng rằng: sự lập nhựt trình này thì làm ích nhiều lắm cho hết mọi người lớn nhỏ trong anh em chúng tôi hoặc có sự gì trắc trở trong cửa nhà kém giờ mà dạy dỗ con cái mình cho đủ đều về lẽ đạo, thì nhựt trình này sẽ giúp phò kẻ ấy, kẻo có nhiều nhà có đạo bởi bối rối việc đời, mà bỏ qua hay là không dạy dỗ con cái mình cho đúng phép chăng. Theo như thơ chung Đức Cha đã nói, thì nhựt trình lập ra trước là giúp đàng mở trí khôn các giáo hữu lớn nhỏ, bàn giữ đạo cho tấn tới một ngày một hơn, và cũng có chi phương thế về sự làm ăn ở đời, cho các giáo hữu vịn theo mà giúp đỡ nhau, chớ chẳng phải là làm nhựt trình này mà tìm ích hay là danh vọng chi. Nên xin anh em trong giáo hữu đâu đó có xem nhựt trình này, chớ ai khá đem lòng nhạo báng cùng xoi bói làm chi, nói tắt một lời, là Đức Cha có ý lập nhựt trình này để chỉ dẫn cho ta biết đàng chánh nẻo tà, và dạy sự thương yêu giúp đỡ nhau mà thôi".

Nội dung tuần báo *Nam Kỳ địa phận*

Bổn Quán kính báo vạch ra rằng trong tờ báo này sẽ biện luận về những điều: Đạo lý, Phong hóa, Bá nghệ, Bát học và *Văn tín.* Cụ thể như sau:

Thứ nhất là tờ báo sẽ dùng lí lẽ, tích truyện, hoặc lấy lời thánh hiền "mà phân biệt chánh tà cùng dẫn đàng chơn thật".

Thứ hai là tờ báo sẽ kể những gương lành, truyện thánh, tích những đấng thông minh cùng người danh sĩ; để "cho trẻ đặng học đòi noi theo, cho đặng răn mình sửa nết, trước là cho nên người đức hạnh phần đạo, sau là nên kẻ thông minh lịch lãm phần đời. Xét việc xem sóc dạy dỗ con trẻ trong nước ta hãy còn im lưu trì hưỡn chưa có tấn cho kịp thì. Phép mình ít biết, phép người cũng không thuộc việc đạo ít thông, việc đời lại càng thua sút. Nhơn cớ là bởi chẳng chuyên cần lo lắng việc dạy dỗ con trẻ cho kĩ càng. Việc văn chương chữ nghĩa cũng còn chậm trễ. Chẳng phải thiếu người thông thuộc, song thiếu kẻ nóng lòng đốc sức cho có trường hay, thầy giỏi. Trúng là việc rất cần, vì học mà nên, hay là không học mà nên? Muốn học cho nên phải có thầy thông minh đức hạnh; học nên mới biết đàng chánh nẻo tà, đâu là trung, đâu là hiếu. Có học mới biết pháp thủ lễ nghi, mới rỡ danh cha mẹ, đẹp mặt họ hàng. Lạ hễ là bất học thì vô thuật, là không học thì không biết hiến hóa, thì sao cho tiện bề sinh phương lập nghiệp? Nên ước lo cho việc giáo huấn mỗi nơi mỗi họ đều tấn tới".

Thứ ba là để "ta hãy đồng tâm hiệp lực mà giúp nhau, cho mọi nơi mọi xứ đều an cư lạc nghiệp". Bởi lẽ, "về nghề nghiệp làm ăn thì ta sánh cùng người nước khác không đặng".

Thứ tư là tờ báo sẽ nói về "những sự thường mở trí cho con nít". Bởi lẽ, nhiều vật nhiều món ta dùng, thấy đó mà không biết là bởi đâu mà tới, và làm như thế nào. Những cuộc "cơ xảo máy móc" cũng nên biết. Có nhiều "sự thường" trong trời đất xảy ra, thấy mà chẳng hiểu và nhiều khi "sinh bán tín bán nghi". Nếu mà biết những điều đó thì "cũng có ích nhiều bề".

Thứ năm là báo sẽ bàn về những tin tức trong Hội thánh, trong các họ đạo, "đâu có việc chi nên hay, nên biết, thì thông báo cho nhau, cùng là quốc gia luật pháp,...". Phần *Tạp vụ* đề cập những "truyện vui giải buồn" và những "bài thuốc linh đơn thần hiệu" cùng là câu đố, văn vần,...

Giá trị đóng góp của tuần báo *Nam Kỳ địa phận*

Nam Kỳ địa phận là một trong những tờ báo Công giáo ở Việt Nam được đánh giá đạt phẩm chất chuyên nghiệp nhất, không những về tuổi thọ, mà còn về hình thức, nội dung và đội ngũ người viết có tâm có tài. Nhà văn Sơn Nam cho đây là bộ "bách khoa toàn thư" cần được nghiên cứu trong lịch sử báo chí quốc ngữ ở nước ta. Bởi lẽ, trong quá trình hoạt động, tờ báo đã có các trang mục chuyên sâu về các lĩnh vực trong đời sống đạo đời như: *Châu tri Đức Giám mục* (Thư chung phụng vụ quanh năm, thông tin nghị luận về những sinh hoạt của Giáo hội toàn cầu, Việt Nam và địa phận Nam Kì); Êvang (Phúc Âm các Chúa nhật quanh năm; lời bảo, lời bàn); *Sự tích Chúa Cứu Thế* (cuộc đời truyền giáo của Chúa Giêsu); *Sấm Ký Chơn Tích* (thuật truyện *Cựu ước*); *Hạnh Thánh – Sự tích – Gương lành* (tường thuật, bút kí); *Gốc tích sự Đạo trong nước Annam* (lịch sử truyền giáo Việt Nam, lịch sử các giáo phận, giáo xứ dòng tu, chủng viện, đoàn thể Công giáo); *Phong hóa* (phong tục tập quán, thế thái nhân tình); *Thiên văn bác vật* (Công văn, khoa học kĩ thuật, ngành nghề, mùa vụ); *Truyện giải buồn* (giải trí, giáo dục); *Rao vặt, quảng cáo*; *Nhàn đàm, Hải Đàm*;... Đặc biệt, tờ báo luôn duy trì một số trang dành riêng cho *Sáng tác thi phú* của bạn đọc bốn phương.

Thật vậy, tuần báo *Nam Kỳ địa phận* với những trang mục phong phú, đặc thù không kém tính chuyên nghiệp. Ở vào thời kì báo chí quốc ngữ nước ta còn chập chững bước những bước đầu thử nghiệm thì sau *Gia Định Báo* (1865), bên cạnh những *Nông Cổ Mín Đàm* (1901), *Đại Việt Tân Báo* (1905), *Lục Tỉnh Tân Văn* (1913), *Đông Dương Tạp chí* (1913), *Trung Bắc Tân Văn* (1913), *Nam Phong Tạp chí* (1917), *An Nam Tạp chí* (1926) và *Phụ Nữ Tân Văn* (1929),..., làng báo Công giáo cũng đã xuất hiện những *Thánh Giáo tuần báo Bắc Kỳ* (1920), *Trung Hòa nhật báo* (1923), *Lời Thăm* (1922), *Công giáo Đồng thinh* (1927), *SacerdosIndonenensis* (1927),... trong đó tờ *Nam Kỳ địa phận* (1908) là đáng kể nhất. Tờ báo này xét ở góc độ lịch sử báo chí và báo chí Công giáo Việt Nam, xứng đáng là niềm tự hào của người Công giáo về nhiều mặt: thời gian tồn tại, cách thức tổ chức, điều hành, hình thức, nội dung. Nó đã qui tụ một "ê kíp" nhà văn vừa hùng hậu, vừa uy tín: Matthêu Hồ Tấn Đức, Jacques Lê Văn Đức, Nguyễn Hữu Bài, Hồ Ngọc Cẩn, Huỳnh Tịnh Hướng, Nguyễn Văn Thích, Lê Thiện Bá (Phêrô Nghĩa), Trần Văn Trang, Nguyễn Bá Tòng, Paul Vàng, Antoine Phi, Gabriel Hữu, Phaolô Qui, Phaolô Đạt, Nguyễn Cang Thường, Bá Đa Lộc Linh Đài, P. Đỗ Thới Của, Hồng Lam, An Phang, E. Thành Thông, Paul Tạo, Nguyễn Ngọc Quang, Francois Hữu Tâm, P. Nguyễn Hữu Lượng, F.X. Lê Vĩnh Khương,... Tờ báo rất chú trọng giáo dục phong hoá, chống lại các tệ nạn xã hội như cờ bạc, rượu chè, thuốc phiện hay ăn chơi đàng điếm. Có những cây bút gây ấn tượng đậm nét cho độc giả như Phêrô Nghĩa, linh mục DM. Hồ Ngọc Cẩn, sau này trở thành vị Giám mục thứ hai người Việt ở nước ta.

Về phương diện văn hóa dân tộc dựa trên nho học, tờ báo cho thấy: Thứ nhất là những bài đạo (chú giải *kinh Thánh*, giảng kinh...) thường sử dụng tư tưởng Nho với câu chữ Nho để diễn giảng. Thứ hai là những truyện, sự tích thường lấy các gương truyện Trung Quốc ra để minh họa đạo lý Kitô giáo. Điều gây ngạc nhiên thích thú là tờ báo sử dụng cả truyện Tàu - viết truyện ta theo kiểu Tàu - thể hiện tinh thần đạo lí Nho vào Kitô giáo. *Truyện Ông Gioan Ngô Kim Thạch* đăng từ số 403 (1916) đến số 451 (1917) khá hấp dẫn cho thấy truyện Tàu ảnh hưởng tốt, không phải xấu như Phạm Quỳnh đã mỉa mai, miệt thị những tiểu thuyết Tàu văn chương đã chẳng ra gì mà truyện thì toàn những truyện huyễn hoặc quái đản của "mấy bác cuồng nho bên Tàu đời xưa ngồi không bịa đặt ra để khoái trá bọn hạ lưu vô học". Thứ ba là những bài khảo luận dài sau này in thành sách về phép lịch sự của người Việt Nam trước khi chịu ảnh hưởng Tây phương, phép làm thơ văn theo lối xưa,... đều dựa vào truyền thống văn hóa dân tộc ảnh hưởng Nho học.

Nam Kỳ địa phận bán được 2000 số, so với các tờ báo cùng thời như *Lục tỉnh tân văn, Nông cổ mín đàm* thì tờ báo được phổ biến rộng rãi hơn nhiều. Chắc hẳn nguyên nhân ở chỗ nội dung phong phú đa dạng, lối trình bày, lối viết rất gọn, rõ, tương đối đúng chính tả hơn những tờ cùng thời và trước đó. Tuần báo *Nam Kỳ địa phận* tuy là báo tôn giáo nhưng lại có số độc giả đông đảo bậc nhất thời kì đó. Theo Nguyễn Văn Trung, trong những năm đầu, báo có đến 2000 độc giả, nghĩa là gấp năm, sáu lần độc giả của các báo *Lục tỉnh tân văn* và *Nông cổ mín đàm*. Đây là tờ báo chung cho cả ba miền Nam, Trung, Bắc, thậm chí cả các nước Lào, Cao Miên, Xiêm.

Tác giả Lại Văn Hùng trong một bài viết trên *Tạp chí Văn học* đã đánh giá rất cao *Nam Kỳ địa phận* khi xếp tờ báo này bên cạnh *Nông cổ mín đàm* và cả *Đông Dương tạp chí, Nam Phong tạp chí, Phong hóa*: "Sang đầu thế kỉ XX, báo chí Quốc ngữ càng phát triển mạnh, trong đó vai trò của những *Nông cổ mín đàm, Nam Kỳ địa phận, Đông Dương tạp chí, Nam phong, Phong hóa*, rồi sau đó là *Ngày nay*,... là vô cùng lớn".[1] Nguyễn Văn Trung trong tư liệu *Về sách báo của tác giả Công giáo (thế kỉ XVII – XIX)* cho rằng: "Tuy tờ báo do giới Công giáo chủ trương nhưng chỉ có 1/3 nói về đạo, còn lại nói về đời và không dành riêng cho người Công giáo, nhằm phục vụ lợi ích chung. Nếu như các phần "đời" này chẳng có gì đặc sắc đáng nói thì cũng không cần nhắc đến làm gì, nhưng thực ra đó là một vốn tư liệu phong phú, đa dạng mà ngày nay chúng ta có thể khai thác về nhiều mặt: kinh tế, thương mại, phong tục, sử kí, y học dân tộc, văn học, ngôn ngữ".[2] Trong công trình *Lịch sử báo chí Việt Nam 1865 – 1945*, Đỗ Quang Hưng cũng đánh giá rất cao tờ báo Công giáo này khi cho đây là "tờ báo Công giáo thành công nhất về nội dung và hình thức, không chỉ có giá trị về thông tin, giáo dục đạo mà còn đóng góp về nghệ thuật báo chí, về sự phát triển chữ quốc ngữ".[3]

Trong số các tờ báo quốc ngữ ở Nam Kì từ năm 1945 trở về trước, trong khi có một số tờ báo có số phận ngắn ngủi như *Thông loại khóa trình* chỉ tồn tại 02 năm (từ 1888 đến 1889), *Phan Yên báo* 02 năm (từ 1898 đến 1899),... thì tuần báo *Nam Kỳ địa phận* là một trong ba tờ báo có đời sống lâu dài nhất với 37 năm (từ 26/11/1908 đến 01/3/1945), chỉ sau *Gia Định báo* với 46 năm (số 01 ra ngày 1/4/1865, số cuối cùng 25/10/1909), dài hơn *Lục tỉnh tân văn* 01 năm với 36 năm (từ 1907 đến 1943). Với tính chất của một tờ tuần báo Công giáo, ngoài một số nội dung về Phong hóa, Bác vật, Thương mãi, Canh nông, Thi phú qui pháp, Những điều nên biết, *Truyện sử An Nam (An Nam sử truyện)*,... có một số bài viết về tôn giáo thuần túy (như *Thánh giáo vấn đáp, Lời Thánh kinh, Sấm ký chơn tích,...*) có ý nghĩa như những văn bản minh giải *Kinh thánh* và hướng dẫn việc thực hành nghi lễ hoặc hướng dẫn cách nhận biết đức hạnh hay tội lỗi. Một số bài vừa có nội

[1] Lại Văn Hùng (2001), *Truyện ngắn nhìn trong nguồn mạch, Tạp chí Văn học*, số 02, tr.74

[2] Khoa ngữ văn (1993), *Về sách báo của tác giả Công giáo*, Trường Đại học Thành phố Hồ Chí Minh, tr. 77

[3] Đỗ Quang Hưng (2000), *Lịch sử báo chí Việt Nam 1865 – 1945*, Nxb.Đại học Quốc gia, Hà Nội, tr. 186

dung tôn giáo vừa mang giá trị thẩm mĩ, hoặc bản thân chúng trước hết và căn bản gắn với chức năng tôn giáo nhưng đồng thời cũng hé lộ những phẩm chất của những hiện tượng thẩm mĩ và đạo đức gọi là văn học tôn giáo. Vì vậy, *Nam Kỳ địa phận* mặc dù được coi là cơ quan phổ biến giáo lí và sinh hoạt cho người Công giáo, nhưng đồng thời cũng là cơ quan văn hoá thông tin và văn học đáng kể. Từ năm 1916, *Nam Kỳ địa phận* thiên về văn học và bắt đầu đăng các truyện sáng tác hoặc các truyện kết cấu kiểu Tàu nhưng lấy nhân vật và bối cảnh Việt Nam như *Bạch Mai Truyện* của J. Trần T., *Huỳnh Ngọc Diệp* của T.N.C.T., cùng với các truyện dịch và phóng tác. Đến năm 1926, báo tăng thêm trang cho phần phụ trương (supplément du N.K.Đ.P.) gồm 4 trang chuyên đăng quảng cáo và truyện, tiểu thuyết.

Xét riêng về sự đóng góp của mảng văn học trên báo *Nam Kỳ địa phận*, tham luận *Báo chí Công giáo Việt Nam thời kỳ đầu* đọc tại cuộc tọa đàm *Một số vấn đề về văn hóa Công giáo Việt Nam từ khởi thủy đến đầu thế kỷ XX*, Đỗ Quang Trung có những nhận định rõ hơn về giá trị của mảng văn học trên báo *Nam Kỳ địa phận*. Ông cho rằng tờ báo này còn chứa đựng nhiều giá trị văn học và ngôn ngữ, đáng lưu ý hơn là so với các tờ báo cùng thời như *Nông cổ mín đàm, Lục tỉnh tân văn,...* văn của *Nam Kỳ địa phận* chính, trau chuốt và uyển chuyển hơn. Đúng là phần văn học trên *Nam Kỳ địa phận* khá phong phú.

Các thể loại văn học trên tuần báo

Ngoài mục *Văn chương thi phú,* ngay từ số đầu báo đã có chuyên mục *Truyện giải buồn* gồm những truyện ngắn, truyện cười, truyện ngụ ngôn, các bút kí của nhiều tác giả, trong đó có cả bài của các trí thức Công giáo Nam Bộ nổi tiếng như Huỳnh Tịnh Của, Hồ Ngọc Cẩn,...

Nam Kỳ địa phận còn có sự góp mặt của các thể loại thơ, đặc biệt là thơ tôn giáo. Thánh thi và những bài thơ gắn với ý niệm, cảm xúc và đức tin tôn giáo xuất hiện khá sớm, ngay từ những số báo của năm đầu (1908). Có thể kể ra đây những bài thơ tôn giáo tiêu biểu, như *Thơ tặng bốn vì Á Thánh tử đạo về địa phận Sài Gòn* (đó là Á Thánh Phaolô Lộc, Á Thánh Giude Lựu, Á Thánh Verô Lựu và Á Thánh Phaolô Hạnh); *Hạnh Á Thánh Lựu – linh mục tử đạo* trong số báo của năm 1908; *Văn minh khải tính* của Phước Khánh (1909); *Thơ về tính kiêu ngạo* (1916); *Thơ về cuộc kiệu La Vang* (1919) hay các bài thơ đi kèm với những câu chuyện về các vị Thánh,... Nội dung các bài thơ tôn giáo thường không cầu kì, phức tạp, chủ yếu gắn với niềm thương cảm, sự kính tin của cộng đồng giáo dân trước thái độ và hành vi tử đạo của các bậc Á Thánh đã vì "Nước Chúa" hoặc vì "lòng nhân" mà chấp nhận cái chết hoặc chấp nhận cuộc sống khắc khổ để giữ trọn "xác tín" và "cảm xúc dâng hiến". Cũng như văn học quốc ngữ Nam Bộ nói chung, điều quan trọng với thơ chưa phải là yêu cầu sự trau chuốt chữ nghĩa, nặng về loại thể hay thâm sâu trong ý tứ, mà điều quan trọng là chuyển tải và nói được một cách cụ thể, rõ ràng cảm xúc và đức tin của cộng đồng. Mặc dù thực tế tính chất mộc mạc giản dị đó của thơ tôn giáo có lí do là cần phải đáp ứng nhu cầu dễ hiểu và dễ tác động một cách nhanh chóng và trực tiếp đến cảm xúc của cộng đồng tôn giáo. Tuy nhiên, nếu xét về sự hiện đại hóa của thơ thì rõ ràng dù các nhà thơ chưa đạt tới trình độ những câu thơ đẹp như của phong trào *Thơ Mới* sau này, nhưng tinh thần tự do của thơ đã được khai sinh, báo hiệu sự xa rời đối với sự câu nệ hình thức thể loại của thơ ca cũ, để rồi đến *Thơ Mới,* tinh thần tự do của thơ sẽ được tiếp tục ở một trình độ cao hơn và mang tính nghệ thuật rõ rệt hơn.

Khác với thơ tôn giáo, kịch tôn giáo (thánh kịch và các vở kịch có tính chất tôn giáo) trên *Nam Kỳ địa phận* xuất hiện muộn hơn và cũng thưa thớt hơn, mãi tới các số báo năm 1919 mới có vở kịch đầu tiên mang tên *Tuồng Sébastiano tử đạo* (của P.T). Tuy nhiên, việc xuất hiện vở kịch này (trong báo gọi là "tuồng") khá thú vị. Đây là một vở kịch nói đúng nghĩa với lời thoại đầy chất văn xuôi, thường nhật, với sáu màn khai triển xung đột và màn kết (màn thứ bảy, gợi ra khung cảnh "thiên đàng rực rỡ uy nghi, thần thánh đón rước ông thánh Sébastianô tử đạo khải hoàn lên trời hưởng phước, cả triều thần thánh đồng thanh ca hát chúc tụng Thiên Chúa chí tôn, chúc an hòa cho toàn vũ trụ"), bao gồm 17 cảnh (đăng trên 17 số báo) và có số lượng nhân vật khá lớn (25 nhân vật kịch). Xung đột của vở kịch rõ ràng, đó là xung đột giữa hai tuyến, một bên là Sébastiano và bạn bè, một bên là Hoàng đế và cận thần. Sébastiano là nhân vật trung tâm, người chống lại hoàng đế Dioclêtiano vì bị ngăn cấm đi theo con đường tôn giáo và bị nghi là kẻ phản nghịch, cuối cùng bị hoàng đế ra lệnh hành hình. Mặc dù về hình thức, nhân vật kịch mang tên phương Tây, nhưng nội dung và tư tưởng của vở kịch lại phản ánh nhiều vấn đề ở một vùng đất thuộc địa, đó là sự nhọc nhằn không tránh khỏi đối với những nhà truyền bá tôn giáo khi đẩy đưa chủ trương du nhập tôn giáo mới vào Nam Bộ và thúc đẩy công cuộc mở rộng biên giới của nhà thờ. Vở kịch đồng thời cũng nêu tấm gương tử đạo Sébastiano, người có công "dọn thiên đàng rực rỡ uy nghi". Vở kịch gây không ít xúc động đối với cộng đồng tôn giáo được hình thành chưa lâu và đang có nhu cầu được củng cố vững chắc ở vùng đất mới. Nhiều nhà nghiên cứu văn học cho rằng *Sébastiano tử đạo* của P.T là vở kịch nói đầu tiên của Việt Nam.

So sánh với hai bộ phận văn học trên (thơ và kịch), văn xuôi mới thực sự là một bộ phận văn học phong phú và hết sức đa dạng. Một cách sơ lược có thể liệt kê ra đây hai thể loại truyện tiêu biểu, có mặt ở hầu hết các số báo trong hai thập niên đầu thế kỉ XX.

Trước hết là những câu chuyện kể về các Thánh, tiêu biểu như câu chuyện về *Cha Phaolô tử đạo* (1908), *Sự tích Chúa Giacôbê Bùi Kỷ Lập* và *Sự tích Cha Gioan Baotixita Quang*,...(1909), *Tích đức ông Phanxicô de Borgia* (1911), Điển tích Cha Amans Benoit và *Sự tích Cha Antôn Đường*...(1912), *Sự tích Cha Nicolas Colson Sanh* và *Tích Cụ Sáu*...(1913), *Hạnh Cha Gioăng PhanxicôThượng* và *Sự tích Cha Phaolo Quí* (1914), truyện Đức Thánh Cha Phapha Bêniditô và Đức Thánh Phapha Piô Thái...(1915), *Sự tích Cha Duma* và truyện *Thánh Amvôlôxô*...(1916), *Sự tích Cha Fellix Humbert Hiệu*...(1917), *Sự tích Cha Giude Oai* (1919), *Tích truyện Á Thánh Jeanne D'Arc* (1920),... Nhìn vào sự xuất hiện đều đặn những câu chuyện về các Thánh trên báo của tất cả các năm từ 1908 đến 1920 chúng ta cũng có thể khẳng định về tính phổ biến của thể loại truyện Thánh trong mảng văn học tôn giáo.

Trong số các câu chuyện về các vị Thánh, hầu hết các truyện được các tác giả kể rất ngắn gọn, với nội dung chủ yếu nêu gương về đức hi sinh, về lòng thương người bao la đối với những thân phận khốn khó cần được cứu vớt, sự xả thân vì đức tin và cuối cùng được về "nước Thiên Đường" trong sự ngưỡng vọng, kính tin của mọi người. Cũng như thơ tôn giáo, lời văn trong các câu chuyện kể về các vị Thánh hết sức mộc mạc, giản dị, không hoặc rất ít tính chất hoa mĩ, khoa trương. Chính tính chất mộc mạc của văn phong và tính chất người thật việc thật của các nhân vật "Thánh" đã góp phần quan trọng tạo nên tính đáng tin cậy của các câu chuyện đối với cộng đồng tôn giáo, thậm chí có thể thuyết phục và tạo được lòng tin đối với cả những người ngoại đạo. Tất nhiên, trong số các câu chuyện "Thánh" ấy cũng có những câu chuyện được kể khá dài, ở đó tác giả vận dụng cả những yếu tố li kì, hư ảo để bất tử hóa nhân vật được thánh hóa trên cơ sở người thật việc thật, như *Tích truyện Á Thánh Jeanne D'Arc* của Mat-thêu Đức. Trong câu chuyện hấp dẫn này, tác giả đã lấy tích truyện từ lịch sử tôn giáo và lịch sử nước Pháp trong cuộc chiến tranh một trăm năm giữa người Pháp và người Anh hậu kì trung đại (tác giả gọi là giặc Hồng Mao), ở đó Jeanne D'Arc, một cô gái xuất thân từ gia đình nghèo khó nhưng khi giặc Hồng Mao xâm lược đã chỉ huy quân đội Pháp giải vây thành Orléans và nhiều thành trì khác và được người Pháp tôn vinh như một nữ thánh, một con người bất tử. Đó là câu chuyện có thật trong lịch sử nước Pháp, nhưng ở đây, khi viết về nhân vật nữ thánh, tác giả đã đưa vào cả những chi tiết có tính chất phi thực để không chỉ thánh hóa một con người có thực mà còn góp phần mĩ lệ hóa tấm gương tử vì đạo và tử vì dân tộc Pháp của cô gái trẻ. Jeanne D'Arc đã xuất hiện trong cõi thế đúng như lời tiên tri "nước Lang Sa sẽ bị một người nữ làm cho nó nhào xuống trong vực gian nan tân khổ, rồi sẽ có một nữ trinh kéo nó ra khỏi đó" (người kéo nước Pháp vào cơn khổ nạn là hoàng hậu Isabeau, người đã làm cho Quốc công Bourgogne làm hòa với vua nước Anh và sau đó quân Anh kéo vào giày xéo nước Pháp; còn người được tiên tri sẽ cứu nước Pháp ra khỏi cơn khổ lụy chính là trinh nữ Jean D'Arc). Hình tượng nữ thánh Jeanne D'Arc trong truyện đã vượt ra khỏi phạm vi một câu chuyện tôn giáo thuần túy mà trở thành một con người được tôn xưng như anh hùng cứu quốc. Truyện kể về Thánh nữ Jeanne D'Arc là một câu chuyện thực sự hấp dẫn, ở đó có sự kết hợp giữa tôn giáo và lịch sử.

Ngoài những câu chuyện về các Thánh, trong mảng văn xuôi tôn giáo còn có nhiều câu chuyện về "phép lạ", tiêu biểu như *Phép lạ tại Lourdes, Nước Đức Chúa bà Lourdes, Phép lạ Đức Bà La Vang, Ơn lạ Đức Mẹ nhà thờ La Vang, Phép lạ bức ảnh chuộc tội, Đường lên Thiên đường, Phép lạ Mình thánh Chúa,...* Những câu chuyện về phép lạ là sự xen kẽ hư và thực, ở đó có những địa danh và thánh tích có thực như nhà thờ Đức Mẹ đồng trinh ở Lourdes (xứ Burgos, Tây Ban Nha), nơi có nhà thờ Fatima và tương truyền Đức Mẹ đã hiện ra ở đây, hay nhà thờ La Vang ở Quảng Trị, miền Trung Việt Nam,... Bên cạnh đó, một số câu chuyện phép lạ mang yếu tố huyền bí xảy ra nơi những phận đời nghèo khổ, bất hạnh, đau yếu bệnh tật hoặc bị hư hỏng về tâm hồn. Khi đứng trước Đức Chúa, người ấy có đức tin và thành tâm cầu nguyện thì "phép lạ" sẽ đến, người ấy có thể vượt qua được sự nghèo hèn, khỏi bệnh, hoặc từ kẻ bất lương bất kính sẽ trở thành người lương thiện, đáng mến. Câu chuyện *Nhờ áo ảnh Đức Mẹ mà bà cháu gặp nhau* (đăng báo năm 1911) của Biện Luật nói về số phận của cậu bé mồ côi. Bố mẹ cậu chết hết trong một cơn bão biển, được cứu vớt bởi một người dân chài tốt bụng và cuối cùng nhờ bức ảnh Đức Mẹ luôn mang theo bên mình mà sau bao năm lưu lạc cậu bé được gặp lai người bà và người chị ruột của mình và trở nên hạnh phúc. Hay trong truyện Ơn lạ Đức Mẹ nhà thờ La Vang của Linh mục Joseph (đăng báo 1914) kể về nhân vật Câu rất nghèo, nghèo đến nỗi không có quần áo để mặc. Cậu xin người dì giàu có 3 đồng nhưng vì bá quá keo kiệt nên cậu đành ngậm ngùi ra về tay trắng. Đến nhà thờ cầu xin Đức Mẹ, cậu được cho tiền, nhưng do tính ham chơi nên cậu đi theo bạn bè hái củi và quên cầu nguyện, từ đó bị cơn bệnh sốt rét hành hạ. Nhớ lại lần cầu nguyện xin được tiền, cậu trở lại nhà thờ hối lỗi, nguyện không bỏ đạo và từ đó dứt hẳn cơn bệnh sốt rét trước đây. Với những câu chuyện "phép lạ", cuối tác phẩm thường là một kết thúc có hậu như những câu chuyện dân gian truyền thống, chỉ khác là những câu chuyện này kết thúc có hậu gắn liền với niềm tin tôn giáo, tin vào sức mạnh của đức tin có thể cứu rỗi linh hồn. Cùng với những câu chuyện các Thánh, những câu chuyện phép lạ trở thành "những cỗ xe chuyên chở lòng tin" của người Công giáo.

Truyện và tiểu thuyết trên *Nam Kỳ địa phận* chiếm một số lượng đáng quan tâm. Không kể các truyện, tiểu thuyết dịch và phóng tác từ phương Tây (chủ yếu là truyện Pháp), riêng truyện và tiểu thuyết lấy đề tài và nhân vật Việt Nam đã có gần 20 tác phẩm. Có tiểu thuyết phải đăng đến 4 năm mới hết, như *Chết đi sống lại* (hay là *Mối thù mật nhiệm*) của H.V.C. khởi đăng từ năm 1934 đến 1938 mới chấm dứt. Từ năm 1916, báo bắt đầu đăng các truyện dịch hoặc phóng tác. Cũng từ năm 1916, các tác giả Việt Nam đã xuất hiện, trong đó viết "khỏe" nhất là Phêrô Nghĩa, ông là tác giả các tiểu thuyết *Mưa mai nắng chiều* (1928), *Đôi bước lưu ly* (1928), *Ôi là tự do* (1931), *Cha giết con* (1932), *Nhị độ mai* (1933), và nhiều truyện ngắn, tiểu thuyết khác. Nhưng xuất hiện sớm nhất là Charles Ngọc Minh - tác giả của *Truyện ông Gioang Ngô Kim Thạch* (1916). Bối cảnh và nhân vật được lấy từ Trung Quốc. Theo Trần Tuấn Đỉnh, đây có lẽ là "một trong những tiểu thuyết viết theo truyện Tàu có tính chất tôn giáo đầu tiên"[4]. Cách mượn bối cảnh và nhân vật từ Trung Quốc như thế sau này còn thấy ở tiểu thuyết *Nhị độ mai* (1933) của Phêrô Nghĩa. Điều này cho thấy tiểu thuyết cổ điển Trung Quốc đã ảnh hưởng sâu sắc đến các nhà văn và độc giả Nam Bộ những năm đầu thế kỉ XX như thế nào. Phải đến năm 1925 mới có các truyện và tiểu thuyết có bối cảnh và nhân vật Việt Nam như *Bạch Mai truyện* của J.Trần T. và *Huỳnh Ngọc Diệp* của T.N.C.Đ. *Bạch Mai truyện* kể về cuộc đời nhiều truân chuyên của Bạch Mai, một cô gái đẹp người đẹp nết, nguyên là con nhà hào phú. *Huỳnh Ngọc Diệp* cũng là chuyện kể về cuộc đời nhiều trắc trở của một chàng trai tên Huỳnh Ngọc Diệp. Các truyện và tiểu thuyết nói trên vẫn phần lớn nằm trong ảnh hưởng của thi pháp tiểu thuyết chương hồi Trung Quốc, thấy rõ nhất là ở cốt truyện tài tử giai nhân và lối kết cấu theo ba công đoạn quen thuộc: hội ngộ - lưu lạc - đoàn viên. Trung hiếu, tiết nghĩa, trí dũng vẫn là những đạo lí cơ bản trong các tác phẩm này. Nhân vật trong nhiều tác phẩm vẫn được chia làm hai tuyến rạch ròi, phân minh: hiền lương và nham hiểm, nhân hậu và độc ác, trọng nghĩa và phi nghĩa. Kết thúc tác phẩm thường là có hậu; người hàm oan được thoát tội, người hiền lương sau nhiều gian truân khổ ải được đền bù, kẻ làm ác phải sống nhục chết thảm. Tuy nhiên, điều

[4] Khoa ngữ văn (1993), *Về sách báo của tác giả Công giáo*, Trường Đại học Thành phố Hồ Chí Minh, tr.78

đặc sắc là các tác giả Công giáo đã khéo léo sử dụng tinh thần và các phạm trù đạo đức của Nho giáo để phục vụ cho việc truyền bá tôn giáo của mình.

Sang đến năm 1926, với *Bước đường gay hiểm*, tác giả P. L. đã cho thấy một cách tân đáng chú ý trong kết cấu tiểu thuyết. Tác phẩm được kết cấu không theo tuyến tính như truyện cổ điển mà đảo lộn tuần tự thời gian, làm cho tác phẩm hấp dẫn, gay cấn hơn. Mãi đến phần ba, tác giả mới cho nhân vật chính Biện Long hồi tưởng đến cái chết đầy bí hiểm của viên xã trưởng làng Thái Bình vào hai mươi năm trước và vì thế mà anh ta phải thay tên đổi họ để tránh khỏi tù tội một cách oan uổng. Trong tiểu thuyết *Cha giết con* (1932), tác giả Phêrô Nghĩa cũng đã mạnh dạn đẩy kịch tính lên đến đỉnh điểm khi cho nhân vật chính Bùi Xuân bị giết chết bởi tay của Ba Huệ, một người đàn bà lẳng lơ mà Bùi Xuân dan díu. Nhưng những cách tân như thế còn khá hiếm trong truyện ngắn và tiểu thuyết của *Nam Kỳ địa phận*.

Không ghi hẳn thành chủ trương nhưng tiểu thuyết trên *Nam Kỳ địa phận* dường như được chia làm hai mảng: mảng có chức năng giáo dục, nhằm mục đích truyền bá đức tin Công giáo và mảng chỉ nhằm giúp các "khán quan", độc giả giải trí, giải buồn như tên một mục của tờ báo - *Truyện giải buồn*. Mảng tiểu thuyết thứ nhất thường được đăng trong phần chính thức và chịu nhiều ảnh hưởng của thi pháp tiểu thuyết cổ điển, chương hồi Trung Quốc như *Truyện ông Gioang Ngô Kim Thạch, Bạch Mai truyện, Huỳnh Ngọc Diệp, Nhị độ mai,...*Còn mảng thứ hai chỉ được đăng ở phụ trương và chịu nhiều ảnh hưởng của thi pháp tiểu thuyết phương Tây hơn như *Trên đường quản hạt* (1932), *Người mặt sắt* (1932), *Mối thù mật nhiệm* (1934),... Đây là những tiểu thuyết phiêu lưu, mạo hiểm và cả dạng hình sự nữa. Cả hai mảng truyện và tiểu thuyết này, dù là mảng giáo dục hay giải trí, dù là để truyền bá đức tin Công giáo hay chỉ thuần túy là truyện hình sự, phiêu lưu, mạo hiểm đều mang một đặc điểm chung là có một cốt truyện nhiều tình tiết, li kì, gay cấn, căng thẳng và đầy kịch tính. Đây có lẽ cũng là một đặc điểm có tính chất truyền thống của truyện và tiểu thuyết Nam Bộ, từ Hồ Biểu Chánh, Lê Hoằng Mưu của đầu thế kỉ XX cho đến Nguyễn Quang Sáng sau này. Về ngôn ngữ, ngoài việc được chăm chút rất kĩ về mặt chính tả như Nguyễn Văn Trung đã cho biết, truyện và tiểu thuyết trên *Nam Kỳ địa phận* như Đỗ Quang Hưng đã nhận xét, có một lối văn chương trong sáng, trau chuốt và uyển chuyển hơn so với lối văn của các báo *Nông cổ mín đàm* và *Lục tỉnh tân văn* và so với truyện, tiểu thuyết của một số tác giả khác trong cùng một thời kì đó như văn của Lê Hoằng Mưu, Nguyễn Chánh Sắt, Phạm Minh Kiên,...

Qua tiểu thuyết trên *Nam Kỳ địa phận*, người đọc có thể thấy bức tranh của văn học Nam Bộ những thập kỉ đầu của thế kỉ XX vẫn là một bức tranh của giai đoạn giao thời, quá độ như tình hình chung trong cả nước, trong đó thi pháp tiểu thuyết phương Đông, mà cụ thể là tiểu thuyết chương hồi Trung Quốc, đã hòa lẫn với thi pháp tiểu thuyết phương Tây. Nhưng trên *Nam Kỳ địa phận*, thi pháp của tiểu thuyết chương hồi có vẻ lấn lướt hơn. Điều này không chỉ thấy trong tác phẩm dài hơi đầu tiên như ở *Truyện ông Gioang Ngô Kim Thạch* của Charles Ngọc Minh mà còn thấy ở những tiểu thuyết xuất hiện sau năm 1930 như *Nhị độ mai* (1933) của Phêrô Nghĩa, *Tiếng oanh* (1942) của Nhuận Thân,..., mặc dù các tác giả là nhà văn Công giáo, có nghĩa là họ đã chịu ảnh hưởng sâu sắc của văn hóa phương Tây. Nguyên nhân có lẽ do áp lực nặng nề của thị hiếu độc giả. Những cư dân vùng đất mới này thời kì đó rất ưa chuộng "truyện Tàu", do đã tìm được trong đó những mẫu nhân vật "trọng nghĩa khinh tài" rất phù hợp với tính cách của mình và những nhân vật phi thường có thể thỏa mãn sức tưởng tượng phóng túng của họ. Điều này cho thấy trường hợp của Nguyễn Trọng Quản - một nhà văn Công giáo với *Truyện Thầy Lazaro Phiền* (1887) là một hiện tượng độc lạ. Do bước quá sớm ra con đường hiện đại rộng lớn nên ông đã phải cô độc. Nói như Bằng Giang, đây "là một con chim lạ từ phương Tây đáp xuống một vùng đất còn vắng bóng đồng loại". Bởi lẽ đó, nó mới nổi lên như một ốc đảo chơi vơi vào nửa sau thế kỷ XIX không riêng ở Nam Kì mà ở cả Việt Nam"[5].

Từ truyện đầu tiên *Truyện ông Gioang Ngô Kim Thạch* đăng năm 1916 cho đến tiểu thuyết *Tiếng oanh* năm 1942, báo *Nam Kỳ địa phận* đã có gần 20 tác phẩm của hơn chục tác giả. Các tác phẩm này, bên cạnh những đặc điểm chung của truyện và tiểu thuyết Nam Bộ, đã có những nét đặc sắc riêng do được các nhà văn Công giáo sáng tác. Tất cả đã giúp hình dung được phần nào quá trình phát triển và diện mạo của tiểu thuyết hiện đại Nam bộ nói riêng và của tiểu thuyết hiện đại Việt Nam nói chung những năm đầu thế kỉ XX.

Ngoài những thể loại trên, *Nam Kỳ địa phận* còn có sự đóng góp ở thể loại du kí như *Đi chơi nơi Ruines D'angkor, Viếng nhà thờ chánh các Thầy Dòng tại Lembecq-les-Hal trong nước Belgique, Lạc vào Chùa Xiêm,...*

Kết luận

Như vậy, Tuần báo Công giáo *Nam kỳ địa phận* thật đáng ghi nhận trong quá trình phát triển của văn minh, văn hóa Việt Nam đặc biệt ở "lãnh địa" báo chí và văn học. Người Công giáo đã đến với mảng

[5] Bằng Giang (1992), *Văn học quốc ngữ ở Nam Kỳ 1865-1930*, Nxb.Trẻ, Tp.HCM, tr. 303.

văn học trên *Nam Kỳ địa phận* như đến với con thuyền chuyên chở đức tin của mình qua những biến thay thời cuộc, lại có thể giới thiệu niềm tin ấy tới "bạn đọc bốn phương". Sự phong phú các thể loại văn học: thơ, kịch, truyện ngắn, tiểu thuyết, du kí, một phần vừa thỏa mãn khoái cảm thẩm mĩ của cộng đồng Công giáo thời bấy giờ, vừa góp phần không nhỏ vào công cuộc hiện đại hóa văn học miền Nam những thập niên đầu thế kỉ XX. Mảng văn học trên *Nam Kỳ địa phận* đã đơm bông rực rỡ đặc biệt ở thể loại tiểu thuyết Công giáo. Tờ báo chuyên chở những tư liệu cổ và thú vị cho bạn đọc và giới nghiên cứu "trở về nguồn" để khám phá. Điều này có ý nghĩa vì một nền văn học lành mạnh và có nội lực để phát triển cần phải bám chặt vào quá khứ và quê hương, muốn đi tiếp phải đi lại.

TÀI LIỆU THAM KHẢO

[1]. Lại Văn Hùng (2001), *Truyện ngắn nhìn trong nguồn mạch, Tạp chí Văn học*, số 02, tr.74

[2]. Đỗ Quang Hưng (2000*), Lịch sử báo chí Việt Nam 1865 – 1945*, Nxb.Đại học Quốc gia, Hà Nội

[3]. Hội đồng Giám mục Việt Nam (2011), *Từ điển Công giáo 500 mục từ*, Nxb.Tôn Giáo, Tp.HCM

[4]. Bằng Giang (1992), *Văn học quốc ngữ ở Nam Kỳ 1865-1930*, Nxb.Trẻ, Tp.HCM

[5]. Khoa ngữ văn (1993), *Về sách báo của tác giả Công giáo*, Trường Đại học Thành phố Hồ Chí Minh

[6]. Võ Văn Nhơn (2008), *Tiểu thuyết Nam Bộ cuối thế kỷ XIX – đầu thế kỷ XX,* Trường Đại học Khoa học Xã hội và Nhân văn, Tp.HCM

[7].Bùi Đức Tịnh (1992), *Những bước đầu của Báo Chí, tiểu thuyết và thơ mới,* Nxb.Thành phố HCM

[8]. Huỳnh Văn Tòng (2000), *Báo Chí Việt Nam từ khởi thủy đến 1945*, Nxb.Thành phố HCM

MICHEL TINH
- THỂ LOẠI TỰ TRUYỆN VỚI *CHƠN CÁO TỰ SỰ*

Nguyễn Vy Khanh

Ngay từ đầu thế kỷ XX, văn học chữ quốc ngữ Việt Nam đã có tự truyện với tác phẩm đầu tiên là *Chơn Cáo Tự Sự* của Michel Tinh. *Chơn Cáo Tự Sự* "La petite biographie de Michel Tinh par lui même" do nhà Phát Toán Libraire Imprimerie, 55-57-59 Rue d'Ormay Saigon xuất bản tháng Octobre 1910. Truyện dày 37 trang, cuối tập ghi là "fin du premier volume" tức hết tập đầu – nhưng thư tịch không ghi nhận có tập sau – mà tác giả cũng ghi ở trang 37 cuối tập *"Từ đây tôi ngưng chuyện tôi, thoản như tôi còn sống lâu năm, tôi s(ẻ) chép thêm những điều xãy đến n(ử)a"*.

Cũng cần ghi nhận việc tác giả chú ở giữa trang đầu *"Nếu quyển nào của tôi phát ra mà không có ký tên tôi, thì không gọi là sách thiệt của tôi"* kèm theo chữ ký Michel Tinh như đánh dấu bản quyền (copyright) hoặc để tránh việc in ấn mà không có sự đồng ý của ông.

Tựa là *Chơn Cáo Tự Sự* nghĩa là "thành thật tự thưa kể chuyện mình" (có vài tài liệu ghi sai là "Chồn Cáo Tự Sự" có thể vì liên tưởng "cáo, chồn").

Trước khi vào tự sự, ngay trang đầu, tác giả đã nhắn gửi độc giả một cách khiêm tốn:

"Kính cáo:

Vẫn tôi là một học trò hèn khó hồi lúc thiếu niên; nên việc học hành còn thưa thớt. Nếu tôi có chép ra điều chi sai lỗi, xin chư vị khán quan hãy lấy lòng rộng, dung và chớ bắt bẻ tôi là đứa đã dung tài trong việc học".

Nhà nghiên cứu Nguyễn Vy Khanh

* Sinh: 1951 tại Quảng Bình - Định cư ở Montreal, Canada từ 1975.
* Nghiên cứu lịch sử và nhân văn.
* Tác phẩm chính: Bốn Mươi Năm Văn Học Chiến Tranh 1957-1997 (1997); Văn Học Miền Nam 1954-1975: nhận định, biên khảo và thư tịch; 2 tập (2019).
* Email: <nguyenvykhanh@yahoo.com>

CHƠN CÁO TỰ SỰ

Tác phẩm gồm 15 "đoạn" (chương) kể lại thời thơ ấu khốn khổ của mình, phải tự lực nhiều mới có phần nào học vấn và dám mở mặt nhìn đời; ở thì phải ở nhờ ông bà ngoại (sau khi mẹ mất), cả người dưng mà lại tốt (bà Cả, Thầy, ông Huyện, Đốc học, ông Ký, ...).

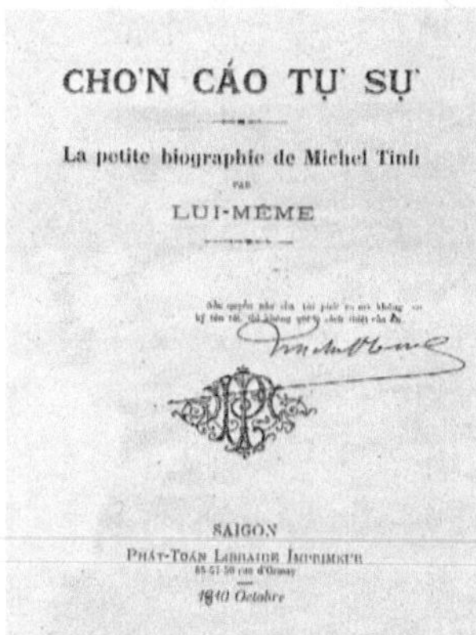

CHƠN CÁO TỰ SỰ

La petite biographie de Michel Tinh

PAR

LUI-MÊME

SAIGON

Phát-Toán Libraire Imprimeur

1910 Octobre

"Tự sự" này còn có thể được hiểu là một gia phả: **Michel Tinh** kể rõ tên thật tên gọi của cha mẹ và họ hàng nội ngoại, kèm theo liên hệ gia đình, việc làm và chỗ ở của họ cùng ngày tháng xảy ra sự việc. Cha ông mất vợ sớm, tái giá với hai người khác; ông khắc nghiệt đánh đập bà kế đầu mà tác giả quý mến ("rất lương thiện"), ra sao, chỉ hơn một năm là mất. Rồi bà sau nữa thì ác độc – tác giả nghĩ là cha mình phải trả nợ *"Cha tôi chịu trần gian với bà kế mẫu sau nầy năm nay đã có hơn ba mươi năm, mình dầm sương, đầu phơi nắng ghe phen khổ não mà nợ trần chưa dứt"*. Viết ra điều này, ông đã xin lỗi cha mình: *"Con lạy cha, con xin cha tha lỗi cho con đặng mà chỉ điều tiền nhựt cho con cái nó đặng thấy, và con ước ao cho lớp sau nó biết tu nhơn tích đức mà thế lại cho ông bà cha mẹ nó, hầu ngày sau cho thế đại vinh xương, vì Chúa Tạo-hóa càn(g) khôn, mắt xem thấu r(ỏ) gan ruột mỗi người. Bởi cha hiền lành và để đức lại nên con nay ít phải trần ai lao khổ"* (tr. 7).

Mẹ mất, kế mẫu tốt cũng chết, ông về ở với ông bà ngoại được thương yêu thì trong nhà có "bà mợ dâu" tàn độc với cậu nhỏ Michel Tinh. Ông tả về hình trạng bà mợ ("mở"): *"Người mặt trẹt, hình tích hùng lệt, bộ đi tướng đứng giống như con choắc chòe, còn lời ăn nói như gừng với ớt, và lòng chứa đầy sâu độc (thiệt là hữu ư trung hình ư ngoại)"*. Ngay từ những ngày đầu, *"mở để riêng cho tôi ăn một cái chén mẻ miệng một miếng bằng hai ngón tay, bà ngoại tôi thấy vậy liền nổi giận mà giựt cái chén cơm đổ phứt đi, và lấy cái chén kiểu lành tốt mà cho tôi ăn..."*. Và bao chuyện khác, như *"đập đại cây đuốc cháy trên đầu tôi"* khi cùng bà đi soi nhái đầu mùa mưa, v.v. ông đều viết tả lại tất cả, dù nhỏ để con cháu *"nó nghe, vì lòng độc nhỏ mọn cũng là độc"* (tr. 8), và *"cho con cái tôi được biết việc tân khổ tôi hồi lúc thiếu niên, song tôi cũng rán bền lòng, vì tôi mồ côi mẹ rất sớm, vô phước nên phải chịu"* (tr. 10).

Ông bị ho suyển từ nhỏ "đến nỗi khòm lưng" nhưng bà mợ dâu luôn xét nét bắt làm dù là việc khó nặng nhọc. Vậy mà khi người cha tìm thăm thì ông trốn, sợ bị đưa về ở với bà mẹ kế ác kia.

Khi viết tự sự này, bà mợ dâu *"cũng còn sống, tôi thấy mở mà thương hại, mang một bịnh ho lao, ho tổn, đã nhiều năm rồi, ho đêm ngày cành cạch, tiếng tăm đà gần tắc, mình mẩy gầy guộc, còn da bọc xương, mệt nhọc chẳng biết bao nhiêu. Rõ ràng vậy, chớ chẳng phải tôi trù ẻo chi..."*. Ông kể mà không sợ con của cậu mợ phiền, vì muốn *"ngày sau nó có răn mình, và đừng bắt chươc những điều vô nhơn bất đước, vì Hoàng thiên hữu nhãn rất công"* (tr. 11).

Từ Đoạn 5 kể chuyện học của tác giả – thời đó đi học khá cực khổ. Xin ghi lại đoạn tả: *"học thì ngồi dưới đất, ngồi trên ngạch c(ữ)a, ngồi trên tấm ván tập viết nước, trừ ra có mấy anh nghe sách, thì được ngồi trên ghế.*

Giấy mực sách vở hồi đó còn thốn thiếu lắm, tập viết chẳng phải dùng giấy mực mà tập, viết thì viết trên tấm lá chuối khô, viết trên tấm ván, hình như tấm thớp, với một cây cọ và một cụ(t) đất sét nắn vuôn tượng bằng cổ chưn, hễ mỗi lần viết, thì phải có một chỉnh nước để một bên, nhểu nước trên t(ấ)m ván, đoạn lấy cục đất sét mài ra, rồi cầm cây cọ mà viết, hễ viết một chữ, bôi qua một cái, rồi viết chữ khác, bôi hoài bôi hủy mà tập cho đến hết cái vở. Tập rồi, tay chơn, quần áo lấm mem, tay rờ tới đâu thì lấm tới đó, rờ tới vở lấm vở, rờ tới áo lấm áo, dơ dáy chẳng biết bao nhiêu, dầu vậy mà ai cũng rán, miễn học cho hay chữ thì thôi. Còn đi học thì mang theo trước bụng một cục mực tòn ten, quần áo vấy mực, nếu không săn sóc thì rận sanh ra nhiều lắm, chẳng mấy khi được giặt quần áo bằng xà bong sạch s(ẻ) như bây giờ. Ngày nay quần ủi, áo ủi, chệt giặt trắng phau phau, sánh lại với lúc đó sướng cực cũng xứng nhau…" (tr. 12).

Các Đoạn 9-10, ông cũng cho biết việc theo đạo Công giáo đã gặp nhiều trở ngại, khó khăn ngay từ trong gia-đình, *"bà con thân tộc"* ra đến những người như ông Ký cho ở đậu ăn học đuổi tác giả không lý do. Sau khi ông chịu phép rửa tội trở lại đạo Công giáo – lúc đã hơn 14 tuổi, trở về quê *"viến(g) bà con thân tộc, ai nấy đều không thèm muốn ngó mặt tôi. Bà cô tôi là bà Năm, bà nuôi em tôi là con Ý, khi trước bả yêu dấu tôi lắm, năn(g) châu cấp bạc tiền cho đặng mua sách vở viết mực, và sắm quần áo. Đến nay đam lòng hờn tôi nhiều lắm, và trách tôi sao có cả gan mà giữ đạo, đặng bỏ ông bỏ bà bỏ cha mẹ, bắt tội tôi rằng thất hiếu thất trung, ai ai cũng gọi tôi là đứa bạc.*

Cả và bà con bên ngoại tôi đều không ưa tôi (…). Tức muốn bể mặt bể tim vì lòng không bạc sao gọi rằng bạc, cũng như không lỗi mà phải bị gia hình, trái tim tôi muốn rướm máu mà cũng can tâm chịu chữ bạc (…).

Trở về đây coi thế ít kẻ ưa, người này nhạo đạo Đ.C.G. một tiếng, người khác nhạo một tiếng nói những đ(i)ều sỉ nhục Đ.C.G. Lạy Đ.C.G. Tôi xin chia cùng Chúa những đ(i)ều người ngoại đạo khinh khi đạo Chúa.

Lòng tôi khi ấy chua xót biết bao nhiêu nhưng mà cảm ơn Chúa chí từ rất linh chẳng có phụ tôi là kẻ mới làm con Chúa, kẻ mới được vào số binh lính Chúa…" (tr. 22-23).

Đoạn 15 kể chuyện công thành danh toại, bỏ làm thông ngôn kinh lý (piqueur interprète) ở Mỹ Tho, lập gia-đình riêng và làm quản lý cửa hàng ("clerc de commerce") rồi lên làm "đại lý nhơn" thay chủ người Đức làm việc với sở Quan thuế xuất nhập cảng, *"Từ khi ấy tôi được bình an, chẳng còn bị hiếp đáp, hoạn nạn như buổi ở với một bà mợ dâu tôi"* (tr. 32).

*

Hiện thực: Michel Tinh là nhà văn tả chân hiện thực vào những năm đầu thế kỷ 20. Ông tiếp nối con đường đã được mở bởi nhà tiểu thuyết tiền phong Nguyễn Trọng Quản. Trước đó văn học truyền thống chỉ có kỹ thuật miêu tả theo lối chấm phá hoặc tham chiếu. Từ nay, tả thực đã là một thành tố quan trọng của quan niệm về tiểu thuyết. Với phương Tây, tiểu thuyết hiện đại đi đôi với kỹ thuật miêu tả và tả thực. Tả thực còn có nghĩa là đối lập với những gì hoang đường, dị đoan thường bắt gặp trong các chuyện kể thần thoại và trong các truyện dịch từ chữ Hán.

Trong tự thuật đời mình, qua người thật, việc thật từng xảy ra, Michel Tinh đã cho biết về sinh hoạt của người nông dân ven biển của miền Nam vào cuối thế kỷ 19 như công việc đồng áng, đời sống gia đình và gia tộc, các đám tang (mẹ và bà ngoại tác giả), đám cưới (và mai mối, của chính tác giả), bên cạnh những hủ tục chồng đánh vợ, dì ghẻ hà khắc với con riêng của chồng, mợ dâu, v.v. Việc học chữ ở nhà quê (năm tuổi, học từ sách "Huấn mông", học thầy lớp, hình phạt đeo "gông bẹn" bằng bẹ chuối tươi đi diễu hành từ đầu làng cuối làng, thưởng thì được "c(ữ) lên làm Giám, làm Biện, làm Thủ, có tiếng tung hô",...), theo tác giả mà lên quận rồi tỉnh thành, việc học tiếng Pháp (Lang-sa) cùng các sinh hoạt buôn bán, công ty, giao tiếp xã hội ở các thành phố.

Nhìn chung, dù theo tây học và đạo Công giáo, nhưng tác giả vẫn chứng tỏ chịu ảnh hưởng nặng đạo lý ông bà tổ tiên và tư tưởng nho giáo. Ông tin vào triết lý ân đền oán trả cũng như làm lành sẽ được đền bù, làm ác sẽ bị Trời phạt và ở đời thịnh suy có lúc, ... Ông đề cao ân nghĩa ở đời và lòng biết ơn nhất đối với những người thầy đã dạy học trò những điều nhân nghĩa, phải trái và đặc biệt đem chính bản thân mình mà nêu gương đạo lý. Như sau một lần Michel Tinh trốn học bị thầy cho học trò tìm bắt đưa về trường lớp, ông bị phạt "đóng trăn(g)" bằng giây – sau này ông nói với con cháu: *"Ớ các con cái tôi, và mấy em út, bây giờ, nếu thầy có đánh hay là có sai đi bắt các con cái, hay là em út, thì phải cám ơn thầy cho lắm, vì thầy muốn làm ơn cho con cái, và em út đặng nên người và ở đời với thiên hạ. Chớ chẳng phải, bắt mà làm ích chi cho thầy (...)*

Bụi khỏa lấp chôn cây ngọc đi rất sớm, thiệt tôi rất thương tiếc thầy và cảm ơn thầy, gần một năm rưởi thầy đã công lao cùng tôi mà dạy dỗ tôi, không có ăn tiền" (tr. 17, 18).

Michel Tinh cuối sách cho biết có mục đích khi viết tập hồi ký này là *"có ý nhắc tích để lại cho con cái tôi, nó được biết điều tân khổ của cha nó đã chịu mà cũng bền lòng gắn(g) chí, lo học hành cho đến nay, làm việc kiếm tiền được mà nuôi lại nó, cho ăn, đi học. Bởi có chịu sự khó nhọc, bởi có uống sự cay đắng, nên mới có được chú(c) đỉnh ngọt ngào. Vã lại tôi tưởng chẳng có chi bằng sự bền lòng, bền chí, và ăn ngay ở thật. Vậy các con tôi, r(ũ)i như cha mẹ có thác sớm, thì các con hãy rán bền lòng bền chí, dầu cho có tân tan hoạn nạn, đi nữa, cũng rán mà chịu và ra công học hành cho được thì sau các con chắc s(ẻ) được bình an hoan lạc"* (tr. 36).

Như vậy, đây là một sách luân lý, đạo nghĩa gia đình, tác giả ghi lại cuộc đời gian nan của chính ông để truyền dạy con cháu và độc giả người ngoài có thể noi theo hoặc rút kinh nghiệm từ cuộc đời và những việc đã xảy ra cho ông, – vì đó là thời văn hóa xã hội Nam Kỳ thuộc địa đầy dẫy va chạm Đông Tây, ngoài trong đó.

Ngôn ngữ ở tập tự sự đầu tiên này là tiếng nói của đời sống thường ngày ở miền Nam lục tỉnh thời bấy giờ, trong số có những tiếng nay không còn được sử dụng như "hảng thật" (tr. 6), "thoản như" (tr. 37), "khoe khoan(g) thinh giá" (danh giá, tr. 36),... Và chữ Hán được sử dụng khi cần đến như: "ba mươi đời lạc diệp thì qui căn" (lá rụng về cội, tr. 23), "lương duơn" (lương duyên, tr. 29), v.v.

Nói chung, *Chơn Cáo Tự Sự* đã là bước đầu của thể loại tự truyện, hồi ký. Dù câu văn nhiều phương ngữ của thời đại, nhưng tác giả đã thành công trong bước tiền phong của mình. Gần 20 năm sau, Tản Đà có những tập văn xuôi tự sự như *Giấc Mộng Lớn* kể chuyện lận đận thi cử, nợ nần, v.v. Nhà thơ Tản Đà cũng đã đóng góp mở đường cho tiểu thuyết văn xuôi, dù ở ông, văn vẫn còn nhiều biền ngẫu và gần với thi ca. *Giấc Mộng Lớn* (1929) đã đến gần thể tiểu thuyết dù tính chất tự truyện vẫn là chính. Ông viết trong Lời Tựa tập sau cùng:

"Vậy thời Giấc Mộng Lớn là một tập ký thực chăng. Hoặc có người hỏi như thế, tác giả thực khó trả lời. Đã gọi là mộng thời sao gọi là ký thực. Vậy thời Giấc Mộng Lớn là một cuốn tiểu thuyết chăng? Hoặc có người hỏi chơi như thế, tác giả lại càng khó trả lời. Có sự thực mới chép, thời không phải là tiểu thuyết. Thôi thời ký thực hay tiểu thuyết, tự độc giả muốn cho sao thời là sao. Tác giả chỉ cứ theo sự thực chiêm bao mà tùy ý chép ra không có mạch lạc, không có quy tắc, không kể việc khinh việc trọng, không hiềm cái dở cái hay muốn lược thời lược, muốn tường thời tường, chẳng qua là một cuốn văn chơi, tưởng cũng không quan hệ đến những sự phẩm bình của các bậc đại nhã cao nhân vậy".[1]

Sau đó, văn học tiền chiến sẽ có tự truyện *Những Ngày Thơ Ấu* (1938) của Nguyên Hồng, *Dã Tràng* (1939) của Thiết Can. Lan Khai có tự truyện *Mực Mài Nước Mắt* [2] qua nhân vật nhà văn tên Khải. Năm 1942, Vũ Bằng đã đăng từng kỳ trên báo *Trung Bắc chủ nhật* rồi hai năm sau, 1944, xuất bản cuốn tự truyện Cai gây sôi nổi ở Hà Nội một thời: văn tự truyện ở đây đi sâu vào đời sống cá nhân riêng tư, cho người đọc biết những góc khuất buồn vui cuộc đời của nhà văn [sau tái bản đổi tựa là *Phù Dung Ơi, Vĩnh Biệt!*]. Tô Hoài có bộ tự truyện gồm bốn tập *Cỏ Dại, Tự Truyện, Những Gương Mặt, Cát Bụi Chân Ai* xuất bản từ 1944 đến 1988 nhưng tập đầu đáng kể hơn cả!

*

[1] Tản Đà Nguyễn Khắc Hiếu. *Giấc Mộng Lớn* (Hải Phòng: Tản Đà Thư-cục, 1929), tr. 6.

[2] Lan Khai. *Mực Mài Nước Mắt* (Hà-Nội: Đời Mới, 1941).

Đến vào giai đoạn cuối thế kỷ XX mới thật sự bành trướng thể loại tự truyện nhưng vẫn tương đối ít tác phẩm lớn vì đa phần chỉ là những hồi ký nhẹ tính văn chương. Có thể cái Tôi không đủ hấp dẫn bằng những đề tài thời sự, xã hội nóng bỏng suốt cả thế kỷ (chế độ thực dân, những phong trào chống Pháp, cách mạng, hai thế chiến rồi chiến tranh liên tục đến 1975, cuối thế kỷ là chống Cộng dưới hình thức mới, nhân sự mới,...), cũng như ảnh hưởng đời sống mới với truyền hình, phim ảnh,... Cái Tôi vẫn còn đây nhưng phần Tôi cao cả – tôn giáo, chính trị, phải hư hao mất.

Cái Tôi vào cuối thế kỷ XX này dù vậy là cái Tôi của sự thật, là công cụ cho sự thật dù có sự thật mất lòng, đau lòng... như phản bội, vô luân,... Làm như muốn đụng tới sự thật, làm nhân chứng, tự truyện, động tác kể truyện trở thành thú tội với người đọc – một hành động được xem là can đảm, thành thật. Một cái Tôi loại mới. Thế Uyên trong *Không Một Vòng Hoa Cho Người Chiến Bại*[3] có nhiều tính tự truyện khi viết lại những tình cảm, bản năng bên cạnh những ý thức, tư duy văn hóa của những nhân vật có nhiệt huyết phản kháng lại những hư nát và dấn thân đổi mới xã hội.

*

Có sự khác biệt giữa hai loại tự sự tiểu thuyết và tự sự hồi ký khi tự sự tiểu thuyết mang tính văn chương, trong khi tự sự hồi ký mang tính thông tin. Loại đầu tiểu thuyết hóa cái Tôi, tiểu thuyết đời sống và con người tác giả; nghĩa là vay mượn dù chỉ phần nào. Tác giả chủ động trong vai người kể chuyện và là nhân vật chính thường xưng "tôi" mà cũng có thể ngôi thứ ba hay mang tên một nhân vật. Người Nhật vốn có truyền thống trân quý thể loại tự truyện, nhật ký, du ký. Ở Việt Nam thời lịch triều, các nhà Nho thường dùng truyện xưa tích cũ – thường là xa xôi bên Tàu và tự thuở xưa nào, để gửi gấm, nói lên tâm sự và thường dùng ngôi thứ ba. Nguyễn Gia Thiều mượn tâm sự cung nữ, Nguyễn Du mượn chuyện đoạn trường của nàng Kiều thời Gia Tĩnh nhà Minh bên Trung quốc để nói lên tân thanh của riêng ông.

Gần suốt cả thế kỷ XX và phần đầu thế kỷ XXI, dù vậy cũng ít tác giả Việt Nam đưa cái Tôi thật vào văn chương, có chăng cũng phải văn chương hóa, tiểu thuyết hóa – gần suốt vì sau biến cố 30-4-1975, đã có khá nhiều hồi ký về tù "cải tạo", đời-sống lưu vong hay phản kháng, v.v. Một thể loại đòi hỏi người viết vượt được dư luận và thành thật nếu muốn thành công hấp dẫn người đọc và sống lâu cùng văn học sử! *Chơn Cáo Tự Sự* ngay từ năm 1910 đã có được những đặc tính thiết yếu đó, chỉ tiếc là tự truyện này đã không được văn học sử ghi công và do đó đã phần nào rơi vào quên lãng!

---

[3] Thế Uyên. *Không Một Vòng Hoa Cho Người Chiến Bại* (Los Alamitos CA: Xuân Thu, 1999).

Chú-thích

Chúng tôi sử dụng văn bản gốc: Michel Tinh. *Chơn Cáo Tự Sự* "La petite biographie de Michel Tinh par lui même" (Saigon: Phát Toán Libraire Imprimerie, Octobre 1910). Và chúng tôi ghi trong ngoặc đơn những phương ngữ và chữ dùng xưa.

Nguyễn Vy Khanh

NHÀ BÁO VÀ NHÀ VĂN TRẦN CHÁNH CHIẾU

Pgs. Ts. Võ Văn Nhơn – Nguyễn Thị Phương Thúy

Ghi chú biên soạn: Cụ Gilbert Trần Chánh Chiếu là một người Công giáo, nhưng những sách cụ viết không nghiêng về nội dung Công giáo đồng thời về tờ *Lục Tỉnh Tân Văn* của cụ, có một số trang mạng có vẻ nhấn mạnh rằng "là một trong những tờ báo không Công giáo đầu tiên viết bằng chữ quốc ngữ" *(https://vi.wikipedia.org/wiki/Lục Tỉnh Tân Văn)* đồng thời. Về sau, cũng có những tờ báo của người Công giáo chủ trương, như bán nguyệt san *Thời Nay* của ông Lê Văn Thái hay bán nguyệt san *Bách Khoa* của ông Hoàng Minh Tuynh, không ghi căn cước Công giáo nhưng vẫn theo đường hướng phổ biến tinh thần Kitô giáo. Riêng về Trần Chánh Chiếu, chúng tôi tìm thấy hai ghi chú liên quan đến hoạt động Đông du của Cụ rất đáng suy nghĩ:

Ghi chú của Wikipedia[1] cho thấy cụ gửi con trai sang học Nhật Bản tại một trường Công giáo. Ghi chú của Ts. Lê Mạnh Hùng[2] nói rõ cụ "đã sang Hồng Kông và gặp Phan Bội Châu để bàn việc tổ chức và gởi các học sinh miền Nam và Công giáo sang Nhật". Vì thế chúng tôi xin đưa bài viết về cụ vào đây để các bạn trẻ về sau có thêm một trường hợp đáng quan tâm khi nghiên cứu để xác định thế nào là tác giả Công giáo.

ÔNG PHỦ MINH TÂN TRẦN CHÁNH CHIẾU

Trần Chánh Chiếu, sinh năm Đinh mão (ngày 3. 7. 1867). Ông còn có các bút danh Kỳ Lân Các, Nhựt Thăng, Thiên Trung và biệt hiệu Đông Sơ, hiệu Quang Huy, quê quán ở làng Vân Tập, nay là phường Vĩnh Thanh Vân, thị xã Rạch Giá, tỉnh Kiên Giang. Cha là Trần Thọ Cửu, một hương chức trong làng.

---

[1] Trần Chánh Tiết gặp Phan Bội Châu vào thượng tuần tháng 8 năm 1907. Trong *Phan Bội Châu niên biểu*, cụ Phan kể rằng ông từ Yokmohama (Hoành Tân) mang sách vận động cách mạng đến Hương Cảng thì "gặp ông Hội đồng Mỹ Tho (chỉ ông Chiếu), ông Chánh tổng ở Cần Thơ, ông Hương chức ở Long Hồ đều đã chờ tôi hơn một tuần" *(Phan Bội châu toàn tập*, tập 6, Nhà xuất bản. Thuận Hóa, 1990, tr.144). Theo Nguyễn Huệ Chi, nhờ Bùi Chí Nhuận giới thiệu mà Gilbert Chiếu gặp được Phan Bội Châu (*Từ điển văn học*, bộ mới, tr. 1777). Theo nhóm Đinh Xuân Lâm, ông Chiếu gặp được cụ Phan là nhờ con. Vì lúc bấy giờ Trần Chánh Tiết (còn có tên là Jules Tiết, con ông Chiếu) đang trọ học ở Hương Cảng, mà cụ Phan thì thường đến đấy để tuyên truyền tư tưởng cách mạng. Biết cha Tiết là một người yêu nước, cụ Phan mới nhờ con mời cha sang Hương Cảng gặp ông và sang Nhật gặp Cường Để (Đại cương lịch sử Việt Nam, Tập 2, tr. 155). Tuy nhiên, theo Đoàn Lê Giang thì ông Chiếu đã "thông qua người con là Trần Chánh Tiết đang du học ở trường Cao đẳng Tiểu học do Giáo hội Thiên chúa giáo lập ra mà ông Chiếu được đọc thơ văn yêu nước của Phan Bội Châu, rồi ông sang Hương Cảng lấy cớ thăm con và du lịch, nhưng thực chất là để gặp Phan Bội Châu". Xem: [1]. Jules Tiết, theo GS. Trịnh Vân Thanh, cũng là một người hăng hái tham gia cách mạng, bôn ba nhiều năm nơi hải ngoại, hợp tác chặt chẽ với cụ Phan và Cường Để (Thành ngữ điển tích danh nhân từ điển, Quyển 2, tr. 1362).
https://vi.wikipedia.org/wiki/Gilbert_Tr%E1%BA%A7n_Ch%C3%A1nh_Chi%E1%BA%BFu

[2] Thứ hai là nhờ vào những cố gắng của Gilbert Chiếu (Trần Chánh Chiếu) chủ các tờ báo *Nông Cổ Mín Đàm* và *Lục Tỉnh Tân Văn* vốn là một trong những nhà trí thức có ảnh hưởng mạnh nhất tại miền Nam thời đó. Năm 1906, Gilbert Chiếu đã sang Hồng Kông và gặp Phan Bội Châu để bàn việc tổ chức và gởi các học sinh miền Nam và Công giáo sang Nhật.
(Tiến sĩ Lê Mạnh Hùng, *Bối cảnh xã hội Việt Nam và Phong trào Đông Du*, BBC 24/8/2005 https://www.bbc.com/vietnamese/entertainment/story/2005/08/050802_phanboi-chaulemanhung)

PGS.TS. Võ Văn Nhơn

* Sinh: 1956.
* Công tác tại trường Đại học Khoa học Xã hội và Nhân văn, Đại học Quốc gia Tp. Hồ Chí Minh.
* Tác phẩm:
- Văn học quốc ngữ trước 1945 ở Thành phố Hồ Chí Minh.
- Đông Hồ-Mộng Tuyết;
- Văn chương phương Nam - một vài bổ khuyết (viết chung với Nguyễn Thị Phương Thuý).
* Email: Email: <vovannhon2005@gmail.com>

Ts. Nguyễn Thị Phương Thúy

* Sinh năm 1987 tại Tây Ninh.
* Giảng viên Trường Đại học Khoa học Xã hội và Nhân văn – Đại học Quốc gia Thành phố Hồ Chí Minh.
* Đồng tác giả Phụ nữ Việt Nam trong lịch sử (tập 2): Phụ nữ Việt Nam thời Pháp thuộc 1862-1945 (2012), Văn chương phương Nam - Một vài bổ khuyết (2017), Văn học Nam Bộ 1945-1954 (2021).
* Email: phuongthuy243@gmail.com

Nhờ gia đình khá giả nên Trần Chánh Chiếu đã được học hành khá chu đáo. Sau khi học ở tỉnh, ông lên Sài Gòn học ở Collège d'Adran. Tốt nghiệp, ông làm giáo học rồi làm thông ngôn cho tham biện chủ tỉnh Rạch Giá. Sau đó ông làm xã trưởng làng Vĩnh Thanh Vân. Ông là người góp phần khai khẩn vùng Tràm Chẹt, Giồng Riềng, Rạch Giá. Chính ông cũng là người thiết kế, xây dựng chợ Rạch Giá. Nhờ là người giàu có, ông được nhận chức tri phủ và vào quốc tịch Pháp.

Nhưng ông phủ Gilbert Chiếu này *"quốc tịch mang danh Phú Lãng, Thâm tâm vẫn máu họ Hùng Vương"* (Phương Sơn). Năm 1900, ông bỏ chức xã trưởng, bán một phần của cải lên Sài Gòn và Mỹ Tho hoạt động và trở thành một nhân vật chủ chốt của phong trào Duy Tân và Đông du ở miền Nam. Ông đã từng liên lạc với các nhà yêu nước như Nguyễn Thần Hiến, Nguyễn Quang Diêu, Nguyễn An Khương. Ông cũng đã sang Hương Cảng gặp Phan Bội Châu rồi sang Nhật để gặp Cường Để.

Từ 1906 đến 1907, Trần Chánh Chiếu là chủ bút báo *Nông cổ mín đàm*. Trong thời gian này, nhận thấy phong trào dịch truyện Tàu quá rầm rộ, trong khi đó còn rất thiếu những truyện Việt Nam, do người Việt Nam viết nên trên số báo 262 ra ngày 23. 10. 1906 ông đã mở cuộc thi viết tiểu thuyết lấy tên *Quốc âm thí cuộc* nhằm khuyến khích việc viết những truyện có đề tài trong nước. Đây có lẽ là cuộc thi tiểu thuyết đầu tiên trong văn học nước ta.

Năm 1907, ông qua làm chủ bút báo *Lục tỉnh tân văn*. Dưới sự lãnh đạo của ông, *Lục tỉnh tân văn* trở thành cơ quan ngôn luận và là nơi vận động cho công cuộc Minh Tân. Ông cũng viết hai quyển sách *Minh Tân tiểu thuyết* và *Hương Cảnh nhân vật, Quảng Đông tỉnh thành phong cảnh*. Hương Cảnh nhân vật, Quảng Đông tỉnh thành phong cảnh ca ngợi việc ganh đua của người Trung Hoa trên đường mở mang kỹ nghệ, thương mại. *Minh Tân tiểu thuyết* tập hợp những bài xã luận kêu gọi đồng bào tham gia phong trào Minh Tân, với ý nghĩa "minh minh đức" (làm sáng cái đức sáng), "tại tân dân" (đổi mới cho dân), mượn chữ từ sách *Đại học*.

Đầu năm 1908, ông thành lập công ty Nam Kỳ Minh Tân Công Nghệ, có trụ sở đặt tại Mỹ Tho. Đây là một công ty cổ phần, người tham gia đa số là điền chủ và công chức. Công ty xây dựng xưởng kéo sợi, xưởng dệt, sản xuất xà bông, thuộc da và làm đồ pha lê. Công ty còn có kế hoạch dạy học sinh học những nghề trên. Xà bông hiệu *Con vịt* (Carnard) của công ty lúc đó đã cạnh tranh rất hiệu quả với xà bông ngoại quốc nên có thêm người mua cổ phần của công ty. Ngoài ra, để các đồng chí của mình có chỗ hội họp hợp pháp, ông còn xây dựng Minh Tân khách sạn ở Mỹ Tho và Nam Trung khách sạn ở Sài Gòn. Hai khách sạn này cũng là cơ sở kinh tài cho phong trào.

Tháng 10. 1908, ông bị thực dân Pháp bắt giam. Công ty Nam Kỳ Minh Tân Công Nghệ phải ngưng hoạt động và giải tán, bản thân Trần Chánh Chiếu bị giải về Mỹ Tho để chứng kiến cảnh khám xét Minh Tân khách sạn của mình. Nhờ sự can thiệp của chính phủ Nhật và sự vận động của chí sĩ Phan Văn Trường tại Pháp, ông được trả tự do vào tháng 4. 1909.

Năm 1910, ông về Rạch Giá bán hết ruộng đất, của cải lên Sài Gòn mở cửa hàng buôn bán văn phòng phẩm, hoạt động bí mật giúp đỡ Cường Để. Trong thời gian này ông còn biên soạn một số tác phẩm như *Tiền căn báo hậu* (phỏng dịch từ *Le Comte de Monte Cristo* của A. Dumas), *Văn ngôn tập giải, Gia phổ*.

Năm 1917, ông lại bị bắt giam vì cho là người giúp đỡ Phan Xích Long khởi nghĩa chống Pháp. Phải một thời gian sau ông mới được trả tự do.

Trần Chánh Chiếu mất năm 1919 tại Sài Gòn và được an táng tại đất Thánh nhà thờ họ Tân Định. Hiện có một con đường và một ngôi chợ khá lớn ở quận 5 mang tên Trần Chánh Chiếu.

Về tiểu thuyết, Trần Chánh Chiếu có quyển *Hoàng Tố Anh hàm oan* in năm 1910 (với bút hiệu Trần Thiên Trung). Đây là một tiểu thuyết hiếm hoi của văn học Việt Nam xuất hiện trong thập niên 10 của thế kỷ XX, với một cốt truyện ly kỳ và lời văn bình dị. Hồ Biểu Chánh cho rằng tiểu thuyết của mình đã viết theo đường lối của *Hoàng Tố Anh hàm oan*. *Hoàng Tố Anh hàm oan* có thể được xem là một trong những tác phẩm có khuynh hướng hiện thực đầu tiên của văn xuôi Việt Nam hiện đại.

Là một điền chủ giàu có, lại có hàm Đốc phủ sứ, có quốc tịch Pháp, nhưng Trần Chánh Chiếu trước sau vẫn là một người con của dân tộc Việt Nam, một trí thức yêu nước có nhiều đóng góp cho phong trào giải phóng dân tộc. Đại Việt sử thi đã trân trọng ghi công của "ông Phủ Minh Tân" Gilbert Trần Chánh Chiếu như sau:

Đất Nam Kỳ là nơi thuộc địa
Cũng có nhiều nhân sĩ vì dân
Như Trần Chánh Chiếu, An Khương
Lập nên cơ sở Minh Tân giúp người

Lầu Nam Trung, vốn nơi khách sạn
Làm bản doanh kết bạn muôn người
Cử đi du học nhân tài
Cho sang bên Nhật trau dồi kiến văn.

Nguồn: *Võ Văn Nhơn – Nguyễn Thị Phương Thúy, Văn chương phương Nam – một vài bổ khuyết, Nxb Tổng hợp TP. Hồ Chí Minh, tr. 255-258.*

ĐỨC GIÁM MỤC GIOAN BAOTIXITA NGUYỄN BÁ TÒNG

Wikipedia

Giám mục GB. Nguyễn Bá Tòng

Gioan Baotixita Nguyễn Bá Tòng (1868–1949) là Giám mục người Việt Nam đầu tiên của Giáo hội Công giáo Rôma, được cử hành nghi thức tấn phong giám mục vào năm 1933. Ông đảm nhiệm chức vụ Đại diện Tông Tòa Hạt Đại diện Tông Tòa Phát Diệm trong khoảng thời gian 8 năm, từ năm 1935 đến năm 1943.

Giám mục Nguyễn Bá Tòng sinh tại Gò Công. Bắt đầu từ năm 10 tuổi, ông theo học các cấp học tại các chủng viện Công giáo khác nhau và hoàn thành việc tu học, được phong chức linh mục 18 năm sau đó vào năm 1896. Trở thành linh mục, ông đảm nhận các vai trò khác nhau như Thư ký Tòa giám mục, linh mục chính xứ Tân Định và Bà Rịa.

Tòa Thánh loan tin bổ nhiệm Linh mục Gioan Baotixta Nguyễn Bá Tòng làm Giám mục phó Đại diện Tông tòa địa phận Phát Diệm. Với việc bổ nhiệm này, ông trở thành giám mục Công giáo Việt Nam đầu tiên. Nghi thức tấn phong tổ chức tại Rôma do Giáo hoàng Piô XI chủ sự. Ông đảm nhiệm vai trò Đại diện Tông Tòa địa phận từ năm 1935 đến năm 1943 khi hồi hưu. Sau đó, Giám mục Tòng quản lý địa phận trong cương vị giám quản hơn một năm từ năm 1944 đến năm 1945 khi giám mục kế vị Gioan Maria Phan Đình Phùng đột ngột qua đời.

Nguyễn Bá Tòng được ghi nhận về việc biên soạn *Tuồng Thương Khó*, xây dựng và cơi nới các giáo xứ ông quản nhiệm. Giám mục Tòng còn nổi tiếng với tài hùng biện, giao thiệp, kiến trúc và viết kịch bản. Với việc đắp đê Kim Tùng bảo vệ mùa màng và tạo việc làm cho dân nghèo, Nguyễn Bá Tòng được trao thưởng Bắc Đẩu Bội tinh của Pháp và Nam Long Bội tinh của triều đình Huế.

Thân thế và tu nghiệp

Nguyễn Bá Tòng sinh ngày 7 tháng 8 năm 1868 tại tỉnh Gò Công (nay thuộc thị xã Gò Công, tỉnh Tiền Giang) trong một gia đình đạo đức. Cha mẹ ông là ông Giacôbê Nguyễn Gia Tuấn và bà Mađalêna Nguyễn Thị Chi. Thân phụ ông trước có du học Penang, sau này trở về Việt Nam hành nghề thông dịch viên tại Gò Công và Trà Vinh.

Năm 1878, khi lên 10 tuổi, cậu bé Nguyễn Bá Tòng được gửi vào trường Tiểu học La San tại Định Tường. Khi ngôi trường bị đóng cửa năm 1880, cậu được gửi về Sài Gòn và theo học Collège d'Adran. Tại đây, cậu được gặp Linh mục Jean Dépierre (tên Việt: Để, 1855–1898), giáo sư môn Latinh Tiểu chủng viện Sài Gòn kiêm Tuyên úy trường La san d'Adran, quý mến và đỡ đầu. Lên 15 tuổi, linh mục Dépierre Để giới thiệu cậu bé Tòng vào học Tiểu chủng viện, thời gian này dưới quyền giám đốc của Linh mục Thiriet, là một người thông thái. Những năm học ở Tiểu chủng viện, cậu luôn được xem là một chủng sinh xuất sắc. Năm 1887, chủng sinh Nguyễn Bá Tòng được nhận vào học Đại chủng viện Sài Gòn và học tại đây cho đến khi tốt nghiệp năm 1896.

Thời kỳ linh mục

Ngày 19 tháng 9 năm 1896, Giám mục Jean Dépierre Để, Đại diện Tông tòa Hạt Đại diện Tông Tòa Tây Đàng Trong cử hành nghi thức phong chức linh mục cho Gioan Baotixita Nguyễn Bá Tòng tại Nhà thờ Đức Bà Sài Gòn. Ngay sau khi được truyền chức, Linh mục Tòng được Giám mục Dépierre bổ nhiệm làm Thư ký Tòa giám mục. Ba năm sau đó, tân giám mục địa phận Tây Đàng Trong Lucien Mossard Mão vẫn chọn Linh mục Tòng đảm nhận vai trò dưới thời giám mục tiền nhiệm.

Trong thời gian này, trên cương vị Quản lý Tòa Giám mục, Linh mục Nguyễn Bá Tòng nhiều lần bảo trợ những người bạn linh mục người Việt Nam bị thực dân Pháp bắt đày nơi Côn Đảo. Đó là 3 linh mục Đậu Quang Lĩnh, Nguyễn Thần Đồng, Nguyễn Văn Tường. Cả ba vị linh mục này hưởng ứng phong trào Đông Du của lãnh tụ Phan Bội Châu. Trong thời gian này, ông cũng thường xuyên đi giảng tĩnh tâm cho các nhà dòng nam nữ.

Sau nhiều năm giữ chức Quản lý Tòa Giám mục, do sức khỏe suy yếu nên ngày 2 tháng 4 năm 1917, Linh mục Gioan Baotixita Tòng được chuyển về làm Quản xứ Bà Rịa. Tại đây, ông đã có nhiều đóng góp trong các công tác xã hội như hướng dẫn xây cất trường học, nhà hát. Ông cũng dựng vở tuồng mang tên Thương Khó do chính ông sáng tác tại đây, buổi diễn này là lần thứ hai sau lần diễn năm 1913 tại chủng viện.

Năm 1922, trong chuyến tháp tùng vua Khải Định sang Pháp và đến Roma, Thượng thư Nguyễn Hữu Bài, cũng đồng thời là một giáo dân, đã dâng thỉnh nguyện thư tới Giáo hoàng Piô XI xin lập hàng giáo phẩm Việt Nam. Tòa Thánh đã cử đặc sứ sang Việt Nam mở nhiều hội nghị ở Phát Diệm, Sài Gòn. Giám mục Marcou Thành từ địa phận Phát Diệm đến Sài Gòn để thăm dò và được giám mục quản lý tại đây giới thiệu linh mục Nguyễn Bá Tòng. Cùng trong năm này, tuồng Thương Khó được phát hành chính thức. Đây là một vở tuồng được đánh giá cao trong nền văn học giai đoạn 1930–1945.

Năm 1926, Đại diện Tông Tòa Sài Gòn là Giám mục Isidore Dumortier (tên Việt: Đượm) thuyên chuyển Linh mục Tòng về làm linh mục chính xứ Giáo xứ Tân Định, một giáo xứ lớn vào dạng bậc nhất Sài Gòn và kiêm Giám đốc Tân Định ấn quán, một nhà in lớn thành lập từ năm 1864, chuyên in phát hành sách báo Công giáo.

Tại giáo xứ Tân Định, Linh mục Nguyễn Bá Tòng cũng cho xây dựng kiến tạo nhiều công trình như mở rộng nhà thờ, xây tháp chuông cao 52 mét với đồ án do chính ông thiết kế. Linh mục Tòng cũng là một diễn giả nổi tiếng, năm 1928, Giám mục Grangeon mời Linh mục Nguyễn Bá Tòng đến giảng giải cấm phòng tại Qui Nhơn. Những bài giảng của ông tại đây được dân chúng hoan nghênh và tờ báo Địa phận mang tên Mémorial cho đăng các bài giảng này trong nhiều tháng liên tiếp. Linh mục Tòng cũng đến Hà Nội với mục đích giảng cấm phòng trong hai đợt, đồng thời nhận lời Giám mục Marcou Thành đến giảng cấm phòng tại Thanh Hóa.

Giám mục người Việt Tiên khởi

Bổ nhiệm và tấn phong

Khi Giáo hoàng Piô XI ban hành thông điệp *Sự việc Giáo hội* (*Rerum Ecclesiae*) nhằm cổ vũ việc trao quyền cho hàng giáo sĩ địa phương, Giám mục Alexandre Marcou Thành là người đầu tiên hưởng ứng, với việc đề cử Linh mục Gioan Baotixita Tòng làm người kế vị mình tại Hạt Đại diện Tông Tòa Phát Diệm vào năm 1933. Cùng được Giám mục Marcou đề cử còn có Linh mục Đa Minh Hồ Ngọc Cẩn.

Ngày 10 tháng 1 năm 1933, Giáo hoàng Piô XI ra sắc chỉ bổ nhiệm Linh mục Gioan Baotixita Nguyễn Bá Tòng làm Giám mục Hiệu tòa Sozopolis in Haemimonto, giữ chức Phó đại diện Tông Tòa với quyền kế vị Hạt Đại diện Tông Tòa Phát Diệm. Một tháng sau đó, ngày 10 tháng 2, Hồng y Carolus Salotti từ Bộ Truyền giáo Roma, gửi thư thông báo rằng giáo hoàng mong muốn tấn phong cho tân giám mục tại Vương cung thánh đường thánh Phêrô, Roma. Việc bổ nhiệm linh mục Nguyễn Bá Tòng làm giám mục người Việt tiên khởi đã gây sự chú ý trong dư luận, riêng hai địa phận Sài Gòn và Phát Diệm rất vui mừng trước thông tin này.

Nhận được đề nghị từ Hồng y Salotti, Nguyễn Bá Tòng rời Việt Nam ngày 1 tháng 5 năm 1933. Trên đường đi, ông đến cử hành lễ tại nhà thờ chính tòa Marseille và giảng lễ về ngày Chúa Thăng thiên. Bài giảng của giám mục tân cử người Việt lôi cuốn được các thính giả người Pháp. Sau đó Nguyễn Bá Tòng rời Marseille đến Paris và được Hội Truyền giáo hải ngoại Paris đón rước. Hộ tống tân giám mục có linh mục Phaolô Vàng, Thư ký của ông và ba linh mục khác. Hành trình đến Rôma của họ đi theo cung đường đến Singapore, Djibouti, Colombo, Port Said và Pháp.

Ngày 11 tháng 6 năm 1933, lễ tấn phong giám mục của Nguyễn Bá Tòng được tổ chức tại Vương cung thánh đường Thánh Phêrô, Vatican với phần nghi thức truyền chức giám mục đích thân Giáo hoàng Piô XI làm chủ phong, hai Hồng y Luigi Costantini và Carlo Salotti là phụ phong trong nghi thức này. Gioan Baotixita Nguyễn Bá Tòng trở thành người Việt đầu tiên được phong chức Giám mục, sau ngót nghét 4 thế kỷ từ khi Công giáo du nhập vào Việt Nam. Địa phận Phát Diệm cũng vì thế trở thành địa phận đầu tiên được quản lý bởi giáo sĩ bản địa.

Giám mục Nguyễn Bá Tòng chọn khẩu hiệu giám mục của mình là: "*In electis meis mitte radices*" (*Hãy châm rễ sâu trong dân ta chọn*). Cùng đợt phong này với ông, còn có 4 Giám mục khác đến từ châu Á là Giám mục Attipetty của Ấn Độ và ba Giám mục Trung Quốc là Mátthêu Lý Dung Triệu (Mathêu Ly), Giuse Phàn Hằng An (Giuse Fan) và Giuse Thôi Thủ Tuân (Ts'oei). Sau lễ truyền chức, Giám mục tân cử Nguyễn Bá Tòng quay lại Pháp. Trong chuyến viếng thăm Lyon, báo chí thủ đô Pháp, các bích chương được dán khắp nơi nhằm giới thiệu tiểu sử tân giám mục người Việt. Tại Vương cung thánh đường Notre Dame de Paris ngày 2 tháng 7 năm 1933, với buổi chủ sự chầu Thánh Thể, Nguyễn Bá Tòng đã thể hiện khả năng hùng biện và tiếng Pháp. Dịp trở lại Pháp sau lễ tấn phong có mục đích thăm viếng các thừa sai truyền giáo, trong đó có viếng thăm Hội Thừa sai Paris.

Việc mục vụ địa phận

Tân Giám mục Nguyễn Bá Tòng rời Rôma trên cung đường đi qua Li Băng và vùng đất thánh Palestine. Ông trở về Việt Nam bằng cách đi qua Phnôm Pênh. Sáng ngày 23 tháng 10 năm 1933, một phái đoàn gồm có ông Haasz từ Hội đồng thành phố Sài Gòn và Hội đồng giáo xứ Tân Định đến Nam Vang đón rước tân giám mục về đến Sài Gòn chiều ngày 24 tháng 10 năm 1933. Tại đây, Giám mục Tòng cử hành nhiều lễ tạ ơn tại Sài Gòn cũng như Bà Rịa. Trên hành trình tiến về phía Bắc, tân giám mục ghé thăm cố đô Huế và được triều đình nhà Nguyễn chào đón. Ngày 10 tháng 11 năm 1933, ông đặt chân đến Ninh Bình, thuộc địa phận Phát Diệm và giữa tháng này đến chào các quan chức Pháp tại Hà Nội. Các quan chức này đánh giá cao khả năng giao thiệp của Giám mục Tòng. Hàng nghìn người đã chào đón Giám mục Nguyễn Bá Tòng tại đây, bao gồm nhiều trẻ em, vì trường học cho chúng nghỉ học vào ngày này. Trên quãng đường đi lên phía Bắc, Giám mục Nguyễn Bá Tòng đi qua nhiều địa điểm như Nha Trang, Qui Nhơn, Huế, Vinh, Thanh Hóa, Bùi Chu và Phát Diệm, hàng nghìn người cũng đã đứng để chào đón tân giám mục. Tại Hà Nội, ba ngày sau khi đến đây, Nguyễn Bá Tòng thuyết giảng tại Nhà thờ Lớn Hà Nội, đồng thời trở thành giáo sĩ Việt Nam đầu tiên giảng lễ trong nhà thờ này, kể từ khi nó được xây dựng năm 1886.

Việc phong chức Giám mục Tòng và hai năm sau đó là giám mục Đa Minh Maria Hồ Ngọc Cẩn làm hàng giáo sĩ Việt Nam phấn khởi.

Một nhà quan sát phấn khởi nhận định việc tấn phong giám mục cho Nguyễn Bá Tòng và Hồ Ngọc Cẩn đã làm cho các giám mục này mặt thể chất không còn khác biệt với các giám mục Châu Âu tiền nhiệm. Tác giả này nhận định Giám mục Nguyễn Bá Tòng thường bị nhầm lẫn là giám mục Ý vì không để râu trong khi Giám mục Cẩn bị nhầm là một giám mục Pháp với bộ râu trắng dài.

Năm 1934, Giám mục Gioan Baotixita Tòng được bầu vào Ủy ban nghiên cứu về tài chính của Giáo hội Việt Nam. Ngày 15 tháng 10 năm 1935, nhân ngày kỷ niệm 40 năm trở thành giám mục, Giám mục Alexandre Marcou Thành về nghỉ hưu tại Thanh Hóa. Giám mục Tòng chính thức trở thành Đại diện Tông tòa Hạt Đại diện Tông Tòa Phát Diệm. Cũng trong năm này, Nguyễn Bá Tòng có bài phát biểu tại Nhà thờ chính tòa Paris.

Giám mục Nguyễn Bá Tòng cho xây dựng nhà Tập dòng Mến Thánh giá ở Lưu Phương nhằm đào tạo các nữ tu có nhiệm vụ truyền giáo. Ngoài ra, ông còn thiết lập các tổ chức tôn giáo khác như: trường Thầy giảng, dòng Carmel và trường Thử tại Trì Chính, Hội quán Thanh niên Công giáo Phát Diệm. Đầu năm 1936, ông cho mời dòng Phước Sơn tại Quảng Trị lập chi nhánh tại Phát Diệm. Với công tác đào tạo linh mục, giám mục Tòng nâng cao trình độ đại chủng sinh bằng việc tuyển lựa giáo sư chủng viện bằng các giáo sư người Việt nổi tiếng, trong đó có Linh mục Phêrô Maria Phạm Ngọc Chi. Việc mời dòng Châu Sơn đến địa phận Phát Diệm được xúc tiến trong một lần Giám mục Nguyễn Bá Tòng đến thăm Đan viện Phước Sơn Huế và bày tỏ với linh mục Bề Trên dòng này rằng ông mong muốn có một dòng tu nam chiêm niệm trong địa phận Phát Diệm. Hiện thực hóa mong muốn của Giám mục Tòng, ngày 12 tháng 7 năm 1936, công nghị đan sĩ Phước Sơn chọn Linh mục Anselmô Tađêô Lê Hữu Từ làm bề trên tiên khởi Đan viện Thánh Mẫu Châu Sơn.

Giám mục Nguyễn Bá Tòng cũng quan tâm đến đời sống tầng lớp thanh niên. Tháng 3 năm 1935, ông diễn thuyết chủ đề *Thanh niên Việt Nam đang lúc 20 tuổi phải làm gì?* Bài diễn thuyết này được nhiều báo chí đánh giá cao. Ông cũng chú trọng huấn luyện thành phần truyền giáo của địa phận. Ông cũng tổ chức đại hội thanh niên địa phận Phát Diệm năm 1937 và đại hội thanh niên năm 1938 tại Phú Nhai, với sự trợ giúp của Giám mục Đa Minh Maria Hồ Ngọc Cẩn. Tại đại hội năm 1938, Giám mục Nguyễn Bá Tòng tham gia diễn thuyết đề tài *Nghĩa vụ thanh niên đối với bản thân, Tổ quốc và Giáo hội*. Trong thời kỳ này, sách *Bài giảng giáo lý* của ông được phát hành. Cùng trong năm 1937, ông có hai bài phát biểu: bài thứ nhất tại đại hội Thánh Thể thế giới tại

Manila với chủ đề *"Evangélisation des Frères Prêcheurs"* (tạm dịch: Sứ vụ Phúc âm hóa) và bài thứ hai trong lễ tấn phong Giám mục François Arsène Jean Marie Eugène Lemasle Lễ với đề tài *"Temps Nouveaux Doctrines Nouvelles"* (tạm dịch: Thời đại mới, Giáo lý mới). Hai bài phát biểu này được in lại trên báo Trung Hòa Hà Nội.

Ngày 3 tháng 12 năm 1940, Giám mục Gioan Baotixita Nguyễn Bá Tòng đóng vai trò phụ phong trong buổi lễ tấn phong chức giám mục cho Linh mục Gioan Maria Phan Đình Phùng, được tổ chức tại Nhà thờ chính tòa Phát Diệm. Sau lễ tấn phong là lễ gắn huy chương Bắc Đẩu Bội tinh cho Giám mục Tòng do Toàn quyền Decoux thay mặt Thống chế Pétain, Quốc trưởng Pháp, trao tặng, với sự tham dự của các quan quyền các cấp. Ông cũng được triều đình Huế trao Nam Long Bội tinh và Kim khánh. Cả hai tặng thưởng từ triều đình và Pháp đều để ghi nhận công lao Giám mục Nguyễn Bá Tòng cho tiến hành đắp đê Kim Tùng, góp phần bảo vệ mùa màng và tạo việc làm cho người nghèo.

Giám mục Nguyễn Bá Tòng có sức viết khỏe, trong thời gian quản lý địa phận, ông viết 70 lá thư "Luân Lưu" đề cập nhiều vấn đề của địa phận. Tác giả Hoàng Xuân Việt viết trong sách *Thắng cảnh Phát Diệm* nhận định rằng trong bình diện văn học, Giám mục Nguyễn Bá Tòng thuộc đội ngũ nhà văn lớn của nền văn học Việt Nam từ giai đoạn 1930–1949.

Hưu dưỡng và Giám quản Địa phận

Ngày 27 tháng 12 năm 1943, Giám mục Nguyễn Bá Tòng trao quyền quản lý địa phận cho Giám mục phó Gioan Maria Phan Đình Phùng. Giám mục Tòng quyết định về Xuân Đài để nghỉ dưỡng. Tuy vậy, chỉ vài tháng sau khi chấp chính giáo phận, Giám mục Phan Đình Phùng qua đời cuối tháng 5 năm 1944. Nhận được tin, Giám mục Tòng quay về địa phận và tổ chức lễ tang cho Giám mục Phùng. Kể từ ngày 8 tháng 6 năm 1944, ông đảm nhận vai trò Giám quản Tông Tòa Địa phận Phát Diệm để chờ Tòa Thánh chọn người kế vị. Nguyễn Bá Tòng theo đường hướng của Linh mục Trần Lục để quyết định khai khẩn, lấy đất lấp biển ở vùng Cồn Thoi. Với việc này, ông tạo việc làm cho người dân không phân biệt lương giáo và thiết lập được nhiều xứ đạo nơi vùng đất mới trong thời kỳ khó khăn năm 1945.

Đại diện cho các giám mục Việt Nam, ngày 23 tháng 9 năm 1945, Giám mục Nguyễn Bá Tòng viết điện văn gửi Tòa Thánh Vatican, Anh và Hoa Kỳ. Trong thư, ông kêu gọi Tòa Thánh và toàn bộ giáo sĩ, giáo dân ủng hộ nền độc lập cho Việt Nam và hai quốc gia Anh, Hoa Kỳ can thiệp ủng hộ cho nền độc lập của nước Việt Nam. Giám mục Tòng đề cử Linh mục Tađêô Lê Hữu Từ, tu viện trưởng dòng Châu Sơn và Tòa

Thánh quyết định chọn linh mục này làm giám mục. Lễ tấn phong cho giám mục Từ diễn ra cuối tháng 10 năm 1945 và Giám mục Tòng bàn giao lại địa phận cho giám mục Từ, trở lại Xuân Đài để nghỉ hưu. Tại đây, ông nhiều lần trò chuyện cùng Giám mục Hồ Ngọc Cẩn và gặp Giám mục Cẩn một ngày trước khi giám mục này qua đời.

Cuối tháng 6 năm 1949, Giám mục Nguyễn Bá Tòng nhận thấy sức đã kiệt, rời nơi hưu dưỡng về Phát Diệm. Ông bày tỏ mong muốn được qua đời tại Phát Diệm. Giám mục Tòng qua đời ngày 11 tháng 7 năm 1949, an táng tại Nhà thờ chính tòa Phát Diệm.

Nên xem thêm:

- Trần Vinh, *Đức Cha Gioan Baotixita Nguyễn Bá Tòng, Giám mục Việt Nam tiên khởi (1933-1949),* http://vietcatholicnews.net/News/Html/253411.htm

- Nguyễn Văn Sâm, *Mảng tác phẩm Công giáo của văn chương Nam Kỳ đầu thế kỷ 20,* ttps://gpquinhon.org/q/ton-giao/mang-tac-pham-cong-giao-cua-van-chuong-nam-ky-dau-the-ky-20-4652.html

SAU 100 NĂM - ĐỌC LẠI *TUỒNG THƯƠNG KHÓ*

kịch bản sân khấu hiện đại đầu tiên của người Việt

***

*Pgs. Ts. Võ Văn Nhơn *[1]- Sv Đinh Phạm Phương Thảo*

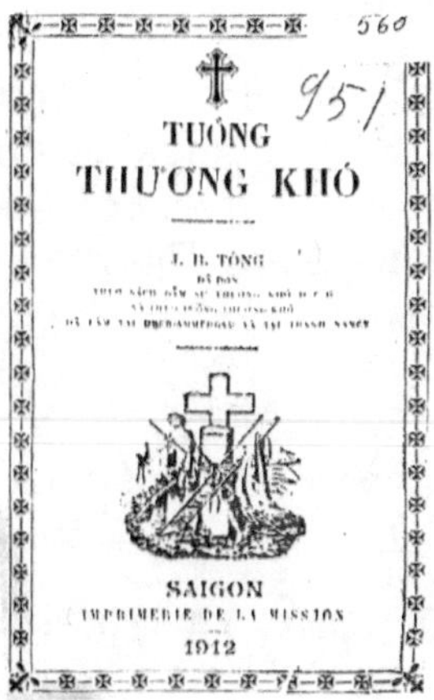

Bên cạnh *Thầy Lazaro Phiền* (1887) - tiểu thuyết Quốc ngữ đầu tiên của Nguyễn Trọng Quản, kịch bản *Tuồng cha Minh* (1881) của nhà in Tân Định, Sài Gòn cũng có thể xem là vở kịch hiện đại viết bằng chữ Quốc ngữ đầu tiên của Việt Nam. Tuy nhiên, *Tuồng cha Minh* là một kịch bản do Marie-Antoine Louis Caspar, một thừa sai người Pháp sáng tác. Chỉ đến năm 1912, với *Tuồng Thương khó* của Nguyễn Bá Tòng được xuất bản bởi Imprimerie de la Misson, chúng ta mới có kịch bản hiện đại viết bằng chữ Quốc ngữ đầu tiên do một người Việt Nam sáng tác.

---

*1 Về tác giả, xem trang 36

Sv. Đinh Phạm Phương Thảo

* *Sinh: 18-02-2000 tại Đồng Nai.*
* *Hiện là sinh viên khoa Văn học, trường Đại học Khoa học Xã hội và Nhân văn, Đại học Quốc gia Hồ Chí Minh.*
* *Chủ nhiệm đề tài Nghiên cứu khoa học năm 2020-2021: "Tuồng Thương khó của Nguyễn Bá Tòng, một vở kịch hiện đại đầu thế kỷ XX".*
* *Email: <dppthao1802@gmail.com>*

1. TÁC GIẢ *"TUỒNG THƯƠNG KHÓ"*

Nguyễn Bá Tòng sinh ngày 07/08/1868 tại Gò Công, thuở nhỏ học tại trường sư huynh La San (Mỹ Tho), sau học tại trường dòng Collège d'Adran (Sài Gòn) và trường Latinh nhỏ Sài Gòn. Năm 1887 ngài học tại Đại chủng viện Thánh Giuse Sài Gòn. Tốt nghiệp năm 1916, ngài trở thành linh mục có tài hùng biện vang danh trong và ngoài nước. Nguyễn Bá Tòng là vị giám mục Việt Nam đầu tiên được giáo hoàng Pio XI tấn phong ngày 11/06/1933 tại Roma. Ngày 11/07/1949, ngài qua đời tại Phát Diệm.

Về lĩnh vực cầm bút, Nguyễn Bá Tòng cũng là một cây viết sắc sảo và dồi dào. Nhiều bài diễn thuyết nổi tiếng của ngài đã được đăng trên các báo *Nam Kỳ địa phận*, *Mémorrial*, *Trung hòa*, *Lời thăm*, *Công giáo đồng thinh*; ngoài ra còn các sách như *Tuồng Thương khó* (1912), *Le sens de la vie - Đức cha Tòng với thiếu niên* (1935), *Sermons Catéchistiques - Bài giảng giáo lý* (1939), *Le Progrès de la Vie - Tiến bộ của sự sống* (chưa rõ năm xuất bản). Hoàng Xuân Việt cho rằng: "Ngài thuộc đội ngũ nhà văn lớn của nền văn học Việt Nam hiện đại từ năm 1930 đến 1949" [2].

2. *TUỒNG THƯƠNG KHÓ* - NỘI DUNG VÀ THI PHÁP

Tuồng Thương khó là một cột mốc quan trọng trong lịch sử văn học – sân khấu, theo Doãn Phương (2004), đây có thể là vở kịch nói sớm nhất được biên soạn và dàn dựng tại Việt Nam[3]. Được viết từ năm 1911 và được nhà in Tân Định xuất bản năm 1912, đến năm 1913 vở kịch chính thức được trình diễn tại Sài Gòn nhân dịp kỷ niệm 50 năm thành lập Trường Latinh Sài Gòn (Đại Chủng viện Thánh Giuse ngày nay), sau đó được diễn tại Sài Gòn 5 lần trong năm 1913.

---

[2] Ủy ban đoàn kết Công giáo TP. Hồ Chí Minh, *Thắng Cảnh Phát Diệm*, 1991, tr.181

[3] Doãn Phương. (2010). *Thương khó*, vở kịch nói và vở opéra đầu tiên ở Việt Nam? In trong Lê Đình Bảng. *Văn học Công giáo Việt Nam- những chặng đường*, tr.382. TP HCM: Từ điển Bách khoa.

Đến năm 1917, khi được bổ nhiệm về làm cha sở ở Bà Rịa, ngài tập hợp các diễn viên về diễn vài lần nữa. Nhân dịp kỷ niệm 50 năm thành lập nhà in Tân Định, vở kịch được trình diễn ngay tại sân nhà thờ Tân Định vào hai ngày 17 và 20 tháng 2 năm 1924[4]. "*Tuồng Thương khó* đắt show đến nỗi được mời lưu diễn khắp trong Nam ngoài Bắc"[5]. Khi làm giám mục giáo phận Phát Diệm, J.B Tòng mang *Tuồng Thương khó* đến đất Bắc, trình diễn tại Nhà hát lớn Hà Nội vào ngày 09 và 10 tháng 2 năm 1934 với sự tham dự của các quan chức.

Các diễn viên đóng vở Thương khó năm 1913

Tuồng Thương khó là một vở kịch có chủ đề tôn giáo, nội dung khai thác từ *Kinh thánh*. Ngay ở trang bìa tác phẩm trong lần in đầu tiên năm 1912, Nguyễn Bá Tòng cũng ghi rõ "*đã dọn theo sách gẫm sự thương khó ĐCG*[6] và theo *Tuồng Thương khó* đã làm tại Oberammergau và tại Nancy". Cốt truyện giữ nguyên các sự kiện cơ bản về cuộc thương khó được kể trong *Kinh thánh* nhằm đảm bảo mục đích xây dựng một vở tuồng đạo. Các sự kiện diễn ra lần lượt theo trình tự: Chúa Giêgiu vào thành Giêrusalem trong sự tung hô reo hò của dân chúng; Giêgiu đuổi những người buôn bán trong đền thờ (chi tiết đóng vai trò như một cái cớ cho xung đột kịch được diễn ra); Giêgiu cùng các môn đệ

[4] *Nam Kỳ địa phận* số 778 ngày 21.02.1924.

[5] Lê Đình Bảng. (2010). *Kể chuyện Tuồng Thương khó diễn ở trường Latinh Sài Gòn năm xưa*. In trong *Văn học Công giáo Việt Nam- những chặng đường*, tr.389. TP HCM: Từ điển Bách khoa.

[6] Tác giả viết tắt từ chữ Đức Chúa Giêgiu (Jesus).

chuẩn bị ăn lễ Vượt qua (theo tục lệ người Do Thái) trong khi những người ở công đồng đang tìm cớ để bắt Người; Giudà nộp thầy (nút thắt câu chuyện); Giêgiu bị hàm oan, nhận roi vọt và lãnh án tử; Giêgiu vác thánh giá lên đồi Calavariô, bị treo lên và chết trên thánh giá; Giêgiu sống lại rạng rỡ vinh quang trong sự chứng kiến của tất cả các ngôi tuồng cùng có mặt trên sân khấu. Một cái kết mở nút, hoành tráng và viên mãn.

Thực chất, tất cả những điều này đều đã được nói đến trong *Kinh thánh*. Nhưng *Tuồng Thương khó* có thêm thắt các nhân vật và sự kiện để làm dày hơn cốt truyện sẵn có. Các sự kiện được bổ sung trong quá trình biên kịch như đoạn Chúa Giêgiu giã từ Đức Mẹ trước khi biết "giờ" của Người sắp đến; đoạn đối thoại của Giudà với Đathan và kẻ buôn bán nhằm lý giải sáng rõ, tạo tiền đề cho nút thắt được diễn ra; đoạn tất cả những người thân thiết của Giêgiu tụ họp ở nhà bà Vêrônica cùng lo lắng cho Giêgiu đang bị xét xử. Bên cạnh việc thêm vào các sự kiện, tác giả còn có sự tinh tế trong việc thay đổi các chi tiết trong gốc truyện *Kinh thánh*, vừa nhằm mục đích sáng tạo, vừa biến đổi để trở nên phù hợp. Tiêu biểu nhất là chi tiết quân lính chia nhau áo trong của Chúa Giêgiu, "vì dệt luôn một suốt, không có đường chỉ may, ta đừng xé, uổng", họ quyết định bắt thăm. Tuy nhiên ở *Tuồng Thương khó*, tác giả lại có sự biến tấu từ việc bắt thăm trở thành lắc xí ngầu, một loại hình giải trí phổ biến trong xã hội Việt Nam.

Về hệ thống nhân vật trong *Tuồng Thương khó*, các tuyến nhân vật chủ yếu thừa hưởng từ bốn *Tin mừng* (của Matthew, Mark, Luke, John). Bên cạnh đó *Tuồng Thương khó* có thêm các nhân vật trong quá trình xây dựng tác phẩm, gồm tất cả 14 nhân vật (trên tổng số 44 nhân vật). Trong đó, có 4 nhân vật là hoàn toàn là mới, và 10 nhân vật được xây dựng dựa trên nền tảng sẵn có, là sự cụ thể hóa các nhóm người mà *Kinh thánh* chỉ đề cập đến một cách khái quát.

Các nhân vật mới mẻ hoàn toàn được thêm vào nhằm tô đậm tính cách cho nhân vật chính, đồng thời tạo sự gây cấn cho vở kịch. Cùng với đó, số lượng các nhân vật được cụ thể hóa nhiều hơn, đóng vai trò bổ sung, tạo sự tin cậy và hợp lý cho vở kịch. Hầu hết các nhân vật này đều được đặt tên dựa trên những nhân vật đã từng xuất hiện trong *Kinh thánh*, cụ thể là *Cựu ước*. Điều đó giúp cho người giáo dân khi xem kịch dễ dàng tiếp nhận nhân vật hơn và tạo thêm sự gần gũi với khán giả phần lớn là người theo đạo Công giáo. Sự sáng tạo về nhân vật làm vở kịch trở nên dày dặn và hoành tráng hơn.

Xung đột và hành động kịch

Tuồng Thương khó có rất nhiều những mâu thuẫn. Nhịp điệu

kịch bắt đầu trở nên gây cấn ở hồi cuối của phần thứ nhất. Tại vườn Giếtsêmani đã có xung đột giữa Chúa Giêgiu cùng các môn đệ với quân lính cùng những kẻ xấu luôn rình rập Ngài, đã có sự ẩu đả xảy ra giữa quân lính với các môn đệ, những người đang ra sức để bảo vệ thầy mình. Đó là xung đột của các thế lực trong xã hội vì một chữ "danh". Vì sức ảnh hưởng của Giêgiu ngày càng lớn nên giới Pharisiêu ganh ghét và tìm cơ hội để bắt bớ Ngài. Đây là một xung đột mang tính chất hành động.

Bên cạnh cuộc xung đột có tính gây cấn từ bên ngoài hoàn cảnh, *Tuồng Thương khó* còn xây dựng những cuộc xung đột nội tâm của các nhân vật. Điểm chung của những xung đột này là giữa những lợi ích cá nhân với các mối tương quan trong cộng đồng. Đầu tiên là cuộc xung đột nội tâm giữa tình nghĩa thầy trò với bản chất tham lam của Giudà; giữa tình nghĩa thầy trò với sự sợ hãi, lòng vị kỷ của Vêrô; và cuộc xung đột nội tâm giữa sự thật với lòng can đảm, giữa chân lý với ích lợi bản thân của Philatô. Tất cả đều có sẵn từ *Kinh thánh*, song tác giả đã nắm bắt các chi tiết có tính điển hình để khái quát thành mối xung đột chung mang tính thời đại.

Tuy nhiên, bao trùm tác phẩm vẫn là xung đột giữa Thiên Chúa và thế gian, giữa tình yêu và thù hận. Đức Chúa Giêgiu được Chúa Cha sai đến thế gian để cứu độ con người, sẵn sàng hy sinh mạng sống mình đền tội thay cho nhân trần. Ngài đến để ban bình an và tình yêu. Thế nhưng, trái ngược lại với tình yêu ấy là sự hận thù của thế gian. Giêgiu đến để cho "*chiên ta được sống và sống dồi dào*" (Ga 10,10), nhưng trần gian lại lựa chọn sự tiêu diệt. Đây là xung đột đóng vai trò cốt lõi của vở kịch, đồng thời cũng có ý nghĩa về mặt tư tưởng đối với niềm tin Công giáo, là mâu thuẫn mang ý nghĩa ơn cứu độ.

Trong *Tuồng Thương khó*, hành động kịch gần như diễn ra liên tục và ở hầu hết các tuyến nhân vật chính. Hành động cần chú ý đầu tiên là việc Giêgiu từ giã Đức Mẹ trước ngày lên Giêrusalem *"chịu nạn chịu chết*". Đây là chi tiết sáng tạo của vở diễn nhằm làm dày dặn hơn cốt truyện, không có trong *Kinh thánh*. Hành động này không chỉ tạo hiệu ứng chiều sâu cho vở kịch, thể hiện vai trò đồng hành của Đức Mẹ trong hành trình cứu độ của Con Thiên Chúa, mà còn bộc lộ tài năng của tác giả trong việc kết nối các chi tiết truyện trước và sau hành động. Thứ đến là sự tha thứ của Chúa Giêgiu, hành động mang tính thống nhất trong toàn tác phẩm. Suốt vở kịch, nhân vật Giêgiu luôn thực hành luật của yêu thương. Tình yêu cao cả nhất biểu hiện ở lòng vị tha, sẵn sàng tha thứ cho kẻ thù. Ý nghĩa của hành động tha thứ là biểu hiện tình yêu vô điều kiện của Chúa đối với con người. Hành động kịch lúc này không đóng vai trò đẩy mạnh xung đột kịch mà là sự xoa dịu giữa xung đột, khi quân lính đối chọi với môn đệ, khi sự hận thù đối lập với tình yêu. Bên cạnh đó, trong tác phẩm còn có nhiều hành động kịch mang tính mấu chốt khác như việc Giudà lựa chọn tự vẫn; Philatô rửa tay để không liên quan đến "*giá máu*" Giêgiu vô tội; Giude Arimathia vác đỡ thánh giá cho Giêgiu trên đường lên đỉnh đồi Calavariô,... đều có yếu tố tác động hoặc giải quyết xung đột kịch.

Ngôn ngữ kịch của *Tuồng Thương khó*

Tuồng truyền thống là một vở kịch hát, một đặc điểm chung của sân khấu các nước phương Đông như tuồng hát bội của Việt Nam, Kinh kịch của Trung Quốc, Kabuki của Nhật Bản,... Đặc trưng của tuồng truyền thống là viết bằng văn biền ngẫu với công thức "văn biền ngẫu chiếm đến 80%, 15% là thơ ca và 5% là văn xuôi" (Hoàng Châu Ký)[7]. Biền văn khi biểu diễn trở thành các điệu nói lối, đảm nhiệm phần lớn các nhiệm vụ trong tuồng: đối thoại, xưng tên, bộc lộ tâm tình,... chiếm tỷ lệ rất cao trong mỗi vở tuồng. Thơ và phú khi biểu diễn sẽ trở thành các điệu hát trữ tình. Còn văn xuôi chỉ được dùng để đệm vào với vai trò là chú thích, nhằm làm sáng tỏ hơn nội dung của câu văn vần hoặc câu thơ.

Người ta dễ dàng nhận thấy ***Tuồng Thương khó* là một vở kịch hiện đại** trước hết bởi hình thức hoàn toàn văn xuôi. Cách viết này không yêu cầu độc giả, khán giả phải có kiến thức nhất định về các quy luật sáng tác, giúp mở rộng đối tượng thưởng thức, đưa văn nghệ đến gần hơn với quần chúng. Tác giả vận dụng triệt để ngôn ngữ bình dân Nam Bộ, khán giả từ trí thức đến người bình dân cũng có thể xem, có thể hiểu, sống động như một câu chuyện thường ngày.

Bên cạnh đó, ngoại trừ các lời thoại của nhân vật, *Tuồng Thương khó* có cả những lời chỉ dẫn nghệ thuật (thường bỏ trong dấu ngoặc đơn). Các chỉ dẫn này nhằm hỗ trợ diễn viên trong phần trình diễn. Có lời chỉ dẫn miêu tả cụ thể, cũng có lời chỉ dẫn chỉ thị hành động. Nhìn chung, dù chưa nhiều, chưa cụ thể, chủ yếu đóng vai trò như những "lời nhắc nhở", những chỉ dẫn nghệ thuật này cũng đã chứng minh thêm cho tính hiện đại của *Tuồng Thương khó*.

3. *TUỒNG THƯƠNG KHÓ*, CUỘC GẶP GỠ GIỮA KỊCH PHƯƠNG TÂY VÀ TUỒNG TRUYỀN THỐNG

Không lựa chọn cấu trúc của lối viết tuồng hát cũ hay kịch nói phương Tây, Nguyễn Bá Tòng lựa chọn một cấu trúc kịch rất riêng. *Tuồng Thương khó* chia theo phần, trong mỗi phần có nhiều

---

[7] Hoàng Châu Ký. (1993). Vài suy nghĩ về nghệ thuật biên kịch hát bội trong vở tuồng "Joseph". In trong Về sách báo của tác giả Công giáo (thế kỷ XVII- XIX), tr 121. Khoa Ngữ văn trường Đại học Tổng hợp TP. Hồ Chí Minh.

thứ (khái niệm của tuồng cổ Việt Nam), trong thứ có nhiều hồi (khái niệm của kịch cổ điển Pháp).

Tuồng Thương khó **chia thành hai phần.**

Phần thứ nhất: "Từ khi ĐCG vào thành Giêrusalem, cho đến khi Giudà nộp Người".

Phần thứ hai: "Từ khi Giudà nộp ĐCG cho đến khi Người sống lại".

Hai phần này được chia tách bởi sự kiện Đức Chúa Giêgiu bị bắt về xử án, một cách chia tách hợp lý. Về mặt giáo lý Công giáo, Đức Chúa Giêgiu vào thành Giêrusalem (phần thứ nhất) là sự chuẩn bị cho cuộc thương khó mà Ngài sắp phải chịu. Lúc Giêgiu bị quân lính bắt đi (cuối phần thứ nhất, mở đầu phần thứ hai) là cánh cửa đưa Ngài chính thức bước vào cuộc khổ nạn, bắt đầu những chuỗi đau thương liên tiếp phải chịu. Về mặt phân chia cấu trúc vở kịch, phần thứ nhất đóng vai trò giao đãi, giới thiệu bối cảnh và nhân vật: Đức Chúa Giêgiu vào thành Giêrusalem, được muôn dân thiên hạ tung hô như một vị vua, để rồi về sau cũng chính dân này lớn tiếng đòi giết, đòi đóng đinh, càng nhấn mạnh hơn nỗi đau thương của Đức Chúa Giêgiu. Phần thứ nhất cũng đóng vai trò tạo nút thắt ở chi tiết Giudà đưa ra quyết định "bán thầy". Nghĩa là phần thứ nhất làm nhiệm vụ giao đãi và thắt nút, tương đương với hồi thứ I và II của kịch cổ điển Pháp. Bước sang phần thứ hai, tác giả xây dựng hệ thống sự kiện dồn dập, không gian thay đổi liên tục theo bước chân của Đức Chúa Giêgiu, từ lúc bị điệu về nhà Annát, qua nhà Caipha, đến dinh tổng trấn Philatô, vào ngục cho đến lúc nhận án tử. Cao trào được đẩy đến cùng khi Đức Chúa Giêgiu chịu đóng đinh và chết trên cây thánh giá tại núi Calavariô. Và cuối cùng, việc Chúa Giêgiu sống lại vinh hiển ở thứ thứ mười sáu vừa đúng với những gì *Kinh thánh* chép lại, vừa là yếu tố mở nút, và cũng là một màn kết hoành tráng trên sân khấu kịch. Như vậy, phần thứ hai làm nhiệm vụ tạo cao trào và mở nút, tương đương với hồi thứ III, IV, V của kịch cổ điển Pháp. Như vậy, ở đây tác giả vận dụng cách sáng tạo bố cục kịch phương Tây.

Về kết cấu trong từng phần, phần một bao gồm 6 thứ (thứ thứ nhất - thứ thứ sáu); phần hai bao gồm 10 thứ (thứ thứ bảy - thứ thứ mười sáu). Các thứ có độ dài ngắn không đồng đều, mỗi thứ thường nhằm giải quyết một sự kiện nhất định. Đặc điểm này Nguyễn Bá Tòng vận dụng từ cách phân chia của tuồng kịch truyền thống trước đó. Mỗi thứ thường gắn với một không gian và một sự kiện nhất định. Khi thay đổi thứ không gian cũng thay đổi. Việc phân chia rõ ràng như vậy giúp người đọc (kịch bản) và người xem (kịch) dễ dàng nắm bắt cốt truyện. Bên cạnh đó, tác giả dành 26/82 trang để viết phần thứ nhất, nghĩa là dung lượng tác phẩm nghiêng hẳn về phía phần thứ hai, trung tâm của vở kịch và cũng là trung tâm điểm của toàn bộ *Kinh thánh*, là cuộc khổ nạn và phục sinh của Chúa Giêgiu.

Về kết cấu trong từng thứ, tùy độ dài ngắn của sự kiện, số lượng nhân vật trong từng thứ mà có thứ không phân chia hồi, có thứ chia nhiều hồi. Vở kịch bao gồm 36 hồi, trong đó phần hai có 21 hồi. Hồi sẽ đổi khi nhân vật thay đổi. Cách chia này ảnh hưởng hoàn toàn từ cách chia lớp (scène) của kịch cổ điển Pháp, chủ yếu nhắm đến hiệu quả sân khấu, hỗ trợ tốt hơn cho diễn viên và hậu đài trong việc chuyển cảnh.

Dựa trên nguyên tắc của kịch cổ điển Pháp và tuồng cổ truyền thống, JB. Tòng đã hoàn thiện cấu trúc của vở *Tuồng Thương khó* với yêu cầu đảm bảo được các chức năng giao đãi, thắt nút, cao trào, mở nút của kịch hiện đại, vừa có sự trân trọng và lưu giữ những giá trị tốt đẹp của tuồng cổ truyền thống. Và trên hết, đó là một cấu trúc phù hợp với cốt truyện có sẵn từ trong *Kinh thánh* mà tác giả là người làm công việc đi tìm phương tiện biểu hiện tối ưu nhất.

Tuồng Thương khó **là sự kết hợp của nghệ thuật viết kịch theo kiểu truyền thống và hiện đại**, là kết quả của quá trình tiếp thu có chọn lọc những tinh hoa văn hóa phương Tây cùng với cái hay cái đẹp của ngôn ngữ dân tộc. Bằng việc lựa chọn một lối đi hoàn toàn khác với con đường mòn suốt hằng thế kỷ của kịch hát truyền thống, Nguyễn Bá Tòng đã tạo một bước đột phá, mang tính chất tiên phong trong việc viết kịch bằng văn xuôi, đặt tiền đề cho một cấu trúc viết kịch mới. Từ vở kịch này, chúng tôi muốn đặt ra một giả thuyết mới: *Tuồng Thương khó* có khả năng là vở kịch hiện đại viết bằng chữ Quốc ngữ đầu tiên do người Việt Nam viết. Đây hẳn là một vấn đề đáng được các nhà nghiên cứu văn học và nghệ thuật sân khấu lưu tâm.

Nguồn: Tạp chí Xưa và Nay, số tháng 6 năm 2021.
http://khoavanhoc-ngonngu.edu.vn/nghien-cuu/

TUỒNG THƯƠNG KHÓ

Giám mục JB. Nguyễn Bá Tòng
(trích đoạn)

VỀ *TUỒNG THƯƠNG KHÓ*

Khi còn làm phó xứ Tân Định, Sài gòn, Linh mục Gioan Baotixita Nguyễn Bá Tòng đã nổi tiếng về diễn giảng hay và viết bài cho báo *Nam Kỳ Địa Phận* (Sài gòn), báo *Vì Chúa* (Huế). Năm 1911 Linh mục JB. Tòng viết *Tuồng Thương khó* và được khởi diễn nhân dịp kỷ niệm 50 năm thành lập chủng viện Sài gòn (1863-1913). Dịp đại lễ kỷ niệm này, tuồng được diễn 5 lần: Chúa nhật 13-4-1913, vào 4 giờ chiều; Thứ Tư chính lễ 16-4-1913, vào 7 giờ tối; Chúa nhật 20-4-1913, 4 giờ chiều; Thứ Ba 22-4-1913, 7 giờ tối và Chúa nhật 27-4-1913, 4 giờ chiều. Vé xem tuồng bán tại tòa báo *Nam Kỳ địa phận,* ở Tân Định, và nhà các cha sở, vé hạng nhất giá 2$, hạng nhì 1$, hạng ba 0$50. Sau này tuồng có diễn tại Bà Rịa (1917), Tân Định (1924). Năm 1933, Đức cha Tòng được chọn làm giám mục Phát Diệm, và tuồng này được diễn tại Phát Diệm (1934) và nhiều nơi tại miền Bắc. Lần nào diễn, số khán giả xem cũng rất đông.

Tuồng Thương khó viết theo sách *Gẫm sự thương khó Chúa Giêsu Kitô* và bản văn ngoại ngữ đã được trình diễn ở Oberammergau (Đức) và Nancy (Pháp).

Vở tuồng chia làm hai phần:

- Phần thứ nhứt: từ khi Chúa Giêsu vào thành Giêrusalem cho đến khi Giuđa nộp Người.

- Phần thứ hai: Từ khi Giuđa nộp Chúa Giêsu cho đến khi Người sống lại.

TRÍCH ĐOẠN

Dưới đây trích dẫn hai màn:

Đức Chúa Giêsu rửa chân cho các Tông Đồ

Vêrô. Lạy Thầy, vậy Thầy ăn lễ Phanxica với chúng tôi lần này là lần sau hết sao?

ĐCG. Phải, lần này là lần sau hết. Song bởi các con đã chịu gian nan bắt bớ cùng Thầy, thì các con sẽ đặng ngồi cai trị cùng Thầy trên nước Đức Chúa Cha. Các con sẽ ăn uống một bàn cùng Thầy, và sẽ ngự tòa mà phân xử mười hai đoàn dân Isarae. Nhưng vậy đệ tử hãy chiêm nghiệm điều này: là vua chúa thế gian thì dùng quờn, mà trừng trị thế gian. Song đệ tử đừng làm thể ấy, mà lại ai lớn hơn trong các con, thì phải làm nhỏ, còn kẻ có quờn thì phải ở như người tôi tớ. Đệ tử hãy xét: kẻ ngồi ăn với người dọn ăn, ai trọng hơn? Chẳng phải là kẻ ngồi ăn trọng hơn sao? Mà bấy lâu Thầy ở cùng đệ tử khác nào kẻ dọn, cùng như tôi tớ. (ĐCG cởi áo ngoài, lấy khăn nịt lưng và đổ nước vào trong chậu) Hỡi đệ tử yêu dấu, hãy ngồi.

Tông Đồ (nói cùng nhau) Không biết Thầy tính làm gì đây?
ĐCG. Vêrô, hãy cởi giày.
Vêrô. Lạy Chúa, Chúa toan rửa chơn tôi sao?
ĐCG. Việc Thầy làm, bây giờ đệ tử chưa hiểu ý, mà đến sau sẽ rõ.
Vêrô. Không, không khi nào tôi dám chịu.
ĐCG. Nếu Vêrô chẳng để Thầy rửa, thì chẳng còn nghĩa cùng Thầy.
Vêrô. Nếu vậy thì chẳng những rửa chơn mà lại xin Thầy rửa tay và đầu nữa. (hồi thứ VI, tr. 21-22)

Hạ xác Đức Chúa Giêsu.

Madalenna. Kẻ nghịch đã đi hết rồi, bây giờ chúng tôi mới an lòng, vì đây là của trọng vô giá. Ôi ôi! biết Đức Mẹ đau lòng xót dạ là dường nào!

Đức Mẹ. Ớ các con. Hãy coi chúng nó đã làm cho Người hư nát cho đến nỗi nào!

Matta. Đó là việc cứu chuộc loài người. Đức Mẹ đã cực lực vì chúng con lưỡi nào kể đặng.

Gioang. Xin Đức Mẹ ngồi đây. Chúng con lo việc phong phần (Giude Arimathia, Nicôdêmô và Gioang lo việc hạ xác. Đoạn Giude ôm xác Đức Chúa Giêsu để trong lòng Đức Mẹ). Xin Đức Mẹ hãy chịu lấy xác con Đức Mẹ.

Đức Mẹ. Ôi ôi ! Nó trả con tôi lại cho tôi như vầy!

Gioang. Lạy Đức Mẹ, chúng con mới hiểu lòng Người yêu dấu chúng con quá hậu.

Madalenna. Nhờ đó, chúng con mới rõ lòng Người yêu dấu chúng con quá hậu.

Nicôđêmô. Xin Đức Mẹ để chúng con ướp thuốc thơm, rồi liệm xác Người trong bức khăn nầy.

Madalenna. (đổ thuốc thơm dưới chơn Đức Chúa Giêsu). Lạy Thầy tôi đổ thuốc thơm nơi chơn Thầy. Phen nầy là phen sau hết.

Giuse Arimathia. Bây giờ ta hãy đem xác vào vườn, mà táng trong huyệt đá.

Đức Mẹ. Ớ Giêsu, Con ôi! Này là việc sau hết Mẹ làm cho Con là đem con đi phần mộ. Xin Con đừng để Mẹ xa Con lâu ngày, một cho Mẹ hiệp vầy cùng Con cho kíp.

Nên xem thêm:

Francis Assisi Lê Đình Bảng, *Kể chuyện trường Latinh Sài Gòn năm xưa diễn Tuồng Thương Khó* http://www.cgvdt.vn/cong-giao-viet-nam/ke-chuyen-truong-latinh-sai-gon-nam-xua-dien-tuong-thuong-kho_a12622

"TIẾNG" NƯỚC TÔI VÀ "LỜI" VĨNH CỬU

Cố Chính Linh và bản dịch đầu tiên trọn bộ Thánh Kinh bằng Việt ngữ

Lm. Giuse Trương Đình Hiền

Lm. Albert Schlicklin CỐ CHÍNH LINH

Albert Schlicklin (1857-1932), còn được biết với tên gọi Cố Chính Linh ("cố" là cố đạo, "Chính Linh" là tên âm Việt của ông), là một linh mục Công giáo La Mã người Pháp. Ông là người có công dịch bộ *Kinh thánh* từ tiếng Latinh sang ngôn ngữ Việt Nam. Bản dịch của ông cho tới ngày nay vẫn là cơ sở cho các bản dịch *Kinh thánh* chính thức. Ông sinh ngày 12 tháng 11 năm 1857 tại Liebsdorf, vùng Alsace (Pháp). Được Hội Thừa sai Paris gửi đến Việt Nam năm 1885, với sự giúp đỡ của các học giả Công giáo người Việt, ông nghiên cứu ngôn ngữ Việt và tập trung cho việc chuyển ngữ bộ *Kinh thánh* từ bản *Kinh thánh Latin Vulgate*, là bản *Kinh thánh* được Tòa Thánh Vatican chính thức công nhận. Khoảng năm 1913 - 1914, Hội Thừa Sai Paris tại Hongkong cho phát hành bản *Kinh thánh Cựu ước*, được in song ngữ bản Latin Vulgate với bản dịch Việt ngữ của ông. Năm 1916, *Kinh thánh Tân ước* cũng được phát hành và cũng in song ngữ, một bên chữ Việt một bên chữ Latin.

Ngoài công trình dịch *Kinh thánh* ra, ông còn viết một số tác phẩm bằng Việt ngữ như:

"*Sách dạy về gốc tích cội rễ sự đạo*", 1908
"*Thần học tín lý*", 1908
"*Thần học luân lý*", 1911
"*Công giáo luân lý khoa*", 1919
"*Triết học khoa*", 1917
"Phép mộ sự khôn ngoan", 1917

Ông qua đời ngày 2 tháng 3 năm 1932 tại Hà Nội.

Nguồn: Wikipedia: https://vi.wikipedia.org/wiki/Albert_Schlicklin

Linh mục Jos Trương Đình Hiền

** Sinh ngày: 19-3-1950 tại Trà Câu, Quảng Ngãi; Bút danh: Sơn Ca Linh, Trần Đoan Hùng, Cha sở nhà quê.*
** Linh mục: 10-05-1989. Tổng đại diện Gp. Qui Nhơn từ 2016.*
** Tác phẩm: Anrê Phú Yên, rực sáng một vì sao (sưu tập); Mẹ tôi là thế đấy (khảo luận về Giáo hội), Bình vẫn chưa hề cũ (khảo luận về hai văn kiện "Huấn thị 1659" và "Monita 1664").*
** Email: <josdhien@gmail.com>*

Nếu chọn thời điểm 1651, năm linh mục thừa sai Đắc Lộ xuất bản hai tác phẩm Quốc Ngữ đầu tiên tại Rôma: *Tự Điển Việt-Bồ-La* và *Phép Giảng Tám Ngày*, để xác nhận cột mốc khai sinh chữ Quốc ngữ, thì phải mất gần ba thế kỷ sau, người Việt Nam mới có thể đọc trọn bộ *Kinh thánh* bằng "tiếng mẹ đẻ". Thật vậy, lần đầu tiên trọn bộ *Kinh thánh* bằng Quốc ngữ cùng phần chú giải kĩ lưỡng đã được thừa sai Albert Schlicklin (Cố Chính Linh) thuộc giáo phận Tông tòa Tây Đàng Ngoài chuyển dịch và được Hội Thừa Sai Paris xuất bản tại Hong Kong năm 1913-1914 (Cựu Ước) – 1916 (Tân Ước) với tiêu đề *Kinh thánh Cứ Bản Vulgata* trọn bộ bốn tập I, II, III, IV, in song ngữ với hai cột song song: bên trái tiếng Việt, bên phải tiếng Latinh. Phải chăng đó chính là cột mốc, là cái "Giờ" để Lời Chúa chính thức "nhập thể" vào mảnh đất Việt Nam! [1]

---

[1] CỐ CHÍNH LINH, *Kinh Thánh Cứ Bản Vulgata* I, Cố Chính Linh địa phận Tây Đàng ngoài, dịch ra tiếng An Nam và thích nghĩa, Hong Kong 1913, Tựa, XVI Về chế độ lề lối ta cứ trong sách nầy, tr.23.

Thực ra, trước đó hai năm (1910), Cố Chính Linh đã hoàn thành bản dịch như chính ngài xác nhận được ghi trong phần *Tựa* của cuốn *Kinh thánh*: "Tại nhà tràng Lý đoán Ninh Phú (Kẻ Sở), ngày lễ Đức Chúa Thánh Thần hiện xuống, là ngày 15 tháng Maiô năm 1910"; có nghĩa là, sau chặng đường hơn "hai thế kỷ rưỡi", tiếng Việt của thừa sai Alexandre de Rhodes (1651) và tiếng Việt của thừa sai Albert Schlicklin (1910) đã cách xa một trời một vực. Thật vậy, nếu cuốn Tự điển Việt Bồ La của Đắc Lộ chỉ với khoảng 9.000 mục từ, thì toàn bộ *Kinh thánh* tiếng Việt của Cố Chính Linh không biết bao nhiêu từ tiếng Việt mà kể! Có thể nói được, ngôn ngữ Việt hoàn toàn có đầy đủ mọi từ để chuyển tải Lời Chúa, để diễn tả các ý nghĩa và chiều kích thâm sâu của Mạc khải. Cho nên, xét về mặt văn chương văn học, có thể nói đây là một tác phẩm Quốc ngữ ghi dấu ấn quan trọng trong lịch sử văn học văn chương Công giáo!

Riêng đối với những người Kitô hữu Việt Nam, Công giáo hay Tin Lành hoặc các hệ phái Kitô giáo khác, vừa rất tự hào về công trình của các bậc tiền nhân vừa trân trọng biết ơn các ngài; bởi nhờ các ngài mà chúng ta dễ dàng tiếp cận Lời Chúa bằng tiếng mẹ đẻ, dễ dàng đọc, học, công bố, gẫm suy, truyền giảng... bằng chính ngôn ngữ Việt Nam của mình.

Và rồi, kể từ bộ *Kinh thánh cứ bản Vulgata* chuẩn mực nầy, cho tới hôm nay đã lần lượt xuất hiện nhiều phiên bản dịch *Kinh thánh* khác nhau, hoặc trọn bộ hoặc từng phần hay một số tác phẩm..., của Giáo hội Công giáo cũng như Hội thánh Tin Lành. Riêng phía Công giáo, chúng ta có các bản dịch *Kinh thánh* trọn bộ lần lượt được thực hiện như: [2]

- Bản dịch của Linh mục Gérard Gagnon do Thánh Tâm Biệt Thự Đà Lạt xuất bản năm 1963.

- Bản dịch của linh mục Trần Đức Huân do nhà xuất bản Ra Khơi Sài Gòn, xuất bản năm 1970.

- Bản dịch *Kinh thánh* để dùng trong Phụng vụ của Ủy ban Phụng vụ năm 1973.[3]

- Bản dịch của linh mục Nguyễn Thế Thuấn do Dòng Chúa Cứu Thế xuất bản năm 1976.

- Bản dịch của Đức Hồng Y Gm. Trịnh Văn Căn do Tòa Giám mục Hà Nội xuất bản năm 1985.

---

[2] x. LINH MỤC ALBERTO TRẦN PHÚC NHÂN, Các bản dịch toàn bộ *Kinh thánh* sang tiếng Việt, https://ktcgkpv.org/articles/get-article?id=41

[3] Không xuất bản thành một cuốn *Kinh thánh* trọn bộ; chỉ có các bản văn trong các sách Phụng vụ; đặc biệt Sách Các Bài Đọc trong Thánh lễ.

- Bản dịch của Nhóm Các Giờ Kinh Phụng Vụ do Nhà xuất bản Thành phố Hồ Chí Minh xuất bản năm 1998.0.[4]

Nhân dịp kỷ niệm 90 năm qua đời của vị dịch giả thời danh, Albert Schlicklin – Cố Chính Linh (1932-2022), một thừa sai, một trí thức, một thần học gia và triết gia, và 109 năm bản dịch *Kinh thánh cứ bản Vulgata* của ngài (1913-2022), xin được khái quát đôi điều về cuốn *Kinh thánh* tiếng Việt đầu tiên như một nén hương kính dâng về ngài; và như một "gợi ý" để các thế hệ cháu con hôm nay trân trọng di sản quý hiếm của cha ông cũng như biết tìm về học hỏi, rút ra từ đó những giá trị tuyệt hảo mang tính "thừa thượng tiếp hạ" hay "ăn quả nhớ kẻ trồng cây"!

I. LỜI CHÚA VÀ CHIẾC "XIÊM Y DIỄM LỆ"

1. Nhận xét tổng quát

Linh mục Alberto Trần Phúc Nhân đã có một nhận xét tổng quan về bản dịch trọn bộ *Kinh thánh* này như sau:

Kinh thánh cứ bản Vulgata. Cố Chính Linh (Albertus Schlicklin) địa phận Tây Đàng ngoài dịch ra tiếng Annam và thích nghĩa. Bộ này gồm 4 cuốn khổ 18 x 24 cm, với 768, 736, 652 và 894 trang. Sách có chuẩn ấn của Đức Cha P.M. Gendreau (Đức Cha Đông) ký tại Hà Nội ngày 19- 03-1913, và in năm 1913-1916 tại Hồng Kông ở nhà in Nazareth của Hội Truyền Giáo Paris. Vậy tính đến nay là chẵn 90 năm.

Chính bản văn *Kinh thánh* chia làm hai cột: bản Vulgata La-tinh và bản dịch tiếng Việt. Bên dưới mỗi trang, thường có các chú thích, dài ngắn tuỳ chỗ; các chú thích về *"Sấm truyền mới" (Tân Ước)* khá dài. Ngoài ra còn có những *"Lời mở đàng"* chung cho mỗi loại sách và riêng cho từng cuốn sách.

Nói chung, đối với chúng ta, lối văn đã quá xưa, nhất là trong cách xưng hô. Ngay trang đầu có dẫn Ga 5,39: "Hãy lục xét Sách thánh... Sách thánh làm chứng về tao." Hay câu Đức Giê-su "lả lời" cho bà vợ ông Dê-bê-đê và hai con: "Đức Chúa Jêsu bảo các chúng rằng: thật chén tao thì bay sẽ uống; còn sự ngồi bên tả bên hữu tao, chẳng phải tự tao ban cho bay, bèn là những kẻ Cha tao sắm để cho nó" (Mt 20,23). Dầu sao chúng ta phải khâm phục công trình của một vị thừa sai ngoại quốc đã mở đường cho việc dịch thuật và giải thích *Kinh thánh*"[5].

---

4 PHƯỚC NGUYÊN, Quá Trình Phiên Dịch *Kinh thánh* Sang Tiếng Việt, trích từ Nguyệt San Linh Lực (1996), San Diego, California, website www.thuvientinlanh.org/qua-trinh-phien-dịch-kinh-thanh-sang-tiếng-việt/ đăng tháng 1/1996

5 x. LINH MỤC ALBERTO TRẦN PHÚC NHÂN, Sđd.

2. “Chiếc xiêm y” diễm lệ

2.1. Hình thức trang trọng

Xưa nay, cuốn sách nào mang tính giá trị cao (Kinh điển, Tự điển bách khoa, Lịch sử, Kỷ yếu...) thường được thiết kế in ấn với khổ giấy lớn, bìa cứng; nếu nhiều trang thì phân thành nhiều tập. Đối với các tín đồ các tôn giáo, sách *Kinh thánh* là cuốn sách quan trọng và đáng tôn kính nhất. Chắc chắn, trong cái nhìn “trân trọng” đối với Lời Chúa đó, Cố Chính Linh, khi cho xuất bản cuốn *Kinh thánh* trọn bộ đầu tiên bằng Quốc Ngữ đã mặc cho tác phẩm đặc biệt nầy một hình thức “trang trọng” với khổ in 18 x 24, một hình thức mà liên tiếp về sau, cả Công giáo, lẫn Tin Lành, không có cuốn *Kinh thánh* Việt ngữ nào mang dáng vóc đặc biệt như thế. Tất cả chỉ dừng lại ở khổ giấy 14 x 20; và cũng chỉ cuốn *Kinh thánh* nầy được phối trí thành bốn tập I, II, III, IV theo đúng trình tự của Quy điển bản *Kinh thánh* chuẩn Vulgata. Hầu hết các cuốn *Kinh thánh* sau nầy đều in chung thành một cuốn; hoặc giả chia thành hai: một Cựu Ước, một Tân ước.

2.2. Trình bày song ngữ hay vai trò của bản Vulgata

Ngoài những phần phụ cơ bản như linh mục Trần Phúc Nhân nhận xét “Bên dưới mỗi trang, thường có các chú thích, dài ngắn tuỳ chỗ; các chú thích về “Sấm truyền mới” (Tân Ước) khá dài. Ngoài ra còn có những *“Lời mở đàng”* chung cho mỗi loại sách và riêng cho từng cuốn sách...",[6] điều đáng lưu ý của cuốn *Kinh thánh* nầy đó là "*Kinh thánh* chia làm hai cột: bản Vulgata La-tinh và bản dịch tiếng Việt"[7], một hình thức mà cho tới hôm nay, cũng chưa thấy một cuốn *Kinh thánh* tiếng Việt nào sử dụng.

ĐOẠN I.

Chép dòng dõi Đức Chúa Jêsu Kirixitô; Đức Bà Maria chịu thai bởi phép Đức Chúa Thánh Thần và là Mẹ Con Đức Chúa Lời ra đời; sứ thần Chúa hiện đến cùng ông Joseph, bảo người hãy nhận lấy Đức Bà Maria làm bạn, và tỏ ra cho người biết Đức Bà Maria sẽ làm mẹ Chúa cứu Thế.

SÁCH chép dòng dõi Đức Chúa Jêsu Kirixitô con vua Đavid, con ông Abraham.
2. Ông Abraham sinh ra ông Isaac,
ông Isaac sinh ra ông Jacob,
ông Jacob sinh ra ông Juđa và các anh em người;
3. ông Juđa sinh ra ông Phares và ông Zara bởi bà Thamar;
ông Phares sinh ra ông Esron;
ông Esron sinh ra ông Aram;
4. ông Aram sinh ra ông Aminađab;
ông Aminađab sinh ra ông Naasson;
ông Naasson sinh ra ông Salmon;

LIBER generatiónis Jesu Christi filii David, filii Abraham.
2. Abraham génnit Isaac.
Isaac autem génuit Jacob.
Jacob autem génuit Judam, et fratres ejus.
3. Judas autem génuit Phares, et Zaram de Thamar.
Phares autem génuit Esron.
Esron autem génuit Aram.
4. Aram autem génuit Aminadab.
Aminadab autem génuit Naásson.
Naásson autem génuit Salmon.

Hình thức nầy có quan trọng không? Thưa rất quan trọng và cần thiết; nhất là đối với chủng viện, tu viện, hay những cộng đoàn, những cá nhân muốn tiếp cận với tác phẩm Vulgata bằng tiếng La tinh. Đừng quên, đây là một kỳ công của chính thánh tiến sĩ Giêrônimô (347-420) và là bản *Kinh thánh* chuẩn mực của Giáo hội Công giáo tông truyền kể từ thế kỷ thứ năm như quyết định của Công đồng Trento (1546): "Nếu có ai không tiếp nhận các sách đó nguyên vẹn cùng với tất cả các phần của chúng, như người ta đã quen đọc chúng trong Giáo hội Công giáo và theo bản cũ là Latin thông tục bản (vulgata), như là những Sách Thánh và đúng theo quy điển *Kinh thánh* (canonique); nếu người đó, một cách ý thức và cố ý, khinh thường các truyền thống nói trên: người đó phải bị trục xuất" (DENZINGER 1504).[8] (x. JOHN A. HARDON).[9]

Và cũng chính qua yếu tố "song ngữ Việt – La" nầy mới thấy độ tự tin của Cố Chính Linh khi chuyển dịch Lời Chúa qua ngôn ngữ Việt; phải chăng, đây cũng chính là điểm thuận lợi để các thế hệ tiếp nối khi thực hiện các bản dịch *Kinh thánh* có bản văn gốc để quy chiếu hầu biết bản dịch của mình trung thực với Lời Chúa thế nào; hoặc để khỏi trệch xa nội dung căn bản của *Kinh thánh* được Giáo hội chuẩn nhận như Thánh Công đồng Trento xác quyết: "Hơn nữa Thánh Công đồng nghĩ rằng một điều có thể là hữu ích không nhỏ cho Giáo hội của Thiên Chúa là biết bản nào phải coi là trung thực trong các bản Latin đã được xuất bản về các Sách Thánh đang lưu hành, cho nên Công đồng quyết định và tuyên bố rằng chính bản Latin cổ kính và thông tục (vulgata),

---

[6] x. LINH MỤC ALBERTO TRẦN PHÚC NHÂN, Sđd.

[7] x. LINH MỤC ALBERTO TRẦN PHÚC NHÂN, Sđd.

[8] HEINRICH DENZINGER, Các Tín biểu, Định tín và Tuyên bố của Giáo hội Công giáo trong lãnh vực đức tin và phong tục, chuyển ngữ: Lm. Nguyễn Văn Hòa O.P., nxb Tôn Giáo 2019, khoản 1504, tr. 1546.

[9] JOHN A. HARDON), S.J., Tự điển Công giáo phổ thông, Lm. Đặng Xuân Thành và nhóm Chánh Hưng phiên dịch, nxb Phương Đông 2008, tr. 304-306.

vốn được tán thành trong Giáo hội do được sử dụng lâu dài trong biết bao thế kỷ, phải được coi là trung thực trong các cuộc giảng giải, tranh luận, rao giảng và trình bày công khai; xin đừng có ai cả gan hoặc có ý định vứt bỏ bản đó với bất kỳ cớ nào".[10]

2.3. Trình bày các tác phẩm và bản văn

Cũng giống như cách trình bày chung các sách *Kinh thánh*, trước mỗi tác phẩm (*Sáng thế, Xuất hành,* Tin mừng *Matthêô, Khải huyền*...) đều có một giới thiệu khái quát về tác giả và nội dung tác phẩm. Cuốn *Kinh thánh* Quốc ngữ của Cố Chính Linh cũng không ngoại lệ. Tuy nhiên, điều đáng lưu ý là cách trình bày các bản văn.

Thật vậy, một trong những điểm đặc trưng của bản văn *Kinh thánh* đó là luôn đi kèm với "dấu chỉ bằng số" xác nhận về "Đoạn" (hay "Chương") và "Câu". Chắc chắn nhờ phương cách đặc biệt nầy mà việc trích dẫn, tham chiếu, chứng minh và học thuộc trở nên dễ dàng. Nếu hầu hết các sách *Kinh thánh* về sau thường để số chỉ "Đoạn" ở ngay đầu bản văn (Liền kề trước câu số "1"). Ví dụ: **1** [1] Lúc khởi đầu, Thiên Chúa sáng tạo trời đất. [2] Đất còn trống rỗng, chưa có hình dạng, bóng tối bao trùm vực thẳm, và thần khí Thiên Chúa bay lượn trên mặt nước (St 1,1-2), thì với "*Kinh thánh cứ bản Vulgata*", đoạn được đặt phía trên bản văn và ngay chính giữa với cỡ chữ lớn và dùng số La Mã cùng với một đoạn ghi chú nội dung khái quát bên dưới.

ĐOẠN I.

Dạy về sự Đức Chúa Lời dựng nên lời đất, từ hành, thảo mộc, loài vật và loài người.

1. Đầu trước hết Đức Chúa Lời dựng nên lời đất.	IN principio creávit Deus cœlum et terram.
2. Đất còn hỗn độn trọi không, có sự tối tăm trên mặt vực; và có thần Chúa chuyển vận trên khắp nước.	2. Terra autem erat inánis et vácua, et ténebræ erant super fáciem abyssi: et Spiritus Dei ferebátur super aquas.
3. Đức Chúa Lời phán rằng: hãy có sự sáng. Liền có sự sáng.	3. Dixitque Deus: Fiat lux. Et facta est lux.
4. Đức Chúa Lời thấy sự sáng tốt lành. Người phân sự sáng ra khỏi sự tối.	4. Et vidit Deus lucem quod esset bona: et divisit lucem a ténebris.

Những ai lần đầu tiên tiếp xúc với *Kinh thánh* mà được đọc bản văn của *"Kinh thánh cứ bản Vulgata"* của Cố Chính Linh chắc chắn sẽ hài lòng về cách trình bày rõ ràng, thứ tự, lớp lang như thế.

3. Chú giải phong phú

Phần đông các bộ *Kinh thánh* đều có phần "Chú giải". Đây có thể nói được là yếu tố xác định "nền tảng *Kinh thánh* và thần học, văn chương và ngôn ngữ" của dịch giả *Kinh thánh*. Vì chính trong phần "chú giải" nầy, người dịch rọi sáng thêm ý nghĩa phong phú, phức tạp, các mối liên quan... của từ ngữ *Kinh thánh* cũng như những cách diễn đạt của ngôn ngữ địa phương.

---

[10] HEINRICH DENZINGER, sđd, khoản 1506, tr. 1546.

Trong khía cạnh này, bản dịch của Cố Chính Linh có thể "chiếm giải quán quân" về lượng chú giải; bởi có nhiều đoạn, phần chú giải nhiều hơn bản văn chính; và phần chú giải đồng hành với bản văn gần như suốt bộ *Kinh thánh*. Qua chính phần chú giải nầy, chúng ta có cơ hội để biết sự phong phú và khả năng của tiếng Việt khi chuyển tải Lời Chúa.

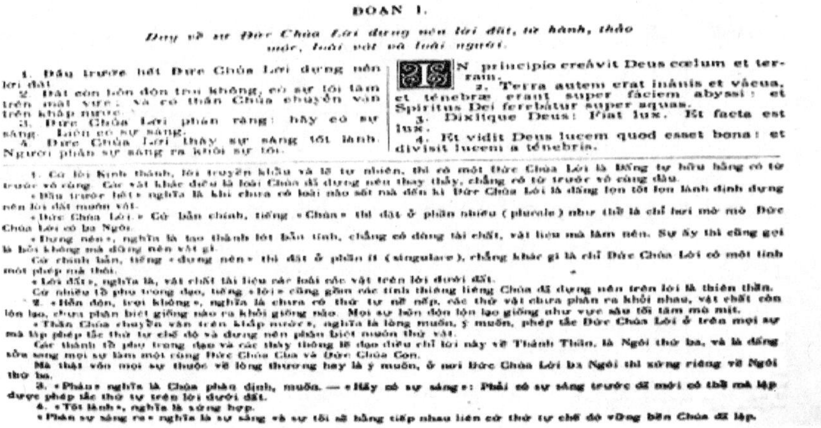

ĐOẠN I.

Dạy về sự Đức Chúa Lời dựng nên lời đất, tư hành, thảo mộc, loài vật và loài người.

1. Đầu trước hết Đức Chúa Lời dựng nên lời đất.
2. Đất còn hỗn độn trơ không, có sự tối tăm trên mặt vực; và có thần Chúa chuyển vận trên khắp nước.
3. Đức Chúa Lời phán rằng: hãy có sự sáng. Liền có sự sáng.
4. Đức Chúa Lời thấy sự sáng tốt lành. Người phân sự sáng ra khỏi sự tối.

IN principio creávit Deus cœlum et terram.
2. Terra autem erat inánis et vácua, et ténebræ erant super fáciem abyssi: et Spiritus Dei ferebátur super aquas.
3. Dixítque Deus: Fiat lux. Et facta est lux.
4. Et vidit Deus lucem quod esset bona: et divisit lucem a ténebris.

1. Cứ lời Kinh thánh, lời truyền khẩu và lẽ tự nhiên, thì có một Đức Chúa Lời là Đấng tự hữu hằng có từ trước vô cùng. Các vật khác đều là loài Chúa đã dựng nên thay thảy, chẳng có từ trước vô cùng đâu.
«Đầu trước hết» nghĩa là khi chưa có loài nào sốt mà đến kì Đức Chúa Lời là đấng lọn tốt lọn lành định dựng nên lời đất muôn vật.
«Đức Chúa Lời.» Cứ bản chính, tiếng «Chúa» thì đặt ở phần nhiều (plurale) như thể là chỉ hơi mờ mờ Đức Chúa Lời có ba Ngôi.
«Dựng nên», nghĩa là tạo thành lót bản tính, chẳng có dùng tài chất, vật liệu mà làm nên. Sự ấy thì cũng gọi là hồi không mà dựng nên vật gì.
Cứ chính bản, tiếng «dựng nên» thì đặt ở phần ít (singulare), chẳng khác gì là chỉ Đức Chúa Lời có một tính một phép mà thôi.
«Lời đất», nghĩa là, vật chất tài liệu các loài các vật trên lời dưới đất.
Cứ nhiều tổ phụ trong đạo, tiếng «lời» cũng gồm các tính thiêng liêng Chúa đã dựng nên trên lời là thiên thần.
2. «Hỗn độn, trơ không», nghĩa là chưa có thứ tự nề nếp, các thứ vật chưa phân ra khỏi nhau, vật chất còn lộn lạo, chưa phân biệt giống nào ra khỏi giống nào. Mọi sự hỗn độn lộn lạo giống như vực sâu tối tăm mù mịt.
«Thần Chúa chuyển vận trên khắp nước», nghĩa là lòng muốn, ý muốn, phép tắc Đức Chúa Lời ở trên mọi sự mà lập phép tắc thứ tự chế độ và dựng nên phân biệt muôn thứ vật.
Các thánh tổ phụ trong đạo và các thầy thông lẽ đạo đều chỉ lời này về Thánh Thần, là Ngôi thứ ba, và là đấng sửa sang mọi sự làm một cùng Đức Chúa Cha và Đức Chúa Con.
Mà thật vốn mọi sự thuộc về lòng thương hay là ý muốn, ở nơi Đức Chúa Lời ba Ngôi thì xưng riêng về Ngôi thứ ba.
3. «Phán» nghĩa là Chúa phán định, muốn. — «Hãy có sự sáng»: Phải có sự sáng trước đã mới có thể mà lập được phép tắc thứ tự trên lời dưới đất.
4. «Tốt lành», nghĩa là xứng hợp.
«Phân sự sáng ra» nghĩa là sự sáng và sự tối sẽ hằng tiếp nhau liên cứ thứ tự chế độ vững bền Chúa đã lập.

4. Uy tín: khỏi bàn cãi

Đọc lại lịch sử Giáo hội Việt Nam, quả thật chúng ta không nghi ngờ gì trước uy tín và cái đầu uyên bác của một số linh mục thừa sai ngoại quốc hoạt động truyền giáo tại Việt nam như "nhà Việt Nam học" Cristoforo Borri với tác phẩm *"Xứ Đàng Trong"*,[11] "nhà ngôn ngữ học" Alexandre De Rhodes với *"Tự điển Việt Bồ La"*,[12] hay sau này có "nhà

[11] CRISTOFORO BORRI, Relation de la nouvelle mission des pères de la Compagnie de Jésus au Royaume de la Cochinchine, Xứ Đàng Trong, Thanh Thư dịch, nxb tổng hợp thành phố Hồ Chí Minh 2019, trang bìa trước: Cristofor Borri (1583-1632) sinh tại Milan năm 1583, vào Dòng Tên ngày 16 tháng 9 năm 1601 và khởi hành đi Ấn Độ năm 1615. Dạy toán tại Coimbre và Lisbonne, được vua Philippe của Tây Ban Nha mời tới Madrid để giảng cho ngài về la bàn. Quan tâm đến những vấn đề liên quan tới hàng hải, nghiên cứu về thiên văn học, đã viết một cuốn chuyên luận về nghệ thuật hàng hải và một bản thảo dang dở về hải trình tới Ấn Độ… Ông là một trong những giáo sĩ dòng Tên đầu tiên đến Đàng Trong (Đại Việt), thời chúa Sãi Nguyễn Phúc Nguyên, lưu trú ở đó 5 năm (1618-1622).

[12] ĐỖ QUANG CHÍNH, SJ, Dòng Tên trong xã hội Đại Việt 1615-1773, nxb Tôn giáo 2008, tr. 76, chú thích 81: Alexandre de Rhodes (1593-1660), sinh ngày 15-3-1593 tại Avignon là đất của Tòa thánh từ năm 1348-1791, nên Rhodes có quốc tịch Tòa thánh, mặc dù sống trong nền văn hóa Pháp; hoạt động truyền giáo ở ĐT qua hai thời kỳ: 1624-1626 và 1640-1645; là một trong hai người đầu tiên chính thức mở ra cuộc truyền giáo ở ĐN từ 1627-1630; Rhodes có nhiều sáng kiến, nhiệt tình, can đảm trong sứ vụ; Rhodes là thừa sai đi lại nhiều nơi nhất ở Việt Nm thời đó; cha có công rất lớn với văn học Việt nam, vì đã hoàn thành chữ Quốc ngữ và cho xuất bản sách Quốc ngữ đầu tiên năm 1651; bị trục xuất khỏi Đàng Trong năm 1645, cha về Rôma, Pháp từ 1649-1654, vận động gửi Giám mục đi Việt Nam; bỏ Pháp cuối năm 1654, để đi Ispahan thủ đô Ba

văn hóa" lớn là linh mục Léopold Cadière với tác phẩm để đời *"Văn hóa, tín ngưỡng và thực hành tôn giáo người Việt".*[13] Nhưng khi nói về lãnh vực *Kinh thánh*, thần học và triết học thì có lẽ chúng ta phải dành cho linh mục thừa sai Albert Schlicklin – Cố Chính Linh, là người đầu tiên chuyển dịch trọn bộ *Kinh thánh Vulgata* sang tiếng Việt và soạn tác nhiều tác phẩm thần học, triết học bằng ngôn ngữ Việt.

Và dĩ nhiên, ngoài sự cộng tác và giúp đỡ của những người Công giáo trí thức Việt Nam lúc bấy giờ, để chuyển tải Lời Chúa sang ngôn ngữ Việt Nam cách trung thực, chuẩn xác, truyền thống và hợp thời, Cố Chính Linh đã đọc, tham khảo nhiều tác giả, tác phẩm và tư liệu *Kinh thánh* giá trị và uy tín đương thời, như chính ngài đã liệt kê nơi cuối phần Tựa cuốn *Kinh thánh* cứ bản Vulgata:

24

VỀ NHỮNG SÁCH TA ĐÃ DÙNG.

Bản Vulgata: Biblia sacra Vulgatæ editionis.
Bản Hêbêrêu.
Allioli: Die Heilige Schrift.
Carrières: Sainte Bible.
Crampon: La sainte Bible d'après les originaux.
Fillion: La sainte Bible.
Menochius: Commentarii.
Corn. a Lapide: Commentaria in Script. sac.
Kautzsch: Die Heilige Schrift.
Vigouroux: La Sainte Bible polyglotte.
Vigouroux: Manuel biblique.
Id. Les livres saints.
Id. Mélanges bibliques.
Id. La Bible et les découvertes.
Glaire: Introduction.
Zapletal: Hermeneutica sacra.
G. Bickell: Carmina V. T. metrice.
Id. Dichtungen der Hebräer.
Id. Lieder aus der israel. Geschichte.
Chargebœuf: La Bible méditée.
Pelt: Hist. de l'ancien Test.
Vigouroux: Dictionnaire de la Bible.
Hetzenauer: Theologia biblica.
Franz Delitzsch: Erklärung der heil. Schrift.
Petit: La Sainte Bible.

II. LỜI TUYỆT ĐỐI TRONG TIẾNG HỮU HẠN

Trong Bài Đọc II Giờ Kinh Sách của Chúa Nhật III Mùa Vọng vừa qua, Giáo hội đã chọn trích đoạn Bài giảng của thánh Giám Mục Augustinô với tựa đề: Thánh Gioan là tiếng, Đức Kitô là Lời. Chúng ta có thể nghe lại một đoạn trong bài giảng thật thâm thúy sâu xa nầy: "Thánh Gioan là tiếng, còn Chúa, ngay từ nguyên thuỷ, đã là Lời. Thánh Gioan là tiếng trong thời gian, còn Đức Kitô, ngay từ lúc khởi đầu, đã là Lời vĩnh cửu. Bỏ lời đi, tiếng còn là gì? Ở đâu không có gì để hiểu, thì chỉ là tiếng vang trống rỗng. Không có lời, tiếng chỉ đập vào tai, chứ không cảm hoá được tâm hồn…".

Tư (Iran) truyền giáo theo lệnh Bề trên cả Dòng Tên; qua đời tại Ispahan 5-11-1660.

[13] Linh mục Léopold Cadière (1869-1955), sinh tại Aix-en-Provence Pháp năm 1869, thuộc Hội Thừa sai Paris. Đến và hoạt động tại Việt Nam từ 1892-1955, tác giả của nhiều công trình nghiên cứu văn hóa, tín ngưỡng, dân tộc học, khảo cổ… là sang lập viên và là linh hồn của tạp chí Bulletin des amis du Vieux Hue (Đô Thành Hiếu cổ)= Tạp chí của những người bạn Huế xưa…(Theo tác phẩm *Văn hóa, tín ngưỡng và thực hành tôn giáo người Việt*, nxb Thuận Hóa 2010, Lời Tựa, tr.9-14).

Kinh thánh chính là Lời Chúa; mà Lời Chúa trong ngôn ngữ của Thánh sử Gioan đó chính Ngôi Hai Thiên Chúa, Đức Kitô – "Lời hóa thành nhục thể và ở cùng chúng ta" (Ga 1,14); cũng vậy, trong ngôn ngữ của Thư Hípri, Đức Kitô chính là "Lời cuối cùng", "Lời chóp đỉnh" trong tiến trình "phán dạy" hay "mạc khải" của Thiên Chúa: "Thuở xưa, nhiều lần nhiều cách, Thiên Chúa đã phán dạy cha ông chúng ta qua các ngôn sứ; nhưng vào thời sau hết này, Thiên Chúa đã phán dạy chúng ta qua Thánh Tử" (Hr 1,1-2).

Nếu Thánh Gioan Tiền Hô đã tự nhận mình là "tiếng hô trong hoang mạc" (Ga 1,23) để dọn đường cho dân Do Thái đón nhận "Lời"; và ngài đã dùng ngôn ngữ của quê hương ngài để giới thiệu Đức Kitô, thì một cách nào đó, các thừa sai, các nhà truyền giáo, trong đó có linh mục Albert Schlicklin – Cố chính Linh, đã dùng ngôn ngữ Việt Nam, tiếng Việt Nam để chuyển tải Lời Chúa cho dân tộc Việt chúng ta, như cách cắt nghĩa của Thánh Giáo phụ Augustinô: "Như vậy, khi tìm cách làm thế nào để lời đã có trong tâm hồn tôi chuyển đến bạn và ở lại trong tâm hồn bạn, tôi dùng tiếng, và bằng tiếng ấy tôi nói với bạn: âm của tiếng chuyển tới bạn ý tưởng của lời; và khi âm của tiếng chuyển tới bạn ý tưởng của lời rồi, thì chính âm đó qua đi, nhưng lời do âm chuyển đến bạn thì vẫn ở lại trong tâm hồn bạn mà không rời bỏ tâm hồn tôi" (Bài Đọc II Giờ Kinh Sách CN III MV).

Và như thế, *Kinh thánh*, Lời Chúa luôn là "Lời tuyệt đối, toàn năng, vĩnh cửu...", còn tiếng hay ngôn ngữ của bất cứ dân tộc nào hay bất cứ thời đại nào cũng đều mang tính "hữu hạn". Tiếng Việt cưu mang Lời, chuyển tải Lời cách đây hơn 100 năm cũng không thể vượt ra ngoài "sự thật" nền tảng đó.

1. Ngôn ngữ Việt chuyển tải Lời cách đây hơn một thế kỷ

Từ khi cuốn Tự điển của linh mục thừa sai Đắc Lộ đặt nền móng tiếng Việt được Latinh hóa xuất hiện vào thế kỷ XVII (Việt-Bồ-La 1651), và tiếp sau đó, khi ngôn ngữ Việt đã được phát triển và hoàn chỉnh cơ bản với cuốn Tự Điển của Đức Giám Mục Jean Louis Taberd (Anamitico-Latinum 1838), tiếng Việt hoàn toàn có thể trở nên phương thế hữu hiệu để chuyển tải Lời Chúa; và điều đó đã được Cố Chính Linh thực hiện với bản dịch *Kinh thánh* đầu tiên: *Kinh thánh cứ bản Vulgata* chính thức ra đời năm 1913 và hoàn chỉnh trọn bộ năm 1916.

Dĩ nhiên, khi đọc bản văn *Kinh thánh* qua tiếng Việt cách đây hơn 100 năm, chúng ta không thể so sánh với ngôn ngữ hiện tại để đánh giá hơn thua, thấp kém; hay chỉ căn cứ vào một số từ xưng hô như "Tao, mầy..." để phủ nhận mọi giá trị cao quý khác...!

Trong lãnh vực nầy, xin được nhường lời cho các bậc thức giả chuyên viên về *Kinh thánh* hay chuyên môn ngôn ngữ học. Ở đây, chỉ xin đan cử một vài trích đoạn tiêu biểu của bộ *Kinh thánh cứ bản Vulgata* như những viên ngọc sáng chói của ngôn ngữ Việt đầu thế kỷ XX.

1. 1. Lời Thánh vịnh đơn sơ

Ở phần đầu, chúng ta đã thấy hai bản văn *Kinh thánh* bằng văn xuôi của bộ *"Kinh thánh cứ bản Vulgata"*. Ở đây, xin đơn cử một bản văn Thánh vịnh (Tv 1,1-6) để chúng ta cùng cảm nhận cách chuyển ngữ *Kinh thánh* đơn sơ, gãy gọn của Cố Chính Linh:

THƠ I.

Phúc cho kẻ lành, khốn cho kẻ dữ.

1.Phúc cho người chẳng theo mưu chước kẻ dữ,
chẳng đứng trong lối kẻ có tội,
và chẳng ngồi trên toà dịch lệ:
2.một ái mộ lề luật Chúa,
suy ngẫm lề luật Người đêm ngày.
3.Nó như cây giồng bên suối nước,
cứ nhật kì nó kết hoa lái minh:
nó không rụng lá,
mọi việc nó làm điều thịnh sự.
4.Kẻ dữ chẳng phải thế, chẳng phải thế;
nó giống như bụi cát trên đất phải gió thổi tan.
5.Bởi đấy kẻ dữ chẳng chỗi dậy trong kì phán xét
vuối kẻ có tội trong hội kẻ lành.
6.Vì chưng Chúa nhận biết đường nẻo kẻ lành;
và lối kẻ dữ sẽ ruyệt vong.

1.BEATUS vir, qui non ábiit in consilio impiórum,
et in via peccatórum non stetit,
et in cáthedra pestiléntiæ non sedit:
2.sed in lege Dómini volúntas ejus,
et in lege ejus meditábitur die ac nocte.
3.Et erit tamquam lignum, quod plantátum est
[secus decúrsus aquárum,
quod fructum suum dabit in témpore suo:
et fólium ejus non défluet:
et ómnia quæcúmque fáciet prosperabúntur.
4.Non sic impii, non sic:
sed tamquam pulvis, quem prójicit ventus a fá-
5. Ideo non resúrgent impii in judicio: [cie terræ.
neque peccatóres in consilio justórum.
6.Quóniam novit Dóminus viam justórum:
et iter impiórum peribit.

1.2. Ngôn ngữ Tin mừng chuẩn xác

Bài Tựa Tin mừng Gioan được kể là Bản văn *Kinh thánh* đậm chất triết học và thần học sâu xa. Ngay từ 1913 mà cha ông chúng ta đã dùng tiếng mẹ đẻ để diễn tả trích đoạn *Kinh thánh* đặc biệt nầy thì phải nói là tâm phục khẩu phục. Và Cố Chính Linh đã làm được chuyện đó như một đan cử sau:

EVAN ÔNG THÁNH JUONG I, 5 — 14. 251

5. sự sáng soi trong sự tối tăm, song sự tối tăm chẳng nhận biết sự sáng.

6. Có một người Đức Chúa Lời đã sai, tên là Juong.

7. Người ấy đến để làm chứng, là làm chứng về sự sáng, cho mọi người điều được tin bởi người;

8. Người ấy chẳng phải là sự sáng, bèn là phải làm chứng về sự sáng.

9. Này là sự sáng thật soi cho mọi người sinh ra ở thế gian này.

10. Người ở dưới thế, Người đã dựng nên thế gian, song thế gian chẳng nhận biết Người.

11. Người đến cùng dân riêng Người, song những kẻ thuộc về Người chẳng chịu lấy Người;

12. nhưng mà bao nhiêu kẻ chịu lấy Người thì ban phép cho nó nên con cái Đức Chúa Lời, là những kẻ tin danh Người;

13. chẳng phải bởi máu, bởi tính xác thịt, bởi nam dục, bèn là bởi Đức Chúa Lời mà sinh ra.

14. Vậy Lời đã nên xác thịt loài người và ở cùng chúng ta; mà chúng ta đã được xem thấy sự cả sáng Người, thật là sự cả sáng Con một Đức Chúa Cha, đầy dẫy mọi ơn cùng mọi sự chân thật.

5. et lux in ténebris lucet, et ténebræ eam non comprehendérunt.

6. Fuit homo missus a Deo, cui nomen erat Joánnes.

7. Hic venit in testimónium ut testimónium perhibéret de lúmine, ut omnes créderent per illum.

8. Non erat ille lux, sed ut testimónium perhibéret de lúmine.

9. Erat lux vera, quæ illúminat omnem hóminem veniéntem in hunc mundum.

10. In mundo erat, et mundus per ipsum factus est, et mundus eum non cognóvit.

11. In própria venit, et sui eum non recepérunt:

12. quotquot autem recepérunt eum, dedit eis potestátem filios Dei fieri, his, qui credunt in nómine ejus:

13. qui non ex sanguínibus, neque ex voluntáte carnis, neque ex voluntáte viri, sed ex Deo nati sunt.

14. Et Verbum caro factum est, et habitávit in nobis: et vidimus glóriam ejus, glóriam quasi Unigéniti a Patre plenum grátiæ, et veritátis.

2. Khi Lời "nhập thể" trong tiếng Việt

2.1. Lời Chúa và sự "hội nhập văn hóa"

Trong cuộc tọa đàm trực tuyến về chuyên đề Văn học Công giáo đương đại trong năm vừa qua, tôi đã có bài tham luận và đoạn kết đã nhận xét rằng: "Chọn lựa cách "hội nhập văn hóa" để chuyển tải Tin mừng, để loan truyền chân lý cứu độ sao cho hiệu quả và phong phú, cách làm đó của cha ông ta nào đâu có phải là chuyện mới mẻ gì đâu! Từ thuở xa xưa khi bộ tộc của Israel còn trong thời "ăn lông ở lỗ", khi tổ phụ của dân tộc họ, cụ Abraham còn lang thang trên các thảo nguyên sống đời du mục, Thiên Chúa đã áp dụng nguyên tắc "hội nhập văn hóa" mang tính "nhập thể" rồi. Có nghĩa là *Lời mạc khải* của Thiên Chúa khi đi vào thế giới đã chọn đi qua "một chiếc cửa nhân loại" là "lịch sử của dân tộc Israel" với tất cả những yếu tố nhân văn, địa lý, xã hội, chính trị, kinh tế, pháp luật, lịch sử... của dân tộc nầy. Toàn bộ tuyệt tác *Kinh thánh Cựu và Tân ước* phải chăng là "Lời mạc khải nhập thể giữa lòng nhân loại qua lịch sử của dân tộc Israel"....

Cũng chính với nguyên tắc "hội nhập văn hóa" đó, mà chúng ta tìm thấy ngôn ngữ của *Kinh thánh Cựu ước* cũng như *Tân ước* mang nhiều "dáng đứng" khác nhau, theo trào lưu lịch sử văn hóa xã hội của dân tộc Israel: Từ thể văn mang tính huyền thoại, cổ tích (*Sáng thế*, Tin mừng thời thơ ấu), đến anh hùng ca lịch sử (*Xuất hành, Samuen, Macabêô*...), pháp đình lề luật, phụng tự (*Đệ nhị luật, Lêvi*...), khải huyền tiên tri (*Đanien, Êgiêkien, Khải huyền* của Thánh Gioan...), châm ngôn huấn đạo (*Khôn ngoan, Châm ngôn, Giảng viên*..), thi ca trữ tình (*Diễm ca*), truyện ngắn tình yêu (*Hôsê*...), ca kinh nguyện cầu (*Thánh vịnh*...)..."

2.2. Đấng "Cực thấp" đến độ "mày tao"

Một khi Lời Chúa được trồng trên mảnh đất Việt Nam thân yêu, chắc chắn sẽ không đi ngoài "quy luật của muôn đời" đó. Vì thế, có gì lạ đâu, khi ngôn ngữ bên Tây rất nghèo về "đại từ nhân xưng" thì tiếng Việt chúng ta lại rất phong phú. Nếu có ai đó bị dị ứng với các từ "Tao, mày" mà Cố Chính Linh dùng thường xuyên trong *"Kinh thánh cứ bản vulgata"* thì xin hiểu cho rằng: không phải lúc nào "mày, tao, mi tớ" cũng là những từ của sự thô lỗ cục cằn, hống hách, kẻ cả hay cá mè một lứa... mà rất nhiều khi, đó lại là những từ của thân mật, gần gũi, như ca dao Việt Nam:

Cảm ơn cái cối cái chày,
Đêm khuya giã gạo ***có mày có tao!***
Cảm ơn cái cọc cầu ao,
Đêm khuya vo gạo ***có tao có mày!***

Cũng vậy, ông bà, cha mẹ rất thường dặn yêu con cháu: *"Tết này mà tụi bay không về ăn tết với tao là bị ăn đòn á !"*. Cũng đừng quên, xưng hô *"tao mày"* là ngôn ngữ dành riêng cho đám bạn bè thân quen, nối khố... Mà đã nói tới "bạn bè" thì chẳng phải chúng ta đang đụng đến chiều kích thâm sâu của mầu nhiệm Nhập thể, của sự "hạ mình", "tự hủy" (x. Pl 2,5-11) của "Đấng Cực thấp", chấp nhận nâng chúng ta lên làm bạn hữu "... Thầy gọi anh em là bạn hữu" (Ga 15,15); "Người đã không hổ thẹn gọi họ là anh em" (Hr 2,11) để dễ bề thổ lộ tâm can (Hs 2,16).

Cho nên, rất có thể không phải vì không rành tiếng Việt mà chính là vì Cố Chính Linh rất tâm đắc cái ngữ cảnh chan hòa thân thương trong âm sắc của tiếng "mày, tao" trong ngôn ngữ Việt, nên ngài đã cố tình chọn lựa cách xưng hô đặc biệt nầy giữa Thiên Chúa và con người, giữa Chúa Kitô và các môn sinh, một sự chọn lựa mà đương thời hay sau đó, cha ông chúng ta cũng đã tiếp nối ngay trong Kinh nguyện của mình: *"Nhơn sao Đ. C. Giêsu chịu Giu-dà bán làm vậy? – Tao chịu bán cho đặng chuộc tội mầy. Nhơn sao Đ. C. Giêsu cầu nguyện lâu làm vậy? Tao cầu cùng Đ. C. Cha kẻo quở phạt mầy. Nhơn sao Đ. C. Giêsu vào chịu nạn, và lo và sợ làm vậy? – Tao lo buồn cho mầy đặng bình an, kẻo mầy lo buồn nữa. Nhơn sao Đ. C. Giêsu những mồ hôi chảy ra làm vậy? – Tao chảy mồ hôi máu, cho đặng rửa tội mày... Nhơn sao Đ. C. Giêsu chịu đóng đinh chơn tay vào Thánh giá làm vậy? – Tao chịu đóng đinh chơn tay vì mầy lấy chơn tay mà làm những sự lỗi..."*[14].

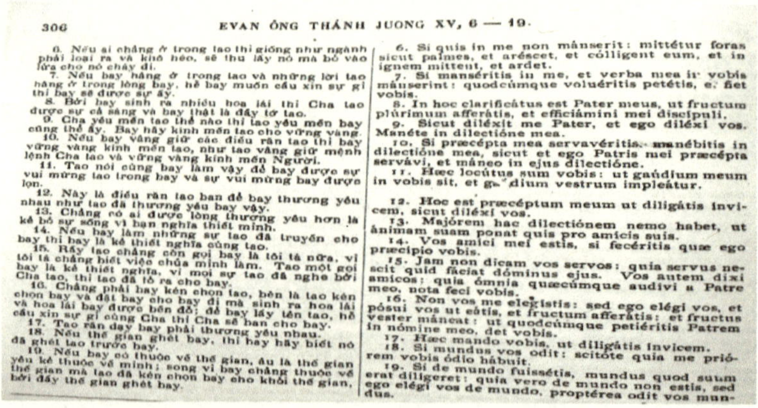
306 EVAN ÔNG THÁNH JUONG XV, 6 — 19.

6. Nếu ai chẳng ở trong tao thì giống như ngành phải loại ra và khô héo, sẽ thu lấy nó mà bỏ vào lửa cho nó cháy đi.
7. Nếu bay hằng ở trong tao và những lời tao hằng ở trong lòng bay, hễ bay muốn cầu xin sự gì thì bay sẽ được sự ấy.
8. Bởi bay sinh ra nhiều hoa lái thì Cha tao được sự cả sáng và bay thật là đầy tớ tao.
9. Cha yêu mến tao thể nào thì tao yêu mến bay cũng thể ấy. Bay hãy kính mến tao cho vững vàng.
10. Nếu bay vâng giữ các điều răn tao thì bay vững vàng kính mến tao, như tao vâng giữ mệnh lệnh Cha tao và vững vàng kính mến Người.
11. Tao nói cùng bay làm vậy để bay được sự vui mừng tao trong bay và sự vui mừng bay được lọn.
12. Này là điều răn tao ban để bay thương yêu nhau như tao đã thương yêu bay vậy.
13. Chẳng có ai được lòng thương yêu hơn là kẻ bỏ sự sống vì bạn nghĩa thiết mình.
14. Nếu bay làm những sự tao đã truyền cho bay thì bay là kẻ thiết nghĩa cùng tao.
15. Rầy tao chẳng còn gọi bay là tôi tá nữa, vì tôi tá chẳng biết việc chủa mình làm. Tao một gọi bay là kẻ thiết nghĩa, vì mọi sự tao đã nghe bởi Cha tao, thì tao đã tỏ ra cho bay.
16. Chẳng phải bay kén chọn tao, bèn là tao kén chọn bay và đặt bay cho bay đi mà sinh ra hoa lái và hoa lái bay được bền đỗ; để bay lấy tên tao, hễ cầu xin sự gì cùng Cha thì Cha sẽ ban cho bay.
17. Tao răn dạy bay phải thương yêu nhau.
18. Nếu thế gian ghét bay, thì bay hãy biết nó đã ghét tao trước bay.
19. Nếu bay có thuộc về thế gian, âu là thế gian yêu kẻ thuộc về mình; song vì bay chẳng thuộc về thế gian mà tao đã kén chọn bay cho khỏi thế gian, bởi đấy thế gian ghét bay.

6. Si quis in me non mánserit: mittétur foras sicut palmes, et aréscet, et cólligent eum, et in ignem mittent, et ardet.
7. Si manséritis in me, et verba mea in vobis mánserint: quodcúmque voluéritis petétis, et fiet vobis.
8. In hoc clarificátus est Pater meus, ut fructum plúrimum afferátis, et efficiámini mei discípuli.
9. Sicut diléxit me Pater, et ego diléxi vos. Manéte in dilectióne mea.
10. Si præcépta mea servavéritis, manébitis in dilectióne mea, sicut et ego Patris mei præcépta servávi, et máneo in ejus dilectióne.
11. Hæc locútus sum vobis: ut gaúdium meum in vobis sit, et gaudium vestrum impleátur.
12. Hoc est præcéptum meum ut diligátis invicem, sicut diléxi vos.
13. Majórem hac dilectiónem nemo habet, ut ánimam suam ponat quis pro amicis suis.
14. Vos amici mei estis, si fecéritis quæ ego præcipio vobis.
15. Jam non dicam vos servos: quia servus nescit quid fáciat dóminus ejus. Vos autem dixi amicos: quia ómnia quæcúmque audivi a Patre meo, nota feci vobis.
16. Non vos me elegistis: sed ego elégi vos, et pósui vos ut eátis, et fructum afferátis: et fructus vester máneat: ut quodcúmque petiéritis Patrem in nómine meo, det vobis.
17. Hæc mando vobis, ut diligátis invicem.
18. Si mundus vos odit: scitóte quia me priórem vobis ódio hábuit.
19. Si de mundo fuissétis, mundus quod suum erat diligeret: quia vero de mundo non estis, sed ego elégi vos de mundo, proptérea odit vos mundus.

Kết luận: Lời Chúa và "tác động hiệp hành"

Cố nhạc sĩ tài danh Phạm Duy có bài hát thuộc diện "bất hủ", bài *"Tình ca"* hay quen gọi là *"Tiếng nước tôi"*; và ca khúc đã mở đầu với những dòng thơ mượt mà:

---

[14] SÁCH KINH LỚN ĐỊA PHẬN QUI NHƠN 1958, Kinh than ngày thứ Sáu khi hôn chơn, tr. 299-306.

Tôi yêu tiếng nước tôi từ khi mới ra đời người ơi!
Mẹ hiền ru những câu xa vời.
À à ơi! Tiếng ru muôn đời...

Và sau đó, bằng nhiều hình ảnh, cảm nhận lịch sử hay văn hóa dân tộc, ông đã thổi vào bài hát một cái hồn linh thiêng diệu vợi của tiếng Việt:

Tiếng nước tôi! Bốn ngàn năm ròng rã buồn vui.
Khóc cười theo mệnh nước nổi trôi, nước ơi!
Tiếng nước tôi! Tiếng mẹ sinh từ lúc nằm nôi.
Thoắt ngàn năm thành tiếng lòng tôi, nước ơi!...
Một yêu câu hát Truyện Kiều.
Lẳng lơ như tiếng sáo diều ư diều làng ta
Và yêu cô gái bên nhà.
Miệng xinh ăn nói mặn mà ừ mà có duyên...

Từ lúc mới còn "nằm nôi" khi Tin mừng lần đầu tiên được gieo vãi với *"Phép Giảng Tám ngày"*, với *"Tự điển Việt Bồ La"* của cha Đắc Lộ (1651) cho đến khi vững vàng với *"Sấm truyền ca"* của Lữ Y Đoan (1670), với *"Tuồng Thương khó"* của Nguyễn Bá Tòng (1912)..., và rồi hoàn mỹ với với *"Sứ điệp tình thương"* của Nguyễn Xuân Văn (2001)..., quả thật, "tiếng nước tôi" đã được muôn thế hệ Kitô hữu vận dụng, trau chuốt với nhiều thể loại để chuyển tải Lời Chúa. Và trong cái chuỗi dài vận dụng "tiếng nước tôi" để cưu mang Lời Chúa đó phải dành một vinh dự trân trọng cho linh mục thừa sai Albert Schlicklin – Cố Chính Linh, người đầu tiên dịch toàn bộ *Kinh thánh* bản Vulgata sang Việt Ngữ.

Dịp kỷ niệm 90 năm qua đời của ngài (2/3/1932) nằm trong thời gian Tổng Giáo Phận Hà Nội mở Công Nghị Giáo phận. Đây phải chăng là dịp thuận lợi để cộng đoàn Dân Chúa Hà Nội tưởng nhớ về ngài và công trình "Cuốn *Kinh thánh* đầu tiên bằng Quốc ngữ"; đây cũng chính là điều mà trong thư mục vụ, Đức Tổng Giám Mục Giuse Vũ Văn Thiên đã nhắc đến:

"Công nghị Giáo phận sẽ nhấn mạnh tới chiều kích mục vụ bao gồm những mục đích sau:

** Nhìn lại quá khứ với tâm tình tạ ơn Thiên Chúa, tri ân các bậc tiền nhân về những hồng ân trọng đại đã nhận được từ xưa đến nay...".*[15]

---

[15] GIUSE VŨ VĂN THIÊN, TỔNG GIÁM MỤC HÀ NỘI, Thư mục vụ v/v triệu tập Công nghị Tổng giáo phận kỷ niệm 110 năm Công đồng Kẻ sở, website https://www.tonggiaophanhanoi.org/thu-muc-vu-trieu-tap-cong-nghi-tong-giao-phan-ky-niem-110-nam-cong-dong-ke-so/

Nhưng có lẽ, điều đáng suy nghĩ khi tìm lại một "công trình Lời Chúa" trong kho tàng "văn hóa đức tin" của Giáo hội Việt Nam đó chính là "Lời Chúa và tác động Hiệp hành".

Thật vậy, trong kinh cầu nguyện cho Thượng Hội đồng Giám mục thế giới thứ XVI với chủ đề: *"Hướng tới một Hội thánh hiệp hành: Hiệp thông, tham gia và sứ vụ"*, có những lời như sau: "xin dạy chúng con lối đường phải đi và cách bước đi trên lối đường đó... Đừng để chúng con u mê sa vào nẻo đường lầm cũng đừng để chúng con làm theo thiên kiến. Xin giúp chúng con tìm thấy nơi Chúa sự hiệp thông giữa chúng con...".[16]

Thế nhưng người Kitô hữu nào lại không biết "Lời Chúa là đường soi bước chân con" (Tv 119,105), là trường dạy và yếu tố hiệp thông tuyệt hảo nhất. Đã hơn 400 năm đón nhận Tin mừng, nhưng Giáo hội Việt Nam vẫn chưa có được một bộ *Kinh thánh* mang tính "Hiệp hành", "hiệp thông"; vừa ghi dấu ấn "thừa thượng tiếp hạ" công sức và giá trị của cha ông, vừa "nhật nhật tân" của văn minh đương đại.

Ước mong định hướng "Hiệp hành" của Giáo hội hôm nay sẽ được Dân Chúa Việt Nam biến thành hiện thực; và hiện thực căn bản đầu tiên đó là *KINH THÁNH*, là LỜI CHÚA.

(Viết xong ngày 6/1/2022)

[16] CẨM NANG CHO THƯỢNG HỘI ĐỒNG VỀ TÍNH HIỆP HÀNH, Kinh cầu nguyện cho Thượng Hội Đồng, tr. 3.

GIỚI THIỆU MỘT SỐ TUỒNG CÔNG GIÁO TRƯỚC 1945

ThS. Lê Thị Hà

Tóm tắt:

Tuồng hay còn gọi là hát bộ, hát bội là một trong những bộ môn nghệ thuật trình diễn truyền thống tiêu biểu của nước ta. Cho đến nay vẫn chưa có nghiên cứu nào đưa ra được kết luận chính xác cho việc tuồng có từ bao giờ, tuy nhiên qua những ghi chép và những cứ liệu còn sót lại, nghệ thuật biểu diễn tuồng thịnh hành nhất vào thời Nguyễn cả trên bình diện trình diễn nghệ thuật và sáng tác văn bản. Bên cạnh các loại hình như tuồng đồ, tuồng pho, đã rất phổ biến ở nước ta, trong bài viết này chúng tôi giới thiệu các văn bản Tuồng Công giáo trước năm 1945 tại Việt Nam.

Từ khóa: Tuồng; Tuồng Công giáo; *Tuồng Thương khó;* Thế kỷ XX; nghệ thuật trình diễn; *Tuồng Joseph; ...*

DẪN NHẬP

Tuồng Công giáo, hay Tuồng đạo là những vở tuồng viết về chủ đề Công giáo, thường do các giáo dân hoặc linh mục sáng tác, được trình diễn chủ yếu ở các nhà thờ. Tuồng Công giáo ra đời khá muộn, chủ yếu được viết bằng chữ Quốc ngữ. Theo các văn bản tuồng còn lại ngày nay, bản tuồng sớm nhất viết bằng chữ Quốc ngữ là *Tuồng Joseph* – tác giả Trương Minh Ký, đề ngày 20 tháng 9 năm Đinh Hợi (5/10/1887), bản in Nhà hàng Rey Et Curiol in năm 1888; Ra đời có phần muộn hơn nhưng

Ths. Lê Thị Hà

** Sinh: 12-05-1984, tại Hà Nội.*
** Tốt nghiệp Đại học Khoa học Xã hội và Nhân văn, Đại học Quốc gia Hà Nội. Chuyên ngành Hán Nôm*
** Nghiên cứu viên tại Viện Nghiên cứu Hán Nôm.*
** Email: <leha85@gmail.com>*

Tuồng Thương khó có thể xem là vở tuồng đạo được công chiếu rộng rãi nhất, có ảnh hưởng lớn và ghi dấu ấn trong nền kịch nói Việt Nam. "*Tuồng Thương khó* đắt show đến nỗi được mời lưu diễn khắp trong Nam ngoài Bắc." [1] Nhờ đó dấy lên phong trào tuồng kịch đạo sôi nổi hào hứng, ở nhiều cấp độ khác nhau. *Tuồng Thương khó* được biên soạn dựa vào bản văn ngoại ngữ được trình diễn tại Oberammergau, Paris và Nancy, có tham khảo thêm *"Sách gẫm sự thương khó Chúa Giêsu"*.

Đề tài của các vở tuồng Công giáo thường lấy *Kinh thánh* hoặc Truyện các Thánh để làm nội dung phản ánh. Những nhân vật, sự kiện trong các vở tuồng đạo tuy thường không phải người Việt, song lại khá gần gũi với giáo dân. Họ là Chúa Giêsu, là ông Joseph, ông Gióp, là vua Đavít, là thánh Gioan, hay là bà thánh Cecilia... những người thường xuất hiện trong các câu chuyện của Tân ước, Cựu ước, những tấm gương lành nên Thánh của nhà đạo. Cũng có đâu đó những vở tuồng tái hiện lại cuộc đời của những thánh tử đạo Việt Nam, như *Tuồng ông Năm Thuông* – là câu chuyện vừa bi thương, vừa đáng tự hào về một Thánh tử đạo người Việt.

Tuy lấy đề tài, sự kiện và các nhân vật từ nước ngoài, song cách trình bày, ngôn ngữ của tuồng đạo tương đối trong sáng và gần gũi với người Việt, được cả người trong và ngoài đạo tiếp nhận một cách hào hứng, nhiệt tình, như trong bài viết trên báo *Nam Kỳ địa phận* về buổi trình diễn của *Tuồng Joseph* số 418 ngày 8.2.1917: *Tuồng này làm năm lần, mà lần nào thiên hạ cũng đông đảo, chật cứng như nêm, có nhiều kẻ ngoại đi coi về thì trầm trồ rằng tuồng đạo làm hay quá, và thấy gương lành gương thánh như vậy, thì động lòng khen ngợi; ước phải có tuồng đạo làm hoài mà đi coi, tiếng nói rõ ràng dễ hiểu tốt lành và ngộ hơn đi coi hát bội.*[2]

---

[1] Lê Đình Bảng, *Ở thượng nguồn thi ca Công giáo Việt Nam. Miền thơ trong kinh nguyện*, NXB Tôn giáo, H.2009, tr.464: Năm 1917 diễn tại Bà Rịa, năm 1934 diễn tại Nhà hát Thanh Niên bên cạnh nhà thờ đá Phát Diệm, năm 1935 diễn tại xã Đoài Vinh và trở lại diễn tại Tân Định năm 1942-1943.

[2] Dẫn theo Trần Nhật Vy, *Tuồng Joseph,* bản điện tử báo *Công giáo và dân tộc* ngày

Tác giả của Tuồng đạo chủ yếu là giáo dân, linh mục, những người có am hiểu về đạo Chúa, như vở *Tuồng Thương khó* – do Giám mục Nguyễn Bá Tòng biên soạn; sau lại tiếp tục được một giáo dân là ông Jacques Lê Văn Đức soạn lại; *Tuồng Bảy mối tội* do Giám mục Đa Minh Hồ Ngọc Cẩn soạn; *Tuồng Chúa Hài đồng* do Jacques Lê Văn Đức soạn; *Tuồng Chân phước Năm Thuông tử đạo* do Thomas Trứ soạn; ngoài ra, có *Tuồng Joseph* do một tác giả không phải người Công giáo soạn, đó là Trương Minh Ký. Bên cạnh đó cũng như nhiều tác phẩm văn chương Công giáo khác, nhiều vở tuồng Công giáo không đề danh tác giả như *Tuồng ông Gióp, Tuồng Cecilia, Tuồng Đa-vit thánh vương, …*

Tuồng Công giáo chủ yếu là những vở tuồng ngắn, thời lượng từ 45 phút cho đến 1 buổi, với số lượng các vai tuồng vừa phải, chủ yếu được trình diễn ở sân khấu các nhà thờ vào các dịp lễ tết, như *Tuồng Thương khó* được diễn vào mùa Thương khó thường vào tháng ba hoặc tháng tư hằng năm để tưởng nhớ cuộc tử nạn và phục sinh của Chúa Giêsu, tuồng Joseph diễn trong dịp lễ tết... Tuy với số lượng không nhiều song những kịch bản tuồng Công giáo cũng như những vở diễn tuồng Công giáo đầu thế kỷ XX đã để lại những dấu ấn trên các diễn đàn về văn học và sân khấu kịch Việt Nam.

1. NHỮNG VĂN BẢN TUỒNG CÔNG GIÁO TRƯỚC 1945

Theo thống kê của Linh mục Trần Anh Dũng, trong *Sơ thảo Thư mục Công giáo*, có khoảng 20 vở tuồng Công giáo, như *Cêcilia Tuồng, Chúa Hài Đồng, Đavid Thánh Vương Nhứt Tấn, Gioang Lều Nhứt Tấn, Tuồng Đức Mẹ Lộ Đức, Tuồng Joseph, Tuồng Thương khó…*[3] Theo đó, vở tuồng có niên đại sớm nhất là Tuồng Joseph (1888); đến các vở như *Cêcilia Tuồng, Đavid Thánh Vương Nhứt Tấn, Gioang Lều Nhứt Tấn* xuất bản năm 1899, cùng được in trong tập *Vãn và Tuồng* của nhà in Sàigòn, Impr. de la Mission, 1899. Vở tuồng được in muộn nhất là *Tuồng Đức Mẹ Lộ Đức*, kỷ niệm đệ nhất bách chu niên Đức Mẹ hiện ra tại Lộ Đức (1858-1958), tác giả Vũ Hòa Đức, do nhà sách Thánh Gia in năm 1959, có 78 trang, khổ 21cm.

Ở bài viết này, trong khuôn khổ những tác phẩm đã sưu tầm được, chúng tôi xin giới thiệu một số văn bản Tuồng Công giáo trước 1945.

1.1. Tuồng Joseph – Trương Minh Ký

Tuồng Joseph là một trong ba tác phẩm tuồng được viết bằng

29/1/2019
http://www.cgvdt.vn/cong-giao-viet-nam/tuong-joseph_a8643

[3] Dẫn theo Nguyễn Hữu Triết, *Có một cuốn sách như thế, quyển hạ,* Sách lưu hành nội bộ http://sachvatranh.com/magazine.php?id=194

chữ Quốc ngữ của Trương Minh Ký. *Tuồng Joseph* viết xong ngày 20 tháng 9 năm Đinh Hợi (1887) và được in lần đầu năm 1888, đến nay được xem là bản tuồng hát bội sớm nhất sáng tác bằng chữ Quốc ngữ ở nước ta.

Lấy đề tài từ trong Cựu ước, *Tuồng Joseph* đề cập đến cuộc đời của ông Joseph thuở nhỏ, khi còn ở cùng cha mẹ ở vùng Palestin. Joseph là con thứ 11 trong 12 người con của Giacóp, và là con đầu lòng của bà Rachel. Vì được cha yêu mến, nên Joseph sớm bị các anh cùng cha khác mẹ ghen ghét, đố kị, lại thêm khi 17 tuổi, Joseph hai lần giấc mộng thấy các anh trai và cha đều phải quỳ lạy mình. Sau khi kể lại giấc mơ cho cha và các anh, ông càng khiến các anh cho rằng mình kiêu căng, ngạo mạn. Nhân chuyến đi chăn cừu xa nhà, ông đã bị các anh hãm hại, đánh đòn, định giết đi, nhưng sau có Ruben can ngăn nên các anh đã nhốt ông xuống một chiếc giếng khô, rồi bán ông cho các thương nhân người Ai Cập lấy 20 đồng bạc. Khi về họ nói với cha Gia cóp rằng Joseph đã bị thú dữ ăn thịt, khiến cho Gia cóp vô cùng đau khổ, ngỡ rằng con trai mình đã chết.

1.2. *Tuồng Thương khó* - G.B. Nguyễn Bá Tòng

Tuồng Thương khó là tác phẩm được viết dựa trên sự kiện từ trận ôn dịch tại làng Oberammergau, Đức năm 1632-1633, Cha sở hiệp cùng dân làng nơi đây đã "khấn nguyện xin Chúa ra tay cứu chữa, với lời hứa sẽ trình diễn *Tuồng Thương khó* để tạ ơn và Chúa đã nhận lời. Ngay năm sau (1634), vở tuồng ra mắt tại sân nhà thờ xứ. Tiếng lành đồn xa. Người khắp nơi tuốn đến xem, đông đến nỗi ban hành giáo phải tranh thủ dựng một nhà rạp – sàn diễn có sức chứa 5000 chỗ ngồi. Từ ấy đến tận 1934, tức xuyên suốt 300 năm, đến hẹn lại lên, sân khấu nhà thờ Oberammergau cứ đỏ đèn đón khách thập phương đổ về".[4] Cho đến nay, ở Oberammergau, cứ 10 năm một lần, vào mùa Thương khó, dân làng ở đây vẫn tiếp tục trình diễn *Tuồng Thương khó* (thường được gọi là Christ's final passion), "Trong vở tuồng ca nhạc kịch năm nay (2010), trong số 5,200 dân làng thì có đến 2 ngàn người tham dự vào vở kịch".[5]

Năm 1911, Cha G.B. Nguyễn Bá Tòng, khi đó là ký lục của Tòa giám mục Sài Gòn, đã khởi sự biên soạn *Tuồng Thương khó* dựa trên bản văn của nhà thờ Oberammergau, đồng thời tham khảo thêm "Sách gẫm sự thương khó Đức Chúa Giêsu". Năm 1913 *Tuồng Thương khó*

---

[4] Lê Đình Bảng, *Ở thượng nguồn thi ca công giáo Việt Nam/ Miền thơ trong kinh nguyện*, NXB. Phương Đông, 2009, tr.460

[5] Bắt đầu diễn tuồng Thương Khó tại Oberammergau, Đức. http://vntaiwan.catholic.org.tw/10news/10news0829.htm

hoàn thành và đưa vào biểu diễn. *Tuồng Thương khó* của Cha G.B. Nguyễn Bá Tòng đã được trình diễn khắp trong Nam, ngoài Bắc, theo ghi chép của ông Giude (Mặc Bắc) đăng trên *Nam Kỳ địa phận,* ngày 15/5/1913: "Tôi bởi người phương xa mà đến Sài Gòn, nên phải đi tàu, đi xe lửa. Khi xuống tàu lên xe, đều thấy người ta đông nức không chỗ ngồi; hỏi lại thì rõ là những bổn đạo các nơi tuôn đến mà xem *Tuồng Thương khó*...Số người ta xem tuồng mỗi lần độ ba bốn ngàn người".[6] Thì rõ thấy những người giáo dân lúc bấy giờ chuộng xem *Tuồng thương khó* đến mức nào. Bởi với họ "coi một tuồng, bằng nghe mười bài giảng rất khoan ngôn ngữ".[7]

Tuồng Thương khó sau này được Jacques Lê Văn Đức – một giáo dân, đồng thời cũng là người sắm vai Đức Chúa Giêsu trong *Tuồng Thương khó* của Cha G.B. Nguyễn Bá Tòng, soạn lại năm 1926.

1.3. Tuồng Ông Gióp

Gióp là một nhân vật Cựu ước, "Ông là một con người vẹn toàn và ngay thẳng, kính sợ Thiên Chúa và lánh xa điều ác. Ông sinh được bảy người con trai và ba người con gái. Ông có một đàn súc vật gồm bảy ngàn chiên dê, ba ngàn lạc đà, năm trăm đôi bò, năm trăm lừa cái và một số rất đông tôi tớ. Ông là người giàu có nhất trong số các con cái Phương Đông".[8] Ông rất được lòng Thiên Chúa, nhưng với Sa-tan, lại xem rằng Gióp kính sợ Thiên Chúa bởi Thiên Chúa đã ban cho ông quá đầy đủ, hắn cho rằng ví bằng Chúa lấy đi mọi thứ của cải, thì Gióp sẽ "nguyền rủa Ngài thẳng mặt". Chính vì vậy Chúa đã phán với Sa-tan: "Được, mọi tài sản của nó thuộc quyền ngươi, duy chỉ có con người của nó là ngươi không được đưa tay đụng tới".[9] Tuồng Ông Gióp cũng nhân câu chuyện này, diễn lại việc ông Gióp đã đấu tranh với Qủy dữ thế nào? Lòng sùng kính của ông với Thiên Chúa, và thái độ của ông với những của cải Chúa ban cho.

1.4. Tuồng Đa vít Thánh vương

Tuồng Đavít Thánh vương được in trong tập *Vãn và Tuồng*, Nxb. Saigon, 1899, cùng với các *Tuồng ông Gióp, Tuồng Cecilia, Tuồng Gioang lều*... Là tác phẩm khuyết danh, không đề tên tác giả.

Tuồng Đavít Thánh vương quy tụ khá nhiều nhân vật, như: Đavít; mục đồng; Lịnh vương; Goriác; Đốc tướng; Bát vạn; Phụ từ Đavít;

---

[6] Dẫn theo G.B. Nguyễn Bá Tòng, *Tuồng Thương khó,* Imprimerie de la Mission Quy Nhon, 1923, tr.10

[7] G.B Nguyễn Bá Tòng, nt, tr.8

[8] *Kinh thánh Cựu ước Công giáo*, bản dịch của Nhóm Các Giờ Kinh Phụng Vụ, https://augustino.net/kinh-thanh-cuu-uoc/sach-giop/

[9] Sđd

Huynh Đavít; Anh Đavít; Vương; Dân; Đờn; Tôn sư; Thái tử; Bá quan; Công Chúa; Huỳnh long; Thầy cả; Tiểu bộ; Đông cung; Công chúa vợ Đavit; Giu áp; Tiểu nội; bổn đạo; ...Được viết theo loại Thơ tự do, gồm 1481 câu thơ.

Đavít là nhân vật trong Cựu ước, Đavít xuất thân là một người chăn cừu dũng cảm và tháo vát. Ông đã đánh bại tên khổng lồ Goliath, đem lại thắng lợi cho quân đội Israel do vua Saul chỉ huy trước đội quân xâm lược của người Philistia. *Tuồng Đa vít Thánh vương* đã thuật lại cuộc đời Đa-vit vào thời điểm ông chiến thắng Goliath và phải đi trốn khắp nơi do bị vua Sau-lơ ghen ghét.

1.5. Tuồng Cécilia tử đạo

Cùng được in trong sách *Vãn và Tuồng*, Nxb. Saigon, 1899, còn có bộ tuồng về một thánh nữ, thánh Cecilia tử đạo.

Thánh Cecilia sinh ra trong một gia đình quý tộc ở Roma vào khoảng những năm 200 SCN. Thủa thiếu thời, cô đã tỏ lòng mến mộ Chúa, khi đến tuổi trưởng thành, cô được gia đình gả cho Valerina, là một người giàu có nhưng ngoại đạo. Vào đêm tân hôn, Cecilia đã thuyết phục Valerina theo đạo và đồng ý giữ cho cô được đồng trinh. Valerina đã đồng ý và tôn trọng lời hứa khiết trinh của nàng, đồng thời cũng thuyết phục em trai của mình theo đạo. Cecilia đã làm nhiều việc thiện, giúp đỡ người nghèo.

Tuồng Cecilia kể lại đoạn cô bị quân lính bắt vì theo đạo Chúa. Vở tuồng tuy rất ngắn, với khoảng 347 câu thơ, với chưa tới 10 nhân vật, nhưng đã khắc họa đoạn cuộc đời thanh tịnh và kiên trung theo Chúa của vị thánh nữ này. Cô đã dõng dạc tuyên sinh đức tin trước quan cầm quyền, và luôn vững niềm tin nơi Thiên Chúa. Khi bị xử tử, cô bị ném vào lửa đỏ nhưng chẳng hề hấn gì. Sau cùng, người ta phải sai một tên đao phủ đến chém đầu cô. Hắn phải chém xuống đầu cô ba lần mới lìa khỏi cổ. Cecilia đến lúc chết vẫn giữ một đức tin mạnh mẽ nơi Chúa Cha và lòng mến yêu kẻ nghèo khó.

1.6. Tuồng Chơn phước Năm Thuông tử đạo – Thomas Trứ, Librairie Imirimerie Qui Nhon An Nam, 1910.

Tuồng Chơn phước Năm Thuông tử đạo là câu chuyện về cuộc đời nên thánh của Thánh Anrê Nguyễn Kim Thông (Năm Thuông) Trùm Chánh (1790-1855). Ông sinh ra ở một xứ đạo kỳ cựu của giáo phận Quy Nhơn, làng Gò Thị, xã Phước Sơn, huyện Tuy Phước, Bình Định. Ông là con thứ tư trong gia đình, nhưng theo cách gọi của người địa phương nơi đây anh cả thường được gọi là anh hai, nên ông được gọi là ông Năm Thuông. Sinh ra trong một gia đình nề nếp Nho giáo, nhờ sự giáo dục tốt lành của cha mẹ, ông có đời sống liêm chính nên sớm được người dân trong làng nể trọng, bầu làm xã Trưởng, đồng thời ông lại được giáo xứ bầu làm Trùm Chánh của xứ Gò Thị.

Tuồng Chơn phước Năm Thuông tử đạo gồm có 16 vai, như Đức cha Thể; Ông Năm Thuông; Cha Thủ, chú giúp; Ba quan tỉnh; Bảy út; Thầy bói, thằng mổng; Quản, đội, lính, nhà tơ ...chia ra làm 13 màn tuồng. Mặc dù diễn lại việc chân phước Năm Thuông bị bắt bớ, giam cầm, song trong toàn bộ vở diễn người ta không thấy những tra tấn, nhục hình, mà thay vào đó, đến thái độ của những tên lính, đội ... cũng một lòng rất tôn trọng và kính mến ông.

1.7. Tuồng Chúa Hài đồng gọi – Jacques Lê Văn Đức, E. Đinh Văn Sắt

Tuồng Chúa Hài đồng gọi là vở tuồng ngắn với 5 nhân vật, 6 hồi kịch, lấy bối cảnh là đêm Giáng sinh lạnh lẽo, trong căn nhà của Théodore.

Théodore đang buồn bã vì hôm nay là đêm Giáng sinh mà cậu không được đến nhà thờ xem lễ do cậu đang "bị đau cả tuần nay". Bỗng có hai đứa trẻ rách rưới đến gõ cửa căn nhà cậu. Théodore đã mở cửa cho hai đứa trẻ vào nhà, rồi cho chúng ăn, lại lấy quần áo đẹp và giày mới là quà tặng Giáng sinh của mình để cho chúng đi, vì cậu thương chúng quá sức. Théodore không ngờ rằng hai đứa trẻ rách rưới được mình giúp đỡ kia lại chính là Chúa Hài đồng và ông thánh Tarcisius hiện ra để thử thách mình. Théodore và hai đứa trẻ đã nói với nhau những câu chuyện về Chúa Hài đồng, về niềm tin và lòng mến thương, sùng kính của Théodore với Chúa Hài đồng. Chính những điều đó đã cảm động lòng Chúa Hài đồng, nhờ vậy Ngài đã đã hiện ra để bảo vệ Théodore khỏi tên hung đồ và để Théodore được biết Ngài chính là đứa trẻ ăn xin ban nãy.

1.8. Tuồng bảy mối tội – Đa Minh Hồ Ngọc Cẩn

Tuồng bảy mối tội là một trong những sáng tác của Đa Minh Hồ Ngọc Cẩn, vị Giám mục người Việt thứ hai của Giáo hội Công giáo Việt Nam. *Tuồng bảy mối tội* được sáng tác vào khoảng đầu thế kỷ XX và được in tại Nhà in Quy Nhơn năm 1933.

Tuồng bảy mối tội là câu chuyện dựa trên quan niệm về *Bảy mối tội đầu* là nhóm các tội lỗi chính mà con người dễ mắc phải, và là nguồn gốc cho nhiều loại tội lỗi khác phát sinh, theo quan niệm của Kitô giáo. Ngoài mục đích làm một tuồng giải trí, thì vở tuồng này cũng nhằm việc giáo dưỡng các giáo dân, để họ nhận thức được về nguồn gốc tội lỗi, những cám dỗ của ma quỷ và biết cách để tránh xa tội, như trong lời

Tiểu dẫn của *Tuồng bảy mối tội* "nay tuồng này diễn ra cho biết ma quỷ thường cám dỗ người ta về bảy mối tội đầu thể nào, người ta quen phạm về bảy mối ấy làm sao... Vì vậy xem sách tuồng nầy đã giải trí, lại hữu ích; mà khi coi hát tuồng này thì lại càng động lòng hổ thẹn về nết xấu mình cùng sợ đàng tội lỗi".[10] Bảy loại tội lỗi, tương ứng với bảy con quỷ đầu sỏ trong địa ngục trở nên sống động trong vở tuồng. Chúng bày ra những mưu mô xảo quyệt, những thói hư để làm hại loài người. Từ Luxiphe là con quỷ đầu đàn, đến các tướng Kiêu ngạo, tướng Tà dâm, tướng Hà tiện, tướng Làm biếng,... là những loài tội lỗi thường cám dỗ con người ta.

Tuồng bảy mối tội với khoảng hơn 20 nhân vật, từ thiên thần, các tội nhân, lũ quỷ, người chủ quán, tên khách, ông tổng, ông xã, ... Ngoài lời thoại là những câu thơ, còn có "các bài hát Nam, khách, bạch, thán, nghe có vui có thảm".[11]

2. VÀI ĐẶC ĐIỂM VỀ TUỒNG CÔNG GIÁO TRƯỚC 1945

2.1. Cốt truyện tuồng Công giáo

Đối với hầu hết các thể loại văn học, cốt truyện là bộ phận quan trọng nhất, cốt truyện là cơ sở để phân biệt kịch bản này với một kịch bản khác, cốt truyện có hay thì kịch bản mới hấp dẫn người xem.

Trước hết phải nói rằng tuồng Công giáo là một thể loại đặc biệt, do mục đích sáng tác cũng như đối tượng thể hiện của Tuồng Công giáo chủ yếu dành cho giáo dân, việc diễn tuồng Công giáo cũng là một hoạt động mang tính tôn giáo, người ta "đi xem tuồng cũng như đi xem lễ". Do vậy cốt truyện trong các kịch bản tuồng Công giáo chủ yếu dựa trên *Kinh thánh* hoặc truyện các Thánh. Đây là nguồn dữ liệu vô biên cho các nhà sáng tác văn chương, các nhà viết kịch. Những câu chuyện về cuộc đời Chúa Giêsu, về 12 tông đồ, về Đức Mẹ, về lịch sử Giáo hội, về các bậc thánh nhân... đã đi vào biết bao tác phẩm văn học, trở thành món ăn tinh thần cho nhiều người qua nhiều thế hệ. Trong các tác phẩm tuồng Công giáo, người ta gặp ở đó là câu chuyện về chặng đường thánh giá đầy gian lao của Chúa Giêsu, là niềm vui hân hoan ngày Chúa sống lại; người ta cũng thấy ở đấy tấm gương ông Gióp vô cùng tôn trọng, kính thờ Chúa, dù cho ma quỷ có cướp đi của ông tiền bạc, gia đình, sức khỏe, ... nhưng ông vẫn một lòng "nguyện theo ý Cha"; hay cũng ít ai thấy được vẻ gan dạ, kiên trung như Cecilia khi phải đối diện với quân lính, khi bị vứt vào lửa thiêu, cô vẫn không ngần ngại tuyên xưng đức tin của mình; ở đó

---

[10] Đ. Hồ Ngọc Cẩn, *Tuồng bảy mối tội,* Nhà in Quy Nhơn, 1933, tr.4

[11] Đ. Hồ Ngọc Cẩn, *sdd*, tr.4

cũng có tấm gương nhân đức, một vị thánh tử đạo của đất Việt: ông Năm Thông. Dù cho tuổi đã cao, dù có quyền có tiếng nhưng khi bị bắt vì là người có đạo ông cũng nhất quyết không bước qua thập giá, không chối bỏ đức tin của mình. Nhân cách cao đẹp của ông đến cả những người lính áp giải ông còn phải tôn kính, ...

Tuy cốt truyện lấy đề tài từ trong *Kinh thánh*, các nhân vật hầu hết là người phương Tây, song đối với những người giáo dân nói riêng và những người xem tuồng nói chung đều cảm nhận được những giá trị gần gũi với người Việt, lồng ghép trong *Tuồng Thương khó, Tuồng chân phước ông thánh Năm Thuông, Tuồng Joseph,...* là những câu chuyện ca ngợi đấng Tạo hóa, giảng giải về giáo lý, khuyên răn về luân lý, đạo đức làm người.

2.2. Hệ thống các nhân vật trong tuồng Công giáo

Như đã trình bày ở trên về cốt truyện của tuồng Công giáo, hầu hết đó đều là những câu chuyện từ trong *Kinh thánh* hay truyện các Thánh, do vậy các nhân vật và hình mẫu nhân vật cũng đều từ trong *Kinh thánh*. Đối với giáo dân, những ngôi tuồng này tuy hầu hết là người phương Tây nhưng không hề xa lạ với họ. Đó là Chúa Hài đồng Emmanuel trong hình hài một em bé ăn xin, nghèo đói vào đêm Giáng sinh ở *Tuồng Chúa Hài đồng gọi*; hay là hình tượng Chúa Giêsu đầu đội mão gai, thân mang thánh giá, từng bước nặng nhọc trên đường đến đồi Calvario trong *Tuồng Thương khó*; đó cũng là một chàng thanh niên chăn cừu Đavít mạnh mẽ, khôn ngoan trong *Tuồng Đavít Thánh vương*; hay cậu bé chăn cừu Joseph con ông Giacóp, bị sự ghen ghét, hắt hủi từ các anh em của mình trong *Tuồng Joseph;* hay đó cũng là gương trinh nữ kiên trung, giàu lòng nhân ái, giàu đức tin Cecilia trong Tuồng Cecilia;... Mỗi nhân vật trở nên sống động, bước chân từ *Kinh thánh*, từ những vùng đất xa xôi trời Tây để bước lên sân khấu tuồng ở nước Nam này.

Các tuyến nhân vật trong Tuồng Công giáo cũng phân ra chính – tà, thiện – ác rõ ràng. Thông qua các *đài từ* khi nhân vật xuất hiện, người đọc, người xem được cung cấp các thông tin về danh tính, lai lịch (xưng danh), đồng thời cũng để dẫn dắt câu chuyện đến một diễn biến mới.

Điển hình như trong *Tuồng bảy mối tội*, nào quỷ Luxiphe, quỷ Kiêu ngạo, quỷ Tà dâm, quỷ Hà tiện, quỷ Làm biếng... là điển hình cho điều xấu, cho cái ác. Mỗi sự xuất hiện của chúng đều được miêu tả cách chân thực, khi quỷ Tà dâm xuất hiện đã thể hiện bản chất thông qua đoạn tự *bạch* rằng:

Ô danh nan thục ấy vì ta,
Cũng bởi nhơn tâm lắm khúc tà,
Gặp gió dâm phong còn phất phưởng,
Thấy trăng sắc nguyệt lại mê sa.
Hay khi quỷ Hà tiện xuất, cũng có lời bạch rằng:
Tiền tài nhơn ngãi khó tương thân,
Mấy kẻ biết suy cuộc thế trần,
Láu đáu âu lo đời tạm gởi,
Bôn chôn tìm kiếm của phù vân.

Lời *bạch* là loại ngôn ngữ tâm trạng, thường để bộc lộ bản chất con người hoặc đặc điểm tính cách nhân vật. Đây chính là một trong những điểm khác biệt giữa tuồng và các loại hình văn chương khác. Thường tính cách nhân vật sẽ thể hiện qua hành động hoặc diễn tiến tâm lí, qua các sự kiện của câu chuyện, nhưng đối với các kịch bản tuồng, người ta sẽ thường thấy bản chất tốt – xấu, thiện – ác ngay khi nhân vật xuất hiện.

Đối lập với các tướng quỷ, Thiên thần khi xuất hiện thì đầy hào quang:

Trung thần hưởng phước tại thiên đình,
Ngụy quỉ lưu giam chốn địa hình.
Lương tiện hà giao nhơn bất nghĩa,
Thanh liêm khỉ mộ chúng khuy tình.
Nói:
Hỉ hoan nơi cõi thọ,
Nhàn lạc chốn quang vinh,
Hằng chầu chực Chúa chí linh.
Cùng giữ gìn người dương thế.

Hay như trong *Tuồng ông Gióp*, toàn bộ lai lịch, quê quán, tên tuổi, gia đình, con cái cho đến nhân cách của nhân vật đều được thể hiện qua đài từ:

Tây vực quấc thành mỗ nay hiệu Gióp,
Là danh quê thật vu xi lai thục.
Phước lành nối nghiệp thờ Chúa cả,
Chí thành chữ hiếu trung ghi vẹn.
Ở mình dùng nhơn ngãi tam tùng tứ đức,
Kết phối thất dươn lành hiền thục.
Bạn má đào vợ hiệu Annà,
Sinh ấu nhi mười gã tợ ngà,
Xem dường ngọc nâng niu dưỡng dục.
Trai ngõ thánh phen đòi kinh sử,
Gái cửa trinh sạch vẹn chỉ kim.

Còn đối với *Tuồng Cecilia,* vừa khi nhân vật xuất hiện đã kịp xưng quê hương, danh tính:

Quê ngụ tại Rôma,
Cêcilia tên thiếp;

Đồng thời những đặc điểm tính cách của nhân vật cũng được bộc lộ, đó là một thiếu nữ mang tấm lòng sắt son, kiên trung giữ đời đồng trinh, và thờ Chúa hết lòng hết sức:

Tấm lòng son nắm giữ đạo lành,
Dốc hết chí thìn mình ái nữ.
Đức đồng trinh quyết giữ hết lòng,
Việc thờ Chúa nông công hết sức.

Riêng với nhân vật Chúa Giêsu, đối với người Công giáo, Ngài là con Thiên Chúa, là Đấng Cứu độ loài người, ở ngôi vị chí cao nên sự xuất hiện của Ngài cũng hoàn toàn khác biệt. Như trong *Tuồng Thương khó,* khi Chúa Giêsu xuất hiện, Ngài không cần lên tiếng nói, không cần giới thiệu mình là ai, toàn bộ khung cảnh bên trong cũng như sự tiếp đón của toàn dân trong thành Giêsusalem đã tỏ hiện uy nghi của Ngài, một khung cảnh vui vẻ náo nhiệt mở ra, sân khấu tuồng nổi lên bài hát "*Hosanna!* Văng vẳng đàng xa đi tới, giọng khởi hoàn khoái lạc; tới gần thấy đô hội nam nữ lão ấu, kẻ hua nhành lá hớn hở vui mừng, người cổi áo mà lót đàng cho Đấng Cứu thế ngồi trên cật lừa mà ngự đến Thiên hạ tung hô: *Vạn tuế con vua Đavít, mừng Đấng nhơn danh Chúa mà đến, Vạn vạn tuế".*[12] Tương tự ở trong *Tuồng Chúa Hài đồng gọi*, lần thứ nhất khi Chúa Hài đồng xuất hiện trong hình hài một trẻ thơ nghèo khó ăn xin trước cửa nhà Théodore, thì không gì đặc biệt, nhưng khi Ngài xuất hiện trở lại, với vai trò là Chúa Hài đồng để cứu Théodore thoát khỏi tên hung đồ thì uy nghi rực rỡ "Tên hung đồ vừa đưa dao lên, thoát chúc cửa mở ra, có yến sáng lòa rực rỡ, thì Chúa Hài đồng với ông thánh Tarcisius bước vào oai nghi. Chúa Hài đồng mặc áo trắng, cột dây trắng. Ông thánh Tarcisius mặc áo đỏ có ren trắng giống như áo học trò giúp lễ, tay cầm nhành hoa thánh tử đạo. Những áo, nón, choàng của Theódore cho thì hai anh thiên thần cầm nơi tay*".*[13] Chỉ bằng vài dòng ngắn gọn, nhưng trong cả hai khung cảnh, người ta đều thấy được vẻ uy nghi, lộng lẫy của Ngài.

Các nhân vật trong tuồng Công giáo hầu hết đều bước ra từ trong *Kinh Thánh*, với lịch sử hàng nghìn năm về trước, song bằng các lời văn giản dị mộc mạc, cách mô tả chân thực đã khiến cho các nhân vật trở nên sống động và gần gũi với người Việt, giúp giáo dân cho đến những người lương dân dễ dàng tiếp nhận.

---

[12] J. Nguyễn Bá Tòng, *Tuồng thương khó,* Imprimerie de Quy Nhon, 1923, tr.4

[13] J. Lê Văn Đức, *Chúa Hài đồng gọi,* Imprimerie de Quy Nhon, 1924, tr.28

2.3. Ngôn ngữ trong tuồng Công giáo

Ngôn từ là chất liệu để truyền tải các thông điệp của tác phẩm văn chương. Đối với các tác phẩm tuồng, ngôn ngữ tuồng đóng vai trò quan trọng, ngoài những đặc điểm của ngôn ngữ tuồng thông thường, ngôn ngữ trong tuồng Công giáo mang dấu ấn đậm nét của nhà đạo.

Ngôn ngữ nhà đạo

Tuồng Công giáo là sản phẩm do phần lớn là giáo dân, linh mục sáng tác, do vậy ngôn ngữ trong các kịch bản tuồng Công giáo mang dấu ấn đậm nét của ngôn ngữ nhà đạo, đó là cách dùng tên gọi và thứ bậc trong đạo, chỉ trong đạo mới có cách xưng hô như vậy, như *Ông Thánh, Đức Cha, thầy giảng, cha xứ, cha sở, trùm họ, chánh trương, …* Tên các nhân vật trong *Kinh thánh* như *Chúa Giêsu, Thiên Chúa, Chúa Hài đồng, Đức Mẹ, Thiên thần, Ma quỷ, Thánh Tarcisius, Tông đồ, Ông Giop, Joseph, vua Đavít, Thánh Cecilia, Tướng Riác, Saolê,…* Cũng có khi là các thuật ngữ, những lời ví von hay những khẩu ngữ mang đậm dấu ấn của Công giáo: *lên thiên đàng, xuống hỏa ngục; việc đời, việc đạo, kiếm của phần xác mà bỏ phế việc phần hồn; vâng theo ý Chúa, về chầu nhà Chúa, một lòng thờ Chúa, tội trọng mất linh hồn sa hỏa ngục, ma đưa lối quỷ đưa đường,…* Đối với người Công giáo đó là những ngôn ngữ hết sức quen thuộc mà họ vẫn thường dùng trong lời ăn tiếng nói, được nghe trong các bài kinh, các bài nguyện ngắm hằng ngày.

- Những cách ví von trong việc đối nhân xử thế, hay trong luật nhân quả ở đời:

Trong số 8 văn bản tuồng Công giáo được giới thiệu ở trên, có 5/8 tác phẩm được viết theo thể thơ, 3/8 tác phẩm được trình bày bằng văn xuôi. Đối với những tuồng được viết theo thể thơ, có xen kẽ giữa thất ngôn đường luật, thất ngôn tứ tuyệt, hay cũng có những đoạn viết theo thể lục bát, ngũ ngôn… Ngôn ngữ được gieo vần, đối xứng nhịp nhàng, đặc biệt thường hay dẫn dụng nhiều ca dao, tục ngữ, ngạn ngữ khiến cho ngôn ngữ tuồng càng trở nên sinh động, gần gũi với đời sống nhân dân. Ở đó thể hiện những quan điểm về cuộc đời, về nhân quả, về duyên nợ ở đời, …như trong mấy đoạn trích:

- Người đời chẳng khác ngọn sông,
Khi qua thiềng thị, lúc vòng rừng non,
Rồi ra kẻ mất người còn,
Mất còn còn mất, quay tròn tròn quay.[14]
- Sức chuột kia dễ bắt nạt mèo,

[14] Tuồng Joseph

Hơi cáo nọ khôn đương vuối sói [15]
- Chịu cung tên mới biết sức trai,
Gặp gió cả hẳn cây mềm cứng [16],
- Việc đời thì vậy có thạnh có suy.
Chữ rằng: thiệt ác đáo đầu,
Họa phước vô môn khả đảo;
Xưa của nhiều cũng hảo.
Nay của hết cũng xinh,[17]

Hay có khi lồng trong trích đoạn là những bài giảng giáo lý về "sự của cải đời này" theo quan điểm nhà đạo, được truyền tải một cách nhẹ nhàng:

- Hễ hữu thân thì hữu khổ,
Của là của Chúa chớ tiếc nhọc lòng.
Khi sinh ra cắp một tay không,
Đến khi thác cũng không hơn nữa,[18]
- Của là của chung hóa tạo,
Cho hay giống nó phù vân,
Còn thì ta ăn, hết thì ta nhịn.[19]

Những quan điểm về đạo đức, đức hạnh của con người cũng được đưa vào trong thơ một cách nhuần nhuyễn, bên cạnh việc thể hiện đạo Chúa, thì những quan điểm về "tam tòng tứ đức", về đạo "hiếu trung vua tôi"... cũng được đề cập đến:

- Gái vẹn thảo kính chồng.
Phu tùy trọn đạo tam tùng,
Phụ xứng ngãi tuyền tứ đức.
Hiếu đàng tận lực trung tác tận thành.[20]
- Đức thắng tài bền vững mới ngoan,
Tài thắng đức vội chi than trách.
Chúa là mạng mạch cội rễ cậy trông.
Dầu khó giàu ngãi Chúa chớ vong.
Màng chi sự giàu yêu khó phụ,
Xin hằng ngày dùng đủ thìn hai chữ vô vi
Giàu sang khốn khó một thì,
Nhơn ngãi tích để phòng hậu đãi.[21]

---

[15] Tuồng Đa-vít Thánh vương
[16] Tuồng Ông Gióp
[17] Tuồng Ông Gióp
[18] Tuồng Ông Gióp
[19] Tuồng Ông Gióp
[20] Tuồng Cecilia
[21] Tuồng ông Gióp

- Ăn lộc vua những ước an nhà,
Trả nợ Chúa chẳng lo nghèo nước [22]

- Sử dụng các phương ngữ:

Trong số các tác giả của 8 vở tuồng Công giáo được giới thiệu ở trên, chủ yếu là những tác giả người miền Trung, Nam bộ, chính bởi vậy, dấu ấn phương ngữ vùng Nam Trung bộ, Nam bộ được hiện rõ ràng trong các tác phẩm tuồng đạo, như các từ "nhân" được chuyển thành "nhơn", "phúc" được viết thành "phước", "đường" được viết thành "đàng":

- Hỡi các giáo nhơn, kìa xem đó,
Loài quỷ dữ vẫn còn đây;
Nó đà mất phước hưởng tòa mây,
Nó lại muốn cho ta lây tội nó [23]
- Joseph là tên mổ,
Quê quán ở Chanaan
Như tôi, thung dung rèn tới bục tài năng,
Kềm thúc luyện theo đàng nhơn đức,[24]

Đặc biệt trong *Tuồng chơn phước Năm Thuông tử đạo*, phương ngữ vùng Bình Định - Phú Yên được thể hiện rõ rệt: *Ông già thiệt ngộ, dị, mị, lạ mà kì cú chớ. Thôi mặc ý ông. Chừng nào ông mỏi nói tui mở cho ông hữ. Giờ ông hãy theo tui vô nhà giam, [vô hết] … Thiệt cái đất Phú Yên là cái đất khốn đất nạn gì đâu: đàng sá thiệt là gay quá lỗi. Đèo núi đèo núi không hề, cái cái cao tí mú tí mu hòng muốn đụng trên trời ơi.*

KẾT LUẬN

Đến đầu thế kỷ XX, khi nghệ thuật tuồng đã trở nên phổ biến và rộng rãi ở nước ta, các gánh tuồng phát triển cả trong Nam ngoài Bắc, những buổi xem tuồng trở thành "món ăn" tinh thần cho đông đảo người Việt. Bên cạnh những thể loại tuồng tiêu biểu như tuồng cung đình Huế, tuồng đồ, tuồng pho,... thì sự ra đời của tuồng Công giáo đã mang lại những nét mới mẻ cho nghệ thuật tuồng tại Việt Nam. Tuy ra đời tương đối muộn, hơn thế từ cốt truyện, cho đến các hình tượng nhân vật, ngôn ngữ mang dấu ấn đậm nét của nhà đạo, nhưng tuồng Công giáo vẫn thu hút được một lượng đông đảo giáo dân, lương dân quan tâm.

---

[22] Tuồng Đa-vít Thánh vương
[23] Tuồng Bảy mối tội
[24] Tuồng Joseph

Nhân vật trong tuồng Công giáo với những tên gọi lạ lẫm từ phương Tây như Joseph, Gióp, Cecilia, Theodore... và những câu chuyện của họ gắn liền với vị thần tối cao của họ là Thiên Chúa, song không phải vì thế mà nó trở nên xa lạ với người dân nơi đây, ngược lại những giá trị về các bài học đạo đức, cũng như những hiện tượng mà tuồng Công giáo đề cập đến cũng hết sức gần gũi với đời sống của người Việt. Từ những câu chuyện trong *Tuồng bảy mối tội*, người ta đúc rút cho mình những bài học về sự khiêm tốn, tiết kiệm, tránh xa các thói kiêu căng, ngạo mạn, hà tiện,... Hay câu chuyện về cuộc tử nạn và niềm vui phục sinh của chúa Giêsu trong *Tuồng Thương khó* cũng giúp người ta phần nào hiểu được giá trị của sự hy sinh; *Tuồng chơn phước Năm Thuông tử đạo* thì lại càng gần gũi hơn, vì đó là tấm gương lành thánh của một giáo dân người Việt, vì tình yêu với Thiên Chúa mà nhất quyết không bước qua Thập tự, không chối bỏ Thiên Chúa, tấm gương đó đã làm khuất phục biết bao người...

Qua những giới thiệu sơ lược về 08 văn bản tuồng Công giáo trên, cũng phần nào giúp chúng ta hình dung được về vai trò và vị trí của tuồng Công giáo trong đời sống nghệ thuật tuồng Việt Nam lúc bấy giờ, đây là tiền đề cho tác giả và các nhà nghiên cứu sau này tiếp tục nghiên cứu sâu hơn về mảng tuồng độc đáo này.

TÀI LIỆU THAM KHẢO VÀ TRÍCH DẪN

1. Lê Ngọc Cầu (Sưu tầm), Hồ Lãng (chú thích) (1980), *Tuồng hài*, Nxb. Văn hoá.

2. Nguyễn Hữu Hiệp (1998), *Tản mạn về hát bội ở miền Nam,* Tạp chí Xưa nay (số đặc biệt); Tr. 46- 47.

3. Nguyễn Hữu Hiệp (1998), *Tản mạn về hát bội ở miền Nam,* Tạp chí Xưa nay (số đặc biệt); tr.46-47.

4. Trần Văn Khải (1970), *Nghệ thuật sân khấu Việt Nam: Hát bội, cải lương, thoại kịch, thú xem diễn kịch,* S. Khai Trí.

5. Hoàng Châu Ký (1973), *Sơ khảo lịch sử nghệ thuật tuồng,* Nxb Văn hoá, H.

6. Hoàng Châu Ký (1994), *Tổng tập Văn học Việt Nam* (tập 15a), Nxb. Khoa học Xã hội, tr.16

7. Nguyễn Tô Lan (2009), *Sơ khảo văn bản Tuồng cổ hiện còn,* Tạp chí Hán Nôm, số (92); Tr. 18-28.

8. Nguyễn Tô Lan (2014), *Khảo luận về Tuồng Quần Phương Tập Khánh,* NXB Thế giới, H.

9. Nguyễn Thế (2005), *Tuồng cổ chữ Nôm* – di sản văn hoá Việt Nam, Tạp chí Thời đại mới, số 5, tr. 3.

10. Xuân Yến (1994), *Những vấn đề thẩm mỹ, đạo lý, xã hội trong tuồng cổ,* Nxb Sân khấu.

Nên xem thêm:

Lê Minh Sơn, *Tuồng Sinh Nhựt – Nghệ thuật Kitô giáo trong buổi bình minh của sân khấu kịch Việt Nam,* https://hdgmvietnam.com/chi-tiet/-tuong-sinh-nhut-nghe-thuat-kito-giao-trong-buoi-binh-minh-cua-san-khau-kich-viet-nam-44263

LINH MỤC PHÊRÔ NGHĨA
VỊ HỌC GIẢ SÁNG GIÁ
CỦA TUẦN BÁO CÔNG GIÁO *NAM KỲ ĐỊA PHẬN*

Nt. Đinh Ngọc Oanh *[1]

Linh mục Phêrô Nghĩa

*[1] Về tác giả, xem trang 13

Khi đề cập đến những tiểu thuyết gia Công giáo Nam Bộ, người ta thường nhắc đến Nguyễn Trọng Quản, Trương Vĩnh Ký, Huỳnh Tịnh Của, Trần Chánh Chiếu,... Phêrô Nghĩa còn là một cái tên rất mới mẻ đối với các nhà nghiên cứu văn học, trong khi *Nam Kỳ địa phận* vang bóng một thời nhờ một phần không nhỏ sự đóng góp của tiểu thuyết linh mục này, đặc biệt ở mảng tiểu thuyết đề tài Công giáo. Tìm về nguồn tư liệu cổ hiếm hoi những năm đầu thế kỉ XX nhằm khám phá danh tính cha Phêrô Nghĩa tựa như công việc khảo cứu giữa những tàn tích nhưng đầy thú vị.

1. Cuộc đời cha Phêrô Nghĩa

Phêrô Nghĩa là bút hiệu của Cha Philiphê Lê Thiện Bá. Ngoài bút hiệu này, cha còn có một số bút hiệu khác như Ph.Bá, Di Loan, LTB, A.M.D.G.P.Út Bá,...

Cha Phêrô Nghĩa sinh năm 1891. Quê quán cha ở Trí Bưu, Triệu Phong, Bình Trị Thiên, nay thuộc tỉnh Quảng Trị, Huế. Họ tộc nhà Lê Thiện được cho là có truyền thống văn hóa và đạo đức bậc nhất ở vùng đất này ngay từ khi hình thành xứ đạo Trí Bưu những năm 1691, đặc biệt là dòng máu Chứng nhân đức tin (tử đạo) đời các vua triều Nguyễn và Văn Thân (1820 – 1888). Thật vậy, xứ đạo Trí Bưu dưới thời vua Tự Đức đã diễn ra nhiều cuộc bách hại đạo mà dòng họ nhà Lê Thiện là một trong những nạn nhân đáng thương nhất; trong đó một biến cố bách hại người tín hữu khốc hại nhất là vào năm 1885. Quân Văn Thân của triều đình nhà Nguyễn đã tàn sát 600 giáo dân và 01 linh mục trong tổng số khoảng 800 người khi họ đang trên đường trốn chạy. Xứ đạo chỉ còn sống sót dưới 200 người may mắn thoát nạn nhờ trốn trong bụi rậm, núp dưới ao hồ,... Nhà thờ xứ đạo Trí Bưu và nhà cửa của giáo dân sau cuộc tàn sát đã thành ra những đống tro tàn. Những họ nhánh của xứ đạo là các họ Hạnh Hoa, Tri Lễ, Ngô Xá, Đá Hàn, Chợ Sãi cũng chịu chung một số phận đốt phá như Trí Bưu. Số liệu gia phả nhà Lê Thiện và lịch sử họ đạo Trí Bưu ghi nhận họ đạo Trí Bưu đã có 700 Chứng nhân đức tin bị thiêu xác tập thể và 300 ở rải rắc các nơi dưới thời các Văn Thân; 6 đời cha truyền con nối làm chức việc (Trương, Trùm, Câu, Biện). Đến nay, Trí Bưu đã hiện diện trên 300 năm (1691 – 2017) và đã có 01 Giám mục (Đức cha phụ tá giáo phận Huế F.X. Lê Văn Hồng), 21 linh mục và hàng trăm nam nữ chủng sinh, tu sĩ các Tu viện trong, ngoài nước. Họ đạo Trí Bưu còn lưu dấu nơi lịch sử Giáo hội Việt Nam bởi xóm đạo La Vang, vùng đất sở hữu tương truyền về biến cố Đức Mẹ Maria hiện ra với người Kitô hữu bị bách hại dưới thời vua Tự Đức để an ủi, củng cố đức tin của họ vào Chúa. Khởi đi từ tương truyền đó mà La Vang từ một xóm nghèo hẻo lánh nay đã trở thành trung tâm hành hương lớn nhất của Giáo hội Công giáo Việt

Nam. Xóm đạo La Vang cũng là nơi mà trong biến cố năm 1885 ấy, Linh mục chánh xứ Trí Bưu là Cha Mátthêu (giáo dân thường gọi là Cố Thiện) đã chọn làm nơi gặp nhau trước khi dò đường rừng núi mà chạy vào Huế, hòng trốn tránh sự truy lùng của quân Văn Thân. Trong thời các Văn Thân đàn áp những người Kitô hữu, nhà thờ xóm đạo La Vang cũng đã bị đốt phá thảm hại cùng với những nhà thờ Công giáo khác tại Quảng Trị. Sau thời kì bách hại người Kitô hữu, tất cả các thi hài tử đạo của giáo dân Trí Bưu trong cuộc tàn sát tập thể thời các Văn Thân được các linh mục và giáo dân kính cẩn đưa đến một nơi, và cho xây một tháp cao 18 mét làm thành Lăng Tử Đạo. Lăng ấy vẫn còn đứng mãi cho đến nay như một chứng tích lưu dấu muôn đời. Bởi những thảm trạng bách hại đạo diễn ra tàn khốc nơi xứ đạo Trí Bưu và công cuộc làm chứng cho đức tin một cách anh hùng của các tín hữu Trí Bưu mà Giáo hội Việt Nam gọi nơi đây là Làng Tử Đạo.

Năm 1906, cha Phêrô Nghĩa vào tiểu chủng viện An Ninh (Quảng Trị) như là bước chuẩn bị để năm 1910 vào đại chủng viện Phú Xuân. Tám năm sau đó - năm 1918, cha được thụ phong Linh mục – một thiên chức rất mực cao quí đối với đạo Công giáo. Ngay sau khi trở thành Linh mục, Cha Phêrô Nghĩa đã nhận vai trò làm phó xứ Di Loan, cộng tác với hai linh mục người Pháp Chabanon và L.Cadière, phục vụ giáo dân trong xứ đạo. Nhờ mối quan hệ và tiếp cận này, cha sớm trở thành một trong những cây bút đa tài và dài hơi của tuần báo *Nam Kỳ địa phận* suốt chặng đường trường 1908-1945.

Là người con của vùng đất giữa "khúc ruột" miền Trung đất nước, nơi mà thiên nhiên không ưu đãi, nơi thường là chiến trường ác liệt của nhiều cuộc chiến tranh, cha đã được hun đúc để trở nên một con người có những nét tính cách đặc thù đáng quí rất Quảng Trị: tự lực, tự cường xây dựng cuộc sống. Chỉ sau 05 năm nhận chức Linh mục, nghĩa là mới chỉ tới năm 1923, cha đã trở thành Giáo sư tiểu chủng viện An Ninh. Và sau đó cũng chỉ 05 năm, nghĩa là năm 1928, cha rời An Ninh trở về Phú Xuân và đào tạo nên nhiều môn sinh giỏi, trong đó có ông Ngô Đình Nhu. Không chỉ dừng lại ở đó, năm 1930, cha Phêrô Nghĩa trở thành giáo sư của Đại chủng viện Phú Xuân (Huế). Đó là một trách vụ quan trọng và cũng rất cao trọng của Giáo hội Công giáo. Bởi lẽ, các Giáo sư của Đại chủng viện có nhiệm vụ trực tiếp đào luyện những người thanh niên Công giáo có chí nguyện đi tu để trở thành Linh mục. Xét trên bình diện tôn giáo, chức vụ Giáo sư thuộc về những Linh mục thâm hiểu thần học và dày dạn về đường tu đức. Xét trên bình diện xã hội, chức vụ Giáo sư đưa cha thuộc vào hàng trí thức trong cơ cấu Giáo hội. Thật vậy, trong suốt thời gian 15 năm từ 1930 đến 1945, cha Phêrô Nghĩa vừa chu toàn nhiệm vụ một Giáo sư

Đại chủng viện, vừa viết sách báo và sáng tác thi phú. Bởi có tâm hồn trong sáng, bình dị, khí khái và tinh tế nên cha được đức Nam Phương hoàng hậu - phu nhân quốc trưởng Bảo Đại nhờ làm linh hướng. Đó là công việc hướng dẫn về đường đạo đức, giúp người thụ huấn sống sao cho đẹp ý Chúa trong hoàn cảnh thực tế của đời sống cá nhân họ.

Vùng đất Quảng Trị nếm trải hầu hết các thăng trầm của cuộc sống nhưng có lẽ nỗi thăng trầm ấy đã bị khuất phục bởi những con người kiên cường của mảnh đất gió Lào cát trắng này. Truyền thống cần cù, chịu thương chịu khó đã hình thành cho người Quảng Trị một bản lĩnh không chịu đầu hàng trước khó khăn, gian khổ để vượt lên chiến thắng thiên tai, dịch họa. Ý thức tin tưởng vào ngày mai "còn da lông mọc, còn chồi nảy cây" đã trở thành triết lí nền tảng cho người Quảng Trị. Cha Phêrô Nghĩa, một con người Quảng Trị thực thụ đã nắm bắt triết lí này một cách sâu sắc. Cha phát huy truyền thống hiếu học của quê hương từ bao đời và đạt đến đỉnh cao của chí khổ học khổ luyện. Cha sống bình yên trên đất Phú Xuân được 30 năm thì những cuộc khủng hoảng kinh tế, chiến tranh nối tiếp nhau đổ ập xuống Phú Xuân suốt từ năm 1960 đến năm 1972. Những thảm họa này gây ra bao cảnh khổ và biến động trên vùng đất Quảng Trị vốn đã nhiều tai ương bởi mưa bão lũ lụt: chết chóc và phân li. Bởi lẽ đó, cha di tản vào Đà Nẵng năm 1969 và qua đời tại đây ngày 28-10-1981, an táng tại nghĩa địa Gx Trí Bưu. Thọ 90 tuổi, 63 năm linh mục.

2. Văn nghiệp *của cha Phêrô Nghĩa*

Cha Phêrô Nghĩa không chỉ là một linh mục thâm hiểu những bài học thuần túy đức tin với tư cách là một linh mục, một nhà giáo, cha còn có cái nghiệp dĩ nhà báo, nhà văn, nhà thơ. Cha tự học là chính và trở nên một người rất tinh thông Hán học, giỏi chữ Nôm, rành quốc ngữ và sành sỏi Latinh, Pháp. Suốt 19 năm từ năm 1927 đến 1945, tên tuổi cha Phêrô Nghĩa nổi như cồn, xuất hiện đều đặn trên mặt báo *Nam Kỳ địa phận, Vì Chúa* trong nhiều thể loại trang mục, bài viết: Nghị luận, tu đức, bút kí, tường thuật, thi ca và đặc biệt là tiểu thuyết,... Ở thể loại nào, cha cũng chứng tỏ có sở trường, có tâm huyết hơn người.

Nghiên cứu về giá trị lịch sử của tờ *Nam Kỳ địa phận* và riêng linh mục Phêrô Nghĩa, Nguyễn Khắc Xuyên trong *Mục lục Phân tích Nam Kỳ* địa phận kết luận rằng Cha Phêrô Nghĩa là một nhân vật lỗi lạc. Cha viết rất nhiều, đủ các thể loại, từ truyện ngắn đến tiểu thuyết, từ nghị luận đến lịch sử, thi ca, nhàn đàm; không một mục nào cha bỏ qua khi có dịp cầm bút.

Cha Phêrô Nghĩa sở hữu ba tập thơ: Một là *Luân lý ca*, trường ca gồm 856 câu thơ lục bát và 10 bài thất ngôn bát cú. Tập thơ có nội dung khuyên dạy về bổn phận làm cha mẹ, con cái, tình nghĩa vợ chồng, bằng hữu anh em, đạo thầy trò, quan hệ trên dưới, chủ tớ. Hai là *Huấn tử ca*, trường ca gồm 586 câu thơ lục bát và 11 bài thất ngôn bát cú. Tập thơ có nội dung dạy con cháu hiếu sinh hiếu tử với tổ tiên, ông bà, cha mẹ; tình làng nghĩa xóm với bà con; việc học hành chữ nghĩa văn bài; hệ quả của các trò đời xấu xa trụy lạc. Ba là tập *Hạnh Á Thánh Tôma Thiện*, trường ca gồm 734 câu thơ lục bát và 10 bài thất ngôn bát cú, 10 đoạn lục ngôn, thất ngôn xen kẽ. Nội dung tập thơ tường thuật cuộc tử đạo anh dũng và tôn vinh người chủng sinh trẻ Tôma Thiện. Công trình *Gốc tích sự đạo trong nước Nam* của cha là tiền thân của loại sách về lịch sử truyền giáo sau này của Nguyễn Hồng, Phan Phát Huồn, Bùi Đức Sinh, Hồng Phúc, Trần Phúc Long,...

Xét riêng trên tuần báo *Nam Kỳ địa phận*, cha Phêrô Nghĩa có các bài viết thuộc đa dạng các đề tài, nhiều nhất là ở mục *Phong hóa – bình luận*. Mục ***Phong hóa – bình luận*** có các loạt bài *Phải truyền nghề thế nào cho con* (số 984), *Chim khôn tránh bẫy tránh dò* (số 985), Địa vị ấu nhi (số 995), *Đi buổi chợ học mớ khôn* (số 997), *Cái sự bằng an* (số 1001, 1102), *Báu vật vô giá* (từ số 1005 đến 1008), *Một cái trở lực to* (số 1009, 1010), *Dại nhà khôn chợ mới ngoan* (số 1061), *Hỡi người đã học xin hãy gắng hành* (số 1018), *Văn tế các đẳng* (số 1019), Ăn cây nào rào cây nấy (số 1021), *Cái sự cấp tín* (số 1026), *Hai chữ lễ nhạc* (số 1027), *Khối tình ái* (từ số 1034 đến 1045), *Sao cho được hiệp nhất trong quốc dân* (số 1045), *Kết quả của sự nhẫn tâm* (số 1047), *Đừng vội giao tín* (số 1050), *Lương tâm đối với sự vụ* (số 1052), *Trời sao trời ở chẳng công* (số 1054), *Phải lo cho xong nợ* (số 1062), *Cảm tình có lắm quan hệ* (số 1067), *Ngày tháng chóng qua* (số 1067), *Ăn mừng ngày tết* (số 1082), *Vì sao loài người phải cực* (số 1092), *Cái bụng chứa* (số 1096), *Có buộc phải cứu người bị nạn không* (số 1100), *Những sự lạ lùng của Đấng tạo hóa* (số 1101), *Tiếng khen và tiếng chê* (số 1102), *Đi học để làm gì* (số 1105), *Cái tánh bắt chước* (số 1120), *Một phương hay trừ được bệnh kiện* (số 1121), *Đạo đức không thay đổi* (số 1123), *Vấn đề của cải* (từ số 1125 đến 1128), *Nghĩ đời ngao ngán cho đời* (số 1128,1129,1131,1133,1134,1135,1139,1149,1163), *Một điều an ủi mình trong cơn sầu khổ* (số 1164), *Phải có Đấng tạo hóa* (số 1165), *Sống mà làm gì* (số 1166, 1167), *Nghĩ đời ngao ngán lắm cho đời* (số 1132, 1133, 1134,1139, 1141, 1163), *Năm cùng tháng hết* (số 1136), *Đối với việc thường ngày* (số 1143,1144), *Một hạng người mù* (số 1148), *Muốn yêu nước trước phải yêu nhau* (số 1150), *Nguyên nhân của mối nguy hoạn* (số 1151), *Phải quí hồ sự thật* (số 1154), *Ăn trộm ngầm và ăn trộm kín* (số 1155), *Mầu nhiệm với niết bàn* (số 1161), *Không nên khinh thường điều lỗi mọn* (số 1168). Mục Đạo lí: *Đạo Công giáo có phải là đạo chính chăng* (số 1070 đến 1073), *Thế nào là người* *nhân đức* (số 980), *Một điều rất khó giữ* (số 985), *Thế nào được gọi là "trung"* (số 1028), *Cuối năm ta nên tự tỉnh* (số 1028). Mục *Hạnh thánh, ơn lành – Sự tích truyện, ơn lạ* có *Gốc tích sự đạo trong nước An Nam* (từ số 980 đến 996). Mục **Luận thuyết – diễn thuyết** có *Cái tục xưng hô của người mình với cha mẹ* (số 1325), *Công giáo là đạo nước Chúa* (số 1384), *Gương sáng nước Tàu* (số 1935). Mục *Lời an ủi* có *Lời an ủi* (từ số 1332 đến 1380). Mục **Tin vặt** có *Một tin rất may* và *Cũng còn may nữa* (số 1019). Mục **Ngoại quốc tân văn – Đông Pháp thời sự** có *Các tệ nạn phát khởi tự đâu?* (số 1012), *Một đám cưới rất long trọng* (số 1013).

Đặc biệt, cha Phêrô Nghĩa là tác giả của các tiểu thuyết *Mưa mai nắng chiều* (1928), *Đôi bước lưu ly* (1928), *Ôi là tự do* (1931), *Cha giết con* (1932), *Nhị độ mai* (1933) và nhiều truyện ngắn đăng trên tuần báo *Nam Kỳ địa phận*. Đây là những tác phẩm đáng kể trong sự nghiệp văn chương của cha. Chính những tác phẩm này làm nên tên tuổi của cha Phêrô Nghĩa.

3. Đề tài tiểu thuyết tôn giáo của cha Phêrô Nghĩa – dòng riêng giữa nguồn chung

Văn học 30 năm đầu thế kỉ XX là thời kì vận động chuyển mình từ văn học trung đại sang văn học hiện đại. Vì vậy, nó có những bước quá độ khập khiễng và dích dắc. Tiểu thuyết quốc ngữ Nam Bộ thời kì này thi nhau thể nghiệm các đề tài mới mẻ như đề tài lịch sử, đề tài nhi đồng, đề tài khoa học viễn tưởng. Giữa dòng chung của tiểu thuyết quốc ngữ 30 năm đầu thế kỉ XX ấy, Công giáo xuất hiện như một đề tài tiểu thuyết gây được tiếng vang. Các nhà văn viết loại tiểu thuyết này có cảm hứng sáng tác bắt nguồn từ tôn giáo, nhằm mục đích biểu lộ và truyền bá đức tin Công giáo. Loại tiểu thuyết tôn giáo này phần lớn được đăng trên báo *Nam kỳ địa phận*.

Tiểu thuyết *Truyện ông Gioang Ngô Kim Thạch* của Charles Ngọc Minh là một trong những tiểu thuyết Việt Nam viết theo truyện Tàu đầu tiên đượm tinh thần Công giáo. Đó là một câu chuyện luân lí nhưng đặc biệt là sự kết hợp giữa tam cương ngũ thường của đạo Nho với mười điều răn (thập giới) của Thiên Chúa giáo, giữa nhân ái của Khổng giáo với bác ái của đạo Chúa, với đức tin vào Thiên Chúa là Cha trên Trời chí công chí nhân. Ngoài *Truyện ông Gioang Ngô Kim Thạch, Nam Kỳ địa phận* còn có nhiều tiểu thuyết tôn giáo khác như *Bạch Mai truyện* (1928) của J.Trần T và *Huỳnh Ngọc Diệp* (1928) của T.N.C.Đ; đặc biệt nổi bật là hàng loạt tiểu thuyết khác của Phêrô Nghĩa viết về đề tài tôn giáo như *Mưa mai nắng chiều* (1928), *Cha giết con* (1932), *Đôi bước lưu ly* (1928). Phải nói rằng, khi nhắc đến mảng văn học *Nam kỳ địa phận*, độc giả bốn phương không thể không nhắc tới tiểu thuyết của cha Phêrô Nghĩa.

Văn học Việt Nam những thập niên đầu thế kỉ XX có khá nhiều tiểu thuyết gia nổi lên mang theo những tác phẩm gây được chú ý từ phía độc giả, cách riêng ở thể loại tiểu thuyết Công giáo. Cha Phêrô Nghĩa là một trong những số nổi bật đó. Cha viết khá nhiều tiểu thuyết mang hơi hướng đạo Công giáo và chủ yếu được tìm thấy trên báo *Nam Kỳ địa phận*.

Thật vậy, nói đến tiểu thuyết quốc ngữ ở Nam Bộ là phải nói đến sự đóng góp của các nhà văn, nhà thơ Công giáo như Phêrô Nghĩa ở phương diện đề tài và việc hoàn thiện ngôn ngữ. Trước khi xuất hiện chữ quốc ngữ, đã có nền văn xuôi Nôm Công giáo với thể loại "Truyện các Thánh" với câu văn ngắn gọn, trong sáng gần với ngữ pháp phương Tây, không hề dùng đến văn biền ngẫu. Vì thế, các trí thức Công giáo đã không bỡ ngỡ với văn xuôi quốc ngữ. Kiểu viết văn "như lời nói thường" của văn xuôi quốc ngữ buổi đầu chắc hẳn cũng bắt nguồn từ mối liên hệ mật thiết với văn xuôi Nôm. Họ cũng không hề được đào tạo trong trường ốc Nho giáo nên từ cách tư duy logic phương Tây, họ đến thẳng với cách diễn đạt giản dị của người dân Việt Nam ít học. Bởi vậy, câu văn họ dùng "tiếng An Nam ròng", "trơn tuột như lời nói" mà lại khúc chiết, dễ hiểu. Điều đó tưởng có vẻ lạ lùng, thật ra không có gì lạ bởi như Thanh Lãng nhận xét rằng đang lúc ngoài đại xã hội, văn hóa học giả hầu như chỉ biết đến văn vần hay văn biền ngẫu, thì trong các giáo đoàn có sự bộc phát của một nền văn xuôi dễ dãi, đơn sơ gồm tiếng nói hằng ngày, ít chữ Nho, không có điển tích. Một nền văn xuôi rồi đây sẽ là truyền thống của nền văn xuôi miền Nam nước Việt.

Kết luận

Như vậy, có thể thấy rằng Cha Phêrô Nghĩa là người con chuyên chở tính cách đất mẹ Quảng Trị, một vị linh mục gương mẫu, một nhà giáo dục có tư chất, xứng đáng được ghi ơn. Những đóng góp của cha trên tuần báo *Nam Kỳ địa phận* khá phong phú, đa dạng và có thể xếp vào bậc nhất trong số những tác giả có cống hiến cho tờ báo này; đặc biệt ở mảng văn học.

THAM KHẢO

Linh mục Philipphê Lê Thiện Bá (1891-1918-1981)

https://tonggiaophanhue.net/tgp-hue/linh-muc/linh-muc-philipphe-le-thien-ba-1891-1918-1981/

TRUYỆN VÀ TIỂU THUYẾT TRÊN BÁO *NAM KỲ ĐỊA PHẬN*

Võ Văn Nhơn *[1]

Tuần báo *Nam Kỳ địa phận* xuất bản năm 1908 và đình bản năm 1945, là tờ báo đầu tiên của tôn giáo ở Việt Nam. Tuy là báo tôn giáo, nhưng *Nam Kỳ địa phận* lại có số độc giả đông đảo vào bậc nhất vào thời đó. Theo Nguyễn Văn Trung, trong những năm đầu báo có đến 2.000 độc giả, nghĩa là gấp năm, sáu lần độc giả của các báo *Lục Tỉnh tân văn* và *Nông cổ mín đàm*. Đây là tờ báo chung cho cả ba miền Nam, Trung, Bắc và cả Lào, Cao Miên, Xiêm.[2]

Xuất hiện cùng thời với *Nông cổ mín đàm* và *Lục Tỉnh tân văn*, nhưng lâu nay *Nam Kỳ địa phận* ít được giới nghiên cứu văn học chú ý đến, có lẽ do có sự ngộ nhận khi thấy đây là một tờ báo của Công giáo. Sự ngộ nhận này trước nhất là của các nhà nghiên cứu lịch sử báo chí Việt Nam. Huỳnh Văn Tòng trong công trình Báo chí Việt Nam từ khởi thủy đến 1945 đã cho *Nam Kỳ địa phận* là "tờ báo Thiên Chúa Giáo của Lm. Mossard, số 1 ra ngày 26-11-1908 và số cuối ra ngày 15-2-1945, phổ biến giáo lý Thiên chúa giáo tại Nam Kỳ".[3]

Bùi Đức Tịnh cũng cho *Nam Kỳ địa phận* là "báo riêng của tôn giáo".[4]

---

*[1] Về tác giả, xem trang 36

[2] Nhiều tác giả - Về sách báo của tác giả Công giáo (thế kỷ XVII-XIX Tài liệu tham khảo, Khoa Ngữ văn – Trường Đại học Tổng hợp thành phố Hồ Chí Minh, 1993, tr. 77.

[3] Huỳnh Văn Tòng - Báo chí Việt Nam từ khởi thủy đến 1945. Nxb Thành phố Hồ Chí Minh, 2000; tr. 149.

4 Bùi Đức Tịnh: Những bước đầu của báo chí, tiểu thuyết và thơ mới. Nxb Thành phố Hồ Chí Minh, 1992, tr. 30.

Từ điển thành phố Sài Gòn - Hồ Chí Minh cho nội dung của *Nam Kỳ địa phận* là "truyền bá giáo lý đạo Thiên Chúa".[5]

Bên cạnh những nhận định còn phiến diện đó, một số tác giả do có điều kiện tiếp cận đầy đủ hơn với tờ báo, nên đã có những nhận định về *Nam Kỳ địa phận* phần nào thỏa đáng hơn và cho thấy bên cạnh việc nói về đạo, mảng văn học trên báo cũng rất đáng chú ý.

Tác giả Lại Văn Hùng trong một bài viết trên tạp chí *Văn học* đã đánh giá rất cao *Nam Kỳ địa phận* khi xếp tờ báo này bên cạnh *Nông cổ mín đàm* và cả *Đông dương tạp chí, Nam phong, Phong hóa*: "Sang đầu thế kỷ XX, báo chí Quốc ngữ càng phát triển mạnh, trong đó vai trò của những *Nông cổ mín đàm*, *Nam Kỳ địa phận*, *Đông dương tạp chí, Nam phong, Phong hóa* (rồi sau đó là *Ngày nay*),v.v... là vô cùng to lớn". [6]

Nguyễn Văn Trung trong tư liệu *Về sách báo của tác giả Công giáo (thế kỷ XVII-XIX)* cho rằng: "Tuy tờ báo do giới Công giáo chủ trương, nhưng chỉ có 1/3 nói về đạo, còn lại nói về đời và không dành riêng cho người Công giáo, nhằm phục vụ lợi ích chung. Nếu như các phần "đời" này chẳng có gì đặc sắc đáng nói thì cũng không cần nhắc đến làm gì, nhưng thực ra nó là một vốn tư liệu phong phú, đa dạng mà ngày nay chúng ta có thể khai thác về nhiều mặt: kinh tế, thương mại, phong tục, sử ký, y học dân tộc, văn học, ngôn ngữ...".[7]

Trong công trình Lịch sử báo chí Việt Nam 1865 – 1945, Đỗ Quang Hưng cũng đánh giá rất cao tờ báo Công giáo này khi cho đây là "tờ báo Công giáo thành công nhất cả về nội dung và hình thức, không chỉ có giá trị về thông tin, giáo dục Công giáo mà còn có đóng góp về nghệ thuật báo chí, về sự phát triển chữ Quốc ngữ".[8]

Đến tham luận Báo chí Công giáo Việt Nam thời kỳ đầu đọc tại cuộc tọa đàm Một số vấn đề về văn hóa Công giáo Việt Nam từ khởi thủy đến đầu thế kỷ XX, Đỗ Quang Hưng có những nhận định rõ hơn về giá trị của mảng văn học trên báo *Nam Kỳ địa phận*: "Tờ báo còn chứa đựng nhiều giá trị văn học và ngôn ngữ", "đáng lưu ý hơn là, so với các tờ báo cùng thời như *Nông cổ mín đàm, Lục tỉnh tân văn*..., văn

---

[5] Thạch Phương – Lê Trung Hoa (chủ biên): Từ điển thành phố Sài Gòn - Hồ Chí Minh . Nxb Trẻ. Thành phố Hồ Chí Minh, 2001; tr. 847.

[6] Lại Văn Hùng: Truyện ngắn nhìn trong nguồn mạch. Tạp chí Văn học, số 2-2001; tr. 74.

[7] Nhiều tác giả: Về sách báo của tác giả Công giáo (thế kỷ XVII-XIX Tài liệu tham khảo, Khoa Ngữ văn Trường Đại học Tổng hợp thành phố Hồ Chí Minh, 1993, tr. 77.

[8] Đỗ Quang Hưng: Lịch sử báo chí Việt Nam 1865 - 1945. Nxb Đại học Quốc gia Hà Nội, 2000, tr. 186.

của *Nam Kỳ địa phận* chỉnh, trau chuốt và uyển chuyển hơn”.[9]

Đúng là phần văn học trên *Nam Kỳ địa phận* khá phong phú. Ngoài mục Văn chương thi phú, ngay từ số đầu báo đã có chuyên mục Truyện giải buồn gồm những chuyện ngắn, chuyện cười, truyện ngụ ngôn, các bút ký của nhiều tác giả, trong đó có cả bài của các trí thức Công giáo Nam Bộ nổi tiếng như Huỳnh Tịnh Của, Hồ Ngọc Cẩn.... Đến năm 1926 báo tăng thêm số trang và dành hẳn phần phụ trương (supplément du N.K.Đ.P.) gồm 4 trang chuyên đăng quảng cáo và truyện, tiểu thuyết.

Xét riêng về truyện và tiểu thuyết trên *Nam Kỳ địa phận*, chúng ta thấy số lượng cũng đáng chú ý. Không kể các truyện, tiểu thuyết dịch và phóng tác từ phương Tây (chủ yếu là của Pháp), riêng truyện và tiểu thuyết lấy đề tài và nhân vật Việt Nam đã có gần 20 tác phẩm. Có tiểu thuyết phải đăng đến 4 năm mới hết, như Chết đi sống lại (hay là Mối thù mật nhiệm) của H.V.C khởi đăng từ năm 1934, đến năm 1938 mới chấm dứt.

Từ năm 1916 báo bắt đầu đăng các truyện dịch hoặc phóng tác. Cũng từ năm 1916, các tác giả Việt Nam đã xuất hiện, trong đó viết khoẻ nhất là Phêrô Nghĩa. Ông là tác giả của các tiểu thuyết *Mưa mai nắng chiều* (1928), *Cha giết con* (1932), *Nhị độ mai* (1933), các truyện *Đôi bước lưu ly* (1928), *Ôi là tự do!* (1931) và nhiều truyện ngắn khác.

Nhưng xuất hiện sớm nhất là Charles Ngọc Minh. Đây là tác giả của *Truyện ông Gioang Ngô Kim Thạch* (1916). Bối cảnh và nhân vật được lấy từ Trung Quốc. Theo Trần Thái Đỉnh, đây có lẽ là “một trong những tiểu thuyết viết theo truyện Tàu có tính chất tôn giáo đầu tiên”.[10]

Cách mượn bối cảnh và nhân vật từ Trung Quốc như thế sau này còn thấy ở tiểu thuyết *Nhị độ mai* (1933) của Phêrô Nghĩa. Điều này cho thấy ảnh hưởng của tiểu thuyết cổ điển Trung Quốc đã ảnh hưởng sâu sắc đến các nhà văn và độc giả Nam Bộ những năm đầu thế kỷ XX như thế nào.

Phải đến năm 1925 mới có các truyện và tiểu thuyết có bối cảnh và nhân vật Việt Nam như *Bạch Mai truyện* của J. Trần T và *Huỳnh Ngọc Diệp* của T.N.C.Đ. *Bạch Mai truyện* kể về cuộc đời nhiều truân chuyên của Bạch Mai, một cô gái đẹp người đẹp nết, nguyên là con nhà hào phú. *Huỳnh Ngọc Diệp* cũng là chuyện kể về cuộc đời nhiều trắc trở của một chàng trai tên là Huỳnh Ngọc Diệp.

---

[9] Đỗ Quang Hưng: Báo chí Công giáo Việt Nam thời kỳ đầu, tham luận tại Tọa đàm Một số vấn đề về văn hóa Công giáo Việt Nam từ khởi thủy đến đầu thế kỷ XX. Tòa Tổng giám mục Huế, Huế 10-2000, tr. 5, tr. 6.

[10] Nhiều tác giả: Về sách báo của tác giả Công giáo (thế kỷ XVII-XIX Tài liệu tham khảo, Khoa Ngữ văn Trường Đại học Tổng hợp thành phố Hồ Chí Minh, 1993, tr.78.

Nhưng các truyện và tiểu thuyết nói trên vẫn còn nằm trong ảnh hưởng của thi pháp tiểu thuyết chương hồi Trung Quốc, thấy rõ nhất là ở cốt truyện tài tử giai nhân và lối kết cấu theo ba công đoạn quen thuộc: hội ngộ - lưu lạc - đoàn viên. Trung hiếu, tiết nghĩa, trí dũng vẫn là những đạo lý cơ bản trong các tác phẩm này. Nhân vật trong nhiều tác phẩm vẫn được chia làm hai tuyến rạch ròi, phân minh: hiền lương và nham hiểm, nhân hậu và độc ác, trọng nghĩa và phi nghĩa. Kết thúc tác phẩm thường là có hậu; người hàm oan được thoát tội, người hiền lương sau nhiều gian truân khổ ải được đền bù, kẻ làm ác phải sống nhục chết thảm. Nhưng điều đặc sắc là các tác giả Công giáo đã khéo léo sử dụng tinh thần và các phạm trù đạo đức của Nho giáo để phục vụ cho việc truyền bá tôn giáo của mình.

Sang đến năm 1926, với Bước đường gay hiểm, tác giả P.L. đã cho thấy có một cách tân đáng chú ý trong kết cấu. Ở lời nói đầu, tác giả có tâm sự: "Truyện này đặt theo cảnh người đời, lắm lúc hiểm nguy, nắng chiều mưa mai, vui buồn hằng đổi. Cốt ý để hiến riêng cho chư khán quan báo "N.K.Đ.P." ngoài ra thì tác giả giữ bản quyền". Tác phẩm đã được kết cấu không theo tuyến tính như truyện cổ điển mà có đảo lộn tuần tự thời gian, làm cho tác phẩm hấp dẫn, gay cấn hơn. Mãi đến phần ba tác giả mới cho nhân vật chính Biện Long hồi tưởng đến cái chết đầy bí hiểm của viên xã trưởng làng Thái Bình vào hai mươi năm trước và vì thế mà anh ta phải thay tên đổi họ để tránh khỏi tù tội một cách oan uổng.

Trong tiểu thuyết *Cha giết con* (1932), tác giả Phêrô Nghĩa cũng đã mạnh dạn đẩy kịch tính lên đến đỉnh điểm khi cho nhân vật chính Bùi Xuân bị giết chết bởi tay của Ba Huệ, một người đàn bà lẳng lơ mà Bùi Xuân đã dan díu.

Nhưng những cách tân như thế còn khá hiếm trong truyện và tiểu thuyết của *Nam Kỳ địa phận*.

Không ghi hẳn thành chủ trương, nhưng tiểu thuyết trên *Nam Kỳ địa phận* dường như được chia làm hai mảng: mảng có chức năng giáo dục, nhằm mục đích truyền bá đức tin Kitô giáo và mảng chỉ nhằm giúp các "khán quan", độc giả giải trí, "giải buồn" như tên một mục của tờ báo. Mảng truyện, tiểu thuyết thứ nhất thường được đăng trong phần chính thức và chịu nhiều ảnh hưởng của thi pháp tiểu thuyết cổ điển, chương hồi Trung Quốc như *Truyện ông Gioang Ngô Kim Thạch*, *Bạch Mai truyện, Huỳnh Ngọc Diệp, Nhị độ mai*.... Còn mảng thứ hai chỉ được đăng ở phụ trương và chịu nhiều ảnh hưởng của thi pháp tiểu thuyết phương Tây nhiều hơn như *Trên đường quản hạt* (1932), *Người mặt sắt* (1932), *Mối thù mật nhiệm* (1934).... Đây là những tiểu thuyết phiêu lưu, mạo hiểm và cả dạng hình sự nữa. Mở đầu *Người mặt sắt* là đoạn quảng cáo như sau: "Đây là mấy chữ đầu của cái tựa một bổn tiểu thuyết mà N.K.Đ.P. sẽ đăng ra để giúp vui độc giả.

Sự tích xảy ra trên mặt biển Trung Hoa, có nhiều khúc lâm li, bí mật, đủ tâm tình, đủ gương nhơn đức....

Xin hãy đón xem từ đầu chí cuối, cho kỹ cang, thì mới tường sự tích anh hùng của một chàng thiếu niên Nam – Việt".

Cả hai mảng truyện và tiểu thuyết này, dù là mảng giáo dục hay mảng giải trí, dù là để truyền bá đức tin Kitô giáo hay chỉ thuần là truyện hình sự, phiêu lưu, mạo hiểm đều có một điểm chung. Đó là một cốt truyện nhiều tình tiết li kỳ, gay cấn, căng thẳng và đầy kịch tính. Đây có lẽ cũng là một đặc điểm có tính chất truyền thống của truyện và tiểu thuyết Nam Bộ, từ Hồ Biểu Chánh, Lê Hoằng Mưu của đầu thế kỷ XX cho đến Nguyễn Quang Sáng sau này.

Về ngôn ngữ, ngoài việc được chăm chút rất kỹ về mặt chính tả như Nguyễn Văn Trung đã cho biết,[11] truyện và tiểu thuyết trên *Nam Kỳ địa phận* như Đỗ Quang Hưng đã nhận xét, có một lối văn trong sáng, trau chuốt và uyển chuyển hơn so với lối văn của các báo *Nông cổ mín đàm* và *Lục Tỉnh tân văn* và so với truyện, tiểu thuyết của một số tác giả khác trong cùng thời kỳ đó như văn của Lê Hoằng Mưu, Nguyễn Chánh Sắt, Phạm Minh Kiên....

Qua tiểu thuyết trên Nam Kỳ địa phận, chúng ta thấy bức tranh của văn học Nam Bộ những thập kỷ đầu của thế kỷ XX vẫn là bức tranh của giai đoạn giao thời, quá độ như tình hình chung trên cả nước, trong đó thi pháp tiểu thuyết phương Đông, mà cụ thể là tiểu thuyết chương hồi Trung Quốc, đã hòa lẫn với thi pháp tiểu thuyết phương Tây. Nhưng trên Nam Kỳ địa phận, có vẻ thi pháp của tiểu thuyết chương hồi có lấn lướt hơn. Điều này không chỉ thấy trong tác phẩm dài hơi đầu tiên như ở *Truyện ông Gioang Ngô Kim Thạch* của Charles Ngọc Minh mà còn thấy ở những tiểu thuyết xuất hiện sau năm 1930 như Nhị độ mai (1933) của Phêrô Nghĩa, Tiếng oanh (1942) của Nhuận Thân...., mặc dù các tác giả là nhà văn Công giáo, có nghĩa là họ đã chịu ảnh hưởng sâu sắc của văn hóa phương Tây. Nguyên nhân có lẽ là do áp lực nặng nề của thị hiếu độc giả. Những cư dân của vùng đất mới này thời kỳ đó rất ưa chuộng "truyện Tàu", do đã tìm được trong đó những mẫu nhân vật trọng nghĩa khinh tài rất phù hợp với tính cách của mình và những nhân vật phi thường có thể thỏa mãn sức tưởng tượng phóng túng của họ.

Điều này cho thấy trường hợp của Nguyễn Trọng Quản, cũng là

---

[11] Nhiều tác giả: Về sách báo của tác giả Công giáo (thế kỷ XVII-XIX Tài liệu tham khảo, Khoa Ngữ văn Trường Đại học Tổng hợp thành phố Hồ Chí Minh, 1993, tr.76.

một nhà văn Công giáo, với Truyện thầy Lazarô Phiền cuối thế kỷ XIX là một hiện tượng độc đáo nhưng cá biệt. Do bước quá sớm ra con đường hiện đại rộng lớn nên ông đã phải cô độc. Nói như Bằng Giang, đây "là một con chim lạ từ phương Tây đáp xuống một vùng đất còn vắng bóng đồng loại. Bởi lẽ đó, nó mới nổi lên như một ốc đảo chơi vơi vào nửa sau thế kỷ XIX không riêng ở Nam Kỳ mà ở cả Việt Nam".[12]

***

Từ truyện dài đầu tiên *Truyện ông Gioang Ngô Kim Thạch* được đăng năm 1916 cho đến tiểu thuyết Tiếng oanh năm 1942, báo Nam Kỳ địa phận đã có gần 20 tác phẩm của hơn chục tác giả. Các tác phẩm này, bên cạnh những đặc điểm chung của truyện và tiểu thuyết Nam Bộ, đã có những nét đặc sắc riêng do được các nhà văn Công giáo sáng tác. Tất cả đã giúp cho chúng ta hình dung được phần nào quá trình phát triển và diện mạo của tiểu thuyết hiện đại Nam Bộ nói riêng và của tiểu thuyết hiện đại Việt Nam nói chung trong những năm đầu thế kỷ XX.

Nguồn :

Võ Văn Nhơn (2002), "*Truyện và tiểu thuyết trên báo Nam Kỳ địa phận*", Khoa học Xã hội và Nhân văn, (20), tr. 58-62.

---

[12] Bằng Giang: Văn học quốc ngữ ở Nam Kỳ 1865 – 1930, NXB Trẻ, TP. HCM, 1992, tr. 303.

TRUYỆN ÔNG GIOANG NGÔ KIM THẠCH
TRÊN BÁO *NAM KỲ ĐỊA PHẬN*

Maria Phùng Thị Phương Thảo

1. Đôi nét về tuần báo *Nam Kỳ địa phận* và tác phẩm *Truyện ông Gioang Ngô Kim Thạch* của Charles Ngọc Minh

Tờ báo *Nam kỳ địa phận* của Lm. Mosard là một trong những tờ báo Công giáo phát triển và có tuổi đời lâu nhất. Đây là một tuần san của các giáo phận Nam kỳ, vừa có tên là *Nam kỳ địa phận* vừa có phụ đề là *Semaine Religieuse* theo kiểu các bản thông tin của các giáo phận bên Pháp. Tờ báo phát hành vào thứ năm mỗi tuần, in tại Imprimerie de la Mission, sau đó được đổi tên là nhà in Tân Định. Số ra đầu tiên là vào ngày 26/11/1908 và số cuối cùng là ngày 1/3/1945, tồn tại suốt 37 năm [1]chỉ sau Gia Định báo (tồn tại 46 năm).

Tuy là tờ báo Công giáo nhưng nội dung của tờ *Nam kỳ địa phận* rất đa dạng, đặc biệt có mục Văn chương thi phú là cầu nối đưa những sáng tác văn học đến với độc giả. Truyện ông Gioang Ngô Kim Thạch của tác giả Charles Ngọc Minh là một trong những tác phẩm xuất hiện sớm nhất trên tuần báo (1916), đồng thời cũng được đánh giá là là tiểu thuyết viết theo "truyện Tàu" mang tính tôn giáo đầu tiên [2]. Tuy nhiên, lại không có nhiều người biết đến tác phẩm này.

Nội dung tác phẩm xoay quanh gia đình ông Gioang Ngô Kim Thạch – là một gia đình có đạo. Do nhà vua hiểu nhầm người có đạo cấu kết với giặc ngoại tạo phản nên ra lệnh bắt đạo, vì thế cả gia đình phải đi lánh nạn. Trên đường đi ông lạc mất vợ là bà Martha Ngọc

---

[1] Nguyễn Văn Lục, *Dòng văn học mang dấu Chúa* (phần 51).

[2] Nguyễn Văn Trung (2015), *Hồ sơ về Lục Châu học* – Tìm hiểu con người ở vùng đất mới, NXB Trẻ, tr.114.

Khanh và con trai là Joseph Kim Luông. Sau nhiều khốn khó và thử thách, gia đình mới được gặp lại nhau. Kim Luông đánh giặc có công được phong là nguyên soái, lấy được vợ hiền, cả nhà đoàn tụ về lại chốn xưa, gia sản ngày càng nhiều hơn trước. Câu chuyện nhằm làm rõ chủ đề "họa vô đơn chí" tác giả nêu ra ở đầu tác phẩm, song mục đích chính là lời "minh oan", gỡ giải những hiểu lầm đối với đạo Công giáo và khẳng định đạo Công giáo cũng là đạo hướng con người đến chân, thiện, mỹ.

Phùng Thị Phương Thảo

* *Sinh ngày 14/10/1997, tại Lâm Đồng.*
* *Cử nhân Văn học, trường Đại học Khoa học Xã hội và Nhân văn, đại học Quốc gia thành phố Hồ Chí Minh*
* *Chủ nhiệm đề tài nghiên cứu khoa học năm 2018 -2019: Nghiên cứu Truyện ông Gioang Ngô Kim Thạch trên báo Nam Kỳ địa phận. Đề tài Khóa luận tốt nghiệp Đại học năm 2020: Tiểu thuyết tôn giáo trên tuần báo Nam Kỳ địa phận."*
* *phuongthao22167@gmail.com*

2. Tổng quan tình hình nghiên cứu

Hiện tại chưa tìm thấy thông tin nào nghiên cứu hay đề cập đến tác giả Charles Ngọc Minh, riêng về tác phẩm thì được nhắc tới trong một số tài liệu như trong *Hồ sơ về Lục châu học* của Nguyễn Văn Trung; bài viết "Truyện và tiểu thuyết trên báo *Nam Kỳ địa phận*" được in trong *Văn chương phương Nam – một vài bổ khuyết* do tác giả Võ Văn Nhơn đứng tên; tác giả Lê Tuấn Anh cũng đề cập đến *Truyện ông Gioang Ngô Kim Thạch* trong chủ đề 1908 – *Nam Kỳ địa phận* đăng trên trang mạng *sachxua.net*; trong nghiên cứu "Tiếng Việt và một số tác phẩm mới phát hiện" của Nguyễn Vy Khanh đăng trên website http://www.vietsciences.free.f và trong tài liệu tham khảo *Về sách báo của tác giả Công giáo (Thế kỷ XVIII – XIX)* của Khoa Ngữ văn trường Đại học Tổng hợp TP. Hồ Chí Minh có bài viết của Trần Thái Đỉnh với tiêu đề "Truyện Việt Nam viết theo Truyện Tàu". Nhìn chung, các tài liệu trên đều cho rằng *Truyện ông Gioang Ngô Kim Thạch* là một tác phẩm viết theo lối truyện Tàu mang đượm tinh thần Ki-tô giáo song chỉ mang tính nhận định chứ không đi sâu vào kiến giải.

3. Sự gặp gỡ Ki-tô giáo và tư tưởng Nho giáo trong tác phẩm

Truyện ông Gioang Ngô Kim Thạch không phải là một tác phẩm đồ sộ về dung lượng, cao siêu về kỹ thuật viết nhưng lại chứa đựng nhiều điều thú vị nhờ tư tưởng nghệ thuật được tác giả thể hiện trong tác phẩm. Giá trị tư tưởng của truyện có sự ảnh hưởng và giao thoa giữa nhiều yếu tố nhưng yếu tố mới lạ và thổi luồng gió mới vào tư tưởng nghệ thuật của tác phẩm chính là Ki-tô giáo.

Chủ đề chính của tác phẩm là chủ đề tôn giáo, lấy người Công giáo làm đề tài, xây dựng nhiều khó khăn trắc trở trên đường đời vừa để lý giải cho câu "họa vô đơn chí" nhưng thực chất lại muốn khẳng định những phẩm chất tốt đẹp của người có đạo, để từ đó khuyến khích lòng mộ đạo của các Ki-tô hữu, đồng thời cũng để lương dân chưa theo đạo và những người bách hại đạo có một cái nhìn khác về đạo Công giáo. Có thể thấy, chủ đề của tác phẩm hướng tới mục đích "biện hộ" tôn giáo là chính.

Cảm hứng chủ đạo xuyên suốt tác phẩm là lời ngợi ca phẩm chất tốt đẹp của người Ki-tô hữu được thể hiện qua từng nhân vật. Ông Kim Thạch được miêu tả là người "rộng thấy xa nghe", sống chính trực, nhân hậu, đạo đức. Bà Ngọc Khanh thì đoan trang, hiền thục, tiết hạnh, luôn lo nghĩ cho chồng con, là người phụ nữ chuẩn mực. Thông qua chủ đề và cảm hứng chủ đạo, có thể thấy Charles Ngọc Minh rất yêu mến đạo Công giáo. Và với ông, đạo Công giáo không phải là một tư tưởng xa xôi, một tôn giáo cao vời nhưng là những gì gần gũi và mỗi người đều có thể thực hành hằng ngày.

Tư tưởng nghệ thuật trong tác phẩm cũng không tách rời với quan niệm của nhà văn về cuộc đời, về con người. Ki-tô giáo đến với Việt Nam không chỉ gợi lên được những cảm hứng mới mà còn đem lại những cái nhìn mới. Ngay từ đầu tác phẩm, tác giả đã thể hiện niềm tin của mình vào một Đấng chí linh trong trời đất. Thông qua lời nói cũng như cách ứng xử của nhân vật, tác giả bày tỏ quan niệm của mình về thế giới và con người thông qua lăng kính đức tin. Thiên Chúa là "Chúa cả và trời đất, đã sanh dựng cũng bảo toàn vạn vật, có phép tắc vô cùng". Người Ki-tô hữu tin vào sự sống vĩnh cửu đời sau nên trong đời sống này không thể làm những việc sai trái, và đặc biệt là cảm thức con người tội lỗi, yếu đuối, được thể hiện qua cách xưng hô "tôi tớ tội lỗi này" hay khi gặp gian nan thì cả nhà họp nhau lại cùng cầu nguyện là cảm thức và hành động đặc trưng của đạo Công giáo. Câu chuyện rất gần gũi và có sự tương đồng với nội dung các tích truyện thánh. Chuyện của gia đình ông Ngô Kim Thạch cũng như tích truyện về thánh Gióp được kể lại trong Kinh Thánh Cựu Ước. Như vậy, tác giả khẳng định vũ trụ và con người là do Thiên Chúa tạo dựng và sinh thành, sự sống của con người nằm trong tay Thiên Chúa và những khó khăn thử thách ở đời này là "lửa" để tôi luyện con người trước để ngày cánh chung có thể hưởng vinh phúc trên thiên đàng.

Điều thú vị là tư tưởng trong tác phẩm không chỉ mang dấu ấn đặc thù của Ki-tô giáo mà còn có sự ảnh hưởng rất rõ nét của Nho giáo. Nói như Nguyễn Văn Trung trong *Hồ sơ Lục châu học* thì luân lý trong tác phẩm là sự kết hợp giữa "tam cương", "ngũ thường" và đức tin Ki-tô giáo. Mối quan hệ của các nhân vật đều tuân theo đạo "tam cương": quan hệ vua tôi thì giữ lòng trung thành, quan hệ cha con thì giữ lòng hiếu thuận, giữa vợ chồng với nhau thì giữ lễ nghĩa, lòng chung thủy. Những quan niệm Nho giáo kết hợp với đức tin Ki-tô giáo tạo nên tương quan hai chiều thú vị, con hiếu thuận với cha và cha hết tình dạy bảo con, vợ thủ tiết với chồng, chồng cũng hết lòng thủy chung với vợ. Nhân vật chính Ngô Kim cũng được miêu tả theo chuẩn mực người quân tử trong quan niệm Nho giáo, có đầy đủ các phẩm chất nhân, lễ, nghĩa, trí, tín, dũng. Bên cạnh đó, hệ thống nhân vật cũng được phân chia thành hai phe thiện – ác rõ rệt, người Ki-tô hữu luôn đứng về phe thiện còn các nhân vật phản diện thường là những người không có đạo.

Một mặt Nho giáo mang lại giá trị tư tưởng cho tác phẩm, mặt khác, thông qua Nho giáo là một tư tưởng có ảnh hưởng sâu rộng trong đời sống người dân Việt, tác giả diễn giải đạo Công giáo một cách dễ hiểu và gần gũi, đồng thời tháo cởi những khúc mắc và hiểu lầm về đạo Công giáo.

4. Giá trị nghệ thuật nổi bật của tác phẩm

Tuy đặc điểm nổi bật nhất về nghệ thuật của tác phẩm được đánh giá là lối viết theo tiểu thuyết chương hồi của Trung Hoa song chúng tôi cho rằng đó chưa phải là tất cả những gì đặc sắc về nghệ thuật mà tác phẩm có. Bên cạnh yếu tố về kết cấu, ngôn ngữ và không - thời gian nghệ thuật trong tác phẩm cũng có rất nhiều điểm đáng chú ý.

Về kết cấu, chúng tôi nhận thấy trong tác phẩm có sự gặp gỡ của ba kiểu kết cấu là kết cấu chương hồi, kết cấu truyện thơ Nôm và tiểu thuyết feuilleton. Với kết cấu chương hồi, nội dung trong tác phẩm được chia thành mười một hồi, đầu mỗi hồi có đề mục được viết bằng cặp câu thất ngôn giới thiệu nội dung hồi đó như hồi thứ nhất được giới thiệu bằng hai câu thơ:

"Nơi thơ phòng cha con bày hơn thiệt

Ngoại biên cương nghịch tặc kẻ gian hùng."

Cặp câu thất ngôn thể hiện được hai sự kiện chính xảy ra trong hồi thứ nhất là việc ông Ngô Kim dạy dỗ con trai trong thư phòng và bức thư của người bạn báo tin không lành. Câu đề mục vừa miêu tả được không gian, vừa thuật lại được sự kiện, vừa dự báo được nút thắt đầu tiên đặt ra trong tác phẩm.

Kết cấu truyện thơ Nôm thể hiện qua lối viết "nói có sách, mách có chứng" để giới thiệu chủ đề "Họa vô đơn chí" rồi từ đó giới thiệu bối cảnh câu chuyện, nhân vật. Bên cạnh đó, khi đọc tác phẩm ta cũng dễ dàng nhận ra bố cục 3 phần gặp gỡ - tai biến – đoàn viên quen thuộc trong truyện thơ Nôm. Gia đình nghe tin bị bắt đạo, trên đường đi lánh nạn thì gặp sự cố, mỗi người tản mác một phương, cuối cùng đoàn tụ với nhau hạnh phúc.

Nếu như kết cấu chương hồi và truyện thơ Nôm là những kiểu kết cấu thuộc về truyền thống thì kết cấu feuilleton là điểm nhấn mang màu sắc hiện đại cho tác phẩm. Có thể hiểu feuilleton là những tác phẩm chưa viết xong nhưng đã công bố dưới hình thức đăng báo từng kỳ. Đây không phải là một dạng kết cấu riêng biệt song do đặc trưng thể loại khiến tác phẩm có cách kể chuyện riêng.

Truyện ông Gioang Ngô Kim Thạch được viết dưới dạng feuilleton đăng trên báo *Nam kỳ địa phận*. Chủ đề viết về tôn giáo, tình cảm gia đình với mục đích truyền đạo và giáo huấn nhưng cũng được tác giả khá chăm chút về mặt nghệ thuật. Xét về mặt văn bản gốc, tác phẩm không được đăng theo từng hồi mà có sự ngắt quãng, viết sao cho vừa số trang để đăng báo. Các hồi bị chia thành nhiều lần đăng như hồi thứ hai, thứ ba đăng trong ba kỳ báo. Có khi viết xong hồi này nhưng còn dư trang thì viết tiếp sang hồi mới nên có khi trong một kỳ, người đọc có thể đọc được "cả hai hồi". Cũng có khi chỉ còn một đoạn nữa là kết thúc nhưng do hết trang nên vẫn phải để đến kỳ sau như kỳ báo đăng kết thúc hồi thứ nhất sang hồi thứ hai. Tuy nhiên, dù có sự cắt ghép như vậy nhưng tác giả vẫn đảm bảo được tính hấp dẫn, cắt đoạn ngay ở những khúc gây cấn đánh vào tâm lý độc giả.

Qua sự gặp gỡ giữa các dạng kết cấu, chúng ta cũng phần nào có thêm một điểm nhìn về sự ảnh hưởng và giao thoa về mặt văn học nghệ thuật giữa phương Tây, Trung Quốc với Việt Nam. Bên cạnh đó, dấu ấn truyền thống (tiểu thuyết chương hồi, truyện thơ Nôm) và hiện đại (feuilleton) trong kết cấu cũng là điểm sáng góp phần làm nên giá trị của tác phẩm.

Ngôn ngữ trong tác phẩm cũng mang dấu ấn đặc trưng của thời đại và bối cảnh được sinh ra với sự xuất hiện của phương ngữ Nam bộ, lớp từ Hán Việt và không thể không nhắc đến lớp "ngôn ngữ nhà thờ" đối với một tác phẩm viết về đạo Công giáo.

Khối lượng từ vựng là phương ngữ Nam bộ xuất hiện với mật độ dày đặc, phủ sóng gần như toàn bộ tác phẩm. Các từ ngữ rất quen thuộc với người dân miền nam như "nổi cộc", "chi", "ráng", "đặng", "rẫy",... Không chỉ từ vựng, ngữ âm mang giọng đọc của người Nam bộ cũng được ghi lại và sử dụng trong tác phẩm. Ví dụ như "dưng" chính là "dâng", "đàng" nghĩa là "đường", "nầy" thay cho "này", "chơn" là "chân", hay "thơ" ý chỉ bức thư.

Trong *Truyện ông Gioang Ngô Kim Thạch* ta có thể bắt gặp những từ Hán Việt như "ban sơ", "tiều phu", "tiện nhi", "vong sanh", "điền viên",... với số lượng tương đối nhiều. Hay như những cụm từ quen thuộc "trung phu liệt phụ", "thiên địa tất hữu tư", "tứ cố vô thân". Ngoài ra, ảnh hưởng của từ Hán Việt còn thể hiện ở lối văn biền ngẫu, đăng đối. Đây là một đặc điểm mà chúng ta ảnh hưởng của văn học cổ điển Trung Hoa cho đến lúc bấy giờ vẫn chưa thể phai nhòa.

Ngôn ngữ "nhà thờ" trước đây thường được dùng với hàm ý mỉa mai, chỉ thứ ngôn ngữ được dùng trong kinh sách nhà thờ do các cha đạo đặt ra và cũng chỉ lưu hành trong giới nhà thờ. Tuy nhiên, theo Thanh Lãng thì đó lại chính là ngôn ngữ mà cha ông chúng ta thường dùng trong đời sống hàng ngày. Tuy là một tác phẩm viết về tôn giáo song những từ ngữ chuyên biệt về đạo Công giáo cũng không xuất hiện quá nhiều. Chỉ có một vài từ ngữ xưng hô như "Chúa các Chúa, vua các vua", hoặc chữ "Kirixito" trong "đạo Chúa Kirixito" chính là cách đọc phiên âm chữ Christo hay hiện nay chúng ta còn quen gọi là Ki – tô. Những từ ngữ cũ thuở đạo Công giáo còn sơ khai như "Đức Chúa Blời" đến thời *Truyện ông Gioang Ngô Kim Thạch* đã thống nhất gọi là Đức Chúa Trời cho thấy sự vận động của ngôn ngữ "nhà thờ" cùng ngôn ngữ dân tộc.

Về không gian nghệ thuật, Charles Ngọc Minh lấy bối cảnh là đất nước Trung Hoa, không gian rộng lớn và trải dài gắn liền với hành trình lưu lạc của các nhân vật. Tác giả đi từ không gian của lịch sử đến thiên nhiên núi rừng, biển cả, đến cả quán trọ, công đường. Không gian có sự luân chuyển, xen kẽ giữa các nhân vật với nhau, trong cùng một thời điểm, tác giả tái hiện mỗi nhân vật của mình ở một không gian khác nhau để cho thấy sự đối xứng, đối chiếu giữa các nhân vật, càng toát lên sự đau khổ, khó khăn mà mỗi người trong gia đình ông Ngô Kim đang gặp phải.

Thời gian trần thuật trong *Truyện ông Gioang Ngô Kim Thạch* là dạng thời gian sơ khởi theo hướng đa tuyến. Thời gian đa tuyến là dạng thời gian xuất hiện trong truyện có nhiều nhân vật, mỗi nhân vật xuất hiện trong từng thời điểm có thể trùng hoặc không trùng nhau. Trong một khoảng thời gian nhất định, Charles Ngọc Minh không để nhân vật hiện lên cùng lúc mà có sự phân chia. Cùng một mốc thời gian, nhưng mỗi nhân vật chiếm lĩnh một không gian và khoảng thời gian riêng. Chẳng hạn, cùng là lúc lâm cảnh thất lạc nhưng Ngô Kim

Thạch khi trở về không thấy vợ đâu, "cơn sầu não bực tức liền nổi lên, làm cho ông xỉu nhào bất tỉnh!!"; tương tự, cùng lúc đó Ngọc Khanh lại đang mệt lả và ngất xỉu bên suối; Ngô Kim Luông thì "mắc mò theo ba con khỉ mà lượm trái rơi". Và cứ thế thời gian cuốn chiếu và trôi đi theo các sự việc và hành động của mỗi nhân vật thế so sánh, đối chiếu với những người còn lại.

5. Kết luận

Như vậy, có thể thấy *Truyện ông Gioang Ngô Kim Thạch* có sự gặp gỡ giữa hai tư tưởng lớn là Ki-tô giáo và Nho giáo, đại diện cho sự giao thoa tư tưởng, tôn giáo Đông Tây. Về mặt nghệ thuật, điểm sáng của tác phẩm là sự giao lưu, dung hợp giữa truyền thống và hiện đại, giữa nghệ thuật viết văn xuôi của phương Tây, Trung Hoa và của dân tộc. Do tập trung phục vụ chủ đề nên đôi chỗ tác phẩm vẫn được viết theo lối lý tưởng hóa, chưa có những khám phá về chiều sâu nội tâm nhân vật.

Tuy nhiên, cũng chính nhờ những điều này mà tác phẩm có sự chuyển mình uyển chuyển, bước đầu đưa văn xuôi tiếp cận với nền văn học thế giới. *Truyện ông Gioang Ngô Kim Thạch* không có sự đoạn tuyệt với truyền thống, đổi mới một cách đột ngột như *Truyện thầy Lazaro Phiền* của Nguyễn Trọng Quản. Tác phẩm của Nguyễn Trọng Quản ra đời từ sớm, và có thể coi là tác phẩm văn xuôi quốc ngữ đầu tiên của nước ta song lại không tạo được tiếng vang nhiều do kỹ thuật viết và nội dung quá phương Tây, gần như hoàn toàn xa lạ với độc giả Việt. Trong khi đó, Charles Ngọc Minh kết hợp giáo lý Ki-tô giáo với Nho giáo và dùng lối kể truyện của Trung Hoa giúp người đọc dễ dàng tiếp nhận và yêu mến tác phẩm hơn. Qua đó chúng ta nhận ra rằng, sự thay đổi nào cũng cần một quá trình. Nền văn học dân tộc cũng vậy. Những tác phẩm như *Truyện ông Gioang Ngô Kim Thạch* là cần thiết để có được sự chuẩn bị cho những đổi mới toàn diện hơn của nền văn học. Và diện mạo văn học Việt Nam mà chúng ta nhìn thấy chính là sự tiếp biến đi lên từ truyền thống, giao hòa với hiện đại và chắt lọc tinh hoa từ những ảnh hưởng bên ngoài.

Dòng văn học Công giáo không phải chỉ mới nảy sinh gần đây mà đã có tuổi đời khoảng bốn trăm năm, thậm chí còn góp phần không nhỏ trong việc hình thành và phát triển văn học chữ quốc ngữ. Đặt tác phẩm vào dòng chảy của văn học Công giáo để thấy được rằng dù chưa được công nhận nhưng dòng văn học mang dấu ấn Ki-tô giáo vẫn âm thầm phát triển cùng với nền văn học dân tộc. Nó góp phần làm phong phú, đa dạng hơn cho nền văn học dân tộc. Hiện nay, văn học Công giáo đang dần được chú ý hơn song những vấn đề về văn học Công giáo vẫn còn là một khu vườn rộng lớn bỏ ngỏ. Nếu có thể khám phá và khai thác khu vườn này, chắc chắn nền văn học dân tộc sẽ có thêm những nét đẹp và sức hấp dẫn mới.

TÀI LIỆU THAM KHẢO

Tài liệu sách, báo:

1. Báo *Nam Kỳ địa phận* (1916-1920).

2. *Kinh thánh trọn bộ Cựu ước* và *Tân ước* (1998), nhóm phiên dịch Các giờ kinh phụng vụ, Tòa Tổng giám mục, TP. HCM.

3. Trần Đình Hượu, *Nho giáo và văn học Việt Nam trung cận đại,* NXB Giáo dục

4. Võ Văn Nhơn – Nguyễn Thị Phương Thúy (2016), *Văn chương phương Nam – Một vài bổ khuyết*, NXB Tổng hợp TP. HCM.

5. Nhiều tác giả (1993), *Về sách báo của tác giả Công giáo (thế kỷ XVII – XIX)*, Khoa Ngữ Văn, Trường đại học Tổng hợp TP. HCM.

6. Bùi Đức Tịnh, *Những bước đầu của báo chí, tiểu thuyết và thơ mới*, NXB TP.HCM

7. Huỳnh Văn Tòng (2016), *Báo chí Việt Nam từ khởi thủy đến 1945,* NXB Tổng hợp TP. HCM.

8. Nguyễn Văn Trung (2015), *Hồ sơ về Lục Châu học* – tìm hiểu con người ở vùng đất mới, NXB Trẻ.

Tài liệu Internet:

1. Lê Tuấn Anh (8/12/2009), 1908 – *Nam Kỳ địa phận*, http://www.sachxua.net

2. Feuilleton, Definitions, https://www.definitions.net/definition/feuilleton?fbclid=IwAR0qFUW880MrbKOyshweqeFAX7ix7kXvXm6UQaFXpBuH1g3uBH8WHLVH MWQ.

3. Phan Mạnh Hùng (27/2/2013), "So sánh tiểu thuyết Feuilleton ở Nam bộ trước 1945 với tiểu thuyết chương hồi",

Phần 1: http://solitary2009.blogspot.com/2013/02/tieu-thuyet-feuilleton-1.html

Phần 2: http://solitary2009.blogspot.com/2013/02/tieu-thuyet-feuilleton-2.html

4. Nguyễn Vy Khanh, "Tiếng Việt và một số tác phẩm mới phát hiện",

Phần 1: http://www.mevietnam.org/NgonNgu/tiengviet-a.html

Phần 2: http://www.mevietnam.org/NgonNgu/tiengviet-b.html

5. Nguyễn Văn Lục, "Dòng văn học mang dấu Chúa (Kết)", https://sites.google.com/site/gsnguyenvanluc/bai-viet-2014/phan-51

6. Võ Văn Nhơn, "Văn học dịch ở Nam Bộ cuối thế kỷ XIX đầu thế kỷ XX", trang điện tử khoa Văn học và ngôn ngữ, ĐH KHXH & NV, http://www.khoavanhoc-ngonngu.edu.vn

7. Võ Văn Nhơn (15/9/2011), "Ảnh hưởng của tiểu thuyết Trung Quốc đối với sự hình thành và phát triển nền tiểu thuyết quốc ngữ ở Nam Kỳ cuối thế kỷ XIX đầu thế kỷ XX",

http://khoavanhoc-ngonngu.edu.vn/hoi-thao/viet-nam-trung-quoc/2415-anh-huong-cua-tieu-thuyet-trung-quoc-doi-voi-su-hinh-thanh-va-phat-trien-tieu-thuyet-quoc-ngu.html

8. Võ Văn Nhơn (2016), "Tiểu thuyết quốc ngữ Nam Bộ cuối thế kỷ XIX – đầu thế kỷ XX – một vấn đề còn tranh cãi", Tạp chí khoa học Tạp chí Khoa học Đại học Thủ Dầu Một Số 4 (29)-2016.

9. Nguyễn Trọng Quản, Thầy Lazaro Phiền, bản PDF: https://cvdvn.files.wordpress.com/2017/10/thay-lazaro-phien.pdf

LÀNG SÔNG - NHÀ IN VÀ THƯ VIỆN

Linh mục Phaolô Nguyễn Minh Chính

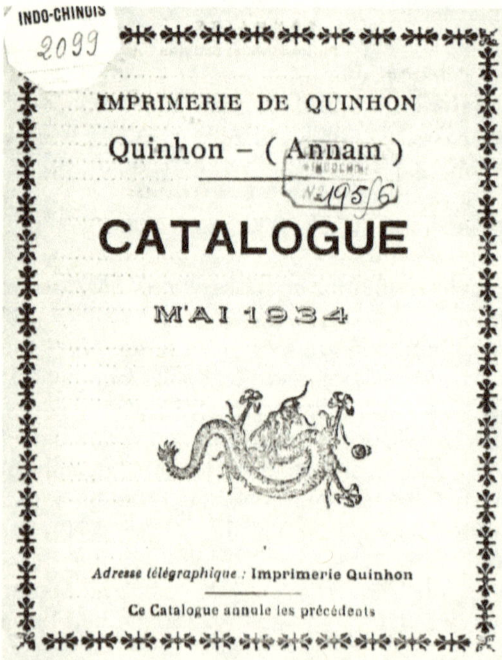
IMPRIMERIE DE QUINHON

Quinhon – (Annam)

CATALOGUE

MAI 1934

Adresse télégraphique : Imprimerie Quinhon

Ce Catalogue annule les précédents

"Sự hiện diện của Pháp ở Việt Nam ngược lên đến năm 1862 khi họ bắt đầu cai trị Đông Dương. Trong số những yếu tố được đưa vào qua sự hiện diện của người Pháp, máy in, những ấn phẩm và văn chương Pháp, nhất là nhờ sự phổ biến chữ *Quốc ngữ*, đã kéo theo nhiều thay đổi văn hóa xã hội ở Việt Nam. Người Việt không chỉ biết lợi

Linh mục Phaolô Nguyễn Minh Chính

* *Sinh: 12-07-1958, tại Gia Hựu, Bình Định.*
* *Linh mục: 11-12-1997 thuộc giáo phận Qui Nhơn.*
Tốt nghiệp Thần học hệ thống tại Học viện Công giáo Paris (ICP) năm 2008.
* *Tác phẩm: Mật khẩu để đọc Tin mừng (2015); Khi xác thân làm của lễ (2017); Và họ nhận ra Ngài (2018); Xuôi ngược thời gian (2019); Nối vạch thời gian (2020); Ngả bóng thời gian (2021).*
* *Email: <paulchinh@yahoa.com>*

dụng những yếu tố này và sử dụng trên bình diện kỹ thuật thôi mà đôi khi còn để đối chọi với những kẻ thực dân".[1] Nhờ có máy in typo nhanh chóng và hiệu quả, sự hoàn thiện của chữ *Quốc ngữ* cũng hiệu quả và nhanh chóng không kém, một nền báo chí Việt Nam đã ra đời khi kết hợp các yếu tố này.

Hòa vào dòng chảy của dân tộc trên bước đường khai hóa, là thủ phủ của một giáo phận lâu đời trải qua các thời kỳ, đất Qui Nhơn đã không hổ là vùng "đất võ trời văn" khi ngay từ những năm đầu tiên của thế kỷ XX đã có nhà in và kéo theo đó là một truyền thống in ấn, phát hành sách báo được hình thành, trước hết là nhờ các thừa sai có tài có tâm, và kế đến là các linh mục người Việt cũng đầy nhiệt huyết và tài năng không kém. Họ cùng nhau kiến tạo một truyền thống in ấn sách báo nghiêng về văn hóa xã hội hơn là chính trị vì công việc của họ chỉ có mục đích phổ biến chữ Quốc ngữ, "khai trí tiến đức", và hẳn nhiên là truyền bá tinh thần Kitô giáo cũng như phản bác những điều sai lạc vô tình hay cố ý.

Nhờ vào nguồn tài liệu hạn chế, trong bài viết này, chúng tôi chỉ xin được "lần giở trước đèn", ghi lại đây đôi điều tản mạn về truyền thống in ấn và xuất bản của Giáo phận Qui Nhơn để có cái nhìn tổng quan về một truyền thống văn hóa tốt đẹp mà dưới cái nhìn "mỹ học" của người xưa thì: "*Thư trung hữu nữ nhan như ngọc*".[2]

I. NGHỀ IN Ở VIỆT NAM

Lịch sử in ấn ở Việt Nam rất ít được biết đến, mà có biết được điều gì thì cũng không có nghiên cứu nào chuyên sâu về đề tài này để lần tìm về một khởi điểm khả tín dựa vào các tài liệu và những chứng

---

[1] Thu Hang Le, "Le Viêt Nam, un pays francophone atypique: regard sur l'emprise française sur l'évolution littéraire et journalistique au Viêt Nam depuis la première moitié du XXe siècle", *Documents pour l'histoire du français langue étrangère ou seconde.* 40/41 | 2008.

[2] Trong sách có người con gái mặt xinh như ngọc.

cứ xác thực. "Thư mục của Việt Nam ngày xưa mà trong đó lịch sử và nguồn gốc in ấn liên kết chặt chẽ với nhau dường như không có nhiều. Chiến tranh, những biến động nội bộ, những cuộc xâm lăng ở xứ sở này có khí hậu nhiệt đới ẩm thấp chắc chắn đã giải thích phần nào sự biến mất của những cuốn sách đã được nhất trí ghi nhận từ lâu, kèm theo sự tiếc nuối. ... Các yếu tố cho phép lần tìm sự tiến triển của ngành in lên đến tận những chứng cứ đầu tiên quả thật không có gì chắc chắn".[3]

1. Nghề in mộc bản

Dù rằng nghề in ấn ở Việt Nam được đề cập đến từ năm 1299 trong các thư tịch,[4] vài tác giả chắc chắn dựa vào truyền thuyết để cho rằng nó có trước thời điểm này. Một đoạn ngắn nói về cuộc đời thiền sư Trí Học, được trích dẫn trong tác phẩm cổ nhất của Phật giáo là *Thiền uyển tập anh ngữ lục* (có lẽ vào khoảng năm 1134), theo đó vị thiền sư này có nghề in khắc gỗ hay mộc bản gia truyền đến ông là đời thứ ba. Dựa vào thông tin này, nhiều người cho rằng nghề in ở Việt Nam đã có từ một thời điểm sớm hơn. Tuy nhiên, dù chưa xác định được thời điểm nào thì cũng có thể nói được rằng kỹ thuật in lúc này là in mộc bản. "In mộc bản là một nghệ thuật hạn chế, phần lớn giới hạn trong vài chùa chiền hay làng mạc ở phía Bắc Việt Nam chuyên làm giấy, mực và nghệ thuật khắc gỗ. Vì thế, những sách in rất hiếm và phương tiện chính để phổ biến các bản văn vẫn là các bản chép tay. Những ấn bản khắc gỗ cổ xưa chỉ mang một dòng chữ như "do thợ khắc gỗ của làng (làng này hay làng kia)", không có tên người xuất bản."[5]

Khi các nhà truyền giáo đến Việt Nam, các ngài đứng trước một dân tộc có hai hệ thống chữ viết: chữ *Hán* của những người học thức mà họ phải dành đến cả nửa đời để học và chữ *Nôm* của ngôn ngữ phổ thông hằng ngày nhưng xem ra còn phức tạp hơn.[6] Và đại đa số người

---

[3] Christiane Pasquel-Rageau, "L'imprimerie au Vietnam: de l'impression xylographique traditionnelle à la révolution du quôc-ngu (XIIIe–XIXe siècle)", *Revue Française D'histoire Du livre*, n°43, 1984

[4] "Năm 1299, vua Trần Nhân Tông truyền in các tài liệu *Phật giáo pháp sự, Đạo trường tân văn* và *Công văn cách thức*", *Annales Complètes du Vietnam*, tome II, éd. Académie vietnamienne des Sciences sociales, Hanoï 1998, tr. 78.

[5] Nguyễn Thế Anh, "Vietnam", trong Patricia Herbert, Anthony Crothers Milner, *South-East Asia: Languages and Literatures: a Select Guide*, University of Hawaii Press, tr. 82

[6] Vài nhà nghiên cứu cho rằng người Việt đã có chữ viết trước thời kỳ xâm lược của Trung Hoa. Những hình ảnh trên trống, trên rìu đồng, trên mu rùa, văn bia .... Đây có thể là những ký hiệu quy ước mà người Việt cổ dùng để viết ngôn ngữ của mình. Loại chữ tượng ý giống hình con nòng nọc này gọi là "Khoa đẩu tự". Tuy nhiên, giả thiết này thiếu chứng cứ lịch sử nên ít nhận được sự đồng tình của các nhà nghiên cứu. Xem thêm Lê Trọng Khánh, *Sự hình thành và phát triển chữ Việt cổ,* Viện văn hóa, 1986.

dân đều không biết viết ngôn ngữ của mình. Vì thế, các nhà truyền giáo mới nảy sinh ý tưởng dùng mẫu tự Latinh để ghi lại âm tiếng Việt: chữ *Quốc ngữ*. Chữ Quốc ngữ trước hết được các nhà truyền giáo dùng để phục vụ cho công cuộc rao giảng và sau đó dần dần được các ngài dạy cho giáo dân Việt Nam. Hẳn nhiên, khi học và dần tìm cách sáng tạo chữ Quốc ngữ, các ngài vẫn cần có sự giúp đỡ của cư dân bản địa, nhất là những người thường có học thức cao như các thầy dạy học hay thầy giảng. Riêng cha Francisco de Pina lựa chọn các cộng tác viên của mình một cách khá độc đáo và có mục đích. Ngài chọn những người trẻ tuổi bình thường ở chung quanh mình. Lý do là vì những người trẻ tuổi sẵn sàng chấp nhận sự mới lạ của chữ viết mới khác với chữ Hán và không sùng bái hệ thống giáo dục theo khuôn mẫu Trung Hoa như các bậc trí thức thời bấy giờ, và như thế sẽ dễ dàng tách rời khỏi nền văn hóa Trung Hoa. "Trong khi các nhà truyền giáo khác đi tìm những giáo viên có học và có kinh nghiệm để giúp mình, cha Pina quyết định mời những người trẻ xung quanh mình. Lý do sâu xa là như thế này: để cho phép nền văn hóa Việt Nam tiến bộ một cách độc lập, tách khỏi nền văn hóa Trung Hoa, và để có năng lực sáng tạo, cần có những người trẻ, dám cởi mở để chấp nhận sự mới lạ này. Các bạn trẻ này sẽ hoàn toàn thoải mái với cả hai hệ thống chữ viết; như cha Pina viết: "với chữ của họ lẫn chữ của chúng ta". Ngài còn sợ rằng tâm lý của các bậc thầy hoàn toàn khác: sau khi đã dành nhiều năm nhiều tháng ôn thi để làm quan, họ đã đánh giá quá cao, một cách cứng nhắc, vào sự vượt trội của chế độ giáo dục truyền thống ấy".[7]

Dù sao, các cộng tác viên giáo dân người Việt vẫn là yếu tố không thể thiếu trong việc hình thành những văn bản đặt nền tảng cho chữ Quốc ngữ và đóng góp tích cực cho công cuộc Phúc âm hóa. Trong các văn bản gốc Majorica, sự đóng góp của người Việt hầu như chắc chắn. Tuy nhiên, "trong khi có vài thầy giảng có thể tham gia cộng tác trong các văn bản Majorica thì chỉ có một người được ghi lại tên tuổi là thầy Phanxicô".[8] Nhưng đây không phải là công việc duy nhất mà ta có thể ghi nhận về thầy giảng Phanxicô. Trong trường hợp này, ngoài việc dạy các thừa sai học tiếng, thầy Phanxicô còn dùng nghề tay trái của mình để giúp các thừa sai soạn thảo và in ấn các sách giáo lý. "Phanxicô, chỉ được biết bằng tên thánh, đã cải đạo vào cuối thập

[7] Roland Jacques, "Vài suy niệm về Francisco de Pina và những bước đầu tiên trong việc hình thành chữ Quốc ngữ", Bài tham luận tại Hội thảo "*Di sản do (những giáo sĩ) Dòng Tên Bồ Đào Nha để lại ở Việt Nam*", Museu São Roque – Lisboa, 24.10.2019, (Bản tiếng Việt của chính tác giả).

[8] Brian Ostrowski, "The rise of Christian Nôm literature in seventeenth-century Vietnam: Fusing European content and local expression", trong Wynn Wilcox, *Vietnam and the West: New Approaches*, Ithaca, New York: Cornell University, Southeast Asia Program, 2010. tr. 27-28

niên 1620 và tiếp tục phụ tá cho Majorica trong công việc mục vụ, sống và cộng tác với ngài trong công việc ghi chép các bản văn.[9] Phanxicô là tu sĩ Phật giáo cấp cao tại Chùa Thành Phao trong vòng 17 năm,[10] và theo vài truyền thống, ông cũng là quan văn trong triều.[11] Ông chính thức được phong làm một trong ba thầy giảng đầu tiên của Đàng Ngoài vào năm 1630 và phục vụ miền truyền giáo ít nhất là một thập niên sau đó.[12] Hầu như chắc chắn rằng ông cũng là thầy giảng mà Gaspar d'Amaral đề cập đến trong tường trình thường niên về Đàng Ngoài năm 1632, khi ngài nói rằng một thầy giảng người Việt tên là Phanxicô chịu trách nhiệm "in ấn (empressão) những cuốn sách thông dụng và sách giáo lý cho những người quan tâm tìm hiểu luật thánh của chúng ta". Theo d'Amaral [13] thì Phanxicô là người "hay chữ" và thành thạo kỹ thuật in mộc bản".[14]

---

[9] Có sự bất đồng ý kiến trong các nguồn nói về việc Phanxicô cải đạo ra sao và khi nào. Theo Philiphê Bỉnh, "*Truyện Nước Annam Đàng Ngoài chí Đàng Trong*, Quyển thứ I, *Nói sự Đàng Ngoài*", tr. 28-30, thì Majorica đóng vai trò quan trọng trong việc cải đạo của Phanxicô. Philiphê Bỉnh viết rằng Majorica khi còn ở Hà Nội, ngài được Chúa Trịnh gọi đến triều đình để tham gia tranh luận với 10 nhà sư Phật giáo của vương quốc. Phanxicô, "Sư hòa thượng thứ nhất", được cho là đã bị các lý luận của Majorica thuyết phục nên đã học đạo và được rửa tội. Tuy nhiên, Alexandre de Rhodes, trong *Histoire du Royaume de Tunquin* (Lyon: Jean Baptiste Devenet, 1651), tr. 188-89, nói rằng Phanxicô đã cải đạo sau khi dự một trong các khóa giảng thuyết của ngài ở Đàng Ngoài khoảng từ năm 1628 đến 1630, trước khi Majorica đến. Nhìn câu chuyện này dưới truyền thống văn chương Kitô giáo Việt Nam, dường như câu chuyện tranh luận ở triều đình chúa Trịnh có lẽ là một ngụy tạo. Vào thế kỷ XVII, nhiều truyền thuyết về tài năng của các nhà giảng thuyết Kitô giáo phản bác được sự công kích của các đối thủ Phật giáo và Khổng giáo đã trở nên phổ biến trong giới văn nhân Kitô giáo. Tác phẩm phổ biến nhất trong mạch này là cuốn "Hội đồng tứ giáo" thuật lại cuộc tranh luận giữa các thủ lãnh Phật giáo, Kitô giáo, Khổng giáo và Đạo giáo. Tuy nhiên, câu chuyện này trước hết có tính bút chiến và dường như không có nền tảng trong sự kiện lịch sử. Câu chuyện cuộc tranh luận của các cha Dòng Tên ở cung chúa Trịnh vào đầu thập niên 1630 có lẽ chỉ là dị bản sơ thời của câu chuyện này. (chú thích của Brian Ostrowski)

[10] Alexandre de Rhodes, *Histoire du Royaume de Tunquin,* tr. 189.

[11] Chi tiết này chỉ có trong Philiphê Bỉnh, "*Truyện Nước Annam Đàng Ngoài chí Đàng Trong, Quyển thứ I, Nói sự Đàng Ngoài*", tr. 28-30, trong khi cha Alexandre de Rhodes không nói ông phục vụ trong bộ máy quan lại Đàng Ngoài.

[12] Alexandre de Rhodes, *Histoire du Royaume de Tunquin,* tr. 255-56; Trương Bá Cần, "Lịch sử phát triển Công giáo Việt Nam", chương IX, *Công giáo và Dân tộc* 56 (8/1999): 116.

[13] Gaspar d'Amaral, bản thảo chưa xuất bản của *Biblioteca da Ajuda*, bộ sưu tập *Jesuítas na Ásia*, vol. 49/V/31, fol. 219v, được trích dẫn trong Roland Jacques, *Portugese Pioneers of Vietnamese Linguistics* (Bangkok: Orchid Press, 2002), tr. 78-79.

[14] Brian Ostrowski, "The rise of Christian Nôm literature in seventeenth-century Vietnam: Fusing European content and local expression", trong Wynn Wilcox, *Vietnam and the West: New Approaches*, Ithaca, New York: Cornell University, Southeast Asia Program, 2010. tr. 27-28

2. Vai trò của ấn phẩm trong việc truyền giáo

Trong giai đoạn tiền hình thành chữ Quốc ngữ, chữ "Hán" vẫn được xem là chữ "thánh hiền", đặc biệt được coi trọng ở Đàng Ngoài. "Các nhà truyền giáo Dòng Tên rõ ràng đã ý thức được sự thần kỳ của các tác phẩm được viết bằng chữ "Hán", chữ viết này được đặc biệt sùng bái ở Đàng Ngoài. Vào năm 1632, cha Majorica và Bernardino Reggio đã lập một nhà in ở Đàng Ngoài để in sách giáo lý của cha Matteo Ricci và cuốn hộ giáo của cha Francesco Buzomi.[15] Năm 1630, Antonio Cardim thuật lại rằng các thầy giảng Phanxicô và Inhaxiô đã chinh phục một tu sĩ Phật giáo khi đưa cho ông cuốn giáo lý của cha Ricci. Cardim mô tả "thẩm quyền" của các sách chữ Hán ở Đàng Ngoài và đề nghị in thêm các cuốn giáo lý của cha Ricci và João Soeiro.[16] Ông giải thích rằng: "Đôi khi những người ngoại giáo nói với các giáo dân rằng họ không có sách vở gì để chứng minh cho luận thuyết và lề luật mà họ tuyên xưng, nhưng khi đưa cho họ sách vở từ Trung Hoa thì họ không nói gì nữa. Nhiều trí thức đã trở thành Kitô hữu chỉ vì xem sách vở từ Trung Hoa".[17] Đôi khi, dường như những bản văn như thế lại có tầm quan trọng như bùa chú hay biểu tượng cho thẩm quyền tâm linh hơn là những chữ nghĩa chứa đựng trong đó. Chẳng hạn, cha Alexandre de Rhodes thuật lại chuyện một tu sĩ Phật giáo ở Đàng Ngoài đã có một cuốn sách Kitô giáo. Cha của ông đã sở hữu nó khi tháp tùng một quan sứ đến triều đình Trung Hoa.[18] Và cuốn sách này đã được để lại cho ông sau khi người cha qua đời. Mặc dù không hiểu nội dung cuốn sách, nhưng cả hai đều giữ nó cẩn thận trong "hòm"".[19] Cha Peter Phan còn xác định thêm rằng: "Mặc dù cha de Rhodes không nói tên tác giả cũng như tựa đề cuốn sách, nhưng không nghi ngờ gì đó là cuốn *Thiên Chủ Thực Nghĩa* (T'ien-chu Shih-i) của cha Ricci.[20] Vị tu sĩ Phật giáo này đã giữ cuốn sách trong ba mươi năm trước khi đưa nó cho cha de Rhodes xem vào khoảng năm 1629/1630, điều này cho

---

[15] Ruiz-de-Medina, "Vietnam" trong *Diccionario Historico de la Compania de Jesus*, 4:3957, Rome: Institutum Historicum Societas Jesu, 2001. Tuy nhiên, cơ sở in này đã bị phá hủy ngay trong năm đó.

[16] Antonio Cardim, "Annua de Tunkim do anno de 1630," May, 1630, Biblioteca da Ajuda, Lisbon (BA), Jesuítas na Ásia (JnÁ), 49-V-31, ff. 31r

[17] Antonio Cardim, Sđd.

[18] Matteo Ricci đã nói đến món quà là cuốn sách giáo lý bằng tiếng Hán tặng cho quan sứ Đại Việt đi sứ Trung Hoa vào năm 1585. Xem Ricci, *Storia dell'Introduzione dell Cristianesimo in Cina*, ed. Pasquale M. D'Elia (Rome, 1942-9), 1:262

[19] Tara Alberts, "Catholic Written and Oral Cultures in Seventeenth-Century Vietnam", trong *Journal of Early Modern History*, 16 (2012) 383-402, tr. 391

[20] Tác giả Nguyễn Hồng cho rằng đó là cuốn giáo lý của Michel Ruggieri. Xem Nguyễn Chí Thiết, *Le Catéchisme du Père Alexandre de Rhodes et l'âme Vietnamienne*. Nhưng tôi (Peter Phan) cho rằng đó là cuốn của Matteo Ricci.

phép xác định rằng cha của ông ấy đã nhận được cuốn sách vào thập niên đầu tiên của thế kỷ XVII. Cuốn giáo lý của cha Ricci [21] được xuất bản lần đầu tiên vào năm 1603 ở Bắc Kinh, sẽ là quà tặng quý giá cho thành viên của đoàn sứ Việt Nam".[22]

Trong công cuộc truyền giáo, các thừa sai đã chú trọng rất nhiều vào vai trò của những văn bản hay đơn giản là sách, từ các sách giáo lý, Phúc âm, Hạnh các thánh cho đến Gương Chúa Giêsu.... Sách có tầm quan trọng trong cuộc canh tân Công giáo vào thế kỷ XIX và khẳng định vai trò của mình trong việc truyền giáo của các thừa sai đầu tiên ở Trung Hoa và Nhật Bản. Một phần quan trọng không nhỏ được dành cho các sách hộ giáo để tự biện minh trước các tôn giáo của phương Đông, chẳng hạn như cuốn *Biện phân tà chánh* hay *Hội đồng tứ giáo*.... Nhiều phương pháp hộ giáo đã được sử dụng: phương pháp của cha Ricci là tìm xem Công giáo có điểm gì chung với Đạo Khổng và như thế làm cho cuộc đối thoại trở nên dễ dàng, nhưng nó có nguy cơ làm lu mờ đi các tín điều Kitô giáo và dễ dẫn đến khuynh hướng tổng hợp tôn giáo (syncrétisme). Một phương pháp khác là tự chứng minh bằng những lý thuyết Kitô giáo. Phương pháp thứ ba có tính tấn công và phản bác những niềm tin sai lạc. Tuy nhiên, một thừa sai và một bản văn có thể sử dụng cả ba luận chứng chứ không hẳn chỉ một phương pháp bài bác. Ngoài ra, "Sách là một phương thế hữu hiệu đáp ứng được ba mục đích của Hội truyền giáo hải ngoại Paris: thành lập hàng giáo sĩ bản xứ, chăm sóc các tân tòng và cải đạo lương dân. Nó cung cấp cho các chủng sinh miền truyền giáo nền tảng đào tạo cần thiết. Nó được dùng để dạy giáo lý và nuôi sống đời sống thiêng liêng cho giáo dân. Cuối cùng, nó cho phép quảng bá giáo lý ở những nơi mà các thừa sai không thể đến được. Tầm quan trọng của nó càng lớn lao

---

[21] Một khó khăn khi đồng hóa cuốn sách của vị tu sĩ Phật giáo với tác phẩm của cha Ricci là lời dẫn "tên thánh Giêsu viết bằng đại tự trên trang đầu tiên (không phải trên trang bìa) của cuốn sách". Tựa đề cuốn sách của Ricci là *T'ien-chu Shih-i* và không có chữ Giêsu. De Rhodes không nói rằng từ Giêsu được *in* (printed) trên trang đầu nhưng được "ghi dấu" và vẽ bằng đại tự trên đó. Có thể là người tặng sách của Ricci cho cha của vị tu sĩ kia đã "ghi dấu" hay "vẽ" từ Giêsu lên trang đầu cuốn sách như là một phần của lời đề tặng. Dù sao, tôi không biết được có cuốn sách giáo lý nào bằng tiếng Trung Hoa xuất bản trước năm 1600 mà có từ "Giêsu" trong tựa đề. Pietro Braido ghi chú rằng cuốn *T'ien-chu Shih-i* không phải là cuốn giáo lý đúng nghĩa, cuốn giáo lý được sử dụng ở Trung Hoa là bản dịch cuốn *Doutrina,* do Joao da Rocha, S.J. dịch, nhưng không cho thông tin về tựa đề đầy đủ của nó bằng tiếng Trung có chứa từ Giêsu (xem *Lineamenti di storia della catechesi e dei catechismi,* 129). Thật ra, da Rocha truyền giáo ở Nam Kinh vào năm 1600, và dịch sang tiếng Trung cuốn giáo lý của Marco Jorge, S.J., và xuất bản năm 1619. Trong trường hợp này thì cuốn sách xuất hiện khoảng 20 năm sau khi đoàn sứ Việt Nam đến Bắc Kinh. (chú thích của cha Peter Phan)

[22] Phan, Peter C., *Mission and Catechesis: Alexandre de Rhodes & Inculturation in Seventeenth-Century Vietnam*, Orbis Books, 2015

hơn khi mà người phương Đông tôn thờ chữ nghĩa. Như vậy, sách là phần chính yếu trong công việc tông đồ và truyền giáo, có một vai trò quan trọng”. [23]

Để xuất bản các tác phẩm, ban đầu các thừa sai gởi in ở những nơi khác khi chưa tổ chức được những cơ sở in riêng của địa phận. Đối với các cơ sở in mộc bản thì hệ thống tổ chức đơn giản hơn nhiều, chỉ cần những tay thợ khắc lành nghề, còn nguyên vật liệu thì có thể tìm kiếm được ở bất kỳ nơi đâu. Hệ thống này rất hiệu quả và uyển chuyển nên dễ dàng xoay xở trong những cơn bách hại và có thể tái lập được ngay sau bách hại.

Mặc dù rất bận rộn với công việc mục vụ, mối bận tâm ưu tiên của các chủ chăn là giáo huấn những chân lý cứu rỗi bằng sách vở, nhất là sách giáo lý dành cho giáo dân. Thời Đức cha Jacques-Benjamin Longer Gia (1752-1833), ở Tây Đàng Ngoài, sách giáo lý chỉ là những bản viết tay đầy những lỗi do bất cẩn của người sao chép. Đức cha de Gortyne, nhờ sự giúp đỡ và ý kiến của các thừa sai khác, đã soạn thảo một cuốn giáo lý. “Ở Đàng Ngoài lúc này chỉ có một nhà in của lương dân, và tất cả ấn phẩm từ nhà in này chất lượng rất kém. Đức cha de Gortyne sai các thầy giảng in sách của mình. Thay vì những tấm mộc bản mà trên đó người Hoa và người Đàng Ngoài khắc những gì họ muốn, ngài bảo các thầy giảng đẽo và khắc những con chữ rời và di động, có thể dùng lại để in những tác phẩm khác. Công việc này gặp khó khăn trong ngôn ngữ không được viết bằng mẫu tự alphabet. Các con chữ khắc trên gỗ cứng như hoàng dương (bluis). Thế nên ấn phẩm rõ ràng sắc nét hơn nhà in của lương dân. Từ đó, với phương pháp in ấn này, Đức cha de Gortyne đã cho in nhiều sách khác”. [24]

Nhà in hiện đại chỉ được lập tại Việt Nam thời Pháp thuộc. “In typo kiểu phương Tây được đưa vào Đàng Trong năm 1862 và Đàng Ngoài năm 1883 với các công báo (*Bulletin officiel de l’Expédition de la Cochinchine, Bulletin du Comité d’Etude Agricole, Industrielle et Commerciale de l’Annam et du Tonkin* ...). Nhưng chính sự cất cánh của chữ Quốc ngữ mới đưa đến sự phát triển của kỹ nghệ in ấn phát hành sách báo. Một trong những nhà xuất bản đầu tiên của Việt Nam dường như là ông Đinh Thái Sơn, một cựu nhân viên của Nhà in Tân Định (Saigon). Cuối thế kỷ XIX, người ta mở nhà sách Phát Toàn rồi đến ông Lê Phát An mở Imprimerie de l’Union để cạnh tranh với các nhà xuất bản Pháp ở Saigon như Rey et Curiol, Claude, etc… Nhà xuất bản đầu

---

[23] Véronique Delcourt, *L’apostolat par le livre dans l’Extrême-Orient des missions-étrangères au XIXe siècle, d’après la correspondance*, thèse de doctorat, École national des chartes, Université PSL (Paris Sciences & Lettres), 2003.

[24] *Annales de la propagation de la foi*, tập 6, 1833, tr. 38-39.

tiên ở miền Bắc là Schneider, hoạt động từ năm 1883, và sau này nhận được sự cộng tác của ông Nguyễn Văn Vĩnh.... Về lãnh vực xuất bản báo chí, con số 428 tờ báo xuất hiện từ năm 1932 đến 1945, so với 97 tờ trong khoảng từ 1865-1930, đủ đã nói lên rất nhiều". [25]

II. NHÀ IN ĐỊA PHẬN ĐÔNG ĐÀNG TRONG - QUI NHƠN

In mộc bản (xylographie) và in thạch bản (lithographie) là hai kỹ thuật in thường được sử dụng. Các kỹ thuật này hoàn toàn đáp ứng được nhu cầu của các thừa sai, nghĩa là có thể in được bất kỳ thứ chữ viết nào của phương Đông và in với số lượng nhỏ tùy theo nhu cầu. In typo được sử dụng muộn hơn vì khó hoàn thiện và sắp xếp các kiểu chữ của phương Đông vốn phức tạp và nhiều con chữ. Kỹ thuật in thạch bản đã được các thừa sai nhập vào phương Đông từ năm 1820, nhưng không thông dụng bằng in mộc bản. Tuy nhiên, nhà nghiên cứu Yamamoto Tatsurō cho rằng kỹ thuật in typo đã được du nhập vào Việt Nam từ cuối triều Lê trung hưng thế kỷ XVIII, nhưng không thông dụng: "Có bằng chứng về thuật in typo ở Việt Nam vào thế kỷ XVIII nhưng không biết được nó được sử dụng ở mức độ nào ở đấy".[26] Ở Nhật Bản và Việt Nam, cả Trung Hoa nữa, in mộc bản vẫn là phương pháp in chính mãi cho đến thế kỷ XIX.

Ý tưởng về việc thành lập một nhà in ở Đàng Trong đã có từ rất sớm, tuy nhiên điều này khó thực hiện trong bối cảnh đất nước không ổn định vì luôn có chiến tranh loạn lạc. "Ngày 9 tháng Năm 1773, Pigneau De Béhaine đã viết một bức thư gởi cho thừa sai Steiner, hỏi thông tin về anh học trò người Đàng Trong khoảng 15, 16 tuổi mà ngài đã gởi đi Macao để "học cách in tiếng Hán" vì "việc này rất quan trọng cho miền truyền giáo Đàng Trong"".[27] Tuy nhiên cũng không có dấu vết lịch sử nào về sự kiện này mà chỉ biết được rằng vào năm 1774, một cuốn giáo lý bằng chữ Nôm của Pigneau de Béhaine được khắc và in ở Quảng Châu. Sách dày 82 trang, kích cỡ 0,152 x 0,097 (Arch. M.E. de Paris, Vol. 1095). Ghi chú cuối cùng cho biết Quảng Châu là nơi in ấn và lời tựa ghi năm 1774 mang chữ ký của Pigneau de Béhaine.[28]

---

[25] Nguyễn Thế Anh, "Introduction à la connaissance de la Pénisule Indochinoise: Le Vietnam", trong tạp chí *Dòng Việt*, California, 1993, tr. 128.

[26] Yamamoto Tatsurō, "Development of movable type printing in Vietnam under the Lê dynasty: a study of the comparative history between Japan and Vietnam", *Memoirs of the Research Department of the Toyo Bunko* 57 (1999), tr. 1-11.

[27] Archives de M.E. de Paris, vol 800 (02), Cochinchine Septentrionale, 1704–1783, tr. 621, No d'inventaire: 1409.

[28] Xem Pham Dam Ca, *De la nécessité de la création d'une typographie vietnamienne*, ÉSAD Amiens, 2012, tr. 32-33

1. Nhà in Gia Hựu

Không biết đích xác tự bao giờ nhưng nhà in của Địa phận Đông Đàng Trong ở Gia Hựu, tạm gọi là Nhà in Gia Hựu, đã có từ rất sớm. Nhiều tài liệu còn lại cho phép ta đặt thời điểm thành lập Nhà in Gia Hựu vào thời Đức cha Stêphanô Cuenot Thể. Trong bài khảo cứu về giáo xứ Việt Nam vào thế kỷ XIX, tác giả Burel Laurent viết: "Các địa phận lớn đều có nhà in: năm 1856 ở Tây Đàng Trong và Tây Đàng Ngoài. Nhà in của địa phận Đàng Ngoài được xây dựng ở Kẻ Sở, trong họ đạo Kẻ Nhàu. Nhân sự làm việc ở tại đấy: thợ mộc, thợ khắc, thợ sắp chữ, thợ đóng bìa. Công việc có tính thủ công. Ở đây, người ta soạn thảo những cuốn sách bằng tiếng Việt và bằng chữ Quốc ngữ và chữ Nôm. Vào giữa thế kỷ thứ XIX, các thừa sai không có những con chữ thuộc loại này, chữ rời và bằng chì, nên phải khắc chữ Việt trên bản gỗ mềm và chính ở Kẻ Vĩnh mới có nhà in có mẫu tự Latinh dùng để in các tài liệu bằng tiếng Latinh. Phải đợi đến thời thừa sai Godard thì nhà in Kẻ Nhàu được dời về Kẻ Sở và được hiện đại hóa. In khắc bản gỗ được thay thế bằng in chữ rời bằng chì, và năm 1871 thì chất liệu in ấn, kỹ thuật in thạch bản và đóng bìa mới được du nhập từ Pháp.[29] ... Sau khi nhà in Kẻ Nhàu bị tiêu hủy, vào đầu thập niên 1860, địa phận Đông Đàng Trong đã trang bị cho mình một nhà in". [30] Các ấn phẩm của nhà in ở Đông Đàng Trong không nhiều nhưng cũng đủ cho phép giải quyết tạm thời sự thiếu hụt trong thời gian nhà in ở Đàng Ngoài không còn hoạt động nữa.

Vậy nhà in này ở đâu và từ lúc nào? Ở Gia Hựu, trong thời gian Đức cha Cuenot Thể chọn Gia Hựu làm nơi lưu trú. Dấu vết về nhà in Gia Hựu đã được khẳng định qua những ấn phẩm còn lưu lại. Chẳng hạn, cuốn "*Sách thiên*" bằng chữ Nôm được in mộc bản ở Gia Hựu vào năm 1864, trong đó có "*Kinh dốc lòng giữ đạo cho trọn*" hay "*Kinh bắt đạo*", một kinh mà các giáo dân thường đọc trong những cơn bách hại.[31] Sau này, vào năm 1911, trong khi chờ vấn đề giáo lý được quy định dứt khoát giữa các địa phận ở Đông Dương, nhà in Làng Sông đã quyết định tái bản cuốn giáo lý xưa, rõ ràng và đơn giản của Gia Hựu: cuốn "*Thánh giáo yếu lý*", một tên gọi khác của *Sách thiên*, in đúng theo bản của Gia Hựu.[32]

Một cuốn sách khác được in bằng chữ Nôm và Hán nói về cuộc tranh luận giữa bốn tôn giáo (Phật, Đạo, Nho và Công giáo) diễn ra

---

[29] *Compte rendu des travaux* MEP, 1919, tr. 176

[30] Burel Laurent, "La paroisse vietnamienne au XIXe siècle: un compromis entre commune traditionnelle et modernité", *Péninsule*, 1998, vol. 29, No. 36, tr. 38

[31] *Mémorial, Mission de Quinhon*, 4 Novembre 1918, tr. 161.

[32] Xem *Mémorial, Mission de Quinhon*, 8 Janvier 1911, tr. 11.

trong 3 ngày dưới thời chúa Trịnh Sâm: cuốn "Hội đồng tứ giáo". Cuốn này được khắc in lần đầu tại nhà in Gia Hựu vào năm 1867. "Sách được khắc in lần đầu năm 1867 ở Giáo phận Quy Nhơn và sau đó nhiều lần tái bản ở các nhà thờ Phú Nhai (Bùi Chu) và Tân Định (Sài Gòn), có bản dịch sang tiếng Tây Ban Nha in năm 1903. Một số ấn bản của *Hội đồng tứ giáo* bằng chữ Nôm hiện nay cũng được lưu trữ tại thư viện Viện nghiên cứu Hán Nôm, Hà Nội".[33]

Từ niên đại chính xác của ấn phẩm này, ta có thể nói được rằng nhà in Gia Hựu được thành lập từ thời Đức cha Cuenot Thể. Vì cuộc bách hại năm 1833, Đức cha Taberd lánh nạn ở Xiêm và sau đó là Chủng viện Penang, rồi đi Ấn Độ và qua đời tại đó. Khi không thể về Đàng Trong, Đức cha Taberd chọn thừa sai Cuenot làm giám mục phó, giao điều hành địa phận Đàng Trong. Được tấn phong giám mục ngày 3 tháng Năm 1835 tại Singapore, hai tháng sau Đức cha Cuenot đã có mặt tại địa phận. Vì tình hình còn nhiều biến động, thời gian đầu ngài "lẩn tránh chủ yếu tại hai địa sở Gò Thị và Gia Hựu".[34] Và "chỉ có thể ban bí tích vào ban đêm cũng như phải rất cẩn thận. Đức cha Cuénot không ra khỏi hai địa sở mà ngài đang lẩn tránh: Gò Thị và Gia Hựu".[35] Tuy nhiên, ngài viết nhiều thư cho hàng giáo sĩ cũng như giáo dân, thúc đẩy họ cải đạo các lương dân. Trong thời gian trốn tránh qua lại giữa hai địa sở này, giáo họ Mương Lỡ được ghi nhận là điểm dừng chân. "Mương Lỡ đã có khoảng 80 giáo dân vào năm 1750; dưới thời Chân phước Cuenot, vào giữa thế kỷ trước, giáo họ này thường được dùng làm nơi trú ẩn hay nơi dừng chân của Chân phước khi trốn chạy từ Gò Thị đến Gia Hựu hay ngược lại".[36]

Trong thời gian ở Gia Hựu, Đức cha Stêphanô Cuenot Thể đã để tâm: "lo soạn và dọn in các thứ sách giúp phần ích bổn đạo, cho đặng thêm lòng thờ phượng Chúa, cùng nên đạo đức hơn, như sách *Gẫm ba mươi mốt điều*; sách *Tứ chung*, giảng về bốn sự sau; sách *Thánh giáo Chúa nhựt pháp*; sách *Thánh giáo nhựt khóa*; sách *Thánh giáo yếu lý. Sách Tử hầu bảo hữu qui thơ*; sách *Lề luật họ Môi khôi*; sách *Bổn gẫm đàng thánh Giá*; sách *Sấm truyền cũ và mới*; sách *Gương phước*; sách *Chú giải bài Evang*; và nhứt là sách *Biện phân tà chánh*. Sách nầy phân giải lẽ đạo cho kẻ ngoại, tỏ sự phải trái hơn thiệt trong đạo như, việc thờ ông bà, cùng các việc dị đoan nước nầy, sau hết lại

[33] Nguyễn Thừa Hỷ, Việt Nam, Thế kỷ XVII-XVIII-XIX (Qua các nguồn tư liệu phương Tây), Nxb. Khoa học Xã Hội, 2020, tr. 422.

[34] Gerard Moussay & Brigitte Appavou, *Répertoire des membres de MEP*, 1659-2004, Paris 2004, tr. 99

[35] *Bulletin* MEP, 1936, tr. 855

[36] *Compte-rendu et état de la mission de Sep. 1940 à Sep. 1941*, Mission de Quinhon, 1941, tr. 32

chỉ đàng khử tà qui chánh: lý chắc thật, tiếng nói xuôi tai; tưởng các thứ sách in xưa nay, không sách nào ví cho bằng. Những sách trên nầy thảy là sách hay và sốt sắng, xưa nay các địa phận Nam kỳ cũng đều dùng làm chánh bổn".[37] Ngài còn xin phép Tòa thánh in lại những sách cần thiết cho địa phận mình; "Nhất là các sách *Phúc âm, Gương Chúa Giêsu, Kinh thánh tóm tắt, Thánh giáo nhựt khóa, Tứ chung, Thánh giáo Chúa nhựt pháp*. Chính ngài sửa lại một số trong các tác phẩm này; ngài cũng dịch và cho in cuốn *La Vérité du Christianisme démontrée aux paiens* (Trình bày chân lý Kitô giáo cho lương dân), một tác phẩm gồm bốn cuốn có văn phong lịch lãm mà người ta nói rằng: 'toát lên một tài năng về tiếng Việt mà không ai tin rằng nó xuất phát từ một cây bút người ngoại quốc'".[38]

Vậy nhà in Gia Hựu được ai phụ trách? Trong cuốn hồi ký của mình, "*Vingt ans en Annam ou mémoires du Père Bénigne*" (20 năm ở Annam hay hồi ký của Cha Bénigne), Cha Bénigne đề cập đến công việc in ấn của một nhà in ở Đàng Trong mà khi kết hợp các dữ kiện lại ta có thể nói rằng đó là nhà in Gia Hựu. Vậy cha Bénigne là ai? Tác giả Burel Laurent cho rằng đó là tên hiệu của thừa sai Sohier (Bình). Tuy nhiên, trong khi chờ đợi một nghiên cứu sâu rộng hơn để đi đến xác định, chúng ta cứ gọi là cha Bénigne.

Mở đầu câu chuyện, cha Bénigne viết: "Năm 1855, sau 5 tháng vượt đại dương, tôi từ Paris đến Singapour, điểm đến là Đông Đàng Trong" [39] Thời điểm này, Đông Đàng Trong vẫn còn trong thời kỳ bách hại nên việc ngài đến không được rình rang cho lắm! "Một con thuyền đủ lớn để ra khơi đến đón tôi ở Singapour, rồi dừng lại cách cảng chính[40] của tỉnh Bình Định vài hải lý. Một thuyền viên đi báo tin tôi đến, và đêm hôm sau, ba giáo dân can đảm và nhiệt tình đến đón tôi với một chiếc thuyền nhỏ để đưa tôi vào trong xứ sở. Tôi nằm dài trên sàn; người ta phủ lên người tôi một chiếc chiếu bẩn thích hợp với dân chài; chất đầy cá lên người tôi, một trong ba ngồi trên chân tôi, bên đống cá, hai người khác mỗi người mỗi đầu, vừa chèo vừa hát. Một chiếc thuyền canh cửa biển đến gần khi thấy chúng tôi: Ê! Chở gì đó – Chúng tôi vừa đi đánh cá về - Đưa đây ít con – Nè! Đây là hai con ngon nhất đó! Chiếc thuyền con của chúng tôi cập sát con tàu kia; những tiếng cười và niềm vui đi kèm với món quà tặng, trong khi đó con cá lớn, người tôi tớ của các bạn có ít khó chịu dưới sức nặng, nhưng hạnh phúc và tin tưởng vào Đức Maria mà ông cầu khẩn ở dưới đấy, đã đi qua mà không chút khó khăn gì trước mũi những người mà sẽ rất hân hạnh được là đao phủ của mình". [41]

---

[37] R. P. Tardieu, *Hạnh Đức Cha Thể,* Nhà in Làng Sông, 1907, tr. 52.

[38] *Annales* MEP, 1907, tr. 8

[39] Père Benigne, *Vingt ans en Annam ou mémoires du Père Bénigne*, A.C. Roget, 1884, tr. 1

[40] Cửa Kim Bồng

[41] Père Benigne, ibid., tr. 30

Cha Bénigne sống nhiều năm ở vùng Bình Định, nhắc đến Gò Thị (tr.160), ở Phú Yên, Mằng Lăng năm 1865 (tr. 87). Nhờ ngài mà chúng ta biết đích xác nơi ẩn náu cuối cùng của cha Gagelin là Thác Đá: "Chính tại nơi đây mà 25 năm trước vị thừa sai tử đạo Gagelin đã được che giấu và làm thất bại mọi sự tìm kiếm của các quan lại và cũng chính từ nơi đây, để tránh mọi sự khám xét gây phiền hà cho giáo dân, ngài đã đi tự nộp mình ở huyện đường chỉ cách đó vài cây số ở phía bên kia sông".[42] Ngài nhắc đến câu chuyện Đức cha Cuenot vì là một cộng sự viên thân cận của ngài nên biết nhiều chi tiết hơn (chương XVII, tr. 152-171). Ngài viết: "Thỉnh thoảng tôi mới nhắc đến Đức cha Cuenot, bởi vì một trong những anh em cùng địa phận đã viết về cuộc đời ngài. Ông ấy đã viết về bệnh tình thảm hại của Đức cha mà tôi xin phép được nhắc ra đây, và chắc chắn vì thiếu thông tin nên ông đã bỏ sót nhiều chi tiết quý giá mà tôi xin viết ra đây để tôn vinh vị giám mục thánh thiện và vĩ đại này".[43] Trong cuốn hồi ký này, cha đã kể những câu chuyện, phong tục, tập quán của Đông Đàng Trong, cụ thể là Bình Định, cả đến chuyện ăn thịt chó mà ngài đã thử và cho rằng "giống thịt nai, mà thật sự con chó ở đây được gọi cách văn vẻ là 'con nai ở ngạch cửa nhà'" (tr. 60). Về tên gọi Bénigne, cha viết "Khi một thừa sai mới đến, trong vòng năm sáu tháng, người ta gọi là cha mới; sau khi quen biết nhiều, hiểu rõ được nhau, những người chung quanh tặng cha ấy một cái tên được lựa chọn trong khoảng 30 đến 40 ngàn từ trong ngữ vựng tiếng Annam: thế nên tôi được gọi là cha Bénigne" (tr. VII). "*Bénigne"* là hình thức phiên âm Pháp ngữ của "*Bình*", tên tiếng Việt của cha Sohier?

Lý do để thiết lập nhà in Gia Hựu là vì nhu cầu sách kinh, giáo lý ... rất thiếu thốn do không còn nhận được từ các địa phận ở Đàng Ngoài như trước đây nữa. Để giải quyết tình trạng bế tắc, chính cha Bénigne đã phải tự học khắc mộc bản và rồi đào tạo các nữ tu thành những người thợ. Công việc in ấn ở đây được các nữ tu "Mến Thánh Giá" đảm trách, họ in và đóng bìa. Cha viết: "Chúng tôi không còn cuốn sách nào nữa. Để in sách, người ta dùng những tấm gỗ đủ cứng và dễ khắc chữ lên trên ấy. Nơi chúng tôi không có kỹ nghệ này nên sách vở được các địa phận Đàng Ngoài cung cấp. Ngày nay, các địa phận này cũng bị phá hủy như chúng tôi nên không còn trông cậy vào những nơi ấy nữa. Chính tôi tập khắc chữ; chẳng bao lâu sau tôi đào tạo được chục thợ khắc; những tấm ván được bào dọn sẵn và gởi đến tu viện, các nữ tu in và đóng bìa; trong vòng một năm, chúng tôi đã tái bản những cuốn giáo lý, sách kinh, sách đạo lý và tất cả những sách quan trọng xưa kia người ta thường sử dụng".[44]

---

[42] Père Benigne, ibid., tr. 127

[43] Père Benigne, ibid., tr. VI.

[44] Père Benigne, ibid., tr. 185.

Năm 1861, Đức cha Cuénot chết trong ngục thất và tiếp đến là cái chết của cha Quyền đại diện Herrengt năm 1863 khiến cho địa phận phải bị lao đao. Năm 1864, cha Charbonnier được tấn phong làm Đại diện tông tòa Đông Đàng Trong và chọn đặt Tòa giám mục tại Gia Hựu, lý do rất đơn giản là vì nơi đây có cửa Kim Bồng, nơi nhiều giáo dân làm nghề đánh cá có ghe thuyền thường xuyên đi lại giữa Gia Hựu và Sài Gòn, rất thuận tiện để liên lạc. "Trung tâm địa phận lúc này là Gia Hựu, một địa sở lớn nằm ở phía Bắc tỉnh Bình Định, gần với cửa Kim Bồng, nơi có nhiều ghe thuyền của giáo dân thường xuyên đi Sài Gòn sẵn sàng chuyển hàng hóa thư từ của sở quản lý".[45] Và người cộng tác đắc lực cho Đức cha Charbonnier thời gian này là cha Camelbeke, được đặt làm cha sở Gia Hựu, nơi mà "tất cả đều bị phá hủy, tất cả phải được làm lại". Cha Camelbeke bắt tay xây dựng lại tòa giám mục, nhà vuông, phước viện, nhà cô nhi. Hai năm sau, Đức cha Charbonnier bổ nhiệm cha Camelbeke làm Quyền đại diện, nhà in Gia Hựu hoạt động trở lại, in ấn thêm nhiều sách mới hỗ trợ cho công cuộc truyền giáo. "Nhờ ngài, phước viện "Mến Thánh Giá" Gia Hựu trở nên khởi sắc; *nhà in* của địa phận có thêm nhiều sách kinh mới, sách đạo và sách biện luận".[46]

2. Nhà in Làng Sông – Qui Nhơn

Nhà in Làng Sông là một trong ba nhà in lớn của Việt Nam đầu thế kỷ XX. Nói đến nhà in Làng Sông, sẽ là rất thiếu sót nếu không nhắc đến nhà in Nazareth ở Hong Kong.

Từ năm 1452, Gutenberg đã biết kết hợp 3 kỹ thuật đã có từ trước để phát minh ra máy in: giấy, máy ép nho làm rượu, và mực có gốc dầu. Trước khi phát minh ra máy in, việc phổ biến sách hoàn toàn là công việc thủ công, bản văn được sao chép tay. Và đến lúc các bản sao chép tay không thể đáp ứng nhu cầu sử dụng các bản văn ngày càng gia tăng. Phát minh máy in đã thay đổi việc xuất bản sách. Máy in của Gutenberg đã cho phép in những ấn phẩm giống nhau và bao nhiêu bản tùy ý. Và điều này cũng đã góp phần làm cách mạng trong lãnh vực diễn đạt ý tưởng cũng như quyền tác giả nữa.

Thấy được lợi ích của nhà in, các thừa sai đã nỗ lực đưa kỹ thuật in ấn typo về với các miền truyền giáo của mình. "Từ thập niên 1870, các thừa sai dám nghĩ dám làm đã phát triển và hiện đại hóa các cơ sở in, cũng vì lúc nầy những biến động tôn giáo đã lắng dịu và cũng vì sự phổ biến của kỹ thuật in typo. Chính trong bối cảnh này mà Nhà in Nazareth của các thừa sai ở Hong Kong đã được thành lập vào năm 1885. Tuy nhiên, đây không phải là bước khởi đầu trong lịch sử in ấn của các thừa sai MEP, đúng ra đây là thành quả của những nỗ lực đã được khởi

[45] *Compte-rendu des travaux*, MEP, 1901, tr. 282

[46] *Compte-rendu des travaux*, MEP, 1901, tr. 282

đầu từ trước đó".[47] Sau nửa thập kỷ hoạt động, nhà in Nazareth ở Hong Kong kỷ niệm 50 năm thành lập vào năm 1925. "Trong vòng 50 năm, nhà in đã in 3 triệu bản sách và 4 triệu bản tạp chí. Các tác phẩm in gồm 28 ngôn ngữ trong đó có 7 thứ tiếng của Châu Âu (gồm cả tiếng Latinh) và 21 phương ngữ của miền Viễn Đông. Trong các thứ tiếng này, tiếng Hoa chiếm 28%, Việt Nam 22%, Latinh 18%, Pháp 12%, và các ngôn ngữ khác 20%."[48] Và nhà in Nazareth đã trở nên hình mẫu cho nhà in Làng Sông với sự vào cuộc mạnh mẽ của cha Maheu... sau một kỳ dưỡng bệnh!

Trong thời gian dưỡng bệnh tại Sanatorium de Béthanie, Hong Kong, cha Maheu đã học nghề tại nhà in Nazareth. Dưới sự hướng dẫn của cha Monnier, cha Maheu đã học cách vận hành máy in, đúc chữ, xếp chữ, đóng bìa .... Khi trở về địa phận, cha Maheu đã thành lập "Imprimerie de Lang-Song" vào năm 1904, tiếp nối truyền thống in ấn của địa phận. "Thiếu nguồn tài chánh và nhân lực hỗ trợ khiến lúc này chúng tôi làm được rất ít công việc giáo huấn ngoại trừ việc lập một nhà in nhỏ in kiểu mẫu tự Âu châu. Được thành lập từ hai năm nay, nhờ vào sự đóng góp của các thừa sai và các linh mục bản xứ, nó đã lớn mạnh dưới sự điều hành khéo léo của cha Maheu. Ngoài những bức thư luân lưu của giám mục và tờ thông báo hàng tháng, một vạch nối giữa các thành viên sống rải rác trong gia đình giáo phận, nhà in bắt đầu in vài cuốn sách kinh, những tác phẩm về giáo lý. Dần dần nó có thể đáp ứng được nhu cầu rất khẩn thiết của chúng tôi và trong khả năng khiêm tốn của mình cũng đã thực hiện được một trong những ước ao của Thánh Phaolô: *Omni modo Christus annuntietur.*"[49]

Đây là nhà in với kỹ thuật in typo sắp chữ hiện đại, được giáo quyền địa phận tái lập và cha Maheu điều hành, có thể nói là nhà in chính thức mang tên "Imprimerie de Lang-Song", "Librairie-Imprimerie de Lang-Song" hay "Imprimerie de Quinhon" được dùng thay đổi nhau, với chức năng in ấn và phát hành như một nhà xuất bản. Đôi khi chức năng "Librairie" được thêm vào danh xưng vì nhà in cũng là nơi bán sách, cả những sách của các nhà in khác thậm chí những sách xuất bản từ Pháp. Trước đây ở Làng Sông đã có một cơ sở in ấn, từ thời Đức cha Charbonnier chuyển nơi ở từ Gia Hựu về Làng Sông, lập cơ sở nhà chung tại đây. Trong báo cáo năm 1872, Đức cha Charbonnier liệt kê cơ sở nhà chung gồm "3 nhà thuốc và 1 nhà in".[50] Dù sao, nhà

---

[47] Véronique Delcourt, *L'apostolat par le livre dans l'Extrême-Orient des missions-étrangères au XIXe siècle, d'après la correspondance*, thèse de doctorat, École national des chartes, Université PSL (Paris Sciences & Lettres), 2003.

[48] *Annales* MEP, 1935, tr. 92

[49] *Compte-rendu des travaux* MEP, 1906, tr. 170

[50] *Compte-rendu des travaux* MEP, 1874, tr. 20

in nầy với kỹ thuật in mộc bản đã bị phong trào Văn Thân phá hủy năm 1885. Báo cáo năm 1885 ghi nhận các thiệt hại gồm "17 cô nhi viện, 10 tu viện, 4 trang trại, 2 chủng viện, 2 nhà thuốc, 1 nhà in, 1 tòa giám mục, 225 nhà thờ".[51] Năm 1890, sau 5 năm tái xây dựng những thiệt hại do biến cố Văn Thân để lại, nhà in vẫn còn là một điều "xa xỉ", chưa thể hiện diện được trong khi có biết bao nhiêu điều khác phải lo lắng. Cơ sở Nhà chung ở Làng Sông năm 1890 vẫn vỏn vẹn chỉ là "căn nhà của Đức cha Camelbeke, hai nhà nguyện, một chủng viện, dãy nhà cho các cha và nhân sự. Tất cả cơ sở này được bao bọc vuông vức bằng một hàng rào bằng tre, có hào bảo vệ mà ta phải đi qua trên những cây cầu bằng đá nhỏ nhắn xinh xinh".[52] Sự hiện diện của cơ sở in ấn chưa được ghi nhận vào thời gian này.

Mãi đến năm 1904, Nhà in Làng Sông được tái lập chỉ với mục đích truyền giáo và phổ biến chữ Quốc ngữ, đã duy trì hoạt động nhờ sự đồng lòng và chung sức của các cha Việt Nam và các thừa sai Pháp. Đức cha Grangeon đã ghi nhận điều đó: "Từ khi lập nhà in tại Làng Sông đến nay, ta thấy các Cố cùng các Cha bổn quốc đều sẵn lòng thương giúp, hoặc cúng thí bạc tiền, hoặc đặt ra sách vở in, ta hết lòng cám ơn".[53] Và từ khi mở công cuộc truyền giáo lên Tây nguyên, các thừa sai cũng đã lập một nhà in ở đây. Thống kê về hiện tình Địa phận Đông Đàng Trong năm 1922 ghi nhận: "Địa phận có hai nhà in: một ở Làng Sông, xuất bản nhiều sách tôn giáo và học đường; một nhà in khác ở Kontum dành để in những ấn bản bằng tiếng Bahnar."[54] Lúc này, vùng Tây Nguyên vẫn còn thuộc về Địa phận Qui Nhơn và được tách ra vào ngày 18.1.1932 để thành lập Địa phận Kontum.

Công việc điều hành nhà in Làng Sông cũng được san sẻ và nhận sự giúp sức của các cha Việt Nam cũng như các thừa sai. Năm 1907, Cha Sanh được gọi về Làng Sông giúp cho công việc của nhà in.[55] Giữa năm 1913, Cha Durand tạm thời làm quản lý nhà in thay thế cho cha Maheu buộc phải về Pháp vì đau bệnh.[56] Ngày 13 tháng 3 năm 1920, cha Maheu cũng giao nhà in cho cha Durand quản lý để đi nghỉ vài ngày.[57] Năm 1927, cha Émile Laborier (Cố Hảo) thay thế cha Maheu điều hành nhà in Làng Sông;[58] tháng 5 năm 1928, cha Bober làm phụ

---

[51] *Compte-rendu des travaux* MEP, 1885, tr. 84

[52] *Bulletin de géographie historique et descriptive: année 1890*, Ernest Leroux, tr. 87

[53] *Mémorial, Mission de Quinhon*, số 109, Juillet 1914, tr. 46-48

[54] *Bulletin* MEP, 1 Janvier 1922, tr. 33

[55] *Mémorial, Mission de Quinhon*, 31 Aout 1907, tr. 66

[56] *Mémorial, Mission de Quinhon*, 8 Mai 1913, tr. 17

[57] *Mémorial, Mission de Quinhon*, 20 Avril 1920, tr. 20

[58] Gérard Moussay, Brigitte Appavou, *Répertoire des membres de la Société des missions étrangères, 1659-2004*, MEP, 2004, tr. 439

tá nhà in cho cha Maheu,[59] và sau đó vì cha Maheu đang dốc toàn tâm toàn lực để xây dựng những tòa nhà đầu tiên của Trại phong Qui Hòa nên "Cha Maheu đã phải bỏ lại nhà in và tạp chí rất nổi tiếng là *Lời Thăm*, tuy nhiên chúng được trao quyền điều hành vào đôi tay tài hoa đó là cha Dorgeville (Cố Sĩ)";[60] và "năm 1929, Đức cha Grangeon giao nhà in Làng Sông cho cha Perreaux (cố Qui) điều hành cho đến khi nó được chuyển về Qui Nhơn".[61] Trong bối cảnh xã hội Việt Nam đầu thế kỷ XX, nửa thuộc địa, nửa phong kiến và bị "thực dân bóc lột", các công nhân nhà in Làng Sông đã được hưởng một chế độ hưu bổng đi trước thời đại: "đương khi trên đất Trung Kỳ này chưa nghe tới tiếng liên đoàn xã hội, thì cha (Maheu) đã gầy nên một món tiền làm "hưu bổng", cho ấn công làm việc lâu năm, được nhờ lúc già nua, lưng còm gối yếu, không còn làm việc được nữa."[62]

Đặt mục tiêu truyền giáo lên hàng đầu, trong khi vẫn phát hành sách báo để trang trải chi phí in ấn và đủ để tồn tại, nhà in vẫn phát hành những ấn phẩm phi lợi nhuận: "Nhà in Qui Nhơn vừa in 5.000 bản tập sách nhỏ "*Lương thiện*" hay "*Bên nào cũng như bên nấy*", 24 trang. Tập thứ hai hiện đang in là "*Quang minh*" hay "*Bổn phận loài người*".... Những tập này sẽ được phân phối miễn phí cho mọi người, các cha sở và cha phó, và với số lượng mà mỗi vị thẩm định tùy theo môi trường hoàn cảnh. Ngay cả tiền cước gởi cũng do Nhà in chịu. *Quod gratis acceptis, gratis et date*".[63] Ngoài các báo chí trong địa phận, nhà in Quinhon còn in các ấn phẩm và báo chí của các địa phận khác: Nguyệt san *Sacerdos Indosinensis,* do Đức khâm sứ Constantin Ayuti và Đức Cha Eugène Joseph Allys Lý sáng lập, phát hành số 1-2-3 ngày 19-03-1927; Nguyệt san *Bulletin Catholique Indochinois,* do cha Francois Lemasle Lễ sáng lập, phát hành số đầu tiên vào tháng 6 năm 1927; *Kinh bổn sơ lược, Bổn dạy những lẽ cần cho được rỗi linh hồn* cho Địa phận Hưng Hóa; *Sách bổn dạy những lẽ cần; Sách kinh* cho Địa phận Vinh.

Ngoài những khoản tiền ít oi có được nhờ việc in ấn chính thức như tạp chí, sách vở, gọi là "*travaux de labeur*", những khoản phụ thêm của nhà in như in bì thư, tờ rơi, cáo phó ... gọi là "*travaux de ville*", cũng đã giúp sửa sang được ngôi "Tòa giám mục" của Đức cha Grangeon vốn đã không lấy gì làm to lớn cho lắm: "Sự khủng hoảng nơi ở tại Làng Sông đã đưa đến việc xây dựng thêm hai căn phòng mới cho Đức cha, trên nền móng nối dài của tòa giám mục, nhưng ngăn cách bằng một hành lang dài và rộng. Như vậy văn phòng cũ của ngài có thể sử dụng được và phòng ngủ kề bên đủ

---

[59] *Mémorial, Mission de Quinhon*, Mai 1928, tr. 65

[60] *Bulletin* MEP, 1929, tr. 565 và Gérard Moussay, Brigitte Appavou, *Répertoire des membres de la Société des missions étrangères, 1659-2004*, MEP, 2004, tr. 397.

[61] *Compte-rendu des travaux* MEP, 1939, tr. 289

[62] *Lời Thăm,* số 198, 15 tháng Ba 1931, tr. 161-163

[63] *Mémorial, Mission de Quinhon*, Juin 1914, tr. 40

để cho vị thư ký ở. Phí tổn xây dựng công trình khiêm tốn này (tường gạch lợp mái tranh) được một người anh em đồng sự xin giấu tên [64] hỗ trợ một nửa và nửa kia là do khoản in ấn phụ của nhà in chúng ta". [65]

Những ấn phẩm sách báo đến tay các độc giả nhờ hệ thống phát hành của nhà in trải khắp ba miền: *Sài Gòn:* Magasin Nam Xuân, 80 Boulevard Charner; *Mỹ Tho*: Nhà trường Thầy Dòng – Ông trùm Phi; *Cần Thơ*: M. Pierre Dương, photographie Khánh Ký; *Phnompenh*: M. Janneau, 1 rue Orsini; *Hà Nội*: Trung hòa nhật báo, 33 rue de la Mission. Đồng thời, các chị em Mến Thánh Giá cũng tham gia vào hệ thống phân phối này: "Ít ra là tạm thời, các nữ tu Mến Thánh Giá đã được Nhà in Qui Nhơn giao bán các sách và ấn phẩm của nhà in".[66] Và để khích lệ người mua, các đại lý cũng đã có những phương cách khá hiện đại mà ngày nay vẫn còn áp dụng, chẳng hạn như phiếu thưởng hay đăng quảng cáo trên những tờ báo khác. "Trong hạn 2 tháng kể từ 1er Mars 1936 đến hết ngày 30 Avril 1936, ai mang phiếu thưởng này đến mua hàng tại hiệu Hòa Lợi, 11, rue de la Mission Hanoi, sẽ được bớt giá hàng kể sau này: A) – Bớt 10% về các thứ thuốc Võ Đình Dần, về các tượng, về thánh giá và đồ gỗ Đồng Hới, và về các sách do nhà in Qui Nhơn xuất bản…" [67] hay "Hàng bán vải lụa "Nam Xuân" (Au printemps cochinchinois), số 59 Boulevard Charner, Saigon - Lại từ đây bổn hiệu cũng trữ sách và tuồng của nhà in Qui Nhơn tiện bề cho quí ông, quí bà muốn mua khỏi viết thư chờ đợi. Kính mời ông bà đến viếng, bổn hiệu sẵn lòng tiếp rước". [68]

Ngày 1 tháng 11 năm 1933, nhà in Làng Sông chịu thiệt hại nặng nề trong trận bão lụt dữ dội: "Trường Latinh ở Làng Sông, tầng gác bị lún, cho nên hoặc phải tốn công sửa lại cho chắc chắn, có lẽ phải phá đi. Nhà thờ gỗ tuy chống lại được, nhưng tường và mái nhà sạt đổ mất nửa. Các nhà khác đều đổ sụp. Nhà in Qui Nhơn các mái tốc hầu hết, nên hằng mấy tiếng đồng hồ, nước cứ tự do mà chảy vào tràn cả giấy má sách vở, máy móc và các đồ vật, nên thiệt hại lắm".[69] Và kể từ ngày 23 tháng 4 năm 1935, "công việc dọn về nhà mới đã tạm yên, nhà in Qui Nhơn bỏ hẳn chỗ cũ ở Lòng Sông, mà

---

[64] Theo suy đoán của chúng tôi thì vị ân nhân này chính là cha Dorgeville, cố Sĩ, cũng là "kiến trúc sư" xây dựng các công trình của giáo phận. Gia đình ngài có một xưởng dệt len nên cũng vào hạng khá giả. Xem thêm về cha Dorgeville trong bài "Nguồn gốc của Trung tâm thông tin tư liệu Đại học Qui Nhơn: một cơ sở tôn giáo", trong *Xuôi ngược thời gian*, Lm. Phaolô Nguyễn Minh Chính biên tập, Tủ sách Nước Mặn, TGM Qui Nhơn, 2019, tr. 13.

[65] *Mémorial, Mission de Quinhon,* 1 Novembre 1922, tr. 135

[66] *Compte-rendu des travaux*, MEP, 1935, tr. 144

[67] *Trung hòa nhật báo*, Số 1764, 7 Tháng Ba 1936

[68] *Đông Pháp thời báo*, 14 tháng 10 năm 1927

[69] *"Cái nỗi thống khổ của anh em giáo hữu địa phận Qui Nhơn phải chịu vì trận bão vừa rồi", Trung hòa nhật báo, Số 1419, 14 Tháng Mười Một 1933*

làm việc tại sở mới, ở chính trong châu thành Qui Nhơn. Nhà cửa cao lớn chắc chắn, ngăn nắp thứ tự".[70] Năm 1946, trong thời gian tiêu thổ kháng chiến thời Việt Minh, Qui Nhơn được lệnh di tản, cha bề trên Huy lên ở Dòng Thánh Giuse Kim Châu, giao máy in cho các thầy quản lý. Sau này, cha Antôn Nguyễn Anh Thuận đưa máy in về Vĩnh Minh (Nam Bình): "khi cha Thuận được bổ nhiệm về làm cha sở Kim Châu, cha bề trên Huy đang cư trú tại nhà Dòng Thánh Giuse Kim Châu giao máy cho các thầy quản lý và tùy nghi sử dụng, để tổ chức lại việc in ấn, vừa giúp Giáo phận vừa giúp nhà dòng. Sau này nhà dòng chỉ định thầy Paul Định tổ chức nhà in tại Trường Thuế, Nam Bình, cho đến khi cùng với dân chúng di tản vì sợ Pháp đổ bộ".[71] Có thể nói kể từ thời gian này trở đi, danh xưng "Imprimerie de Quinhon" không còn tồn tại nữa vì không thuộc quyền quản lý của bản quyền Địa phận. Ở ngoài "truyền thống" in ấn của địa phận, những gì còn lại của nhà in Qui Nhơn chỉ là khung máy bằng sắt thép, những con chữ bằng chì, đơn giản hơn chỉ là những "công cụ sản xuất". Từ thời gian này, máy móc và dụng cụ trước đây của "Imprimerie de Quinhon" được "trưng dụng" và chuyển đến Đại An (Phù Cát), Ân Thường (Hoài Ân), Kim Châu, và cuối cùng là Nha Trang…

3. Thư viện Espérance

Với vị trí và tầm quan trọng của mình, nhà in Làng Sông dường như đã che khuất một cơ sở văn hóa lớn cũng tại Làng Sông nhưng ít được biết đến là Thư viện Nhà chung (Bibliothèque de la Mission), hay chính xác và rõ ràng hơn vì nó có một tên gọi: *Thư viện Espérance* (Bibliothèque de l'Espérance). Có thể nó ít được biết đến hay nhắc đến vì độc giả giới hạn của thư viện là các linh mục trong địa phận. Nhưng không thể nào không đề cập đến thư viện này vì đây là một thư viện có thể gọi là lớn ở Việt Nam vào những năm đầu thế kỷ XX với 30.000 cuốn sách, trong đó có cả những cuốn sách xưa của nhà in Gia Hựu và tài liệu về Đông Dương mà Perreaux đã khổ công sưu tập từ những năm 1900, khi ngài vừa đặt chân đến địa phận Qui Nhơn.

Chúng ta biết đến sự hiện diện của thư viện *Espérance* này nhờ những thông báo đòi lại sách đã mượn mà … quên trả! Tờ *Mémorial, Mission de Quinhon*, 1 Janvier 1925, tr.15 đăng lời nhắc nhở của cha Escalère: "Để dễ dàng phân loại sách của Thư viện Nhà chung ở Làng Sông và lập cuốn danh mục mới, xin quý cha lợi dụng ngày tĩnh tâm để mang đến những cuốn sách của thư viện "Espérance" mà mình không cần nữa", hay "Cha Maheu, Quản thủ Thư viện "l'Espérance", xin các cha đã mượn sách của thư viện vui lòng báo tin hay trả lại sách để

[70] *Lời Thăm*, 1 Mai 1935, tr. 143

[71] Ban biên soạn lịch sử giáo phận, *Giáo phận Qui Nhơn qua dòng thời gian*, Antôn & Đuốc sáng, 2017, tr. 303

có thể in lại cuốn danh mục (catalogue)"[72] hay lời nhắc có tính riêng biệt hơn như "Có ai sẵn sàng trả lại cho thư viện Espérance cuốn *Les chasses en Afrique de Foa* không?"[73] Thậm chí người mượn chỉ cần báo cho biết tên sách và các số liệu cuốn sách trước thời hạn, nếu không sẽ bị tính tiền trong phiếu ghi nợ: "Một lần nữa, xin quý cha trả lại những cuốn sách đã mượn ở Thư viện "l'Espérance", hoặc báo cho biết tên của tác giả, tựa sách và khổ sách cao bao nhiêu centimètre để có thể phân loại lại. Trường hợp sách không được *trả lại* hay *báo lại* trước ngày 1 tháng 8 tới đây, thì xin đừng ngạc nhiên khi thấy giá tiền hiện nay của cuốn sách trong phiếu nợ của người mượn tại Sở quản lý. Ký tên: Quản thủ Thư viện Espérance". [74]

Cuối cùng, cùng với các cơ sở nhà chung tại Làng Sông, thư viện *Espérance* đã không tránh khỏi những mất mát nặng nề trong trận bão ngày 1 tháng 11 năm 1933. Quản lý nhà in trong thời gian này là cha Perreaux đã tường thuật lại những thiệt hại: "cái nhà để chụp bóng in hình phải sập nát tan tành; nhà tôi ở đây và dãy nhà hai cha Annam ở cũng phải ngã nằm sát đất. Chính nhà in hai tầng thì tầng trên, chỗ để sách bán, bị ngã vách gạch cùng bay ngói, nên những sách in và kết đóng rồi để đó bị ướt hư nhiều lắm; phía chỗ để máy in cùng giấy trắng cũng bị trốc ngói nhiều vũng, nên những sách in lỡ dở cùng giấy cũng bị ướt hư, song may, mấy cái máy in không phải hư hại gì mấy. Hai nhà tàng thư trữ để các thứ sách vở xưa nay gần ba vạn cuốn cũng bị bay hết mái nhà và sập ngã một phía vách, nên mấy kệ sách cũng phải đứng trần giữa trời trong mấy ngày đêm mưa gió, đều ướt lấm hết!... Bão rồi mỗi ngày mấy kẻ làm việc trong nhà in, bất kỳ lớn nhỏ, là hơn 30 người, cũng cứ chấu lại mà lo dọn dẹp, phơi phóng, che đậy và hốt dọn những đồ bị đổ sập và ướt hư, lại cũng có mướn thêm 10 người ở ngoài vô phụ giúp nữa, mà dọn dẹp đến nay cũng chưa rồi.... Nhà sập thì phải cất lại đã đành, mà mấy nhà không ngã, tuy là còn đứng đó mà sửa lại cũng không chắc chắn gì. Mà sự cất nhà cửa lại thì chắc phải trên hai vạn đồng. Song số tiền ấy thì không có, biết tính làm sao đây? Khổ thiệt!" [75] Tuy nhiên, những cơ sở vật chất sớm muộn gì cũng sẽ xây dựng lại được, nhưng thiệt hại của di sản tinh thần thì khó lòng hồi phục như xưa.

LỜI KẾT

Nhà in Gia Hựu, Nhà in tiếng Bahnar ở Kontum (trước năm 1932) và Nhà in Làng Sông đã cùng nhau góp phần định hình cho truyền

---

[72] *Mémorial, Mission de Quinhon*, Janvier 1927, tr. 4

[73] *Mémorial, Mission de Quinhon*, Décembre 1929, tr. 84

[74] *Mémorial, Mission de Quinhon*, Mai 1928, tr. 76

[75] *Lời Thăm*, 1 Décembre 1933, tr. 353

thống in ấn của Địa phận Đông Đàng Trong – Qui Nhơn kéo dài đến 190 năm, gần hai thế kỷ. Và cùng với Nhà in Tân Định ở Nam Kỳ, nhà in Kẻ Sở ở Bắc Kỳ, nhà in Làng Sông của Giáo phận Qui Nhơn đã góp phần phát triển chữ Quốc ngữ và hình thành một nền báo chí phong phú, sôi động vào đầu thế kỷ XX. "Sự thành lập và hoạt động của các nhà in nói trên của các giáo sĩ đạo Thiên Chúa đã để lại một số ấn phẩm có giá trị,...Thông qua những ấn phẩm in bằng chữ Quốc ngữ của các nhà in này, chúng ta có thể dựng lại các giai đoạn phát triển lịch sử của chữ Quốc ngữ về cấu trúc từ ngữ, cú pháp, âm, vần... Rõ ràng có thể thấy mặc dù các xưởng in đó lúc đầu chỉ phục vụ cho Giáo hội, nhưng điều quan trọng là sự du nhập kỹ thuật in tiên tiến của phương Tây vào Việt Nam đã là tiền đề vật chất quan trọng cho sự phát triển của văn hoá bản địa sau này, mà trước hết là sự phát triển của báo chí - một lĩnh vực của văn hoá được du nhập từ phương Tây vào nước ta". [76]

---

[76] Ths. Phạm Thị Thanh Huyền, "Một số đóng góp của Thiên Chúa giáo đối với văn hoá Việt Nam (thế kỷ XVII – đầu thế kỷ XX)", *Kỷ yếu Hội thảo quốc tế Việt Nam học lần thứ ba*, Đại học quốc gia Hà Nội, 2010, tr. 120

THƠ VĂN HÀN MẠC TỬ TRONG TẠP CHÍ *"LỜI THĂM"*

Lm. Phaolô Nguyễn Minh Chính [1]

Xin giới thiệu một số bài thơ của Thi sĩ Hàn Mặc Tử - Nguyễn Trọng Trí khi ông cộng tác viết bài cho tạp chí *Lời Thăm* của Địa phận Qui Nhơn và đặc biệt một bài văn xuôi bình luận về văn chương.

Vì tình hình chiến tranh, Địa phận Qui Nhơn không lưu giữ được các số tạp chí "Lời Thăm" và các ấn phẩm của Nhà in Làng Sông – Qui Nhơn. Tuy nhiên, điều may mắn là hiện thời chúng ta có thể tra cứu tạp chí "Lời Thăm" tại các thư viện lớn.

Nhờ quy định nộp lưu chiểu, tạp chí *Lời Thăm* hiện được lưu giữ tại hai thư viện lớn là *Thư viện Khoa học Tổng hợp Thành phố Hồ Chí Minh* (General Sciences Library of Hochiminh City) và *Thư viện Quốc gia Pháp* (La Bibliothèque Nationale de France – hay La BNF). Cả hai đều cho phép tra cứu tại chỗ (consultation sur place).

1. Thư viện Khoa học Tổng hợp Thành phố Hồ Chí Minh tọa lạc tại số 69 Lý Tự Trọng, Phường Bến Thành, Quận 1, Tp. Hồ Chí Minh. Điện thoại: (028) 3 8 225 055. Email: thuvientphcm@thuvientphcm.gov.vn

2. Thư viện Quốc gia Pháp, cơ sở François-Mitterrand, tọa lạc tại: 11 quai François-Mauriac, Paris XIIIe, 75706 Paris Cedex 13, điện thoại: +33(0)1 53 79 59 59.

Có thể đi đến *La BnF* bằng các phương tiện giao thông công cộng như các tuyến xe bus số 25, 62, 64, 71, 89, 132, 325.

[1] Về tác giả, xem trang 111

Hay các tuyến métro (lignes du métro) số 6 (quai de la gare), 14 (Bibliothèque François Mitterrand), hay mạng lưới đường sắt tốc hành vùng (Réseau express régional) RER C (Bibliothèque François-Mitterrand).

VỢ CHỒNG ĐI THUYỀN

Bài thơ này có thể đọc ngược xuôi mà vẫn đúng vần đúng điệu.

I. (Thuận nghịch độc)

Bèo trôi nước dợn sóng minh mông,
Cỏ mọc bờ xa, bóng liếc trông,
Chèo vững thiếp qua cơn khổ bể,
Chí bền chàng đến vận trung không.
Theo lần nguyệt xế mây mờ mịt,
Hoạ đáp thông reo trống não nồng,
Neo thả biết đâu nơi định trước,
Bèo trôi nước dợn sóng minh mông.

II. (Đọc ngược)

Mông minh sóng dợn nước trôi bèo..
Trước định nơi đâu biết thả neo.
Nồng não trống reo thông đáp hoạ,
Mịt mờ mây xế nguyệt lần theo.
Không trung vận đến chàng bền chí,
Bể khổ cơn qua thiếp vững chèo.
Trông liếc bóng xa bờ mọc cỏ,
Mông minh sóng dợn nước trôi bèo.

III. (Bỏ hai chữ sau đọc xuôi)

Bèo trôi nước dợn sóng,
Cỏ mọc bờ xa bóng.
Chèo vững thiếp qua cơn,
Chí bền chàng đến vận.
Theo lần nguyệt xế mây,
Hoạ đáp thông reo trống,
Neo thả biết đâu nơi,
Bèo trôi nước dợn sóng.

IV. (Đọc ngược)

Sóng dợn nước trôi bèo,
Nơi đâu biết thả neo.

Trống reo thông đáp họa,
Mây xế nguyệt lần theo.
Vận đến chàng bền chí,
Cơn qua thiếp vững chèo.
Bóng xa bờ mọc cỏ,
Sóng dợn nước trôi bèo.

V. (Bỏ hai chữ đầu đọc xuôi)

Nước dợn sóng minh mông,
Bờ xa bóng liếc trông.
Thiếp qua cơn khổ bể,
Chàng đến vận trung không.
Nguyệt xế mây mờ mịt,
Thông reo trống não nồng.
Biết đâu nơi định trước,
Nước dợn sóng minh mông.

VI. (Đọc ngược)

Mông minh sóng dợn nước,
Trước định nơi đâu biết.
Nồng não trống reo thông,
Mịt mờ mây xế nguyệt.
Không trung vận đến chàng,
Bể khổ cơn qua thiếp.
Trông liếc bóng xa bờ,
Mông minh sóng dợn nước.

Lời Thăm, số 19, ngày 01 tháng 10 năm 1932.

DẠO VƯỜN NGÀY XUÂN

Dạo cảnh vườn xuân buổi tối trời,
Muôn hồng nghìn tía sắc càng tươi
Bụi đào tha thướt xông hương ngát
Khóm cúc lơ thơ hé nhụy cười.
Quanh quẩn bên rào ong tướp nượp,
Lân la ngoài ngõ bướm đua chơi,
Càng nhìn cảnh vật càng mê mẫn,
Đua nở trăm hoa đúng gặp thời.

CHƠI THUYỀN ĐÊM TRĂNG

Phong cảnh nhìn xem thật hữu tình,
Trên trời, dưới nước, giữa thuyền mình;
Trăng tròn một mảnh soi sông biếc

Mây trắng đôi vừng áng núi xanh.
Khúc địch ngư ông nghe văng vẳng,
Cung đàn khách ngoạn tiếng thanh thanh,
Nhìn trăng luống những ngây lòng tục,
Mặt nước con thuyền vẫn chạy quanh.

Lời Thăm, số 199, 1 Avril 1931, tr. 216

NGHĨ SỰ ĐỜI

Dựa án bâng khuân nghĩ sự đời,
Sự đời chán lắm bạn mình ơi!
Lời ngay, tiếng thẳng, chua người ghét,
Tán hảo, a dua, ngọt chúng ưa.
Gặp lúc cơ bần nhà vắng khách
Được hồi phú quý cửa đông người.
Trách hờn trẻ tạo sinh chi tớ,
Khiến phải cùng ai chịu khóc cười.

Khóc cười thế sự lắm điều cay,
Ngán nỗi trò đời quá lá lay.
Không thế không thần thân hóa dốt,
Có tiền có bạc dở thành hay.
Tấm lòng đạo đức lòng gian ác,
Gương mặt hiền nhân mặt chẳng ngay.
Nghĩ đến nhân tình đầy cả ruột,

Trời xanh thấu tỏ nỗi nông nầy.
Nỗi nông nầy có biết chăng ai?
Tráo ngược trò đời chó bảo nai.
Đứa ngốc ruộng nhiều rằng: Bẩm cụ.
Ông quan khô túi cũng thằng thôi.
Còn tiền tình nọ còn thân ái,
Hết bạc ôi thôi nghĩa rã rời.
Mở miệng kêu trời trời có thấu,
Người đời khinh nghĩa lại yêu tài!

Lời Thăm, số 200, 15 Avril 1931

CẢNH ĐÊM TRĂNG Ở BỜ BIỂN QUI NHƠN

Réo rắt cành thông gió hắt hiu,
Nước non, non nước chẳng hai màu
Mây lồng ánh nguyệt hình trăm vẻ,
Nước dội cung trăng bóng lộn đầu,
Sóng vỗ sườn non bèo trắng toát,

Gió đưa gành đá bọt phau phau.
Nhìn xem phong cảnh lòng ngơ ngẩn,
Cái thú đêm trăng thú biết bao.

HỎI TRĂNG

Vạch mây rẽ gió tới cung trăng,
Cật vấn đôi câu với chị Hằng.
Dạn mặt phong trần đà mấy thuở,
Xông pha sương tuyết được bao đông.
Chồng con mấy kẻ mình hiu quạnh,
Thân thích bao người luống long đong.
Đứng giữa trời xanh mờ tới tỏ,
Canh tàn lơ lửng có buồn không.

ĐUỔI RUỒI

Gớm thay xác nhỏ lại thêm lỳ,
Đuổi mãi mà sao vẫn chẳng đi.
Cúng tế tổ tiên đành hưởng trước,
Ma chay đám giỗ cũng ăn thi.
Cửa quan nhiều mặt thường bu đến,
Nhà tớ không đường bám tới chi,
Chẳng hổ thân hèn ăn của khín,
Còn mang mặt "sượng" quả đồ kỳ.

Lời Thăm, số 213, 1 Novembre 1931, tr. 281

CHIỀU TRỜI THƠ THẨN

Bảng lảng chiều hôm thỏ ngậm đoài,
Một mình thơ thẩn đứng trông ai;
Bên trời lốm đốm mây đen đỏ,
Góc núi sương sa gió lướt bồi.
Qua lại trên đường người lợi lộc,
Ngược xuôi dưới bến khách tiền tài;
Nhìn xem cảnh vật lòng ngơ ngẩn,
Dời bước thi ra luống thở dài.

THƠ GỞI CHO BẠN Ở PHÁP QUỐC

Tây Nam đôi xứ nghĩ thêm sầu,
Thấy cảnh mong ai ứa giọt châu;
Vắng mặt kim lan đờn biếng gảy,
Xa hơi tri kỷ khóc buồn lau.
Câu thi luyến khách tình tha thiết,

Chén rượu hoài nhân nghĩa trước sau;
Song nước tuy xa hồn vẫn một,
Tấm lòng khao khát biết cho nhau.

ĐI ĐƯỜNG NGẪU VỊNH

Mịt mù bụi cát gió lay cây,
Chơn rảo mắt trông luống những ngây;
Quần vải áo the bần lẫn phú,
Khăn đen giày hạ chú chen thầy.
Trên nhành lăn líu chim kêu hót,
Canh của nghêu ngao cho sủa dầy,
Đồng ruông mênh mông trời xa tít,
Đường dài người mệt tới đâu đây

Nguyễn Trọng Trí

Lời Thăm, số 209, 1 Septembre 1931

CÁI THẦN LỰC CỦA VĂN CHƯƠNG

Văn chương là hồn của nước, là tinh thần của quốc gia. Cái khéo cái đẹp của văn chương tựa hồ như hoa thêu gấm dệt. Một nước mà dân chủng hèn yếu thì văn khí nhu nhược, hễ dân giàu, nước mạnh thì văn chương lại hùng hồn. Nước suy hay thịnh thì văn chương cũng nhân đó mà hoạt động theo với hoàn cảnh xã hội. Câu văn hay, câu thi khéo, không phải do cách tô điểm chải chuốt của nhà tác giả của khách làng văn mà chính bởi cái ý kiến thâm trầm, rộng rãi, cao xa vậy.

Văn chương như thể một luồng điện, hễ động thì giật. Một áng văn chương kiệt tác như quyển truyện Kiều, mà hễ ta cầm đến, mà miệng ra ngâm thì nghe như ai như oán, như sầu như cảm, như tủi như hờn, ấy câu văn đọc lên có cảm giác là thể nào. Trong rừng văn chương, nếu ta biết lấy con mắt mà quan sát thì sẽ thấy biết bao nhiêu đoạn văn đều có mỗi cái thần lực riêng. Văn đa cảm đa sầu như cụ Tiên Điền, cụ Lamartine; văn ưa non sông như Jean Jacques Rousseau; văn khôi hài và có ý mai mỉa như văn cụ Nguyễn Công Trứ, Nguyễn Bỉnh Khiêm; văn lẳng lơ và cay đắng mùi đời như cô Hồ Xuân Hương v.v... Ta thử đọc qua văn của các cụ tiền bối đó, thì có lúc phải cười, lúc khóc ...

Văn chương là một món quà, đồ chơi, nói tóm lại là một thang thuốc rất trúng bệnh, hợp với sở thích của người hào hoa phong nhã lắm.

Chu Du thuở trước chết vì một lá thư, một câu văn của ông Khổng Minh gởi đến. Câu văn giết người mà không cần đến mũi gươm hòn đạn là vậy đó. Còn câu thơ cảm hóa lòng người đương giận mà nguôi, kìa như thơ của ông Quách Tử Nghi dâng cho vua để chuộc tội con ngày xưa, sử còn ghi chép. Văn chương thu phục nhân tâm như bài "Bình Ngô đại cáo" của ông Nguyễn Trãi thuở trước.

Người khóc ra thơ, kẻ cười nên phú, bài văn nào, hay, dở đều có quan hệ ảnh hưởng đến luân lý phong hóa nước nhà. Khách làm văn nên chủ ý, phải nhờ ông thần lương tâm mới được. Viết văn nếu là dạy đời, khuyên đời thì phải viết cho đúng đắn, đủ tư cách nhà viết văn, chớ đừng viết xằng nói bậy mà làm hại cho người coi văn.

Bốn nghìn năm tổ quốc, hai mươi lăm triệu đồng bào, từ bao giờ đến bây giờ, dân Việt Nam chúng ta đều coi văn chương là trọng là quý; thế mà xã hội hiện thời, biết bao nhiêu người toan đánh đổ nền văn chương đã dùng lời văn thô bỉ mà mù hoặc lòng người. Ngày nay số tiểu thuyết xuất bản rất đông, nhưng phần nhiều, là tiểu thuyết ái tình hay huyễn hoặc, thì tinh thần đương sáng suốt bỗng hóa mờ ám lờ lệch. Con người ở trong hoàn vũ tính hay xu hướng về đường trái, bỉ nhân còn nhớ chuyện một cậu bé 8, 9 tuổi đã từng xem đến quyển tiểu thuyết "Robinson Crusoe" của Daniel Defoe. Từ lúc cặp mắt cậu đã lần lượt du lịch hết quyển truyện ấy thì ra trong tâm trí cậu đã nuôi sẵn khối hy vọng một ngày kia cậu sẽ trở nên như Robinson Crusoe vậy. Chí hư ấy, đã nhất định, nhân một hôm cậu bỏ nhà ra đi vơ vất rồi lạc vào trong đám rừng. Vài ngày sau, ông thân cậu đi tìm, gặp được cậu mình mẩy xơ xác mặt mày xanh lét ngồi dựa gốc cây coi bộ đói lắm. Ông bèn cất tiếng hỏi rằng: "Ủa, mày đi đâu mấy bữa rày làm tao kiếm trối chết vậy". Cậu, dáng người bẻn lẻn trả lời rằng: "Thưa cha, con học theo chí hướng của Robinson Crusoe vậy".

Đó độc giả nghiệm thử coi, những pho tiểu thuyết hoang đường, người thanh niên chí khí đương hăng hái nếu nhiễm phải văn chương của họ thì sẽ trở nên con người hư, vô dụng mà chớ. Ôi! Văn chương, văn chương rất có thần lực, các nhà văn sĩ trước khi cất bút xin hãy tự nghĩ câu văn mà mình sắp viết vào mảnh giấy, đối với phong hóa nước nhà có quan hệ ảnh hưởng gì chăng, rồi sẽ hạ bút.

Lời Thăm, số 207, 1 Aout 1931

Nguyễn Trọng Trí

Nguồn: Lm. Phaolô Nguyễn Minh Chính, *Xuôi ngược thời gian*, Tủ sách Nước Mặn, 2019, tr. 237-244)

BÁO CHÍ CÔNG GIÁO Ở VIỆT NAM THỜI KỲ ĐẦU

GS. TS. Đỗ Quang Hưng

I. CÓ MỘT DÒNG BÁO CHÍ TÔN GIÁO

Báo chí tôn giáo là một khoảng trống trong các công trình về lịch sử báo chí ở nước ta gần như chưa được ai nghiên cứu thực sự.

Trong các cuốn sách về lịch sử báo chí Việt Nam của Huỳnh Văn Tòng, Hồng Chương, Nguyễn Việt Chước, Nguyễn Thành, Bùi Đức Tịnh, Bằng Giang... Các công trình có liên quan của Thiếu Sơn, Trần Huy Liệu, Bích Thủy, M.Durand và Nguyễn Trần Huân, Nguyễn Văn Tố, Hoa Bằng, Thanh Lãng..., Các cuốn hồi ký báo chí của Vũ Bằng, Hồ Hữu Tường, Nguyễn Vỹ,... cũng thấy vắng bóng hoặc nhắc đến rất sơ lược lai lịch các tờ báo, dòng báo tôn giáo.

Đúng là, báo chí tôn giáo ở Việt Nam tuy chưa thể có được những tờ báo như *La Croix quotidienne; La Vie Catholique; Témoignage; L'Actualité Religieuse dans le monde* (Pháp), *Asia Focus* (Hồng Kông),... nhưng việc nghiên cứu dòng báo này cũng rất cần thiết, trước hết là cho những nhà nghiên cứu về tôn giáo ở Việt Nam vì bản thân các tờ báo này là hơi thở, là sự phản ánh sinh động đời sống tôn giáo ở nước ta. Hơn nữa, với lịch sử báo chí Việt Nam nói chung dòng báo này cũng cần có một chiếu ngồi riêng tự nó có thể làm cho bộ lịch sử báo chí Việt Nam thêm phong phú, đa dạng.

Về lịch sử tư tưởng văn hóa và văn học... cũng không nên bỏ qua dòng báo này.

Chính vì sự suy nghĩ ấy trong bộ sách Lịch sử báo chí Việt Nam 1865- 1945 của chúng tôi vừa xuất bản mới đây chúng tôi đã mạnh dạn

GS.TS. Đỗ Quang Hưng

* Sinh: 1946. Tham gia sáng lập Viện Nghiên cứu Tôn giáo thuộc Viện Hàn lâm Khoa học Xã hội Việt Nam. Ông đã là viện trưởng viện này trong 10 năm.
* Nghiên cứu lịch sử Việt Nam, chuyên về Cận đại.
Tác phẩm chính: bộ chuyên khảo 4 cuốn:
* Vấn đề Tôn giáo trong cách mạng Việt Nam lý luận và thực tiễn Chính sách tôn giáo và nhà nước pháp quyền nhà nước tôn giáo luật pháp
* Nhà nước thế tục
* Email: <vnnquanghung@yahoo.com>

đưa "báo chí tôn giáo" thành một dòng báo được trình bày trong bức tranh chung dòng chảy chung của các dòng báo chí nước nhà với một số trang nhất định.

Báo chí tôn giáo ở nước ta ra đời trong điều kiện nào?

Tất nhiên, lý do xuất hiện trước hết của dòng báo này là lý do tôn giáo. Nhiệm vụ truyền bá Đức tin và giáo dục tín đồ là thiên chức của mọi tôn giáo. Đặc biệt, việc giáo dục đạo đức - đạo đức tôn giáo và đạo đức xã hội - luôn phải gắn kết với nhau là quan trọng. Đời sống đạo đức ấy vừa bao gồm các yếu tố giáo lý, giáo luật, nghi lễ vừa là sự thực hiện nó trong đời sống Trần thế thường nhật, nói theo ngôn từ tôn giáo là bồi linh (bồi đắp tâm linh). Đây là một nét đặc tính của báo chí tôn giáo.

Nhưng việc xuất hiện báo chí tôn giáo ở nước ta còn tùy thuộc vào những điều kiện lịch sử cụ thể khác.

Nói chung báo chí Việt Nam trước năm 1945 sinh ra và lớn lên trong môi trường báo chí thuộc địa, bất kỳ dòng báo nào cũng không thể thoát khỏi sự kiểm soát hà khắc của luật pháp báo chí của thực dân, chịu sự chi phối tác động ngày càng dữ dội, quyết liệt của những xung đột dân tộc và xã hội, của cuộc vận động cách mạng trước và sau khi Đảng Cộng Sản Việt Nam ra đời (tháng 2 năm 1930). Nó cũng phụ thuộc vào vị thế, điều kiện của các tôn giáo lúc đó nữa.

Theo ước tính sơ bộ của chúng tôi, trước năm 1945, báo chí tôn giáo ở nước ta có trên dưới 40 tờ, tuổi thọ của các tờ báo dài, ngắn rất khác nhau. Trong đó báo chí Công giáo nhiều hơn cả (trên 20 tờ), rồi Phật giáo (khoảng 10 tờ) và của các tôn giáo khác là phần còn lại.

Ngày 26 - 11 - 1908 tờ báo Công giáo đầu tiên ra đời với tên *Nam Kỳ địa phận* (NKĐP) ở Sài Gòn, mở ra dòng báo tôn giáo, cũng được coi là một trong những tờ báo chữ Quốc ngữ đầu tiên ở nước ta. Đây là một tờ báo của một địa phận Công giáo Việt Nam đầu thế kỷ này vì ở trang bìa có in huy hiệu của Tòa Giám Mục Manchette tờ báo cho biết NKĐP "được kiến tạo" bởi giám mục Luciano Mossard với mục đích "để cho bà con nhà Annam thông phần đạo, ngoan việc đời". Bộ sưu tập tuần báo NKĐP kéo dài đến 37 năm, số cuối cùng là số 149 ngày 1 - 3 – 1945, cũng là tờ báo tôn giáo có độ tuổi dài nhất lúc ấy.

Đã có một số nhà nghiên cứu như Nguyễn Văn Trung, Nguyễn Khắc Xuyên, Nguyễn Nghị, Lê Đình Bảng nói về tờ này. Phần chúng tôi, tuy mới chỉ có trong tay năm, bảy năm bộ báo này, nhưng cũng có nhận xét sơ bộ rằng, NKĐP là bộ lược sử một chặng lịch sử Công giáo ở Việt Nam và là một trong những tờ báo tôn giáo đặt căn bản và thành công nhất trong nghề làm báo tôn giáo ở nước ta.

Báo chí Phật giáo xuất hiện chậm hơn, vào đầu thập kỷ hai mươi. Hai tờ đầu tiên là *Pháp Âm* và *Phật Hóa Tâm Thanh* đều xuất hiện năm 1920 ở Nam Kỳ. Báo chí Phật giáo phát triển hơn khi phong trào Chấn Hưng Phật giáo thực sự lan rộng ở nước ta từ đầu năm 1930. Đó là một loạt các tờ báo Phật giáo tiếp tục ra đời ở Nam Kỳ như *Bát Nhã Âm* (1931), *Từ Bi Âm* (1932) của hội Nam Kỳ nghiên cứu Phật học. Các tờ *Duy Tâm* và *Bồ đề tạp chí* (1934- Trà Vinh) và đặc biệt tờ *Tiến Hóa* năm 1938 ở Chợ Lớn.

Ở Trung Kỳ, trong các năm 1932 - 1933 cũng lần lượt ra mắt các tờ báo *Tam Bảo Chí* (Đà Nẵng). *Viên Âm* (Huế), một tờ báo có tiếng vang trong phong trào chấn hưng Phật giáo.

Ở Bắc kỳ, có ba tờ báo Phật giáo đều ra mắt từ 1935 là *Đuốc Tuệ* (Hà Nội) một tờ tạp chí Phật học có tiếng; *Tiếng chuông sớm* (Bán nguyệt san của hội Phật giáo Cổ Sơn Môn Bắc Kỳ) và tờ *Phương tiện* của Hội tăng ni Bắc Kỳ, cũng đặt trụ sở ở chùa Quán Sứ, Hà Nội.

Báo chí Cao Đài ra mắt với tờ *Action Indochinoise* của Cao Văn Chánh (số 1 ngày 23 - 8 – 1928). Những năm 1935-1940 có thêm *Đuốc Chân Lý (Le Flambeau de la Vérité)* ở Mỹ Tho.

Với đạo Hòa Hảo,thì mãi đến năm 1956 mới thấy có tờ nguyệt san *Giác Tiến* xuất bản ở Long Xuyên, một tờ phổ thông giáo lý.

Riêng đạo Tin Lành, năm 1931, cũng đã có tờ *Thánh Kinh Báo* (Hà Nội Nguyệt san của Hội thánh Tin Lành Đông Pháp, chủ bút là Mục Sư Cadman), sau này tờ này đổi tên là *Thánh Kinh Nguyệt San*... Năm 1944, ở Sài Gòn có thêm tờ *Hừng Đông Tin Lành* (Hội thánh Tin Lành Việt Nam).

Đó là một vài nét phác họa "dòng báo tôn giáo" ở Việt Nam trước năm 1945.

II. DIỆN MẠO BÁO CHÍ CÔNG GIÁO

Báo chí Công giáo có nhiều loại. Ở đây chúng tôi chủ yếu giới thiệu loại quan trọng nhất là những tờ báo chính thức được Giáo hội trực tiếp cho xuất bản, hoặc của các Dòng tu, các đoàn thể tôn giáo xuất bản với sự cho phép, công nhận của chính Giáo hội và Nhà nước lúc đó.

Về đại thể, chúng ta có thể chia làm hai loại báo chí Công giáo.

1. Loại chính thức của Giáo hội.

Tờ đầu tiên và cũng là tờ quan trọng nhất thuộc loại này là tờ *Nam Kỳ địa phận* đã nói ở trên do giám mục Luciano Mossard làm chủ nhiệm, Lm. JB.Hướng làm chủ bút.

Năm 1919 ở địa phận Phát Diệm có tờ báo *Thánh Thế Báo*, sau đó là 2 tờ chuyên thông tin về văn học Công giáo là *Thánh Giáo Tuần Báo Bắc Kỳ* (Semaine religieuse du TonKin) trong các năm 1920 - 1923 và tờ *Trung Hòa Nhật Báo* ở Hà Nội từ năm 1924 đến 1943.

Trong thời gian này có 2 tờ báo thông tin, nghị luận Công giáo có ảnh hưởng khá sâu rộng trong cộng đồng giáo hữu và trong báo giới nói chung là tờ nhật báo *Công giáo Đồng Thinh (La voix commune des Missions Catholiques)* những năm 1927-1937 và tờ tuần báo *Công giáo Tiến Hành* những năm 1936-1938.

Có thể nói bên cạnh *Nam Kỳ địa phận*, tờ *Công giáo Đồng Thinh* nói trên với sự điều khiển của hai nhân vật có năng lực báo chí là Đoàn Kim Hưởng và Nguyễn Quang Thường là quan trọng nhất. Các tờ báo này không chỉ chứa đựng những "giá trị tôn giáo", mà còn có giá trị thông tin báo chí rõ rệt.

Ngoài ra, có thể kể thêm những tờ như *Dân Thanh*, bán nguyệt san của Paulus Tạo ở Sài Gòn; từ Công giáo Nam Thanh sau đổi là Thanh Niên của Phạm Đình Khiêm ở Bắc Kỳ, thuộc Phong trào thanh niên lao động Công giáo những năm 1936- 1944. Các tờ báo này đã làm cho mảng "báo chí Công giáo" đậm nét, phong phú hơn.

2. Loại thứ hai, những tờ báo của các dòng tu, các địa phương.

Loại báo này khá đa dạng. Trước hết là một tờ tạp chí "thuần túy tôn giáo" của giới trí thức Công giáo xứ Bắc, Trung Kỳ là Tạp chí *Sacerdos indosinensis* (1927), tòa soạn ở địa phận Vinh, tạp chí *Đức Bà Hằng Cứu Giúp* (1929 của địa phận Hà Nội) các tuần báo như *Văn Côi* (Nam Định); *Vì Chúa* 1936 (Huế) và *Vì Chúa Nguyệt San* năm 1939 (Sài Gòn). Dòng Đa Minh có các tờ có tiếng vang như *Đa*

Minh của Giám Mục Hồ Ngọc Cẩn, Bùi Chu, tờ *Hy Vọng* (dòng Đa Minh Hải Phòng) đồng thời là tiếng nói của cơ quan ngôn luận của thanh niên Công giáo, do R.P.P.Lopez làm chủ bút từ năm 1937; *Lời thăm* của các Thầy giảng từ năm 1932 của Quy Nhơn.

Riêng tờ *Vì Chúa,* "tam nhứt tuần báo" của Lm. M. L'abbé Thích, xuất bản ba thứ tiếng Quốc Ngữ, Hán Văn và Pháp văn, trụ sở tòa soạn ở Cửa Tùng (Quảng Trị) phát hành ra cả ngoại quốc là tờ tuần báo rất đáng chú ý, dung lượng hết sức phong phú về mặt học thuật và tư tưởng.

III. THỬ PHÂN TÍCH VỀ HÌNH THỨC VÀ NỘI DUNG.

1. Về hình thức.

Các tờ báo Công giáo thường trình bày giản dị trang trọng. *Nam Kỳ địa phận* những năm đầu trình bày khá đẹp, ngoài huy hiệu Tòa Giám mục, Manchette báo còn ghi dòng phụ đề chữ Pháp *"Semaine religieuse"* có thể hiểu là "tuần tôn giáo" hay "thời sự tôn giáo trong tuần". Các năm sau, có phụ đề *"Semaine religieuse de Sài Gòn"*, in 1 hoặc 2 cột, đánh số trang liên tục từng năm rất tiện tra cứu.

Tờ *Vì Chúa*, trang bìa luôn in hình đôi "câu đối" chữ Nho, như tranh thủy mạc có nét rất dân tộc. Tờ *Đa Minh* có khuynh hướng chỉ dùng chữ in đơn giản để trang trí. Những năm tháng đầu Cách mạng Tháng tám 1945, tờ *Đa Minh* thường biến trang bìa mỗi số báo thành "tranh cổ động": bên dòng chữ lớn tên báo còn có hình bản đồ "Việt Nam Dân Chủ Cộng Hòa" đối xứng với "Roma, trụ sở Giáo hội" lá Cờ Đỏ Sao Vàng của tổ quốc bên lư hương khói tỏa.

Điểm qua hệ thống chuyên mục, chẳng hạn tờ *NKĐP* các năm đầu, ta đã thấy có tới 15 chuyên mục.

1. Tòa thánh.
2. Châu tứ Đức GM Sài Gòn.
3. Lời thánh kinh.
4. Đạo lý.

5. Hạnh các thánh, sự tích phép lạ, những gương lành và sự tích các cha đã qua đời.

6. Phong Hóa.
7. Thương mại, canh nông, ngư nghiệp.
8. Cách nuôi súc vật, chế tạo đồ gia dụng và các điều cần biết.
9. Thiên văn, bác vật.
10. Thi phú, ca tụng.
11. Tục ngữ, phương ngôn và chữ Nho.

12. Thai đố, câu đáp và cửa qui.
13. Chuyện giải buồn.
14. Chữ Quốc ngữ tân văn.
15. Các bài thuốc.

Như vậy, làm cho *Nam Kỳ địa phận* thật "muôn mặt đời thường" (10 chuyên mục đề cập đến chuyện đời) chỉ có 5 mục là thuần túy chuyện đạo.

Tờ *Đa Minh* của Gm. Hồ Ngọc Cẩn lại tiêu biểu cho phong cách làm báo Công giáo xứ Bắc. Báo in khổ rộng, 3 cột, ngoài trang văn thơ, báo có chuyên mục: Tình hình Đông Dương, Tình hình Quốc Tế (hoặc "Tình hình thế giới trong 15 ngày"), thông báo Giáo Phận Bùi Chu (Nam Định), bình luận, thư ngỏ, các vấn đề của Giáo hội, tìm hiểu tôn giáo bạn và cuối cùng là quảng cáo, rao vặt.

Tuần báo NKĐP thường 30 trang, có lối trình bày các trang thật linh hoạt. Các trang về tin tức thường in 2 cột, các bài nghiên cứu, lịch sử đạo hoặc giáo lý thường in cả trang. Gần như số nào cũng có phụ trang bằng tiếng Pháp (bài quan trọng hoặc tin vắn chọn lọc). Có đăng ảnh và khá rõ.

Cách trình bày của các tờ báo Công giáo ở xứ Bắc xem ra đơn giản hơn. Tờ *Nguyệt San Hy Vọng* của "Nhà chung (Mission) Hải Phòng" 40 trang, luôn có lối in 2 cột, tên bài chữ in lớn, cứng, ít khi dùng loại chữ "gothique".

2. Về nội dung.

Như đã nói ở trên, nhiều tờ báo Công giáo khá phong phú.

Nam Kỳ địa phận đã cung cấp cho người đọc hiểu nhiều lượng thông tin quý báu về sự chuyển biến đời sống kinh tế - xã hội ở xứ Nam kỳ lúc đó, về lịch sử Việt Nam, lịch sử đạo Công giáo ở Nam bộ... Hơn thế nữa, tờ báo còn chứa đựng nhiều giá trị văn học và ngôn ngữ. Chỉ riêng về văn học dân gian (tục ngữ, ngạn ngữ, câu đố, đối, chuyện giải buồn...) đã rất giá trị. Các tác giả đã công phu sưu tập riêng "Tục ngữ trên NKĐP"

Đáng lưu ý ít hơn là so với các tờ báo cùng thời như *Nông Cổ Mín Đàm, Lục Tỉnh Tân Văn*...., văn của NKĐP chỉnh, trau chuốt và uyển chuyển hơn.

Nam Kỳ, Sài Gòn là cái nôi đầu tiên của báo chí Việt Nam. Ngay từ đầu, cái mạnh của báo chí Sài Gòn là thông tin và kinh tế. Cũng vậy, *Nam Kỳ địa phận* rất có giá trị cả ở mặt này. Mỗi số, tờ báo đều giới thiệu một nghề truyền thống ở nước ta.

Những thế mạnh ấy, dĩ nhiên được tập trung vào việc trình giảng giáo lý.

Chẳng hạn, khi cần phải bình giải một trong những "luận đề" cơ bản Lời Chúa trong *Kinh thánh* "Tao là đàng, là sự thật, cùng là sự sống (số 1780, 29 – 9 – 1943) sau khi dành 3 trang phân tích lời Chúa tác giả X.X, cuối trang có "lời bình" của tòa soạn, cuối trang "Lời lành ý hay". "Ôi kho tàng khôn ngoan và thông minh của Chúa thật cao sâu là dường nào! Các điều xử đoán của Chúa làm sao mà hiểu đặng và đàng nẻo Chúa ai mà dò cho thấu" (đúng như văn bản).

Tờ báo cũng đăng tải nhiều bài có giá trị vượt ra ngoài ý nghĩa tôn giáo, chẳng hạn loạt bài Những Chế Độ Xã Hội Việt Nam và Đạo Công giáo của Luật sư Nguyễn Huy Lai với nhận định: "Ta thấy đạo Công giáo chẳng những không làm giảm sút giá trị quyền gia trưởng như nhiều người lầm tưởng mà đạo Công giáo còn nâng cao, gìn giữ quyền thế, trật tự, hòa bình trong gia đình và xã hội nữa vậy" (số 29 tháng 9 – 1943 đd).

Đây là bài Đoản văn - tin tiêu biểu của Joseph Trang, Curé Kim Đôi (Huế): "Cha Giuse Trang, linh mục địa phận Huế, đau bệnh: không ngủ (trong nguyên bản - ĐQH) đã hơn một năm, chẳng làm việc đấng bực, uống đủ thuốc tây nam mà vô hiệu quả. Sau hết cha chạy đến kêu xin cùng Đức Mẹ Hằng Cứu Giúp thì gặp thuốc mà lành mạnh luôn".....

Và một tin trong mục xem qua các báo: "Hiện thời Đại học đường Hà Nội thiếu 3 vị giáo sư dạy khoa học: 1 Physique générale; 2 Botanique; 3 Géologie. Ai muốn dạy 3 khoa ấy, gởi đơn xin trước ngày...."

Và một tin - quảng cáo thú vị khác: "Tuồng Gia cốp và các con". Có ý hát giúp cho Hội Tương Tế Cầu Kho - các ngôi tuồng là người của Hội - cũng có một ít người ngoài Hội giúp. Tuồng chia ra 2 phần:

Thứ nhứt, từ Giuse bị bán cho đến khi lên chức Phó quân.

Thứ hai, từ làm Phó quân cho đến hòa hiệp cùng Cha.

Có lẽ rồi cũng nối thêm "Tuồng Mười điều răn ĐCT". Hát từ ông Môisen khỏi chết đuối cho đến ĐCT ban truyền 10 điều răn".

Các tờ báo Công giáo ở Bắc, Trung kỳ lại có lối truyền bá "Nền tảng Đức tin" Kitô giáo kiểu khác.

Thí dụ bài Giải đáp về Thiên Chúa Giáo với phụ chú (hai người cùng đi về một nẻo...)

- Thưa Ngài, thấy đạo bên Ngài tuy chưa truyền sang đây được bao lâu mà hiện nay đã truyền bá rất rộng. Thấy một thứ tôn giáo có mãnh lực dường ấy, tôi muốn biết rõ đạo ấy ra sao?.

- Vâng, phải ngày 19 tháng Mars năm 1627, đạo chúng tôi bắt đầu truyền vào xứ này, đến nay được hơn 300 năm.... hiện nay số giáo dân đã ngót 2 triệu.

- Đạo Ngài thờ ai? Vị thần nào? Thánh nào?

- Không, thưa ông, chúng tôi không thờ thần nào, thánh nào cả. Chúng tôi chỉ thờ một "Thiên Chúa" là Đấng đã tạo dựng thiên - địa thôi.

- Ngài bảo đạo của Ngài chỉ thờ một "Thiên Chúa" sao tháng trước tôi có dịp vào xem nhà thờ trong làng, tôi thấy trên bàn thờ còn nhiều các "Ngài" đứng trên dưới hai ba hàng nữa thế, các Ngài chả thờ nhiều vị khác là gì?

- Không! Ông không hiểu, đó là các Thánh... Bên đạo chúng tôi vốn chỉ thờ có một Thiên Chúa, song cũng không quên các Thánh, vì các Đấng ấy sinh ở đời bụi này, có nhiều nhân đức; nhưng chúng tôi chỉ kính họ thôi, không thờ như thờ Thiên Chúa đâu...." (*Hy Vọng* số 11, 5 Juin 1939).

Khi trình bày những vấn đề căn bản về sự tồn tại của Chúa Trời (Dieu) và vị thế của Chúa Quan Phòng (Providence) nhiều tờ báo Công giáo cũng không tránh khỏi sự đánh giá các tôn giáo khác.

Nếu như báo Công giáo đánh giá Nho giáo: "Giáo lý thuyết bên Nho tuy không rộng rãi và thiết thực bằng Thiên Chúa giáo, nhưng cũng có chỗ xu trọng về thực tế chứ không thiên về sự viển vông huyền ảo" thì lại sai lầm khi phê bình Phật giáo: "Ngoài việc niệm kệ tụng kinh, đúc chuông tô tượng, Phật giáo chẳng có sự nghiệp gì để hầu bổ ích cho đời" (Hương Trai, *Vì Chúa* số ngày 1- 7 -1938).

Tuy vậy từ sau 1945, nhiều tờ báo Công giáo tỏ ra khách quan hơn khi nghiên cứu, trình bày tôn giáo bạn.

Thế giới giữa hai cuộc đại chiến trong thế kỷ XX là một thế giới lưỡng cực, xung đột quyết liệt về hệ ý thức, sự đối chọi Đông-Tây và đấu tranh giai cấp, dân tộc thực dữ dội.

Vào thời điểm ấy, khi mà Giáo hội Roma công khai coi chủ nghĩa Vô thần, Duy vật và Mácxít là "tuyệt thông về đạo đức" thì dễ hiểu khi *Vì Chúa* số ra ngày 21-1-1938 có bài viết "Chủ nghĩa Cộng sản và Chủ nghĩa xã hội đều nói theo triết lý Duy vật của Mác. Nó đem người ta đến một sự đồi bại luân lý, nghịch với tôn giáo". Tờ *Hi Vọng* cũng có nhiều bài như vậy.

Riêng về vấn đề tôn giáo, tiêu biểu là bài của Tá Trung và Minh Châu với tên là Trả lời quan niệm Duy vật của phái Các Mác (Karl Marx) về tôn giáo đăng trên tờ *Đa Minh* số ngày 15-3-1943.

Nhưng cũng giống như đồng bào Công giáo luôn gắn bó với Tổ quốc và Dân tộc báo chí Công giáo đa số đều hồ hởi với thắng lợi của Cách Mạng Tháng Tám 1945.

Tờ *Đa Minh* số đầu tiên sau ngày 2-9-1945 số 150, đúng vào ngày 1 tháng cầu cho các Linh Hồn đã in hình Cờ Đỏ Sao Vàng trên trang bìa và dòng chữ lớn "Mến Thiên Chúa - Yêu Tổ Quốc".

Cùng với niềm tự hào ngày Độc lập, tờ báo đăng bài "Quyền Giáo hội Thái Bình đã trả lại cho hàng giáo sĩ Thái Bình". Bài báo viết: "Theo yêu cầu của toàn giáo phận Thái Bình với các vị cầm đầu Công giáo người Tây Ban Nha trả lại quyền Giáo hội Việt Nam địa phận Thái Bình cho hàng giáo sĩ Việt Nam. Đức Giám mục Lamdieusi đã nhường lại quyền Giáo hội Thái Bình cho hàng giáo sĩ Việt Nam Thái Bình bằng một bản thông cáo sau đây..."

Hàng loạt số báo tiếp theo của tờ *Đa Minh* đã trân trọng phản ánh việc thành lập Công giáo Cứu Quốc Hội ngày 29-10-1945 tại nhà hát lớn Phát Diệm; cùng ngày là lễ tấn phong Đức Cha Tadêô Lê Hữu Từ. Tờ báo đăng tải Bức thư của Hồ Chủ Tịch gửi mừng Đức Cha Lê Hữu Từ với những lời lẽ thật trang trọng.

Tờ báo luôn hướng về Nam Bộ Kháng Chiến, củng cố sự đoàn kết toàn dân. Số 15 tháng 11 năm 1945 đăng bài sẻ áo nhường cơm ký tên Hồ Chí Minh với nội dung. "...Vậy tôi đề nghị đồng bào cả nước và tôi xin thực hành trước: cứ 10 ngày nhịn một bữa, mỗi tháng nhịn ăn ba bữa, đem gạo đó (mỗi bữa một bơ) để cứu dân nghèo... Tôi chắc rằng, đồng bào ai cũng sẵn lòng cứu khổ cứu nạn mà hăng hái hưởng ứng lời đề nghị nói trên".

IV. BÁO CHÍ CÔNG GIÁO VÀ CUỘC TIẾP XÚC VĂN HÓA ĐÔNG TÂY

Có một đặc điểm đáng chú ý: văn hóa Việt Nam lan tỏa từ cái nôi là đồng bào Bắc bộ vào phía Nam cùng với sự hoàn chỉnh không gian Quốc gia. Nhưng ngược lại, từ 1862, khi thực sự có cuộc tiếp xúc với văn minh phương Tây dưới dạng cưỡng bức, thì văn minh phương Tây và chữ "Quốc ngữ" lại đi ngược từ Nam ra Bắc.

Nghề làm báo xuất hiện trước hết ở Sài Gòn, từ 1865, khi tờ *Gia Định báo* của Trương Vĩnh Ký ra đời. Từ đó, một thời gian dài, báo chí là chiếc cầu nối đầu tiên với văn minh phương Tây.

Cho đến đầu thế kỷ XX, phần lớn các tờ báo Quốc ngữ đầu tiên ở Sài Gòn như *Gia Định báo Nam Kỳ tuần báo, Nông Cổ Mím Đàm, Lục Tỉnh Tân Văn...* đều do người Công giáo làm chủ bút. Một trong hai nhà in đầu tiên xuất hiện ở Sài Gòn từ 1861 là nhà in Tân Định do địa phận

Sài Gòn quản lý. Đó là một lợi thế kỹ thuật cho sự ra đời nghề làm báo mà không phải ai cũng có.

Người Công giáo là lực lượng tiên phong cho nghề làm báo ở nước ta, ít nhất cho đến những năm đầu thế kỷ XX. Bên cạnh những cây bút báo chí nổi tiếng như Trương Vĩnh Ký, Huỳnh Tịnh Của, Trần Chánh Chiểu... còn phải kể đến những nhân vật như Cha Vàng, người quản lý báo chí có tài, giỏi cả Nho học và Tây học, lại biết cách tân nghề báo theo hướng chuyên nghiệp. Bên cạnh đó là Lm. JB. Huỳnh Tịnh Hướng (trị sự); Lm Liễu (kỹ thuật in), sửa bài....Lm. Hồ Tâm Đắc, Lm. Nguyễn Thành Chiêu phụ trách dịch các bài báo chọn lọc ra chữ Pháp để nạp... mới có thể có được một tờ báo Công giáo có trình độ cao về nghề nghiệp như tờ *Nam kỳ địa phận* đã nói trên.

Có lẽ tờ *Hy Vọng* là tờ báo Công giáo đầu tiên nói về nghề làm báo ở nước ta

Trong số báo 16 ra ngày 5 tháng 12 năm 1938, tờ Hy vọng có đăng bài Người Công giáo với báo chí Công giáo của Phạm Đoan. Sau khi nêu rõ tính cách đặc điểm, mục đích của báo chí Công giáo, tác giả kêu gọi: "Đối với vấn đề báo chí Công giáo, người Công giáo có nhiệm vụ tông đồ càng phải quan tâm... Muốn được thế, người Công giáo ta nên làm những điều sau đây

1. Mua báo và mua dài hạn

2. Cổ động cho báo chí

3. Làm văn bài giúp cho báo được dồi dào ý tưởng

Từ sau năm 1905 đến năm 1907, khi Hà Nội có tờ báo quốc ngữ đầu tiên (*Đăng Cổ tuần báo*) nhất là sau năm 1927, với *Tiếng Dân* ở Huế, cơ cấu xã hội người làm báo có thay đổi lớn. Nhưng dù sao, trong bước đi đầu tiên của nền báo chí nước nhà, vai trò các cây bút Công giáo thật nổi bật.

V. VÀI NHẬN ĐỊNH

1. So với sự ra đời và phát triển của nền báo chí nước nhà kể từ năm 1865, báo chí Công giáo cũng như báo chí Tôn giáo nói chung là một bộ phận có vị trí nhất định, khá độc đáo. Người Công giáo, các tờ báo Công giáo được kể như người mở đầu cho một hình thức sinh hoạt văn hóa mới (trong quỹ đạo tiếp xúc và đụng độ với nền văn minh phương Tây) và nói riêng là nghề làm báo ở nước ta.

2. Báo chí Tôn giáo, trong đó nổi bật là báo chí Công giáo trước năm 1945, hoạt động trong môi trường báo chí thuộc địa, trong đó bộc

lộ nhiều khuynh hướng tư tưởng, tôn giáo, chính trị, kinh tế xã hội rất phong phú phức tạp. Lịch sử báo chí Công giáo cũng góp phần làm một nguồn sử liệu cần thiết để nghiên cứu về sinh hoạt tư tưởng văn hóa và tôn giáo ở nước ta trước Cách Mạng Tháng Tám.

3. Trên phương diễn văn hóa, báo chí tôn giáo không chỉ phản ánh sự dung hòa tích hợp các giá trị văn hóa phương Tây, mà còn phản ánh sự bảo tồn những giá trị văn hóa truyền thống và cũng cho thấy tâm thức tôn giáo của một bộ phận dân tộc Việt Nam thời cận đại.

Nhân hội thảo một số vấn đề văn hóa Công giáo ở Việt Nam.

Huế tháng 10 năm 2000.

Nguồn: Tọa đàm về văn hóa Công giáo Việt Nam, tại tòa Tổng Giám mục Huế, 10/2000

NHẬN DIỆN DÒNG VĂN DU KÝ CÔNG GIÁO NỬA ĐẦU THẾ KỶ XX

Pgs. Ts. Nguyễn Hữu Sơn

Tóm tắt: Kể từ thời Đổi mới (1986) đến nay, nhiều vấn đề giá trị, bản sắc tinh thần, văn hóa, văn học, nghệ thuật Công giáo trong quá khứ ngày được quan tâm, đánh giá khách quan, khoa học hơn. Nói riêng các tác phẩm du ký Công giáo đã bước đầu được chú ý khai thác, tìm hiểu. Bài viết tập trung sưu tập, hệ thống hóa các tác phẩm du ký Công giáo Việt Nam giai đoạn nửa đầu thế kỷ XX trên các nguồn sách, báo chí. Bước đầu phân loại kiểu tác giả, định lượng đối tượng, phạm vi thể loại, thể tài, chủ đề, chủ điểm. Xác định dòng chủ lưu du ký Công giáo với mẫu số chung các giá trị nhân văn và tinh thần tôn giáo. Nhấn mạnh các tương quan tôn giáo và đời sống xã hội, đặc biệt đề cao sức mạnh đoàn kết dân tộc, hướng tới tiến bộ, phát triển xã hội, đất nước.

Từ khóa: văn học, du ký Công giáo, hành hương, du ngoạn, giáo xứ, nhà thờ

1. Thể loại du ký

Một cách khái quát, các nhà lí luận xác định: "DU KÝ- Một thể loại văn học thuộc loại hình *ký* mà cơ sở là sự ghi chép của bản thân người đi du lịch, ngoạn cảnh về những điều mắt thấy tai nghe của chính mình tại những xứ sở xa lạ hay những nơi ít người có dịp đi đến" [3, tr.75-76]... Định nghĩa trên đây đã khái quát được những đặc điểm cơ bản nhất của du ký. Bên cạnh đặc điểm thể loại, khi nói đến tác phẩm du ký cần hiểu nhấn mạnh hơn ở phía đề tài, "thể tài du ký", phía nội dung và cảm hứng nghệ thuật nơi người viết. Thu hút vào địa hạt du ký có các sáng tác thơ ca và các bài văn xuôi theo phong cách ký, ký sự, phóng sự, ghi chép, khảo cứu, hồi ức về các chuyến đi, các điểm du lịch, các

PGS.TS. Nguyễn Hữu Sơn

** Sinh: 16-10-1959 tại xã Trường Sơn, h. Lục Nam, t. Bắc Giang.*
** Từng giữ chức Phó Viện trưởng Viện Văn học, Tổng biên tập Tạp chí Nghiên cứu Văn học; Chủ tịch Hội đồng khoa học Viện Văn học.*
** Kiêm nhiệm giảng dạy văn học Việt Nam Cổ - Cận đại, Trường Đại học KHXH & NV - Đại học Quốc gia Hà Nội...*
** Email: <lavson1059@gmail.com>*

di tích lịch sử, danh lam thắng cảnh, sinh thái, kiến trúc, mỹ thuật; thậm chí có thể liên quan tới nhiều phương diện liên ngành xã hội học, văn hoá, du lịch, tôn giáo, khảo cổ, dân tộc; đồng thời mở rộng tới các mối quan hệ văn minh, tiếp xúc văn hóa - văn học ở tầm khu vực và quốc tế khác nữa [12, tr.21-38]...

Nói riêng trên địa hạt thể tài văn du ký Công giáo giai đoạn nửa đầu thế kỷ XX có thể nhấn mạnh các phương diện điều kiện phát triển giáo hội và vai trò truyền thông báo chí, đội ngũ tác giả và diện mạo thể tài du ký, sắc thái kết nối văn hóa và các giá trị nhân văn...

2. Điều kiện phát triển giáo hội và vai trò truyền thông báo chí

Vượt qua các thời kỳ phôi thai (1533-1558), thời tử đạo và văn thân (1558-1888), giai đoạn từ 1888 đến nửa đầu thế kỷ XX được định danh là "thời trưởng thành" [11, tr.356-371]. Nói riêng chặng đường cuối thế kỷ XIX qua nửa đầu thế kỷ XX lại gắn với chế độ thực dân nửa phong kiến, tăng cường giao thoa Đông - Tây và xu thế hiện đại hóa. Cần ghi nhận quá trình truyền giáo và sự hình thành, phát triển của chữ Quốc ngữ nhưng chắc chắn chữ Quốc ngữ không thể là nguyên cớ, phương tiện, công cụ đồng hành với gót giày thực dân [1]...

Gắn kết với sự phát triển của ngành xuất bản, nghề in ở khắp ba miền với các giáo phận Nước Mặn - Làng Sông - Mằng Lăng (Qui Nhơn), Tân Định (Sài Gòn), Phú Ninh (Hà Nam), các loại sách và báo chí Công giáo ra đời nhằm đáp ứng nhu cầu của tín hữu và đông đảo công chúng. Chủ đề các loại ấn phẩm bao quát từ Kinh thánh, tự vựng - tự điển, thần học, phụng vụ - bí tích, giáo lý, chính trị - kinh tế - xã hội, giáo dục - sách giáo khoa cho đến khoa học xã hội, triết học và văn

[1] Xu thế thực dân, xâm chiếm thuộc địa thế kỷ XVIII-XIX diễn ra theo quy luật khắp các châu lục chậm phát triển (Á, Phi, Mỹ Latinh...), hoàn toàn không phải do sự truyền bá ngôn ngữ. Việt Nam dường như là trường hợp hiếm hoi nhờ các nhà truyền giáo đã thành công trong việc Latinh hóa ngôn ngữ dân tộc (Quốc ngữ, tiếng Việt)...

học (trong đó có thể tài du ký hành hương, tìm về đất Thánh, trung tâm Thánh Mẫu...) và chuyển dần từ Hán Nôm tới Quốc ngữ. Đơn cử cơ sở in Làng Sông, Trần Trung Sáng đã tổng hợp tư liệu và xác định: "Năm 1904, nhà in Làng Sông được Đức cha Damien Grangeon Mẫn cho tái thiết, giao cho cha Paul Maheu làm giám đốc. Cha Paul Maheu học nghề in tại Hong Kong, thông thạo về kỹ thuật in ấn. Năm 1922, dưới sự điều hành của cha Maheu, nhà in Làng Sông đã in 18.000 tờ báo định kỳ, 1.000 bản sách các loại, 32.000 ấn phẩm khác, riêng bán nguyệt san *Lời Thăm* được 1.500 bản, phát hành cả Đông Dương. Tổng cộng ấn phẩm của nhà in Làng Sông trong năm lên đến 63.185 ấn phẩm với 3.407.000 trang in. Đây còn gọi là nhà in Đông Đàng Trong, một trong 3 nhà in lớn nhất thời bấy giờ (cùng với nhà in Đàng Ngoài và Tây Đàng Trong). Nhà in Làng Sông hoạt động cho đến khoảng năm 1936, được dời về Quy Nhơn. Hiện nay có khoảng 239 ấn phẩm thời kỳ đầu tiên của Làng Sông còn lưu trữ tại Thư viện Quốc gia" [10]...

Trên tổng thể, các tác phẩm thuộc thể tài du ký Công giáo gồm cả loại sách và báo, du ngoạn ngắn ngày và dài ngày, trong nước và nước ngoài, in báo một kỳ và nhiều kỳ. Loại sách tiêu biểu có: *Thành Roma - Tòa Thánh* (1910) của Cha V. Hoa; *Đức Thầy Gioan Baotixita Nguyễn Bá Tòng: Cuộc hành trình Roma* (1934) của Cha Phaolô Vàng; *Dạo chơi Phát Diệm - Tòa Giám mục tiên khởi Việt Nam* (1937) của Cha Joseph Trinh; *Hành trình Phi Luật Tân: Đại hội Thánh thể quốc tế lần thứ 33* (1937) (?); *Thánh Địa tùng thư* (1938) của Lm. Luca San [2, tr.500], v.v... Về các báo có thể kể đến *Nam Kỳ địa phận* (1908-1945), *Những người bạn cố đô Huế* (1914-1944), *Lời thăm* (1919, 1922-1943), *Thánh giáo tuần báo Bắc Kỳ* (1920-1923), *Trung Hoà nhật báo* (1924-1945), *Công giáo Đồng Thinh* (1927-1937), *Công giáo Tiến hành* (1936-1938), *Thanh niên* (Nam Định, 1939-1946), v.v... Nhà nghiên cứu Đỗ Quang Hưng xác nhận: "Báo chí tôn giáo là một khoảng trống trong các công trình về lịch sử báo chí ở nước ta, gần như chưa được ai nghiên cứu thực sự", đồng thời khi tìm hiểu diện mạo báo chí Công giáo đã chia thành "Loại chính thức của Giáo hội" và "Loại thứ hai, những tờ báo của các dòng tu, các địa phương", sau khi phân tích các phương diện nội dung và nghệ thuật đã đi đến nhận định: "1) So với sự ra đời và phát triển của nền báo chí nước nhà kể từ năm 1865, báo chí Công giáo cũng như báo chí Tôn giáo nói chung là một bộ phận có vị trí nhất định, khá độc đáo. Người Công giáo, các tờ báo Công giáo được kể như người mở đầu cho một hình thức sinh hoạt văn hóa mới (trong quỹ đạo tiếp xúc và đụng độ với nền văn minh phương Tây) và nói riêng là nghề làm báo ở nước ta; 2) Báo chí Tôn giáo, trong đó nổi bật là báo chí Công giáo trước năm 1945, hoạt động trong môi trường báo chí thuộc địa, trong đó bộc lộ nhiều khuynh hướng tư tưởng, tôn giáo, chính trị, kinh tế xã hội rất phong phú phức tạp. Lịch sử báo chí Công giáo cũng góp phần làm một nguồn sử liệu cần thiết để nghiên cứu về sinh hoạt tư tưởng văn hóa và tôn giáo ở nước ta trước Cách mạng tháng Tám; 3) Trên phương diện văn hóa, báo chí tôn giáo không chỉ phản ánh sự dung hòa tích hợp các giá trị văn hóa phương Tây, mà còn phản ánh sự bảo tồn những giá trị văn hóa truyền thống và cũng cho thấy tâm thức tôn giáo của một bộ phận dân tộc Việt Nam thời cận đại" [5, tr.7]... Trong phạm vi cụ thể, các tác phẩm du ký Công giáo đoản thiên và trường thiên đều cho thấy những đặc điểm chung của đời sống tinh thần xã hội và hoạt động xuất bản, truyền thông báo chí đương thời.

3. Đội ngũ tác giả và diện mạo thể tài du ký Công giáo

Trước hết cần xác định đối tượng, phạm vi nội dung du ký Công giáo là những trang ghi chép về những chuyến du ngoạn, hành hương, du lịch, hoạt động công vụ, mục vụ, ngoại giao, tham dự lễ hội, thăm viếng tu viện, đi giảng đạo, họp bạn, lửa trại, mở trường, du khảo văn hóa, dân tộc học, sinh thái... Tương tự như tác giả du ký của các tôn giáo khác, người viết du ký Công giáo trước hết là các ký giả Công giáo, giáo phẩm, chức sắc Giám mục, Linh mục, Thượng phụ, Phó tế có điều kiện du ngoạn, có vốn tri thức và ham thích ghi chép, truyền lại những điều tai nghe mắt thấy những miền xa lạ.

Tiếp nối sau những tác phẩm văn học Quốc ngữ giai đoạn khởi đầu của Philiphê Bỉnh, Huỳnh Tịnh Của, Trương Vĩnh Ký, Trương Minh Ký, Nguyễn Trọng Quản,... bên cạnh các tác giả viết du ký Công giáo trường thiên in sách (Cha V. Hoa, Cha Phaolô Vàng, Cha Joseph Trinh, Cha Luca San) còn có thể kể đến các tác giả viết du ký đăng báo như LVĐ, J.L. (Jacques Lê Văn Đức), J.Đ. (Matthêu Hồ Tấn Đức), G.Y., NKĐP, Lâm Thái Nhân Nghĩa, Đồng Bích, Trần Đình Kỳ, Đa Minh, Nam Hải Phạm Hữu Chí, J.P. Huyên, Xuân Lý, Trần Đức Uông, Phạm Đình Khiêm, Bùi Tuân... Có thể xem đây là lực lượng chính tạo nên dòng chủ lưu văn học du ký Công giáo... Thêm nữa, còn có nhiều ký giả, văn sĩ viết du ký như Biến Ngũ Nhi, Anh Hoa - V. Hạc, X., C.L., Nguyễn Khắc Nương, Nguyễn Văn Đ. (*Công luận*, 1916-1939), Trần Trọng Kim, Phạm Quỳnh, Đông Hồ, Nguyễn Đức Tánh, Tùng Hương, Hội Nhân (*Nam phong tạp chí*, 1917-1934), Phạm Vân Anh (Đào Trinh Nhất), Nguyễn Đức Quỳnh, Nguyễn Thị Manh Manh (*Phụ nữ tân văn*, 1929-1935), Trọng Hòa (*Sài Gòn*, 1930-1945), Nguyễn Công Tiễu (*Khoa học tạp chí*, 1931-1940), Trần Bá Vinh với *Pháp du ký sự* (1932), Trần Hữu Tư với *Hải Long du ký* (1941),... cũng có thuật chuyện thăm nhà thờ Chúa, so sánh, liên hệ, nhắc nhớ đến lịch sử, con người và hoạt động xã hội Công giáo. Hiện tượng các tác giả chi lưu, "bên lề" này một mặt cho thấy sức gợi mở, hấp dẫn của chủ đề Công giáo (sự kiện, kiến trúc, mỹ thuật, cảnh quan sinh thái); mặt khác xác nhận khả năng giao thoa, đan kết các mẫu số chung giá trị tinh thần, văn hóa dân tộc và tiến bộ xã hội.

Cùng thuộc loại hình văn xuôi tự sự nhưng khác với truyện ngắn, tiểu thuyết thuộc kiểu sáng tạo hư cấu, văn du ký Công giáo thuộc kiểu sáng tác phi hư cấu, đặt cược vào mục đích, địa điểm, thời gian và phương tiện di chuyển. Chủ thể tác giả chú trọng miêu tả, cảm nhận, chiêm nghiệm trước những điều tai nghe mắt thấy. Nhìn chung, các tác giả Công giáo hằng sống đức tin, thông thuộc môi trường con người và xã hội nên dễ có điều kiện tiếp cận, phản ánh vấn đề chuyên sâu hơn. Xét về dung lượng, các sách in số trang không lớn. Các bài báo in không đều nhau, thường chỉ một kỳ, đôi khi xuất hiện tác giả X. viết *Đi chơi ngoài Bắc Kỳ, Huế và bên Tàu* trên *Nam Kỳ địa phận* nối dài tới 16 kỳ (1917-1918), Trần Đình Kỳ tường thuật *Nói chuyện về cuộc hành trình sang Đại Hội nghị Thánh thể và phong tục dân Manila* trên *Trung hòa nhật báo* (1937). Cần nói rõ rằng các tác giả đều quan tâm lấy nội dung Công giáo làm nòng cốt nhưng trong đó luôn mở rộng tầm quan sát, thể hiện khả năng phản ánh hiện thực theo nhiều cảnh ngộ và hoàn cảnh, đời sống xã hội khác nhau. Đỗ Quang Hưng đánh giá cao: "Nam Kỳ địa phận đã cung cấp cho người đọc hiểu nhiều lượng thông tin quý báu về sự chuyển biến đời sống kinh tế - xã hội ở xứ Nam Kỳ lúc đó, về lịch sử Việt Nam, lịch sử đạo Công giáo ở Nam Bộ,... hơn thế nữa, tờ báo còn chứa đựng nhiều giá trị văn học và ngôn ngữ. Chỉ riêng về văn học dân gian (tục ngữ, ngạn ngữ, câu đố, đối, chuyện giải buồn...) đã rất giá trị. Các tác giả đã công phu sưu tập riêng "Tục ngữ trên *Nam Kỳ địa phận*". Đáng lưu ý ít hơn là so với các tờ báo cùng thời như *Nông cổ mín đàm*, *Lục Tỉnh tân văn*..., văn của *Nam Kỳ địa phận* chỉnh, trau chuốt và uyển chuyển hơn" [5, tr.9]...

Khi khảo sát dòng văn du ký Công giáo cũng cần đặc biệt chú ý tới đặc tính phản ánh, đan xen các nội dung hiện thực (đời sống thế tục), tính chất hỗn dung phong cách hình thức thể loại (ghi chép, nhật ký, hồi ký, thơ ca, đối thoại, trữ tình ngoại đề, tư liệu lịch sử, báo chí). Xét về tiến trình, tương đồng với bước tiến ngành xuất bản và đời sống văn học cả nước, du ký Công giáo cũng phát triển hưng thịnh trong suốt hai thập kỷ 1920-1940. Điều này khẳng định thực tế văn học du ký luôn chịu sự chi phối, gắn bó, đồng hành cùng lịch sử dân tộc, đất nước, thời đại.

4. Sắc thái kết nối văn hóa và các giá trị nhân văn

Có nhiều cách thức để tìm hiểu sắc thái văn hóa và các giá trị nhân văn của dòng văn du ký Công giáo theo kiểu tác giả, tương quan dòng chủ lưu và bên lề, mục vụ và du ngoạn, trong nước và nước ngoài, trường thiên và đoản thiên, giai đoạn và tiến trình. Ở đây chúng tôi lựa chọn cách tiếp cận liên ngành văn hóa - văn học, thực hiện mô tả, phân tích, nhấn mạnh các đặc điểm nội dung tác phẩm theo tiến trình thời gian.

Trong bước đi ban đầu của dòng du ký Công giáo đầu thế kỷ XX cần đặc biệt chú trọng vị trí tuần báo *Nam Kỳ địa phận* với các chuyến hành hương khắp trong Nam ngoài Bắc, xứ Đông Dương, Đông Nam Á, sang Trung Quốc, Pháp, Hoa Kỳ và Italia [4, tr.99-103]. Một người như ký giả X. chắc chắn phải có vị trí trong xứ đạo Sài Gòn thì trong một tuần cùng bạn đồng hành qua Nam Vian - Cao Mên (Phnom Penh - Campuchia) với chủ đích "Tôi cũng có ý coi công cuộc làm ăn miệt trên đại sự thế nào, đặng thuật lại cho chư vị" mới có thể được "các đấng đã tiếp rước tôi", "Khi tôi tới nơi rồi thì khởi sự trước hết đi viếng Đức cha và các cha và bà phước", cho biết nơi đây có bốn nhà thờ lớn và trực tiếp thăm viếng: "Tại nhà thờ Đức Cha thì có một cha Sở là cha Bernard, vui vẻ lắm, và nói và cười luôn. Người nói tiếng Cao Mên giỏi lắm, có làm tự vị Cao Mên - Langsa. Tại châu thành thì có một nhà thờ nhỏ mà sạch sẽ, gọn ghẻ quá, có ý để cho người Tây xem lễ; tuy vậy cũng như nhà thờ Đức Bà ở Sài Gòn, ai đi đó cũng được. Nhà thờ nầy ngày Chúa Nhựt thầy Dòng và các người Tây trong châu thành tựu nhau lại mà hát. Nghe ồ ề mà rôm lắm. Cha sở là Cha Guibe làm gương cho ai nấy mà hát, khi có cha nào thế mà làm lễ cho Người. Tiếng người nghe mà thánh thót quá, thiệt là nghề hát thông thạo lắm. Cha Guibe nầy cũng thuộc nhiều tiếng lắm, tiếng An Nam, tiếng các Chú, tiếng Cao Mên và tiếng Hồng Mao. Cha sở thạo tiếng các nước như vậy thì dễ mà dạy dỗ bổn đạo quá, lại người đi ra thành phố chơi với tôi thì thấy dân sự Cao Mên các chú đạo ngoại cũng đều quen biết người hết" [14, tr.491-493]... Sau khi gặp gỡ các "Cha bề trên", quan sát, dẫn giải việc "đi thăm nhà phước Tây và nhà trường Latinh", "trường mấy thầy", "học trò thì đủ các nước, Tây, Nam, Khách, Chà, Mên, Lào", thấu rõ nơi đây là đất chùa, đất Phật nên càng cần "lần lần gieo giống xuống đất khô khan" nhưng trước sau vẫn đặc biệt trân trọng di sản văn hóa Phật giáo truyền thống và thức nhận sự tương đồng của tinh thần khuyến thiện trừng ác: "Sẵn đây tôi sẽ nói luôn về một hai sự dị đoan Cao Mên. Chùa ở tại đền vua Cao Mên lớn tốt lắm, có hai bụt thần quý trọng vô giá và dưới đất thì lót bạc từ miếng mỏng, song tôi không lấy làm lạ gì, vì vua giàu có muốn tốn hao cách nào cũng được. Tôi lấy làm lạ một sự nầy mà thôi, là xung quanh vách tường chùa thì có vẽ nhiều thù hình; có một cái hình vẽ chỗ gì không biết, mà có đủ hình phạt, ai tội gì thì phạt theo tội nấy. Người mê rượu chè thì có quỷ dộng vô họng một chai lửa, vân vân. Ấy vậy thì đạo Phật nầy cũng dạy ngày sau có chỗ để phạt kẻ có tội như đạo Thiên Chúa dạy vậy" [15, tr.541], đồng thời cảm nhận, chiêm nghiệm ở cả chiều sâu tâm linh tôn giáo về lẽ sinh tử và giá trị nhân bản, mối quan hệ linh hồn và thân xác, tồn tại và hư vô, hữu hạn và vĩnh hằng: "Tôi thấy có người Cao Miên đang để xác một người chết trên một đống củi mà thiêu ra tro, mùi bay ra nghe muốn mửa, rồi hốt tro đó mà bỏ vô một cái lu để dành thì, tôi hỏi họ sao không chôn lại thiêu xác cho tiêu mất như vậy, thì họ trả lời bởi sợ ngày sau không ai lo đến xác người chết nữa; thì tôi nhớ đến phận người có đạo cũng vậy, ta chết rồi biết có ai nhớ đến phần linh hồn ta không, chớ chi ta biết lo trước như vậy cho linh hồn ta như người Cao Mên lo trước cho xác vậy, thì bây giờ ta lo cầu hồn gởi lễ cho thường hầu ngày sau các Đấng lo lại cho linh hồn ta, chớ trông gì con cháu bà con quen lớn nhớ tới ta đâu" [15, tr.542]... Với tâm thức "Đi ngày đàng, học sàng khôn", tác giả luôn xác định "tôi thấy", "tôi đi thăm", "tôi lại đi thăm", "tôi hỏi", "tôi nhớ", "tôi lấy làm lạ" và thường xuyên liên hệ, so sánh với hoạt động Công giáo cũng như các phương diện phát triển giáo dục, văn hóa, kinh tế, xã hội trong nước.

Tiếp đến du ký trường thiên *Đi chơi ngoài Bắc Kỳ, Huế và bên Tàu* in liền 16 kỳ trên *Nam Kỳ địa phận*, ký giả X. kể lại chuyến du hành từ Sài Gòn (ngày 1/10/1917) bằng tàu biển tới Đà Nẵng, chuyển xe hỏa tới Huế, muốn đi đường bộ nhưng gặp lũ lụt nên phải ngược Đà Nẵng đi tàu biển cập cảng Hải Phòng, từ đó đi tàu hỏa đến Hà Nội, qua thăm Bắc Ninh rồi đi tàu ngược Lào Cai sang Vân Nam (Trung Quốc), chơi hết tuần lễ rồi trở về Hà Nội, xuống thăm vịnh Hạ Long lại ngược Hà Nội, tranh thủ thăm các xứ Hà Đông, Nam Định, từ Hà Nội ngày 26/11 đi tàu hỏa 9 giờ (từ 6 giờ sáng đến 5 giờ chiều) tới Vinh chơi hai ngày nhưng rủi gặp bão, trải "trần ai khổ nhọc", "phải lên đèo xuống ải, dầm mưa dãi nắng", đến ngày 11/12 mới từ Đà Nẵng chuẩn bị xuống tàu biển về Sài Gòn. Có thể thấy *Đi chơi ngoài Bắc Kỳ, Huế và bên Tàu* in đậm dấu ấn chuyến hành hương của ký giả Công giáo, luôn ưu tiên trước hết cho việc thăm viếng thánh địa, nhà thờ Đạo, tu viện, chủng viện, trường Thầy Dòng, nhà phước; gặp gỡ cha cố, đồng sự, giáo dân; tham dự lễ các Thánh, khóa lễ trọng, lễ tuần, đọc kinh. Chẳng hạn, khi tới Huế: "Đi thăm nhà trường Thầy Dòng. Ba trăm rưỡi học trò phần nửa học trong. Nhà trường rộng lớn mát mẻ quá, chung quanh có sông sâu nước chảy, lại ở gần nhà ray xe lửa. Học trò họ đặng đi thi bằng cấp như trường Taberd. Gần khích thì có nhà trường đi tu Thầy Dòng của thầy bề trên cả Louis là thầy cả và Nam Kỳ, Bắc Kỳ đều biết" [16, tr.811]; tới Quảng Trị: "Đi viếng Đức Chúa Bà làm phép lạ tại La Vang. Tôi tưởng khỏi nói chi về Đức Chúa Bà, vì có cha Trang đã in sách mà cao rao rõ ràng ơn lành. Đức Mẹ tại nơi La Vang là một chỗ quê mùa, nghèo nàn, khô khan. Khi tôi đi đây là đúng dịp ở Huế mà đi tình cờ mà thôi, chớ không có dịp lễ gì hết. Bởi vậy nên khi đi tới đó thì không gặp ai hết, có nhờ một chú từ mở cửa mới vô nhà thờ được. Nhà thờ nghèo nàn quá, đến đỗi cây thánh giá trên nóc cũng là hư tệ, gãy cánh tay. Xét lại thì Đức Mẹ hay tìm nơi hèn hạ nghèo nàn mà tỏ dấu lòng Người thương ta là kẻ kiêu ngạo ham hố sự sang trọng là dường nào. Đức Chúa Bà không cần gì phải cho rình rang, cho thiên hạ khen ngợi không đâu, Người lựa chỗ thấp hèn, cũng như xưa Chúa lựa nơi hang đá, nơi bò lừa ở mà xuống thế mà chuộc tội cho ta vậy. Ta cũng nên suy đó mà nhớ sự khiêm nhường là nhất trong đạo ta, có nó thì nên như Đức Chúa Bà xưa, mà không nó thì phải hư như Luxiphe vậy" [17, tr.12]; tới Hà Nội: "Chúa Nhật xem lễ nhà thờ nhà Kín Hà Nội. Tây Nam xem lễ rước lễ cũng đông lắm, nhà thờ cũng như nhà thờ nhà Kín Sài Gòn. Người Tây nam nữ đông và xem lễ cách sốt sắng làm gương cho An Nam đạo mới lắm" [18, tr.59]; "Lễ Đức Chúa Bà dâng mình vào đền thánh. Tôi tưởng bởi địa phận Bắc Kỳ dưng cho Đức Mẹ phù hộ cách riêng sao, nên ngày nay tuy là ngày thường trong tuần, song có Đức cha thánh Gendreau làm lễ trọng thể. Chính mình người lên tòa giảng tiếng An Nam rồi giảng tiếng Tây luôn nữa mà nhắc bổn đạo về ngày lễ Đức Mẹ. Chiều cũng có chầu phép lành trọng thể" [19, tr.105]; sang tới Vân Nam cũng hân hoan với người đồng đạo: "Ở tại đó cũng có Đức cha Tây và các cha Tây. Đức cha hình vui vẻ hiền lành [...]. Mấy ngày tôi đi xem lễ chúa Nhật hay là lễ cả, thì cũng thấy bổn đạo đọc kinh và rước lễ đông lắm [...]. Bởi đó nên ngày lễ Các Đẳng thì tôi lấy làm động lòng và vui lắm, vì có dịp xem được một lễ hát tại nhà thờ Đức Cha. Ngày đó Đức Cha, là người Tây và quan Khâm sứ Tây, mời các Khâm sứ nước khác và các quan Tàu đến chầu lễ cầu cho linh hồn các lính Đồng minh tử trận. Các quan Tầu văn võ, mặc đồ y phục, có đủ mặt đông lắm, đứng xem lễ nghiêm trang, cung kính lắm. Đức Cha có giảng tiếng Tây, ai nấy đều lẳng lặng, coi thiệt là vui trong lòng lắm, vì thấy đến đỗi trong nước Tàu là nước kẻ ngoại mà đạo Thiên Chúa được đứng đầu như vậy, thì mừng biết là dường nào, vì tự nhiên mình là người có đạo thì phải vui mừng mỗi khi thấy đạo mình được vinh vang như vậy, làm cho sáng danh Chúa" [20, tr.74]... Trên phương diện văn hóa, ký giả luôn tranh thủ thưởng ngoạn nơi danh lam thắng cảnh, coi trọng các giá trị truyền thống dân tộc, đến Huế thăm thành Nội, lăng tẩm các vua Nguyễn; qua Hà Nội thăm phố cổ, Hàng Bông, Hàng Trống, đền Quán Thánh, Hồ Tây, chùa Láng, chùa Trầm; xuống Quảng Ninh thì thăm khắp Quảng Yên, Hòn Gai, Hạ Long, Cửa Ông, cảng Vạn Hoa, Cẩm Phả, Móng Cái, Mũi Ngọc... Khi qua thăm chùa Láng, ký giả liên tưởng, so sánh giá trị tinh thần Công giáo với Phật giáo và đi đến cảm nhận chung: "Đi xe điện khi tới làng gọi là Cầu Giấy có cái chùa tên là chùa Láng, có hình Phật nhiều coi cũng là ngộ, ở chùa này hay là cùng nhiều chùa khác, hoặc An Nam, hoặc Tàu, hoặc Cao Miên, tôi đã thấy, đều có một sự này giống nhau, chỉ rõ cũng giống ý đạo Thiên Chúa, là đạo nào cũng tin thật đời sau sẽ có nơi thưởng kẻ lành, và có nơi phạt kẻ dữ, tội nào theo cách tội ấy. Trong chùa này tôi lại thấy rõ ràng có hình một cái chảo dụng lớn để kho tiêu kẻ có tội. Còn hình mấy người bị nướng trụi coi bộ cũng là đau đớn lắm. Cha chả đi coi chùa mà lại gặp sự suy ngẫm, phải lo trở lại làm sao, chớ để sau cho quỉ nó chiên mỡ dầm nước mắm thì là khó lòng lắm" [20, tr.75-76]... Trên tư cách du khách và nhà hoạt động xã hội, ký giả quan tâm rộng tới sự phát triển các trường Bá nghệ, Hậu bổ, nhà Đấu xảo; nhà máy gỗ, máy giấy, máy diêm, xưởng thủ công khảm cừ, dệt vải, máy may, làm giấy, đồ chơi, cửa hiệu, nhà hàng và đặc biệt thường xuyên đối sánh phong cách hai miền Nam Bắc, nhấn mạnh tình cảm Bắc Nam, đề cao tinh thần dân tộc và hy vọng đất nước phát triển cường thịnh.

Ngược trở lại, học giả Phạm Quỳnh (1892-1945) trên cương vị Chủ bút *Nam phong tạp chí* khi vào Sài Gòn cũng cảm nhận được không khí thanh bình qua hình ảnh tín đồ đi lễ, tầm vóc nhà thờ và Lăng Cha Cả Bá Đa Lộc (Pigneau de Behaine, 1741-1799): "Nhất là ngày chúa nhật, sau khi tan lễ Nhà Thờ Chánh, không cảnh tưởng gì đẹp bằng đường Catinat chừng hồi chín mười giờ. Đàn ông, đàn bà, con trai, con gái, người Tây, người Nam, ăn bận rất lịch sự, ở nhà thờ ra, đi dạo qua các cửa hàng, lũ lượt như ngày hội. Thật là nghiễm nhiên ra cái cảnh tượng một nơi đại đô hội, đương buổi quốc dân phong phú, thiên hạ thái bình. Coi đó không ngờ rằng thế giới hiện còn mấy nghìn vạn con người đương lầm than trong vòng máu lửa! [...]. Nhà thờ Sài Gòn tuy không có cái nền đá cao như nhà thờ Hà Nội, mà có hai cái tháp nhọn cao ngất trời, nhưng khi trời sáng sủa đi tự ngoài Vũng Tàu (Cap Saint Jacques) cũng trông rõ [...]. Công Cha Cả giúp Đức Cao Hoàng ta khi Phú Quốc, khi Xiêm La, khi vượt bể đi cầu cứu, khi bàn bạc chốn viên mao, trong sử sách còn truyền, muôn năm cũng không quên được... Lăng xây kín như kiểu một cái đình lối ta. Chính mộ Cha Cả là cái sập đá to ở giữa, xung quanh đặt các bức bàn. Hai cái mộ nhỏ hai bên thì bên tả là mộ cha Charbonnier, bên hữu là mộ cha Michel, mới phụ táng về sau. Trong đình trước mộ có tấm bia đá kỷ niệm cái công đức của Cha Cả" [8, tr.93-100]...

Tiếp đến du ký công vụ trường thiên *Pháp du hành trình nhật ký* đăng không đều kỳ trên *Nam phong tạp chí* (1922-1925), bên cạnh nhiều vấn đề khác, Phạm Quỳnh dành sự quan tâm và dung lượng trang viết thích đáng cho chủ điểm Công giáo, bao quát từ tri thức lịch sử, tâm thức thần học, tôn giáo đến kiến trúc, mỹ thuật và sinh hoạt tín ngưỡng. Đến Paris, Phạm Quỳnh đi thăm điện thờ Panthéon, Nhà

Thờ Chính Notre Dame, Saint Etienne du Mont, Saint Séverin, Saint Sulpice, Saint Germain des Prés, Saint Germain l'Auxerrois, Rueil, Saint Denis... Chỉ với mấy dòng ngắn gọn, Phạm Quỳnh lý giải sắc nét cội nguồn biểu tượng "thần bảo hộ", "thần hộ quốc", lịch sử tích hợp và chuyển đổi công năng của nhà thờ Thánh Bà Geneviève thành điện,/ đền kỷ niệm danh nhân Panthéon: "Ở đường d'Ulm đi lại, vừa trông thấy mặt tả điện Panthéon, sừng sững trước mắt như một cái vách đá trăm thước cao. Quy mô coi cũng hùng. Điện hình chữ thập, trừ mặt tiền có cột đá, có cửa vào, còn ba bề bịt bung kín mít, không có một chỗ hở. Tưởng như một cái mả xây bằng đá của một con thú lớn đời tiền cổ nào. Mà thật điện này chính là một cái mả chung của danh nhân nước Pháp. Nguyên trước là nhà thờ bà thánh Geneviève, là thần bảo hộ của thành Paris, đời Cách mệnh dùng làm đền kỷ niệm danh nhân, sau lại mấy lần làm nhà thờ, rồi đến năm 1885 mới định hẳn là đền kỷ niệm. Bây giờ trong đền chỉ có tượng và tranh mà thôi" [2] [9, tr. 251-252]... Đến thăm nhà thờ Thánh Reims (Đức Bà), Phạm Quỳnh xác định rõ ý nghĩa mối quan hệ thần quyền - vương quyền, giáo hội - vương triều trong quá khứ, ngậm ngùi tiếc nuối di sản nghệ thuật và bày tỏ thái độ phê phán chiến tranh, tội ác hủy diệt văn hóa: "Thành Soissons trông đã tiêu điều mà thành Reims này lại còn tiêu điều hơn nữa. Nghe nói trong thành phố có một vạn hai nghìn cái nhà, mà bây giờ tính ra không được năm trăm cái còn đứng vững. Nhưng trông thảm nhất là cái nhà thờ. Nhà thờ thánh Reims là một nơi danh thắng đệ nhất của nước Pháp, về đường mĩ thuật, về đường lịch sử, đều có giá trị đặc biệt. Về đường mĩ thuật thời là một cái kiểu nhà thờ lối gothique đẹp nhất trong thế giới. Suốt từ trên ngọn tháp cho đến dưới chân tường đều chạm trổ soi lồng cả. Người ta thường nói nhà thờ thành Reims chính là một tấm "đăng ten" bằng đá; thật thế. Tấm "đăng ten" ấy trong bốn năm chiến tranh đã chịu không biết mấy vạn viên trái phá của Đức, nên chỗ thì rách toạc, chỗ thì nát nhầu như tờ giấy lộn, không còn ra hình thể gì nữa. Những khách ái mĩ trong thế giới cho sự tàn phá ấy là cái tội ác đệ nhất của người Đức, dẫu thiên vạn cổ không bao giờ chuộc lại được. Về đường lịch sử thì nhà thờ này rất có quan hệ với vận mệnh nước Pháp đời xưa. Những vua các tiền triều mỗi khi lên ngôi thường đến làm lễ "gia miện" ở đây, nghĩa là để cho một vị Đức cha thay mặt Giáo hoàng đặt cái vòng mũ đế vương lên đầu. Nước Pháp xưa nay vẫn có tiếng là "con gái cả của Giáo hội Gia tô", tức là nước có thế lực nhất trong các nước sùng đạo Gia tô, nên lễ "gia miện" ấy quan hệ lắm. Đời đời các vua đã gây dựng cho nước Pháp được như bây giờ đều "chịu chức" ở đây cả, nên chốn này quốc dân coi như một nơi bảo tàng của linh hồn tổ quốc" [3][9, tr.309]... Gắn bó với thành phố cổ kính,

---

[2] Phạm Quỳnh (1923), "Một tháng ở Nam Kỳ", Nam phong tạp chí, số 73, tháng 7, tr.14-15.
[3] Phạm Quỳnh (1924), "Một tháng ở Nam Kỳ", Nam phong tạp chí, số 83, tháng 5, tr.372.

Phạm Quỳnh thể hiện sự trân trọng, tiếc nuối "Hôm nay đi xem suốt cả ngày, cố xem cho được nhiều nơi, kẻo còn mấy hôm nữa phải từ biệt Paris, không biết bao giờ lại trở lại được" và đi sâu dẫn giải: "Nhà thờ Notre Dame thì đã vào mấy lượt, nhưng chưa lần nào xem được kỹ. Sáng hôm nay định vào xem cả trong kho tàng cho được tường tận. Nhà thờ Notre Dame thì đã có tiếng là một nơi giáo đường đẹp nhất trong thế giới; có nơi khác to lớn hơn nhiều, hoặc có một vài phần tuyệt đẹp, nhưng không đâu cái quy mô thể thế chung được xứng hợp bằng ở đây. Kiểu "gô tích", khởi công tự thế kỷ XIII, sửa sang thay đổi mãi, đến thế kỷ XIV mới hoàn thành, nhà chuyên môn cho là gồm được cả cái tinh hoa nghề kiến trúc về đời trung cổ. Ngày nay làm nhà thờ chính thành Paris, cho nên ở trong trang hoàng lộng lẫy lắm. Đi xem một lượt trong nhà thờ, rồi vào nhà "nạp thất" (sacristie) ở bên hữu, là chỗ để kho tàng các vật quý của nhà thờ. Có mấy ông cố phần việc ở đấy, khách du lịch muốn vào xem thì phải đợi vào từng chuyến 15, 20 người một, cố đưa vào các buồng, chỉ từng đồ vật mà cắt nghĩa cho nghe. Nhận ra những người vào xem đây, người Pháp ít mà người các nước đông lắm. Đồ để trong kho toàn là đồ vàng ngọc, gấm vóc, mà cổ đã mấy trăm năm cả, mỗi cái đồ là có quan hệ trong lịch sử, hoặc lịch sử của Giáo hội, hoặc lịch sử của nước Pháp. Như có cái áo long cổn của vua Nã Phá Luân mặc khi chịu lễ gia miện ở nhà thờ; một cái câu rút bằng vàng của vua tặng nhà thờ; một hình đức chúa Giê su bằng ngà; những đồ thờ đồ tế như tế tước (calice), thánh thể khí (ciboire), quan thị đài (ostensoir) bằng vàng bạc châu báu, chạm khảm công phu lắm; còn những áo xiêm tế của các chức trong nhà thờ thuộc về các đời trước, xếp đầy từng tủ, không biết bao nhiêu mà kể, mà trông cái nào cũng đầy những vàng ngọc rực rỡ cả" [9, tr.397-398], đồng thời tiếp tục nhấn mạnh đặc tính thời đại của sự chuyển hóa cung phủ - hành lễ - nhà thờ - di tích - bảo tàng - điểm tham quan, du lịch: "Sainte Chapelle là một cái nhà thờ nhỏ của các đời vua dựng lên về thế kỷ XIII ở trong cung để làm chỗ chiêm lễ riêng của nhà vua, có một từng dưới và một từng gác, từng dưới thì để cho các thị thần, từng trên thì để cho các vua chúa và các công hầu ngồi chầu lễ. Nhà nhỏ, thấp, nhưng mà chạm trổ tinh tế, trong làm toàn bằng gỗ "sên", sơn son thếp vàng cả, các cửa sổ lồng kính vẽ cổ lắm. Sánh với các nhà thờ khác thì nhà thờ này ví như một cái khám nho nhỏ xinh xinh mà tinh xảo công tế vô cùng. Cũng thuộc về kiểu "gô tích". Ngày nay không dùng làm nhà thờ nữa, giữ làm nơi cổ tích mà thôi" [4] [9, tr.398-399]... Lược giản như trên để thấy được học giả Phạm Quỳnh, khi ở trong nước cũng như nước ngoài, luôn quan tâm đến vị thế giá trị tư tưởng, văn hóa, nghệ thuật, kiến trúc Công giáo; mặt khác, trên tư cách nhà báo và nhà văn, ông góp thêm những trang du ký trường thiên sinh động, giúp độc giả "ngồi một chỗ mà thấy ngoài muôn dặm"...

[4] Phạm Quỳnh (1925), "Một tháng ở Nam Kỳ", Nam phong tạp chí, số 94, tháng 4, tr.325-326.

Đến như ký giả, nhà khoa học Nguyễn Công Tiễu [5] khi sang Pháp và thuật chuyện trong du ký công vụ trường thiên *Du lịch Âu châu – Hội chợ Marseille - Đấu xảo quốc tế Paris* (1937-1940) lại quan sát, cảm nhận hình ảnh nhà thờ cổ trong tổng thể cảnh quan nông thôn: "Ở hai dãy nhà có lắm cái thật cổ, làm từ thế kỷ XVII, nghĩa là đến nay đã ba trăm năm; có lắm cái tối tân, như trường học, nhà giây thép (có máy điện tín và điện thoại), nhà thờ, tòa xã trưởng (trên tòa xã trưởng có gác chuông, chuông treo lộ thiên, có báo giờ)" [13, tr.99); có khi lồng ghép vấn đề đức tin trong sự tìm hiểu về phong tục, tập quán dân quê: "Nghe hai bà hát mấy bài thật là du dương, tôi không dám kéo dài cái đêm ngắn chẳng đầy gang, định hỏi một câu nữa rồi xin đi ngủ. "- Nhà quê đây có tin ở ma quỷ và thần thánh không?". "- Không, chúng tôi đây theo hai đạo là đạo Thiên Chúa và đạo Tin lành, có hai nhà thờ riêng, chỉ đi nhà thờ chứ không có tin nhảm gì cả. Nhưng trong làng cũng có mấy bà lang "băm", mỗi khi ai phải bỏng, hay sai khớp xương, các bà ấy cho thuốc đắp, khi đắp các bà ấy có làm dấu (thư phù) và đọc thần chú, thuốc bỏng chỉ có hoa lys (ta gọi là hoa đức bà), hoa khô ngâm dầu Olive" [13, tr.111]; và khác với Phạm Quỳnh, khi đến thăm điện Le Panthéon, ông không đi sâu phân tích đặc điểm trầm tích văn hóa tôn giáo mà chỉ xác nhận tượng nữ thánh Sainte Genevière trong toàn cảnh kiến trúc cung điện: "Đứng xa đã trông thấy ở giữa hai dẫy phố một ngôi nhà lừng lững, từng dưới có 22 cột, cột cao 20 thước, đỡ một cái nóc hình nhân tự; từng trên cao 60 thước, nóc tròn, chóp nhọn. Trước cửa có 11 bậc đá, cửa toàn bằng đồng. Trong cửa chính về bên tả có tượng của nữ thánh Sainte Genevière bằng cẩm thạch, về bên hữu có tượng Clovis. Trên cửa có năm bức nặn biểu hiệu việc giáo dục của Le Sueur; khoa học và mỹ thuật, quốc gia, công lý của Nanteuil; việc tận tâm với tổ quốc của Chaudet" [13, tr.131-132]. Như vậy, cảm nhận của hai nhà khoa học xã hội và tự nhiên quả có khác nhau khi cùng viếng thăm, chiêm ngưỡng, tiếp nhận các di tích, di sản văn hóa Công giáo trên đất Pháp.

Khác biệt hơn, giữa thời kỳ báo chí hưng thịnh, nhiều cây bút đi sâu phản ánh muôn mặt đời thường Công giáo. Trên tờ *Trung hòa nhật báo* (1923-1954) có những ghi chép nằm ở đường biên thể tài du ký, thiên về khảo cứu dân tộc học, kể chuyện mở đường giảng đạo như Lâm Thái Nhân Nghĩa với *Phong tục dân Thái thuộc hạt Thanh Hóa* (1926), *Khảo về đạo người Thái Thượng Thanh Hóa và Hủa Phăn* (1934); có khi là ghi chép của "Một người dự cuộc lai cảo" với *Cuộc đi viếng Phát Diệm - Bùi Chu của thân hào Bắc Kỳ* (1925); có khi như

[5] Nguyễn Công Tiễu (1892-1976): Quê tỉnh Hưng Yên. Tốt nghiệp Cao đẳng Nông lâm (1912), là người Việt Nam duy nhất trong Hội đồng khảo cứu khoa học về Đông Dương (Conseil de Recherches Sientifiques de l'Indochine) (1929).

Đồng Bích viết du ký nhiều kỳ *Pháp như nhật ký (Từ Hà Nội tới Angers)* (1936-1937)... Đặc biệt có Trần Đình Kỹ là thư ký Hội thánh Vicenté Hà Nội đã nói chuyện tại trường Công giáo Tư thục Đức cha Đông (Hà Nội) và viết thành bài báo đăng bốn kỳ *Nói chuyện về cuộc hành trình sang Đại Hội nghị Thánh thể và phong tục dân Manila* (1937). Chuyến du hành công vụ được kể từ khi xe ở Hà Nội, tập kết tại cảng Hải Phòng cùng cha cố, chức sắc thừa sai các nước Pháp, Ấn Độ, Campuchia, Thái Lan rồi đi tàu biển bốn ngày tới Manila. Nội dung thiên du ký chủ yếu tổng thuật năm ngày tham gia hội nghị, diễn thuyết, dự lễ thánh, gặp gỡ bề trên, giao lưu các đoàn, thăm trường Collège Latran, Đại học Dominico, viếng tượng đức thánh Liêm tử vì đạo, thăm nhà thờ Antipolo... Từ góc độ nhà du ký Công giáo, Trần Đình Kỹ đặc biệt ấn tượng về bà Baumann (người Bỉ, thạo tiếng Pháp, có 6 con, từng qua Nhật Bản, Cao Ly, Sài Gòn và ngụ tại Manila đã 8 năm): "Từ khi đến đến nay chỉ những bận về công việc Đại hội nghị nên không có thì giờ nào rảnh để đi mua ít đồ dùng làm kỷ niệm. Thấm thoát đã 12 giờ 30, chúng tôi ngậm ngùi chia tay cùng bà. Một người đàn bà, riêng quốc tịch, khác nòi giống, khác ngôn ngữ mà chỉ vì hai chữ "Cha chung", "đồng đạo" mà đã tiếp rước, giúp đỡ chúng tôi một cách rất thân thiết, chẳng quản ngại gì phí tổn thì giờ, tiền bạc, chúng tôi rất cảm động và cảm phục cái thịnh tình của bà và chúng tôi rất đội ơn Chúa. Bà lại còn muốn biếu chúng tôi hai cái mũ đầm để làm quà cho các em, chúng tôi phải từ chối thâm tạ bà và xin vĩnh biệt" [7, tr.4]... Qua hai mươi năm, *Trung hòa nhật báo* đã góp thêm những trang du ký ngắn gọn, sinh động và cập nhật thông tin đời sống Công giáo qua nhiều chuyến và nhiều hình thức du ngoạn khác nhau.

Ở một tầm mức khác, trong phạm vi giáo phận, giáo xứ Nam Định đã ra báo bán nguyệt san *Thanh niên* (1938-1946) với một số tác phẩm du ký Công giáo thiên về hoạt động công vụ ngắn gọn, cụ thể, gần cuộc sống đời thường. Có thể điểm danh một số bài tác giả và bài viết tiêu biểu như Nam Hải Phạm Hữu Chí với *Giảng đạo đường rừng*, Xuân Lý với *Cảm tưởng sau khi thăm đoàn Thanh niên toàn quốc Công giáo Huế* (1940), Trần Đức Uông với *Ăn ở trên rừng*, P. Phạm Đình Khiêm với *Hai ngày trên bãi bể Hạ Trại*, Trình Tử với *Tiếng gọi của bể rộng*, N.Đ.L. với *Trại thanh niên Ba Vì* (1941); Y. với *Cuộc đi thăm miền Nam* (1942), Nam Hải với *Hạt Phúc âm nơi rừng xanh núi đỏ* (1943), v.v... Trên đường khai mở nước Chúa nơi non cao rừng thẳm, Nam Hải Phạm Hữu Chí nhắc nhớ: "Khe Lim, một xóm làng hẻo lánh nằm dưới dãy núi chọc giời, nấp bên cạnh con sông Thao; quanh năm ngày tháng những túp lều tranh thường ẩn hiện trong đám u uẩn, khí núi bốc lên (...). Cách sau đó hơn một năm trời, tôi lại có dịp lên thăm đồn điền C.N.T và vào thăm Cha xứ... Người có kể cho tôi nghe nhà người Mán

Gò năm xưa, nay đã trở lại gia đình của Chúa và làm vị đứng đầu trong mấy nhà ấy" [1, tr.6]... Xuôi xuống biển, P. Phạm Đình Khiêm thuật chuyện *"Một cuộc du lịch tổ chức có tình thân thanh niên Công giáo"* với mục đích giao lưu "Hữu duyên thiên lý năng tương ngộ" và "Trước biển cả, nhớ tới việc Công giáo tiến hành" gọn trong hai ngày và đi đến lời kết duy tình: "Chiều thứ hai 14 Juillet, chúng tôi đã phải ra về. Việc làm và bổn phận đợi chúng tôi ở nhà. Chúng tôi thỏa mãn vì cuộc "du lịch" đã có kết quả nhưng không khỏi bùi ngùi, lưu luyến khi phải chia biệt những nhân vật và phong cảnh thân yêu của đất Hạ Trại" [6, tr.2]... Lại có du ký *Cuộc đi thăm miền Nam* in bốn kỳ của ký giả X. kể về chuyến du ngoạn hai tuần cùng Cha Tuyên úy "sẽ đi thăm các công cuộc xã hội và Công giáo Tiến hành miền Nam Đông Dương", khởi từ nhà thờ Bùi Chu (Nam Định) qua Tourane (Đà Nẵng) đến thăm Trảng Bom - Blao - An Lộc - Bình Lộc - Túc Trung - Cây Gáo (Đồng Nai), đi tiếp tới Cù Lao Giêng (Mỹ Tho) - Vĩnh Long rồi về Sài Gòn, ngược Pleiku về Quy Nhơn, qua Huế, Vinh, rồi trở về Bùi Chu [21, tr.2+5].... Bài báo có thêm ba đoạn đề mục chung nhằm nhấn mạnh địa điểm và tính chất, mục đích chuyến công du: Tourane - Gia đình hướng đạo đông đúc và thịnh vượng - Bước đầu đầy hứa hẹn của thanh niên Công giáo Đà thành - Sự tổ chức chu đáo của đồn điền Blao; Hai ngày qua các đồn điền "S.I.P.H" và "Les Caoutchoucs du Donnai" - Lệ nghỉ ngày chủ nhật - Chính sách mộ gia đình - Việc phụng sự Công giáo và nền học vấn ở các đồn điền; Công cuộc thanh niên ở Cần Thơ - Phương diện gia đình và luân lý ở một đồn điền - So sánh cách tổ chức ở hai đồn điền... Đặt trong tương quan phạm vi quy mô, các tác phẩm du ký trên báo *Thanh niên* thường ngắn gọn, chủ ý kết nối vùng giáo xứ Nam Định với vùng Bắc Bộ và mở rộng cả nước, hướng tới các quan hệ bằng hữu và mong muốn sự phát triển đức tin gắn liền sự phát triển của đời sống kinh tế, môi trường giáo dục, con người, xã hội.

5. Kết luận

Các tác phẩm du ký giai đoạn nửa đầu thế kỷ XX liên quan đến hệ thống đề tài, chủ đề, chủ điểm, đối tượng nội dung Công giáo theo nhiều mức độ khác nhau phản ánh sắc nét các tương quan tôn giáo và đời sống tinh thần xã hội. Một mặt, dòng chủ lưu du ký Công giáo đề cao tình hữu ái, đức hy sinh, giá trị đạo đức con người với con người, đề cao phẩm chất các giá trị nhân văn, tinh thần mình vì mọi người, ý thức thần học Công giáo, cõi đời và cõi Trời, tâm thức ngày phán xử "thưởng lành, phạt dữ", "khuyến thiện, trừng ác"; mặt khác, mở rộng thu nạp các nguồn tri thức xã hội, kinh nghiệm giáo dục, phát triển công nghệ, buôn bán và các vấn đề an sinh xã hội. Các chủ thể tác giả Công giáo cũng thường xuyên liên hệ, so sánh, xác nhận mẫu số chung giá trị tinh thần tôn giáo và đặc biệt đề cao sức mạnh đất nước, dân tộc, hướng tới tiến bộ, phát triển xã hội. Đặt trong bối cảnh đổi mới hôm nay, cần ghi nhận sự phát triển, phục hưng đời sống Công giáo, trong đó có ý thức tìm về cội nguồn, sưu tập, khai thác giá trị tác phẩm du ký trong tổng thành di sản văn hóa, văn học, nghệ thuật Công giáo Việt Nam giai đoạn nửa đầu thế kỷ XX.

Tài liệu tham khảo

[1] Nam Hải Phạm Hữu Chí (1940), "Giảng đạo đường rừng", *Thanh niên*, số 155-156, ra ngày 15-3.

[2] Trần Anh Dũng (2017), *Thư mục ấn phẩm sách báo Công giáo Việt Nam 1651-1975, Quốc nội và hải ngoại* (1975-2015). Đắc Lộ tùng thư xuất bản, Paris (Pháp).

[3] Lê Bá Hán - Trần Đình Sử - Nguyễn Khắc Phi (Đồng chủ biên) (1992), *Từ điển thuật ngữ văn học*. Nxb. Giáo dục, Hà Nội.

[4] Phan Mạnh Hùng (2021), "Thể loại du ký trên *Nam Kỳ địa phận*", *Văn nghệ quân đội*, số 9 (973).

[5] Đỗ Quang Hưng (2000), "Báo chí ở Việt Nam thời kỳ đầu", *Tọa đàm về văn hóa Công giáo Việt Nam,* Tài liệu tại tòa Tổng Giám mục Huế.

[6] P. Phạm Đình Khiêm (1941), "Hai ngày trên bãi bể Hạ Trại", *Thanh niên*, số 119, ra ngày 1-8.

[7] Trần Đình Kỹ (1937), "Nói chuyện về cuộc hành trình sang Đại Hội nghị Thánh thể và phong tục dân Manila", *Trung hòa nhật báo,* số 1914, ra ngày 11-3.

[8] Phạm Quỳnh (1918), "Một tháng ở Nam Kỳ", *Nam phong tạp chí,* số 17, tháng 11.

[9] Phạm Quỳnh (2013), "Pháp du hành trình nhật ký", *Tuyển tập du ký* (Nguyễn Hữu Sơn sưu tầm, biên soạn). Nxb. Tri thức, Hà Nội.

[10] Trần Trung Sáng (2018), "Làng Sông - nơi in sách Quốc ngữ đầu tiên", *Thời báo Ngân hàng*, Nguồn: https://thoibaonganhang.vn › Văn hóa - xã hội › Văn hóa, 14 thg 12.

[11] Bùi Đức Sinh (1972), *Lịch sử giáo hội Công giáo*. Chân Lý xuất bản, Sài Gòn.

[12] Nguyễn Hữu Sơn (2007), "Thể tài du ký trên tạp chí *Nam phong* (1917-1934)", *Nghiên cứu Văn học*, số 4.

[13] Nguyễn Công Tiễu (2017), *Du lịch Âu châu - Hội chợ Marseille - Đấu xảo quốc tế Paris* (Nguyễn Hữu Sơn sưu tầm, giới thiệu). Nxb. Tri thức, Hà Nội.

[14] X. (1917), *"Đi Nam Vian chơi", Nam Kỳ địa phận*, số 444 năm 1917.

[15 X. (1917), "*Đi Nam Vian chơi", Nam Kỳ địa phận*, số 447 năm 1917.

[16] X. (1917), "Đi chơi ngoài Bắc Kỳ, Huế và bên Tàu", *Nam Kỳ địa phận*, số 464 năm 1917.

[17] X. (1917), "Đi chơi ngoài Bắc Kỳ, Huế và bên Tàu", *Nam Kỳ địa phận*, số 465 năm 1917.

[18] X. (1918), "Đi chơi ngoài Bắc Kỳ, Huế và bên Tàu", *Nam Kỳ địa phận*, số 468 năm 1918.

[19] X. (1918), "Đi chơi ngoài Bắc Kỳ, Huế và bên Tàu", *Nam Kỳ địa phận*, số 471 năm 1918.

[20] X. (1918), "Đi chơi ngoài Bắc Kỳ, Huế và bên Tàu", *Nam Kỳ địa phận*, số 469 năm 1918.

[21] X. (1918), "Đi chơi ngoài Bắc Kỳ, Huế và bên Tàu", *Nam Kỳ địa phận*, số 471 năm 1918.

[21] Y. (1942), "Cuộc đi thăm miền Nam", *Thanh niên*, số 133, ra ngày 15-4.

Nguồn: *Nghiên cứu Văn học*, số 12-2021, tr.13-24.

DU KÍ TRÊN *NAM KÌ ĐỊA PHẬN* (1908-1945)

Ts. Phan Mạnh Hùng

Tóm tắt: *Nam Kỳ địa phận* (1908-1945) là tờ báo quan trọng trong lịch sử báo chí và văn học hiện đại. Trên tờ báo này đã xuất hiện nhiều tác phẩm văn học thuộc nhiều thể loại, thể tài, trong đó có du kí. Bài viết này giới thiệu khái quát về thể tài du kí trên các phương diện như: diện mạo tác giả, tác phẩm, chủ đề và nghệ thuật. Qua đó, có thể nhận thấy, vượt qua mục đích giới thiệu chuyến đi chơi có tính chất cá nhân của người viết cho độc giả báo chí, các bài du kí trở thành những tư liệu quý hiếm, lưu dấu hình ảnh về những vùng đất, vùng văn hóa cách nay gần một thế kỷ.

Từ khóa: *Nam Kỳ địa phận, Du kí Nam Bộ, báo chí và văn học, hiện đại hóa.*

1. Giới thiệu *Nam Kỳ địa phận*

Tuần báo *Nam Kỳ địa phận* ra số đầu ngày 26/11/1908 và kết thúc ở số 1849 ra ngày 1/3/1945. Về ngày đình bản, Huỳnh Văn Tòng cho rằng *Nam Kỳ địa phận* có "số cuối ra ngày 15/2/1945" [4,132]. Nhận định này không đúng với thực tế. Bộ *Nam Kỳ địa phận* mà chúng tôi tiếp cận là bản sao tư liệu từ thư viện Tòa Tổng giám mục tại Thành phố Hồ Chí Minh. Bản sao hiện được lưu trữ tại phòng tư liệu Khoa Văn học, Trường Đại học Khoa học Xã hội và Nhân văn – Đại học Quốc gia Hồ Chí Minh. Khảo sát cho thấy, sau số báo ngày 15/2/1945, *Nam Kỳ địa phận* còn ra một số nữa và cũng là số cuối vào ngày 1/3/1945. Điều này đúng với nhận định của Nguyễn Văn Trung [5, tr.413]

Nếu *Gia Định báo* mở đầu cho nền báo chí Quốc ngữ, thì *Nam Kỳ địa phận* đánh dấu sự xuất hiện dòng báo chí tôn giáo ở Việt Nam.

Ts. Phan Mạnh Hùng

* Sn. 1979, tại ...
* Phó trưởng Khoa Văn học, Trưởng bộ môn Văn học Việt Nam Trường ĐHKHXH & NV – Đại học QG - HCM
* Đã xuất bản:
* Cuộc tiến hoá văn học Việt Nam, (viết chung với Nguyễn Hữu Sơn), 2021
* Nghệ thuật tự sự trong tiểu thuyết Nam Bộ trước 1932, 2016 viết chung Nguyễn Đông Triều 4 quyển: -- Tìm trong di sản văn hóa phương Nam, - Theo dấu người xưa, - Vườn xưa dạo bước, - Trang sách cũ phiến bia xưa, (viết chung Nguyễn Đông Triều), 2020
* hungphanmanh@hcmussh.edu.vn
* hunghuyen_2009@yahoo.com.vn

Dù không có tính thương mại cao, nhưng báo chí tôn giáo nói chung, và nói riêng tờ *Nam Kỳ địa phận* lại có tính cách văn hóa và xã hội rộng rãi. Tờ báo đã quy tụ được nhiều cây bút uy tín đương thời như: Hồ Ngọc Cẩn, Nguyễn Bá Tòng, Nguyễn Văn Thích, Huỳnh Tịnh Hướng, Lê Thiện Bá, Nguyễn Cang Thường, Lưu Thanh, Jacques Lê Văn Đức, Paul Vàng, Matthêu Hồ Tấn Đức, Phaolô Đạt, Phaolô Qui, Paul Tạo. Với sự điều hành của các vị linh mục khả kính qua các thời kì như: Lm. J.B Huỳnh Tịnh Hướng, Lm. Gabiriel Nguyễn Thanh Long, Lm. Giacôbê Huỳnh Công Quận; Lm. Vàng, Lm. Liễu, Lm. Hồ Tấn Đức, Lm. Nguyễn Gia Chiêu,... tuần báo *Nam Kỳ địa phận* là một trong vài tờ báo ở nước ta có sự phát triển ổn định và thời gian tồn tại lâu trước 1945.

Trong suốt 37 năm hoạt động, *Nam Kỳ địa phận* đã chuyên chú vào mục đích giáo dục, nâng cao lòng đạo và mở mang dân trí như tuyên bố trong buổi đầu thành lập. Bài Bổn quán kỉnh cáo đăng trên trang nhất của số báo đầu tiên ngày 26/11/1908, có đoạn nêu chủ trương: "Trong nhựt báo sẽ biện luận về những điều sau này: *Đạo lí, Phong hóa, Bá nghệ, Bác học* và *Văn tín*; Dùng lí lẽ, tích truyện, hoặc lấy lời thánh hiền, mà phân biệt chánh tà cùng dẫn đàng chơn thật; Kể những gương lành, truyện thánh, tích những đấng thông minh cùng người danh sĩ, để cho con trẻ đặng học đòi noi theo, cho đặng răn mình sửa nết, trước là cho nên người đức hạnh phần đạo, sau là nên kẻ thông minh, lịch lãm phần đời". Với phương châm kết hợp việc đạo và việc đời, *Nam Kỳ địa phận* có các mảng bài vở phong phú, đề cập đến nhiều vấn đề của đức tin và đời sống. Phần nói về "đạo" chiếm khoảng một phần ba dung lượng các bài viết, phần còn lại là các bài viết bàn về kiến thức khoa học, kĩ năng kinh nghiệm nghề nghiệp, tin tức gần xa, ứng xử ở đời và văn chương giải trí, rất hữu ích cả với những độc giả ngoài Công giáo.

Ngay từ năm đầu tiên, *Nam Kỳ địa phận* đã có 15 chuyên mục. Dựa vào mục lục được thống kê cuối mỗi năm, đây cũng là một đặc trưng cho thấy sự chu đáo của báo, ta thấy các chuyên mục như: Tòa thánh; Châu tri Đức Giám mục địa phận Sài Gòn; Lời Kinh thánh; Đạo lý; Hạnh các Thánh – sự tích phép lạ – những gương lành – và sự tích các Cha đã qua đời; Phong hóa; Thương mãi, canh nông, chư nghệ; Cách nuôi súc vật – tạp chế đồ gia dụng – và những đều nên biết; Thiên văn – bác vật; Thi phú – ca vịnh và bài cung tặng; Tục ngữ – phương ngôn – và chữ Nho; Thai đố, câu đối và cửu qui; Truyện giải buồn; Chữ quốc ngữ tân văn; Các bài thuốc. Hệ thống mục bài này tương đối ổn định và theo thời gian có sự bổ sung thêm một số mục, tăng sức hấp dẫn như: Ngoại quốc tân văn – thơ tín vãng lai (từ 1910); Lời tục ngữ An Nam (từ 1911), Nhàn đàm (từ 1912); An Nam sử truyện; Thi phú qui pháp; Phép lịch sự An Nam (từ 1914); Luận thuyết (từ 1931); Câu chuyện mua vui (từ 1933); Phương ngôn trích cú (từ 1934); Hài đàm, nhàn đàm (từ 1936); Chuyện lạ xứ người (từ 1937). Ngoài ra cũng không thiếu những bài rao vặt, quảng cáo. Năm 1926, sau 18 năm tồn tại, *Nam Kỳ địa phận* có thêm phần Phụ trương gồm bốn trang (supplément du N.K.Đ.P), rồi tăng dần lên 8 trang từ 1938, đăng quảng cáo, truyện và tiểu thuyết dài kì. Vượt qua khuôn khổ của một tờ báo tôn giáo, *Nam Kỳ địa phận* chứa đựng nhiều vấn đề văn hóa xã hội, văn chương học thuật thú vị cần được quan tâm nghiên cứu. Và khi phác thảo con đường hiện đại hóa văn học, hiện đại hóa xã hội của Việt Nam giai đoạn đầu thế kỉ 20, không thể bỏ qua vai trò của báo chí, trong đó có vai trò của *Nam Kỳ địa phận*.

Đánh giá về *Nam Kỳ địa phận*, Nguyễn Văn Trung cho rằng: "*Nam Kỳ địa phận* có thể cung cấp những tư liệu liên quan đến sử Việt Nam, sử Thiên chúa giáo ở Nam Kì, tiểu thuyết viết theo truyện Tàu Việt Nam. Nếu muốn tìm hiểu những bài thuốc Bắc Nam gia truyền, ông cha ta đã dùng truyền lại, phép lịch sự theo người Việt Nam chịu ảnh hưởng Nho giáo, phép làm văn xưa (bây giờ gọi là lí luận văn học) viết có hệ thống, người đọc có thể tìm thấy đặng trong những năm đầu *Nam Kỳ địa phận*. Chỉ nguyên mảng văn học truyền miệng (câu thai, đố, đối, tục ngữ, chuyện giải buồn, tiếu đàm...) riêng của miền Nam chúng ta có thể sưu tầm được cả trăm nghìn câu, có cả giải thích hẳn là một điều thật quý" [1, tr.77].

Nói riêng về văn học, *Nam Kỳ địa phận* đã giới thiệu nhiều thể loại như thơ, tiểu thuyết, truyện ngắn, du kí, nghiên cứu và phê bình... Mảng văn học du kí chưa phải là tiêu biểu nhất, nhưng lại cho thấy nhiều điều thú vị, minh chứng khá điển hình của sự giao thoa giữa báo chí và văn học, với văn phong ngôn từ sáng rõ và là một trong những cánh cửa nhìn ra thế giới của độc giả những năm đầu thế kỉ 20. Vượt qua sự giới thiệu về chuyến đi chơi hay chuyến đi thăm thú mục đích công cán, làm ăn của một cá nhân cho độc giả báo chí đương thời, các tác phẩm du kí trên *Nam Kỳ địa phận* đã trở thành những tư liệu quý, lưu dấu hình ảnh quá khứ một đi không trở lại của vùng đất Nam Bộ cách nay gần một thế kỷ.

2. Du kí trên Nam Kì địa phận: diện mạo và đặc trưng

Các nhà lí luận cho rằng: "Du kí - một thể loại văn học thuộc loại hình kí mà cơ sở là sự ghi chép của bản thân người đi du lịch, ngoạn cảnh về những điều mắt thấy tai nghe của chính mình tại những xứ sở xa lạ hay những nơi ít người có dịp đi đến. Hình thức của du kí rất đa dạng, có thể là ghi chép, kí sự, nhật kí, thư tín, hồi tưởng, miễn là mang lại những thông tin, tri thức và cảm xúc mới lạ về phong cảnh, phong tục, dân tình của xứ sở ít người biết đến" [2, tr.108]. Nguyễn Hữu Sơn khi nghiên cứu về du kí đầu thế kỉ 20 đã đề xuất hướng tiếp cận từ phương diện thể tài. Theo đó, 'thể tài du kí' cần được hiểu và nhấn mạnh hơn ở phía đề tài, phía nội dung và cảm hứng nghệ thuật nơi người viết, chứ không phải ở phía thể loại. Bởi vì, "Với sáng tác văn học, vai trò chủ thể tác giả bao giờ cũng giữ một vị trí đặc biệt quan trọng và điều này càng sắc nét hơn ở thể tài du kí. Bởi lẽ với du kí, bản thân tác giả phải là nhân vật thứ nhất, chủ thể trực tiếp đi, xem, nghe, trải nghiệm và tường tả lại chuyến du hành theo quan niệm và cách thức của mình" [3, tr.3].

Nhìn từ chủ thể du kí, tác giả du kí trên *Nam Kỳ địa phận* chủ yếu là tác giả Công giáo. Họ là những trí thức có điều kiện kinh tế hoặc thuộc hàng giáo phẩm trong địa hạt Nam Kì có cơ hội đi xa, thăm thú những thắng địa, chiêm bái ở các vùng đất tâm linh. Có thể là do sự khiêm nhường, nhiều tác giả viết du kí không đề tên thật mà chỉ để kí hiệu chữ viết tắt như: X., S.C., L.V.Đ., G.Y., J.Đ., N.T.Đ., hay giản dị như Paul Vàng, J.Lê. Chủ trương "đi" và "viết" của các tác giả luôn gắn với tôn chỉ của báo là giới thiệu về "phong hóa" (phong tục, tập quán) và "bá nghệ" (Thương mại, canh nông, nghề nghiệp, phương cách làm ăn buôn bán) của các nơi, đặc biệt là những vùng văn hóa ngoài Nam Bộ. Nói về mục đích đăng du kí *Đi chơi Trung Kì, Bắc Kì và bên Tàu*, trong mục "Lời rao" (số 466/1918), tác giả X. đã bộc bạch: "nói đi chơi chớ là sự rất hữu ích, xin chư vị có ý mà coi đặng cho biết sách việc đạo việc đời, và nghề nghiệp làm ăn xứ nọ xứ kia, hầu đua tranh với nhau. Ban đầu nói trải qua các phong cảnh và đàng đi coi cho vui; sau sẽ nói riêng từng điều về nghề nghiệp. Mình không đi tới mà biết đặng, khỏi tốn tiền tàu tiền xe cũng là một sự lợi". Phương tiện đi lại của các nhà du kí khá đa dạng. Với chặng đường ngắn thì có thể là đi bằng phương tiện thô sơ như: xe kéo, đi ngựa, đi bộ, thuyền bè; với hành trình dài thì có xe ô tô, tàu hỏa, tàu thủy và cả máy bay. Sự kết nối các hình thức, loại hình giao thông hiện đại đã tăng khả năng giao lưu về kinh tế và văn hóa giữa các vùng trong nước, giữa nước ta với quốc tế, đồng thời giúp người viết có cơ hội đến những vùng đất xa xôi cách trở một cách thuận lợi. Tính chất sống động tươi mới, tham dự, nhập cuộc của chủ thể du kí thể hiện ngay trên nhiều tiêu đề của các tác phẩm:

"Đi...", "Đi chơi...", "Viếng...", "Đi viếng...", "Dạo rảo...", "Một tháng ở...", "Cuộc hành trình...".

Có thể thấy, tồn tại trong một khoảng thời gian khá dài, *Nam Kỳ địa phận* đã đăng một số lượng bài viết về du kí đáng kể. So với mảng du kí ở những tờ báo cùng thời như *Công luận báo, Nam Kỳ tuần báo, Phụ nữ tân văn* ở Nam Bộ hay *Nam phong tạp chí, Tri tân* ở miền Bắc thì du kí trên *Nam Kỳ địa phận* có những nét riêng độc đáo, thể hiện trong những nội dung giới thiệu vùng đất, con người gắn với đạo Công giáo. Các bài viết liên quan đến Công giáo Việt Nam và nước ngoài có số lượng vượt trội trong số những du kí trên *Nam Kỳ địa phận.* Nếu nhìn từ không gian văn hóa thể hiện trong nội dung, có thể tạm chia các bài du kí thành hai nhóm lớn: Những bài du kí về các vùng văn hóa Việt Nam và những bài du kí về các vùng văn hóa nước ngoài. Những tác phẩm này thường được đăng nhiều kì sau chuyến đi của tác giả.

Nhóm du kí các vùng văn hóa Việt Nam gồm có các bài viết về vùng văn hóa miền Bắc, miền Trung, Quảng Trị, Huế, Đà Lạt, Thủ Dầu Một và Sài Gòn. Tiêu biểu cho nhóm này có các bài: *Cuộc kiệu La Vang* (số 451+452/1917); *Đi chơi Trung Kì, Bắc Kì và bên Tàu* của X. (số 461-464/1917 và 465-476/1918); *Đi Huế chơi* của J. Lê (số 477+478/1918); *Dạo rảo xứ Thủ Dầu Một* của G.Y (số 510-515/1918); *Đi viếng cung thánh Đức mẹ La Vang* của JB. Hướng (số 728-745/1923); *Dạo xem cảnh Đà Lạt* của X. (số 823+824/1925); *Đi coi hội chợ Sài Gòn* của N.T.Đ (số 977+978/1928); *Một tháng ở Đà Lạt* của Jasques Lê Văn Đức (số 1608-1616/1940).

Khi thực hiện các cuộc hành trình từ Nam ra Bắc và ngược lại, tác giả du kí đồng thời cho thấy khát vọng hòa hợp và tôn vinh văn hóa dân tộc. Đi tới vùng đất nào của đất nước, họ cũng thể hiện một niềm tự hào về phong tục, tập quán, lề lối sinh hoạt và luôn có một mong ước người Việt sẽ vươn lên trong con đường cạnh tranh kinh tế với người ngoại quốc. Một đoạn du kí của tác giả X. trong *Đi chơi Trung Kì, Bắc Kì và bên Tàu* cho thấy cảm nhận của người Nam khi ra Bắc: "Nói cho công bình thì Hà Nội không thua gì Sài Gòn, mà Sài Gòn cũng không thua gì Hà Nội, vì hai xứ đều có nhiều chỗ đẹp lắm, cũng có nhà cửa vinh vang lắm, đường sá rộng rãi, nhà hàng Tây rực rỡ đều hết, tại châu thành hai xứ thì cũng có sự sang cả bằng nhau, song ở Hà Nội người ta coi đông hơn Sài Gòn nhiều, là vì góp nhóp lại trong thành một hai chỗ, còn ở Sài Gòn thì rải rác ra và đường đất rộng rãi quá, nên dân sự đâu mất hết không thấy. Ở Hà Nội phải khen một điều là An Nam ta buôn bán nhiều lắm và làm ăn hẳn hoi, tận tiện, chịu cực chịu khó giỏi lắm, đến đỗi người Khách ít làm gì được tại Hà Nội. Đờn bà thì làm việc nặng nề không thua gì đờn ông, khiêng gánh cày cấy, vác kéo đồ nặng nề. Không nghề gì đờn ông làm mà đờn bà không làm, trừ ra có một cái xe kéo thì không thấy; cũng nên trông cậy đừng tới nỗi đó, vì là tội nghiệp cho đờn bà quá" (số 466/1918). Viết về doanh nhân Bạch Thái Bưởi, tác giả X. cũng đã thể hiện niềm tự hào về một tấm gương vươn lên trong khốn khó trở thành nhà tư sản dân tộc: "Thật nên bắt chước gương ông Bạch Thái Bưởi, bởi ngay thẳng chí thú nên ngày nay ra mặt mày dường nầy, giàu có danh tiếng, Tây Nam đều khen ngợi, vì trẻ mà giỏi như vậy, năm nay được chừng bốn mươi mấy tuổi mà thôi" (số 467/1918). Kinh thành Huế, trong cảm nhận của tác giả J.Lê (*Đi chơi Huế*): "Thành nầy rất rộng lớn, xung quanh tới mười hai ngàn thước. Có tường lũy cao lớn chắc chắn. Xung quanh có 12 cái tháp gọi là thập nhị môn, có làm cửa bán nguyệt. Cửa cao lớn có trụ đồng, một chỗ có ba cửa, mà cửa chính giữa thì chẳng ai nên bước qua, có một mình đức vua nên đi cửa giữa mà thôi, ai mà vô phép thì tội nặng lắm. Bước vô thì thấy nhiều đồ lạ, bằng gỗ quý báu cùng là bằng đá trạm trổ rất khéo léo lạ lùng, có mạ vàng cán ốc rất chói lòa, có đồ bằng đá ngọc vô giá. Có những bình đồng in đá cùng là những bình đồ xưa chẳng có đâu có. Vào trong mấy chùa và mấy đền vua thì gặp những đồ quý báu và vô số của các vua đã thâu trừ xưa nay, coi không xiết, thấy thì bắt hãi hùng. Còn đồ y phục vua mặc theo lễ nhạc thì rất quý báu, không mấy thuở mà có dịp thấy" (số 477/1918).

Nhóm du kí các vùng văn hóa nước ngoài gồm các bài viết về các vùng văn hóa, các địa danh nổi tiếng như Nam Vang, Đế Thiên Đế Thích (Campuchia), Samsem (Thái Lan), Vân Nam (Trung Hoa), Paris, Lourdes (Pháp), Roma (Ý), Chicago (Hoa Kì). Tiêu biểu có các bài viết như: *Đi viếng Rôma* của L.V.Đ (số 168-177/1912); *Đi viếng Đức chúa bà thành Lộ Đức* (Lourdes) của L.V.Đ (số 183-197/1912); *Kiệu mình Thánh Chúa tại Nam Vang* của Lê Vi Tên (số 438/1917); *Đi Nam Vian chơi* của X (số 444-448/1917); *Đi bên Tàu chơi* (Vân Nam Yunnan-Fou) của X. (số 479-487/1918); *Xứ làm ăn mạnh bạo* của X. (số 556-598/1919); *Rôma* của N.K.Đ.P (số 531/1919-578/1920); *Đi chơi nơi Ruines d'Angkor* của J.Đ (số 668-670/1922); *Đi chơi bên Tây* (coi hát tuồng Thương khó tại Paris) của J.Đ (số 696-703/1922); *Cuộc hành trình tại Rôma* (tin riêng của N.K.Đ.P) của Paul Vàng (số 1251/1933-1331/1934), *Lễ bách tuần kỉ niệm tại họ Samsem bên nước Xiêm* của Paul Vàng (số 1333-1337/1935).

Trong nhóm du kí về nước ngoài, những địa danh di tích liên quan đến đạo Công giáo trên đất Rôma được đặc biệt chú ý, thể hiện trong 3 du kí: *Đi viếng Rôma* (1912), *Rôma* (1919), *Cuộc hành trình tại Rôma* (tin riêng của N.K.Đ.P) (1933). Trong đó, du kí Rôma của N.K.Đ.P kéo dài trong 22 số báo, đưa độc giả đến với nhiều địa điểm quan trọng của thánh địa như: nơi ở và làm việc của Đức Giáo hoàng, nhà nguyện Sixtine, đền thờ Latêranô, đền thờ thánh Vêrô, nhà thờ

Chính tòa, đề thờ Thánh Phaolồ, đền thờ Thánh Laurentiô. Lối miêu tả chi tiết kèm phân tích bình luận của tác giả làm cho con người và cảnh vật như hiện ra trước mắt người xem một cách chân thật. Viết về thánh địa Roma một cách đầy đủ và chi tiết nhất và đăng dài kì nhất chính là phẩm *Cuộc hành trình tại Rôma (tin riêng của N.K.Đ.P)* của Lm. Paul Vàng. Ông cũng chính là người có công chăm chút cho sự phát triển của tờ báo, và dòng tít phụ (tin riêng của N.K.Đ.P) cho thấy ngoài vai trò mục vụ, ông còn đi với tư cách "phóng viên" của *Nam Kỳ địa phận*. Tác phẩm này mô tả về chuyến đi của Đức cha Gioan Baotixita Nguyễn Bá Tòng đến Rôma để nhận tấn phong Giám mục từ ngày 1/5/1933 đến 24/10/1933, đăng trong 58 số báo, được xem là "là tấm bia kỉ niệm của Việt Nam Công giáo hội, mà nhứt là quý báu cho giáo hữu Địa phận Sài Gòn" (số 1334/1935, tr.36). Chuyến đi được Lm. Paul Vàng trần thuật khá kĩ. Lối ghi chép cẩn trọng, cộng với vốn hiểu biết về văn hóa phương Tây, tác giả đã khéo léo lồng vào hành trình của công việc, các cuộc viếng thăm của phái đoàn khung cảnh, địa danh, di tích lịch sử, tập quán địa phương, đặc biệt là các địa chỉ, cơ sở tôn giáo nơi đoàn đến và đi qua. Qua đó, độc giả biết thêm những điều thú vị về văn hóa con người những vùng đất ở châu Âu xa xôi. Theo sở nguyện của giáo hữu, tác phẩm này sau khi đăng báo đã được in thành sách, lời giới thiệu trên báo cho thấy sức mời gọi người xem: "Ai chưa thấy Rôma? Ai chưa thấy Paris và các nơi bên thánh địa? Xem vào liền thấy như ở trước mặt" (số 1334/1935, tr.36).

Hoa Kì từ góc nhìn của tác giả du kí X. là một xứ "làm ăn mạnh bạo" (Xứ làm ăn mạnh bạo). Qua nhiều kì báo, tác giả giúp độc giả hiểu thêm về con người và văn hóa của nước Hoa Kì. Đó là một quốc gia có nhịp sống sôi động, và tinh thần làm việc suốt đời đáng cho người Việt học tập: "Người phương Tây đều khen dân sự nước Huê Kì, lo làm ăn phấn chấn mạnh bạo hẳn hòi lắm, bởi vậy cho nên dân giàu nước thạnh; mà càng giàu thì càng lo tới hoài, chứ không phải hễ thấy khi mình đặng khá rồi, khỏi lo suy sụp, mà nghỉ ngơi an nhàn hưởng của cải huê lợi đã làm ra. Người Huê Kì cứ chuyên lo công việc luôn, cho tới già yếu, tới chết mới hết lo. Bởi đó cho nên tưởng cũng nên kể qua một ít việc, cách thế bền chí lo lắng của họ làm ăn nên thạnh vượng, cho ai nấy biết một chút, cũng nên gương cho ta xem mà ra sức lo lắng làm ăn như họ vậy, thì chắc là trong quê hương bớt nghèo bớt cực". (số 556/1919)

Có thể nhận thấy, du kí trên *Nam Kỳ địa phận* không chỉ dừng lại ở việc ghi chép những điều lạ, cảnh đẹp của các vùng đất, mà còn góp phần vào việc khích lệ người Việt chấn hưng kinh tế, phát triển công nghệ để theo kịp các quốc gia phát triển. Các tác phẩm du kí có lối miêu tả hết sức tự nhiên, gần gũi với cách viết hiện đại và ít dấu vết biền ngẫu. Sự trần thuật kết hợp giữa cảm xúc trữ tình và tự sự làm cho các tác phẩm du kí mang sắc thái mới mẻ, hiện đại, có giá trị thiết thực giúp công chúng mở rộng tầm mắt, thêm yêu văn hóa dân tộc. Ngôn ngữ du kí sáng rõ, trau chuốt và mạch lạc hơn so với những du kí trên nhiều tờ báo cùng thời ở Nam Bộ. Nguyễn Văn Trung cho rằng: "rất khó tìm thấy một lỗi viết chính tả, không khác gì lối viết văn xuôi bây giờ" [5, tr.414]

***

Du kí trên *Nam Kỳ địa phận* có những nét độc đáo khi mang đến những cảm xúc và hiểu biết mới mẻ cho độc giả đương thời về danh lam thắng cảnh trong và ngoài nước. Trải qua thời gian, những trang du kí trên *Nam Kỳ địa phận* không chỉ mang những giá trị độc đáo về văn chương nghệ thuật, mà còn chứa đựng những hình ảnh tư liệu quý về cảnh quan và con người ở những miền đất nước, những vùng đất quốc tế xa lạ, trong điều kiện đi lại còn khá hạn chế đầu thế kỉ 20. Các trang viết ấy lưu dấu hình ảnh sống động về các danh lam thắng cảnh, hệ sinh thái, kiến trúc, mỹ thuật, các điểm du lịch; thậm chí có thể rất có giá trị đối với các ngành khoa học nhân văn như: khảo cổ học, dân tộc học, xã hội học, văn hoá học,... Những ghi chép ấy, chắc chắn đã trở thành một tài sản tinh thần, một thứ ký ức văn hoá của chúng ta*.

Chú thích

(*) Nghiên cứu được tài trợ bởi Đại học Quốc gia Thành phố Hồ Chí Minh trong khuôn khổ Đề tài mã số C2020-18b-01.

Tài liệu tham khảo

[1] Nhiều tác giả, *Về sách báo của các tác giả Công giáo thế kỉ XVII-XIX*, Tài liệu tham khảo, Khoa Ngữ văn, Trường Đại học Tổng hợp Thành phố Hồ Chí Minh, 1993.

[2] Lê Bá Hán – Trần Đình Sử – Nguyễn Khắc Phi (đồng chủ biên), *Từ điển thuật ngữ văn học*. Nxb. Giáo dục, Hà Nội, 2006.

[3] Nguyễn Hữu Sơn, *Vai trò chủ thể tác giả trong du kí về các vùng biển đảo Việt Nam nửa đầu thế kỉ XX*, *Nghiên cứu Văn học*, số 8, 2014.

[4] Huỳnh Văn Tòng, *Báo chí Việt Nam từ khởi thủy đến 1945*, tái bản, Nxb. Tổng hợp Thành phố Hồ Chí Minh, 2016.

[5] Nguyễn Văn Trung, *Hồ sơ Lục Châu học, tìm hiểu con người ở vùng đất mới dựa vào tài liệu văn, sử bằng Quốc ngữ ở miền Nam từ 1865-1930,* Nxb. Trẻ, 2015.

Nguồn: Tạp chí *Từ điển học và Bách khoa thư*, số 4, tháng 7-2021...

TRUYỀN THỐNG BÁO CHÍ TẠI GIÁO PHẬN QUI NHƠN

Linh mục Phaolô Nguyễn Minh Chính *1

Nói đến nhà in Làng Sông là nói đến các ấn phẩm như sách và báo. Các ấn phẩm sách chiếm một số lượng lớn trong sản phẩm của nhà in và bao gồm nhiều thể loại.

Phần "Imprimerie de Quinhon" trong Lịch Địa Phận Quinhon năm 1928 liệt kê 128 tựa sách. Cuốn "Catalogue" năm 1934 của Nhà in Quinhon liệt kê các tựa sách trong năm của nhà in gồm: I. Philosophie et Religion: 1/ *Philosophie*: 9 cuốn; 2/ *Apologétique*: 14 cuốn; 3/ *Théologie*: 5 cuốn; 4/ Études bibliques: 5 cuốn; 5/ *Catéchisme et prédication*: 3 cuốn; 6/ *Vie spirituelle*: 22 cuốn; 7/ *Liturgie*: 11 cuốn; II. Sciences politiques et sociales: 3 cuốn. III. Histoire, géographie, voyage: 1/ *Histoire*: 6 cuốn; 2/ *Biographie*: 3 cuốn; 3/ *Hagiographie*: 9 cuốn; 4/ *Géographie et voyages*: 10 cuốn. IV Littérature: 1. *Romans, nouvelles*: 15 cuốn; 2/ *Poésies*: 11 cuốn; 3/ *Théâtre*: 33 cuốn; 4/ *Monologue*: 6 cuốn. V. Éducation et enseignement: 1/ *Pédagogie*: 7 ấn phẩm; 2/ *Langue annamite*: 11 cuốn; 3/ *Langue francaise*: 4 cuốn; 4/ *Langue latine*: 3 cuốn. VI. Sciences et art: 1/ *Sciences agricoles*: 2 cuốn; 2/ *Sciences mathématiques*: 2 cuốn; 3/ *Sciences pratiques*: 1 cuốn; 4/ *Chant et musique*: 1 cuốn. Tổng cộng 196 tựa sách. Năm 1927, nhà in đã xuất bản bộ *Collection "Pax Christi"* gồm tập số 1 là "*Truyện ông Thánh Luy Gongiaga*", số 2 là Tập "*Gương ông Thánh Phanxicô khó khăn*".

Gần một nửa thế kỷ hiện diện, chắc chắn nhà in đã cho ra đời một số lượng lớn các ấn phẩm sách. Tuy nhiên, mảng đề tài lớn và phong

*1 Về tác giả, xem trang 111

phú này xin được gác lại, bởi vì nếu đề cập đến trong bài viết này sẽ là một công việc "quá nhanh & quá nguy hiểm". Vì thế, ở đây chúng tôi chỉ xin đề cập đến mảng báo chí được "Imprimerie de Quinhon" phát hành.

1. Mémorial, Mission de Quinhon (1904-1953)

Ấn phẩm có thể xếp vào thể loại "báo chí" đầu tiên của địa phận Qui Nhơn là tờ *Mémorial, Mission de Qui Nhơn*, được phát hành từ năm 1904,[2] tức là ngay khi nhà in Làng Sông được cha Maheu tái lập năm 1904.[3] Như vậy, tờ báo này xuất hiện sớm hơn tờ *Bulletin* của Hội MEP.

Tờ *Bulletin* của các cha thừa sai MEP chỉ được xuất bản lần đầu tiên vào năm 1922, để phổ biến những bài viết có chất lượng của các cha thừa sai là những chuyên gia thuộc mọi lãnh vực. Trong Hội thừa sai có những chuyên gia về lịch sử, địa lý, nhân chủng học, thực vật học, v.v... Tờ *Bulletin* phải cho phép những ánh sáng này phát sáng ra và xuyên ra bên ngoài. Đây không phải là một Tạp chí khoa học nhưng sẵn sàng đón nhận những bài báo chất lượng cao làm vinh danh cho tác giả, cho Hội cũng như cho tờ *Bulletin*.

Tờ *Mémorial, Mission de Quinhon* ra đời trong bối cảnh chung của các miền truyền giáo tại Á châu đều có những tờ thông tin liên lạc của địa phận. "Hiện giờ phần lớn các địa phận đều có tờ báo nhỏ của riêng mình đưa những tin tức quan trọng, Chẳng hạn như *Bulletin de Seoul* (bán nguyệt san), *Bulletin de la Mission de Taikou* (bán nguyện san), *Cà et Là* (Tây Tứ Xuyên, tuần báo); *Vérité*, phụ bản tiếng Pháp của tờ *Tsong-che-pao*, Tạp chí Công giáo của Tây Tứ Xuyên (tuần báo); *Semaine du Kientchang*; *Petit Nouvelliste du Yunnan* (nguyệt san); *Echo du Shek-sat* (Quảng Đông; tuần báo); tất cả những ấn hành này đều chỉ được dành cho các thừa sai. *Tờ Mémorial de Quinhon*, trong khi chờ sự hồi phục của tờ *Mémorial Indochinois*, cũng được gởi cho các linh mục bản xứ. Xiêm có tờ *Trait-d'Union*. Tờ *The Voice* của Rangoon và *Le Semeur* của Pondichéry là những tờ báo tháng dành cho tín hữu người Âu của Miến Điện và Ấn Độ". [4]

Là tập san không định kỳ và chỉ dành cho hàng giáo sĩ, không phổ biến cho giáo dân, *Mémorial, Mission de Quinhon* chỉ như là

---

[2] Henri Cordier, *Bibliotheca indosinica, Dictionnaire bibliographique des ouvrages relatifs à la péninsule indochinoise*, Vol. III. - 1914, tr. 1938.

[3] Trong "Dự thảo mục lục báo chí Công giáo Việt Nam", *Hành trình 100 năm báo chí Công giáo Việt Nam*, tác giả Lê Đình Bảng đã xếp tờ *Mémorial* ở vị trí thứ 8 khi cho rằng năm phát hành số đầu tiên là 1927 (tr. 149). Vị trí thứ 1 thuộc về tờ *Nam Kỳ địa phận*, phát hành năm 1908 (tr. 143). Tờ *Lời thăm các thầy giảng* được xếp thứ 5 (tr. 146) với năm phát hành là 1921, trong khi số đầu tiên phát hành ngày 20/9/1919.

[4] Xem "Entre Nous", Supplément số 5 (Mai 1922), *Bulletin MEP*, Mai 1922.

một cơ quan thông tin riêng tư dành cho các thừa sai và các linh mục bản xứ trong địa phận, do đó không có lợi nhuận và sẽ chỉ được gởi cho họ. "Tập nhỏ này gọi là *Mémorial*, chẳng phải là tập nhựt trình cứ tháng cứ kỳ (revue périodique): cho nên kẻ lo việc chẳng buộc mình phải cứ ngày nào cho chắc mà phát ra. Song là như thơ chung bề trên gởi cho các linh mục địa phận. Bởi đó không cần phải giữ lề lối như nhựt trình, là thứ ai coi cũng được. Vậy xin các cha, ai lãnh tập nầy, thì hãy giữ, đừng đưa vấy vá ra làm chi". [5] Vì tính cách riêng biệt này nên thông tin cũng hết sức đặc thù, chẳng hạn lời rao về một món đồ bị bỏ quên cần tìm lại chủ nhân: "Một linh mục bản xứ vừa ghé qua Thác Đá, đã bỏ quên một bình dầu thánh ở đấy, xin hỏi sở quản lý, nơi nó được gởi ở đấy",[6] hay về sự đãng trí của các cha thừa sai quên ... đóng tiền báo: "Các cha thừa sai đăng ký trọn đời tập *Mémorial*, vì đãng trí (par distraction) mà quên trả 1 đồng phí đặt báo hằng năm, sẽ bị trừ cũng một số tiền trên biên lai tài khoản của sở quản lý".[7]

Tuy nhiên, nội dung tờ *Mémorial* hầu hết được viết bằng tiếng Pháp, thỉnh thoảng mới có đôi thông tin bằng tiếng Việt. Một độc giả nêu vấn đề trên và được tờ *Mémorial, Mission de Quinhon*, số tháng Hai 1924, tr. 28, trả lời như sau: "Tại sao không viết (tờ *Mémorial*) bằng tiếng Việt? Quý cha đã có những bài viết rất hay trong tập *Mémorial* nhưng tại sao không viết bằng tiếng Việt? Như thế sẽ có được nhiều người đọc hơn. Trả lời: Cha thân mến, cha có lý, thế nhưng cha có muốn xem xét các lý do này không? Lý do đầu tiên là: cha Quản lý tập san – ngài luôn nhắc lại điều này – là "ngài không biết tiếng Việt". Nhưng chúng tôi cũng muốn liệt kê cho cha những lý do khác:

1. Nhiều linh mục Việt biết đủ tiếng Pháp để đọc tập san.

2. Các linh mục Việt của chúng ta biết tiếng Pháp, họ thích đọc bằng tiếng Pháp để duy trì những kiến thức đã học được.

3. Những ai không biết tiếng Pháp họ cũng thấy rằng chúng tôi cũng đã nỗ lực viết tiếng Việt cho họ chứ không muốn viết bằng tiếng Pháp... mà chắc rằng họ sẽ được những người khác giải thích cho họ.

4. Khi viết bằng tiếng Pháp, tất cả các thừa sai chúng tôi đều đọc được cũng như một số đông các linh mục bản xứ, nếu viết bằng tiếng Việt, liệu có được như vậy không?

5. Chúng tôi không bao giờ nói rằng sẽ không viết bài bằng tiếng

---

[5] *Mémorial, Mission de Quinhon*, N° 66, 5 Aout 1910.

[6] *Mémorial, Mission de Quinhon*, N° 57, 30 Septembre 1909, tr. 144

[7] *Mémorial, Mission de Quinhon*, 20 Février 1916, tr. 8

Việt, nhưng như cha biết đó, nó thật là khó: nhưng khó không phải là không thể nên chúng tôi hy vọng rằng năm 1924 sẽ có sự đổi mới."

Và thông tin tiếng Việt rất cần thiết và hữu ích ngay sau đó là thông báo về hiện tình lưu hành bạc giả và cách phân biệt tờ 20$: "Thứ bạc 20$ có thứ giả mạo; ai nấy phải cẩn thận coi kỹ kẻo đã mất của mà ghe lần lại phải tốn công khai báo. Vậy những dấu chỉ bạc giấy 20 giả, kể ra đây cho ai nấy biết và cũng phải nói lại cho kẻ khác biết với ...".[8]

Tuy chỉ là một tờ thông tin nội bộ của địa phận nhưng hệ thống phát hành lại rất tiên tiến và vươn xa đến tận... nước Pháp. "Tờ *Mémorial* vẫn luôn được gởi cho những cha vắng mặt, những ai trong số này không thường xuyên nhận được thì xin báo cho Đức cha phó hay cha quản lý nhà in".[9] Trong chiến tranh I, các cha thừa sai đi quân dịch ở Pháp hay đang ở Tây nguyên cũng vẫn nhận đều đặn được tờ *Mémorial* của địa phận. Tất cả những người thợ trong cánh đồng truyền giáo Đông Đàng Trong đều được nối kết với nhau qua tờ *Mémorial*. "Các thừa sai ở Việt Nam muốn có thông tin thường xuyên về các cha được huy động miền trên và ngược lại các thừa sai ở xứ người Bahnar muốn có thông tin ở dưới này. Vì thế, như một cơ quan nối kết, tờ *Mémorial* là dấu nối hàn gắn giữa hai cực, Việt Nam và Pháp.[10] Cha Gustave Dubulle Phương (1865-1937), sau một thời gian làm việc tại Nam Bình, địa phận Qui Nhơn, ngài trở về Pháp để vào Dòng Trappist theo ơn gọi của mình, tuy nhiên ngài vẫn giữ mối liên hệ với địa phận Qui Nhơn nhờ tờ *Mémorial, Mission de Quinhon* và *Lời Thăm*. Từ tu viện Sept-Fons ngày 25 tháng 11 (1923), ngài viết: "Sự vắng mặt lâu dài của tôi, thay vì cắt đi những mối liên hệ gắn bó giữa tôi với địa phận, chỉ làm cho nó siết chặt hơn mà thôi. Mỗi buổi sáng, tôi đánh thức tình cảm này khi cầu xin cùng Thánh Tâm Chúa cho mọi người, cho các anh em đồng sự, các linh mục bản xứ, cho mọi công việc, và đặc biệt là cho địa sở Xóm Nam được nhiều ơn cải đạo. Đối với tôi, tờ *Mémorial* và *Lời Thăm* là gạch nối giữa tôi và các anh em, điều này sẽ còn tiếp tục mãi cho đến khi Chúa dẫn đưa tôi về một thế giới tốt đẹp hơn".[11]

Vì là tờ thông tin liên lạc nên *Mémorial* vẫn được liên tục phát hành dù không định kỳ, và chỉ đình bản vì lý do bất khả kháng. "Tháng Bảy 1917, trong thời gian cha quản lý nhà in và Đức cha vắng mặt, cha Dorgeville thay thế đảm trách công việc nhà in vừa dạy ở Làng Sông. Vì thế không có tờ *Mémorial* từ số 130 tháng 3 cho đến số 131 tháng 7".[12]

---

[8] *Mémorial, Mission de Quinhon*, Mars 1924, tr. 33

[9] *Mémorial, Mission de Quinhon*, 30 Mars 1917, tr. 24

[10] *Mémorial, Mission de Quinhon*, 10 Décembre 1917, tr. 119

[11] *Mémorial, Mission de Quinhon*, Janvier 1924, tr. 12

[12] *Mémorial, Mission de Quinhon*, 30 Juillet 1917, tr. 43

Đến năm 1920, tờ *Mémorial, Mission de Quinhon* có sự thay đổi lớn. Đức cha Grangeon muốn đi xa hơn nữa, vượt qua khỏi tầm vóc của địa phận, nên ngài đã sáng lập nên tờ "*Mémorial Indochinois*". Những nội dung chính của tờ *Mémorial, Mission de Quinhon* sẽ được chuyển qua tờ *Mémorial Indochinois,* chỉ giữ lại phần tin thời sự của địa phận, các tin bổ nhiệm hay thông báo của Tòa giám mục. "Như chúng tôi đã loan tin trước đây, tờ *Mémorial* số 157 (tháng 12 năm 1919) là số báo cuối cùng của *bộ cũ* (ancienne série) bắt đầu từ tháng 10 năm 1904. Đối với những loạt bài báo nhận được nhiều sự quan tâm trong các mục: *vie spirituelle, nouvelles de l'extérieur, documents du Saint Siège, documents officiels sur l'Indochine* (đời sống thiêng liêng, tin ngoại bộ, tài liệu Tòa thánh, tài liệu chính thức về Đông Dương), thì tờ *Mémorial Indochinois*, mà các thừa sai và một phần ba các linh mục bản xứ đã đặt mua, sẽ thay thế cho đàn anh của mình cách ích lợi hơn. Vì thế, từ nay chúng tôi sẽ chỉ in một vài trang những ý kiến và tin tức đặc biệt liên quan đến địa phận Qui Nhơn. Tập báo nhỏ này được xuất bản hầu như mỗi tháng, không hẳn là báo định kỳ.

Dưới tiêu đề chung là "Actes et avis officiels" (những văn kiện và ý kiến chính thức), các linh mục trong địa phận sẽ tìm thấy trong đó là các bổ nhiệm, các ý kiến, những thông tin của Tòa giám mục. Kế đến là một chỉ dẫn ngắn thông báo, nếu có, những Văn kiện của Tòa thánh [13] và những quyết định thực tế của các Thánh bộ ở Rôma mà bản văn và các tài liệu thường sẽ in trong tờ *Mémorial Indochinois*. Đây sẽ là phần chính thức của tờ phụ trương này (supplément). Phần thứ hai, không chính thức, sẽ có những tin về những người vắng mặt hay đau yếu, kế đến là phần tin thời sự trong địa phận. Chúng tôi cám ơn trước quý độc giả, đặc biệt là những người ở các tỉnh xa, sẵn lòng gởi đến trung tâm chúng tôi vài tin tức về các địa sở. Một hai hàng thêm vào ở phần tái bút trong các thư gởi về tòa giám mục, sở quản lý hay nhà in, cũng đủ để thông báo một vài sự kiện thú vị cho mọi người. (Không cần phải nhắc lại là tờ phụ trương này chỉ dành riêng cho các linh mục trong địa phận chúng ta".[14]

Và số đầu tiên, "Numéro 1", trong *bộ mới* (nouvelle série) phát hành ngày 12 tháng 2 năm 1920, (*Mémorial, Mission de Quinhon, Nouvelle série – N° 1 – 12 Février 1920*) chỉ vỏn vẹn có 5 trang; số tiếp theo phát hành ngày 15 tháng 3 (*Mémorial, Mission de Quinhon, Nouvelle série – N° 2 – 15 Mars 1920*) cũng chỉ được 7 trang, trong khi số cuối cùng của bộ cũ phát hành ngày 30 tháng 12 năm 1919 (*Mémorial, Mission de Quinhon, – N° 157 –30*

---

[13] Chẳng hạn ở trang 3 trong số đầu tiên của bộ mới này (*N° 1 – 12 Février 1920)* đã thông báo ngắn gọn rằng: "bức "tông thư" quan trọng về truyền giáo đã xuất hiện trong N° của tờ *Mémorial Indochinois*".

[14] *Mémorial, Mission de Quinhon, 12 Février 1920*, tr. 1-2.

Décembre 1919) có đến hơn 30 trang với đầy đủ các mục: *Avis et communion – Actes du St. Siège – Liturgie – Poésie – Documents de l'Officel – La Foire de Hanoi – Comptes religieux – Chronique – Nécrologe.*

Tầm quan trọng của báo chí trong công cuộc truyền giáo không hề được xem nhẹ trong bối cảnh ngành in ấn mới ở mức "kém phát triển" như xếp loại của Việt Nam thời bấy giờ, Đức cha Grangeon chẳng những đã sáng lập nên một tờ báo mới mà còn khuyến khích cổ vũ hoạt động báo chí đã có trong địa phận. Ngài viết: "Báo *Trung Hòa*" được Tòa thánh ban khen và chúc phước lành cho những đấng gầy dựng, những vị cổ động, những kẻ giúp lo cách nào cho tờ báo ấy được phát đạt. Lời ban khen và chúc phước ấy ban ra ngày 23 Février 1924. Ấy Tòa thánh biết rõ các tờ báo có đạo rất làm ích cho nhơn dân, nên khi nghe nơi nào xuất bản đăng báo có đạo, thì vui mừng ban khen và chúc phước. Vậy ta hãy tận lực giúp các tờ báo có đạo trong nước Nam ta, ít nữa là giúp cho "*Lời Thăm*" và tờ "*Mémorial*" là của riêng địa phận ta, hầu mở mang việc truyền giáo trong bổn xứ.... Vả chẳng phải là viết các việc lạ, song cần nhứt là viết về việc phong hóa đặng tấn ích cho giáo nhơn, cùng những lời dạy dỗ khuyên răn hầu mọi người được nhờ phần rỗi".[15]

Chiến tranh thế giới lần I đã khiến cho nguồn giấy bị thiếu hụt nên khổ báo được thu nhỏ lại: "Nhiều người có lý do để tiếc nuối rằng tờ *Mémorial* không giữ được khổ báo trước đây, cho phép đóng tập đồng bộ hơn. Đây là điều bất khả thể vì cơn "khủng hoảng giấy". Với một sự điều chỉnh nhỏ, lúc đóng bìa, ta có thể phần nào tránh được sự bất tiện này. Nhiều anh em đồng sự đề nghị mục "*Avis et Communications*" (ý kiến và thông tin) nên đặt ở đầu cuốn *Mémorial.* Số báo này đã làm thỏa mãn ước muốn này."[16]

Tờ *Mémorial, Mission de Quinhon* đình bản với số tháng 11-12 năm 1953, dù rằng không thể phát hành liên tục trước và trong thời gian kháng chiến bắt đầu từ năm 1946. Các số những năm cuối cùng không còn hàng chữ "Imprimerie de Quinhon" như thường lệ ở cuối tập nữa.

2. Mémorial Indochinois (1919-1921)

"Đừng hạ thấp mục đích nhưng hãy tăng thêm nỗ lực". Không bằng lòng với những gì đã có, Đức cha Grangeon đã muốn đưa hoạt động báo chí của địa phận lên một tầm cao hơn và phổ biến rộng rãi hơn. "Tờ nguyệt san *Mémorial Indochinois* được Đức cha Jeanningros sáng lập và khích lệ giữa những khó khăn chồng chất của chiến tranh

[15] *Mémorial, Mission de Quinhon*, Juin 1924, tr. 80

[16] *Mémorial, Mission de Quinhon*, số 157, 30 Décembre 1919.

nổ ra khắp nơi".[17] Và số đầu tiên của nguyệt san "*Mémorial Indochinois*" đã in xong ngày 24 tháng 11 năm 1919.

Kể từ khi ra đời, cha Eugène Durand là tác giả thường xuyên viết bài đăng trong tập san "*Mémorial Indochinois*" của Địa phận Qui Nhơn. Ta có thể kể ra những bài viết sau đây của cha Durand: "Au Tonkin vers 1700" (*Mémorial Indochinois*, Quinhon, 1920, Vol. 3, tr.. 152-158); "La Langue française en Indochine: un vieux projet", (*Mémorial Indochinois*, 1920, tr. 82-88); "Un Anglais chez Mgr. de Bourges en 1688", (*Mémorial Indochinois*, Quinhon, 1920, Vol. 5, tr. 268-272). Ngoài cha Durand ra, tờ báo còn nhận được sự cộng tác của cha Victor Barbier ở Nam Đàng Ngoài như: "Le collège de Hon-dât" (*Mémorial Indochinois*, Quinhon, 1920, Vol. 2, tr. 74-82), "Les premiers missionnaires européens en Annam" (*Mémorial Indochinois*, Quinhon, 1920, Vol. 6-7, tr. 328-332, 400-404) và "L'évêque d'Adran et le traité de Versailles (28 novembre 1787)" (*Mémorial Indochinois*, Quinhon, 1920, Vol. 12, tr. 740-745).

Tuy nhiên, cũng lại vì một mục đích cao hơn, sau hai năm hiện diện, tờ *Mémorial Indochinois* đã thông báo ... ngừng phát hành để nhường chỗ cho một tiếng nói chung của Công giáo. "Tờ nguyệt san *Mémorial Indochinois* đã thông báo ngừng xuất bản cho quý độc giả của mình để khỏi làm tổn hại đến một tờ báo lớn của Giáo hội sắp được xuất bản. Dù tờ báo được thông báo kia có ra sao thì việc đình bản tờ *Mémorial* đã gây nhiều tiếc nuối cho quý độc giả dài hạn của mình vì nó đem lại nhiều tin tức thú vị cũng như những thông tin hữu ích về các sự việc ở Đông Dương".[18] Sự cần thiết phải có một tiếng nói chung, mạnh mẽ và đồng nhất để phản bác lại những thông tin sai lạc đang lưu hành dù cố ý hay không cố ý đã khiến cho tờ *Mémorial Indochinois* phải nhường vị trí lại cho một tiếng nói chung của giới Công giáo sau hai năm hiện diện: *Công giáo đồng thinh* (La Voix Catholique). "Tờ nhật báo Công giáo ở Sàigòn mà Đức cha đã nhắc đến nhiều lần, đã phải xuất bản trễ hơn vào tháng Chín tới đây. Tờ báo này muốn có 3.000 đăng ký mua báo trước khi bắt đầu xuất bản để có thể chắc chắn về sự nghiệp của mình. Tờ báo này lấy tên *Công giáo đồng thinh* và xuất bản mỗi ngày ở Sàigòn và được phát hành đến chúng ta qua chuyến xe lửa sáng. Tiền đặt mua hằng năm là 10$. Ngày nay, Phật giáo đã thống nhất các nhà chùa và có một tờ báo ở Sài Gòn và một tờ ở Bắc kỳ. Đạo Cao Đài cũng có tờ báo của riêng mình. Người Công giáo cũng cần phải có một tờ báo để thông tin nhanh chóng, đồng thời cũng để phản bác lại những thông tin sai lạc đang lưu truyền".[19] Nội

[17] *Annales de la propagation de la foi*, 1921, tr. 239

[18] *Bulletin* MEP, 1927, tr. 54

[19] *Mémorial, Mission de Quinhon*, Juillet 1927, tr. 83

dung tờ báo được viết bằng Quốc ngữ và được viết bằng "ngôn ngữ đơn giản, bình dân, muốn đến với số đông người và ngay cả những người hèn kém nhất cũng hiểu được, biết được những nhu cầu, tâm tư của mình, bảo vệ những xác quyết và quyền lợi của họ.... *Công giáo đồng thinh* muốn giữ sự độc lập tuyệt đối, nên không xin trợ cấp từ phía nào – và sống bằng chính những phương tiện của mình.... Năm đầu tiên, tiền đặt mua sẽ là 10$; những năm sau giá sẽ giảm tùy theo số lượng đăng ký mua".[20]

Và vì phải đình bản tờ *Mémorial Indochinois* nên việc nâng cấp tờ *Mémorial, Mission de Quinhon* hẳn là chuyện đương nhiên. "Dường như rất hợp thời để phục hồi người anh khiêm tốn nhưng không kém phần xứng đáng là tờ *Mémorial, Mission de Quinhon* nhỏ bé mà từ lâu đã là người đưa tin thân thiết của gia đình chúng ta. Không phải là thừa vì đã có người em còn lớn mạnh hơn mình là tờ "*Lời Thăm*", tờ *Mémorial* bổ túc về những vấn đề liên quan đến mục vụ. Nó cũng chỉ được gởi đến cho các linh mục trong địa phận và trong trường hợp cần thiết thì các cha nói lại cho các thầy về những gì liên quan đến họ. Như trước kia, nó cũng có một phần chính (partie officielle) gồm những văn thư của giám mục, của Tòa thánh, các ý kiến và thông tin... v.v...; và một phần không chính thức (partie non officielle) gồm những tin tức đáng chú ý... Số trang cũng sẽ thay đổi từ 8 đến 16 trang (đôi khi 4 hay 6 trang).[21]

Tập *Mémorial Indochinois* phát hành số đầu tiên ngày 24 tháng 11 năm 1919 và đình bản vào tháng 12 năm 1921, như vậy, nguyệt san này chỉ xuất bản vỏn vẹn 2 năm 1 tháng với 25 số báo.

3. Lời Thăm (1919 và 1922 đến 1943)

"Thật thú vị khi nói rằng báo chí chưa hiện hữu ở Việt Nam trước khi người Pháp đặt chân đến. Tin tức được phổ biến trong xã hội ngày xưa nhờ các phương tiện hết sức thô sơ: ở mức độ quốc gia, những người đưa tin đặc biệt được nhà vua sai gởi đi các chỉ dụ; ở mức độ địa phương thì dân làng được thông tin qua các thông báo dán ở đình làng hay qua các mõ làng. Không có phương tiện thông tin đại chúng vì thiếu kỹ thuật in ấn mạnh và nhanh chóng. Mãi cho đến thời thuộc địa Pháp, các ấn bản vẫn được in mộc bản, một kỹ thuật vừa thủ công vừa tốn kém."[22]

---

[20] *Mémorial, Mission de Quinhon*, Juin 1927, tr. 56-57

[21] *Mémorial, Mission de Quinhon*, N° 11, 25 Janvier 1922.

[22] Thu Hang Le, "Le Viêt Nam, un pays francophone atypique: regard sur l'emprise française sur l'évolution littéraire et journalistique au Viêt Nam depuis la première moitié du XXe siècle", *Documents pour l'histoire du français langue étrangère ou seconde.* 40/41 | 2008.

Lịch sử báo chí Việt Nam bắt đầu từ bao giờ? "Dĩ nhiên ngày khai sinh của báo chí vẫn phải là theo các quan niệm cũ (1865). Sau thời kỳ phôi thai, báo chí Việt Nam đã bị ảnh hưởng nặng nề bởi một biến cố lịch sử vĩ đại có liên quan đến vận mệnh toàn thể dân tộc. Đó là Hòa ước 1884 hay còn gọi là Hòa ước Patenôtre qui định việc đặt Việt Nam dưới sự bảo hộ của người Pháp. Theo các tài liệu được sưu khảo, báo chí xứ ta bước một bước lớn nhờ biến cố vĩ đại này. Hòa Ước 1884 đã đem lại sự phẫn nộ cho Triều Đình Huế cũng như các nhà ái quốc Việt Nam. Và chính sự phẫn nộ đó đã được biểu lộ một cách kín đáo trên báo chí, đến nỗi nhà cầm quyền Pháp phải dành những tờ báo của họ để đánh lạc hướng niềm công phẫn nói trên. Theo lịch sử đất nước, ta có thể nói rằng chính biến cố 1884 đã ghi cái mốc đầu trong tiến trình "bán ý thức" của báo chí".[23]

Là một sản phẩm du nhập, báo chí Quốc ngữ thời kỳ phôi thai này cũng có những đóng góp quan trọng trong giai đoạn phát triển chữ Quốc ngữ và văn chương Việt Nam: "Ý tưởng về nhật báo được phương Tây đưa vào Việt Nam và báo chí là một thể loại văn chương có thể nói là đã phát triển cùng với sự thiết lập nền cai trị của thực dân Pháp. Báo chí Việt Nam đã theo khuôn mẫu báo Pháp được xuất bản ở Đông Dương, nhưng cũng có những nét khởi đầu đặc sắc như mục "*Văn uyển*" và các bài dịch các tác phẩm văn chương từ tiếng Pháp và Hán sang tiếng Việt. Báo chí đóng một vai trò quan trọng trong việc phổ biến và phát triển chữ Quốc ngữ cũng như đóng góp phần lớn trong việc hình thành ngôn ngữ và văn chương Việt Nam hiện đại".[24]

Cùng với việc phổ biến chữ Quốc ngữ, báo chí Quốc văn bắt đầu xuất hiện dựa theo khuôn mẫu của phương Tây mà ban đầu chỉ có một quyền lực rất yếu, chưa được hoàn toàn tự do để trở nên một thứ quyền lực chỉ đứng sau quyền lực của nhân dân. "Một chính trị gia Pháp đã nói: "Một tờ báo, một ngòi bút, đó là đòn bẩy có sức mạnh kinh khủng". Và một chủ bút một tờ báo đã chỉ chiếc ghế ngồi của mình: "Chiếc ghế này đáng giá ba ngai vàng". Đấy là vài lời người ta đánh giá quyền quyết định của báo chí trong các xứ văn minh, về một nền báo chí toàn quyền nêu ý kiến, khuấy đảo đám đông, ủng hộ hay hạ bệ các bộ trưởng theo ý muốn và Chính phủ phải để tâm đến. Nhưng trong xứ chúng ta và vì những lý do khác nhau, thay vì có quyền lực chúa tể, báo chí chỉ có vai trò phụ thuộc: thường là thông tin, đôi khi có tính giáo dục, phản kháng lại càng hiếm hơn, nghĩa là hoàn toàn có tính chờ đợi. Có hai sự kiện giải thích cho tình trạng yếu kém này: 1/ Sự hiện diện mới

---

[23] Nguyễn Viết Chước, *Lược sử báo chí Việt Nam*, 1974, Nam Sơn,

[24] Nguyễn Thế Anh, "Vietnam", trong Patricia Herbert, Anthony Crothers Milner, *South-East Asia: Languages and Literatures: a Select Guide*, University of Hawaii Press, tr. 82-83

mẻ. Báo chí Đông Dương chúng ta không thể một sớm một chiều mà có được đặc quyền như báo chí Pháp quốc đã có hơn 100 năm chinh phục, sau khi vấp phải đủ mọi chướng ngại, đặc biệt là những luật gian ác của bộ trưởng Villèle. 2/ Phạm vi nhỏ hẹp".[25] Một nền báo chí tự do rất cần thiết để có thể nói lên chính kiến của người dân, nhưng điều quan trọng hơn cả là phải làm sao có được nó.

Và như đã nói ở trên, ngày khai sinh báo chí Quốc ngữ được ghi nhận với tờ báo đầu tiên là *Gia Định Báo* của Trương Vĩnh Ký, phát hành năm 1865. Tuy nhiên, có vài vấn đề cần phải làm rõ. Sau khi Trương Vĩnh Ký trở về nước vào năm 1865, Chuẩn đô đốc Roze, khi ấy đang tạm quyền Thống đốc Nam Kỳ, đã mời ông ra làm quan. "Trương Vĩnh Ký từ chối và xin lập một tờ báo quốc văn đề là *Gia Định báo. Gia Định báo* là thủy tổ báo chí Quốc ngữ ở xứ ta. Nghị định cho phép báo ra đời được ký ngày 1-4-1865, mà lại ký cho một người Pháp tên là Ernest Potteaux, thông ngôn của chính phủ Nam Kỳ. Mãi tới 16-9-1869 mới có nghị định của Thủy sư Đô Đốc Ohier giao hẳn tờ báo đó cho Trương Vĩnh Ký. Trương Vĩnh Ký là ông tổ nghề báo quốc văn ở xứ ta. Từ khi được Trương Vĩnh Ký trông nom, với sự cộng tác của Tôn Thọ Tường, Paulus Huỳnh Tịnh Của, Trương Minh Ký, nội dung tờ báo bớt khô khan và thêm phần phong phú: có bài khảo cứu, nghị luận, có mục sưu tầm tục ngữ ca dao, thi ca và cổ tích".[26]

Sự xuất hiện từ rất sớm của "*Gia Định báo*", tờ báo Quốc văn đầu tiên của Việt Nam, ở Nam kỳ cũng là điều dễ hiểu. Trước hết, Nam kỳ là xứ thuộc địa (colonie) do thực dân Pháp cai trị nên phần nào đó cũng dễ dàng theo khuôn mẫu văn minh của Pháp, còn Trung kỳ và Bắc kỳ là hai xứ bảo hộ (protectorats), trên danh nghĩa thuộc vua nhà Nguyễn. Thứ đến, Quốc ngữ đã được phổ biến rộng rãi ở Nam kỳ vì người dân ở đây không sùng bái chữ Hán, chữ Nho như ở Bắc kỳ và Trung kỳ. Ở Nam kỳ, "Việc sử dụng chữ viết mới được phổ biến cách nhanh chóng nhờ các văn nhân Công giáo như Trương Vĩnh Ký và Huỳnh Tịnh Của, những người đã đóng góp hiệu quả cho việc phổ biến nhờ những xuất bản của họ bằng Quốc ngữ. Thật vậy người Việt ở Nam kỳ không thấm nhuần văn hóa Trung Hoa như những đồng bào ở miền Bắc và miền Trung nên họ sẵn sàng từ bỏ thứ chữ Hán cổ điển để học Quốc ngữ và chữ Pháp.[27]

Riêng Trung kỳ, tờ "*Tiếng dân*" của cụ Huỳnh Thúc Kháng ở Quảng Nam được cho là tờ báo đầu tiên, giấy phép xuất bản do Toàn

---

[25] Bich Thuy, "La presse annamite en Indochine", trong *Le Colon français républicain*, 2 février 1929.

[26] Nguyễn Khánh Đàm, *Lịch trình tiến hóa sách báo quốc ngữ*, Sài Gòn, 1942

[27] Nguyễn Thế Anh, "Introduction à la connaissance de la Pénisule Indochinoise: Le Vietnam", trong tạp chí *Dòng Việt*, California, 1993, tr. 125

quyền Pasquier ký ngày 12/2/1927. Tuy nhiên, thời điểm này vẫn có khoảng cách khá xa so với tờ "*Lời Thăm*" của địa phận Qui Nhơn, xuất bản số đầu tiên vào ngày 1 tháng 1 năm 1922, và hẳn còn xa hơn nữa nếu tính đến tiền thân của "*Lời Thăm*", tức là tờ "*Lời thăm các thầy giảng*", phát hành số báo đầu tiên ngày 20/9/1919.[28]

Câu chuyện "*Lời Thăm*" bắt đầu với sáng kiến của cha Perreaux. "Năm 1919 cha Perreaux đi lính bên Tây mới về Đức cha Grangeon cử cha làm bề trên Hội Thầy Giảng; cha nghĩ các thầy thì đông mà ở tản tác trong sáu bảy tỉnh rất khó mà hội hiệp để dạy bảo khuyên răn cùng thông tin tức các sở cho nhau; cha liền lập ra một cơ quan để cho các thầy giảng được thông công cùng nhau và được nghe lời cha dạy bảo răn khuyên. Cơ quan ấy là "*Lời thăm các thầy giảng*". Lúc *Lời Thăm các thầy giảng* mới ra đời thì chỉ thăm các thầy mà thôi, lần lần lại đến thăm các Đứng linh mục trong địa phận, rồi lại thăm đến các nhà giáo hữu; lần lần đến thăm các địa phận xung quanh, thăm cả các bạn lương giáo; sau lại đến thăm cả xứ Đông pháp, đến cả các nước láng giềng. Thế là *Lời Thăm các thầy giảng* bành trướng ra rất chóng; và bởi đi thăm đủ người trong các giới nên phải mất ba tiếng sau, chỉ còn *Lời Thăm* không mà thôi".[29]

Kể từ tháng 1 năm 1922, tập "*Lời thăm các thầy giảng*" được cải tiến và phát hành số đầu tiên dưới tên gọi "*Lời Thăm*". Thay vào đó, các thầy giảng vẫn có một cơ quan thông tin khác của riêng mình là tập "*Thơ tín vãng lai*", do cha Thiềng phụ trách phần biên tập. "Tập "*Lời thăm các thầy giảng*" xưa lập ra cho các Thầy giảng địa phận ta đây; mà nay ra khác; những tin nhỏ mọn về mỗi thầy, không lẽ in vào đó mà phát cho thiên hạ. Nên ta (Đức cha Grangeon) nhứt định in lại tập khác nhỏ riêng cho các Thầy địa phận ta, và phát ra mỗi tháng một kỳ, hiệu là *Thơ tín vãng lai*. Vậy các cha các thầy gặp được gì hữu ích, như việc dạy chầu nhưng, bao đồng; kẻ ngoại trở lại đạo; rửa tội cho con trẻ ngoại giáo khi mong sinh thì v.v. thì hãy viết, gởi cho cha Thiềng ở trường Đại An, đặng người soạn lại mà gởi cho ta giao nhà in".[30]

Ban đầu, từ số 1 tháng Janvier 1922, "*Lời Thăm*" là nguyệt san mỗi tháng 1 kỳ. Nhưng từ số 25, ngày 1 Janvier 1924, tờ báo được phát hành một tháng 2 kỳ, là bán nguyệt san, theo ý muốn của các Đại diện tông tòa họp tại Sài Gòn tháng 6 năm 1935. Vì thế giá báo cũng tăng lên: "Tất cả các cha trong địa phận đều đã biết rằng tờ báo "*Lời Thăm*" từ nay trở đi xuất bản hai kỳ một tháng, với 40 trang in, nghĩa là thêm 200 trang mỗi năm. Lý do đầu tiên cho sự cải tiến này là hy vọng đem lại nhiều điều bổ ích qua việc phân phối rộng rãi

---

[28] *Mémorial, Mission de Quinhon*, số 154, 26 Septembre 1919, tr. 124

[29] *Lời Thăm*, 15 Juillet 1935, tr. 209

[30] *Mémorial, Mission de Quinhon*, Septembre 1923, tr. 199

hơn, nhưng cũng bởi vì để đáp ứng lại lòng mong muốn đồng nhất của các Đại diện tông tòa tại Đông Dương họp tại Sài Gòn vào tháng Sáu vừa qua. Không khó để mọi người hiểu rằng phát triển như vậy thì buộc phải tăng giá đặt mua báo lên 50 xu; đây là con số tối thiểu cần thiết để sống và duy trì và ngay cả phát triển theo nhu cầu của mình, ngay cả đối với công việc của chúng ta là hoàn toàn có tính cách nhiệt tình và tông đồ."[31] Và chỉ bốn năm sau, sau số 19 phát hành ngày 1 tháng 10 năm 1939, bán nguyệt san *Lời Thăm* đã trở thành tuần san với số 20 tháng 10 năm 1939, phát hành ngày thứ Năm hàng tuần.

"Ngày nay "*Lời Thăm*" sở dĩ có tên tuổi trong làng báo; cái công nghiệp ấy là của cha sáng lập, cái tài thao lược lịch lãm của vị tổng lý, cái tài nhả ngọc phun châu văn chương cẩm tú của ông chủ bút và tòa soạn "*Lời Thăm*"".[32] Ngoài những cây bút "cây nhà lá vườn", "*Lời Thăm*" còn nhận được sự cộng tác của tác giả quen thuộc khắp ba miền, chẳng hạn Đức cha Đôminicô Hồ Ngọc Cẩn ở Huế, ông Đoàn Độc Thư ở miền Bắc và ông Jacques Lê Văn Đức miền Nam và nhiều cây viết khác nữa ... Tất cả đều cùng một mục đích là "truy cho ra điều chân chính để làm phương châm dìu dắt đồng bang ta lên tới tuyệt đỉnh văn minh", bởi vì sau một thời gian dài chịu ảnh hưởng Trung Hoa, nay dân đất Việt mong muốn "thoát Trung", thoát khỏi lối văn minh cũ rích, ù lì và câu nệ này: "Ôi! Ngán thay! Quốc dân ta bước phải một bước hẩm hiu: hơn 10 thế kỷ say ngủ dưới một bóng cây cổ thụ khô héo; nhập nhiễm những cái hủ tục, hô hấp phải luồng không khí mê hoặc dị đoan, ảnh hưởng phải lối văn minh cũ rích, ù lì và câu nệ! Thành ra mình cũng cùng người đội chung một trời đạp chung một đất, mà người đã thoát khỏi vòng nô lệ những thói tục dã man, đã theo đuổi kịp những thuần phong mỹ tục tiến lên hầu tới chót đỉnh văn minh; mà mình còn đang lẩn quẩn lần mò dưới đáy vực thẳm sâu tối mù tối mịt!"[33]

Để có thể tồn tại và hạ giá thành nhằm phổ biến rộng rãi hơn, báo "*Lời Thăm*" còn nhận quảng cáo. "Giá lời rao (annonces): cả trang 10$ - nửa trang 6$ - ¼ trang 4$ - 1/8 trang 3$ - 1/16 trang 2$ - Còn muốn rao trót năm, xin gởi thư hỏi giá bao nhiêu". Và các thương hiệu thường xuyên được quảng cáo là: hãng xe hơi *Garage Bonnard*; *Magasin de soie Au Printemps Cochinchinois*, 80 Blv. Charner, Saigon; Thuốc "*Nam Hồng tể*", n. 6 Rue Jean Monlau, Saigon; *Thuốc hút hiệu JOB*; *Dầu Cù Là* của nhà thuốc Nguyễn Văn Tri; *Hotel de la Concorde*, Quinhơn; *Lò ngói Vàm Cỏ Đông*, Chợ Lớn; *Sữa Nestlé hiệu Con chim*; *Bác sĩ Trương Đình Ngô*, 49 đường Jules Ferry, Qui Nhơn; *Thuốc Bác*

---

[31] *Mémorial, Mission de Quinhon*, N° 30, Décembre 1923, tr. 243

[32] *Lời Thăm*, 1 Janvier 1937.

[33] Minh Tâm, "Quốc dân ta đối với tờ "Lời Thăm", *Lời Thăm*, số 202, 15 Mai 1931.

sĩ Tín, 10-12 Boulevard Odend'hal, 54 Av. Gia Long, Qui Nhơn... Và báo *Lời Thăm* được phát hành rộng rãi qua các bưu cục khắp Đông Dương, rất thuận tiện: "Khi đổi chỗ thì phải cho biết: trước ở đâu, bây giờ ở đâu. Có cách rất tiện là muốn mua báo *Lời Thăm* hoặc trả tiền, cứ tới Nhà thơ (dây thép, bưu điện) đóng tiền, lãnh biên lai không cần phải thơ từ gì mất công. Trong khắp Đông Pháp, nhà thơ nào cũng được. Nếu nhà thơ nào không nhận lãnh cách nói trên thì xin cho Chủ nhiệm *Lời Thăm* biết tên nhà thơ ấy" (Circulaire N° 47 B du 22 Décembre 1931).

Đồng thời với lịch của địa phận, *Lời Thăm* cũng xuất bản lịch của riêng mình gọi là "*Lịch Lời Thăm*". Chẳng hạn *Lịch Lời Thăm* năm 1931: "Mỗi cuốn chừng 150 trang, in giấy theo cỡ giấy báo *Lời Thăm*. Mới xuất bản và bán tại nhà in Quinhơn. Giá mỗi cuốn 0p.30 –Franco: 0p.41 – Recommandé: 0p.51. Sách nầy có in lịch để xem mỗi ngày trong năm 1931; những bài thuyết luận, nhiều chuyện tiểu thuyết; những câu phương ngôn; những chuyện phong kỳ; những điều nên biết; những chuyện giải trí v.v. Lại có thêm nhiều bóng hình in riêng vào giấy láng tốt".[34]

Năm 1931, cha Maheu qua đời tại Pháp, cha Perreaux được chấp nhận thay thế làm Tổng lý báo *Lời Thăm*. "Hồi 9 giờ sáng 30-4, Hội đồng Chính phủ ban thường trực họp hội đồng, có xét bản dự định thay đổi đạo nghị định ngày 6 Décembre 1930 về việc thu giấy phép bà Nguyễn Đức Nhuận ra báo *Phụ nữ tân văn*. Thế thì tờ báo này lại sắp được xuất bản chăng? Dự thảo nghị định cho phép ông Nguyễn Công Tiễu xuất bản một tờ tạp chí, nhan đề là *Khoa học tạp chí*. Và M. Phạm Ngọc Vinh xuất bản một tờ tạp chí nhan đề là *Từ bi am*, cho phép cố Perreaux thay cố Maheu mới tạ thế làm tổng lý tạp chí *Lời Thăm*. Cấm mấy tờ báo chữ Nho: *Kiao-king-Yue-Kan* ấn hành ở Quảng Đông, *Lui-Hing Tsa-Tche* xuất bản ở Thượng Hải, *Tchong-Yan-Tcheon-Pao* xuất bản ở Nam Kinh không được lưu hành và tàng trữ ở Đông Dương".[35] Năm 1934, cha Pierre Huy thay thế cho cha Perreaux vì lý do sức khỏe. "Bởi nghị định ngày 31 tháng 3 năm 1934, cho phép ông Đào Thiên Thủy xuất bản tờ tuần báo bằng Quốc ngữ *Hải Phòng Tuần Báo*. Nghị định cho phép ông Pierre Huy, linh mục bản xứ ở Qui Nhơn, thay thế cha Perreaux làm quản lý báo "*Lời Thăm*". Nghị định cho phép ông Bùi Văn Còn, thương gia ở Sài Gòn, xuất bản ở Đông Dương tờ tuần báo bằng Quốc ngữ "Kịch Bóng" (Ciné-Théâtre)...". [36]

Trong bài viết tổng hợp tình hình "Báo chí ở nước ta" của tờ *Phụ Nữ Tân Văn*, Số 231, 11 Tháng Giêng 1934, tác giả đã thử đánh giá

---

[34] *L'Écho annamite*, 27 Décembre 1930

[35] *Trung hòa nhật báo*, Số 1042, 5 Tháng Năm 1931

[36] *Avenir du Tonkin*, 8 Aout 1935.

hiện tình báo chí của cả nước qua con số vì "cứ tính số báo chí mà đo được trình độ văn minh vậy". "Muốn biết một nước học thức khuếch trương mà bởi đó văn minh tiến bộ - theo cái thiển ý của tôi, tưởng cứ xem sách vở báo chí xuất bản hằng ngày. Như nước Pháp chẳng hạn, đã được liệt vào hạng các cường quốc văn minh nhất thế giới, thì nội kinh thành Paris kể có hơn 100 nhật báo. Tại nước Đức năm 1926 tính được 3.812 nhật báo, và 4.309 tuần báo. Tại Hoa Kỳ 2.400 báo chí ... Nước Nam ta tuy vào buổi bán khai, thế mà cũng đã biết đua nhau vùng dậy khỏi giấc mơ mộng ngàn năm, cũng đã tận tâm khuếch trương về việc xuất bản báo chí. Thấy thế tôi đã cố công sưu tầm cho hết báo chí, không được chính tờ báo mà đọc mà hưởng, nhưng ít ra cũng biết được cái "tên" của nó, từ buổi sơ khai cho đến ngày rày". Và trong một bản danh sách dài, tác giả đã liệt kê được 155 tờ báo vào năm 1931, trong đó có tờ *Lời Thăm*.

Suốt thời gian hiện diện, cũng như tất cả những tờ báo khác, *Lời Thăm* sống còn nhờ số độc giả của mình và có lúc phải lao đao vì số độc giả suy giảm. "Buổi đầu, cha Maheu mới khoáng trương, thời khá thạnh. Bạn đọc kể có đôi ba ngàn. Thạnh suy đắp đổi, năm 1928, cha Maheu phụng mạng đứng lập sở phung Qui Hòa, mà *Lời Thăm* sang tay khác, thì số độc giả sút lần, rồi cứ sút mãi, cho đến nỗi tưởng đã đi đời. Một bước nguy nữa! May có Đức cha Tardieu, ngài quyết bảo tồn không để chết, mà rằng: Một cơ quan truyền bá ý tưởng Công giáo, dẫu trót năm làm ích cho một người mà thôi, cũng chưa đến nỗi hoài công. Sống cam khổ, cũng cứ ráng sống chờ ngày thái lai".[37] Nhưng rồi chiến tranh xảy ra và buộc chúng ta phải hy sinh nhiều thứ, ngay cả những gì tâm huyết nhất: tờ *Lời Thăm* đình bản vào năm 1943.

4. Học sĩ

Học Sĩ là phần phụ thêm, "Phần riêng dành cho thanh niên" của báo *Lời Thăm* dành cho giới trẻ được in ở cuối mỗi số tạp chí *Lời Thăm* từ năm 1927, nhưng sau vì yêu cầu của độc giả nên phần này được in thành tập riêng để các phụ huynh có thể mua cho con em mình đọc, hay như phần thưởng để phát cho trẻ em trong trường. Phần này "đăng những bài rõ ràng dễ hiểu để cho trẻ ấu nhi đọc lấy mà tập bước lần đến những điều khó hơn".

Tập "*Học sĩ*", số 1, phát hành vào tháng 5 năm 1927, gồm các nội dung thuộc mọi thể loại hợp với trình độ của học sinh: *Tên Phi-kê, là thợ bay đầu hết; Gốc tích quê tôi làm sao?; Nói phỉnh; Mặt trái đất là bằng phẳng; Ba người thiết nghĩa; Con chuột vàng; Bài toán đố rẻ; Cho những người có tính nhịn; Thương em chẳng quản chông gai; Khuyên con học; Phép bác vật vui; Phải kiếm thử; Xứ Đông – pháp ta; Ông*

[37] *Lời Thăm*, số4-5, 1943, 452

thánh Luy quan thầy thanh niên; Làm bộ đồ chơi rẻ tiền; Chớ xấc xược mà phải khôn; Vẽ luôn một nét; Tên mọi giỏi giắn.

Xin trích dẫn nội dung ngắn của "*Bài toán đố rẻ*" để ta có thể hình dung được phần nào nội dung của tờ báo dành riêng cho thanh niên này: "Thằng ăn trộm chạy trốn, một ngày đi 8 dặm luôn. Lính "sơn-đàm" theo bắt, ngày đầu đi 3 dặm, ngày sau đi 5 dặm, ngày thức ba 7 dặm, và mỗi ngày đi thêm lên 2 dặm. Hỏi mấy ngày ông "sơn-đàm" theo kịp tên ăn trộm và mỗi người đi bao nhiêu? (số sau sẽ giải)"

Sau một thời gian góp mặt, khoảng năm 1931 thì tờ *Học Sĩ* đình bản, chỉnh đốn cho hoàn thiện để rồi tái xuất năm 1934 với một tên gọi mới: *Tuổi Xuân* (La Jeunesse).

5. Nguyệt san *Tuổi Xuân* (1934-1935)

Đầu năm 1934, Nhà in Qui Nhơn lại phát hành một tờ tạp chí mới dành cho giới trẻ "Tại nhà in Quinhơn mới xuất bản thêm một tờ nguyệt báo, tên là *Tuổi Xuân*. Độc giả chư tôn thế cũng còn nhớ; trước hai năm nay mỗi tháng trên báo Lời Thăm có một phần phụ thêm kêu là Học Sĩ, dành riêng cho thanh niên. Phần thêm ấy vắng mặt mấy năm để chỉnh đốn cho hoàn toàn, nay thành một tờ tạp chí biệt lập, lại ra chào đời. *Tuổi Xuân* mỗi tháng một kỳ, giá đồng niên 1$, có nhiều hình giúp vui, bài vở lựa kỹ, văn thể đơn sơ vừa với tuổi thơ sanh".[38]

"Mới in số đầu trong tháng Janvier 1934 nầy. Báo nầy in làm một tập khổ rộng cũng như *Lời Thăm*, hết thảy là 16 trương, có chừng 40 bức hình. Có ý để cho con nít từ 6-7 tuổi đến 12-13 tuổi. Trong tập báo nầy nói những điều có ích cho con nít, những chuyện vui, những cách chơi, những bài đố để mở trí v.v. Mua báo một năm thì sẽ kể từ mồng 1 Janvier và phải trả tiền trước. Ai xin thì sẽ gởi không cho số 1 cho coi thử. Người nào mua báo một năm, hễ mua 5 số (5$00) thì được thêm một số nữa là 6; mua 10 số (10$00) thì được thêm 3 số nữa là 13. Nầy cho khỏi giành giựt rầy rà nhau vì nhiều con, thì mua năm mà mua được 2 số sấp lên (2 abonnements) thì mỗi số chỉ bán 0$60 mà thôi."[39]

"*Tuổi Xuân*, số 2, tháng Février 1934, nhơn dịp Tết, xuất bản 32 trang, có 62 bản hình. Mà giá cũng (0$10) mười xu". Góp mặt không được bao lâu, tờ *Tuổi Xuân* phải đình bản vào khoảng tháng 7 năm 1935 sau hơn một năm hoạt động. Tờ *Lời Thăm* thông báo đình bản và không nói rõ lý do, chỉ có một lời rao nhỏ bán những tập đóng trọn bộ 18 số: "Tạp chí *Tuổi Xuân* phải đình bản. Bổn báo muốn giúp ích mua vui cho các em, nên đã thâu góp lại được ít chục số trọn bộ: là từ số khởi đầu cho đến số sau hết. Cả thảy là 18 số, dày hơn 300 trang đóng

[38] *Lời Thăm*, 1 Février 1934, tr. 46

[39] *Catalogue*, Imprimerie de Quinhon, 1934,

chung thành một cuốn sách, dán bìa rất đẹp. Giá mỗi quyển 0$30 – franco 0$45. Giá nầy hạn đến ngày 20 Juillet 1935, thì không còn bán giá ấy nữa"

6. Nguyệt san Aux fils de France

Như đã nói ở trên, nguyệt san *Mémorial Indochinois*, được Đức cha Jeanningros sáng lập vào tháng 11 năm 1919 và đã không còn xuất bản nữa kể từ số 25 (tháng 12 năm 1921) để nhường chỗ cho một tiếng nói chung của Công giáo Việt Nam thời ấy là tờ *Công giáo đồng thinh*. Thay vào đó, một nguyệt san mới cũng được Nhà in Qui Nhơn chủ biên là *Aux Fils de France*, số đầu tiên phát hành năm 1923, trong một thành phố Qui Nhơn chỉ vỏn vẹn 4.832 người theo liệt kê của tập *Nomenclature des journaux, revues, périodiques français paraissant en France et en langue française à l'étranger*, L'Argus de la presse, 1926, tr. 510.

Hiện nay Thư viện Quốc gia Việt Nam ở Hà Nội còn lưu giữ các số nguyệt san *Aux fils de France*: 1923: Số 1-10; 1924: Số 11-22; 1925: Số 23-34; 1926: Số 35-46; 1927: Số 47-51.

7. Nguyệt san Lectures

Năm 1931, cha Émile Perreaux sáng lập nguyệt san *Lectures*, bằng tiếng Pháp, dành cho giới trí thức Pháp và Việt Nam. Báo này đăng những sự kiện cần biết và đặc biệt về những sự kiện ở Đông Dương.[40] Tờ nguyệt san số 1 dày 64 trang, đề cập đến nhiều vấn đề và sự kiện cần biết. Trong phạm vi miền Đông Dương thì các bài viết và tài liệu trong nguyệt san này không đâu sánh bằng. Các bài đăng được sắp xếp theo thứ tự alphabet và theo thể loại, khiến cho việc tìm kiếm một ý tưởng hay sự kiện nào đó trở nên dễ dàng. Số báo cuối năm còn có tổng mục lục. Ở Đông Dương, giá mỗi số là 0$25, đăng ký trọn năm là 3$. Ở các quốc gia khác giá 30 francs. Có thể đặt mua ở các bưu điện ở khắp Đông Dương.

Tờ *Mémorial, Mission de Quinhon* cũng đã nhiệt tình giới thiệu người anh em của mình: "Hãy đặt mua tờ nguyệt san *Lectures* và giới thiệu cho những người Annam biết tiếng Pháp cũng như người Tây trong địa sở đặt mua. Nhà in Qui Nhơn sẵn sàng bao nhiêu tờ báo mẫu số 1 tùy ý bạn muốn và sẽ gởi đến bạn miễn phí".[41] Và tờ *L'Éveil économique de l'Indochine,* 1 Mai 1932, tr. 20, cũng đã giới thiệu một bài viết trong tập san: "*De Marseille à Saigon*, tác giả Louis Fajolle – Những ấn tượng đơn giản trong chuyến hành trình của tác giả đến Đông Dương, đó là điều mà độc giả sẽ tìm thấy trong tập sách nhỏ này trích từ tờ nguyệt san *Lectures*. Nhà in Qui Nhơn (Annam)"

---

[40] Xem *Nomenclature des journaux et revues en langue française du monde entier*, 1936-1937, Argus de la presse, tr. 476-480.

[41] Lời đăng quảng cáo trang cuối số *Mémorial*, Mai/Juin 1931.

Xin trích mục lục của nguyệt san Lectures, số 2 – Aout 1931 để chúng ta có thể hình dung được mục đích mà cha Perreaux theo đuổi khi sáng lập nguyệt san: *Questions actuelles* – Un peu de politique indochinoise (J. Lê Văn Đức); L'Etat indochinois (Nguyễn văn Vinh); L'Inde vue par un Hindou (P. Thomas). *Education et enseignement* – Un aveu, une résolution (J. Krautheimer); L'éducation en Afrique du Sud ; Le problème de Dédé (Madeleine Lecomte); Formation des instituteurs (Professeur Behn); Test et testing; Administration francaise et enseignement libre. *Sciences* – Les sciences naturelles (Nguyễn Thanh Giung). *Géographie* – Les Colonies de la France. Les Orateurs – Un homme politique (Briand); Un prédicateur (Pinard de la Boullaye); Un missionnaire; Humour. *Biographie* – L'homme noir chez les hommes noirs (R. P. Volpette). *Littérature* – Concours littéraire (La Chasse de M. Cancellieri); Un sonnet de Rochefort; Des vers de Jacques Normand; Littérature annamite: La vieille fille (Ng. V. Tuất); Une lettre de J. J. Rousseau. *Philosophie et religion* – Le spiritisme; Barnum et le spiritisme (FranÇois d'Urseren); Un miracle caodaisme; Evolution d'une âme. *Documents* – Les fonctionnaires et le Gouvernement général. *Histoire* – Constans et la ceinture de Norodom (Jean Bernard).

8. Tập san "Memento Indochinois"

Đây là tập san do cha Maheu chủ biên, sưu tập những bài viết bằng tiếng Pháp về các vấn đề của Đông Dương như: Địa lý, khí hậu, dân tộc học, dân số, lịch sử, thương mại, kỹ nghệ, canh nông, chăn nuôi, tầng đất cái, rừng, du lịch, hành chánh, đường giao thông, những lời khuyên cho du khách và những thông tin khác. "Vài hàng lời tựa cho thấy đặc tính của tập sách nhỏ này, một cuốn sổ tay (agenda) đồng thời cũng là một cuốn bách khoa. Trong tập *"Memento Indochinois"*, chúng tôi tập họp các tư liệu về Đông Dương rải rác trên nhiều tờ tạp chí, sách và nhật báo. Chúng tôi cố gắng chuyển đến tay mọi người, dưới một tập sách nhỏ, những thông tin có thể làm cho chúng ta biết về một Đông Dương đang phát triển. Chúng tôi muốn tập hợp tất cả những gì mà những kiều dân, thương gia, công chức, kỹ nghệ gia, các thừa sai phải có bên cạnh mình, dưới tay mình".[42]

Đến năm 1928 là ấn bản thứ ba vẫn giữ nguyên giá bán 1 đồng. Mục đích vẫn không thay đổi là đem lại những thông tin cần thiết cho tất cả mọi người về xứ Đông Dương, nhưng có nhiều cải tiến.[43] Và xin được trích bài giới thiệu và phê bình của báo *L'Indochine: revue économique d'Extrême-Orient*, 5.6.1928, tr. 155, về tập *"Memento Indochinois"*, số năm 1928, năm thứ ba: "Đây là năm thứ ba tập sách nhỏ này được cha

[42] *Avenir du Tonkin*, 17 Janvier 1926

[43] Xem *Avenir du Tonkin*, 12 Mars 1928

Maheu, quản lý nhà in Qui Nhơn, biên soạn. Tập sách nhỏ này được biên soạn rất công phu, và khi đọc nó thì người ta không tin rằng tác giả sống ở vùng còn hoang sơ và rằng những người thợ sắp chữ không biết tiếng Pháp. Mục đích của người biên soạn là: "Dưới hình thức một tập sách nhỏ, đưa đến tận tay mọi người tất cả những thông tin về Đông Dương". Quả thật, tất cả đều được tìm thấy trong tập *memento* bỏ túi này: những con số thương mại chi tiết qua các mặt hàng xuất và nhập khẩu, những hàng hóa xếp theo thứ tự alphabet; tổng hợp những trao đổi thương mại từ hai năm nay. Những ghi chú khác nhau về cây dầu sơn (abrasin), cà phê, Hội chợ Hà Nội, xuất khẩu gia súc, thương mại ở Xiêm. Phương pháp nuôi tằm; trồng cao su, cá mòi, than củi. Bảng quy đổi tiền, dân số Nam kỳ tính theo tỉnh, tổng, các loại thuế, đường sắt. Thông tin du lịch rất thực tế, các loại gỗ với giá tại mỗi miền, các báo định kỳ, xây dựng hiệu thuốc theo bác sĩ Spire, giá bưu điện. Một vài trang sách hấp dẫn chọn lựa từ các tác giả Capus (về Mayréna), Rousseau, Brachet, Bonnafont, Salaun, Dr Valet. Chỉ tiếc một điều là tác giả đã trích dẫn một câu của Angouvant và một câu khác của ông Huỳnh Thúc Kháng, chủ tịch Viện dân biểu Trung kỳ, nhưng tại sao nói về họ dưới tiêu đề "*Tư tưởng của những vĩ nhân*"? Không! ... Một người chỉ vĩ đại khi ông ta đã chết, mọi người đều biết điều đó."

9. *Bản Thông Tin*, Địa phận Qui Nhơn

Trong số đầu tiên, số 1 tháng 9-10 năm 1957, chỉ có một ghi chú nhỏ: "*Bản "Thông tin*" này thay cho tập *Mémorial* trước". Như vậy, ta thấy rõ rằng "Bản thông tin" này là phần tiếp nối tờ *Mémorial, Mission de Quinhon* trước đây của Địa phận sau một thời gian dài bị gián đoạn vì lý do chiến tranh.

Lý do tái xuất của "Bản thông tin" là nhân dịp Tòa thánh quyết định tách một phần của Qui Nhơn và một phần của Địa phận Sài Gòn để thiết lập Địa phận Nha Trang, đồng thời bổ nhiệm Đức cha Phêrô Maria Phạm Ngọc Chi làm Giám quản tông tòa coi sóc Địa phận Qui Nhơn. Trong số đầu tiên này, "Bản thông tin" đã đăng những văn thư liên quan đến việc phân chia địa phận này, vấn đề nhân sự của Địa phận Qui Nhơn và Nha Trang, Đại hội đồng Địa phận Qui Nhơn ngày 3/9/1957, tổ chức Tòa giám mục trong giai đoạn mới, bổ nhiệm và thuyên chuyển các cha, các cha các thầy di cư đến giúp Địa phận ...

Kể từ đó, *Bản thông tin, Địa phận Qui Nhơn* tiếp tục đồng hành với hàng giáo sĩ giáo phận, chia sẻ những thông tin cần thiết về Giáo hội và Giáo phận cho đến hiện nay, mặc dù không được phát hành liên tục vì có một thời gian tạm ngưng sau năm 1975.

Như một lời kết

Trong sắc lệnh về Truyền thông xã hội, Công đồng Vatican II khuyên các tín hữu "phải cổ võ báo chí lành mạnh, tuy nhiên để độc giả thấm nhiễm đầy đủ tinh thần Kitô giáo, cũng phải thúc đẩy báo chí chính thức của Công giáo, nghĩa là báo chí - hoặc do chính giáo quyền hoặc những người Công giáo trực tiếp đề xướng và điều hành - được công khai xuất bản trong tinh thần xây dựng, củng cố và cổ võ những dư luận phù hợp với luật tự nhiên, với giáo lý và quy luật Công giáo, và để phổ biến cùng giải thích đúng đắn những sự kiện liên quan đến đời sống Giáo hội" (*Inter Mirifica*, số 14).

Hiện nay, truyền thống văn hóa sách báo của Giáo phận Qui Nhơn vẫn còn được duy trì và tiếp nối với tủ sách "*Nước Mặn*", tuyển tập thơ văn "*Mục Đồng*", nguyệt san "*Bông Hồng Nhỏ*". Trong bối cảnh truyền thông đa phương tiện hiện nay, việc cho ra đời những tờ tập san như trên theo tinh thần của Giáo hội không phải là không gặp khó khăn, thậm chí rơi vào tình trạng "ảm đạm" như dự báo của một số chuyên gia trước sự xuống cấp của văn hóa đọc hiện nay nói chung.

Sự thành công của truyền thống báo chí giáo phận ngày xưa phần lớn là do sự đồng lòng chung sức và cổ vũ nhiệt tình của mọi thành phần trong Giáo hội, nhất là những người có nhiệm vụ chăm sóc đời sống tinh thần của giáo dân. "Không thể làm tờ báo riêng của giáo xứ, ít ra trong khả năng tôi có thể giúp phổ biến trong các gia đình tờ *Lời Thăm*, *Trung Hòa* hay *Nam Kỳ địa phận*, và đặt vào tay giáo dân của tôi những cuốn sách hay".[44] Ngày xưa đã thế thì sự hỗ trợ này vẫn còn rất cần thiết cho sự sống còn của hoạt động văn hóa này của giáo phận ngày nay. "Thật đáng hổ thẹn cho con cái Giáo hội, đã lãnh đạm khiến cho việc rao giảng ơn cứu rỗi bị ràng buộc, cản trở vì lý do kỹ thuật hay tài chánh - chắc chắn rất to tát - là đặc tính của những phương tiện truyền thông xã hội. Vì thế Thánh Công Đồng này nhắc lại cho họ bổn phận phải nâng đỡ và trợ giúp các nhật báo Công giáo, các tạp chí, các tổ chức phim ảnh, các đài và các chương trình phát thanh, phát hình nhằm mục đích chính là để phổ biến và bảo vệ sự thật, và cung cấp nền giáo dục Kitô giáo cho xã hội loài người" (*Inter Mirifica*, số 17).

"*Aide-toi, le Ciel t'aidera*" (Hãy cứu mình trước, Trời rày giúp sau).[45] Chúa sẽ cứu giúp những ai nỗ lực tự giúp mình, dù đó là công việc tông đồ đi chăng nữa. Chú thích số 9 của sắc lệnh *Inter Mirifica* đã đưa ra một hình ảnh rất dí dỏm, một điều hiếm thấy trong các văn kiện của Giáo hội, đánh thức chúng ta khỏi sự ngây thơ: "Có lẽ người Công giáo

---

[44] *Mémorial, Mission de Quinhon*, Février 1924, tr. 18

[45] La Fontaine, ngụ ngôn "*Le chartier embourbé*" (Xe ba gác bị sa lầy).

vẫn còn thành kiến cho rằng làm việc tông đồ thì … thế nào Chúa cũng giúp đỡ. Lập luận đó không khác gì việc một tu sĩ nọ nhất định đổ nước thánh vào bình xăng xe hơi thay cho dầu xăng, vì xe đó chỉ dùng để làm việc tông đồ mà thôi!" Vậy thì còn chần chờ chi đâu, hãy cùng nhau đổ "xăng dầu" để những chuyến "xe tông đồ" chuyển tải truyền thống văn hóa của giáo phận khỏi bị "sa lầy" trong tình trạng:

Giấy đỏ buồn không thắm,
Mực đọng trong nghiên sầu.
Ông đồ vẫn ngồi đấy,
Qua đường không ai hay.
Lá vàng rơi trên giấy,
Ngoài trời mưa bụi bay.

(Ông đồ, Vũ Đình Liên)

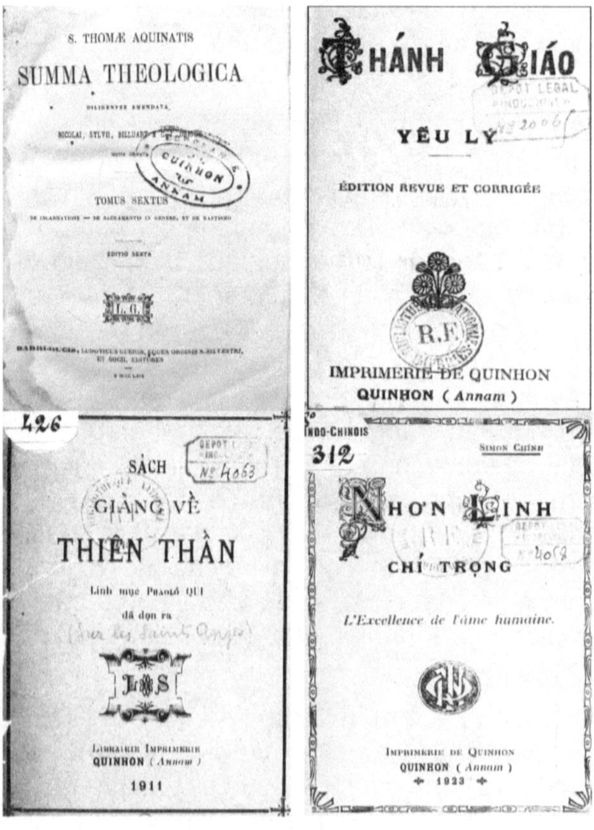

Con dấu của Thư viện
Espérance Làng Sông, Qui Nhơn

VĂN HỌC THIẾU NHI Ở LÀNG SÔNG

Ts. Lê Nhật Ký

Làng Sông được nói đến trong bài viết này là Nhà in Làng Sông, thành lập năm 1868 (?), trực thuộc Giáo phận Đông Đàng Trong. Trải gần thế kỷ hoạt động, Nhà in Làng Sông đã xuất bản được một khối lượng lớn sách báo quốc ngữ, phổ biến ở hầu khắp Đông Dương. Bên cạnh các loại sách về tôn giáo, giáo dục, kinh tế, du lịch..., Làng Sông còn xuất bản một số tác phẩm văn học dành cho thiếu nhi. Tuy số lượng không nhiều nhưng những ấn phẩm đó rất có ý nghĩa đối với công cuộc truyền bá tư tưởng Kitô giáo và văn hóa quốc ngữ đầu thế kỷ XX.

1. Cơ sở xuất hiện văn học thiếu nhi tại Làng Sông

Xét bối cảnh rộng, đó là cuộc tiếp xúc văn hóa Đông – Tây diễn ra từ cuối thế kỷ XIX và sôi nổi dần lên vào những năm đầu thế kỷ XX. Nhiều tác phẩm văn học thiếu nhi phương Tây được giới thiệu tới độc giả Việt Nam, tạo nên những phản ứng đầy tích cực, hào hứng trong hoạt động tiếp nhận. Nhà thơ Hoàng Nguyên Cát, trong *Những cuốn sách đầu tiên của thời thơ ấu*, cho biết: "Cuối lớp Sơ đẳng (lớp Ba) lên lớp Nhì, đủ sức đọc tiếng Pháp và lại được khuyến khích, chúng tôi đọc loại sách *Livre Rose* (Sách Hồng) dành cho trẻ em của Pháp, phong phú hơn, hấp dẫn hơn, dễ tìm, dễ mua hơn"[1]. Nhà văn Tô Hoài cũng nhiều lần chia sẻ rằng, ông rất say *Guylliver du ký* (J. Swift), *Không gia đình* (H.Malot), *Con chim xanh* (M. Maeterlinck)... Chính những tác

[1] Hoàng Nguyên Cát, "Những cuốn sách đầu tiên của thời thơ ấu", *Tạp chí Văn học*, số 5/1993, tr.53.

Tiến sĩ Lê Nhật Ký

** Sinh: 17-07-1964 tại Hải Lăng, Quảng Trị.; Bút danh: Hà Nhật Lê.*
** Giảng dạy Ngữ văn tại Trường Đại học Quy Nhơn từ năm 1987 đến nay.*
** Đã xuất bản:*
- Hệ thống thể loại trong văn học thiếu nhi.
- Truyện đồng thoại trong văn học Việt Nam hiện đại.
** Email: <lenhatky@gmail.com>*

phẩm đó đã "hợp thành tư tưởng phiêu lưu của Dế Mèn"[2]... Tác động của văn học thiếu nhi phương Tây rất đa dạng, vừa kiến tạo hứng thú tiếp nhận, vừa hình thành nhận thức về lớp công chúng nhỏ tuổi say mê đọc sách, song lại thiếu sách để đọc. Linh mục Pierre Lục đã phát biểu về vấn đề này như sau: "Đã có nhiều tiểu thuyết cho người lớn, mà chưa thấy tiểu thuyết cho trẻ nhỏ coi chơi"[3]. Hơn mười năm sau, nhà văn Thạch Lam cũng có ý kiến tương tự: "Người ta bắt đầu để ý đến sự đọc sách của các trẻ em. Đã lâu chúng ta phàn nàn về sự thiếu sách cho các con trẻ đọc, mà không ai làm gì để bồi đắp cho vào chỗ khuyết điểm ấy. Năm tháng vẫn để các em đọc nhảm những tiểu thuyết kiếm hiệp ba xu. Bởi vì viết sách cho các em xem không phải là việc dễ. Người ta chớ tưởng lầm là viết cho trẻ con thì viết thế nào cũng được. Chúng ta chớ quên là trẻ con có lí luận và trí quan sát riêng của nó..."[4]. Theo chúng tôi, nhận thức này rất quan trọng vì nó sẽ đưa đến hoạt động sáng tác cho thiếu nhi, hình thành bộ phận văn học vì tuổi thơ trong nền văn học hiện đại.

Sự ra đời của bộ phận văn học thiếu nhi đầu thế kỷ XX còn liên quan chặt chẽ tới vai trò chữ Quốc ngữ. Như đã biết, từ cuối thế kỷ XIX, chữ Quốc ngữ đã được chính quyền đương thời đưa vào sử dụng trong công sở và nhà trường. Theo ghi nhận chung, ở Nam Bộ, Nam Trung Bộ và các địa phương khác có nhiều trường lớp được mở ra, trẻ em đi học ngày một đông[5]. Nhờ đó, một lớp độc giả mới được hình thành với đặc điểm nổi bật là rất ham thích đọc sách, đủ khả năng tiếp xúc trực tiếp với tác phẩm. Với ưu thế "dễ đọc, dễ viết", chữ Quốc ngữ nhanh chóng được người Việt lựa chọn, vận dụng vào sáng tác và phổ biến văn học. Nói cách khác, nếu không có chữ Quốc ngữ, văn học thiếu nhi khó có thể nảy sinh và nhanh chóng hình thành nên một

---

[2] Dẫn theo Hà Minh Đức, *Tô Hoài đời văn và tác phẩm*, Nxb Văn học, Hà Nội, 2007, tr.102.

[3] Pierre Lục, "Tựa", *Hai chị em lưu lạc* (tái bản), Nxb Tôn giáo, Hà Nội, 2012, tr.13.

[4] Thạch Lam, *Theo giòng*, Nxb Đời nay, Hà Nội, 1944.

[5] Xin xem thêm Nguyễn Thanh Quang (2017), "Nhà in Làng Sông trung tâm truyền bá chữ Quốc ngữ và văn học quốc ngữ", *https://gpquinhon.org*, truy cập ngày 27/7/2017.

phong trào sáng tác càng lúc càng sôi nổi ở nửa đầu thế kỷ XX. Nhận định này càng trở nên chắc chắn nếu chúng ta nhìn lại thời kỳ trung đại hoàn toàn thiếu vắng tác phẩm văn học thiếu nhi. Thực tế đó rõ ràng có liên quan tới một số trở ngại do chữ Hán, chữ Nôm gây ra.

Nhà in Làng Sông chủ yếu sử dụng nguồn bản thảo từ Nam Bộ gửi ra. Theo đó, phần lớn tác phẩm thiếu nhi Làng Sông cũng có xuất xứ từ phương Nam: *Trước cửa thiên đàng*, *Tiếng Chúa gọi*, *Ngai vàng* (Jacques Lê Văn Đức), *Vì thương chẳng nệ* (Đảnh – Sơn)... Điều thú vị là, Làng Sông còn góp vào phong trào chung một cây bút tài năng, giàu lòng yêu thương con trẻ. Đó là Pierre Lục (1868 – 1927), một vị linh mục nổi tiếng là "người viết (văn) một cách dễ dàng mau chóng (...), không mấy khi phải khó nhọc sửa đi viết lại như ai khác; lời nói rõ ràng gọn ghẽ, ý vị nồng nàn, ai xem cũng đều ưa thích"[6]. Năm 1927, ông xuất bản cuốn tiểu thuyết *Hai chị em lưu lạc*, "đặng cho trẻ nhỏ coi, chẳng những giải khuây, mà lại nhứt là đặng học đòi gương lành thói tốt"[7]. Như vậy, ở lí do trực tiếp, sự ra đời của văn học thiếu nhi Làng Sông là kết quả của hoạt động sáng tác lẫn in ấn. Cả hai đều do tổ chức Kitô giáo ở Việt Nam chủ trương và thực hiện.

2. Hệ thống tác phẩm văn học thiếu nhi Làng Sông

2.1. Tuồng cho nhi đồng nữ

Văn học thiếu nhi Làng Sông quả đã gây cho chúng tôi khá nhiều bất ngờ thú vị. Sau một thời gian dài gần thế kỷ nằm im trong kho lưu trữ của Thư viện Quốc Gia (Hà Nội), những tác phẩm vừa kể trên mới bắt đầu được biết đến. Chúng vẫn may mắn vì thuộc phần di sản đã tìm thấy, bắt đầu được bạn đọc quan tâm tìm hiểu cả về phương diện văn học lẫn ngôn ngữ.

Từ góc độ văn học, thật thú vị khi tất cả các cuốn *Trước cửa thiên đàng* (Jacques Đức, 1923), *Vì thương chẳng nệ* (Đảnh – Sơn, 1924), *Tiếng chúa gọi* (Jacques Lê – văn – Đức) và *Ngai vàng* (Jacques Lê – Văn – Đức, 1925) đều được viết theo thể loại "tuồng" (kịch) và dành riêng "cho nhi đồng nữ". Các thông tin này được hiển thị trên bìa sách, chung trong một dòng chữ: "Tuồng cho Đồng – Nhi nữ".

Sự chú ý đến đối tượng nhi đồng nữ làm nên nét đặc biệt cho văn học thiếu nhi Làng Sông. Thứ nhất, nó mặc nhiên thừa nhận nhi đồng nữ là một lực lượng bạn đọc, xứng đáng được nhà văn quan tâm phục vụ. Cố nhiên, để nhận được ân huệ này, các em phải tích cực học chữ Quốc ngữ thì mới có thể trực tiếp giải mã các thông điệp cuộc sống mà người sáng tác truyền đạt, nhất là vấn đề giới.

[6] Mémorial de la Mission de Qui Nhơn (1928), *Tiểu sử cha Pierre Lục*, tr.8.

[7] Pierre Lục, "Tựa", *Hai chị em lưu lạc* (tái bản), Nxb Tôn giáo, Hà Nội, 2012, tr.13.

Đặc điểm chung của các vở tuồng là ngắn gọn (từ 2 đến 3 hồi), ít nhân vật, diễn tả một nội dung cụ thể nào đó trong đời sống sinh hoạt của người Công giáo. Trên cơ sở đó, tác giả sẽ truyền đạt tới các em một vài thông điệp cuộc sống vừa có ý nghĩa tôn giáo, vừa phù hợp với lứa tuổi. Chẳng hạn, ở *Trước cửa thiên đàng*, Jacques thông qua các nhân vật như Bà Lớn Thượng Bộ, Dì Phước, Cô Ba, Hai Thiên Thần canh cửa... để nói về sự bình đẳng của con người trước Đức Chúa. Với mỗi người, việc được lên Thiên Đường hay phải xuống Địa Ngục đều không phụ thuộc vào địa vị xã hội, vào chức quyền mà là nhân đức, biểu hiện ra việc "vâng lời chịu lụy", "làm phước bố thí", hay sự "tử tế" với mọi người. Mượn lời nhân vật Bà Catharina, tác giả bày tỏ quan điểm đề cao lối sống nhân đức, vì "nhơn đức đó quí trọng dường nào!". Trong tác phẩm, hai nhân vật Bà Lớn Thượng Bộ và Dì Phước được xây dựng theo hướng đối lập, có tác dụng khắc sâu nhận thức cho bạn đọc về tư tưởng giáo dục nói trên.

Nổi bật lên trong các tác phẩm là tư tưởng về quyền con người, thể hiện rõ trong *Vì thương chẳng nệ* của Đảnh – Sơn. Vở kịch ba hồi ngắn gọn này trình bày về quyền con người một cách giản dị, thông qua hai nhân vật Mai Văn Xuân và Mai Thị Thu. Ở Mai Văn Xuân, đó là quyền được kết hôn với người con gái mà mình yêu thương. Với nhân vật Mai Thị Thu, đó là quyền được lựa chọn cuộc sống khi bản thân đã trưởng thành. Cụ thể, Mai Thị Thu đã trái lời bà nội, quyết định "vào (nhà) dòng mà chịu khó nhọc với trẻ mồ côi". Mặt khác, khi biết dì vú Hương chính là bà ngoại của mình đã bao năm "hạ mình làm kẻ hèn hạ theo ở với bà nội mà gìn giữ con" thì đã đề nghị bà dứt khoát phải trở về với địa vị vốn có của mình: "Đừng khóc, ngoại ôi! Ngày nay, ngoại phải để cho con kêu ngoại chán chường, lớn tiếng chẳng có sợ ai, chẳng giấu ai. Mười tám năm trường, ngoại chẳng nệ xấu xa, ngoại liều bỏ quyền bà ngoại, mà nay con vào dòng thì trước mặt Chúa, ngoại đặng một quyền, một phần gia tài rất lớn". Có thể nói, tác giả Đảnh – Sơn đã tiếp cận khéo léo vấn đề "nam nữ bình quyền" vốn diễn ra rất sôi nổi ở Nam Bộ lúc bấy giờ, truyền đạt cho bạn đọc những gì được cho là gần gũi, dễ hiểu nhất.

Thể loại tuồng ở các tác phẩm kể trên được tiếp thu từ truyền thống văn học phương Tây. Ở các tác phẩm này, tổ chức đối thoại giữa các nhân vật được thực hiện theo nguyên tắc kịch nói chứ không phải kịch hát như vẫn thường thấy trong tuồng, chèo Việt Nam truyền thống. Như vậy, trong xu hướng vận động của thời đại, việc sử dụng thể loại kịch nói vào việc sáng tác văn học cho thiếu nhi là một nỗ lực của các cây bút Công giáo Nam Bộ.

2.2. Tiểu thuyết cho trẻ nhỏ

Đó là tiểu thuyết *Hai chị em lưu lạc* của Pierre Lục, xuất bản năm 1927. Đây là tác phẩm cuối cùng, song là tiểu thuyết đầu tiên trong chuỗi tác phẩm ông xuất bản kể từ 1906: *Ấu học*, *Hạnh Năm Thuông* (1912), *Trung học* (1914), *Nghị luận* (1915), *Tôn trái tim* (1919), *Tự lễ* (1920), *Song nghĩa tự* (1925), *Nghề trồng dâu* (1926), *Hai chị em lưu lạc* (1927) và *Hồ lang chiến tích* (1927)... Tính ra, ông viết hơn 10 đầu sách, về nhiều đề tài và cho nhiều đối tượng khác nhau.

Trong bài *Tựa* cho *Hai chị em lưu lạc*, ông viết như sau:

"Đã có nhiều tiểu thuyết cho người lớn, mà chưa có tiểu thuyết cho trẻ nhỏ coi chơi.

Vậy tôi soạn cuốn này đặng cho trẻ nhỏ coi, chẳng những giải khuây, mà lại nhứt là đặng học đòi gương lành thói tốt: con cái biết thảo kính vâng lời cha mẹ; anh chị em biết yêu thương gìn giữ nhau, bạn hữu phải hết lòng trung tín giúp đỡ nhau. Con nhà giàu biết thương con nhà nghèo; con nhà nghèo cứ theo duyên phận. Hết thảy từ khi còn xung ấu phải ở thật thà đơn sơ chất phác, giữ nết na hiền từ, khiêm nhường; khi lâm hoạn nạn chẳng phàn nàn, một kêu xin Chúa cứu giúp mà thôi; lúc được an nhàn, chẳng kiêu căng, một đội ơn Chúa.

Sau hết khi lớn khôn hãy vâng theo ý Chúa chỉ định theo đấng bậc mình.

Ấy là ý kiến trong tiểu thuyết này".

Bài *Tựa* ngắn gọn, nội dung nói về lí do và mục đích sáng tác *Hai chị em lưu lạc* của Pierre Lục. Về lí do, ông muốn bù vào chỗ khuyết của văn chương đương thời là "chưa thấy có tiểu thuyết cho trẻ nhỏ coi". Về mục đích, ông mong muốn các em sẽ được "giải khuây", đồng thời "học đòi gương lành thói tốt" được miêu tả trong tác phẩm với một hệ thống nhân vật người tốt như Gương, Lành, Nên, ông Chánh, ông Đạo, quan thầy thuốc,...

Tác phẩm *Hai chị em lưu lạc* là một trong hai tiểu thuyết cho thiếu nhi ra đời sớm nhất ở Việt Nam (sau *Quả dưa đỏ* của Nguyễn Trọng Thuật, 1925). Xét riêng ở khu vực Nam Trung Bộ, đây là tiểu thuyết đầu tiên viết theo cốt truyện phiêu lưu hứa hẹn nhiều bất ngờ thú vị.

Như đã nói ở trên, chủ trương của Pierre Lục khi viết *Hai chị em lưu lạc* là để giúp trẻ em "giải khuây" và "học đòi gương lành thói tốt". Vì thế, giá trị của tác phẩm, trước hết và căn bản, là giá trị giáo dục và giải trí. Nổi bật lên trong toàn bộ nội dung cảm hứng của tác phẩm là ca ngợi lòng tốt của những con người theo đạo Thiên Chúa. Lòng yêu thương ấy không hề xa lạ với đạo lí truyền thống, mong ước của người Việt nói chung. Bởi vì, lòng yêu thương là một giá trị đạo đức mà từ xa xưa cha ông ta đã đề cao và theo đuổi, luôn tìm cách phát huy tính tốt này ở mỗi cá nhân. Đây là một đảm bảo để các em, dù giáo hay lương, đều có thể tiếp nhận thông điệp giáo dục của Pierre Lục qua cuốn tiểu thuyết này.

Theo dõi toàn bộ diễn biến câu chuyện lưu lạc của hai chị em, người đọc lần lượt được làm quen với nhiều nhân vật đức hạnh. Họ có hoàn cảnh xuất thân khác nhau nhưng tất cả đều mộ đạo, biết giúp đỡ người hoạn nạn. Ngay từ đầu câu chuyện, tác giả Pierre Lục giới thiệu về một gia đình nông dân ở làng Nhân Ân (Bình Định) có gia cảnh bình thường "song tánh hai vợ chồng rộng rãi; hay thương người giúp kẻ nghèo đói tật nguyền"[8]. Người vợ – bà Đặng Trung Chánh – vì gần gũi, chăm sóc những người làng xóm bị bệnh dịch tả mà đã lây bệnh rồi mất, để lại "sự phiền muộn cả thể cho ông Chánh và hai đứa con thơ bé". Sự hi sinh vì nhân đức ấy của một người phụ nữ bình thường quả là một tấm gương gây xúc động mạnh đối với người đọc. Có thể nói, tác giả Pierre Lục đã khởi đầu tiểu thuyết *Hai chị em lưu lạc* bằng một câu chuyện cảm động về lòng tốt, khai mở tự nhiên cho mạch cảm hứng ngợi ca lòng nhân đức của con người. Mặt khác, về mặt nghệ thuật, ông cũng đã xây dựng được tình huống cần thiết (bà Chánh mất) phục vụ triển khai miêu tả bước đường lưu lạc của hai chị em sau này.

Trên bước đường theo cha vào phương Nam tìm chốn mưu sinh, ba cha con ông Đặng Trung Chánh, nhất là hai chị em Gương và Lành gặp nhiều bất trắc, có lúc tưởng chừng bỏ mạng. Thật may mắn, họ đã được chàng trai trẻ tốt bụng tên thánh là Giacobê Nên rộng lòng giúp đỡ. Ngay tại Qui Nhơn, Nên đã tiếp xúc với cha con ông Chánh, cho một ít tiền như vẫn làm với nhiều người nghèo khổ khác. Nhưng cuộc gặp gỡ thoáng qua đó đã gieo vào lòng Nên một mối thương yêu đặc biệt, khiến cậu thường hay nghĩ về họ, nhất là hai chị em Gương và Lành. Điều đó rồi sẽ thành niềm thôi thúc nội tâm, khuyến khích Nên đi tìm họ, đưa gia đình đáng thương này về nhà mình sinh sống. Khi chị em Gương bị bọn buôn người lừa bắt, Nên cũng đã không nề hà hiểm nguy, lên đường sang tận Campuchia, Lào để kiếm tìm hai chị em...

Có thể nói, tác giả Pierre Lục đã rất đúng khi nhấn mạnh đến vai trò gia đình trong việc giáo dục lòng nhân đức cho con cái. Theo ông: "Bởi cha mẹ đạo đức, nên đã lo tập cho con kính thờ Chúa, yêu thương người từ thuở vừa biết nói". Trong truyện, các nhân vật là cha mẹ của chị em Gương, của Nên đều là những người nhân đức.

[8] Các trích dẫn trong *Hai chị em lưu lạc* đều lấy từ bản của Nxb Tôn giáo, Hà Nội, 2012.

Họ giúp người, đồng thời luôn ủng hộ con cái thực hành những công việc có ý nghĩa "vị tha". Pierre Lục đề cao điều này, vì thế, ông đã rất hào hứng khi mô tả sự hoà điệu về ý nghĩ, cảm xúc và việc làm của những con người nhân đức – rõ nhất là các thành viên trong gia đình cậu Nên đối với cha con ông Đặng Trung Chánh. Như vậy, qua những trang viết, tác giả Pierre Lục muốn gieo vào lòng con trẻ niềm tin về sức mạnh của lòng tốt, xem đó là cách tạo nên những kết thúc có hậu cho cuộc sống của mỗi người, của tất cả mọi người.

Một bài học khác mà Pierre Lục muốn truyền dạy cho các em, đó là bài học về giao tiếp ứng xử. Căn cứ vào nội dung tác phẩm, có thể thấy, tác giả coi trọng chữ "Ngoan" trong tư cách làm người của con trẻ. Trước hết, ngoan là vâng lời dạy bảo của người lớn; thứ nữa, ngoan là giữ trọn đức tin với Chúa trong bất cứ hoàn cảnh nào. Thể hiện rõ nội dung này là hai nhân vật chính của câu chuyện là Gương và Lành. Cả hai, từ đầu đến cuối truyện, lúc nào cũng cho thấy là những đứa trẻ biết vâng lời, cư xử đúng phép tắc mà mẹ cha dạy bảo. Minh họa điều này, ngay đầu tác phẩm, Pierre Lục kể câu chuyện hai chị em đói bụng, chờ mẹ đi chợ về. Đứa chị sáu tuổi cố gắng chịu đựng, còn cậu em bốn tuổi cứ hồn nhiên kêu đói. Được chị dỗ dành, Lành đã làm đủ cách "chống đói" như chị bảo mà vẫn không hiệu quả. Cậu bé phản ứng, nhưng không khóc lóc ồn ào như nhiều đứa trẻ khác. Khi mẹ về, nó được bánh ăn cũng biết chia phần cho chị. Sau này, trên hành trình lưu lạc, hai chị em vẫn giữ được sự hoà thuận, yêu thương và nhường nhịn. Trong suy nghĩ sâu xa của Lành, chị Gương còn là một người mẹ nên nó nhất nhất vâng lời. Khi sống với gia đình ông bà Nên, được cả nhà yêu thương, đối xử bình đẳng nhưng hai chị em luôn ý thức rõ phận vị, cư xử đúng mực, xứng đáng là hình ảnh mẫu mực về con người lễ phép.

Truyện *Hai chị em lưu lạc* của Pierre Lục giàu tính giáo dục nhưng không gây cảm giác nặng nề, nghiêm nghị. Đó là vì tác giả đã chuyển tải bài học giáo dục qua những hình thức nghệ thuật sinh động, khéo léo, có tác dụng giải trí cao đối với người đọc. Trước hết, *Hai chị em lưu lạc* là một câu chuyện giàu chất phiêu lưu. Đúng như nhan đề, tác phẩm nói về hành trình lưu lạc của hai chị em Gương và Lành. Từ quê nhà Bình Định, hai chị em cùng cha vào Phan Thiết tìm việc mưu sinh. Trên đường đi, tàu của họ bị gặp nạn, may được cứu rồi vào thẳng Sài Gòn. Sau nhiều trở ngại, họ đã được gia đình Nên nhận về nhà cưu mang, bắt đầu cuộc sống mới với nhiều thuận lợi. Thế nhưng, tháng ngày tươi đẹp sớm vụt tắt khi chị em Gương, Lành trong một lần đi nhà thờ đã bị bọn mẹ mìn bắt cóc đưa sang một quốc gia khác. Cuối cùng, nhờ vào nỗ lực của bản thân và sự giúp đỡ của cha xứ mà hai chị em đã trở về đoàn tụ với gia đình, khép lại những tháng ngày đen tối, cực khổ. Toàn bộ nội dung lưu lạc nói trên được tác giả miêu tả trong 121/141 trang của tác phẩm, tập trung vào hồi II (Hồi xiêu cư) và hồi III (Hồi gian nan). Như đã biết, kiểu truyện phiêu lưu vốn rất phổ biến trong văn học phương Tây, rất hấp dẫn người đọc – nhất là trẻ em vốn giàu tính hiếu động, hiếu kì. Tuy nhiên, ở Việt Nam, kiểu truyện này dường như vắng mặt trong văn chương dân gian và trung đại. Vì thế, khi tiếp xúc với *Hai chị em lưu lạc*, các em sẽ thích thú vì cảm thấy được đặt mình vào thử thách, được cùng nhân vật chính trải nghiệm, chiêm nghiệm từ các tình huống cuộc sống khác nhau. Trong trường hợp đang bàn, đó là nỗi éo le của hoàn cảnh sống, là sự ngạc nhiên khi lần đầu tiên nhìn thấy quang cảnh phố xá nhộn nhịp, nhà lầu, nhà thờ cao ngất... ở Qui Nhơn, ở Sài Gòn và một số nơi khác. Trẻ em vốn ưa thích cái mới cái lạ, vì thế, sự xuất hiện của những yếu tố như thế sẽ làm cho tác phẩm thêm phần lôi cuốn, hấp dẫn.

Cũng cần nói thêm, cốt truyện *Hai chị em lưu lạc* được xây dựng theo hướng đan cài nhiều cuộc phiêu lưu khác nhau. Ngoài hành trình lưu lạc của hai chị em, bạn đọc còn được tiếp xúc với cuộc phiêu lưu của cha Nên ra miền Trung tìm kiếm gia đình ông Đặng Trung Chánh, và hai chuyến đi của Nên sang Campuchia và Lào tìm kiếm chị em Gương và Lành. Nói theo ngôn ngữ hiện nay, đây là tiểu thuyết phiêu lưu "ba trong một", khiến cho cảm xúc của bạn đọc liên tục thay đổi, mở rộng. Truyện được khép lại bằng màn đoàn viên vẫn thường thấy trong truyện cổ tích thần kì và truyện thơ nôm. Lối kết thúc có hậu này là phù hợp với mong ước của tuổi thơ, giúp các em có cái nhìn tích cực hơn về cuộc đời.

Yếu tố thi pháp có giá trị giải trí được sử dụng trong tiểu thuyết này là cái hài hước. Nó không được sử dụng nhiều, bởi *Hai chị em lưu lạc* căn bản một câu chuyện thương tâm. Nhưng đó đây trong tác phẩm, yếu tố hài hước đã làm cho bạn đọc cảm thấy nhẹ nhõm, vui lây với người trong cuộc. Một ví dụ, sau khi được cứu lên tàu, ba cha con ông Đặng Trung Chánh được cậu Nên đưa quần áo cho mặc. Hai đứa trẻ mặc đồ bính trông "xùng xình", còn ông Chánh thì lại "chật và vắn", trông rất buồn cười. Nhìn cảnh này, ai cũng "đều cười", nhất là khi nghe cậu bé Lành hỏi anh Nên một câu rất hồn nhiên: "Họ thấy chị em tôi có đồ tốt, thì họ vui cười, phải không anh?". Trong những hoàn cảnh như thế này, tiếng cười quả đã hoá giải được sự nặng nề của cuộc sống hiện tại.

Ngày nay, bên cạnh những giá trị dành riêng cho trẻ em như vậy, tác phẩm *Hai chị em lưu lạc* còn là một tư liệu mới, giúp chúng ta nhận diện đầy đủ hơn tiến trình lịch sử văn học thiếu nhi cũng như đặc điểm tiếng Việt ở Nam Trung Bộ những năm đầu thế kỷ XX.

3. Ứng xử với văn học thiếu nhi Làng Sông

Nằm trong hệ thống sách báo quốc ngữ Làng Sông còn lưu giữ được, những tác phẩm văn học thiếu nhi cần được cảm nhận, đánh giá trên tư cách một di sản văn hóa. Chiếu theo điều 1 của *Luật Di sản văn hóa Việt Nam* thì sách báo Làng Sông hoàn toàn có đủ các "giá trị lịch sử, văn hóa, khoa học"[9], rất cần được nghiêm túc tìm hiểu và phổ biến.

Trước hết, cần ghi nhận nỗ lực của Giáo phận Qui Nhơn và Thư viện Quốc gia trong việc làm sống lại 241 ấn phẩm quốc ngữ Làng Sông nói chung, những tác phẩm văn học thiếu nhi nói riêng. Nhờ kết quả này mà chúng ta biết được vai trò của các cây bút Công giáo như Jacques Lê Văn Đức, Đảnh – Sơn, Pierre Lục... đối với việc khởi động, tạo đà cho bộ phận văn học thiếu nhi nảy sinh và phát triển. Như vậy, những gì lâu nay chúng ta được biết, rằng buổi đầu văn học thiếu nhi có *Quả dưa đỏ* (Nguyễn Trọng Thuật), *Lên sáu lên tám* (Tản Đà), *Nhi đồng lạc viên* (Nguyễn Văn Ngọc)..., thì giờ đây nhất thiết phải bổ sung những tác phẩm ra đời sớm hơn, như đã kể *Trước cửa thiên đàng*, *Vì thương chẳng nệ*...

Nhà in Làng Sông – Tiểu chủng viện Làng Sông và Nước Mặn cần sớm trở thành một không gian văn hóa – du lịch tiêu biểu của tỉnh Bình Định, có chức năng làm sống lại một quá khứ rất đáng tự hào là nơi phôi thai, đồng thời là trung tâm truyền bá chữ Quốc ngữ. Như vậy, loại hình du lịch văn hóa, du lịch văn học sẽ có cơ hội phát triển; và du khách mỗi khi đến Làng Sông sẽ được tiếp cận với các ấn phẩm sách báo một thời sôi nổi, rồi dần rơi vào nguy cơ bị quên lãng... Lịch sử hiện đại quả có một câu chuyện dài kỳ về số phận di sản sách báo Làng Sông!

Ngày nay, nghệ thuật văn học thiếu nhi đã được những bước phát triển mạnh mẽ. Song điều đó không có nghĩa những tác phẩm văn học thiếu nhi Làng Sông không còn phù hợp với bạn đọc hôm nay. Nếu biết cách khai thác, chúng ta vẫn phát huy được giá trị vốn có của tác phẩm. Bởi vì, những câu chuyện về đức tin, về lòng yêu thương được kể bằng "lời văn trong sáng, dễ hiểu"[10] vẫn luôn có sức sống lâu bền. Hãy đọc một đoạn trong *Hai chị em lưu lạc* để thấy câu văn viết cách nay gần một thế kỷ mà vẫn giữ được nét mới mẻ, biểu cảm và khá linh hoạt: "Qua nửa đêm, mây kéo mịt mù, chớp loà tứ giăng, trời phát trận mưa rất lớn, mọi người đều xúm tát nước, quần áo ướt mèm. Rồi nổi gió chướng thổi vụt vụt, sóng lên cuồn cuộn cao như núi, làm cho ghe

---

[9] Việt Nam (2001), *Luật Di sản văn hóa*, Nxb Chính trị Quốc gia, Hà Nội.

[10] Ban văn hóa và truyền thông Giáo phận Qui Nhơn, "Tiếp nối dặm đường xưa", *Hai chị em lưu lạc*, Nxb Tôn giáo, Hà Nội, 2012, tr.5.

lúc lắc lộn nhào; mấy tên bạn ghe luống cuống đỡ phía này, day phía nọ; khi thì kêu trời van đất, lúc lại chửi tục nói lộng ngôn. Mấy người quá giang có đạo, kẻ kêu Chúa, người vái Đức Bà, kẻ thì mửa, người thì khóc. Con Gương nằm mửa khan, thằng Lành không dại sóng, ngồi bên chị mà giữ kẻo lăn xuống biển. Còn ông Chánh khỏi dại sóng, miệng lâm dâm cầu khấn, tay tát nước kẻo đầy ghe phải chìm". Hay, câu văn cảm thán xúc động trong từng từ ngữ: "Ôi! Sự đắng cay chua xót trong lòng bốn người, ai hầu kể xiết! Cậu Nên ngó theo tam bản và ghe, thì hai hàng nước mắt chảy ròng ròng. Hai đứa nhỏ ngó vào, thì khóc than ru ra, ru rát! Ông Chánh ở trong ghe ruột đau như dần, cứ ngó cậu Nên mà rơi luỵ!".

Tóm lại, những cuốn sách do Nhà in Làng Sông xuất bản vào đầu thế kỷ XX là một thành tựu của văn học Công giáo nói riêng, văn học Việt Nam hiện đại nói chung. Mảng sáng tác này cần được chú ý tìm hiểu kỹ cả về số lượng lẫn chất lượng tác phẩm, để trên cơ sở đó cung cấp kết quả làm căn cứ khẳng định đóng góp của Kitô giáo đối với văn hóa, văn học Việt Nam.

6. NHỚ 1933, GIONG CÁNH BUỒM RA KHƠI

Năm 1933, kỷ niệm 19 thế kỷ cuộc khổ nạn, cái chết và sự phục sinh của Chúa Cứu Thế, Tòa thánh cắt đặt vị giám mục người Việt đầu tiên: Đức Cha JB. Nguyễn Bá Tòng, tác giả *tuồng Thương khó*. Năm 1935, vị giám mục người Việt thứ hai được bổ nhiệm: Gm. Đaminh Hồ Ngọc Cẩn, nổi bật như một nhà văn hóa lỗi lạc. Trong những năm là linh mục phục vụ tại giáo phận Huế trước đó, cha Đaminh đã đặc biệt quan tâm tới mục vụ văn hóa: mở trường, lập nhà in... Từ năm 1935, với trách nhiệm Giám mục tại Bùi Chu, những hoạt động về văn hóa và văn học của ngài càng nổi bật, có ảnh hưởng lan rộng và lâu dài về sau. Ngay những ngày đầu sứ vụ Giám mục, dù người ta chào mừng bằng ngôn ngữ nào, ngài luôn đáp từ bằng tiếng mẹ đẻ. Năm 1937, tại đại hội Thánh Thể thế giới ở Manila, ngài đọc diễn từ bằng tiếng Việt... Ngài đã khơi nguồn cảm hứng cho lớp trẻ của Đại chủng viện Quần Phương dấn thân trên con đường ngôn sứ, dùng ngòi bút để loan báo Tin mừng và cải thiện xã hội.

Năm 1945 nhóm Ra Khơi hình thành trong Chủng viện này đã có cương lĩnh rõ. Về sau, trong bài viết về ảnh hưởng của nhà văn Khái Hưng trên nhóm này, Lm. Vũ Đình Trác ghi lại trong một câu những thành viên chủ chốt của nhóm: "Bùi Chu Thi trưởng nhóm, Nguyễn Duy Tôn, Trần Thái Hiệp (Hồ Khanh), Đinh Cao Thuấn, Vũ Đình Trác (Võ Thanh) đi về Văn; Nguyễn Quang Lãm (Hồ Chương), Lê Thế Kha (Thanh Hương) đi về Nhạc"...

Những năm cuối thập niên 1930, nhà thơ Hàn Mạc Tử biết rõ mình bị bệnh phong, được ơn cảm nghiệm tình yêu lạ lùng của Thiên Chúa, đã viết nên những bài thơ đạo tuyệt vời nhất. Năm 1944, nhóm *"Tác Phẩm Đầu Xuân"* tại Hà Nội có hướng thực hiện một diễn đàn thơ văn Công giáo nhưng chỉ được một ấn phẩm rồi thời cuộc không cho phép.

Sau năm 1954, ở miền Bắc, nổi bật có bản tóm Cuộc đời Chúa Cứu Thế bằng thơ song thất lục bát của Hồng y Phaolô Phạm Đình Tụng, Giám mục Bắc Ninh và bản dịch *Tân ước* của Đức cha Giuse Maria Trịnh Văn Căn; những nghiên cứu về văn hóa dân gian của Đức ông Lorenzo Phạm Hân Quynh, thơ của Lm. P. X. Võ Thanh Tâm, thơ và ký sự của Đức cha P. X. Nguyễn Văn Sang; bộ hồi ký nổi tiếng của Đức cha Phaolô Lê Đắc Trọng...

Sách báo Công giáo thời kỳ này tập trung ở miền Nam. Từ năm 1960, lớp Linh mục du học châu Âu về đã thổi một luồng gió mới, khởi đầu với thánh nhạc. Những ca từ nặng tình cảm được thaythế bằng nội dung *Kinh thánh*. Việc chuẩn bị Công đồng Vaticanô II đã giúp cộng đồng Dân Chúa làm quen với công cuộc đổi mới, cả giáo sĩ và giáo dân cùng ý thức mình được tham gia ba sứ mạng cao quý của Chúa Kitô: ngôn sứ, mục tử và tư tế. Sách vở, báo chí và văn chương thuộc về chức năng ngôn sứ, động viên mọi người nhập cuộc xây dựng xã hội trong chức năng mục tử và hy sinh trong chức năng hiến tế. Nhiều tờ báo của những tầng lớp khác nhau, với những mức độ dấn thân khác nhau, tùy theo sự phân định của nhóm chủ trương. Tiêu biểu cho sự dấn thân của giáo dân là các nguyệt san *Đức Mẹ Hằng Cứu Giúp*, *Trái Tim Đức Mẹ* và *Tông Đồ*, hai tuần báo *Sống Đạo* và *Thẳng Tiến*, các nhật báo *Xây Dựng* và *Hòa Bình*. Bán nguyệt san *Bách Khoa* và *Thời Nay* do giáo dân chủ xướng. Tuy nhiên, còn phải đi xa hơn về tinh thần hiệp thông và hợp tác. Hoa trái của Công đồng còn lộ rõ nơi nỗ lực giáo dục cởi mở, không phân biệt tôn giáo của Bán nguyệt san *Tuổi Hoa* và Tủ sách Tuổi Hoa.

Năm 1963 có bản dịch *Kinh thánh* trọn bộ của cha Gérard Gagnon (cha Nhân), người Canada, Dòng Chúa Cứu Thế. Năm 1970, có bản dịch trọn bộ của cha Đa Minh Trần Đức Huân.

Trên bầu trời văn học Công giáo giai đoạn này rực sáng hai vì sao: Lm. nhà thơ Xuân Ly Băng và nhà thơ Lê Đình Bảng.

Ở đây xin được giới thiệu 30 bài trình bày chung về giai đoạn này và về một số tác giả tiêu biểu.

ĐỨC CHA ĐÔMINICÔ MARIA HỒ NGỌC CẨN, NHÀ GIÁO DỤC "HẾT LÒNG NHẪN NHỤC VÀ TẬN TÂM GIÁO HUẤN"

M. Rosa Vũ Loan, FMSR

Giám mục Đôminicô Hồ Ngọc Cẩn

Qua các sử liệu, chúng ta được biết Đức cha Đôminicô Maria Hồ Ngọc Cẩn thuộc gia đình có truyền thống đạo đức sốt sắng. Mẹ là người có đời sống đạo tốt lành. Cha vừa là lương y vừa là thầy giáo nên ngay từ nhỏ, ngài đã học chữ Hán và được hấp thụ tư tưởng cũng như phong cách của một nhà Nho. Nhiều người nhận thấy ngài là một người thông minh, ham học, có ý chí kiên vững và nhất là có tác phong của một nhà giáo khi tuổi còn rất nhỏ. Đặc biệt sau khi làm linh mục, trong các trách nhiệm mục tử, ai nấy đều kính phục quý mến nhân cách, đức độ và tài giảng dạy của ngài. Khi làm giám mục, ngài thể hiện nhiều đức tính rất đáng kính phục của người mục tử: kiên nhẫn, khó nghèo, khôn ngoan, tận tâm nhẫn nại trong mọi công việc... Có thể nói, nơi con người của ngài, toát lên dung mạo của một nhà giáo dục tài ba, đức độ và hết lòng chăm lo cho những người thuộc trách nhiệm. Bằng lời cầu nguyện, bằng gương sáng, bằng những lời giáo huấn và qua báo chí, sách vở, Đức cha Hồ Ngọc Cẩn đã cho thấy trách nhiệm của một mục tử Công giáo, luôn hết lòng nhẫn nhục và tận tâm giáo huấn, chuyên chăm giảng dạy giáo lý, thần học, đồng thời rất chú tâm đến lãnh vực văn hóa, giáo dục và khoa học nhằm canh tân đời sống đạo và nâng cao trình độ hiểu biết của mọi người. Cha Phạm Châu Diên, trong sách viết về Đức Cha Hồ Ngọc Cẩn đã nhận xét ngài có phong cách *"ung dung như một cụ đồ nho, văn chương như hoa thắm, tài học tựa giếng sâu, ai tiếp xúc cũng sinh lòng mến phục"*[1].

Trong cương vị Giám mục của một giáo phận, Đức cha có nhiều mối quan tâm trong nhiều lãnh vực khác nhau. Trong bài chia sẻ này, người viết chỉ nêu lên một khía cạnh mà cả cuộc đời, ngài dành hết tâm huyết để nghiên cứu, thi hành, đó là lãnh vực giáo dục.

NHÀ GIÁO DỤC TẬN TÂM VÀ THÔNG THÁI

Với 33 năm linh mục (1902-1935) và 13 năm giám mục (1935-1948), Đức cha Hồ Ngọc Cẩn luôn hết mình với việc đào tạo văn hóa, đức dục và trí dục cho mọi người. Ngài luôn quan tâm đến việc mở mang trí thức, nâng cao học vấn và óc phán đoán chân chính cho mọi người Việt Nam nói chung và cho giáo dân Công giáo nói riêng, nhất là những người thuộc phạm vi ngài có trách nhiệm coi sóc, bằng con đường văn hóa giáo dục. Vì thế, ngay từ khi có trách nhiệm làm phó xứ Kẻ Văn vào đầu năm 1903, trong giai đoạn đầu tiên cuộc sống linh mục, ngài đã chú ý đến việc nâng cao dân trí, mở các lớp dạy chữ cho thiếu nhi và cả những người lớn thiếu học, từng bước uốn nắn họ từ câu kinh cho đến cách đối nhân xử thế. Ngài đi đến đâu thì hầu như nơi đó có một luồng sinh khí mới, dân trí được mở mang cách nhanh chóng như một phong trào cải cách giáo dục rất có hiệu quả. Bởi vì ngài muốn dùng học vấn mà khai hóa và nâng cao trình độ dân chúng,

---

[1] Lm PHẠM CHÂU DIÊN, *Đức Cha Hồ Ngọc Cẩn*, 1996, tr. 28

giúp trí óc họ được mở mang, thêm hiểu biết và giúp cho đời sống tinh thần, vật chất của họ được cải thiện.

Nữ tu M. Rosa Vũ Thị Loan

** Sinh ngày 20-08-1954 tại Nam Định.*
** Bề trên Tổng quyền Dòng Chị Em Con Đức Mẹ Mân Côi Chí Hòa.*
** Tác phẩm:*
** Thần học mục vụ môn huấn luyện giáo lý viên; Huấn luyện tu sĩ; Vẻ đẹp đời thánh hiến (3 quyển); Thầy đến rồi! Thầy gọi em đấy*
** Email: <rosevuloan@yahoo.com>*

Đối với Đức cha Hồ Ngọc Cẩn, giáo dục là một tiến trình huấn luyện giúp người khác đạt tới mức độ tốt đẹp và hoàn thiện hơn. Theo ngài, *"giáo là dạy, dục là nuôi. Giáo dục nghĩa là nuôi dạy cho khôn lớn theo đàng ngay nẻo chính, trong nết tốt thói lành"*[2]. Theo cái nhìn này, Đức Cha Tổ Phụ đã xác định việc giáo dục là một việc có liên quan đến mọi khía cạnh cuộc sống: *"giáo dục không những chỉ dạy cho biết chữ nghĩa văn chương, cho thông cổ kim sự lý, lại còn phải dạy cho thạo cách ăn thói ở đối với bản thân cùng đối với hết mọi người mọi bậc".* [3]

Về văn hóa

Vì tầm quan trọng của giáo dục là có thể canh tân đời sống con người về mọi phương diện, nên Đức cha quan tâm đặc biệt đến vấn đề văn hóa. Ngài viết nhiều sách báo đạo đời, làm tự điển, soạn sách dạy về khoa học, lập nhà in để phổ biến những tài liệu sách báo của giáo phận. Ngài còn cộng tác với các nhà xuất bản báo chí như báo *Vì Chúa* (xuất bản ở Huế), Tập san *Đa Minh* (ở Bùi Chu), rồi tuần báo *Nam Kỳ địa phận*, *Sacerdos Indonensis*. Đức Cha là tác giả của nhiều loại sách có giá trị cao trong lãnh vực văn hóa và giáo dục. Trong phạm vi tu đức và truyền giáo, ngài còn cho xuất bản đến cả trăm đầu sách khác nhau về nhiều đề tài[4]. Đức Cha có nhiều bài viết với các bút danh

---

[2] *Gia sản Dòng Chị Em Cona Đức Mẹ Mân Côi*, cuốn 2, tr. 113

[3] *Gia sản Dòng Chị Em Con Đức Mẹ Mân Côi*, cuốn 2, tr. 114

[4] Những tác phẩm của Đức cha Hồ Ngọc Cẩn đã được Ban Nghiên Cứu Dòng Mân Côi Chí Hòa sưu tầm và lần lượt xuất bản với tên gọi: *GIA SẢN DÒNG*.
GIA SẢN 1, xuất bản năm 2003, tái bản năm 2011, gồm các tài liệu tu đức mà Đức cha viết riêng cho Hội Dòng Mân Côi, được sử dụng như một tài liệu huấn luyện về đặc sủng, tinh thần và linh đạo cho các nữ tu của Dòng.
GIA SẢN 2, xuất bản năm 2008, gồm các bài viết của Đức cha đăng trên Tuần báo *Nam Kỳ địa phận* từ 1912-1942; và báo *Sacerdos Indosinensis* từ 1928-1935.
GIA SẢN 3, xuất bản năm 2011, gồm 15 đề tài đăng trên Tuần báo *Nam Kỳ địa phận* từ 1913-1926, được đúc kết lại thành 15 tập sách nhỏ với những chủ đề khác nhau về văn

khác nhau như: Ngô Ký Ẩn, Ngô Tri Dược, Ngô Ký Vãng, Ngô Tri Lễ... Tất cả những gì Đức cha viết và giảng dạy đều phát xuất từ trách nhiệm của người mục tử, nhằm mục đích giáo huấn, nâng cao kiến thức, uốn nắn đời sống đạo đức cho mọi người và phát huy những nét đẹp truyền thống của nền văn hóa dân tộc.

Có thể nói ngài là một cây bút dài hơi, không biết mệt mỏi. Ngài có khả năng làm việc trí thức và giáo dục hết sức kiên trì. Giáo sư Lê Ngọc Bích, trong cuốn *Nhân vật Công giáo Việt Nam* đã viết: *"Giám mục Hồ Ngọc Cẩn là một nhà giáo dục, là một cây bút hoạt động văn hóa phong phú đa dạng và rất Việt Nam, luôn đề cao văn hóa dân tộc". "...Thời còn là linh mục phụ trách các giáo xứ giáo phận Huế, ở đâu ngài cũng chăm lo việc học hành cho trẻ em nhằm nâng cao dân trí ở một mức độ nhất định trong hoàn cảnh khó khăn hạn chế thời bấy giờ"*[5].

Việc đào tạo

Ngài đặc biệt quan tâm đến việc huấn luyện các linh mục và chủng sinh, không những về đời sống thánh thiện, mà còn nâng cao văn hóa, tri thức. Để đổi mới chương trình học tại Đại và Tiểu chủng viện, Ngài viết sách báo huấn luyện và trực tiếp giảng dạy các chủng sinh. Việc đào tạo nhân tài cho tương lai là mối quan tâm rất lớn của ngài. Đức Cha mời những giáo sư người Pháp và các sư huynh Lasan về dạy học cho các chủng sinh. Phần mình, Đức cha thường xuyên lui tới thăm hỏi và đứng lớp dạy, truyền cho người học khả năng tìm hiểu và yêu mến việc học hành. Cha Bùi Đức Sinh ghi nhận: *"Đức cha đặc biệt quan tâm đến việc đào tạo hàng giáo sĩ, không những đạo đức thánh thiện, mà còn được nâng cao văn hóa thức thời. Người thường nói với các chủng sinh: "Các chủng viện là một nửa công việc giám mục của cha. Chúng con cố luyện văn tu đức, tương lai địa phận ở trong tay chúng con đấy!" Ngay từ năm 1937, Trường Thử Latinh được 3 sư huynh Lasan đến giảng dạy. Tiểu Chủng viện Ninh Cường dạy thêm khoa học, văn chương. Đức cha đích thân dạy La văn cho nhiều lớp, chủ tọa cuộc khảo hạch tất niên"*[6]. Khi có người hỏi làm sao để trở thành một chủ chăn mẫu mực, Đức cha trả lời: *"Hãy cho cha một chủng sinh tốt, cha sẽ cho lại một linh mục tốt"*[7].

---

chương, y tế, triết học, nhân bản, tu đức, giáo huấn...
GIA SẢN 4, xuất bản năm 2016, gồm các bài viết và tin tức liên quan đến Đức cha Hồ Ngọc Cẩn của một số học giả, của những người sống cùng thời với Đức cha và của các nữ tu nhân dịp kỷ niệm 50 năm ngày qua đời và 140 năm ngày sinh của Đức cha Tổ phụ.

[5] *Gia sản Dòng Chị Em Con Đức Mẹ Mân Côi*, cuốn 4, tr. 156-157

[6] Lm BÙI ĐỨC SINH, *Gia sản Dòng Chị Em Con Đức Mẹ Mân Côi*, cuốn 4, tr. 197

[7] Lm PHẠM CHÂU DIÊN, *Đức cha Hồ Ngọc Cẩn*, 1996, tr.45

Nâng cao đời sống giáo dân

Đối với giáo dân, ngài muốn nâng cao đời sống của họ về các lãnh vực khác nhau. Ngài đặc biệt chú tâm đến việc giáo dục đức tin, luân lý, nhân bản và văn hóa. Ngài soạn sách *Bổn Đồng Ấu* cho thiếu nhi xưng tội rước lễ và *Thánh giáo thuyết Minh* dành cho tuổi thiếu niên và trưởng thành. Ngài mở các khóa thi kinh, lập các nhóm cầu nguyện, các hội đoàn Công giáo và hướng dẫn tổ chức các sinh hoạt mục vụ. Cha Chính Lục đã nói về việc mục vụ của ngài như sau: *"Về việc đạo đức trong địa phận, ngài hay khuyên răn hoặc viết thư khuyên răn về sự thương yêu nhau, hợp nhất với nhau; chỉ lượt làm lễ, chầu Thánh Thể, ăn chay cầu cho nhau; lập lệ cấm phòng tháng (cứ 3 tháng một lần) cho các cha trong mỗi hạt, chính ngài dọn bài ngắm, bài đọc và bài xét mình mỗi kỳ phòng tháng cũng như mỗi kỳ phòng năm, in ra rồi gửi cho các cha, các hạt được theo một lối và rất bổ ích. Đôi khi chính ngài đến dự cấm phòng tháng với các cha hạt nọ hạt kia. Với giáo dân, đừng kể các thứ phải khuyên răn, truyền dạy khi cần, ngài còn giữ mực mỗi năm kỳ tết nguyên đán và kỳ mùa chay, ngài viết thư chung hỏi thăm, chúc tuổi, răn cấm tội lỗi như rượu chè, cờ bạc, trai gái, thuốc xái, thúc giục dùng ơn mùa chay để thống hối.... Ngài còn sửa lại, hoặc lập ra các dòng, lập ra các hội đoàn Công giáo trong các xứ, các họ, cả địa phận, và tập luyện lễ nhạc phụng vụ cho các cha, các học sinh, và răn dạy sự ở lặng trong nhà thờ. Chỉ 1 đến 2 năm sau chấp chánh, địa phận thay đổi bộ mặt mới cả về mọi phương diện, làm cho ai cũng ngạc nhiên, suy phục"*[8].

Để chăm lo sức khỏe cho dân chúng lúc bấy giờ còn rất nghèo khổ, thiếu thốn, Ngài cho mở bệnh viện Thánh Tâm, cô nhi viện và tìm cách nâng cao nếp sống văn minh của dân chúng. Giáo sư Nguyễn Lý Tưởng cho biết: *"Ngài thành lập bệnh viện Thánh Tâm Bùi Chu, cô nhi viện (sở dục anh, sở cô nhi) ở Bùi Chu. Ngài thân hành chăm sóc, tận tay cơm nước cho các cô nhi..."; "Từ khi còn là linh mục, ở xứ nào, ngài cũng đem lại cho dân chúng một nếp sống mới, một không khí hoạt động vui tươi; chăm lo việc học hành cho trẻ em, nâng cao dân trí"* [9].

Nhà giáo dục thông thái không biết mệt mỏi

Những người cùng sống, cùng làm việc và đã được học với Đức cha, đều nhận thấy ngài là vị giáo sư uyên thâm về nhiều lĩnh vực, từ tu đức, thần học, văn chương, khoa học cho đến ngôn ngữ Hán văn, Việt văn, La văn và Pháp văn. Điều này cho thấy ngài là một nhà văn hóa

---

[8] Cha Chính LỤC, *Gia sản Dòng Chị Em Con Đức Mẹ Mân Côi Chí Hòa*, cuốn 1, bản in 2003, tr. 737-738

[9] NGUYỄN LÝ TƯỞNG, *Gia sản Dòng Chị Em Con Đức Mẹ Mân Côi Chí Hòa*, cuốn 4, trang 192-193.

giáo dục lớn của thế kỷ XX. Hơn nữa, trong khi thi hành trách vụ mục tử, ngài là người làm việc không biết mệt mỏi, luôn tận tụy với công việc và với con người, hết lòng lo cho họ được phát triển cả về tri thức, đạo đức và nhân cách. Cha Vũ Đình Trác, cựu bề trên Dòng Mân Côi, trong cuốn *Công giáo Việt nam, trong truyền thống văn hóa dân tộc* (Orange, California 1996, tr 115) đã ghi nhận: *"Đức Giám Mục Hồ Ngọc Cẩn là một bậc thông minh tài trí, viết rất nhiều và rất mau, về mọi lãnh vực. Khi làm giám mục Bùi Chu, ngài đã cao niên và bị bệnh suyễn, tuy vậy vẫn tiếp tục viết văn, để lập ngôn, lập đức cho linh mục, chủng sinh, nữ tu và giáo dân... Từ khi làm linh mục, ngài đã thăng tiến cả một hàng ngũ tu trì, canh tân các chủng viện để đào tạo linh mục. Khi làm giám mục, với sự khôn ngoan thông thái, ngài am hiểu nhân tâm và hoàn cảnh mọi người mọi nơi, nên đã thành công khai hóa và xây dựng cho cả một miền duyên hải Bùi Chu. Việc đạo việc đời đều quán xuyến, Đức Giám mục đã để lại sự nghiệp lớn lao cho nhân sinh"* [10].

Nhà sư phạm lỗi lạc

Những cuốn sách giáo khoa và nghiên cứu của Đức cha rất dễ đọc, rõ ràng, dễ nhớ, còn cho thấy ngài là một nhà sự phạm lỗi lạc. Nhiều người nhận xét rằng: *"Đức cha Hồ không phải là một người hay nói, mà là người nói rất hay, ai đã gặp người thì thấy rõ điều đó"*[11]. Nhiều linh mục đã học với ngài đều có ấn tượng về những bài giảng ngắn gọn nhưng mạch lạc, súc tích, có lập luận chặt chẽ, minh chứng rõ ràng; còn giọng điệu thì ôn tồn, sâu lắng. Hơn nữa, ngài rất chú tâm đến đối tượng được giảng dạy, làm sao để những lời dạy phù hợp với trình độ hiểu biết của người học. Ngài nói với các giáo lý viên: *"Điều cần kíp không dạy, lại dạy những điều cao quá, mình đã mất thì giờ, con trẻ lại còn ngu ngơ dốt nát"*[12].

Qua lời tựa cuốn *Bài giảng các ngày Chúa nhật Lễ trọng*, Đức cha cũng bộc bạch: *"Không hay giảng hay là giảng không hay cũng thế. Nói rằng giảng hay, không có ý nói rằng phải giảng cho văn hoa khéo léo, mà có ý nói rằng phải giảng cho đúng lý, cho rõ ràng, cho nghiêm trang, cho xứng đáng"*[13].

---

[10] Lm VŨ ĐÌNH TRÁC, *Gia sản Dòng Chị Em Con Đức Mẹ Mân Côi Chí Hòa*, cuốn 4, trang 202 và 205.

[11] Đan sĩ PHƯỚC SƠN, *Kỷ yếu 50 năm cảm tạ tri ân, Dòng Con Đức Mẹ Mân Côi Chí Hòa, 1998, tr.32)*

[12] Đức cha HỒ NGỌC CẨN, *Lời tựa cuốn Bổn Đồng Ấu*, 1955, tr.4

[13] Lm PHẠM CHÂU DIÊN, *Đức Cha Hồ Ngọc Cẩn*, 1996, tr.13

Thành lập Dòng

Hai việc quan trọng trong đời Giám mục của ngài là kiến thiết Dòng Thánh Tâm và thành lập Dòng Con Đức Mẹ Mân Côi. Đức cha Allys sáng lập Dòng Thánh Tâm, nhưng thực ra chính Đức cha Hồ Ngọc Cẩn mới là người đã giúp cho sự hình thành trong thời gian ngài làm Bề trên Dòng này. Ngày 08-09-1946 ngài thành lập Dòng Chị Em Con Đức Mẹ Mân Côi. Chỉ với 2 năm, ngài đã soạn luật Dòng, viết các sách cần thiết để huấn luyện chị em bước vào bậc tu Dòng. Lập Dòng được 2 năm, Ngài qua đời. Mặc dù Hội Dòng còn rất non trẻ trước sự ra đi vĩnh viễn của Đấng Sáng lập, nhưng chị em còn có được sự nâng đỡ vững chắc là 10 cuốn sách giá trị do chính ngài biên soạn[14]. Những cuốn sách quý báu này đã định hướng và huấn luyện đời tu cho chị em rất tỉ mỉ, giúp chị em sống đời dâng hiến của mình một cách chuẩn mực và trung thành, đồng thời trong đó cũng gói ghém những tâm tư, khát vọng và chất chứa đầy tình yêu thương, tựa như một gia sản tinh thần của một vị Tổ Phụ đáng kính, uyên thâm và thánh thiện.

Tóm lại, qua những gì Đức cha đã thực hiện, chúng ta thấy ngài rất gắn bó với công việc giáo dục nhằm nâng cao đời sống con người về mọi phương diện. Với khẩu hiệu Giám mục: "*In omni Patientia et Doctrina, hết tình nhẫn nhục và tận tâm giáo huấn*", ngài đã tận tụy cống hiến cả cuộc đời cho con người, đặc biệt qua việc viết sách báo và giáo huấn. Ngài đã thi hành cách tuyệt vời và cho đến tận cùng phương châm sống của mình. Ngài luôn thao thức về một nền giáo dục còn thiếu thốn đối với mọi người, nhất là các giáo dân. Ngài nói: *"Bởi đâu mà con chiên giáo hữu nhiều nơi còn dốt nát về lẽ đạo và còn nguội lạnh khô khan, chẳng qua là vì thiếu lời giảng dạy"*[15]. Chính vì thế, khi thành lập Dòng Mân Côi, ngài đã đặc biệt quan tâm đến sứ mạng giáo dục của Hội Dòng là lo cho các trẻ em và thanh thiếu niên được giáo dục văn hóa, đức tin và luân lý theo tinh thần Kitô giáo. Ngài luôn nhắc nhở các nữ tu: *"Việc giáo dục là một việc hệ trọng lớn lao là thể nào"*[16], nên ngài đã xác định rõ sứ mạng giáo dục của Hội Dòng là ưu tiên dấn thân cho việc giáo dục thanh thiếu niên. Và trước lúc nhắm mắt lìa đời, ngài đã nói với chị em Mân Côi như một lời trăn trối: *"Khi sống cha đã làm việc và khi chết rồi, cha vẫn làm việc"*. Cuộc đời 72 năm sống và làm việc của Đức cha Hồ

---

[14] *Luật phép Dòng Chị Em Con Cái Đức Bà Mân Côi, Lễ nhạc Dòng Mân Côi, Nhiệm vụ bà tập, Vào nhà tập làm gì? Gương mẫu chị nhà tập, Bạn thân nhà Dòng, Mãn nhà tập, Luật phép Dòng bản thứ 2, Thói lệ Dòng, Sách gối đầu giường của các bề trên.* Tất cả được in trong Gia sản 1 của Hội Dòng.

[15] Lm PHẠM CHÂU DIÊN, *Đức Cha Hồ Ngọc Cẩn*, 1996, tr.13

[16] *Gia sản Dòng Chị Em Con Đức Mẹ Mân Côi Chí Hòa*, cuốn 2, tr. 116

Ngọc Cẩn đã khép lại. Các lãnh vực văn hóa, giáo dục, tu đức... cùng với những thao thức về cuộc sống con người đã đan xen và bổ sung cho nhau làm nên dung mạo của một con người tài đức kiêm toàn, luôn sống hết mình cho vinh danh Chúa và cho hạnh phúc của mọi người.

TÌM VỀ NÉT CHÂN DUNG NHÀ GIÁO DỤC THEO MẪU GƯƠNG VÀ GIÁO HUẤN CỦA ĐỨC CHA HỒ NGỌC CẨN

Với 46 năm trong cương vị một người mục tử, một nhà giáo dục, Đức cha Hồ Ngọc Cẩn, qua lối sống, qua sách báo, những lời giáo huấn và những cách tương quan xử thế đã vẽ nên dung mạo của một nhà giáo dục chân chính và tận tâm, hết lòng chăm lo cho những người thuộc trách nhiệm của mình. Đối với Đức cha, một nhà giáo dục phải ra công luyện tập những phẩm chất để hoàn thiện hơn mỗi ngày: *"Muốn giáo dục cho nên, người thầy phải có tư cách, mà tư cách cho được nên người thầy đứng đắn thì phải dồi mài tập luyện...Tư cách một thầy giáo dục thì phải hoàn toàn"*[17]. Sau đây là một số đặc nét mà một nhà giáo dục chân chính cần phải có:

Một đời sống gắn bó sâu xa với Chúa.

Một trong những lời giáo huấn đặc biệt của Đức cha Hồ Ngọc Cẩn dành cho các chủng sinh và nữ tu là phải có tinh thần đức tin và lòng mến đối với Chúa: *"Đi đâu, ở đâu, lúc nào cũng phải luôn nhớ Chúa trước mặt, nhớ Chúa luôn ở với mình, và thầm thĩ cầu nguyện"*[18]. Ngài cũng luôn khuyên dạy các tu sĩ lo việc giáo dục phải luyện tập cách sống bề trong: *"Hãy tập cách sống bề trong, là đi đâu, ở đâu, làm việc gì, cũng hằng nhớ Chúa đi với mình, làm với mình*[19]. Đối với Đức cha, đời sống gắn bó với Chúa không thể ở yên một chỗ nhưng nó lan tỏa và ảnh hưởng đến mọi người. Tình yêu đối với Thiên Chúa và tha nhân không bao giờ tách rời nhau nhưng luôn bổ túc cho nhau. Tình yêu song phương này giúp nhà giáo dục phục vụ mọi người như hình ảnh Chúa: *"Mến Chúa mến người tuy là hai mến khác nhau nhưng cũng là một nhân đức, vì hai điều đó đi đôi với nhau thì mới là có đức mến... Tinh thần đức yêu người dạy ta nhìn mọi người như hình ảnh Chúa Giêsu vậy"*[20].

[17] *Gia sản Dòng Chị Em Con Đức Mẹ Mân Côi Chí Hòa*, cuốn 2, tr. 115
[18] *Gia sản Dòng Chị Em Con Đức Mẹ Mân Côi Chí Hòa*, cuốn 4, tr. 279
[19] *Gia sản Dòng Chị Em Con Đức Mẹ Mân Côi Chí Hòa*, cuốn 1, tr. 97
[20] *Gia sản Dòng Chị Em Con Đức Mẹ Mân Côi Chí Hòa*, cuốn 1, tr. 188

Thái độ hiền lành và khiêm nhường:

Theo Đức cha, nhà giáo dục phải có tâm hồn hiền lành và khiêm nhường, bắt nguồn từ mẫu gương sống và hành động của Đức Kitô mục tử: *"Sự hiền lành phải có ở nơi thầy giáo, dẫu trò làm trái ý cũng một mực ôn hòa đằm thắm"*[21]. Về sự khiêm nhường, Đức cha dạy: *"Thầy muốn dạy cho đắt lời, thì tiên vàn thầy phải ở cho khiêm: khiêm trong nết ở, khiêm trong lời nói, khiêm trong việc làm"*[22]. Chính từ nguồn mạch đức ái mục tử là Đức Kitô hiền lành và khiêm nhường, nhà giáo dục được mời gọi sống đằm thắm, vui tươi trong khi dạy dỗ người khác:*"Khi dạy học, hãy tập tính đằm thắm, bình tĩnh, mặt mũi phải tươi cười, dù sao chăng nữa, cũng cứ một mực an vui, sốt la cũng chẳng được ích gì; rầy rà, chúng càng thêm rối trí"*[23].

Nêu gương sáng cho học sinh

Đức cha cho rằng trong môi trường giáo dục, những thái độ, lời nói, cử chỉ và tính cách của người thầy có hiệu quả lớn trong việc dạy dỗ các em học sinh. Vì thế, *"không những lấy lời dạy, lại phải lấy gương sáng mà huấn luyện học trò"*[24]. Bởi vì gương sáng của người thầy là một bài học rất cụ thể và sống động cho các em noi theo: *"Một việc làm gương thì có thế lực lạ thường... Muốn được như vậy, thầy phải nên một người khiêm từ đức hạnh, kiên tâm, nhẫn nhục, ôn hòa, bác ái"*... *"Phải đặt mình làm gương sáng cho mọi người, yên ủi những người nhát đảm, nâng đỡ những người yếu đuối, nhẫn nại với hết mọi người"*[25]. Lại nữa, *"tư cách làm thầy phải có lòng đạo đức, nên gương sáng cho học trò, lại còn phải có đức nết na, hiền lành, vui vẻ, hay chịu khó, hay nhịn nhục và siêng năng ân cần"*[26].

Tận tụy và kiên nhẫn trong bổn phận

Linh mục Phạm Châu Diên khi viết về Đức cha Hồ Ngọc Cẩn đã cho thấy ngài không những là một nhà giáo dục thông thái, có bản lĩnh, mà còn là một người nhân đức, nhẫn nhục và tận tụy trong mọi công việc lớn nhỏ[27]. Ngài nêu gương tận tụy và kiên nhẫn trong việc lãnh đạo giáo phận, trong giảng dạy và trong cách đối xử với mọi người. Ngài khuyên dạy khi làm việc gì thì *"trong các việc phải thi hành, ta nên*

---

[21] *Gia sản Dòng Chị Em Con Đức Mẹ Mân Côi Chí Hòa*, cuốn 2, tr. 130
[22] *Gia sản Dòng Chị Em Con Đức Mẹ Mân Côi Chí Hòa*, cuốn 2, tr. 127
[23] *Gia sản Dòng Chị Em Con Đức Mẹ Mân Côi Chí Hòa*, cuốn 1, tr. 100
[24] *Gia sản Dòng Chị Em Con Đức Mẹ Mân Côi Chí Hòa*, cuốn 1, tr. 493
[25] *Gia sản Dòng Chị Em Con Đức Mẹ Mân Côi Chí Hòa*, cuốn 2, tr. 125-126
[26] *Gia sản Dòng Chị Em Con Đức Mẹ Mân Côi Chí Hòa*, cuốn 1, tr. 532
[27] Lm PHẠM CHÂU DIÊN, *Đức cha Hồ Ngọc Cẩn*, 1996, tr. 68-70

chú ý riêng đến sự tận tụy hằng ngày và sự quên mình đi, hy sinh vì kẻ khác"[28]. Những người quen biết Đức cha đều nhận thấy rằng: *"Ngài là một vị chủ chăn nhân đức và tài ba, đã quyết sống đến tận cùng khẩu hiệu Giám mục của ngài là "hết lòng nhẫn nhục và tận tâm giáo huấn, hầu phụng thờ Thiên Chúa, phục vụ Giáo hội, hướng dẫn giáo dân và làm vẻ vang dân tộc"*[29].

Yêu thương những người mình phục vụ

Đức cha khuyên dạy các nữ tu rằng khả năng yêu thương phải luôn có sẵn trong tâm hồn các nhà giáo dục. Tuy nhiên, lòng yêu thương của người thầy phải trải rộng đến với hết mọi người, không phân biệt giầu nghèo, ngôn ngữ, mầu da: *"Chớ có yêu riêng học trò nào. Phải bỏ hẳn cái tình luyến ái tự nhiên"* hoặc *"không nên nể con nhà giàu mà bạc đãi con nhà khó khăn"*[30]. Đức cha cho rằng nhà giáo dục phải có tấm lòng của một người cha, người mẹ hay như người lương y, luôn ân cần chu đáo, lưu ý đến từng người được trao phó cho mình: *"Đối với người mình coi sóc, hãy cư xử như người cha, người mẹ, như người vú nuôi, như một lương y; chị hãy nên mọi sự cho mọi người"*[31].

Tóm lại, những đức tính trên đây của một nhà giáo dục đã được thể hiện một cách sâu đậm trong cuộc đời Đức Cha Hồ Ngọc Cẩn và đã để lại một ảnh hưởng lớn, không phải chỉ trên những ai ngài dạy dỗ, huấn luyện, mà còn trên cả Giáo hội và xã hội qua những gia sản tinh thần ngài để lại. Khi viết về Đức Cha, Đức ông Mai Đức Vinh đã viết như sau:*"Ngài là người cha đầy nhân hậu. Cương nghị trong quyết định, nhiệt thành trong việc làm, nhưng dịu dàng trong lời nói, ôn hoà trong cách xử, vâng lời bề trên, hài hòa với mọi người đồng trách nhiệm, đồng lứa tuổi, và nhất là quảng đại, thông cảm với những người thuộc quyền hay người nghèo khổ... Có dịp đọc lại các thư chung, các bài giảng huấn hay các sách tu đức của Đức cha, chúng ta sẽ cảm nghiệm và phát hiện những nhân đức mục vụ ấy của Ngài"*[32]. Theo Đức cha, giáo dục là làm cho người ta nên hoàn thiện về mọi phương diện,*"không chỉ bằng việc rao giảng Phúc Âm, dạy giáo lý nhưng còn bằng mọi hoạt động văn hóa và xã hội, và nhất là bằng chính đời sống gương sáng hằng ngày và cụ thể"*[33].

---

[28] *Gia sản Dòng Chị Em Con Đức Mẹ Mân Côi Chí Hòa*, cuốn 1, tr. 670

[29] Đức Ông MAI ĐỨC VINH, *Gia sản Dòng Chị Em Con Đức Mẹ Mân Côi Chí Hòa*, cuốn 4, trang 304

[30] *Gia sản Dòng Chị Em Con Đức Mẹ Mân Côi Chí Hòa*, cuốn 1, tr. 191

[31] *Gia sản Dòng Chị Em Con Đức Mẹ Mân Côi Chí Hòa*, cuốn 1, tr. 578

[32] Đức Ông MAI ĐỨC VINH, *Gia sản Dòng Chị Em Con Đức Mẹ Mân Côi Chí Hòa*, cuốn 4, tr. 302

[33] Đức Ông MAI ĐỨC VINH, *Gia sản Dòng Chị Em Con Đức Mẹ Mân Côi Chí Hòa*, cuốn

TẠM KẾT:

Đức cha Hồ Ngọc Cẩn, một Giám mục khôn ngoan, một nhà tu đức mẫu mực, một nhà giáo dục tận tâm, một nhà văn hóa lỗi lạc và một người cầm bút có trách nhiệm, đã có nhiều đóng góp cho Giáo hội và xã hội, nhưng cũng là một người ít được biết đến do hoàn cảnh thời cuộc. Những sách báo của Đức cha viết vào thời điểm đó không được nhiều người đọc và nghiên cứu. Hơn nữa, khi viết các loại sách báo, ngài đã dùng nhiều bút hiệu khác nhau, nên nói chung, tên của ngài còn xa lạ với nhiều người và nguồn sách báo của ngài chưa được quan tâm khai thác. Nếu có ai đã từng đọc những sách báo và những bài giảng huấn của ngài, sẽ nhận ra ngài là một con người tài đức song hành với hai tính cách "tu đức và văn hóa" luôn hòa quyện và đan xen vào nhau. Giáo sư Lê Đình Bảng đã viết: *"Ngài lấy tu đức để thánh hóa chữ nghĩa văn chương và dùng văn chương nghệ thuật để rao giảng Tin mừng, để chuyên chở đạo đức. Văn dĩ tải đạo và tu văn luyện đức"*[34]. Có thể nói, Đức Giám mục Hồ Ngọc Cẩn là một nhà giáo dục lớn của thế kỷ XX, đã cống hiến cả cuộc đời cho việc phát triển nhân cách đạo đức và xây dựng tri thức của con người. Tuy nhiên, ngài sống vào giai đoạn giao thời khi mà các luồng tư tưởng nho giáo và tây phương giao thoa với nhau, nên ngay cả những tác phẩm rất có giá trị cũng bị rơi vào quên lãng, không được nghiên cứu chuyên sâu. Ngoài ra, một số tài liệu có tính chuyên biệt và một số những bài viết của những người cùng thời với ngài lại chỉ lưu hành trong nội bộ nhà dòng. Đây cũng là lý do mà tên tuổi của ngài ít khi thấy xuất hiện trong phạm vi văn học.

Nên xem thêm:

Maria Lê Thị Hoa, *Văn học Công giáo và đạo Công giáo đã góp phần xây dựng lịch sử và xã hội Việt Nam trong niềm tin như thế nào?* Tạp chí Nghiên Cứu Văn Học số 7 tháng 7/2020 tr. 31

4, tr. 302-303

[34] LÊ ĐÌNH BẢNG, *Gia sản Dòng Chị Em Con Đức Mẹ Mân Côi Chí Hòa*, cuốn 4, tr. 215

VĂN CHƯƠNG ANNAM

Par Le R.P Dominique Hồ Ngọc Cẩn

VỀ QUYỂN *VĂN CHƯƠNG AN NAM*

Nội dung sách gồm 3 phần:

Phần thứ I: Dạy chung mấy đều về văn chương.

Phần thừ II: Dạy về các thứ Văn bài: Trước thì Tản văn, sau thì Vận văn.

Phần thứ III: Dạy về Sử ký văn chương và gốc tích cùng chữ quấc âm.

TRÍCH ĐOẠN

PHẦN THỨ I

DẠY CHUNG MÁY ĐIÈU VÈ VĂN CHƯƠNG

1. H. *Văn chương là gì?*

T. Văn chương (Littérature) là phép dạy cho biết nói và viết văn bài cho xuôi tiếng trúng luật dễ nghe. Vậy ai biết văn chương thì biết làm văn làm bài cho có văn hoa lý sự: Lại khi coi đến văn bài kẻ khác, thì cũng xét được dở hay thế nào.

2. H. *Văn chương cốt tại ở nơi sự gì?*

T. Văn chương cốt tại ở nơi kiểu nói. Hể biết chọn lựa kiểu nói cho nhằm bài hạp việc, thì mới ra bài có văn chương. Bài dẫu ý tứ nghe thông minh, mà không nhằm theo kiểu nói, thì cũng như của ăn tốt mà nấu thiếu đồ gia vị.

Vậy nay sẽ dạy ít đều về kiểu nói rồi thì dạy cách làm một ít thứ bài.

***

ĐOẠN THỨ NHỨT

DẠY VỀ KIỂU NÓI

3. H. *Kiểu nói là gì?*

T. Kiểu nói (Style) là cách tỏ tâm tình ý tứ ra trong lời nói, hoặc tỏ ra cách đơn sơ tầm thương, hay là cách cao sang hoa mỹ. Bởi đó nên quen phân kiểu nói ra ba thứ, là:

1. *Kiểu nói đơn sơ* là khi nói cách tầm thường chơn chất chẳng trau chuốt gì trong lời nói.

2. *Kiểu nói văn hoa* là khi dùng những tiếng kinh lịch, những ý tứ lắt léo, những cách nó bóng bẩy.

3. *Kiểu nói đại thể* là khi dùng những tiếng cao sang khí tượng; ý tứ mặn nồng, lời nói mạnh mẽ.

Vậy khi làm văn bài phải chọn kiểu nói cho nhằm bài hạp việc; khi đáng nói đơn sơ chơn chất, thì chớ dùng kiểu hoa mỹ cao kỳ; khi làm việc cao sang đại thể, thì lo kiểu nói khí tượng văn hoa.

4. H. *Muốn cho kiểu nói nghe được thì thường phải giữ những đều nào?*

T. Phải giữ những đều nầy: 1. Đặt cho trúng tiếng trúng mẹo. 2. Phải lập câu cho rõ ràng và hữu ý. 3. Phải đặt câu cho gọn. 4. Chớ nói đi lặp lại một tiếng. 5. Phải lựa vế cho cân đối. 6. Phải sắp tiếng lập câu cho có điệu. 7. Phải giặm lẹ tiếng văn hoa cách nói bóng.

Vậy nay phân lảm bảy điều và dạy các điều ấy cho rõ và thêm điều thứ tàm về cách nghị bài.

(Bùi Công Thuấn ghi lại theo bản PDF)

VĂN CHƯƠNG ANNAM

LITTÉRATURE ANNAMITE.

PAR LE R. P. DOMINIQUE HỒ-NGỌC CẨN

HONGKONG

IMPRIMERIE DE LA SOCIÉTÉ DES MISSIONS-ÉTRANGÈRES

1933

Bìa sách Văn Chương Annam

ĐỨC GIÁM MỤC HỒ NGỌC CẨN – ĐÔI NÉT CHÂN DUNG, PHONG CÁCH VÀ PHƯƠNG PHÁP CỦA NHÀ NGHIÊN CỨU

Nguyễn Thủy Vy

1. CHÂN DUNG NHÀ NGHIÊN CỨU HỒ NGỌC CẨN (1876 – 1948)

Qua lăng kính của những người cùng thời, đặc biệt là các học trò và nghĩa tử, Hồ Ngọc Cẩn xuất hiện "ung dung như một cụ đồ nho, văn chương như hoa thắm, tài học tựa giếng sâu, ai tiếp xúc cũng sinh lòng mến phục"[1] . Ông là một nhà tu đức tận tậm, một nhà sư phạm lỗi lạc, đồng thời là nhà văn hóa với các hoạt động xã hội sôi nổi. Hơn hết, ông còn là nhà nghiên cứu văn học với rất nhiều bài viết đăng định kì trên tuần báo *Nam Kỳ địa phận* từ năm 1911 đến năm 1937. Tác giả đến với tờ báo qua nhiều bút danh như Hồ Ngọc, Ngô Tri Dược, Ngô Tri Lễ, Ngô Kí Vãng, Ngô Đồng Hành, Ngô Kì Ấn, Ngô Tương Ái, Đ.H.N.C hoặc chính tên thật là Hồ Ngọc Cẩn.

Trong suốt thời gian cộng tác, ông đã đảm nhận nhiều chuyên mục quan trọng như *Dược tánh*, bàn về công hiệu của các bài thuốc nam; *Dĩ học tu thân* và *Triết nhơn tri kỷ*, luận về những vấn đề tu dưỡng lối sống; *Hán tự nhập môn*, dạy về nguồn gốc và cách viết, đọc chữ Hán hay *Phép lịch sự An Nam*, dạy về lễ nghĩa cần giữ với mỗi đấng bậc trong gia đình và xã hội. Tuy nhiên, liên quan mật thiết đến sự nghiệp nghiên cứu văn học của ông, chính là các chuyên mục *Thi phú, Giáo tập hành văn* và *Văn chương giáo thức*. Những bài viết trong các mục này dạy về cách viết văn, luận bài, sáng tác thơ phú, gọi theo Nguyễn Văn Trung là lí luận văn học thời bấy giờ.

---

[1] Lời của linh mục Phạm Châu Diên viết về Đức Giám mục Hồ Ngọc Cẩn trong cuốn sách Đức cha Hồ Ngọc Cẩn (1996). Tp. Hồ Chí Minh: Tủ Sách Ra Khơi.

Nguyễn Thủy Vy

* TSn: 1998, tại Tp.HCM.
* Học viên cao học trường ĐHKHXH&NV - ĐHQG - TP.HCM
* Hiện sinh sống và làm việc tại TP.HCM
* Email: nguyenthuyvy11898@gmail.com

Cụ thể, thông qua chuyên mục *Thi phú*, Hồ Ngọc Cẩn đã có công hệ thống lại qui pháp của từng thể loại văn vè, thi cú, văn phú, văn tế, hịch, tuồng, v.v. Tất cả đều là những thể loại đã có từ thời trung đại và còn giữ được tầm ảnh hưởng trong suốt thời cận đại, trước khi có sự xuất hiện và "đảo chính" của Thơ Mới. Hồ Ngọc Cẩn nhận định việc làm thơ đã có từ lâu, nhưng trước nay kẻ làm thơ chỉ sáng tác theo thói quen, học tập nhau mà sáng tác, luật mẹo cũng là ngầm hiểu, hiếm có sách vở ghi lại. Những tác giả tài năng là người ứng khẩu thơ nhanh, ý tứ dồi dào còn muốn hiểu rõ về thi vận chắc chắn phải học. Ngoài ra, Hồ Ngọc Cẩn còn đảm nhận chuyên mục chấm câu đối và chấm thơ. Như vậy, cũng đủ thấy rằng sinh hoạt văn học trên báo chí thời bấy giờ diễn ra cực kì sôi nổi.

Với chuyên mục *Giáo tập hành văn* hay còn có tên gọi *Sách tập làm bài luận cho có văn nho*, Hồ Ngọc Cẩn đã dạy về phương thức làm bài văn nghị luận chữ Quốc ngữ. Thời bấy giờ, bên cạnh các bài miêu tả, kể chuyện thì văn nghị luận cũng là dạng đề thường xuất hiện trong trường thi môn Văn Quốc ngữ. Đây là dạng đề khó đòi hỏi người học phải thể hiện được quan điểm cá nhân cùng với lập luận chặt chẽ. Tuy chỉ xuất hiện trên bốn số báo nhưng *Giáo tập hành văn* đã mang đến nhiều kiến thức hữu ích tác giả đã cung cấp cho người đọc phương pháp tư duy tìm lí lẽ cũng như cách thức viết văn sao cho hoa mĩ, khéo léo để học trò có thể triển khai và hoàn thành một bài luận.

Nếu như *Thi phú* là những bài giảng về văn vần, *Giáo tập hành văn* tập trung vào thể văn xuôi nghị luận thì *Văn chương giáo thức* là chuyên mục dạy về phương thức viết văn xuôi nói chung. Trong chuyên mục này, Hồ Ngọc Cẩn cho thấy tư duy phân biệt văn chương với văn học, đề cao hình thức nghệ thuật, cách trình bày, diễn đạt của một tác phẩm. Ông cũng nêu bật tầm quan trọng của văn chương xứ An Nam cùng với những tiêu chí cho thấy thế nào là một bài văn hay. Cuối mỗi bài viết, tác giả đều kèm theo một bài văn lục bát để tóm lược ý tứ.

Ngoài ba chuyên mục trên, Hồ Ngọc Cẩn cũng viết nhiều bài luận, thơ phú, bài chúc mừng tin tức và kể chuyện trong giáo trên *Nam Kỳ địa phận*. Loạt sáng tác và nghiên cứu này, về sau đã được tác giả trích lại và biên soạn thành cuốn sách *Văn chương An Nam*, xuất bản năm 1933 tại nhà in HongKong. Theo Thanh Lãng, sách của Hồ Ngọc Cẩn được các trường Công giáo và nhất là chủng viện rất ưa dùng.

2. PHONG CÁCH NGHIÊN CỨU CỦA HỒ NGỌC CẨN

Bàn về phong cách và phương pháp nghiên cứu của Hồ Ngọc Cẩn, chúng ta không thể không nhắc đến bối cảnh văn học nửa đầu thế kỉ XX với những ảnh hưởng đến quan niệm của nhà nghiên cứu. Từ khoảng 10 thập niên đầu thế kỉ XX đến năm 1932, đây là giai đoạn mà tác giả Thanh Lãng trong cuốn *Bảng lược đồ văn học Việt Nam* cho rằng có sự tiếp xúc và tiếp nhận tri thức phương Tây nhưng vẫn còn mang nặng tinh thần phương Đông. Báo chí cũng ngày một phát triển, trên báo không chỉ có tin tức mà còn có những bài viết, công trình nghiên cứu, những chuyên mục biên khảo dày công, đặt ra nhiều vấn đề về văn học nghệ thuật. Vì lí do ngoại sinh là ảnh hưởng phương Tây và lí do nội sinh là sự phát triển của các đô thị, xuất hiện tầng lớp thị dân, văn học lúc này đang dần tách khỏi chính trị trở thành mặt hàng gắn với hoạt động giải trí, thưởng lãm. Cũng từ đó, tính chất hoa mĩ, cầu kì trong lời văn, câu thơ được xem trọng. Riêng về quan niệm văn học, các nhà văn lẫn giới phê bình, nghiên cứu của giai đoạn này thường xem cái đẹp là cái thiện, gắn với đạo đức luân lí.

Theo *Từ điển tiếng Việt* do Hoàng Phê chủ biên, phong cách được hiểu với ba nét nghĩa: a) Cung cách sinh hoạt, làm việc, hoạt động, xử sự tạo nên cái riêng của một hay một loại người; b) Những đặc điểm có tính chất hệ thống về tư tưởng và nghệ thuật, biểu hiện trong sáng tác của một nghệ sĩ hay trong các sáng tác nói chung thuộc cùng một thể loại; c) Dạng ngôn ngữ sử dụng trong các yêu cầu chức năng điển hình nào đó, phân biệt với những dạng khác ở mặt từ vựng, ngữ pháp, ngữ âm (Hoàng Phê và các tác giả khác, 2003, tr.782). Từ đây, chúng tôi quan niệm phong cách nghiên cứu của Hồ Ngọc Cẩn chính là những nét đặc sắc riêng, được lặp đi lặp lại trên trang viết của ông; vừa mang tinh thần thời đại, vừa phân biệt Hồ Ngọc Cẩn với những nhà nghiên cứu khác. Phong cách ấy thể hiện qua đối tượng nghiên cứu, cách diễn đạt và trình bày của Hồ Ngọc Cẩn.

2.1. *Đối tượng nghiên cứu*

Qua các chuyên mục như *Thi phú, Giáo tập hành văn, Văn chương giáo thức* trên *Nam Kỳ địa phận*, chúng ta xác định đối tượng nghiên cứu của Hồ Ngọc Cẩn là phương pháp làm văn, thứ văn chương của xứ sở An Nam bao gồm những gì sẵn có trong cội nguồn, những gì chịu ảnh hưởng từ Trung Hoa và những gì mới du nhập từ Pháp.

Trước nhất, bài giảng của Hồ Ngọc Cẩn có sự kết hợp nhuần nhị giữa Nho học và Tây học. Ông chân nhận ảnh hưởng lâu đời của Trung Hoa lên văn chương nước ta. Vì thế, khi dạy về văn thơ An Nam, Hồ Ngọc Cẩn đã nói đến thất ngôn bát cú, thất ngôn tứ tuyệt, thơ ngũ ngôn hay phú cũng như tầm quan trọng của chữ Hán. Ngoài hai cuốn *Hán tự liệt ca* (1920) và *Hán tự qui giản* (1920), ông có chuyên mục *Hán tự nhập môn* trên *Nam Kỳ địa phận* với mục đích "dẫn học trò vào cửa trường Nho cho nắm đường lối" (Hồ Ngọc Cẩn, 1916, số 375, tr.199). Bên cạnh đó, ông còn dạy người ta cách là văn thơ bằng tiếng Pháp để bổ sung kiến thức cho nền văn Quốc ngữ. Đó là biểu hiện cho thấy tinh thần "liên hiệp", dung hòa của các tri thức trong nửa đầu thế kỉ XX.

So với các giáo trình cùng thời như *Quốc văn trích diễm* (1925) và *Văn học Việt Nam* (1939) của Dương Quảng Hàm, chúng tôi nhận ra các tác giả khác cũng dạy về niêm luật của từng thể loại, từ thơ, phú, văn tế cho đến văn sách, kinh nghĩa, v.v. nhưng đó là những bài giảng theo hướng phân tích tác phẩm. Chẳng hạn Dương Quảng Hàm dựa vào niêm luật để chỉ cho người học cách phân tích, diễn giải và phê bình văn chương trong khi Hồ Ngọc Cẩn nghiên cứu về phương pháp làm văn để dạy cho người học đường lối sáng tác. Vì vậy, Hồ Ngọc Cẩn thường dừng lại rất lâu ở phần lí thuyết để giảng giải cặn kẽ từng nguyên tắc trong mỗi thể loại, sau đó mới nêu đến ví dụ.

Thứ nữa, Hồ Ngọc Cẩn có thái độ bình đẳng giữa văn vần và văn xuôi. Xem xét *Văn chương An Nam*, chúng tôi nhận thấy ông dạy về văn xuôi trước rồi mới dạy sang văn vần và dung lượng của hai phần là như nhau. Hơn cả, ông đặc biệt quan tâm đến văn nghị luận và văn tự sự cũng như đã đề cập đến tiểu thuyết hiện đại. Trong khi đó, những giáo trình khác như *Việt Hán văn khảo* (1938) của Phan Kế Bính, *Việt Nam văn phạm* (1940) của Trần Trọng Kim, Phạm Duy Khiêm và Bùi Kỷ và *Việt thi* (1956) của Trần Trọng Kim hay hai cuốn sách đã nêu của Dương Quảng Hàm đều dành nhiều bút lực cho mảng văn vần, thậm chí đã lược qua văn xuôi hiện đại. Cụ thể, Phan Kế Bính có nhắc đến văn sách nhưng là thể văn sách làm theo lối Hán văn có đối đáp về thơ phú. Dương Quảng Hàm có nhắc đến thể loại truyện nhưng đó không phải là văn xuôi mà là những truyện thơ như *Truyện Kiều, Lục Vân Tiên*.

Ngoài ra, tuy có đề cập đến phương pháp làm văn nhưng đó không phải là nội dung chính của những giáo trình *Quốc văn trích diễm, Việt Hán văn khảo* hay *Việt Nam văn phạm*. Nói cách khác, ngoài phương pháp làm văn, các học giả khác còn quan tâm đến những vấn đề lí luận và phê bình văn học; trong khi phương pháp làm văn chính là tất cả trong sự nghiệp nghiên cứu của Hồ Ngọc Cẩn, là đối tượng quan trọng nhất mà Hồ Ngọc Cẩn tập trung tìm tòi và diễn giải. Điều này khiến cho những bài giảng của Hồ Ngọc Cẩn có được chiều sâu, tính tỉ mỉ, chi tiết mỗi khi ông trình bày về một thể loại văn học.

2.2. Yếu tố Công giáo trong ví dụ

Hầu hết những ví dụ được nêu trong các bài nghiên cứu của Hồ Ngọc Cẩn đều do chính ông sáng tác, lấy chủ đề từ giáo lí Công giáo. Khi dạy về thơ hòa vận, ông đã làm bài thơ *Cái gối*:

Thơ rằng:

Thủ bạ thờ người đã mấy lâu,
Nặng nề bao xiết chịu hai đầu.
Đạo tôi ngãi chủ hằng trên dưới,
Công tớ tình thầy vẫn trước sau.
Một giấc ngã nghiêng nơi bệ kín,
Năm anh lăn lóc giữa đêm sâu.
Dùng đời mặc thửa tình yêu mến,
Nào có nghe đâu nỡ phụ đâu.

Thơ đáp:

Nghĩ mình oan chịu cũng đã lâu,
Chơn gác mấy măn chẳng phải đầu.
Đạo Chúa ngãi tôi trên lộn dưới,
Tình thầy công thợ trước đem sau.
Sống đời lăn lóc theo vòng kín,
Chết đoạn ngã nghiên giữa vực sâu.
Ở thế gặp hay lòng phải mến,
Chớ rằng: quen đó nỡ tìm đâu.

Theo chú giải của tác giả, đây là cuộc đối đáp giữa một thầy Lương giáo và một thầy Công giáo. Thầy bên Lương mượn hình ảnh cái gối để nói về mình, tỏ ý đã thờ một đầu không thể bỏ tín ngưỡng mà thờ đấng khác. Thầy kia cũng dùng chính hình ảnh cái gối, nói chuyện gối dùng để tựa đầu nhưng lầm lẫn cho chân gác thì nay phải biết quay lại con đường chân thật và đúng đắn. Hay trong bài thơ *Ở thế có ai sinh* để minh hoa cho lối thơ hòa vận được sáng tác dưới dạng thơ ngũ ngôn, ông viết: *"Người đời có Chúa sinh/ Thờ Chúa mới phỉ tình/ Gởi thế tu nhân đức. Về trời hưởng phúc vinh"*.

Tương tự như khi bàn về vãn, phú và văn tế, Hồ Ngọc Cẩn đưa ví dụ về những bài kính cha này, Thánh nọ đều do ông chấp bút. Trong phần văn xuôi và nhất là văn nghị luận, Hồ Ngọc Cẩn cũng thường đưa vào ví dụ của mình nhiều yếu tố tôn giáo, nhắc đến quan niệm sự sống đời sau và có ý khuyên răn người đọc phải cố gắng trau dồi đức hạnh. Vì những bài văn mẫu này do Hồ Ngọc Cẩn tự sáng tác nên nói như Thanh Lãng, chúng "đơn sơ, dễ hiểu, thuần túy nôm na, không có chữ Hán không có điển tích" (Thanh Lãng, 1967b, tr.353). Người học dựa vào đó sẽ dễ dàng tiếp thu những điều tác giả muốn truyền đạt. Thanh Lãng cũng đánh giá nhiều bài luận, bài ca vè và kể chuyện của Hồ Ngọc Cẩn "không thua gì các truyện của Nguyễn Bá Học, các bài luận của Phan Kế Bính, các bài vè của Nguyễn Khắc Hiếu" và đặc biệt chúng đề cập đến thể tài tôn giáo, một thể tài mới mẻ (Thanh Lãng, 1967b, tr.353).

2.3. Cách diễn đạt và trình bày

Mặc dù ông đã thừa hưởng sự giáo dục mang đậm chất Tây phương trong những năm sinh hoạt tại chủng viện, Hồ Ngọc Cẩn đã thể hiện rõ tinh thần cổ điển, giáo điều và truyền thống. Chúng tôi cho rằng, việc tiếp xúc với Nho học từ khi còn bé đã ảnh hưởng sâu sắc đến tư tưởng sau này của tác giả.

Về kết cấu, có thể nói những công trình nghiên cứu của Hồ Ngọc Cẩn đều được trình bày có lớp lang và thứ tự rõ ràng. Ông luôn viết theo lối diễn dịch; chia vấn đề thành từng phần, từng ý nhỏ và qui chúng về dạng hỏi đáp. Trong mỗi vấn đề, câu hỏi sau sẽ chạm đến những kiến thức chi tiết hơn câu hỏi trước, giúp làm rõ, bổ sung hoặc mở rộng câu trước. Xem chuyên mục *Thi phú*, người đọc sẽ bắt gặp một loạt những câu hỏi "vãn là gì, thơ là gì, phú là gì, văn tế là gì, các vận hòa nhau như thế nào, có mấy thứ vãn, mấy thứ thơ phú và văn tế, vãn này đặt làm sao, thơ kia đặt thế nào, v.v". Hay trong *Giáo tập hành văn*, Hồ Ngọc Cẩn lần lượt trả lời các câu hỏi "bài luận là gì, phải làm bài luận làm sao, đề bài và dàn bài là gì, lí sự phải tìm ở đâu, v.v".

Cách trình bày này đã làm nên màu sắc riêng của Hồ Ngọc Cẩn. Về sau, khi biên soạn các sách *Văn chương An Nam, Phép lịch sự An Nam,* v.v. ông đều trình bày như thế. Chúng tôi cho rằng hình thức hỏi đáp là một cách trình bày quen thuộc đối với sách vở trong Nhà thờ và điều này đã ảnh hưởng đến phong cách viết của Hồ Ngọc Cẩn. Quả vậy, sách giáo lí *Bổn đồng ấu* do ông biên soạn đã được trình bày bằng những câu hỏi đáp, với mục đích giúp người học dễ thuộc lòng. Xem xét các sách giáo lí từ xưa đến nay, chúng tôi cũng nhận ra điều tương tự.

Về văn phong, không quá lời khi xếp Hồ Ngọc Cẩn vào hàng ngũ các tác giả mang nặng tinh thần cổ điển bởi thái độ rất trọng lời văn. Hồ Ngọc Cẩn ưu viết lối văn biền ngẫu. Những câu văn có âm hưởng nhịp nhàng, đối đáp về thanh điệu lẫn ý tứ đã trở thành những ví dụ tường minh cho lời dạy của Hồ Ngọc Cẩn. Nhắc đến đây, chúng tôi lại nhớ đến qui tắc phân chia thể loại văn học của ông. Trong khi các giáo trình khác như Việt Hán văn khảo, Văn học Việt Nam hay Việt Nam văn phạm đều chia ra văn vần, văn xuôi và văn không vần nhưng đối còn gọi là biền văn; Hồ Ngọc Cẩn chỉ phân loại văn vần và văn xuôi bởi ông quan niệm văn biền ngẫu là một xu hướng viết chứ không phải một thể loại.

Sử dụng nhiều hình ảnh so sánh và liên tưởng cũng là một dấu ấn đặc sắc nơi ngòi bút Hồ Ngọc Cẩn. Lời văn giàu hình ảnh từ xưa đến nay phải kể đến nhiều học giả. So với Phan Kế Bính hay Ôn Như Nguyễn Văn Ngọc, Hồ Ngọc Cẩn có lối liên tưởng vô cùng bình dị, gần gũi và dễ hiểu. Chính điều này làm cho trang viết của ông trở nên ấn tượng. Có khi, ông ví chuyện làm văn giống như chuyện nấu nướng: "Kẻ làm bài cũng như người kho nấu, biết chế vị gia màu thì ăn ngon miệng, cũng một lẽ ấy, biết nói phô hoa mĩ, thì cũng nghe êm tai" (số 423, tr.152) hay "Sách vở không có văn chương tợ đồ ăn không có gia vị" (số 771, tr.814).

Văn phong giàu liên tưởng không chỉ xuất hiện trong các nghiên cứu mà còn đi vào nhiều sáng tác của Hồ Ngọc Cẩn. Đọc văn nghị luận của ông, ta hiểu vì sao tác giả không cần lên gân, nhấn giọng nhưng cũng đủ tạo nên sức thuyết phục. Đó là bởi ông đã khéo léo dẫn vào những hình ảnh so sánh rất đời thực, từ chuyện thưởng thức các món ăn cho đến chuyện sinh hoạt thường ngày, để làm rõ những vấn đề vốn dĩ rất hàn lâm. Chính vì thế, không chỉ có trí thức mà người bình dân đọc văn của Hồ Ngọc Cẩn cũng thấm thía ít nhiều.

Một đặc điểm khác dễ dàng nhận ra trong văn phong của Hồ Ngọc Cẩn chính là sự khiêm tốn. Mở đầu *Văn chương giáo thức*, ông viết: "Rừng nho khó dạo, biển thánh khôn dò; dám đâu biện bạch tinh thô, huống lựa phân trần biển lí" (số 771, tr.814). Hồ Ngọc Cẩn thường gọi trang viết của mình là "lời quê kệch", là "ngọn bút vi hàn" hay tâm tình của kẻ bấy lâu "chịu tiếng hành tàng". Dù không ít lần tác giả xưng tôi trong bài viết, bày tỏ nhiều quan điểm cá nhân, những so sánh rất cá tính nhưng phải chân nhận rằng cái tôi cá nhân của ông vẫn xuất hiện trong tư thế khiêm cung, giống với các nhà Nho thời trung đại. Điều này góp phần khẳng định màu sắc cổ điển trong văn phong của Hồ Ngọc Cẩn.

Về ngôn ngữ, trang viết của Hồ Ngọc Cẩn có sự xuất hiện các từ Hán Việt nhưng không nhiều vì ông cho rằng tiếng Việt cũng phong phú chẳng kém trong việc diễn đạt tình ý. Tuy nhiên, tác giả hay sử dụng các thành ngữ Hán Việt, mở đầu chuyên mục *Thi phú*, ông có nhắc đến câu "Thi giả tự nhiên sanh, văn giả tự nhiên tập nhi thành" và "Nghệ năng sở sử" để khẳng định thơ phú không chỉ là năng khiếu trời cho mà là cái nghề có thể trau dồi, tập luyện (số 234, tr.511). Hay trong Văn chương giáo thức, tác giả mượn câu: "Tam nhơn đồng hành, tất hữu ngã sư yên" và câu "Học sư bất như học hữu" để nói đến bản chất và vai trò của người thầy (Hồ Ngọc Cẩn, 1924, số 772, tr.10).

Bên cạnh đó, Hồ Ngọc Cẩn hay dùng những từ cổ mà nay không còn xuất hiện hoặc ít xuất hiện. Thay vì nói "chẳng mấy kẻ muốn ngâm", tác giả lại nói "nõ mấy kẻ muốn ngâm". Theo Từ điển tiếng Việt, "nõ" cũng có nghĩa là "chẳng" (Hoàng Phê và các tác giả khác, 2003, tr.731). Hay từ "bát cạy" mà chúng ta xem trong bài luận về cái lưỡi, Từ điển tiếng Việt định nghĩa "bát là lái thuyền sang phải bằng mái chèo hoặc bánh lái", "cạy là lái thuyền sang trái bằng mái chèo hoặc bánh lái" (Hoàng Phê và các tác giả khác, 2003, tr.42). Điều này làm cho người đọc thời nay gặp khó khăn khi tiếp cận với những bài viết của Hồ Ngọc Cẩn.

Một đặc điểm khác trong ngôn ngữ Hồ Ngọc Cẩn chính là sự xuất hiện của nhiều từ tiếng Pháp không kèm dịch nghĩa. Trong *Giáo tập hành văn,* ông viết: "Có kẻ gặp đặng nhiều idées mà nói không hay thì cũng thua người biết ít lí sự mà nói phô đắc hoạch" (Hồ Ngọc Cẩn, 1917, số 423, tr.152). Hay khi bàn về phương thức tìm lí lẽ, tác giả sử dụng trực tiếp các từ tiếng Pháp như "définition, circonstance, cause, effect" (Hồ Ngọc Cẩn, 1917, số 422, tr.106). Có thể nói, việc viết nguyên âm từ tiếng Pháp mà không dịch nghĩa là hiện tượng phổ biến ở Nam Bộ giai đoạn nửa đầu thế kỉ XX. Trong công trình Hồ sơ về Lục châu học, Nguyễn Văn Trung (2015) từng nhận định: "Riêng về từ, lời nói thường dùng từ nôm na bình dân, nhưng cũng có thể dùng nhiều từ Hán Việt, kể cả câu xuôi của chữ Nho mà người trí thức thời đó khi nói vẫn quen dùng nên khi viết cũng cứ để nguyên như vậy. Đến khi tiếp xúc với văn hóa Pháp, đôi khi nói cũng pha tiếng Pháp, thì khi viết cũng viết như khi nói, không dịch ra" (chương 7, phần Văn xuôi).

Như vậy, người đọc thời nay sẽ cảm thấy khó hiểu trong khi đây chính là một thói quen ngôn ngữ của độc giả, nhất là độc giả Nam Bộ bấy giờ. Không riêng Nam Bộ là nơi có sự giao lưu, ảnh hưởng sâu đậm của văn hóa và ngôn ngữ Pháp, bản thân tác giả Hồ Ngọc Cẩn cũng đã tiếp xúc lâu dài với nền giáo dục phương Tây. Những từ tiếng Pháp có đủ lí do khách quan và chủ quan để xuất hiện một cách tự nhiên trong trang viết của ông.

2.4. Thái độ không can dự chính trị

Từ ba thập niên đầu của thế kỉ XX, văn học nghệ thuật nỗ lực từng bước để thoát khỏi ảnh hưởng của chính trị. Tuy nhiên, đời sống xã hội đầy biến động đã trở thành mảnh đất màu mỡ cho những cuộc tranh luận về văn hóa, về chữ quốc ngữ hay về tư duy giữa Nho học với Tây học. Trong *Bảng lược đồ văn học Việt Nam*, Thanh Lãng cũng có nhắc đến hai "vụ án" lớn diễn ra giai đoạn này, một là cuộc tranh luận về chữ Hán do kí giả Nam Kì Ng. H. V. khai chiến với chủ bút tờ Nam Phong, hai là cuộc tranh luận về Truyện Kiều từ năm 1924 đến năm 1934 (Thanh Lãng, 1967b, tr.354). Những cuộc bút chiến ấy âu cũng vì mục đích lớn lao là ý thức dân tộc, vấn đề luôn đau đáu nơi tâm thức của những người mất nước. Lại cũng có nhiều học giả với đời sống văn học cực kì sôi nổi từ làm báo, viết văn, tham gia tranh luận nhằm mượn con đường văn hóa để thực hiện hoài bão về chính trị như Nguyễn Văn Vĩnh hay Phạm Quỳnh.

Trong khi đó, Hồ Ngọc Cẩn hầu như không tham dự vào các cuộc bút chiến, mà tập trung vào những bài khảo luận về cách viết, về niêm luật của văn chương. Tác giả cũng viết văn nghị luận nhưng nội dung xoay quanh vấn đề đạo đức nói chung, khuyên người ta về cách đối nhân xử thế hay giải nghĩa một câu phương ngôn. Có thể nói, Hồ Ngọc Cẩn đã có một sự nghiệp nghiên cứu văn học bình yên và thầm lặng. Dường như cũng vì vậy mà ít người biết đến ông cùng những công trình của ông; bởi các cuộc bút chiến hay cách viết bộc lộ rõ tư tưởng chính trị và ý thức dân tộc luôn có sức hút hơn vào lúc bấy giờ. Tuy nhiên, chúng tôi cho rằng Hồ Ngọc Cẩn chủ ý chọn cho mình một hướng đi riêng, đó là quan tâm đến giáo dục văn chương. Tâm tình dành cho đất nước và dân tộc của ông cũng đã gửi gắm hết vào những công trình này. Trong *Văn chương giáo thức*, Hồ Ngọc Cẩn (1923) nhận định: "Vậy thầy nào biết xét cho cùng, thì chẳng dám khinh phiêu văn chương quốc ngữ; vì dẫu dạy tiếng nào mặc lòng cũng có khi phải dịch ra tiếng bổn quốc, song nếu văn chương bổn quốc không minh, thì dịch sao cho xuôi câu gọn tiếng... Vì đó mà rằng: cần phải học văn chương quốc ngữ" (số 771, tr.815).

Không can dự đến chính trị nhưng ngòi bút của ông thường trăn trở về tầm quan trọng của việc dạy và học văn quốc ngữ, như một cách để hiểu hơn và yêu thêm tiếng nói dân tộc. Vì vậy, dù không thấy ông thể hiện rõ quan điểm chính trị trên trang viết, nhưng chúng ta vẫn hiểu tấm lòng mà tác giả dành cho dân tộc, cộng đồng người mà Hồ Ngọc Cẩn gọi bằng cái tên An Nam với tất cả niềm tự hào về tiếng nói, phong tục và văn chương.

Có thể xem thái độ không can dự chính trị là ưu điểm trong sự nghiệp nghiên cứu của Hồ Ngọc Cẩn. Bởi lẽ, ngoài vai trò của một nhà nghiên cứu, tác giả cầm bút giữa đời với tư cách của một tu sĩ, một vị giám mục. Từ cuối thế kỉ XIX, có nhiều linh mục và các giáo hữu Công giáo đã cộng tác với thực dân Pháp, như linh mục Phêrô Trần Lục, ông Tôn Thọ Tường, ông Trần Bá Lộc. Chưa xét đến mục đích, nhưng những ai thân Pháp đều bị nhân dân chỉ trích mạnh mẽ. Trong hoàn cảnh rối ren của xã hội Việt Nam đầu thế kỉ XX, nhiều trí thức yêu nước cũng phải mang lấy hai tiếng "Việt gian" vì đã ca ngợi sức mạnh của Tây học, cụ thể là Pháp trong công cuộc thoát khỏi ảnh hưởng Trung Hoa. Vì thế, quan điểm trung lập về chính trị, chỉ quan tâm đến giáo dục, văn hóa và đạo đức đã mang lại cho Hồ Ngọc Cẩn một đời sống bình yên, cả mặt đạo lẫn mặt đời để vừa lo việc tu tập, vừa chuyên tâm nghiên cứu.

3. PHƯƠNG PHÁP NGHIÊN CỨU CỦA HỒ NGỌC CẨN

Trong các bài nghiên cứu của Hồ Ngọc Cẩn, chúng tôi nhận thấy tác giả chịu ảnh hưởng cả phương Đông lẫn phương Tây, nổi bật nhất với ba phương pháp gồm phương pháp phê bình truyền thống, phương pháp nghiên cứu văn hóa – lịch sử và tu từ học.

3.1. Phương pháp phê bình truyền thống

Nhìn lại giai đoạn nửa đầu thế kỉ XX, từ những tên tuổi như Trương Vĩnh Kí, Nguyễn Trọng Quản, sau đó là Nguyễn Văn Vĩnh, Phạm Quỳnh cho đến Thiếu Sơn, Hoài Thanh, Đặng Thai Mai, Kiều Thanh Quế, v.v phê bình văn học Việt Nam có cơ hội phát triển liên tục với đa xu hướng. Trong đó, phê bình truyền thống được xem là một trong những xu hướng chính. Mang tinh thần của mĩ học phương Đông và qui phạm từ văn học Trung Hoa, phê bình truyền thống đi giữa hai cực, một là chú ý đến kĩ thuật viết và niêm luật chặt chẽ của tác phẩm; hai là quan niệm văn dĩ tải đạo.

Hai đặc điểm này đã trở đi trở lại trong sự nghiệp nghiên cứu của Hồ Ngọc Cẩn. Trước nhất, ông quan tâm đến cách viết, cách đặt câu và sắp tiếng thế nào để có được một áng văn hay. Đọc lại *Giáo tập hành văn*, các qui tắc mà Hồ Ngọc Cẩn đề ra chính là các tiêu chí để đánh giá một câu văn hay, một lời nói tốt. Những tiêu chí này gần với ý kiến văn hay là văn sử dụng đúng các phương tiện ngôn ngữ, chuẩn về ngữ âm, ngữ pháp cũng như đúng với phong cách và ý định của người viết (Đinh Trọng Lạc & Nguyễn Thái Hòa, 2013, tr.30). Bên cạnh đó, tuy không có những công trình phê bình cụ thể về một tác phẩm hay một nhà văn như Phan Kế Bính hoặc Dương Quảng Hàm đã thực hiện, nhưng Hồ Ngọc Cẩn đã có công hệ thống lại niêm luật của từng thể loại từ câu đối cho đến vãn vè, thơ phú, văn tế và tuồng, chứng tỏ ông là nhà nghiên cứu tôn trọng nguyên tắc gieo vần, đối đáp nói riêng và tôn trọng những luật lệ trong văn chương nói chung.

Có lẽ, cũng vì lí do này mà khi dạy về tuồng hát trên tuần báo *Nam Kỳ địa phận*, tác giả đã có ý phê bình gay gắt những vở tuồng được sáng tác theo lối mới: "Đời nay thiên hạ có bày tuồng hát kiểu nói nôm na, không văn hoa đối đáp; chỉ nói đơn sơ như cách nói chuyện, ví dụ như tuồng Cha Minh, tuồng Thương khó, v.v. song chính kiểu tuồng thói nước ta dùng bấy lâu nay, thì chẳng phải đặt cách thể ấy đâu (Hồ Ngọc Cẩn, 1914, số 302, tr.679). Hồ Ngọc Cẩn cũng viết vở *Tuồng Bảy mối*. Dù chưa được tiếp cận với tác phẩm, nhưng dựa trên quan niệm của tác giả, chúng tôi đoán định rằng đây là vở tuồng được viết theo lối cũ với năm cung hát và ba vai nói chặt chẽ.

Không chỉ chú trọng về niêm luật, phê bình truyền thống vốn dĩ đề cao chức năng giáo dục của văn học. Nói cách khác, thông qua phương pháp này, nhà phê bình hay nhà nghiên cứu sẽ nhìn văn học từ lăng kính đạo đức. Đặc điểm này khi đối diện với tư cách của một cha đạo, một thầy giáo của Hồ Ngọc Cẩn càng phát huy sức ảnh hưởng mạnh mẽ. Ông cho rằng văn chương phải nói những chuyện tao nhã: "Sách tiểu thuyết đời này không thiếu, song lắm chuyện tà nguyệt dâm phong. Con nhà giáo hóa phải lo giữ dè đừng đọc mấy truyện đó mà nguy" (Hồ Ngọc Cẩn, 1933, tr.38). Tương tự khi nhận xét về Truyện Kiều hay Lục Vân Tiên trên Nam Kì Địa Phận, ông đã chỉ trích nặng nề: "Còn văn Kim Vân Kiều và Vân Tiên kiểu nói cách đặt cũng hay lắm; song nói việc nam nữ ân tình, v.v. Cho nên thà đừng tìm văn hoa đó thì hơn, kẻo trí tìm văn hoa, mà lòng gặp nguyệt hoa chăng" (Hồ Ngọc Cẩn, 1914, số 262, tr.43).

3.2. Phương pháp nghiên cứu văn hóa – lịch sử

Đầu thế kỉ XX, với xu hướng tiếp nhận và áp dụng các lí thuyết phương Tây trong nghiên cứu và phê bình văn học Việt Nam, trường phái văn hóa – lịch sử gắn với tên tuổi của Hippolyte Taine (1828 – 1893) đã trở nên thông dụng với nhiều học giả. Trong công trình Mối quan hệ giữa văn hóa và văn học (Đỗ Thị Minh Thúy, 1997), tác giả đã chỉ ra H. Taine là người đặt vấn đề nghiên cứu văn học trong bối cảnh văn hóa, xã hội và tiến trình lịch sử từ rất sớm; nhưng ông không gọi là văn hóa mà sử dụng ba khái niệm chủng tộc, môi trường và thời điểm để lí giải sự ra đời của văn học (tr.101).

Từ diễn giải của tác giả Đỗ Thị Minh Thúy (1997, tr.101-102), chúng tôi nhận thấy có ba điểm đáng chú ý trong phương pháp nghiên cứu văn hóa – lịch sử. Thứ nhất, H. Tain đã đề cập đến yếu tố tộc người và những ảnh hưởng của nó trong việc hình thành đặc điểm của chủ thể sáng tạo văn học; thứ hai, nhà phê bình người Pháp đã chỉ ra tác động của hoàn cảnh địa lí, hoàn cảnh chính trị, tôn giáo, thể chế xã hội đối với đời sống tinh thần của một dân tộc; thứ ba ông chú ý đến vấn đề kế thừa và sáng tạo, mỗi thời điểm sẽ có những dấu ấn riêng và câu hỏi được đặt ra rằng liệu có một nền văn học nào sinh ra từ trang giấy trắng mà không phải tiếp thu những thành tựu đã có sẵn trong tiến trình lịch sử.

Trở lại với Hồ Ngọc Cẩn, mặc dù không tuyên bố bản thân chịu ảnh hưởng bởi lí thuyết nào nhưng ta có thể tìm thấy phương pháp nghiên cứu văn hóa – lịch sử thể hiện qua quan điểm về văn chương bản xứ của ông. Trong *Văn chương giáo thức*, Hồ Ngọc Cẩn (1924) từng phê phán ý nghĩ "văn chương nào cũng đồng cốt cách, hễ thông văn chương này, ắt cũng thạo văn chương khác". Bởi lẽ, tuy bài văn nào cũng có khai, thừa, chuyển, hiệp, ngày nay nói gọi là mở, thân, kết nhưng mẹo ngôn ngữ của mỗi xứ sở là khác nhau và tác giả kết luận xứ An Nam có văn chương An Nam với những ý vị thâm trầm riêng.

Hay trong *Văn chương An Nam*, Hồ Ngọc Cẩn dành một phần nội dung để bàn đến gốc tích của tiếng và chữ viết dân tộc, từ đó tìm hiểu về lịch sử văn chương bản xứ. Trước hết, ông là nhà nghiên cứu đã đề cập đến nguồn gốc của người Việt và xem đó như cơ sở để lí giải sự phong phú trong vốn liếng tiếng nói của dân tộc: "Muốn biết gốc tích tiếng An Nam thì phải biết nguyên xưa người An Nam bởi đâu mà đến, ban đầu mới đến ở chung ở lộn với dân nào" (Hồ Ngọc Cẩn, 1933, tr.159).

Thứ nữa, khi lí giải về sự hình thành và phát triển của văn học dân tộc, Hồ Ngọc Cẩn luôn nhắc đến mối quan hệ với Trung Hoa và lịch sử 1000 năm Bắc thuộc. Ông phân ra từng thời kì, trước khi thuộc quyền Trung Hoa cai trị, nước ta đã có nền văn học riêng gồm những bài vè, ca dao, phương ngôn, tục ngữ v.v. và sau đó là sự xuất hiện của Hán văn khi có sự giao lưu, tiếp xúc với thế lực phương Bắc: "Từ đời Trần Nhân Tôn trở lên cho đến đời nội thuộc chắc là đã có Hán văn vì kể từ đời Tam quốc (42-544) thì An Nam ta đã có quan thái thú tên là Sĩ Nhiếp mở mang sự học hành. Lại khi ấy cũng có ông Trương Trọng, ông Lí Tiến và Lí Cầm đi du học bên Tàu, thế tất cũng thông thạo Hán văn" (Hồ Ngọc Cẩn, 1933, tr.129).

Tác giả chân nhận văn học Việt Nam đã chịu ảnh hưởng văn học Trung Hoa không ít; những thể loại ngũ ngôn tứ tuyệt, ngũ ngôn bát cú, thất ngôn tứ tuyệt, thất ngôn bát cú, cùng văn phú, văn tế đều làm theo kiểu Hán văn với niêm luật được qui định sẵn. Sang đến văn học Quốc ngữ, tác giả cho thấy sự giao lưu ngôn ngữ với Pháp đã thêm vào vốn từ vựng của dân tộc những tiếng mới, cách nói mới và đặc biệt là sự xuất hiện của báo chí Quốc ngữ đã làm cho văn chương nước nhà sang trang: "Quốc văn kim thời thịnh hành từ khi có các báo Quốc ngữ xuất bản như Đồng Văn Nhật Báo, Đông Dương Tạp Chí, Trung Bắc Tân Văn, Lục Tỉnh Tân Văn, Nam Phong Tạp Chí, v.v." (Hồ Ngọc Cẩn, 1933, tr.132).

Từ điểm nhìn văn hóa – lịch sử, Hồ Ngọc Cẩn đặt văn học vào bối cảnh xã hội rộng lớn để thấy được những ảnh hưởng của chính trị, văn hóa hay tư tưởng thời đại đối với xu hướng phát triển của văn học. Điều đáng mừng mà ông nhận ra chính là người ta đã bắt đầu quan tâm đến sự phát triển của văn học bản xứ, trong nhà trường cũng như ngoài xã hội: "Mừng cho đời nay các trường đã có nghĩ đến văn chương An Nam, đã có chỉ định thầy riêng mà dạy về văn quốc ngữ; khi đi thi cũng có một bài về môn ấy. Trông cậy một mai văn chương An Nam cũng trội" (Hồ Ngọc Cẩn, 1924, số 772, tr.10).

3.3. Phương pháp tu từ học

Nếu phê bình truyền thống mang đậm mĩ học phương Đông; nghiên cứu văn hóa – lịch sử là kiến thức Tây học thì tu từ học chính là sự kết hợp của hai luồng tư tưởng Đông – Tây. Bởi lẽ, tu từ học chi phối các công trình nghiên cứu của Hồ Ngọc Cẩn là tu từ học cổ điển, đã xuất hiện ở Trung Hoa và Hy Lạp La Mã thời kì cổ đại.

Trong Đề cương bài giảng về Phong cách học, Nguyễn Nguyên Trứ đã chỉ ra "tu từ" là hai tiếng thông dụng ở phương Đông, chẳng hạn như câu "Tu từ lập kì thành" trong Kinh Dịch hay câu: "Thuyết lí chi từ bất khả bất tu" đã trở thành câu nói quen thuộc của các Nho sĩ (Nguyễn Thế Truyền, 2013, tr.11). Lại nói về phương Tây, trong công trình Phong cách học và đặc điểm tu từ Tiếng Việt, Cù Đình Tú (2001) khẳng định: "Vào khoảng những năm từ 400 đến 300 trước Công nguyên, một số triết gia Hy Lạp như Platon (428 – 347), Democrite (460 – 370), Aristote (384 – 322) đã hình thành nên một môn học được đặt tên là "Rhêtorikê" – Mĩ từ pháp" (tr.11).

Cũng theo Cù Đình Tú (2001), nội dung của tu từ học cổ điển gồm có: a) Các phép mĩ từ trong diễn đạt; b) Ba phong cách diễn đạt; c) Kết cấu theo trình tự nhập đề, phân tích, khẳng định, phản bác và kết luận trong một bài văn (tr.11-12). Xem xét khái niệm "kiểu nói" đã xuất hiện trong chuyên mục Giáo tập hành văn số 423, về sau lại được giải thích rõ trong tập sách *Văn chương An Nam* chúng tôi chân nhận tác giả đã sử dụng các đặc điểm của tu từ học cổ điển trong nghiên cứu.

Hồ Ngọc Cẩn (1933) định nghĩa: "Kiểu nói (Style) là cách tỏ tâm tình ý tứ ra trong lời nói, hoặc tỏ ra cách đơn sơ tầm thường hay là cách sao sang hoa mĩ. Bởi đó nên quen phân kiểu nói ra ba thứ, là: kiểu nói đơn sơ là khi nói cách tầm thường chơn chất, chẳng trau chuốt gì trong lời nói. Kiểu nói văn hoa là khi dùng những tiếng kinh lịch, những ý tứ lắt léo, những cách nói bóng bẩy. Kiểu nói đại thể là khi dùng những tiếng cao sang khí tượng, ý tứ mặn nồng, lời nói mạnh mẽ" (tr.5-6).

Trong chuyên ngành ngôn ngữ học, "style" được dịch là phong cách. Nhưng trước khi khái niệm phong cách học ra đời, ở phương Đông đã có thuật ngữ tu từ hay phương Tây đã sử dụng thuật ngữ mĩ từ pháp (Rhétorica). Thực chất, khái niệm "kiểu nói" mà Hồ Ngọc Cẩn sử dụng có nội hàm rất gần gũi với khái niệm "mĩ từ pháp", tức là tu từ học cổ điển. Bởi nó thiên về hình thức bóng bẩy trong việc sử dụng ngôn ngữ để đạt được hiệu quả thẩm mĩ, thuộc về phạm vi ngôn ngữ văn chương. Ba kiểu nói mà Hồ Ngọc Cẩn phân chia cũng gần như tương đồng với ba phong cách diễn đạt mà nhà thơ La Mã cổ đại Virgile đề xuất: phong cách giản dị (simple); phong cách trung bình (tempéré) và phong cách cao quý (noble). Cũng như, tương ứng với kết cấu nhập đề, phân tích, khẳng định, phản bác và kết luận mà tu từ học cổ điển chủ trương, Hồ Ngọc Cẩn cũng nhắc đến về bốn phần khai, thừa, chuyển, hiệp cần có trong một bài văn.

Nói một cách khái lược, tu từ học là hệ thống những thủ pháp để viết hữu hiệu. Dựa vào tu từ học, những bài giảng của Hồ Ngọc Cẩn bao giờ cũng chủ ý trang bị cho người viết về thủ pháp. Để viết văn hay tác giả cho rằng: "Kiểu nói hay chẳng lựa là tìm tiếng văn hoa, một nói cho xuôi xắn: xuôi chẳng phải là xuôi lối xuôi vần, song là xuôi tiếng, đừng có trúc trắc khó nghe khó đọc. Song muốn cho bài càng nổi càng hay thì nên giặm lẹ văn hoa đối đáp... (Hồ Ngọc Cẩn, 1917, số 423, tr.152-153).

Mặt khác, chúng ta nhận ra tu từ học với ý thức về quyền năng của lời đã định hướng cho các nhà nghiên cứu, phê bình tìm đến văn bản. Từ đây, ta hiểu vì sao Hồ Ngọc Cẩn thường phân tích luật thơ và qui cách viết văn trên những ví dụ do chính mình sáng tác. Điều này giúp ông có thể bỏ qua hoàn cảnh ra đời của tác phẩm mà trực tiếp chỉ ra những thủ pháp đã được sử dụng.

Phương pháp tu từ học còn cho phép người viết tiến hành thao tác thử nghiệm, nghĩa là "cân nhắc, lựa chọn các phương tiện ngôn ngữ để diễn đạt được tốt nhất" (Đinh Trọng Lạc, 2013, tr.291). Đó là lí do Hồ Ngọc Cẩn luôn nhấn mạnh đến tính công phu của ngòi bút, đòi hỏi người viết phải tập trung cao độ trong việc dụng từ, nên nói thế này hay nói thế khác. Thử nghiệm tu từ học khi đi qua lăng kính đạo đức của Hồ Ngọc Cẩn đã cho ra những tiêu chí cần thiết khi lựa chọn từ ngữ và câu cú. Ta có thể thấy rõ điều này trong phần tác giả dạy cách viết thư. Hồ Ngọc Cẩn (1924) nhận định: "Khi nói chuyện thì phải tùy theo kẻ mà lựa lời nói cho xứng hợp, thì khi viết thư cũng phải lo điều ấy hơn" (số 800, tr.457)

Tuy nhiên, đối với tu từ học cổ điển, thủ pháp đã trở thành giáo điều buộc người viết phải tuân theo quan niệm "thuật nhi bất tác". Trong nghiên cứu và phê bình, các học giả chịu ảnh hưởng bởi phương pháp này thường thiên về những giá trị ngàn đời, những mô thức vĩnh cửu. Hồ Ngọc Cẩn cũng không ngoại lệ. Khi dạy cách làm vãn lục bát, ông có ý phê bình hai câu: "Mẹ đói con bú như cào/ Như sắn như móc như đào ruột ra" trong bài vè của cụ Sáu, tức linh mục Trần Lục vì đặt tiếng thứ hai và tiếng thứ tư là thanh trắc. Tương tự, ông đã phê bình những tuồng cải cách theo lối văn xuôi như tuồng Thương khó của Đức cha Nguyễn Bá Tòng hay nhiều vở tuồng khác của tác giả Lê Văn Đức. Bởi những vở tuồng này không giữ các thủ pháp của tuồng hát An Nam xưa, viết theo lối văn vần, có vai nói và các cung hát kèm theo.

Nhìn chung, Hồ Ngọc Cẩn là nhà nghiên cứu tài hoa, uyên áo với những phương pháp có sự gặp gỡ, bổ sung lẫn nhau giữa hai nền văn hóa, hai nền tư tưởng Đông và Tây. Nói đúng hơn, ông vừa tiếp cận đối tượng nghiên cứu bằng lối ấn tượng chủ quan, vừa chịu ảnh hưởng bởi những phương pháp phê bình khoa học, trong đó có trường phái văn hóa – lịch sử và tu từ học là những cơ sở lí thuyết mang tính khách quan. Chúng tôi cho rằng, tìm hiểu về phương pháp nghiên cứu của Hồ Ngọc Cẩn là một thao tác quan trọng, góp phần khẳng định chất lượng của những công trình do ông chấp bút, đồng thời khẳng định vai trò và đóng góp của tác giả trên diễn đàn văn học Việt Nam.

3.4. Hạn chế

Ngoài việc chỉ ra những đóng góp của Hồ Ngọc Cẩn trong lĩnh vực nghiên cứu văn chương, chúng tôi cũng không phủ nhận những hạn chế của ông. Trước nhất là quy cách trình bày. Tác giả không trình bày thành đoạn văn, bài văn với luận điểm, luận cứ mà viết dưới dạng hỏi đáp. Đây là hình thức trình bày phổ biến trong các sách giáo lí Công giáo, nhằm truyền đạt nội dung ngắn gọn, mang tính chất thuộc lòng. Hồ Ngọc Cẩn đã chịu ảnh hưởng bởi cách trình bày này vì có lẽ ông thường tiếp xúc với sách vở trong Nhà thờ. Tuy nhiên, khi áp dụng cho kiến thức văn học mang tính chất lí luận, đôi khi những câu hỏi sẽ làm cho việc diễn giải một vấn đề trở nên rời rạc. Không chỉ xuất hiện trên các bài báo, lối viết này đã đi theo Hồ Ngọc Cẩn trong hầu hết những cuốn sách khảo cứu và tu đức. Cho nên, nhận xét về sách của ông,

Thanh Lãng (1967b) từng có lời: "Sách soạn rất công phu, nhưng phải cái tội phân chia thành đoạn, thành điều quá ư tỉ mỉ, vụn vặt. Đặc biệt là từ đầu đến cuối sách cách trình bày đều đặt thành câu hỏi câu thưa chứ không có những bài nghiên cứu dài dòng" (tr.351).

Sau nữa chính là quan niệm bảo thủ và giáo điều vừa là đặc điểm phong cách nhưng cũng là hạn chế của Hồ Ngọc Cẩn trong việc đánh giá và phê bình tác phẩm. Trong *Văn chương giáo thức*, tác giả từng quan niệm vô cùng gay gắt về việc nam nữ trao đổi thư từ: "Sau nữa khi nam nữ viết thơ cho nhau bởi việc gì cần, thì càng phải viết cho nghiêm trang, vắn tắt, chớ viết lời tỏ tình yểu điệu pha trò, kẻo chẳng xứng con nhà lễ nghĩa. (Hồ Ngọc Cẩn, 1924, số 800, tr.458).

Ngoài chuyện thư từ, ông cũng bày tỏ thái độ gay gắt với những tác phẩm như *Truyện Kiều* hay *Lục Vân Tiên*, xem đó là những tác phẩm hay về hình thức nhưng không "đẹp" về nội dung vì có đề cập đến chuyện nam nữ luyến ái. Khi biên soạn cuốn *Văn chương An Nam*, Hồ Ngọc Cẩn cũng bày tỏ quan niệm tương tự khi nói về tiểu thuyết hiện đại. Theo đó, ông lưu ý độc giả không nên tìm đọc những tác phẩm có nội dung "tà nguyệt dâm phong" (Hồ Ngọc Cẩn, 1933, tr.38). Điều này chứng tỏ mặc dù rất trọng hình thức nghệ thuật nhưng tác giả vẫn bị chi phối bởi quan niệm văn học phải gắn với đạo đức. Tư tưởng bảo thủ cũng khiến cho Hồ Ngọc Cẩn không dễ dàng chấp nhập những cách tân trong văn học, điển hình qua việc ông đã phê bình những vở tuồng sáng tác theo lối mới.

*

Như vậy, ngoài sự nghiệp nghiên cứu, chúng tôi đã cố gắng chỉ ra các đặc điểm trong phong cách và phương pháp nghiên cứu của Hồ Ngọc Cẩn. Trong một đánh giá khái quát, từ phong cách viết cho đến phương pháp tiếp cận vấn đề của Hồ Ngọc Cẩn đều thấm nhuần tư tưởng phương Đông lẫn phương Tây. Tuy nhiên, tác giả có phần nghiêng về phía mĩ học phương Đông, chuộng cái truyền thống và qui phạm. Hơn cả, Hồ Ngọc Cẩn là cây bút có ý thức dân tộc, ông đã thể hiện điều ấy một khác gián tiếp, khéo léo qua việc cổ xúy giảng dạy văn chương An Nam, cổ xúy việc trau dồi, làm đẹp cho ngôn ngữ dân tộc.

KHÁI HƯNG XÂM NHẬP HÀNG NGŨ TU TRÌ

Hán Chương Vũ Đình Trác

Nhà văn Khái Hưng

Khoảng thập niên 1940 các tư tưởng mới về khoa học kỹ thuật bắt đầu rung động cả biên giới tu trì. Năm đó hậu bối mới 14 tuổi đời, bắt đầu vào tiểu chủng viện theo chương trình trung học thời tiền chiến. Luồng gió mới canh tân Việt Nam cũng đang thổi bùng lên tại Bắc Việt. Học sinh sinh viên tu sĩ nhiều giáo phận bắt đầu đi vào đời sống mới cởi mở hơn. Chương trình lúc đó theo Tây học, nhưng nhiều đầu óc

Linh mục Vũ Đình Trác

** Sinh: 1927, quê Nam Định. Mất: 2003. Tự: Hán Chương.*
** Tiến Sĩ Triết Học Đông Phương tại Đại học Sophia, Tokyo.*
** Năm 1980 hoạt động về mục vụ, văn hóa, giáo dục tại California. Năm 1987 thuyết trình tại Đại Hội Triết Học Thế Giới, tổ chức tại Đài Loan.*
** Tác phẩm chính: Triết Học Đông Phương lớp đệ Nhất (Sài Gòn), Đời Anh (Tiểu thuyết lý tưởng), Đắc Đạo Thi Sĩ (Thơ), Sài Gòn, Đường Sống, 1960.*

bắt đầu dò dẫm đi vào Việt học. Một số giáo sư và sinh viên học sinh đi vào chương trình khoa cử cho kịp đà tiến của dân tộc. Một chiến sĩ văn học đến giữa chúng tôi tại Tiểu chủng viện Bùi Chu ở Ninh Cường... đó là Đức Giám mục Hồ Ngọc Cẩn. Ngài tinh thông Tây học, Hán học và cả Việt học. Ngài cử một linh mục khoa cử tu muộn là Linh mục Phạm Châu Diên đến dạy Pháp văn và văn chương Việt Nam cho học sinh. Chủng viện bắt đầu đi vào chương trình khoa cử. Dĩ nhiên chúng tôi đi vào quỹ đạo của Tự Lực Văn Đoàn từ lúc ấy. Các tiểu thuyết của Tư Lực Văn Đoàn đi vào chương trình khoa cử, chúng tôi bắt đầu đọc Khái Hưng, Nhất Linh và Hoàng Đạo.

Vào Đại chủng viện Quần Phương, Bùi Chu năm 1945, chúng tôi bắt đầu đi vào con đường canh tân về hết mọi mặt, cách riêng đi vào đường văn học. Lúc ấy đàn anh của chúng tôi là Bùi Chu Thi, một sinh viên sắp ra làm linh mục, khuyến khích và dẫn đầu cho đàn em, thành lập một nhóm văn hóa, mệnh danh là Nhóm **Duc in Altum**, sau này gọi là Ra Khơi[1]. Bắt đầu chỉ có hai người anh lớn là Nguyễn Duy Tôn và Nguyễn Quang Lãm và bốn đàn em là Đinh Cao Thuấn, Trần Thái Hiệp, Vũ Đình Trác và Lê Thế Kha. Chúng tôi bắt đầu làm việc và tuyên truyền trong hàng ngũ chủng sinh về khuynh hướng canh tân của Nhóm Tự Lực Văn Đoàn, nổi nhất vẫn là Khái Hưng. Chính tôi được chỉ định nghiên cứu đường lối cải cách của Khái Hưng.

Đường lối Văn nghệ của Khái Hưng.

Tác phẩm đầu tay của Khái Hưng, cuốn truyện *Hồn Bướm Mơ Tiên* (1933) như một làn gió mới lạ thổi vào chủng viện miền Bắc. Sinh viên tu sĩ đón nhận nó như một cám dỗ và một hiện tượng tâm lý đầy hấp lực, vì tâm lý các vai truyện rất phù hợp và khuynh hướng lý tưởng rất đắc ý. Rồi *Nửa chừng xuân* và *Gánh hàng hoa*, tất cả là những bông

---

[1] Nhóm Ra Khơi này không phải là Học Hội Ra Khơi của đại chủng viện Quần Phương do Đức Giám Mục Hồ Ngọc Cẩn thành lập năm 1940. Linh Mục Nguyễn Duy Tôn tác giả các cuốn tiểu thuyết *Hai Trái Cạm Máu, Hai Tâm Hồn*... vv... Nguyễn Quang Lãm là nhạc sĩ trong Nhạc Đoàn Sao Mai.

hoa văn nghệ mới lạ và đẹp màu đối với hàng ngũ tu trì. Chung quy nghệ thuật tiểu thuyết của Khái Hưng quy về mấy điểm son dưới đây.

1. Về Tư tưởng - Chủ trương duy tân và cấp tiến của Tự Lực Văn Đoàn nói chung và của Khái Hưng nói riêng đáp ứng đúng với khuynh hướng canh tân của giới công giáo Việt Nam cũng bắt đầu mở màn sau thông điệp *Rerum Ecclesiae (Nội Vụ Giáo hội)* và thông điệp *Ad Catholici Sacerdotii (Chức Linh Mục Công Giáo)* của Đức Giáo Hoàng Piô XI. Canh tân Giáo hội, xã hội và gia đình, mà gia đình là đơn vị căn bản. Canh tân để thăng tiến con người Việt Nam về mọi mặt. Canh tân với mục đích đem những cái hay về khoa học kỹ thuật của thế giới văn minh tô điểm cho dân tộc Việt Nam, đồng thời phát huy những điểm hay đẹp của văn hóa Việt Nam đóng góp với thế giới. Cần phát huy những tư tưởng nhân đạo, từ bi bác ái, tương thân tương trợ, tự trọng đoàn kết, trọng nhân nghĩa, tinh thần bất vụ lợi, vị tha vị công ích... vv...

Đàng khác, không đả phá một hệ thống tư tưởng nào, không kính chống một tôn giáo nào, như chống Nho giáo, chê xuất thế của Lão Trang, tuy nhiên không chấp nhận mê tín dị đoan.

2. - Phong tục - Phong tục là những thói quen cao đẹp tô điểm cho con người trong hoàn cảnh thiên thời địa lợi nhân hòa. Bây giờ là lúc đi vào quỹ đạo chung của thế giới, mỗi dân tộc cũng phải hòa mình phần nào với đại cuộc thế giới. Vì thế cần bảo toàn những gì cao quý tốt đẹp của mình và thải bỏ những gì không phù hợp với con người thăng tiến ngày nay. Cả đạo cả đời cần phải thận trọng khôn ngoan sống cho mình và cả cho người khác nữa. Vấn đề thải bỏ những thủ tục gò bó và những ràng buộc câu nệ không hợp với thời gian với đà tự do tiến bộ của văn minh thế giới, cũng là điều cần thiết và có lợi. Như những tục của dân gian: ăn thuê khóc mướn, cha mẹ đặt đâu con ngồi đấy, búi tó răng đen... v.v... Và cả trong đạo, như thói quen: đi đạo kiếm ăn, kéo bè kéo cánh, cố chấp câu nệ, ố nhân thắng kỳ, ích kỷ hại nhân... v.v... Cần phải phát huy những phong tục tương thân tương kính, đẹp ta đẹp người, đẹp người đẹp nết, tương giao đồng tiến... v.v.....

3. - Văn học - Lời giảng huấn của nhà truyền giáo hành đạo cũng cần phải trôi chảy bình dị và sáng sủa, có đủ sức hấp dẫn người nghe. Có thể coi Khái Hưng là mô phạm.

Văn loại – Để dễ bề giáo dục, các nhà truyền giáo mới nên chú ý tới văn kể truyện, nhất là với giới trẻ. Nhóm Ra Khơi được khuyến cáo đi vào văn loại tiểu thuyết truyện ngắn. Vì thế Tự Lực Văn Đoàn được coi như mô phạm và Khái Hưng như người *đại ca* đáng mến.

Văn thể - Anh em trong nhóm cố gắng đi vào lối văn bình dị, sáng sủa, nhiều hình ảnh dễ hiểu. Về phương diện này Nhóm đề cao chủ trương Tự Lực Văn Đoàn: bỏ lối từ chương, dài lời, điển cố khó hiểu và kinh điển ; bắt chước lối hành văn tây phương ngắn gọn, đủ ý, lời lẽ đơn sơ bình dị, sáng sủa và mới mẻ, tuy nhiên cũng giữ vẻ Việt Nam qua các kiểu nói khiêm nhu, dễ cảm, thành thực mà không giả tạo, tự nhiên mà không ngây ngô, mới mẻ mà không lố bịch, kính cẩn mà không câu nệ.

Khái Hưng Trở Thành Mô Phạm.

Mấy điều tạm gọi là đường lối và cương lĩnh được anh em trong nhóm chấp nhận và quyết tâm thi hành. Bùi Chu Thị trưởng nhóm, Nguyễn Duy Tôn, Trần Thái Hiệp (Hồ Khanh), Đinh Cao Thuấn, Vũ Đình Trác (Võ Thanh) đi về VĂN, Nguyễn Quang Lãm (Hô Chương), Lê Thế Kha (Thanh Hương) đi về NHẠC. Sau này Bùi Chu Thị lãnh đạo Học Hội Duc in Altum của đại chủng viện, chuyên về diễn thuyết, trình bày các vấn đề Văn học, Thần học, Triết học và Khoa học cho Đại Chủng Viện.

Đúng 10 năm sau, Nguyễn Duy Tôn xuất bản tập truyện dài *Hai Trái Cam Máu*, (Saigon: Ra Khơi, 1955). Truyện dài *Hai Tâm Hồn* (Saigon, Ra Khơi, 1959). Hồ Chương, Võ Thanh, Thanh Hương ra mắt tập nhạc *Học Sinh Ca* (Saigon: Ra Khơi, 1956). Năm 1955 là Chủ Bút Tuần báo *Đường Sống*, Võ Thanh đăng truyện dài *Dưới Bức Màn Tre* suốt 2 năm. Năm 1957 cho đăng tập tiểu thuyết *Đời Anh*, được một năm tờ báo đóng cửa vì chính biến. Mãi năm 1968 *Đời Anh* mới được xuất bản. Cuốn tiểu thuyết này được giới trẻ tu sĩ và thanh niên Công Giáo coi như hóa thân của *Hồn Bướm Mơ Tiên*. Trần Thái Hiệp du học tại Roma, năm 1956 hoàn thành luận án Tiến sĩ Thần học Việt Nam, nhan đề *Đạo Thờ Trời tại Việt Nam*, chưa được xuất bản.

Tôi viết lại những dòng này, để kỷ niệm Khái Hưng, mà chúng tôi nhóm Ra Khơi coi như bậc đàn anh mô phạm trong nghề viết văn. Tiên sinh đã xâm nhập vào nội vị tu trì và ngày nay vẫn còn là mô phạm cho lớp đàn em chúng tôi tại các Chủng viện, Tu viện và Tu hội. Tôi cũng không quên nhắc lại kỷ niệm văn học của nhóm Ra Khơi, mà ngày nay kẻ còn người mất, nhưng dư âm dư ảnh vẫn còn mãi mãi trong tâm hồn văn nghệ. Bùi Chu Thi ngày nay là một Giáo sư về hưu trong Tu hội Saint Sulpice, các linh mục Nguyễn Duy Tôn, Hồ Chương Nguyễn Quang Lãm và Trần Thái Hiệp đã về với Đấng Nghệ Sĩ Ngàn Đời. Còn lại Đinh Cao Thuấn, cựu Tổng Giám đốc Nha Tuyên úy Quân đội Cộng Hòa, giờ đây hiện thân là một Mục tử tại đồng quê Chí Hòa, Gia Định. Nhạc sĩ Thanh Hương cũng đang sống những ngày ngoại thất tuần với âm thanh và đạo lý tại Hoa Kỳ. Vũ Đình Trác suốt đời sống với kỷ niệm, giờ đây cũng "thoát trần một gót thiên nhiên" để tưởng vọng những gì là kỷ niệm muôn đời.

Nguồn: KỶ VẬT ĐẦU TAY VÀ CUỐI CÙNG CỦA KHÁI HƯNG
UNIVERSITY OF MICHIGAN 3 9015 04241 5920
Tập I, trang 237-244

CHÂN DUNG LINH MỤC SẢNG ĐÌNH NGUYỄN VĂN THÍCH (1891-1978)

Nữ Tu Mai Thành

Linh mục J. M. Nguyễn Văn Thích

"Hiền nhân của thời đại" là danh hiệu mà các môn sinh của Linh mục Giáo sư Nguyễn văn Thích đã kính cẩn gọi người Cha và người Thầy kiệt xuất của mình. Một danh hiệu mà chắc chắn là tất cả môn sinh của Ngài ở Việt Nam cũng như rải rác trên thế giới (hàng trăm nghìn người) đều đồng tình đồng ý hoan nghênh.

Nữ tu Mai Thành Bùi Thị Như Kha

** Sinh: 1928 tại Huế. Mất: 2019.*
** Tốt nghiệp Văn chương Việt Nam tại đại học Đà Lạt, Triết học tại đại học Sorbonne Paris, Thần học tại đại học Công giáo Paris, Giáo dục Truyền hình tại Luân Đôn.*
** Dạy học, Giám tỉnh Tỉnh Dòng Đức Bà Việt Nam. Thành viên Ban Mục vụ Đối thoại Liên Tôn Tổng Giáo phận Sài Gòn.*

Chúng ta hãy tìm hiểu cuộc đời của hiền nhân bắt đầu từ:

CẬU ẤM NGUYỄN VĂN THÍCH

Chào đời ngày 22 tháng 9 năm 1891, là con thứ hai của cụ Lô Giang Tiểu Cao Nguyễn Văn Mại, người làng Niêm Phò cũng là làng Kẻ Lừ, huyện Quảng Điền, tỉnh Thừa Thiên. Cụ Nguyễn Văn Mại đỗ thủ khoa thi Hương, rồi Phó Bảng khoa Kỷ Sửu (l889) Thừa Thiên, được bổ dụng Tri Phủ An Nhơn (Bình Định), làm quan đến chức Thượng Thư. Cụ Thượng Mai đã từng làm Chánh chủ khảo các khoa thi Hương, thi Hội và Quản giáo môn Hán tự tại trường Quốc học. Cụ đã tháp tùng vua Khải Định qua Pháp với tư cách là một danh sĩ của Triều đình. Trước khi về hưu, Cụ được thăng tước Hiệp Tá Đại học sĩ.

Cụ bà là Thân Thị Vỹ (1862- 1946), họ Thân Trọng, ở làng Nguyệt Biều, huyện Hương Thủy, Tỉnh Thừa Thiên, một dòng họ danh tiếng với các bậc khoa bảng như Cụ Thân Trọng Huề, Thượng Thư dưới triều Đồng Khánh, Khải Định.

Từ 4 tuổi, cậu ấm Thích đã được thân phụ dạy chữ Hán rồi lớn lên vác lều chỏng thi Hương, đến trường ba thì hỏng (chuẩn bị bằng Cử nhân). Thời gian này, cậu Thích cũng học chữ Quốc ngữ và chữ Pháp rồi vào trường Pèlerin gọi là “Trường Dòng” do các Sư huynh Lasan (Saint Jean Baptiste de La Salle) điều khiển và giảng dạy, ở Huế. Trường này được thành lập năm 1904 và học sinh Nguyễn Văn Thích thuộc thế hệ đầu tiên được các Sư huynh truyền dạy kiến thức cả đời lẫn đạo. Nơi đây cậu ấm được học hỏi, trau dồi tiếng Pháp và được khai tâm về Giáo lý Kitô giáo. Không chỉ những lời giảng dạy mà còn gương sống hy sinh tận tụy của các “Thầy Dòng” đã giúp học sinh con nhà Nho thấy được phần hòa âm tuyệt diệu giữa Nho giáo và ánh sáng Tin mừng. Về sau, khi Thân phụ là Cụ Thượng Mại chống đối mạnh mẽ Đạo Công giáo thì cậu giải thích cho Thân Phụ rằng chữ TRỜI là THIÊN của Khổng giáo cũng là THIÊN CHÚA của Đạo Công giáo. Sau khi trưng dẫn 30 câu trong các sách Nho về chữ THIÊN, thầy

Nguyễn Văn Thích trình bày: chữ Thiên đây không phải là bầu trời với trăng sao vằng vặc hay mặt trời chói lọi mà là một Ngôi vị thiêng liêng, là Đấng Tạo Hóa Tối Cao và Toàn Năng Toàn Ái. Ngài là Thượng Đế sáng tạo nên vũ trụ, Đấng chí Mỹ, chí Thiện, chí Ái Quan trọng hơn nữa là Ngài sáng tạo con người theo hình ảnh của Ngài. Phải chăng Nho giáo cũng đã linh cảm điều đó khi khẳng định: "Nhân chi sơ tính bổn thiện", con người phải hướng về Đấng Thiện Hảo, phải sống cho hợp vơi Thiên Đạo, với Thiên Mệnh và Thiên Lý... Đạo Nhân của Nho giáo không xa đạo Ái của Tin mừng với Tình yêu không ranh giới: Tứ hải giai huynh đệ.

Trong thời gian học tại Pèlerin, học sinh Thích lại có những liên hệ ngày càng mật thiết với linh mục Tuyên úy Léculier hay Cố Lựu, nên đức tin vào Đức Giêsu Kitô, Đấng Cứu Thế, Con Thiên Chúa làm người được thấu hiểu ngày càng thấm đậm trong tâm thức và trí tuệ của chàng thư sinh khao khát Chân, Thiện, Mỹ.

Nhưng từ lòng tin vào Đấng Tối Thiện đến thể hiện niềm tin ấy đối với đứa con một gia đình thâm nho như gia đình của cụ Thượng Mại là Thượng Thư Bộ Lễ, không phải là chuyện đơn giản tí nào. Thời đó Giáo hội Công giáo không chấp nhận việc thờ kính tổ tiên, ngăn cấm người Công giáo thi hành nghi lễ nầy. Trong khi đó đối với truyền thống đạo đức Việt Nam, chữ HIẾU, với lòng thảo kính Tổ tiên, Ông bà, Cha mẹ là thiêng liêng, là nền tảng của đạo làm người. Do đó, Thầy Thích vô cùng khắc khoải vì trở nên Công giáo sẽ bị xem là phản hiếu, là bất hiếu, nhất là trong một gia đình nổi tiếng, vị vọng của đất Thần Kinh. Ông Bà Nguyễn Văn Mại khi biết con mình muốn theo đạo Công giáo thì quyết liệt ngăn cản.

MỘT CUỘC ĐỔI ĐỜI QUYẾT LIỆT

Sau 3 năm suy tư, trở trăn và cầu nguyện, cậu ấm Thích chờ thời điểm thuận lợi. Với bằng Cao đẳng Tiểu học và một năm Sư phạm, Thầy Thích được bổ làm trợ giáo tỉnh Khánh Hoà tháng 2-1911. Bốn tháng sau, ánh sáng Đức tin tỏ rạng trong tâm hồn thúc giục thầy quyết định nhận bí tích Rửa tội để trở nên con cái Thiên Chúa. Linh mục Charles Eugène Saulcoy, tên Việt là Cố Ngoan, ngày 29 tháng 6, tại Nhà thờ Bình Cang, xã Vĩnh Trung, Thành phố Nha Trang, đã ban phép Thánh Tẩy cho Thầy giáo Thích với tên thánh là Giuse Maria. Cụ Nguyễn Sen là ông nội của Linh mục Nguyễn Hữu Phú, Dòng Chúa Cứu Thế làm cha đỡ đầu. Đây là một bước ngoặt đổi đời quyết liệt như vị tân tòng Giuse Maria Thích đã ghi trong bài thơ sau:

Bĩ cực rồi thì đến thái lai,
Nỗi mừng nửa khóc nửa vui cười

Muôn vàn cảm đội công ơn Chúa,
Bao xiết cao rao phước phận tôi.
Mấy độ gian nan còn để dạ
Ba năm cầu nguyện đã như lời.
Thôi thôi đừng bạn cùng ta nữa,
Ôi sự công danh phú quý ôi!

Được tin sét đánh nầy, cụ Thượng không cầm nổi tức giận, dùng roi gậy đánh nhừ tử "đứa con bất hiếu", như bà em Thiếu Hải thuật lại mấy chục năm về sau, ngày mừng lễ thất tuần "Anh Thích":

Trong nhà dùi, gậy, ba toong,
Rút ra đánh hết, chẳng còn cái mô!
Chị em, ai nấy sững sờ,
Lính tráng, vú bõ, không ai rờ đến cơm…

Khi cơn "gia biến" dịu dần với thời gian, Cụ Thượng thân phụ nghĩ đến việc lập gia đình cho con trai đã 26 tuổi. Cụ mời Đức cha Lý (Cố Allys) đến nhà, xin Đức cha can thiệp làm mai mối với con gái Cụ Thượng Công giáo Nguyễn Hữu Bài để con mình yên số phận, không còn gây thêm tai biến nữa. Nào ngờ đâu, khi được "hung tín" này, môn đệ của Đức Giêsu lấy quyết định từ giã gia đình quý tộc… Một đêm thanh vắng, thầy Giuse Maria hoá trang làm cô gái đội nón lá, mặc áo dài tha thướt ra đi, sáng sớm tháng 9 năm 1917, trực chỉ đến Tiểu chủng viện An Ninh tại Cửa Tùng, tỉnh Quảng Trị. Một trường hợp chưa từng có: Muốn được nhận vào Tiểu chủng viện thường là 12 đến 14 tuổi, mà thầy Thích đã 26 tuổi thì phải làm sao đây? May mắn là Giám mục Lý (Allys) nắm rõ hoàn cảnh nên nhận ngay người chủng sinh rất độc đáo nầy, vừa học tiếng Latinh và chương trình đào tạo linh mục, vừa được mời làm giáo sư Pháp văn, Hán văn, Quốc văn cho chủng sinh. Giáo sư chủng viện lúc đó có linh mục Henri Denis còn gọi là Cố Thuận gửi thư về Pháp cho Mẹ để kể lại sự kiên nầy như sau:

Kính thăm Mẹ yêu quý,

Học trò con đã tề tựu rồi. Năm nay có một chủng sinh xuất sắc. Thường thì học sinh mới vào còn nhỏ tuổi, nhưng người nầy đã trên 26 tuổi. Đó là một giáo sư Pháp văn trường Trung học Nhà nước, đã xin từ chức để nhập chủng viện. Luật chung không cho phép nhận như thế vì vừa lớn tuổi vừa theo đạo mới được 6 năm. Nhưng Đức Giám mục đã thi hành một biệt lệ.

Sau 2 năm tu tập vừa làm trò vừa làm thầy nơi đây, thầy giáo "tiểu chủng sinh" được gửi vào Đại chủng viện Phú Xuân, Huế, và 6 năm sau được thụ phong Linh mục ngày 18 tháng 12 năm 1926.

THEO ANH, EM CŨNG ĐI TU

Ảnh hưởng của Linh mục Giuse Maria Thích trên gia đình ngấm ngầm chiếu tỏa. Em gái của Cha, pháp danh là Như Ngộ, học chữ Hán lúc 6 tuổi, 9 tuổi học chữ Pháp, chữ Quốc ngữ, rồi làm trợ giáo ở Khánh Hòa cùng một trường với anh. Nhờ sự gần gũi và cảm phục gương sống của anh, cô được hiểu biết và mến Đạo Thiên Chúa. Sau khi Cha Thích đi tu, cô rời Khánh Hoà, ra dạy ở Hà Tĩnh rồi về gia đình nghỉ hè. Tiếng gọi thiêng liêng thúc bách, một hôm vào 11 giờ trưa, cô từ giã gia đình ra đi, chỉ mang theo một bộ áo quần, để lại một bức thư với tất cả nữ trang... Thật là đau đớn cho cha mẹ khi biết là con gái trưởng thành đã dứt khoát ra đi vào Dòng Cát Minh (Carmel) Kim Long, Huế. Mẹ Bề Trên Aimée de Marie, thừa sai Cát Minh người Pháp, đã đón nhận ứng sinh từ nay mang tên là Agnès Nguyễn Thị Ngọc. Cụ Bà Nguyễn Văn Mại đến Nhà kín chửi mắng, bắt cô trở về gia đình, Cụ Ông cũng đến lôi con gái về nhưng cô tu sinh khóc to và nằm trì xuống đất, hai cụ thân sinh đều phải thối lui.

Ngày 29-9-1921, nữ tu Agnès Ngọc được mặc áo dòng với tên Marie de l'Eucharistie. Nhà Dòng mời gia đình cụ Thượng Mại, thầy Thích, các em, các cháu, gia đình Thượng thư Nguyễn Hữu Bài, các quan, linh mục, giáo dân đến tham dự. Nghi lễ tiến hành rất trọng thể, uy nghi, khiến Cụ ông và cụ Bà Nguyễn Văn Mại rất xúc động và mến phục chí khí của hai người con dũng cảm, đạo hạnh. Từ đó Hai Cụ có cảm tình với đạo Công giáo.

Mối xúc động của người anh Nguyễn Văn Thích đã được diễn tả trong hai bài thơ:

I

Cởi lốt trần gian vào Dòng Kín,
Từ nay sự thế thế là xong,
Lìa nhà chi quản muôn hàng lụy,
Thờ Chúa xin dâng trọn tấc lòng.
Nhẹ gót bước vào nơi tịch mạc,
Vui tình chôn lấp cái hình dong,
Bây giờ ngoảnh lại xem trần thế,
Một bước mà xa mấy vạn trùng.

II

Bên lầu rang rảng tiếng chuông vang,
Trên gối đêm xuân giấc lưới tan.
Bảng lảng mắt còn nhìn cõi tịnh,

Bơ vơ lòng những nghĩ thiên đường.
Quen mùi đạo đức quên mùi tục,
Thoát chữ công danh đặng chữ nhàn.
Mới biết một ngày trong phúc Kín,
Hơn trăm nghìn kiếp phúc trần gian.

(Phú Xuân chủng viện 29 tháng 9 năm 1921)

SỰ NGHIỆP CỦA HIỀN NHÂN NGUYỄN VĂN THÍCH

Một nhà giáo xuất chúng

Linh mục Nguyễn văn Thích là một nhà giáo từ tuổi 20 và không ngừng say mê giảng dạy cho đến cuối đời, ngoài 80 tuổi:

· Dạy các thiếu nhi Tiểu học ở Khánh Hòa rồi ở Huế (1911-1917).

· Dạy các tu sĩ Dòng Thánh Tâm Huế (1927-1933).

· Dạy trường Providence Huế (1933-1937).

· Dạy Tiểu chủng viện An Ninh, Quảng Trị (1937-1942).

· Dạy Trung học Khải Định (1942-1946) đồng thời làm Tuyên úy trường Pèlerin.

Trong thời gian làm Cha xứ họ đạo Kim Long, Huế (1950-1958), Cha dạy trường Quốc học và các trường Tư thục Công giáo Huế (1950-1958).

Từ 1958, Cha dạy sinh viên Đại học Đà Lạt, Huế, Sài Gòn, dạy Hán văn; và từ năm 1959, dạy Triết Đông tại viện Hán học, Huế. Hán văn và triết Đông là 2 môn khô khan nhưng ngài có biệt tài sư phạm: mỗi lần vào lớp với sinh viên cũng như các em thiếu niên, ngài luôn xen kẽ những bài hát vui tươi, lành mạnh. Dù đang giảng về triết lý Khổng Mạnh, qua sách *Đại Học* hay *Trung Dung*, ngài không quên giải trí sinh viên với các bài thơ hay bài hát chính ngài sáng tác, sinh động và ý nghĩa. Sinh viên của Ngài còn nhớ là ngay cả khi ngài đã ngoài 80 tuổi, lớp học của ngài vẫn sôi động như thời ngài còn trẻ.

Dạy cho các cháu nhi đồng: năm 1963, Cha mở một Nhà Trẻ (có lẽ là nhà trẻ đầu tiên ở Việt Nam) tên là Hương Linh trong khuôn viên trường Bình Linh (Pèlerin) cho các cháu ấu nhi không phân biệt lương giáo. Cha đào tạo giáo viên theo phương pháp hướng đạo vui tươi. Chính cha thảo ra chương trình giáo dục, thời biểu, dạy hát, dạy chơi vì "học là chơi, chơi là học". Các cháu học những điệu múa dân gian, những bài ca dao đậm tình quê hương, kể cả các bài hát tiếng Pháp đơn giản và sinh động. Cha sáng tác bài thơ và phổ nhạc "Cái nhà là nhà của ta" cho các cháu, bài này được rất nhiều người ưa chuộng và phổ biến.

Một điều đáng chú ý và đáng mừng là Nhà giáo Nguyễn Văn Thích rất quan tâm đến giáo dục thanh thiếu nữ. Ngay từ năm 1916, ngày khai giảng trường Nữ học Khánh Hòa, ngài đã làm bài thơ sau đây để cô Như Ngọc em Ngài đọc:

Nữ giới mừng cho gặp hội nầy,
Văn minh khởi điểm cũng từ đây.
Năm châu thế giới chung tai mắt,
Một thuở giang sơn mở mặt mày.
Thêu dệt sao cho vinh nước tổ,
Bút nghiên chi để kém đoàn trai…

Một nhà thơ, một nhà báo lỗi lạc

Các bài thơ của Linh mục Nguyễn Văn Thích sáng tác được phổ biến trong *"Sảng Đình thi tập"* gồm thơ Việt văn, Hán văn, Pháp văn, tổng cộng 152 bài: những bài thơ đa dạng, từ những câu vè 4 chữ, câu thơ lục bát, tứ tuyệt, thơ Đường đến những bài thánh ca hay thánh thi ca tụng Đức Mẹ, ra đời trước Hàn Mạc Tử 30 năm, như lời chúc Đức Mẹ La Vang, cảm hứng từ những thánh ca tiếng Latinh nhưng với tâm tình của người môn đệ Việt Nam quyết hiến dâng cuộc đời trọn vẹn cho Chúa Giêsu.

Cầu cùng Đức Mẹ:

Quỳ gối cầu xin Mẹ Chúa Trời,
Lắng tai nghe trẻ một đôi lời:
Giữ gìn vàng ngọc cho trọn vẹn,
Vun vén xuân xanh được tốt tươi…
Rất Thánh Đồng Trinh Mẹ Chúa Trời,
Nguồn ân bể ái tát không vơi…
Chúc tụng Mẹ Maria:
Rất Thánh Đồng Trinh Mẹ Chúa trời,
Nguồn ân bể ái tát không vơi,
Thơm thay mùi huệ nơi thanh vắng,
Tốt bấy hoa hường chốn gốc gai.
Nhựt nguyệt hai vừng nhường ánh sáng,
Thiều quang chín chục kém màu tươi.
Lưỡi nào kể xiết lời khen ngợi,
Rất Thánh Đồng Trinh Mẹ Chúa Trời.
(Huế 1911)

Trong rất nhiều áng thơ chữ Hán, có bài *"Quy y Thánh giáo Thập tự"* gồm 2 đoạn nhật tụng và 10 đoạn tứ tuyệt (1939) giới thiệu cho nhà Nho muốn hiểu biết Đạo Thiên Chúa. Cha gửi tặng cụ Phan Bội Châu một bản. Cụ rất vui mừng và cất gối đầu giường.

Thơ Cha dịch tiếng Pháp cũng nhiều, như thơ của Victor Hugo, Jean Aicard, Sully Prud'homme, Chateaubriand, Claude Augé, Thánh Têrêxa Avila, Thánh Têrêxa Nhỏ, v.v... Nổi tiếng là vở kịch *Polyeucte* của thi hào Pháp Corneille, *"Tuồng Phổ Liệt"* được trình diễn nhiều lần ở Chủng viện An Ninh.

Ngài là người sáng lập báo *"Vì Chúa"* ra đời từ 1936 (giá 4 xu/số) là một tuần báo tam ngữ Việt-Hán-Pháp được nhiều nhà trí thức cộng tác như cụ Ưng Trình, cụ Phan Bội Châu, Huỳnh Thúc Kháng, Giám mục Hồ Ngọc Cẩn... Mừng một năm báo nầy ra đời, Cụ Phan Bội Châu tặng cha Thích bài thơ:

Lòng ta vì Chúa, Chúa vì ta,
Rước Thánh Thần về, đuổi quỷ ma,
Đường lối quang minh lên tột đỉnh,
Ai rằng Thiên Quốc ở đâu xa!

Ngoài báo *"Vì Chúa"*, Ngài cộng tác với báo *"Nguồn Sống"*, tạp chí Đại học Huế hay *"Cổ học Quí san"*, v.v...

Nhà họa sĩ và nhạc sĩ thời danh

Cha Thích có biệt tài về cổ họa, trong báo *"Vì Chúa"* được in lại trong Sảng Đình thi tập như bức *"Thác lớn Bạch Mã"* rất tinh vi điêu luyện, bức tự họa *"Trầm ngâm chiếc bóng dựa bên tường"*, những bức tranh Mẹ Maria như *"Đức Từ Mẫu"* hiện trưng bày ở Tòa Giám mục Huế, bức chân dung thánh Gioan Vianê, Thánh Têrêxa Hài Đồng Giêsu.

Với năng khiếu hội họa, ngài viết những câu đối chữ Hán với nét bút tài hoa hiếm có.

Về âm nhạc, Linh mục Nguyễn Văn Thích sử dụng thành thạo các nhạc khí dân tộc như đàn nhị, đàn cò, đàn nguyệt, đàn bầu, đàn tì bà... kể cả các nhạc cụ Tây phương.

Trong các bài thánh ca, một trong những bài nổi danh là bài *Magnificat* Việt ngữ (hiện nay vẫn còn được hát trong các giờ kinh phụng vụ). Không thể kể hết nơi đây những bài rất ý nhị như bài hát *"Đồng lúa chín"*, *"Câu hát Đức Mẹ ru con"*, *"Trời cao đất thấp gặp nhau"*, v.v... vừa chất chứa tình cảm thiêng liêng, vừa đậm đà cung điệu và thanh âm của những câu hò hay ca trù dân tộc.

Linh mục Tuyên úy Hướng Đạo toàn quốc

Từ 1941, Linh mục Nguyễn Văn Thích sinh hoạt với một trung đoàn ở Huế, và năm 1949, Giáo quyền địa phận Huế bổ nhiệm Ngài làm Tuyên úy Hướng đạo Công giáo Huế, rồi vào năm 1953, ngài là đại diện Giáo quyền làm Tổng Tuyên úy toàn quốc. Ở vị trí này, nhờ tính tình Cha vừa linh hoạt vừa khoan dung, Cha giải quyết rất khôn ngoan những gay cấn trong Đại hội đồng Hướng Đạo. Cha đóng vai trò cố vấn tích cực và nhẹ nhàng giữa nhiều khuynh hướng khác nhau của các Huynh trưởng và Tuyên úy 3 miền Bắc Trung Nam.

Với trái tim cởi mở và yêu thương tuổi trẻ, Cha sáng tác những bài hát huy động và khích lệ thanh niên, tập sống có "phẩm chất thanh cao như cây Tùng; cây Bách, dù phong ba bão táp vẫn vươn thẳng lên trời cao".

Một tâm hồn nghèo khó, một trái tim chỉ biết yêu thương

Linh mục Nguyễn Văn Thích làm giáo sư lâu năm, dạy Đại học nhiều giờ và nhiều nơi, ắt hẳn lương rất cao, nhưng Ngài không giữ lại chút gì cho mình, khi nhắm mắt ra đi chỉ còn lại vài bộ áo đã sờn cũ. Bất cứ ai nghèo khổ đến với ngài đều được tận tình giúp đỡ, không từ chối một ai. Viện Dục Anh nuôi trẻ mồ côi ở Huế luôn được Cha quan tâm và trao nhiều tiền bạc cho các nữ tu phụ trách. Là Tuyên úy Pèlerin và cả viện Bài lao, Cha thường đến bệnh viện dâng Thánh Lễ, luôn đem tiền, quà đến cho bệnh nhân.

Bao nhiêu năm làm giáo sư, cha vẫn đi một chiếc xe đạp duy nhất dù có qua cầu Tràng Tiền đầy xe cộ hay lên dốc Thiên An lởm chởm. Tại đại chủng viện Kim Long, một hôm cha đạp xe đạp đến dạy, tình cờ bắt gặp một người đàn ông áo quần xơ xác đang chặt trộm buồng chuối của Chủng viện. Thấy cha, ông ấy hốt hoảng toan bỏ chạy. Cha ôn tồn gọi người đó lại, móc túi đưa thêm ít tiền rồi nói: "Bác có muốn ăn chuối non này thì phải thêm cái gì để nấu chứ. Bác cầm lấy chút tiền nầy mua tôm tép gì thêm cho dễ ăn". Vừa nói Cha vừa đưa tiền rồi đi vào dạy học.

Một chuyện có thực mà được xem như huyền thoại hiếm có làm rung động Tp. Huế: năm 1950 xảy ra tại một hội chợ từ thiện do một bác sĩ đứng đầu tổ chức, với sự cộng tác của linh mục Nguyễn Văn Thích. Trong hội chợ, giữa mấy gian hàng bày trò chơi lại có một sòng bạc thu hút nhiều khách. Nhận thấy mối nguy hiểm của sòng bạc nầy, Cha Thích phản đối: "Cờ bạc không thể đi đôi với việc từ thiện". Trưởng ban tổ chức không chịu nghe, Cha liền lấy micro khuyến cáo dẹp sòng bạc đó. Bác sĩ tổ chức giật micro trong tay Cha. Trong lúc giằng co, bác sĩ tát cha vào má. Hồn nhiên và khiêm tốn, Cha liền đưa má kia và nói: "Còn má nầy nữa xin ngài hãy đánh cho đỡ giận". Mọi người vây quanh đều sửng sốt ngỡ ngàng. Có người đã thốt lên: "Phải là một đấng thánh mới làm được như vậy!"

TẤT CẢ VÌ CHÚA

Vì Chúa không phải chỉ là tên tờ tuần báo nổi danh xứ Huế mà chính là châm ngôn cuộc sống của Cha, với tôn chỉ:.

Suy tư vì Chúa
Ngôn luận vì Chúa
Hành động vì Chúa
Vì Chúa ta gắng công,
Ta thẳng lên vì Chúa!

(Số 1, ngày 18/9/1936).

Đấng Mỹ Nhân của lòng tôi

Trong bài *Một buổi sáng sớm* đăng trong *Vì Chúa* số 5, 1936, tác giả tự thuật về chính mình là chàng thanh niên mỗi sáng sớm ôm sách, xách nón đi bộ đến nhà thờ Gia Hội dự Thánh lễ và rước Thánh Thể. Đến văn phòng làm việc, thấy anh vui tươi, người bạn hỏi anh đã gặp mỹ nhân nào mà vui thế? Anh mỉm cười không trả lời nhưng thầm nói: "Phải, tôi đã tìm được một Đấng Mỹ Nhân, Đấng lòng tôi yêu mến mà không có một thế lực nào trên trời hay dưới đất có thể phân ly. Sớm nay, tôi đã rước Đấng Mỹ Nhân ấy vào lòng tôi.

VĨNH BIỆT HIỀN NHÂN

Ngày 10 tháng 12 năm 1978, linh mục Giuse Maria Nguyễn Văn Thích với tuổi hạc 87, giã từ trần thế để về cõi trường sinh, hội ngộ cùng Đấng Chân-Thiện-Mỹ mà linh mục đã hiến thân phục vụ đến trọn đời, trọn tình và trọn nghĩa, với tầm vóc cao siêu hiếm có... Phút lâm chung, Ngài còn vui vẻ hát ca. Chắc hẳn là những ngày, những giây phút chuẩn bị cuộc ra đi, Ngài đã ngắm nhìn bức tranh Đức Maria mà chính tay Ngài đã kính cẩn họa ra với lời ca Ngài đã sáng tác:

Bao giờ tôi được lên Trời,
Ở cùng Đức Mẹ thì tôi phỉ nguyền.

Giáo hội Việt Nam và đất nước Việt Nam đã dâng lên Thiên Chúa một người con chí hiếu, một linh mục gương mẫu, một nhân tài sáng giá, một hiền nhân. Phải chăng Ngài là tổng hợp của tinh hoa Văn hóa Nho giáo hòa quyện với Hồng ân dạt dào của Thiên Chúa Tình yêu.

Tài liệu tham khảo và trích dẫn:

· *Sưu tập Thơ-Văn, Nhạc-Họa của Linh mục Sảng Đình Nguyễn Văn Thích*, của tác giả Lê Ngọc Bích.

· *Sảng Đình thi tập của J. M. Thích,* của tác giả: Đoàn Khoách.

· *Tưởng niệm Linh mục Giáo sư Sảng Đình Nguyễn Văn Thích,* Lễ giỗ 19 năm (1979-1998).

· *Tưởng nhớ Linh mục Giáo sư Sảng Đình Nguyễn Văn Thích, Nhân kỷ niệm 21 năm mất của Người (1978- l999)*, của Nguyễn Lý Tưởng, Báo *Hiệp Nhất* số 81, năm 1999.

Xin hết lòng cảm tạ các tác giả đã dày công nghiên cứu và sưu tầm để hoàn thành các tác phẩm trên.

Nguồn: *http://www.vanchuongviet.org/*

THƠ VĂN SẢNG ĐÌNH NGUYỄN VĂN THÍCH

Agata Nguyễn Thị Kim Tuyến

Tóm tắt: Sảng Đình Nguyễn Văn Thích là một nhân vật lịch sử có ảnh hưởng lớn đến giới trí thức đầu thế kỉ XX nói chung và trí thức Công giáo tại Huế nói riêng. Với sự uyên thâm văn hóa Đông Tây và khả năng thích ứng thời cuộc, Lm. Nguyễn Văn Thích đã để lại nhiều tác phẩm có giá trị cho đời và đạo (Công giáo). Những tác phẩm đó là tâm niệm của đời người mục tử khát khao sống hết mình cho lý tưởng yêu mến và phục vụ.

Từ khóa: *Văn thơ Công giáo, Sảng Đình Nguyễn Văn Thích, Sảng Đình thi tập*

Dẫn nhập

Trong dòng chảy văn học, có những cuộn trào của hải lưu sôi sục cách tân, có những mạch nước ngầm êm đềm mà mãnh liệt. Dù màu thời gian có chuyển gam, không gian có xoay vần nhưng những gì ghi dấu ấn lịch sử, văn hóa vẫn cứ còn mãi. Khi phong trào Thơ Mới (1930-1945) dường như chiếm lĩnh sân khấu thi ca thì Lm. Nguyễn Văn Thích với những đóng góp cho văn hóa dân tộc, khiêm tốn đi vào lòng những người con đất Việt qua thơ phú, xã luận của mình.

1. Sự hòa điệu của Nho giáo và lời ca Tin mừng Kitô giáo

Lm. Nguyễn Văn Thích sinh ngày 22 tháng 9 năm 1891 trong một gia đình nhà Nho. Thân phụ là Thượng Thư Nguyễn Văn Mại, tự là Tiểu Cao. Cụ Tiểu Cao đỗ phó bảng hai khóa Ất Dậu (1885) và khóa Kỷ Sửu (1889). Thân mẫu là bà Thân Thị Vỹ, con gái cụ tú Thân Trọng Đôn [2, tr.11]. Trong cái nôi đầy mùi mực nghiên giấy bút và lễ giáo ấy, cậu ấm Thích đã sớm được học chữ Hán rồi lều chõng đi thi Hương, gần đến

Nữ tu Agata Nguyễn Thị Kim Tuyến

* Thuộc Hội Dòng Mến Thánh Giá Huế
* Ngày sinh: 02.11.1990
* Nơi sinh: Lộc Thủy, Phú Lộc, Thừa Thiên Huế.
* Tốt nghiệp Chuyên ngành Nghiên cứu - Lý luận - Phê Bình Văn học, Trường Đại học Khoa Học Huế.
* Email: ag.kimtuyen@gmail.com

trường ba thì hỏng. Cậu chuyển hướng sang học trường Pellerin ở Huế, do các Sư Huynh Lasan (Saint Jean Baptiste de La Salle) điều khiển và giảng dạy. Chính nơi đây, cậu Thích được gương sáng và những lời giảng dạy của các sư huynh La San lôi cuốn, tạo nền móng đầu tiên cho sự đối thoại giữa đạo lý Nho gia và Tin mừng Kitô giáo. Thế rồi, giờ chín muồi cho một tâm hồn hướng thiện, thầy Nguyễn Văn Thích quyết định theo đạo Công giáo. Ông bà Nguyễn Văn Mại ngăn cản quyết liệt nhưng chí thầy đã quyết. Sự chọn lựa này đã được suy nghĩ kĩ càng và thấu đáo. Bởi thầy đã hòa âm được hai điệu ca của Nho giáo và Tin mừng Kitô giáo. Điều này thể hiện rõ trong lời giải thích cho Thân Phụ rằng chữ TRỜI là THIÊN của Khổng giáo chính là THIÊN CHÚA của Đạo Công giáo. Thầy Nguyễn Văn Thích trình bày: chữ Thiên đây không đơn thuần là bầu trời với trăng sao vằng vặc hay mặt trời chói lọi; nhưng là một Ngôi vị thiêng liêng, là Đấng Tạo Hóa Tối Cao và Toàn Năng Toàn Ái. Ngài sáng tạo nên vũ trụ, Đấng chí Mỹ, chí Thiện, chí Ái.

Quan trọng hơn, Ngài sáng tạo con người theo hình ảnh của Ngài. Nho giáo cũng đã linh cảm điều đó khi khẳng định: "Nhân chi sơ tính bổn thiện", con người phải hướng về Đấng Thiện Hảo, phải sống cho hợp với Thiên Đạo, với Thiên Mệnh và Thiên Lý... Đạo Nhân của Nho giáo không xa đạo Ái của Tin mừng với Tình yêu không ranh giới: "Tứ hải giai huynh đệ" [10].

Khoảng năm 1911-1917, thầy Nguyễn Văn Thích xin đổi về dạy học ở Huế. Chính trong thời gian này, thầy quyết định đi tu làm linh mục. Sau khi được thụ phong linh mục, Cha Thích được bổ nhiệm làm giáo sư Dòng Thánh Tâm Huế. Đến năm 1937, được thuyên chuyển ra Chủng viện An Ninh, Quảng Trị. Nơi đây, Cha sáng lập và điều hành tuần báo *Vì Chúa*. Ngài còn là Phó Hội Trưởng Hội Cổ học được thành lập tại Huế để cổ xuý Nho học do Tiến sĩ Hán học Nguyễn Huy Nhu làm Hội trưởng.

Suốt một thời gian dài, Lm. Nguyễn Văn Thích gắn liền với việc dạy học, nghiên cứu và làm báo. Trong giai đoạn có nhiều biến đổi về văn hóa, ngôn ngữ, Cha Thích là người uyên thâm cả về Nho học lẫn Tây học. Với ngài, không hề có sự đối chọi giữa hai luồng tư tưởng này. Những tác phẩm thơ văn của tác giả mang tâm tình của một linh mục có trách nhiệm chỉ dạy đường thiêng liêng cho con chiên, là người thầy sẻ chia đạo lý cho học trò, là người con ắp đầy niềm mến yêu với quê hương. Ngài lấy bút hiệu là Sảng Đình Nguyễn Văn Thích (tức "cái đình trong sáng"), hay đơn giản là J.M.T. và J.M. Thích (J.M.T viết tắt tên thánh Giuse [Joseph], Maria [Marie] và tên thật: Thích). Trong những tác phẩm thơ văn của mình, Lm. Nguyễn Văn Thích thường sử dụng từ ngữ bình dị, giàu âm hưởng ca dao, dân ca. Cha để lại cho đời *Sảng Đình thi tập* là tập thơ tam ngữ Việt - Hán - Pháp, xuất bản tại Huế (1943), có giá trị lớn với thi ca hiện đại Việt Nam.

Với người Công giáo, ngài ghi dấu ấn trong việc cổ võ, sáng lập và làm chủ Tuần báo Vì Chúa. Tuần báo này viết bằng Quốc văn, Hán văn và Pháp văn. Số đầu tiên ra đời ngày 18 tháng 9 năm 1936, xuất bản tại Huế nhưng in tại Trung Hoà (Hà Nội). Một số tác phẩm khác của ngài: *Doanh Gia tạp vịnh, Cổ Việt phong dao, Trung dung đạo lý thập nhị đề, Quốc văn tân khoá bổn, Gia hiếu, Vật lý tùng đàm, Tiện huề hán thư, Con người đẹp nhất, Đức Giêsu là ai?, Lời Hằng Sống I và II, Vấn đề luân lý ngày nay, Giáo dục, Bánh trẻ, Sách mẫu giáo...* và Ngài còn là dịch giả của hai tác phẩm: *Việt Nam phong sử* (từ chữ Hán) và *Tuồng Phổ Liệt* (từ tiếng Pháp).

Một cuộc đời không biết mệt mỏi cho việc đào tạo con người, yêu mến thiên nhiên và truyền lửa lạc quan, mến Chúa yêu người, Lm. Sảng Đình Nguyễn Văn Thích về với Chúa ngày 10 tháng 12 năm 1978.

2. Lm. Nguyễn Văn Thích và tâm nguyện "Văn dĩ tải đạo"

Là một linh mục Công giáo lại tiếp thu đạo nghĩa Nho gia từ thuở nhỏ, nên các tác phẩm thơ văn của Cha Thích luôn mang ý vị của những hướng định "luân thường đạo lý" ở đời. Đó trước hết phải là một cuộc sống có mục đích: "Không lẽ đi mà không muốn đến nơi đến chốn. Không lẽ sống mà không có mục đích". Nhất là, không biết hi sinh, không biết chết làm sao biết sống. Nhưng nếu muốn sống thật phải có cái nhìn tâm linh, nghĩa là những công việc hằng ngày muốn có giá trị vững bền phải biết hợp với "Thiên công". Chính vì vậy, mục đích cao thượng nhất cho mọi người chính là "sống vì Chúa" [2, tr.192].

Từ đạo lý Nho giáo, Lm. Nguyễn Văn Thích đã viện giải về Nghĩa đồng bào trong Tuần báo Vì Chúa: "Dân ngô bào dã, vật ngô dự dã", "Tứ hải giai huynh đệ dã". Qua đó đủ biết loài người từ lâu vốn dĩ đã nhìn biết nghĩa đồng bào. Vậy tại sao con người lại ghét bỏ nhau, giết hại nhau gây bao điều trông thấy mà đau đớn như ngày nay? Phần vì một số không muốn nhìn nhận một vị Cha chung thì còn đâu nhớ đến nghĩa anh em đồng bào. Phần nữa, số biết Chúa là Cha chung nhưng không biết giữ luật yêu thương anh em như bản thân mình. Từ đó, tác giả đưa ra phương châm thực thi nghĩa đồng bào: "Vậy muốn thắng sự dữ, hãy làm sự lành. Muốn thắng sự ghen ghét, hãy yêu thương. Thương yêu mọi người vì Chúa" [2, tr.187]. Ngài đã hướng độc giả đến một cái nhìn vượt lên sự tầm thường luẩn quẩn hằng ngày: "Đã gọi vật chất mơ hồ là nguyên do muôn loài, đã cho rằng kinh tế vật chất đủ giải nghĩa mọi việc trong lịch sử nhân loại, đã nói chỉ loài người giải quyết được việc loài người, thì thôi, thì cứ lý vật chất: "Trâu mạnh trâu được, cỏ mạnh cỏ được" hay là nói theo thuyết thiên diễn (Evolutionisme) "Vật cạnh thiên trạch, ưu thắng liệt bại", sao lại không giành xé nhau, nuốt lẫn nhau? Bởi vậy, sống mà duy trì cùng có thể giữ cho tinh tuyền tinh thần bác ái yêu thương, hẳn phải nhận chân rằng bốn bể đều là anh em, chân nhận Đức Chúa Trời là Cha chung, là chủ luân lý. Như lời của Nã Phá Luân: *"Không nhìn có Thiên Chúa, thì loài người sẽ cắt họng nhau để đoạt cho được quả lê ngon hơn và quả thái bình đẹp nhất"* [2, tr.182].

Bằng lập luận sắc bén và logic, Lm. Sảng Đình Nguyễn Văn Thích đã bày tỏ nhiều quan điểm hợp lòng người trong những bài xã luận đăng trên Tuần báo Vì Chúa. Nhất là khi có khá nhiều người ngại ngần với Công giáo và hiểu lầm "Theo đạo bỏ ông bỏ bà", thì tác giả đã dùng lý lẽ của mình để minh định cho điều răn thứ tư: Thảo kính cha mẹ của người Công giáo trong thi phẩm *Trung và hiếu:*

Hết trung thờ Chúa đạo làm trai,
Chữ hiếu làm con dễ dám sai.
Vẫn hiếu với trung là vốn một,
Mà trung cùng hiếu chẳng toàn hai.
Thà rằng mất hiếu trung cùng Chúa,
Hễ đã không trung hiếu với ai?
Chữ hiếu ấy tình, trung ấy nghĩa,
Bên trung bên hiếu nặng hai vai

Ngài luôn đề cao vị trí của gia đình khi cho rằng: "bao giờ nói đến luân thường thì cũng phải nói đến gia đình. Gia đình là nhơn luân mà cũng gọi là thiên luân nghĩa là trật tự của người mà vốn Chúa đã lập ra từ khi dựng nên có nam có nữ [...] Gia đình là nơi khi sự tu thân và trị quốc bình thiên hạ cũng do đó nữa" [2, tr.251]. Như vậy, bằng sự uyên thâm triết lý đông tây, Lm. Sảng Đình Nguyễn Văn Thích giúp người thành kiến với Kitô giáo có cái nhìn chuẩn xác hơn. Và cũng là để bảo ban các Kitô phải có lối sống "Tốt đạo đẹp đời", biết thực thi điều Thiên Chúa dạy vào trong cuộc sống hàng ngày.

Từ những bài viết thực tế, những dòng thơ chân thật rút ra từ cuộc sống của mình, Lm. Nguyễn Văn Thích đã trở nên điểm tựa tinh thần cho các giáo dân. Ngài cũng là người góp phần vun trồng cho nền văn chương Công giáo Việt Nam. Cụ Phước môn Nguyễn Hữu Bài trong Lời bạt cho Sảng Đình thi tập đã viết rằng: "Tôi đã đọc hết cả tập thơ này, đại khái chính hợp cách làm thơ, vì "thi ngôn chí", làm thơ là bày tỏ chí mình ra như vẽ; mà tác giả "chí ư đạo": trong văn từ đều tỏ ra ý hướng mình suy nghĩ mộ đạo, từ thuở nhỏ cho đến lớn, từ khi đang học chữ Nho, chữ Hán, chữ Pháp,[...] văn chương thơ từ đều tỏ ra chí khí chăm về đạo lý. Con dòng văn vật danh gia, thiệt có tứ bền đỗ, quả đoán, cao thượng, xuất nhơn..." [6, tr.25]. Do vậy, Vì Chúa là tên gọi của Tuần báo do ngài chủ bút đã nêu bật linh đạo của cuộc đời người linh mục và tâm huyết của người cầm bút: "Tư tưởng vì Chúa, Ngôn luận vì Chúa, Hành động vì Chúa... Chúng tôi không dám quả quyết tự mình là được, nhưng nhờ ơn Chúa, nhờ anh em đồng lòng hiệp sức, chúng tôi không dám từ nan" [2, tr.173].

Độc giả bắt gặp trong thơ văn Sảng Đình Nguyễn Văn Thích một tâm hồn thánh thiện, ngưỡng vọng trời cao. Đó còn là một người con dấu ái của Đức Nữ Maria với lòng tôn sùng Thánh mẫu:

Rất Thánh Đồng Trinh Mẹ Chúa Trời,
Nguồn ân bể ái tát không vơi.
Thơm thay mùi huệ nơi thanh vắng,
Xinh bấy hoa hường giữa góc gai.
Nhựt nguyệt đôi vừng nhường ánh sáng,
Thiều quang chín chục kém màu tươi.
Lưỡi khôn kể xiết lời khen ngợi,
Rất Thánh Đồng Trinh Mẹ Chúa Trời.

Đối với tác giả, Đức Maria chính là người mẹ quê hiền dịu luôn lắng nghe lời kinh, tiếng chuyện của những người con dưới thế trần. Ngài đã có những lời tâm tình đơn sơ dành cho Đức Mẹ La Vang:

Lạy ơn Đức Mẹ La Vang,
Xin nghe con mọn thở than mấy lời...
Con xin cảm tạ muôn trùng,
Vì con biết Mẹ sẵn lòng với con.
Còn trời đất còn nước non,
Con còn cầu khẩn Mẹ còn đoái thương.

Là người có tâm hồn rung cảm trước mọi cảnh vật, Lm. Nguyễn Văn Thích đã viết những dòng thơ về Huế - nơi mình sinh ra và lớn lên:

Khói tan, mòi lặng bóng trăng trong,
Tịch mịch đêm thu ngọn nước ròng.
Thấp thoáng thuyền ai chèo trước gió,
Dặt dìu tiếng hát dội ngang sông.
Tần hoài một khúc sương mờ mịt,
Thương hải năm canh nguyệt não nồng.
Cảnh ấy tình nầy thêm vấn vít,
Mối sầu vạn cổ gỡ sao xong?

(Tiếng hát thuyền chèo trên sông Hương)

Đó là một khung cảnh đầy tĩnh mịch khi mọi thứ dường như chìm vào thinh không: *"Khói tan, mòi lặng, trăng trong"*. Ấy vậy mà, tác giả nghe như *"Dặt dìu có tiếng hát dội ngang sông"* khi *"Thuyền ai thấp thoáng chèo trước gió"*. Sự cô điệu này vốn diễn ra mỗi ngày, hay khi lòng thi sĩ mang một hoài vương, đồng cảm nào chăng? Bởi đó mới hay: *"Thương hải năm canh nguyệt não nồng"*. Thì ra, "sầu vạn cổ" vẫn hoài theo năm tháng, để cảnh và tình "vấn vít" mãi không dừng.

Trong bài *Thi vị sông Hương* lại gặp một tâm hồn vươn cao lên mọi trần tục:

Sông Hương có dòng nước lục,
Trong vẻo trong veo mà không bao giờ đục.
Đây, ta thả thuyền chơi, Ta lội, ta bơi,
Ta rửa sạch mọi niềm trần tục.
Sông Hương có bóng mát trăng thanh,
Yếng bạc bủa rải trên lườn sóng
long lanh,
Soi tấm lòng ta vằng vặc, Đối với tạo vật
Biết bao nhiêu là cảm tình. Sông Hương có luồng gió mát,
Phưởng phất dịu dàng như tay ai
khéo quạt,
Nó thổi sạch mây mù, Thổi sạch u sầu,
Kìa tiếng thông reo, tiếng chài hát.

Trong bài giới thiệu *Sảng Đình thi tập*, Võ Long Tê cho rằng: "bài thứ ba này là tiếng nói của đạo tâm. Bài này có lẽ sáng tác vào thời "thơ mới" thịnh hành ở nước ta. Về thi pháp, Sảng Đình cũng thử đổi mới bằng cách dựa vào từ khúc, với những câu thơ tùy nghi ngắn dài, có hiệp vận và tham bác ít nhiều lối đoản chương (verset) mà Paul Claudel (1868-1955) chủ trương để đổi mới thi ca Pháp" [6, tr.33].

Dòng nước sông Hương chính là nơi có thể gột rửa những niềm trần tục, bởi đó là nơi có: "dòng nước lục không bao giờ đục", có "bóng trăng thanh soi lòng ta vằng vặc", có "luồng gió mát thổi sạch u sầu". Bằng sự hòa ca cùng tạo vật, với tất cả niềm cảm tạ Thiên Chúa vì công trình tạo dựng của Người, đã nâng tâm hồn tác giả lên với Đấng Tạo Hóa. Để rồi tất cả u hoài, những sự tình thế tục được gột rửa, và lòng thi nhân gặp mình trong tiếng thông reo, tiếng chài hát rất đỗi bình dị mà thân thuộc.

Với người Công giáo nói chung và nền văn thơ Công giáo nói riêng, Lm. Sảng Đình Nguyễn Văn Thích vốn là một người cha, người thầy, người bạn hết sức uyên thâm mà gần gũi. Có lẽ ngài được biết đến nhiều với cương vị một linh mục, một người thầy hơn là một nghệ sĩ tài hoa với đầy đủ tài nghệ: cầm kì thi họa. Điều đó phần nào thấy rõ cuộc đời ngài gắn liền với vị Thiên Chúa mà ngài được ơn soi sáng tin nhận. Những tác phẩm của Lm. Sảng Đình Nguyễn Văn Thích đều khởi xuất từ đức tin và lòng mến của người Kitô. Do đó, ngòi bút của ngài bao giờ cũng nói về Thiên Chúa: "văn dĩ tải đạo", về tâm tình của kẻ thấu biết:

"Suy trong vật lý ta nên tỉnh,
Nhận biết Trời trên có Chủ ông.
(Đứng giữa càn khôn)

3. Mùa cũ hương xa

Nhìn lại dòng lịch sử văn học Công giáo, chúng ta thấy bóng dáng của nhiều tác giả với đa dạng thể loại văn học. Đó là Philipphê Bỉnh với thể loại nhật ký (*Sách sổ sang chép các việc*, 1822), thể ký sự với Trương Vĩnh Ký (Chuyến đi Bắc Kỳ năm Ất Hợi, 1876), thể kịch nói với Tuồng Cha Minh (1881), thể truyện với Nguyễn Trọng Quản (*Truyện Thầy Lazarô Phiền*, 1887), thể hồi ký với Michel Tình (*Chơn cáo tự sự*, la petite biographie de Michel Tình par lui même, 1910), thể khảo cứu với Hồ Ngọc Cẩn, tác giả loạt bài *Thi phú qui pháp* trên *Nam Kỳ địa phận* năm 1913, v.v...

Theo nhà nghiên cứu Lm. Georg Schuhammer trong bài viết *Nền văn chương Công giáo về Phanxicô Xavie tại Việt Nam:* "các giáo sĩ đã nghĩ đến sự cấu tạo một nền văn chương Công giáo bản xứ; [...] và cũng vì người Việt Nam có thói quen vừa học vừa hát nên các thi phẩm xuất hiện rất mau chóng. Ca và kịch thường có cơ hội để được sáng tác, đặc biệt vào những ngày lễ Giáng sinh. Các ngày đó với những cuộc lễ long trọng và máng cỏ luôn thu hút giáo dân và cả người ngoại đạo rất đông đảo đến nhà thờ" [8]... Như vậy, việc hình thành một nền văn chương Công giáo vị tất là một tiến trình phát triển. Hơn nữa, các tác phẩm văn chương Công giáo vốn gắn liền mật thiết với đời sống đức tin của các Kitô hữu.

Riêng đối với Lm. Sảng Đình Nguyễn Văn Thích, hai tác phẩm có giá trị với nền văn chương Công giáo chính là tập thơ *Sảng Đình thi tập* và *Cổ Việt phong dao*. Bên cạnh đó, Tuần báo Vì Chúa do ngài sáng lập và điều hành chính là tiếng nói của đông đảo anh chị em Công giáo nói riêng và của tầng lớp trí thức nói chung. Những tác phẩm của Lm. Nguyễn Văn Thích vừa mang lời ca bình dân, dễ đọc, dễ hiểu cho con chiên về giáo lý của Hội thánh Công giáo, về những cảm nghiệm đức tin và cách sống đạo. Giá trị nghệ thuật biểu lộ qua những hình thức nghệ thuật quần chúng để làm cho việc trình bày, diễn tả, truyền đạt trở thành dễ nghe, thích nghe, dễ nhớ, muốn nhớ như *Vè đốm đốm,* các bài thơ: *Mười hai cái mến, Sao mai, Khuyên học, Bài hát đồng lúa chín, Thằng Mầu nói láo,...*

Các tác phẩm của Lm. Nguyễn Văn Thích mang tư tưởng Nho giáo truyền thống và bình dân đã thể hiện tính đại chúng rất rõ. Đó còn là sự kết hợp với việc sử dụng văn của nhà đạo, cung sách. Tác giả đã phiên dịch bi kịch *Polyeucte* của Pierre Corneille (1606-1684) dưới nhan đề *Tuồng Phổ Liệt* theo mẹo tuồng hát bội. *Tuồng Phổ Liệt* in trong tuần báo *Vì Chúa* (1940) và trích in *tấn (scène) XIX* trong *Sảng Đình thi tập* [7, tr.124-126], đã nhiều lần công diễn và được quần chúng hoan nghênh. Nhờ những kết hợp nhuần nhuyễn như thế mà người Công giáo chưa bao giờ thấy nếp sống đạo của mình xa lạ với nếp sống của người Việt Nam vì đã được diễn tả, biểu lộ bằng những hình thức quen thuộc của tiếng nói nghệ thuật dân gian. Thật vậy, nội dung giáo lý được nêu trong các hình thức vè, thơ, tuồng, kịch nói Công giáo *nói chung và của* Lm. Nguyễn Văn Thích nói riêng mà các Kitô hữu được nắn đúc, gọt giũa để trở nên những người bảo vệ đức tin, bảo vệ di sản tinh thần của dân tộc.

Như *Sảng Đình thi tập* là tập thơ mà ngay từ nhan đề đã đặt đơn giản noi theo truyền thống Nho gia trong khi tác giả là người thuộc một thế hệ mới, sống trong bối cảnh giao lưu văn hoá Đông - Tây. Các bài thơ của Lm. Nguyễn Văn Thích sáng tác, được phổ biến trong *Sảng Đình thi tập* gồm thơ Việt văn, thơ Hán văn, Pháp văn, tổng cộng 152 bài. Những bài thơ đa dạng, từ những câu vè 4 chữ, câu thơ lục bát, tứ tuyệt, thơ Đường đến những bài thánh ca hay thánh thi ca tụng Đức Mẹ. Tất cả gói trọn trong tâm tình của người con Việt muốn hiến dâng trọn đời mình cho nước non và Quê Trời.

Với *Cổ Việt phong dao* là một tuyển tập gồm 300 câu hai vế lục bát (tức 600 câu), tác giả viết 300 câu phong dao chính là để sánh đối với 300 câu *Kinh* Thi của Trung Quốc (Thi tam bách). Tập phong dao này gồm 600 câu thơ đều liên vận với nhau, mang ý nghĩa văn hóa Việt bao gồm những triết lý sống đạo theo nông nghiệp, tam tài, quân bình âm dương phù hợp với đạo lý nho gia và giáo lý Công giáo.

Là người theo học cả Hán, Nôm, Latinh, Pháp ngữ nên Lm. Nguyễn Văn Thích đã góp sức cho nền dịch thuật, đặc biệt là các bài thơ dịch chữ Hán và từ tiếng Pháp của tác giả. Chẳng hạn như dịch bài *Xuân giang nguyệt dạ* của Trương Nhược Hư:

Sông xuân con nước liền bể bằng,
Trăng bể cùng nước lên một lần.
Theo sóng long lanh ngàn vạn dặm,
Nơi nào sông xuân không sáng trăng?
Quanh co song bọc bờ hoa chảy,
Trăng giọi rừng hoa như tuyết rải;
Giữa không không biết có sương bay,
Cát trắng bên bờ xem chẳng thấy.
Nước trời một sắc bòng trong ngời,
Vằng vặc tầng không mảnh nguyệt soi.
Người nào trên song mới thấy nguyệt?
Năm nào trăng song mới soi người?
Người sinh đời nọ đời nầy mãi,
Trăng sáng năm nào giống năm nấy.
Chẳng hay trăng song soi người nào?
Chỉ thấy bóng doi đưa nước chảy.

Có câu chuyện được lưu truyền cho đến nay rằng vào năm 1960, khi Lm. Nguyễn Văn Thích theo phái đoàn chính phủ đi Đài Loan. Trong bữa tiệc hạnh ngộ có món chim đa đa. Tức cảnh thành thơ, thi sĩ Sảng Đình nhớ tới bài thơ *Qua Đèo Ngang* của bà Huyện Thanh Quan liền hạ bút dịch sang Hán văn:

Bộ đáo hoành quan nhật dĩ tà,
Yên ba gian thạch, thạch gian hoa.
Tiều quy nham hạ ta ta thiểu,
Thị tập giang biên cá cá đa.
Đỗ vũ tâm thương thanh quốc quốc,
Giá cô hồn đoạn tứ gia gia.
Đình đình trữ vọng: thiên sơn hải,
Nhất phiến cô hoài: ta ngã ta.

Thơ dịch sát ý sát lời; lại nói lên hai điển cố Đỗ Vũ và Giá Cô. Bài thơ được ngâm lên trước sự hiện diện của bá quan văn võ Trung - Việt và được mọi người hết lòng thán phục [4].

Tác giả còn dịch nhiều thơ tiếng Pháp như *Biển và núi, Mùa hè, Trẻ mồ côi,...* của Victor Hugo, La Maman của Jean Aicard, *Chim vỡ ổ, Một giấc chiêm bao,...* của Sully Prud'homme, *Đi xa nhớ nhà* của Chateaubriand, *Thổi bọt xà phòng, Hỡi con dậy!...* của Claude Augé, *Bằng an và vui mừng, Bài hát Ngày hôm nay, Bỏ mình trong tay Chúa, Những điều tôi yêu,...* của Thánh Têrêxa Nhỏ, v.v...

Như loài quỳnh chỉ nở vào ban đêm, khoe sắc âm thầm mà hương lan nồng nàn trong khuya vắng khiến người thưởng ngoạn cứ mãi nhắc về. Lm. Nguyễn Văn Thích cũng nở cho đời, cho đạo những hương sắc riêng trong âm thầm mà bền bỉ với thời gian. Sự nghiệp thơ văn của tác giả gắn liền với cả cuộc đời bình dị, nhân đức, thánh thiện với Thiên Chúa, con chiên, với núi sông và muôn vật. Như ước nguyện của đời mục tử:

Chúa biết rõ tôi yêu mến Chúa,
Vì tôi đã được Chúa mến yêu.
Nguyền đem lửa mến đến thiêu,
Cho tan trần niệm, cho tiêu tục tình.
(Trời cao đất thấp gặp nhau)

Tài liệu tham khảo

[1] Lê Ngọc Bích (2000), *Nhân vật Giáo phận Huế*, Tập I, Tổng Giáo phận Huế Xb.

[2] Lê Ngọc Bích (2003), *Sưu tập Thơ - Văn, Nhạc- Họa của Lm. Sảng Đình Nguyễn Văn Thích,* Lưu hành nội bộ Cựu chủng sinh Hoan Thiện.

[3] Nguyễn Đức Cung (2015), *Linh Mục Sảng- Đình Nguyễn Văn Thích (1891-1978) và Những Vần Thơ về Nước Non Xứ Huế,* https://web-cache. googleusercontent.com/search?, truy cập ngày 02/10/2019.

[4] Nguyên Đình, *Lm. Nguyễn Văn Thích (2012)*, https://nguyend-inhchuc.wordpress.com/ 2012/05/01, truy cập ngày 05/9/2019.

[5] Nguyễn Vy Khanh (2019), *Đôi nét về văn học Công giáo Việt Nam*, http://webcache. googleusercontent.com/search?, truy cập ngày 02/11/2019.

[6] Đoàn Khoách (2001), *Sảng Đình thi tập của J.M.Thích*, Thanh Tịnh xuất bản, California, U.S.A.

[7] Phạm Bá Nha (2019), *Đóng góp của thơ Công giáo vào việc truyền bá Tin mừng,* http:// giaoxuvnparis.org/bai-viet, truy cập ngày 02/10/2019.

[8] Georg Schurhammer (2019), *Nền văn chương Công giáo về Phanxicô Xaviê tại Việt Nam*, https:// antontruongthang.com/quoc-ngu, truy cập ngày 22/10/2019.

[9] Hoài Thanh, Hoài Chân (2016), *Thi nhân Việt Nam,* Tái bản. Nxb Văn học, Hà Nội.

[10] Mai Thành (1978), *Nhớ ngày mất Lm. Sảng Đình Nguyễn Văn Thích (10/12/1978)*, http:// cuucshuehn.net/Loi-Cau-nguyen/Nho-ngay-mat- Linh-muc-Sang-Dinh-Nguyen-Van-Thich, truy cập ngày 02/11/2019.

THI SĨ TẢN ĐÀ VỚI BÁO *VÌ CHÚA*

Nguyễn Hữu Sơn *1

Thi sĩ Tản Đà

Đương thời thi sĩ Tản Đà Nguyễn Khắc Hiếu (1889-1939) từng làm chủ bút báo *Hữu thanh, An Nam tạp chí* và cộng tác với các báo chí khắp trong Nam ngoài Bắc như *Đông Dương tạp chí, Nam phong tạp chí, Thần Chung, Đông Pháp thời báo, Văn học tạp chí, Phong hóa, Ngày nay, Tiểu thuyết tuần san, Vì Chúa, Tiếng chuông sớm, Phật học tạp chí,*... Trong số các cơ quan ngôn luận trên, Tản Đà vừa trực tiếp viết bài vừa là nhân vật được nói đến trên báo *Vì Chúa*. Đây là tờ tuần báo của Giáo hội Công giáo Trung Kỳ, xuất bản tại Huế từ tháng 9-1936, in tam ngữ Việt - Hán - Pháp, do Linh mục Giuse Maria Nguyễn Văn Thích (1891-1978) làm Chủ nhiệm, với sự cộng tác của Michael Phan

---

*1 Về tác giả, xem trang 150

Huy Đức (?), Phan Bội Châu (1867-1940), Hồ Ngọc Cẩn (1876-1948), Huỳnh Thúc Kháng (1876-1947), Ưng Trình (1882-1974), Bùi Tuân (1913-1966), ...

Trong bài báo *Thi sĩ Tản Đà với "Vật lý suy nguyên" (Vì Chúa*, số 22, ra ngày 26-2-1937, tr.3-4), ký giả Phạm Quảng Tiệp (Chân Ninh) kể chi tiết nguyên do một ngày được hội kiến khi Tản Đà đến gặp người anh của mình là ký giả Phêrô Phạm Đình Tân[2]:

"Hồi đó thi sĩ chưa dịch thơ Đường cho báo *Ngày nay*. Thi sĩ về ở Quảng Yên vì thấy phong cảnh ở đây có vẻ thú vị và lại còn một mục đích riêng khác nữa.

Tôi được đàm luận cùng tiên sinh về vấn đề "Vật lý suy nguyên" trong một buổi chiều xuân ấm áp năm 1937.

Anh em chúng tôi vừa dùng cơm chiều xong. Anh cả tôi chạy sang nhà một ông bạn ở bên cạnh chơi. Còn tôi, điếu thuốc lá ngậm ở môi, tôi đương xem tờ *Vì Chúa* số đặc biệt về lễ Noel năm 1936 của ông bạn ở thành Nam mới gửi ra. Mấy tiếng gõ cửa, tôi ngoảnh ra đã thấy tiên sinh niềm nở, đẩy mành mành bước vào hỏi:

- Ông Phạm Đình Tân có nhà không ông?

- Thưa cụ, - Tôi đáp, - Anh tôi vừa sang bên hàng xóm, rước cụ vào chơi để tôi cho người nhà đi tìm về"...

Từ đây Phạm Quảng Tiệp tranh thủ đi sâu khai thác, thâu nhận ý kiến Tản Đà về quan niệm dịch thơ Đường và nhận định tương quan vị thế, đặc điểm thơ cũ – thơ mới:

"Thế là trong khi thi sĩ ngồi chờ ông anh cả tôi, tôi được dịp hỏi tiên sinh về nhiều vấn đề.

Vì tiên sinh là một thi sĩ có tài mà phong trào thơ mới hồi đó đang bồng bột nên tôi liền đả động ngay đến vấn đề đó.

- Thưa cụ, - Tôi nói, - Như ý cụ đối với thơ mới ngày nay thế nào?

- Trong thơ mới, - Lời tiên sinh đáp, - Như thơ ông Thế Lữ[3], cũng có nhiều cái hay lắm. Đối với tôi, thơ dù ở trong khuôn khổ cũ hay mới, tình cảm của người làm thơ phải thành thực thì mới hay được. Trước

---

[2] Phêrô Phạm Đình Tân (1913-1992): Quê Nam Định. Từng cộng tác với các báo: *Phụ nữ thời đàm, Thanh nghị, Phụng sự, Tinh thần* (Hà Nội). Ông cùng với Phạm Đình Khiêm chủ trương hai tờ báo *Thanh niên* và *Văn đàn*, lập tủ sách Thanh niên Chuyên san (1946) và Tinh Việt Văn đoàn (1950). Năm 1984, ông sang Bỉ, đoàn tụ với gia đình và qua đời tại Paris (Pháp) (NHS chú).

[3] Thế Lữ (1907-1989): Nguyên tên Nguyễn Thế Lữ, quê Hà Nội. Cây bút tiên phong trong phong trào Thơ mới. Nổi tiếng với tập *Mấy vần thơ* (1935) (NHS chú).

khi Phan Khôi [4] tiên sinh khởi xướng lên vấn đề cải cách thơ, tôi cũng đã nghĩ đến việc đó rồi. Nhưng vì hồi đó, Hán học còn thịnh, hầu hết ai ai cũng còn đương ham chuộng lối thơ cũ cho nên chưa phải là thời kỳ cho tôi nêu lên vấn đề đó"...

Ngay sau đó Phạm Quảng Tiệp chuyển làn từ chuyện dịch thuật tới sáng tác và tìm hiểu vai trò tiếng nói trữ tình, quan hệ việc làm báo viết thơ ở Tản Đà:

"Tiên sinh có đọc cho tôi nghe hai bài thơ mà tiên sinh nói là làm đã từ lâu. Không theo khuôn sáo cũ của luật Đường thi. Tôi rất lấy làm tiếc không còn nhớ mà chép ra đây.

- Thưa cụ, mùa xuân năm nay cụ đã có bài nào về xuân chưa ạ?

- Có, mấy hôm nay, tôi đã viết một bài *Tân xuân cảm*, để tôi đọc ông nghe:

Non sông như vẽ, cỏ hoa tươi,
Xuân mới năm nay đã đến rồi.
Chín chục thiều quang trời ngó lại,
Bốn nghìn lịch sử nước trôi xuôi.
Tài hoa khách cũ, thơ còn hứng?
Kinh tế phen này tết có vui?
Trái đất vô tình, lăn lội mãi,
Cuộc đời dâu bể biết bao thôi?

Đọc đến câu 3, 4 cảm vì non sông đất nước và 4 câu sau cùng cảm vì thân thế ba đào của mình đã bao phen xuôi ngược, thi sĩ lấy làm đắc ý lắm, mắt trông tôi, môi mỉm cười, cái cười chua chát mỉa mai, ngạo mạn và có vẻ ngậm ngùi. Tiên sinh ngâm đi ngâm lại cho tôi nghe hai, ba lần 6 câu thơ sau cùng.

Chín chục thiều quang trời ngó lại,
Bốn nghìn lịch sử nước trôi xuôi...

Tôi hỏi tiếp:

- Thưa cụ, có nhiều người phê bình nói về cụ rằng: cụ có tâm hồn thi sĩ, nếu cụ lại đi làm báo để trở nên một nhà ngôn luận thì cụ sẽ đi lầm đường!

Thi sĩ đáp:

- Nhưng tôi có để cho tâm hồn thi sĩ của tôi mất đi đâu? Tôi đương sửa soạn dịch các Đường thi ra quốc âm"...

---

[4] Phan Khôi (1887-1959): Quê Quảng Nam. Nhà văn, nhà báo. Người khởi đầu phong trào với bài *Một lời thơ mới trình chánh giữa làng thơ – Tình già* (*Đông Tây, Phụ nữ tân văn*, 1932) (NHS chú).

Có điều đặc biệt là bài thơ *Tân xuân cảm* này lại được tách ra thành một mục riêng và in ngay cùng số báo *Vì Chúa*, cùng trang, chỉ khác có một chữ trong câu thứ tư: ***Bốn** nghìn lịch sử nước trôi xuôi*, đổi thành ***Tứ** nghìn lịch sử nước trôi xuôi*. Không rõ tại sao lại thế !?

Đến đoạn cuối Phạm Quảng Tiệp khơi mạch nhận thức ở nhà thi sĩ - ông chủ thuyết Thiên lương về Đức Chúa Trời – ngôi Chúa Tể trong vũ trụ và đặc biệt chú trọng giới thiệu bài thơ chữ Hán thất ngôn bát cú *Vật lý suy nguyên* của Sảng Đình (một bút danh của Linh mục Nguyễn Văn Thích) và được Tản Đà tán thưởng, đánh giá cao:

"Sẵn tờ *Vì Chúa* trong tay, tôi liền giới thiệu với tiên sinh và đưa cho tiên sinh xem bài thơ bằng Hán văn của ông Sảng Đình, đầu đề là *Vật lý suy nguyên*. Tiên sinh cầm lấy xem và gật đầu:

- Bài thơ này lời văn cũng đẹp. Nhưng cái bài dịch của ông J.M.T dưới đây chưa được chải chuốt, gọn gàng và đầy đủ cho lắm, để tôi đem về dịch lại thử xem sao.

Tôi đưa cho tiên sinh xem bài *Vật lý suy nguyên* là cốt để biết ý kiến tiên sinh về vấn đề đó.

- Thưa cụ, - Tôi hỏi tiếp, - Về vấn đề "Vật lý suy nguyên", cụ nghĩ thế nào ạ?

- Ấy, lắm lúc tôi nghĩ trong vũ trụ cũng phải có một ông Chúa Tể thì mới được. Chính Khổng phu tử ngày xưa cũng công nhận như thế đấy ông ạ!

Rồi tiên sinh kể cho tôi nghe một câu chuyện mà tiên sinh đã ngồi đàm luận với nhà văn hào Nguyễn Văn Vĩnh[5] lúc hai người còn trong buổi thiếu thời.

- Tôi, - Lời thi sĩ nói, - Tôi nói chuyện cho ông Vĩnh nghe về triết học của ông "Đề Cát" ở trong sách Tầu, còn ông Vĩnh thì nói chuyện cho tôi nghe về triết học của Descartes[6] ở trong Pháp văn. Hai chúng tôi đều lấy làm lạ sao có hai nhà triết học của Đông phương và Tây phương mà lại giống nhau đến như thế! Thi té ra, chung quy hai chúng tôi đều nói chuyện về ông Descartes cả. Sách Tầu dịch chữ Descartes ra chữ Nho là "Đề Cát". Thế mà trước kia, chúng tôi cứ tưởng Descartes và Đề Cát là hai người. Về sau, hễ tôi với ông Vĩnh gặp nhau nghĩ đến câu chuyện đó, chúng tôi lại không khỏi buồn cười"...

---

[5] Nguyễn Văn Vĩnh (1882-1936): Sinh tại Hà Nội. Nhà hoạt động xã hội, nhà báo, nhà văn, dịch giả nổi tiếng đầu thế kỷ XX (NHS chú).

[6] Descartes (1596-1650): Nhà triết học, toán học người Pháp (NHS chú).

Xin nói thêm, bài thơ *Vật lý suy nguyên* của Sảng Đình (Nguyễn Văn Thích) đã được in với đầy đủ thủ bút chữ Hán và bản dịch lục bát nhan đề Đứng giữa càn khôn của J.M.T trên mục *Văn đàn*, báo *Vì Chúa* (số 14, ra ngày 18-12-1936):

物理推原

宇宙依然顧盼中,
天高地迥甲無窮.
一輪明月來還去,
萬古年花秋又冬.
夭沃喜知欣草木,
飛潛得意羨魚龍.
細推物理君須悟,
莫道乾坤無造工.

(爽亭)

Phiên âm:

VẬT LÝ SUY NGUYÊN

Vũ trụ y nhiên cố hễ trung,
Thiên cao địa quýnh giáp vô cùng.
Nhất luân minh nguyệt lai hoàn khứ,
Vạn cổ niên hoa thu hựu đông.
Yêu ốc hỉ tri hân thảo mộc,
Phi tiềm đắc ý tiện ngư long.
Tế suy vật lí quân tu ngộ,
Mạc đạo càn khôn vô tạo công.

(Nhìn quanh vũ trụ bao la,
Trời cao đất rộng biết là ra sao!
Một vừng trăng sáng treo cao,
Đi đi, lại lại, dễ nào ai hay.
Năm năm muôn thủa đổi thay,

Mới thu khi ấy, mà nay đông rồi.
Cỏ cây chẳng biết sự đời,
Mà xanh mởn lá, mà tươi tốt cành!
Vẫy vùng biển rộng trời xanh,
Rồng kia cá nọ ra tình sướng sao!
Bầu trời xuy xét tiêu hao,
Thử xem muôn vật, ai nào biết chưa?
Càn khôn để lại từ xưa,
Có tay gây dựng, chớ ngờ rằng không)

(Sảng Đình)

Nguồn: Tạp chí Kiến thức Ngày nay,
số 1036, ra ngày 20-5-2019, tr.5-7.

PIERRE ĐỖ ĐÌNH
NHÀ VĂN, NHÀ THƠ, NHÀ GIÁO

Lê Ngọc Bích

"ĐỖ ĐÌNH không được biết đến nhiều. Mấy ai đã nghe đến danh và được bao nhiêu người có dịp đọc tác phẩm. Đỗ Đình lại là người chẳng thèm cố gắng tí nào để nhận thứ mà người đời gọi là danh vọng. Phải nói là Đỗ Đình sợ danh vọng, sợ những hình thức phỉnh phờ nuôi dưỡng một số ngộ nhận về mình". (...)

"Tôi không phải là bạn chí thân của Đỗ Đình, nhưng có nhiều cảm mến đối với một người rõ thật tài hoa với phong thái độc đáo, say mê những giá trị vượt thời gian và không gian, và do đó, không còn bận tâm về những tế toái của tâm tình, trí tuệ hay nhân sinh" (...).

Giáo sư Cung Giũ Nguyên nói như vậy về Gs. Đỗ Đình, bạn mình[1]. Mà ông Đỗ Đình quả là một người tài hoa, độc đáo, độc đáo trong nhân sinh quan, trong phong cách sống, đưa đến việc gia nhập Công giáo của ông cũng rất độc đáo.

Vài nét dòng đời...

Đỗ Đình sinh năm 1907, quê ở Ba Vì, tỉnh Sơn Tây. Bố làm quan Tri Phủ[2].

Đỗ Đình được đi học ở Pháp từ thiếu thời, đỗ Cử nhân Sử học. Sau đó, ông lưu trú tại Pháp, chọn đời sống độc thân, chuyên chú vào

---

[1] Bài viết của GS. Cung Giũ Nguyên trên tạp chí *Tri Thức*, số 4 năm 1974, Viện Đại học Đà Lạt.

[2] Theo Cung Giũ Nguyên, tài liệu đã dẫn.

Nhà nghiên cứu Lê Ngọc Bích

** Sinh: 1933 tại Thừa Thiên. Mất : 2009.*
** Học viện Hán Học Huế và Đại Học Sư Phạm Huế. Sau 1975, nghiên cứu lịch sử đạo Công Giáo ở Việt Nam.*
Tác phẩm chính:
** Người Việt Công Giáo, Chứng Nhân Đức Tin (1630-1885).*
** Giám mục người nước ngoài qua chặng đường 1959-1975.*
** Nhân vật Công giáo Việt Nam thế kỷ 18-19-20.*

việc nghiên cứu văn học, triết học, tôn giáo. Tại Pháp, ông giao thân với nhiều danh sĩ như Daniel Rops, Léopold Dedar Senghor nhà thơ nổi tiếng của Senegal (Châu Phi)[3].

Thời gian lưu trú tại Pháp ông sống chủ yếu bằng nghề viết báo, viết sách, dạy học. Ông có về Việt Nam khoảng 1932. Lần về quê hương này là một bước ngoặt lớn của đời ông: gia nhập đạo Công giáo. Trường hợp Đỗ Đình gia nhập Công giáo thật là độc đáo, hy hữu, nếu nói như là một huyền thoại thì cũng không phải quá. Ông kể lại rằng:

"Thời đó, vào khoảng 1932, tôi đi tàu thủy trở vê nước. Trong khi đi đường tôi đọc cuốn "Daphné Adeane" cùng cuốn "Art et Scolastique" và cuốn "Distinguer pour Unir" của nhà văn Maritain. "Daphné Adeane" là tác phẩm tiểu thuyết của nhà văn người Anh Maurice Baring. Một câu trong tác phẩm của Maurice Baring đã tác động mạnh đến tư duy của Đỗ Đình. Đại ý như thế này: Người ta đi xem kịch ở rạp hát thì thấy thân thế của mỗi vai trò có đầu đuôi, có đường lối duy nhất, nhưng ở trong đời thật của chúng ta thì không như thế: chặng đường trước che chặng đường sau, ở chặng đường trước thì tưởng đi về Tây, quẹo một cái thi thấy đi về Đông, đi một khúc nữa lại thấy rằng mình đi một nẻo bất ngờ... Thật là như ta đi ở chỗ sa mạc mênh mông, hay như lời thi sĩ Dante trong cuốn "Divina Comedia: "Ở giữa đường đời ta đi lạc vào nơi rừng thẳm..."[4].

Giữa trời nước mênh mông, con tàu bồng bềnh trên đại dương bao la sâu thẳm hướng về quê hương, Đỗ Đình miên man suy tư. Ông nói: *"Nghe tiếng sóng ngày đêm, có lúc tôi tưởng mình là người thủy thủ. Nhưng tôi không phải là người đi câu cá. Tôi là con cá ở vực sâu. Mà Chúa Giêsu là người đi câu cá"*[5]. Chuyến hải trình về thăm quê

---

[3] Sau này, từ 1960-1963, làm Tổng thống nước Cộng hòa Senegal, xem "Phi Châu Da đen", Sài Gòn 1968, tr. 154-155.

[4] Theo Cung Giũ Nguyên, bài *"Nhớ Đỗ Đình"* trong tạp chí *Tri Thức*, Viện Đại học Đà Lạt, số 4, năm 1974.

[5] Bài *"Ta là con cá"* của Đỗ Đỉnh trong tạp chí *Đức Mẹ La Vang* (Huế), số 1, tháng 8-1961, tr. 84-86.

hương Sơn Tây - Ba Vì vào khoảng 1932, khi tàu sắp cập bến Hải Phòng, lênh đênh một nơi nào đó trên biển Nam Hải, Đỗ Đình đã nhận lễ Rửa tội gia nhập đạo Công giáo với tên thánh PIERRE. Ngẫu nhiên hay dụng ý nhắc nhở sự trùng hợp ngôn ngữ trong "Tu es Petrus..." đã khiến cho người có tên ***Thạch***, họ Đỗ Đình, sẽ ký trên các bài viết của mình: ***Pierre*** Đỗ Đình, Thạch Đỗ Đình, Đỗ Đình Thạch.

Và Pierre Đỗ Đình, đã viết bài thơ bằng tiếng Pháp: *"Le Grand Tranquille"*, năm 1937, trong đó ông nói lên sự luyến tiếc quá khứ văn hóa tôn giáo của ông, nhưng ông đã tìm được một niềm tin vững chắc. Ông cho quá khứ của ông đã làm tròn sứ mệnh tiên tri, quá khứ ấy không vô ích, không nên tiếc, nó đã làm tròn sứ mệnh của mình: quá khứ ấy đã được phục sinh..."[6].

Năm 1939, chiến tranh thế giới lần II bùng nổ, Đỗ Đình không tự đặt mình ra khỏi cuộc tranh chấp tại một quốc gia đã tiếp nhận mình suốt nửa đời (...). Đỗ Đình đã tình nguyện gia nhập quân đội Pháp để bảo vệ thứ tự do chung mình đã thụ hưởng (...). Georges Proux là sĩ quan tại trại tuyển binh ở Carcassonne đã nhận biết được Đỗ Đình trong bộ đồ lính. Lời Proux thuật lại:

"Nhiều người Việt Nam đã tình nguyện nhập ngũ. Tại Carcassonne người ta nhận ra một số trí thức tên tuổi (có cả một họa sĩ: Lê Phổ). Tại đây tôi được hân hạnh gặp Pierre Đỗ Đình, tác giả bài thơ tuyệt diệu mà tạp chí CJ đã ấn hành. Nhà học giả đã rời tháp ngà để bận quân phục và sống trong một thế giới làm cho người lắm khi khó chịu và phá quấy sự ham thích cô đơn của mình. Tuy nhiên Đỗ Đình đã theo được một khóa huấn luyện và được mang cấp bậc trung sĩ" [7]. (Grorges Proux, là một bạn của tờ *"Les Cahiers de la Jeunesse"* (CJ ra đời năm 1936, sau này G. Proux làm Công sứ Trung Kỳ. Cùng tòng quân trong quân đội Pháp hồi thế chiến II, còn có Thạc sĩ Phạm Duy Khiêm (giáo sư Hà Nội).

Theo Cung Giũ Nguyên, bài *"Nhớ Đỗ Đình"*, Tạp chí *Tri Thức*, Viện Đại học Đà Lạt - số 4, năm 1974.

Đỗ Đình có lưu trú tại Trung Quốc một thời gian ngắn, khoảng cuối 1948 đầu 1949. Trong dịp này, Đỗ Đình có nói chuyện trên đài phát thanh Côn Minh ngày 4 - 2 - 1949 về đề tài: *«Valéry với Trung Hoa»*[8].

Chiến tranh kết thúc, Đỗ Đình lại được đời sống tự do và thư thái tại Ba Lê, viết báo (thường là tờ Le Monde). "Đỗ Đình ham mê cuộc

---

[6] Nguyễn Khắc Xuyên, báo *Công giáo và Dân tộc,* số 924, ngày 1-9-1993, tr. 18.

[7] Trong tờ "Le Soir d'Asie", Sài Gòn 19-9-1941.

[8] *"France - Asie"*, Sài Gòn, số 3-4, năm 1949. Trích lại của GS. Cung Giũ Nguyên, trong tlđd.

sống tại Ba Lê, đầy kỷ niệm, đầy bạn bè (...). Đỗ Đình tìm được những năm tháng sung sướng nhất tại đó, vì nếu không tìm được quê hương thứ hai cũng tìm ra một khí hậu tinh thần thuận lợi, phù hợp với ước vọng và cảnh huống của mình. Tại Ba Lê, giữa đám đông người, bên cạnh những thân hữu, Đỗ Đình hưởng được cô đơn, thứ cô đơn tuyệt đối cần cho sáng tác khi phải sáng tác, cần để suy gẫm, khi phải suy gẫm (...). Đối với một người thấm nhuần đạo Lão Trang, những tháp chuông của biết bao nhà thờ nơi bầu trời dịu mát lại nhắc đến thời gian và vĩnh cửu, Ba Lê là một nơi thích ứng cho Đỗ Đình, vừa giàu vừa nghèo, vừa cô đơn vừa được âu yếm, sống được những ngày phong lưu, bất thiết mọi sự, tâm và trí luôn luôn sắp sẵn tiếp nhận mọi cuộc phiêu lưu, với mối tương tư thầm kín và những ước vọng uyên thâm, (...)" [9]

Ấy thế mà năm 1960, đang phụ trách mục "Lectures Asiatiques" của nhật báo *Le Monde* (Paris) bỗng nhiên ông nhận lời mời của linh mục Cao Văn Luận, Viện trưởng Đại học Huế, về dạy Triết học và Văn chương Pháp. Đỗ Đình cũng nhận lời viết cho tạp chí Đại Học (Huế).

Năm 1964, do những biến động bất thường xảy ra ở Huế, ông nghỉ dạy ở Đại học Huế, vào lúc Lm. Cao Văn Luận hết làm Viện trưởng và tờ Đại Học cũng vĩnh viễn đình bản. Bạn bè của ông, như GS. Trần Văn Toàn phải bỏ nước ra đi. Nhưng Đỗ Đình thì không còn muốn rời quê hương nữa. Ông nhất quyết lưu lại Sài Gòn sống với mẹ già tuổi đã cao. Ông dạy Đại học Vạn Hạnh, làm Chủ bút tạp chí Đối Thoại một cơ quan của sở Thông tin Hoa Kỳ. Như vậy, Đỗ Đình đã tự buộc mình vào những giờ và lề lối làm việc có khuôn khổ. Một sự thay đổi lớn lao như vậy đòi hỏi biết bao nhẫn nhục và can đảm. Cải hoán được nếp sống, cách mạng bản thân chắc hẳn đã tốn cho Đỗ Đình bao nhiêu đắng cay, nhưng ông đã chấp nhận vì chữ hiếu, vì yêu mẹ và cũng vì yêu quê hương, muốn chia sẻ cho đến cùng số phận vinh vinh nhục nhục của đồng bào mình, sau cùng an lòng khi thân xác mình được chôn vùi trong lòng đất mẹ. Nghe nói ông bị ung thư máu cấp tính, điều trị tại bệnh viện Grall (Đồn Đất) Sài Gòn. Thế rồi một cáo phó của gia đình đăng trên báo, cho biết:

"Ông Pierre Đỗ Đình Thạch đã tạ thế ngày 15 tháng 7 năm 1970 tại bệnh viện Đồn Đất Sài Gòn».

Một cáo phó đơn giản, kín đáo, không cho biết nghề nghiệp, tuổi thọ, địa chỉ người bạc mệnh, không có tên đại diện của tang gia, một tin rất khách quan tăng thêm cảm xúc cho người quen đọc đến. Đỗ Đình đã cáo biệt những người trần thế, trong hình thức lịch sự vô cùng không muốn ai bận tâm về cái chết của mình cũng như về những ngày mình phải sống. [10]

---

[9] Theo Cung Giũ Nguyên, tlđd, tr. 14 (Tập tài liệu đánh máy)

[10] Viết theo GS. Cung Giũ Nguyên, tlđd.

Lễ cầu hồn quy lăng của ông được cử hành tại nguyện đường bệnh viện Grall, do linh mục Cao Văn Luận, cựu Viện trưởng Đại học Huế chủ tế. Tham dự có đông đảo thân bằng quyến thuộc, văn hữu, đồng nghiệp, môn sinh, đại diện cơ quan văn hóa trong và ngoài nước, ngày 18 tháng 7 năm 1970.

Linh cữu Gs. Đỗ Đình được an táng tại nghĩa trang Mạc Đĩnh Chi, SàiGòn.[11]

Pierre Đỗ Đình Thạch tạ thế lúc được 63 tuổi đời.

Nhà văn, nhà thơ Pierre Đỗ Đình tỏ rõ tài hoa và thực học, sở trường cả hai lối văn: Việt và Pháp. Ông đi vào làng văn khá sớm, xuất hiện đầu tiên trên tạp chí *Nam Phong* tháng 9-1930.

Chúng tôi tạm lập, vẫn còn rất thiếu sót, một danh mục những sách, bài viết của ông rải rác trên các báo để dễ thấy tiến trình của một văn nghiệp mà có thể nói là thiên tài: Pierre Đỗ Đình.

1. *"Nghĩa chữ văn minh ở trong tâm lý người Pháp"* (Dịch bài viết của Gs. Robert Coudius Heidelbeng, Paris). *Nam Phong tạp chí* số 154, tháng 9 - 1930, tr. 231 - 238.

2. *"Văn minh, nguyên nghĩa là thành thị"*.

3. *"Văn minh, làm cho xã hội thêm dễ dàng đẹp đẽ, phép tắc luân lý"*.

4. *"Văn hóa: Trọng trí tuệ, tư tưởng"*. *Nam Phong tạp chí* số 197 và số 199, ngày 1-7- 1934.

5. *"Tiếng Đoạn trường"* (Dịch *La Porte Etroite* của André Gide, xuất bản tại Hà Nội 1937, bài tựa của Phạm Quỳnh).

6. *"Le Grand Tranquille"*, Thơ tiếng Pháp. Đăng lần đầu trong *Bulletin de la Société d'Enseignement Mutnel du Tonkin* (Hà Nội), bộ XVII số 1-2, tháng 1-6 năm 1937. In thành sách, tạp chí *Cahiers de la Jeunesse* (Nha Trang), xuất bản 1937.

Giáo sư Marcel Durand trong bộ *Histoire des littératures* ca tụng bài thơ này "là thiên ký sự cảm động của một thi sĩ Công giáo cũng như của một người Công giáo thi sĩ". Năm 1938, GS. Cung Giũ Nguyên và Raoul Sérène cho in thành tập, ấn hành ở Nha Trang dưới dấu hiệu NXB Cahiers de la jeunesse. Và tuần báo *Indochine* đã in lại với lời giới thiệu nồng hậu (số 121, ngày 24 - 12 - 1942). Tạp chí Sud-Est cũng lục đăng.

---

[11] Sau năm 1975, nghĩa trang Mạc Đĩnh Chi Sài Gòn giải tỏa, nay là công viên Lê Văn Tám, một số mộ dời lên Lái Thiêu. Không rõ mộ Gs. Đỗ Đình như thế nào?

Gần 10 năm sau, khi tham gia cuộc đối thoại Phật giáo - Công giáo trên tạp chí France - Asie, P. Đỗ Đình đã bình giải bài thơ nổi tiếng ấy trong bài bút ký triết luận *"Itinéraire Chrétien"* như sau: "Kỷ niệm của một người trưởng thành nhìn lại tuổi thơ ăn nhịp với suy niệm thần bí của một người song đạo, đắm mình trong huyền nhiệm Kitô giáo nhưng vẫn cảm thông với các đạo giáo và nguồn tư tưởng đã nhào nặn người đời và đời người".

7. *"Fantomes et Fees"* (Ma và Tiên) - 1937.

8. *"Nghiên cứu về Phân tâm học người Việt"*. Đăng trong *Cahiers de la Jeunesse* (Nha Trang), số tháng 5-1937.

9. *"Một cái đạo lý cho đời nay, ông Paul Claudel"*. Đăng trong *Đông Dương tạp chí* (Hà Nội) số 11, ngày 24-7-1937.

10. *"Le Symbolist Annamite"* (Biểu tượng trong văn chương Việt Nam). Đăng trong *Cahiers de la Jeunesse* (Nha Trang), số tháng 11-1937.

11. *"Đêm lễ Pâques"*: Dịch bài thơ "La Nuit de Pâques" của Paul Claudel. Bản tiếng Việt bằng văn xuôi, đăng trong Đông Dương tạp chí số 32, ngày 18 - 12 - 1937.

12. *"Việt Nam quê hương tôi"*. Đăng trong tạp chí *La Vie Intellectuelle* (Paris) số ngày 25-1-1938, đặc khảo về Đông Dương.

13. *"Trầm tư ở tu viện Solesmes"* (Méditations à Solesmes). Đăng trong *Cahiers de la Jeunesse* (Nha Trang) số tháng 10-1938. Có đoạn Đỗ Đình viết: "Đời sống tu trì là một đời sống cộng đồng với Chúa, mà vì là đời sống cộng đồng với Chúa, chúng tôi thương thứ đời ấy hơn thương chúng tôi hay thương đồng loại. Đời sống tu trì, nhờ tình thương dồi dào của Thượng đế, là một xã hội toàn thiện gồm những người mà chúng tôi thương như thương chúng tôi...

Người Kitô hữu không phải là kẻ qua đường lạc lõng trong một thế giới xa lạ hay một người khốn khổ trôi dạt nơi Bể Ảo Huyền, mà là con người biết mình đi đến đâu, có một nhiệm vụ, quản lý đất đai tổ tiên, quản lý ngôi nhà mình quen thuộc mà tại đó mình có chỗ giữa những vật có chỗ của chúng, và tất cả tạo sinh, từ cỏ nội đến không vật đời nguyên sơ rên xiết trong khi sinh đẻ, mà theo lời thánh Paul, nhờ người, sẽ đạt đến vinh quang nước Trời".

14. *"Người Da Màu"*: Ra đời 1939, Paris - Viết chung với Daniel-Rops, thi sĩ người Pháp. Trong đó có bài của Đỗ Đình: *"Les Conditions véritables d'un accord"* (Những điều kiện thực sự cho một thỏa thuận).

15. *"Việt Nam":* Một chương khảo cứu văn học Việt Nam. Đăng trong *"Les Plus beaux Ecrits de 1'Union Française"* - NXB La Colombe, Paris 1947.

Năm 1958, Đỗ Đình giao chương này cho NXB Le Seuil (Paris) in thành sách nhan đề *"Confucius et l'Humanisme Chinois"* (Khổng Tử và chủ nghĩa Nhân bản Trung Quốc) được dịch nhiều thứ tiếng và tái bản nhiều lần.

16. *"Valéry et la Chine":* Bài nói chuyện trên đài phát thanh Côn Minh (Trung Quốc) tháng 2-1949. Đăng trong *France-Asie* (Sài Gòn) số tháng 3-4 năm 1949.

17. *"Hành trình Kitô-giáo":* Đăng trong France-Asie số 64, tháng 12-1951.

18. *"Ta là con cá":* Đăng trong tạp chí Đức Mẹ La Vang (Huế) số 1- 8-1961.

19. *"Christianisme et Culture":* Đăng trong tạp chí *Văn Hóa* Duy Linh (Sài Gòn), số 1, tháng 1-1963.

20. *"Tư tưởng Ấn Độ lúc sơ thủy",* trong tạp chí *Đại Học (Huế), số, ngày và trang sẽ bổ sung sau.*

21. *"Nghĩa chữ Văn minh trong tâm lý người Pháp",* trong tạp chí *Đại Học (Huế).*

22. *"Quan niệm về Lễ trong kinh Phật Đà"* trong tạp chí *Đại Học (Huế).*

23. *"Đạo Lão Trang",* trong tạp chí *Đại Học (Huế).*

24. *Ars Poetica,* bài dịch thơ của Archibald MacLeish, trong "Đối Thoại" (Sài Gòn, số 5 - 1969).

Trên đây là tổng hợp các tư liệu của Gs. Võ Long Tê viết từ Canada - Tháng 11 năm 1993 và của Gs. Cung Giũ Nguyên trong "Tri Thức" - Đại học Đà Lạt.

Gs. Cung Giũ Nguyên, một cây bút biệt tài, bạn thân, viết về Đỗ Đình, có những lời:

"Đỗ Đình với kiến thức sâu rộng đã tự chôn vùi trong tâm tư, trong đời thơ mộng triền miên như bậc tu trì tự giam cầm cách mê ly trong chiêm ngưỡng, không mấy quan tâm đến những tác phẩm, đến sự nghiệp văn chương hay văn học anh thừa tài năng để thực hiện. Anh không ham hào quang của thi nhân hay nghệ sĩ (...). "Anh biết sống, anh biết chết. Anh rón rén bước ra khỏi xã hội này, như không dám nện gót giày, đi từng bước nhẹ và ngắn, như tôi có thể tưởng tượng, kẹp nơi những ngón tay mỏng manh và run run điếu thuốc đã bao lần tắt đi và đốt lại (...).

"... Đỗ Đình lưu vong trên nửa đời người tại đất Pháp nhưng không từ bỏ quê hương, cũng viết văn - mà viết hay - nhưng không màng trở thành văn nhân hay thi sĩ, vào đại học để dạy rồi phủ áo ra đi một cách nhẹ nhàng, như bước vào đời rồi kín đáo lánh đi, luôn luôn trong hình ảnh tôi nhớ nơi anh, một người hào hoa của thời đại lịch sự Âu Tây, một người quân tử theo nghĩa lý Đông Phương, không hé môi để nói lên uất hận hay đau buồn, chẳng công khai chỉ trích khinh thường ai (...) vì còn gì làm xao xuyến được người đã đạt cảnh "Thái bình" và biết mình thọ nhiều ân huệ.

Nguồn: Nhân vật Công giáo Việt Nam thế kỷ 18-19-20, Lưu hành nội bộ Cựu Chủng Sinh Hoan Thiện, Sài Gòn 2006, trang 175-184

Nên xem thêm:

- Nguyễn Đức Cung, Viết về Nhà Sử học Công Giáo: Lê Ngọc Bích, https://giaoxutoronto.com/vietcatholic/viet-ve-nha-su-hoc-cong-giao-le-ngoc-bich/

- Nguyễn Chính Kết, Pierre Đỗ Đình (1909-1970), http://cacbaivietnck.blogspot.com/2009/09/pierredo-dinh.html

DIỆN MẠO CỦA BÁO CHÍ CÔNG GIÁO Ở VIỆT NAM

Tiến sĩ Phạm Huy Thông

Nói về báo chí Công giáo, nhiều người đồng tình với nhận xét của Gs.Ts. Đỗ Quang Hưng: "Người Công giáo, các tờ báo Công giáo được kể như người mở đầu trong hình thức sinh hoạt văn hoá mới (trong quỹ đạo tiếp xúc và đụng độ với nền văn minh phương Tây) và nói riêng là nghề làm báo ở nước ta" (1). Theo thống kê sơ bộ từ năm 1908 đến nay đã có khoảng 180 tờ báo Công giáo ra đời ở Việt Nam. Chúng ta cùng tìm hiểu về tình hình của báo chí Công giáo ở nước ta trước kia cũng như hiện nay.

Có thể chia lịch sử báo chí Công giáo ở Việt Nam làm ba thời kỳ:

1. Thời kỳ trước năm 1945

Khi truyền bá đạo Công giáo vào Việt Nam, các nhà truyền giáo châu Âu cũng mang vào nước ta luôn cả những thành tựu văn minh của phương Tây trong đó có kỹ thuật in ấn và làm báo. Vì vậy báo chí Công giáo và những người Công giáo viết báo sớm xuất hiện ở nước ta. Lịch sử báo chí tiếng Việt được kể từ ngày 15/4/1865 tức là khi tờ báo quốc ngữ *Gia Định báo* ra đời. Tờ này lúc đầu do Ernest Potteau-người Pháp làm chủ nhiệm nhưng các cây bút chủ lực của tờ báo lại hầu hết là người Công giáo như Trương Vĩnh Ký (1837-1898), Huỳnh Tịnh Của (1834-1907), Pô luýt Lương, Pô luýt Tôi...Ngày 16-5-1869 khi Trương Vĩnh Ký được giao phụ trách tờ *Gia Định báo* thì diện mạo tờ báo thay đổi hẳn. Từ một tờ báo chỉ đăng các thông cáo, văn bản của chính quyền cai trị thành một tờ báo theo phương pháp " nói viết

Tiến sĩ Phạm Huy Thông

* Sinh: 1952, giáo xứ Quỹ Nhất, giáo phận Bùi Chu.
* Phó Viện trưởng Viện Trí Việt (IVM); Giám đốc Trung tâm Tôn giáo học.
* Tác phẩm chính: Chủ tịch Hồ Chí Minh với đồng bào Công giáo Việt Nam (2004); Ảnh hưởng qua lại giữa đạo Công giáo và văn hóa Việt Nam (2012)
* Email: <huythongjean@gmail.com>

như thường", nội dung khá phong phú. Có đủ cả tin tức, văn học nghệ thuật, nghiên cứu và tích cực cổ động cho việc học chữ Quốc ngữ.

Một tờ báo Công giáo đúng nghĩa cũng xuất hiện sớm và tồn tại lâu đời ở Việt Nam đó là tờ *Nam Kỳ địa phận*. Số đầu tiên ra ngày 26-11-1908 và số cuối cùng ra ngày 1-3-1945. Ngay trang bìa của báo có in huy hiệu Toà Giám mục và mục đích của tờ báo là " để cho bà con An Nam thông phần đạo, ngoan phần đời". Tờ báo có rất nhiều chuyên mục từ tin tức, thư chung, lời *Kinh thánh*, chuyện phong hoá, thi ca, bài thuốc, chuyện canh nông, thương mại, chuyện giải buồn và cả quảng cáo nữa. Tờ báo rất chú trọng giáo dục phong hoá, chống lại các tệ nạn xã hội như cờ bạc, rượu chè, thuốc phiện hay ăn chơi đàng điếm. Có những cây bút rất gây ấn tượng cho độc giả như linh mục Đa Minh Hồ Ngọc Cẩn, sau này trở thành vị Giám mục người Việt thứ hai ở nước ta.

Sang đầu thế kỷ XX, báo chí Công giáo phát triển mạnh mẽ về số lượng. Trong số 40 tờ báo tôn giáo bấy giờ thì báo Công giáo chiếm hơn nửa. Hầu như giáo phận nào, dòng tu nào cũng ra báo. Hà Nội có *Trung Hoà nhật báo* tồn tại 22 năm từ tháng 9/1923 đến 1945 với mục tiêu: "giữ đức ái nhân, noi theo chân lý" do ông Nguyễn Hưng Thi, bút hiệu Đông Bích là chủ bút. Tại Nam Định có tờ *Văn Côi*, Phát Diệm có *Thánh Thể báo* (ra đời năm 1919), Huế có *Nguyệt san Sacerdos Indosinensis* do linh mục Cadiere Cả phụ trách, xuất bản ngày 19-3-1927. Tờ tam nhật tuần báo *Vì Chúa* của linh mục Giuse Maria Thích xuất bản năm 1936 ở Huế, bằng cả quốc ngữ, Hán văn và Pháp văn, phát hành ra cả nước ngoài. Nhà chí sĩ Phan Bội Châu từng cộng tác với báo này. Còn Sài Gòn cũng có nguyệt san *Vì Chúa* (năm 1939). Dòng Đa Minh có tờ *Đa Minh*, dòng Chúa Cứu Thế Hà Nội có tờ *Đức Mẹ Hằng Cứu Giúp* (năm 1929), dòng Đa Minh Hải Phòng có tờ *Hy Vọng* (năm 1937)...

Có một số tờ báo ảnh hưởng sâu rộng trong độc giả nhất là giới trí thức như tờ *Công giáo Đồng Thinh* (La voix commune du

Missions Catholiques) tồn tại từ 1927 đến 1930 và tờ tuần báo *Công giáo Tiến Hành* (1936-1938). Tờ *Công giáo Nam Thanh* sau đổi tên là *Thanh Niên* do Phạm Đình Khiêm chủ bút là tiếng nói của phong trào Thanh Lao Công Bắc Kỳ (1936-1944) cũng là tờ có nhiều đóng góp về văn học, nghệ thuật.

Sau cách mạng tháng 8/1945, tờ *Đa Minh* ở Bùi Chu có nhiều bài cổ vũ cho tinh thần dân tộc. Số 149 ra ngày 1/10/1945 có in bài phát biểu của Đức Giám mục Hồ Ngọc Cẩn trong tuần lễ vàng rất cảm động và vị Giám mục này đã ủng hộ cả dây chuyền vàng cho chính phủ kháng chiến. Còn số 150 ra ngày 1/11/1945 có in ở trang bìa cùng với dòng chữ "Mến Thiên Chúa - Yêu Tổ quốc".

2. Thời kỳ trước ngày 30- 4-1975

Sau cách mạng tháng 8-1945, hầu như tất cả các tờ báo Công giáo đều đóng cửa. Miền Bắc chỉ còn tờ *Chính Nghĩa* của Uỷ ban Liên lạc Công giáo ra đời từ năm 1955. Sau năm 1954, tại miền Nam, báo Công giáo bắt đầu hồi phục và phát triển mạnh. Khó mà có thể kể tên hết các tờ báo Công giáo thời kỳ này nhưng hầu như các dòng tu, hội đoàn, trường học Công giáo đều có tờ báo riêng. Chẳng hạn, khi thành lập Liên đoàn sinh viên Công giáo Sài Gòn năm 1954 thì linh mục Nguyễn Huy Lịch cũng lập nguyệt san *Thông Cảm*. Còn khi linh mục Thanh Lãng được bổ nhiệm là Giám đốc cơ quan Thông tin báo chí Công giáo tháng 6-1958 thì cũng sáp nhập ba tờ báo Công giáo *Thẳng Tiến* (của linh mục Phạm Văn Thăm), Sao Việt (của linh mục Đỗ Minh Lý) và *Yếng Sáng* (của linh mục Võ Văn Bộ) thành tờ *Việt Tiến* với tuyên ngôn: "*Việt Tiến* từ đây sẽ được coi là tiếng nói của người Công giáo Việt Nam trước tất cả những vấn đề đang đòi hỏi người Công giáo phải minh định thái độ và lập trường". Tờ báo này đình bản từ tháng 3-1960 vì linh mục Thanh Lãng chuyển sang làm Giám đốc trường tư thục Lê Bảo Tịnh. Riêng người di cư từ Bắc vào Nam cũng có tờ tuần báo *Đường Sống* ra mắt tháng 2/1955 do linh mục Vũ Đình Trác là chủ nhiệm. Có những tờ báo từ Bắc sau khi di cư vào Nam vẫn tiếp tục phát hành như tờ *Đức Mẹ Hằng Cứu Giúp* đến tận năm 1975 và sau đó lại phát hành ở Hoa Kỳ từ năm 1985 mà số lượng rất lớn tới 26.000 bản. Giai đoạn này ở miền Nam dòng tu nào, địa phận nào cũng có tờ báo riêng như dòng Chúa Cứu Thế có tờ *Tin Tức* do linh mục Trần Hữu Thanh là chủ bút. Giáo phận Sài Gòn có tờ *Linh Mục Nguyệt San* có lượng phát hành lớn. Huế có tờ *Tin mừng* (1970), Cần Thơ có tờ *Thực Hành* do Đức giám mục Nguyễn Văn Bình lập năm 1955. Phong trào Hội học Kitô giáo (Cursillos) có tờ *Thông Tin*. Vĩnh Long thời Đức Giám mục Nguyễn Văn Thiện (1961-1967) có tới 4 tờ báo *Lửa Mến*, *Thánh Nghiệp, Nghĩa Binh* và *Catena Legionis*. Linh mục Nguyễn Quang Lãm ra tờ *Xây Dựng* năm 1964. Linh mục Chân Tín lập tờ *Đối Diện* năm 1969 với mục đích: "*Đối Diện* là nơi gặp gỡ tất cả những ai tha thiết với vấn đề xã hội, cùng nhau mổ xẻ tình trạng của đất nước sau gần 25 năm chiến tranh, cùng nhau nghiên cứu những giải pháp thực tế thích ứng để san bằng những bất công xã hội và tiến tới phát triển con người toàn diện. Các vấn đề của đệ tam thế giới, những chủ nghĩa tư bản và xã hội sẽ được đề cập đến" (2) ...

Một đặc điểm của báo chí Công giáo thời kỳ này là xuất hiện nhiều tờ báo có khuynh hướng đấu tranh cho độc lập dân tộc và canh tân Giáo hội. Linh mục Trần Hữu Thanh còn viết cáo trạng kể 5 tội tham nhũng của tổng thống Nguyễn Văn Thiệu tháng 9-1974 trên báo chí. Linh mục Võ Thành Trinh nhận xét:

"Chúng tôi muốn nhấn mạnh ở đây đó chính là cuộc đấu tranh trong lĩnh vực tư tưởng của những người Việt Nam Công giáo này. Họ đã chủ trương một loạt những tạp chí, nguyệt san, tuần báo như *Sống Đạo, Đất Nước, Đối Diện, Chọn, Tin mừng Hôm Nay, Làm Dân*...Những tờ báo này chẳng những góp vào tiếng nói của cuộc đấu tranh chống Mỹ của nhân dân Sài Gòn, là khí cụ của cuộc đấu tranh này...mà còn phản ánh quá trình đặt vấn đề về chỗ đứng của Giáo hội Công giáo Việt Nam với dân tộc" (3).

Tại nước ngoài cũng có những tờ Công giáo của người Việt có khuynh hướng này như tờ *Công giáo và Dân Tộc* do linh mục Nguyễn Đình Thi là chủ nhiệm xuất bản ở Paris từ năm 1968.

Sau ngày 30-4-1975, hầu hết các tờ báo Công giáo trên đây đều đóng cửa hoặc di tản ra nước ngoài. Chỉ có tờ *Công giáo và Dân Tộc* từ Pháp trở về và hoạt động tại Sài Gòn từ ngày 10-7-1975.

3. Giai đoạn sau 30- 4-1975

3.1: Báo viết

3.1.1: Báo công khai

Về phía tổ chức yêu nước của người Công giáo có 2 tờ.

- Báo *Chính Nghĩa* - cơ quan ngôn luận của Uỷ ban Liên lạc những người Công giáo yêu Tổ quốc, yêu hoà bình phát hành số đầu tiên ngày 30-3-1955. Tờ này là sự hợp nhất của các tờ *Vì Chúa vì Tổ quốc* ở Nam Bộ, *Sáng danh Chúa* ở Khu Ba và Tả Ngạn. Sau khi Uỷ ban Liên lạc Công giáo toàn quốc đổi tên thành Uỷ ban đoàn kết Công giáo Việt Nam, báo *Chính Nghĩa* cũng đổi tên thành báo *Người Công giáo Việt Nam* phát hành từ ngày 2/9/1984. Số lượng phát hành của tuần báo này hiện khoảng trên dưới 2000 bản.

- Báo *Công giáo và Dân Tộc:* là cơ quan ngôn luận của Uỷ ban đoàn kết Công giáo Tp. HCM. Tờ này hiện có hai ấn bản: Nguyệt san phát hành từ tháng 12/1994 hàng tháng với số lượng khoảng 3500 bản/kỳ. Tờ báo này là thành viên của Hiệp hội báo chí Công giáo thế giới từ 19/5/1994 và được tổ chức này (UCIP) tặng Huy chương vàng ngày 21/9/2001. Tuần báo có khoảng 15-18.000 bản/kỳ.

Về phía Giáo hội Công giáo có *Bản tin Hiệp thông* – cơ quan ngôn luận của Hội đồng giám mục Việt Nam được cấp phép ngày 26/7/2001 số 2544/VHTT-BC do ông Đỗ Quý Doãn- Thứ trưởng Bộ Văn hoá thông tin ký với nội dung cho xuất bản 2 tháng/kỳ, khổ A4, 48 trang và số lượng 100 bản. Trước khi cấp phép, bản tin đã ra lưu hành nội bộ 10 số. Nội dung chủ yếu là đăng các văn kiện của Toà thánh và của Hội đồng Giám mục Việt Nam. Mỗi số dày 250-350 trang A5. Sau khi có giấy phép thì chỉ có 4 số (từ 11 đến 14) là theo đúng nội dung giấy phép, còn từ số 16 trở đi là theo khổ A5 và số lượng in khoảng 2500 bản. Trước năm 2006 thì linh mục Nguyễn Ngọc Sơn thực hiện bản tin, sau đó giao sang cho Uỷ ban Văn hoá của Đức Giám mục Vũ Duy Thống. *Bản tin Hiệp Thông* đến tháng 5-2009 ra được 47 số và cũng đã được chuyển lên mạng internet qua trang *dunglac.net* từ số 33.

Ngoài ra một số giáo phận như Thái Bình, Hà Nội...gần đây cũng xin phép xuất bản sách để thông tin về tình hình giáo phận nhưng nội dung thì giống báo chí nhiều hơn ví dụ như cuốn Nhà chung (giáo phận Hà Nội) phát hành tháng 3-2009.

3.1.2 Báo lưu hành nội bộ

Báo lưu hành nội bộ của các giáo phận, dòng tu đều có nhưng không phát hành thường xuyên, định kỳ. Ví dụ giáo phận Thái Bình có tờ *Ra khơi*, Giáo phận Tp. HCM có *Bài giảng Chúa nhật* ra hàng tháng, dòng Đa minh có *nguyệt san Thần học*. Dòng Chúa Cứu thế có *Chuyên san giáo lý*. Uỷ ban đoàn kết Công giáo Tp. HCM có *Tuyển tập thần học*... Thậm chí các tổ chức như giới trẻ Phát Diệm cũng có những bản tin riêng, chế bản điện tử để phổ biến.

Cộng đồng Công giáo ở nước ngoài từ năm 1975 trở đi cũng có nhiều tờ báo. Ra đời sớm nhất là tờ nguyệt san *Chân Trời Mới* của Trung Tâm Mục Vụ New Orleans thực hiện từ 1975-1976. Sau đó có *Nguyệt san Dân Chúa* do linh mục Việt Châu (dòng Thánh Thể) là chủ nhiệm, phát hành số đầu tiên ngày 15-2-1977 với lượng in là 8000 bản. Dân Chúa có 3 ấn bản ở ba châu lục gọi là *Dân Chúa Âu châu, Dân Chúa Úc châu, Dân Chúa Mỹ châu* phát hành ở các lục địa sở tại khá phổ biến. Tờ *Trái Tim Đức Mẹ* của chi dòng Đồng Công tục bản ở Hoa Kỳ năm 1977 đến tháng 10-1987 cũng có 10.000 độc giả dài hạn. Tờ *Đức*

Mẹ Hằng Cứu Giúp do các linh mục dòng Chúa Cứu Thế là Châu Xuân Báu, Hồng Phúc, Vũ Minh Nghiễm điều hành, có khuynh hướng chính trị ra đời muộn hơn vào năm 1985. Trong giai đoạn này một tờ nguyệt san *Thời Điểm Công giáo* do Lm. Trần Công Nghị và một nhóm trí thức và văn sĩ chủ trương và cộng tác cũng ra đời. Ngoài ra còn có tờ nguyệt san *Hiệp Nhất* ra đời từ năm 1992 của Cộng đồng Công giáo Việt Nam giáo phận Orange thực hiện có số độc giả đáng kể và sau đó có tờ nguyệt san *Diễn đàn giáo dân* cũng xuất bản ở Orange và do nhóm giáo dân Công giáo phụ trách.

Tờ báo Công giáo ở hải ngoại ra đời sớm nhất là tờ *Chuông Việt* (vào giữa thập niên 1950 và duy trì cho tới biến cố năm 1975) do Ban Tuyên Uý và Hội Sinh Viên Công giáo Việt Nam tại Bắc Mỹ thực hiện. Tiếp đến là tờ thông tin có tên là *Cộng Đồng Tu Sĩ* chủ trương khi thành lập Cộng Đồng tu Sĩ Việt Nam tại Hoa Kỳ (1971). Sau biến cố 1975 có nhiều linh mục, tu sĩ và giáo dân Việt Nam tới định cư tại Hoa Kỳ với nhu cầu liên kết lại với nhau, nên đã thành lập Liên Đoàn Công giáo Việt Nam tại Hoa Kỳ vào năm 1980 tại San Jose, và tiếp đến tờ *Liên Lạc* do linh mục Nguyễn Văn Tịnh - Chủ tịch Liên đoàn Công giáo Việt Nam tại Hoa Kỳ nhiệm kỳ đầu tiên (1980-1984) làm chủ bút nhưng phát hành hạn chế ở khu vực bắc Cali và đóng cửa năm 1983. Tiếp đến khi có tiến trình Phong thánh Tử Đạo Việt Nam vào năm 1988 thì trước đó một năm Liên Đoàn Công giáo Việt Nam tại Hoa Kỳ có cho phát hành nguyệt san *Chứng Nhân Công giáo* với lượng phát hành là 10.000 số báo mỗi tháng và được phân phối rộng rãi khắp các cộng đoàn Công giáo tại Hoa Kỳ.

3.2 Báo nói (đài phát thanh)

Hệ thống đài phát thanh Công giáo bằng tiếng Việt hiện đều ở nước ngoài. *Đài Chân lý Á châu (Veritas of Asia)* đặt ở Manila Philippines. Chương trình phát mỗi ngày 6 buổi, mỗi buổi 30 phút. Riêng chủ nhật có thánh lễ truyền thanh trực tiếp lúc 8h30. Hiện đài cũng có phát các bản tin qua mạng internet. Chương trình tiếng Việt chỉ là một trong 25 ngôn ngữ của đài *Chân lý Á châu* được thành lập từ năm 1969.

Đài Vatican (Vatican Radio) đặt tại Roma, phát mỗi ngày về Việt Nam 2 buổi, mỗi buổi 30 phút. Đài này phát đi 37 ngôn ngữ. Bản tin của đài hiện cũng có trên mạng internet.

Hãng thông tấn Công giáo Á châu (UCAN) cũng có đài phát thanh và báo điện tử qua mạng internet bằng tiếng Việt.

3.3 Báo điện tử (internet)

Khi công nghệ thông tin phát triển thì báo điện tử Công giáo ở Việt Nam cũng nở rộ theo. Hầu hết các website này đặt server ở nước ngoài. Hiện nay từ Hội đồng Giám mục Việt Nam đến các giáo phận, các dòng tu thậm chí nhiều giáo xứ, ca đoàn, nhóm sinh viên Công giáo cũng có website riêng. Con số *các website* này lên tới vài trăm vì được hỗ trợ đăng ký dịch vụ miễn phí qua trang *conggiaovn.net.*

Trong các báo điện tử của các giáo phận thì trang của giáo phận Phú Cường, Thái Bình, Nha Trang, Long Xuyên, Thanh Hoá, Hải Phòng, Phan Thiết, Vĩnh Long có giao diện đẹp và bài vở khá phong phú. Có những trang của dòng tu hay giáo xứ nhưng thời gian qua mỗi ngày cũng cả hàng ngàn lượt người đọc, có ngày cao điểm vài trăm ngàn người ghé thăm như trang của dòng Chúa Cứu Thế Việt Nam *(dcctvn.net)* hay giáo xứ Thái Hà vì có vụ việc đất đai ở 178 Nguyễn Lương Bằng hay 42 Nhà Chung Hà Nội.

Các trang của Hội đồng Giám mục Việt Nam hay Giáo phận Hà Nội cũng có từ năm 2005 vừa được thiết kế lại cũng có bài vở khá phong phú.

Cộng đồng người Công giáo ở nước ngoài cũng có rất nhiều website: Tiên phong trong lãnh vực này là trang *Thông tấn xã Công giáo VietCatholic. net* được đưa lên Net ngay từ năm 1986 khi internet mới ở trong giai đoạn khởi đầu phổ biến. Tiếp đến là các trang như *Truyền giáo Việt Nam* tại Đài Loan, *Dân Chúa Mỹ Châu, Dân Chúa Âu Châu, Dân Chúa Úc Châu,* ... Lãnh đạo các tập đoàn truyền thông này cũng tập hợp với nhau thành Liên hiệp Truyền thông Công giáo Việt Nam. Sau này có thêm các trang khác như *Người Tín Hữu, Diễn Đàn Giáo Dân*..., và các trang của một số Cộng đồng, cộng đoàn Việt Nam. Nhưng đáng chú ý và được nhiều độc giả vào thăm viếng là các trang *vietcatholic.net; dunglac.org; thanhlinh.net.* Trang *thanhlinh.net* còn có kho tư liệu về Công giáo từ văn kiện đến hồ sơ liên quan tới Công giáo. Trang *catruong.com* là trang chuyên về thánh nhạc, nơi lưu trữ các bản thánh nhạc, văn kiện liên quan và hướng dẫn đào tạo cả kiến thức, chuyên môn về học và biểu diễn thánh nhạc nữa. Trang *Vietcatholic.net* dù bị tường lửa (fire wall) nhưng có ngày khi có những biến cố nóng bỏng cũng có đến cả gần trăm ngàn lượt người truy cập, nhất là từ khi có sự kiện 42 Nhà Chung và Linh địa Đức Bà.

Trang của Toà thánh *Vatican.va* cũng có chương trình tiếng Việt.

Hiện báo *Công giáo và Dân Tộc* cũng có website mang tên *dcv.org.vn* nhưng đang ở giai đoạn xây dựng dù được cấp giấy phép 182/GP-BVHTT từ ngày 12-6-2003.

3.4 Báo hình (Truyền hình)

Dòng Tên trước năm 1975 đã thử nghiệm chương trình truyền hình một thời gian nhưng sau 30-4-1975 thì dừng lại. Hiện nay chỉ có truyền hình Vatican nhưng không có chương trình tiếng Việt. Tại Hoa Kỳ có chương trình truyền hình và phát thanh của *Thông tấn Công giáo Việt Nam, Liên Đoàn Công giáo Việt Nam,* và các chương trình của các Trung Tâm Công giáo Việt Nam địa phương, nhưng thời lượng và khán giả cũng hạn chế.

Vài nhận xét

- Rõ ràng số người Công giáo ở Việt Nam khá đông tới 7 triệu người, đứng thứ hai ở châu Á (sau Philippines) nhưng nhu cầu báo chí công khai chưa đáp ứng được nên nhiều độc giả phải sử dụng báo chí không chính thức. Điều này giải thích vì sao nhiều người nghe *đài Vatican, Veritas* và vào đọc internet Công giáo.

- Đạo Công giáo có truyền thống làm báo lâu năm và có nhiều người làm báo tài ba có nhiều đóng góp cho báo chí nước nhà nhưng rõ ràng hiện nay do hoàn cảnh nên Giáo hội chưa có nhiều tờ báo công khai của mình song cần chuẩn bị chu đáo về nhân sự cũng như các điều kiện khác để khi có thời cơ có thể đáp ứng mà không bị lúng túng. Trường hợp của Ba Lan có thể cho chúng ta kinh nghiệm. Sau khi bức tường Bá Linh sụp đổ, Giáo hội Ba Lan cần thành lập 300 tờ báo Công giáo nhưng nhân sự chỉ đủ cung cấp cho 18 tờ.

- Đại hội X của các Giám mục Việt Nam (tháng 10-2007) đã thành lập Uỷ ban truyền thông do Đức cha Phêrô Nguyễn Văn Đệ phụ trách và nhiều giáo phận cũng đã có Ban truyền thông để lo nhiệm vụ thông tin trong Giáo hội. Những tổ chức này cũng như những người làm truyền thông Công giáo rất cần được quy tụ lại để trao đổi kinh nghiệm, tập huấn cả về nghiệp vụ và đức tin để có thể làm tròn nhiệm vụ truyền thông theo lời của Đức Benedicto XVI trong sứ điệp gửi ngày Quốc tế truyền thông năm nay là: "góp phần làm cho một thế giới tốt đẹp hơn"

Hà Nội, nhân ngày truyền thông Quốc tế 24-5

Chú thích:

1- *Báo chí Công giáo Việt Nam thời kỳ đầu,* Tham luận tại hội thảo" Một số vấn đề văn hoá Công giáo Việt Nam" tổ chức ở Huế tháng 10-2000 do Uỷ ban giáo dân HĐGMVN và Toà TGM Huế chủ trì.

2: Xem Nguyễn Thế Thoại: *Công giáo Việt Nam với quê hương Việt Nam,* Lưu hành nội bộ, tập 2, 2004, tr.592.

3- *Về vấn đề phong thánh và lịch sử dân tộc Việt Nam,* Uỷ ban KHXH 1988, tr.137

Nguồn:
http://www.vietcatholicnews.net/News/Html/67554.htm

VỀ THĂM CÁC MIỀN THƠ
TỔNG QUAN VỀ BỘ SÁCH
Ở THƯỢNG NGUỒN THI CA CÔNG GIÁO VIỆT NAM
CỦA LÊ ĐÌNH BẢNG

Bùi Công Thuấn

Mic. Bùi Công Thuấn

* Sinh: 24-02-1949, quê Thái Bình.
* Tốt nghiệp Cao học, chuyên ngành Lý luận văn học, 1988.
* Hội viên Hội Nhà văn Việt Nam, 2015.
* Tác phẩm chính: Văn chương Việt Nam, những gì còn với mai sau. Những mùa vàng văn học Công giáo.
* Email: <buicongthuangm@gmail.com>

Bộ sách *Ở thượng nguồn thi ca Công giáo Việt Nam* gồm 6 cuốn do nhà xuất bản Tôn Giáo và nhà xuất bản Phương Đông in năm 2009. Đây là một công trình đồ sộ 4.088 trang in. Bộ sách là tuyển tập thi ca Công giáo từ khởi đầu đến đương đại (2009) do Nhà thơ- nhà nghiên cứu Lê Đình Bảng "sưu tầm, nghiên cứu và giới thiệu".

MỘT KHO TƯ LIỆU RẤT QUÝ

Xin dành sự tri ân và ngưỡng mộ của tôi đối với công sức sưu tầm, nghiên cứu, biên soạn và giới thiệu bộ sách rất quý giá này của nhà thơ Lê Đình Bảng.

Trước hết bộ sách giúp người đọc nhận ra văn chương Công giáo Việt Nam có một kho tàng lớn (riêng về thơ). Kho tàng này góp phần làm giàu có nền thi ca dân tộc.

Bộ sách cũng là kho tư liệu rất quý đối với các nhà nghiên cứu văn chương Công giáo Việt Nam, khi mà tình hình tư liệu còn tản mát nhiều nơi, và giới nghiên cứu học thuật chưa quan tâm nhiều đến mảng văn học này so với thơ Thiền Lý – Trần. Chẳng hạn, Việc sáng tạo chữ Quốc ngữ, và sáng tác thơ văn bằng chữ Quốc ngữ là một đóng góp rất giá trị của văn chương Công giáo cho ngôn ngữ và văn chương Việt. *Truyện thầy Lazarô Phiền* của Nguyễn Trọng Quản xuất bản ở Sài Gòn 1887 là tiểu thuyết bằng Quốc Ngữ đầu tiên của Văn chương Quốc ngữ Việt Nam. Truyện cũng đem vào văn chương Việt Nam cách viết tiểu thuyết theo lối phương Tây khác hẳn với lối viết chương hồi của tiểu thuyết Trung Quốc trước đó.

Nói vậy để thấy rằng văn chương Công giáo (nói chung) tuy chỉ mới xuất hiện từ thế kỷ XVI, song cũng có những giá trị đóng góp cho sự phát triển chung của văn học dân tộc. (Xin đọc thêm *Văn học Công giáo Việt Nam-Những chặng đường* của Lê Đình Bảng). Nhưng nền văn chương ấy còn chìm khuất, chưa được giới nghiên cứu quan tâm đầy đủ. Có lẽ ngoài những nguyên nhân lịch sử và chính trị, thì nguyên nhân chính là tình hình tư liệu. Rồi đây, khi những tầng quặng mỏ tư liệu này được khai quật và làm sáng tỏ, được những nhà nghiên cứu văn chương có tâm huyết khám phá, chắc chắn nhiều giá trị khác nữa của văn chương Công giáo được tìm thấy góp phần làm giàu thêm kho tàng văn học dân tộc.

Ở công trình *Văn học Công giáo Việt Nam-Những chặng đường,* nhà nghiên cứu Lê Đình Bảng đã xem xét Văn chương Công giáo trong quá trình phát triển lịch sử thì ở bộ sách *Ở thượng nguồn thi ca Công giáo Việt Nam* ông đã sắp xếp tác phẩm của các tác giả theo nội dung và chủ đề. Mỗi chủ đề ông gọi là một "miền thơ". 6 cuốn là 6 miền thơ: *Miền thơ Phúc âm diễn ca, Miền thơ trong kinh nguyện, Miền thơ Kinh cầu nguyện, Miền thơ Huấn ca, Miền thơ trong thánh nhạc, thánh ca, Miền thơ trong ký ức dòng đời.*

Lê Đình Bảng viết cùng một lúc hai bộ sách *Văn học Công giáo Việt Nam-Những chặng đường*, và *Ở thượng nguồn thi ca Công giáo Việt Nam*. Cả hai bộ sách nương tựa và bổ sung cho nhau, giúp người đọc vừa có cái nhìn văn học Công giáo theo chiều lịch sử phát triển, lại vừa có thể tạt ngang dừng lại thăm từng "miền thơ", thưởng lãm hoa trái đầu mùa đậm đà và mênh mang sắc hương. Vì thế có những bài giới thiệu cùng được in trong cả hai cuốn này. Thí dụ bài viết về Lm. Philipphê Bỉnh (1759-1833); Lm. Gioakim Đặng Đức Tuấn (1806-1874)...

VỀ THĂM CÁC "MIỀN THƠ"

Lê Đình Bảng đã giới thiệu và trích tuyển thơ của 76 tác giả (từ khởi nguồn thế kỷ XVI đến 2009). Có tới 47 linh mục và giám mục trong tổng số các tác giả thi ca Công giáo được giới thiệu. Điều này có nhiều ý nghĩa.

Mỗi tác giả đều được giới thiệu kỹ về năm sinh, quê quán, cuộc đời hoạt động và sáng tác, cùng với những bài viết (sưu tầm) đánh giá về tác giả đó. Tuy vậy, phần đánh giá thi ca, về nghệ thuật, về phong cách và sự đóng góp của mỗi tác giả vào lịch sử văn học chưa được nghiên cứu sâu rộng. Phần đất này còn mênh mông dành cho những nhà nghiên cứu đi sau.

Mỗi "Miền thơ" đều có một bài giới thuyết chung về chủ đề của cuốn sách, cảm nhận của người sưu tập, biên soạn; và đôi khi, ông mở rộng biên độ về mọi phía thi ca tư tưởng có liên quan. Ông đã giải thích đến ngọn nguồn việc diễn ca Phúc Âm, việc đọc kinh của người Công giáo Việt trong truyền thống kinh kệ phương Đông, việc dùng thi ca để giáo huấn trong truyền thống của Giáo hội và của dân tộc...

Tuy vậy khi làm công việc biên tập, ông viết: "Buổi đầu làm công việc sưu tập, thú thật chúng tôi chưa đủ dữ kiện để đưa ra nhận định, dù chủ quan."(*Miền thơ Kinh cầu nguyện*). Có thể việc sưu tập và san định thơ cũng đã ngốn của ông quá nhiều công sức và thời gian; cũng có thể, việc ông không "đưa ra nhận định" là cách ông mời gọi những nhà nghiên cứu cùng tham gia, bởi ông có thừa tài năng và dữ liệu để làm công việc của một nhà nghiên cứu. Thay vào việc đưa ra những nhận định về tác giả, tác phẩm, ông đã sưu tầm được những tài liệu khác về vấn đề, bổ sung cho những gì ông muốn chia sẻ với người đọc.

Thí dụ, viết về Lm. Felippe do Rosario Bỉnh (*Miền thơ trong ký ức dòng đời*-tr.49-76), sau bài giới thiệu tiểu sử và tác phẩm của Lm. Felippe do Rosario Bỉnh, Lê Đình Bảng sưu tầm các bài nghiên cứu của Lm Gs. Thanh Lãng, của Lm. Đỗ Quang Chính, của tác giả Hoàng Gia Hiền viết về Lm. Bỉnh. Hình thức này vừa mở rộng nguồn tư liệu, vừa làm phong phú giá trị thi ca của Lm. Bỉnh, vì đối tượng được soi chiếu ở nhiều góc độ. Cách làm này có giá trị khoa học và hết sức công phu.

Lê Đình Bảng xác định rõ công việc của mình. Ở *Miền thơ Phúc Âm diễn ca*, ông viết: "Tự nhủ mình chỉ là gã nhà quê, kẻ ngoại đạo (paganus) lang thang ngoài hành lang của cung cấm, chẳng dám hẻo lánh bàn việc chuyển dịch *Kinh thánh* hay dở đúng sai thế nào. Thật lòng, tôi chỉ muốn đi tìm chất thơ bàng bạc đâu đó trong các bản dịch Việt ngữ mà thôi" (tr. 28).

Là người "đi tìm chất thơ" trong kho tư liệu đồ sộ sưu tầm được, Lê Đình Bảng đã xác lập hướng tìm hiểu, khám phá có giới hạn của mình trong công việc nghiên cứu. "Chất thơ" trong các "Miền thơ" chính là cái cốt lõi của nghiên cứu về thơ, cũng là chỗ tinh tế nhất không phải ai cũng có thể nhận ra. Chí cần đọc tên các "miền thơ" của Lê Đình Bảng, người đọc đã thấy sự tinh tế độc đáo của ông, bởi có những "miền thơ" không gợi ra "chất thơ" nào. Thí dụ *Miền thơ trong kinh nguyện, Miền thơ Kinh cầu nguyện, Miền thơ Huấn ca*. Thú thực rằng, tôi rất "dị ứng" với những gì là "giáo huấn". "Thơ giáo huấn" càng tránh xa hơn. Nhưng nhìn ra được "chất thơ" trong Huấn ca, trong Kinh nguyện, thì đó là chỗ độc đáo của Lê Đình Bảng.

Và chính ông tạo ra "chất thơ" cho những "miền thơ" ông biên tập. Ông kết hợp cách viết uyên bác khoa học của người nghiên cứu với cách viết tùy bút của một nghệ sĩ, một nhà thơ, nên trang văn của ông có sức hấp dẫn sâu xa cả về trí tuệ và về sự rung cảm của trái tim. Trang văn nào của ông cũng say mê, bay bổng và phóng túng.

Ông khiêm tốn rằng: "Một mình liều lĩnh làm công việc của một tập thể chuyên môn, diệu vợi..., chắc chắn tôi không tránh khỏi những sai sót về mặt này mặt khác. Nhưng trong thâm tâm, tôi hằng tin rằng mình nghiên cứu đi, rồi sẽ có người trao đổi, bổ sung hoặc chỉ giáo cho..." (Miền thơ trong thánh ca, thánh nhạc. tr 52).

Xin mời bạn đọc ghé qua các "miền thơ" đẹp đẽ, trong sáng và cao rộng ấy.

Miền thơ Phúc Âm Diễn ca

Ở bài khái quát, Lê Đình Bảng nói về *Kinh thánh, Kinh thánh* ghi chép Lời Hằng sống. Từ đó, ông đặt vấn đề *Kinh thánh* đã đến, đã tác động và đã ở lại với tín hữu Việt Nam ra sao, bằng cách nào? Ông ngạc nhiên về số lượng tác phẩm thể loại này đông đảo và đáng nể phục. "Hóa ra, bởi người Việt mình thích ngâm nga, ưa vần điệu; người Việt mình muốn thi vị hóa, muốn lãng mạn, bay bổng một chút để vơi quên đi những lam lũ của thời vụ, đồng mùa" (tr.33). Ông đặt vấn đề: Chúng tôi... đặt vấn đề *Kinh thánh* trong quá trình hội nhập đời sống đức tin, văn hóa trong cộng đồng văn hóa Việt Nam từ buổi hừng đông thế kỷ XVII đến nay.

Ông cho rằng đại bộ phận của *Kinh thánh Cựu ước* đều là thơ hoặc có chất thơ. Ông dẫn thánh vịnh 22.

Ông nhận định:

"*Kinh thánh* đã trở thành chất liệu và cảm xúc tôn giáo làm nên tác phẩm đậm đặc mùi đạo trong dòng chảy chung của Văn học Việt Nam" (tr.29)

"Nói chung, vì nhu cầu truyền đạo, giữ đạo, sống đạo ở mỗi nơi, mỗi thời việc chuyển dịch *Kinh thánh* sang Việt ngữ luôn tiếp diễn nhưng không đồng bộ" (tr.30)

"Chuyển tải *Thánh kinh* sang thơ ca, nhà thơ những muốn được gửi gắm các tâm tình say sưa ngọt ngào tin cậy mến của *Thánh kinh* "vào tận gan ruột qua trung gian của răng lưỡi, môi miệng và hương vị" (tr.33)

Miền thơ Phúc âm Diễn ca giới thiệu các tác giả:

Lữ Y Đoan (1613-1678), Alexis Tống Viết Toại (1875-1958), Giuse Mai Lâm (1915-1992), Gérad Gagnon Nhân (1914-1994), Dom. Trần Đức Huân (1907-1984), Giuse Nguyễn Thế Thuấn (1922-1975), Phêrô Long Giang Tử (1920-1989), Phanxicô Xaviê Nguyễn Xuân Văn (1922-2002).

Ông cho biết: "Còn nhiều, rất nhiều tác giả đã và đang tiếp nối bước đi trên con đường..."

Miền thơ trong kinh nguyện

Để hiểu kinh nguyện có ảnh hưởng thế nào trong đời sống tinh thần giáo dân, Lê Đình Bảng dẫn người đọc thâm nhập vào đời sống đạo đức bình dân. Việc đọc kinh đã thành thói quen lành thánh (tr.15):

"Đọc kinh, nguyện ngắm là sống trọn vẹn tiếng nói có vần điệu biền ngẫu, có đối đăng và cung giọng bổng trầm diễn cảm của người Việt mình xuyên suốt các chặng đường lịch sử" (tr.24), "Đến nỗi ở đâu, làm việc gì cũng vang lên giai điệu, ngôn ngữ kinh. Kinh riêng, kinh chung, kinh sớm, kinh mai, kinh truyền tin giữa ngọ, kinh chạng vạng hoàng hôn. Kinh tối, kinh đêm, kinh theo ta ra ngõ đi chợ. Kinh thăm đất thăm đồng. Kinh reo vui Chúa Nhật, lễ trọng, phiên chầu. Kinh ủ ê giọt sầu báo tử. Bởi thế mà đạo Chúa không nhuốm màu sầu thảm bi quan. Họ nguyện cầu bằng thơ, bằng kinh kệ ca hát" (tr.33).

Ông kể lại ký ức tuổi thơ về việc đọc kinh và rút ra kết luận: "Tất tần tật cái vốn liếng chữ nghĩa ấy đã nuôi sống, đã thổi chúng tôi lớn lên, chấp cánh cho chúng tôi vào đời" (tr.17). Ông kinh ngạc: " Kinh hạt toàn là thơ, mặc ai muốn đọc, xướng, ngâm hay hát...", Kinh đã thành thơ. Ông thốt lên: "Thế mới biết tổ tiên mình tài hoa thật, giỏi giang đáo để, mà cũng thánh thiện chẳng thua kém ai (tr.19). Ông dẫn ra các kinh *Phép ngắm Rosa, Kinh Phục dĩ chí tôn*...Ông phân tích: "Cái tài hoa và khôn khéo của tổ tiên ta trong quá trình chuyển dịch-biên soan kinh hạt thật đáng khẩu phục, tâm phục. Có Thần học. Có tín lý. Có triết học. Lại vận dụng được cả ngôn ngữ trên cơ sở văn chương học thuật Hán Nôm, luật lệ thi phú nữa " (tr.24)

Và ông kết luận: "Kỳ diệu thay phải có phép màu nào thì thứ 'văn nhà thờ, thơ nhà đạo' ấy mới sinh sôi nảy nở, mới 'chở được đạo' đến cho hàng chục triệu người con Chúa ở mảnh đất thân yêu này chứ?" (tr.25)

Thực ra không có gì khó hiểu cả. Thuở xa xưa, người tín hữu Kitô giáo Việt Nam hầu hết là không biết chữ. Các vị thừa sai người nước ngoài, các linh mục người Việt muốn giảng giáo lý cho họ, thì chỉ có một cách là truyền miệng. Hình thức thi ca là hình thức đắc dụng nhất. Trẻ con đi nhà thờ chỉ nghe đọc kinh chung vài lần là thuộc làu làu. Mục đích của việc biên soạn kinh nguyện là để truyền đạo chứ không phải là sáng tác thi ca. Tuy nhiên, nhìn ra "chất thơ" trong kinh nguyện Công giáo là chỗ kỳ công của Lê Đình Bảng.

Ông nhận định: Người Công giáo Việt Nam "nói kinh" ra cửa miệng như họ đã nói ca dao tục ngữ nói Kiều hoặc Lục Vân Tiên...Ảnh hưởng của kinh nguyện Công giáo chẳng khác gỉ ảnh hưởng của Phật giáo. Ông dẫn các bài thơ *Hương Sơn phong cảnh*, bài *Chùa Hương* và trường hợp Đạo Phật làm thay đổi nhân sinh quan của Gs. Trần Văn Khê. Ông cũng dẫn cả thơ của "Phật hoàng" Trần Nhân Tông.

Dưới góc độ tìm hiểu, nghiêu cứu thơ trong kinh, ông "tranh thủ" được cả những giai thoại kết hợp với việc ký âm một số lớn kinh nguyện - ca vãn Công giáo (mà hiện nay đã và đang có nguy cơ tàn phai, mất gốc). Cuốn sách có những minh hoạ cụ thể, tạo điều kiện cho nghiên cứu và đặc biệt cho các thế hệ trẻ có thể ngâm nga được cung giọng xưa của tổ tiên. Đó là con đường mà các bậc tiền bối đã làm, như Trần Văn Khê, Phạm Duy, Lê Thương, Hải Linh, Hùng Lân, Nguyễn Hữu Ba, Lư Nhất Vũ và Lê Giang v.v.

Ông cũng giới thiệu một trong những cuốn sách kinh đồ sộ nhất và giàu tính thi ca nhất là Thiên Chúa thánh giáo-Nhựt khóa (tr.3) và các tác giả: Thầy giảng Phan-chi-cô (?-1640), Phêrô Phạm Thạch Thiện (1818-1903), Lm. Giuse Vũ Đức Trinh (1918-1964), Lm. Giuse Vũ Ngọc Bích (1914-2004), Lm. Giacôbê Đỗ Minh Lý (1923-2003).

Miền thơ kinh cầu nguyện:

Lê Đình Bảng viết tùy bút về nghe kinh: "Ta vẫn đọc thấy đầy ắp thi tụng nơi những bài kệ, bài tán của nhà Phật. Cũng thấy điệp trùng ngọn triều thi giáo trong những *Kinh Thi, Thư, Dịch, Lễ Nhạc, Xuân Thu*. Và đến với *Đạo Đức kinh, Nam Hoa Kinh* thì ảo huyền giấc bướm như chim bằng cưỡi gió tung bay. Còn *Thánh kinh* Công giáo, không nghi ngờ gì nữa, là một trường ca, một thi thiên bất tuyệt, đẫm chất thơ. Ai không đọc, không mê *Thánh kinh*, không làm thơ được và coi như chưa biết cầu nguyện là gì" (tr.12).

Người viết bài này xin mở ngoặc chỗ này: "những *kinh Thi, Thư, Dịch, Lễ Nhạc, Xuân Thu... Đạo Đức kinh, Nam Hoa Kinh*" mà Lê Đình Bảng nói đến là những tác phẩm triết học, không phải là kinh (lời cầu nguyện chung) như kinh nguyện Công giáo đọc trong nhà thờ, đọc khi cầu nguyên chung.

Ông dẫn Phanxicô Assisi (1182-12269), Gioan Thánh giá (1542-1591), Têrêsa Avila (1515-1582), Têrêsa Hài Đồng Giêsu (1873-1897), Chateaubriand (1768-1848), Lamartine, Lacordaire (1802-1861), R.Tagore, André Gide...".

Và ông kết luận: "Như thế, liệu có cường điệu lắm chăng, khi nói rằng con đường gần nhất, nhanh nhất để đến với đạo, chở được đạo là con đường của thi ca?" (tr.18)

Ông miên man về Shakespear, Chủ soái thời Hồng Đức, Mario Vargas Liosa, Octavio Paz, Hoài Thanh…"Trước và sau Hàn Mạc Tử, thi nhân Công giáo ở Việt Nam tuy đông đảo, nhưng vẫn chỉ là những ngôi sao lẻ loi, sống và viết rất lặng lẽ, âm thầm. Viết vì đức tin, lòng đạo, viết để ngợi ca, viết như lời cầu nguyện trong khung cảnh dòng tu, nhà thờ xứ đạo làng quê hơn là muốn góp mặt góp tiếng với trận bút trường văn" (tr.30)

Ông kể lại lịch sử từ khi báo chí Công giáo ra đời (1908), lá cờ tiên phong là *Nam Kỳ địa phận,* quy tụ vài chục cây bút thâm hậu… Năm 1944 mở ra một hành trình mới, hình thành một tập hợp với đường lối chủ trương rõ ràng mà *Tác phẩm đầu xuân* như một tuyên ngôn thơ (tr.31) văn chương Công giáo đối thoại với *Xuân Thu nhã tập*…

Vì là tùy bút nên ông đã không nói với người đọc về nội dung thơ trong Miền thơ kinh cầu nguyện. Ông giới thiệu các tác giả: Lm. Sảng Đình Nguyễn Văn Thích (1891-1978), Đỗ Đình: (1907-1970), Hàn Mạc Tử (1912-1940), Bàng Bá Lân (1912-1988), Phạm Đình Tân (1913-1992), Bùi Tuân (1913-1966). Hồ Dzếnh (1916-1991), Maria Ngọc Minh (1916-1996), Nguyễn Duy Diễn (1920-1965), Lm Phêrô Vũ Đình Trác (1927-2003), Têrêsa Trần Thị Hoa (1936-2003), Maria Faustine Anê Huỳnh Thị Kim Hải (1944-2008).

Trong cuốn sách này, Lê Đình Bảng cũng bộc lộ nhiều suy nghĩ riêng về thơ Công giáo: "Vẫn biết thơ là tiếng nói của ngôn ngữ và sứ mạng cao cả của nhà thơ là không ngừng nâng cao cái đẹp của ngôn ngữ của Tiếng Việt, cứu rỗi Tiếng Việt (ý của Nguyễn Quang Thân). Đối với nhà thơ Công giáo, không chỉ có vậy. Họ còn gánh nặng trên vai bên kia một sứ mạng trọng đại hơn, đó là giới thiệu và diễn tả được đức tin lòng đạo của người Kitô hữu với đồng bào anh em mình, bằng chữ nghĩa và tiếng nói của chính dân tộc mình…" (tr. 34)

Miền thơ huấn ca

Ở bài giới thiệu, Lê Đình Bảng nói đến bề dày lịch sử của Kitô giáo trong việc giảng dạy, truyền đạt và tiếp thu giáo lý. Ông dẫn *Cựu ước:* Sách *Huấn Ca* cũng như sách *Gióp, Thánh vịnh* là thi phú ca ngâm. Ở Việt Nam sách dạy về đạo luôn dư dả đến độ thừa mứa (tr.15). Rất nhiều bài học huấn ca mang đậm chất thơ ở các thể loại văn học nhà đạo như: Kinh nguyện, Ca vãn vè, Tuồng, Truyện, Mừng chúc, Điếu văn, Văn tế và cả trong khối lượng Thư Chung của chủ chiên các giáo phận về những lĩnh vực Bí tích, Phụng vụ, Lễ nhạc, Tu đức, Học tập, Luân lý, Phong tục, Gia đình, Hôn nhân, Xã hội, Thời vụ Mùa màng (tr.19).

Lê Đình Bảng cũng đối chiếu với giáo huấn trong tác phẩm văn học dân tộc như *Trê Cóc, Gia Huấn Ca, Bích Câu Kỳ ngộ, Quan Âm Thị Kính, Nhị thập tứ hiếu, Đại nam quốc sử diễn ca*. Người đọc có thể nhận thấy Huấn ca Kitô giáo ở Việt Nam có nguồn gốc từ *Huấn ca* của Giáo hội kết hợp với huấn ca trong truyền thống văn học dân tộc. Ở góc nhìn này, Lê Đình Bảng đã đặt văn học Công giáo trong sự phát triển chung của văn học dân tộc, xác định được những giá trị mới mẻ mà văn học Công giáo góp phần vào văn học dân tộc.

Cuốn sách giới thiệu huấn ca của các tác giả: Thánh Lm. Philipphê Phan Văn Minh (1815-1853), Lm. Phêrô Trần Lục (1825-1899), Gm. Đa Minh Maria Hồ Ngọc Cẩn (1876-1948), Lm. Giuse Trần Văn Trang (1882-1945), Lm. Philipphê Lê Thiện Bá (1891-1981), Lm. Giuse Maria Trần Văn Thi (1912-1991), Lm. Giuse Đoàn Văn Hàm (1918-1991), Hồng Y Phaolô Giuse Phạm Đình Tụng (1919-2009).

Miền thơ trong ký ức dòng đời:

Trước hết ông ngẫm ngợi về nội hàm của nhan đề miền ký ức, hoài niệm: “Ký ức hoài niệm là gì, nếu không phải là một phần đời của một người, một thế hệ đã kinh qua. Một thuở, một thời dẫn ta đến thiên thu vạn đại” (tr.14) “Có thể tìm lại được thời gian đã mất. Nơi ký ức, qua chuyện kể, nơi hồi tưởng tự sự, trong bậc tầng những đổ nát hoang tàn của phế tích lịch sử (tr.15).

Từ đây, Lê Đình Bảng lần lại những sự kiện văn học và ông ghi nhận: “Nhiều sự kiện và nhiều nhân vật đã được đánh giá lại, trả về đúng vị trí khách quan, có thật”. Ở góc độ lịch sử, văn hóa và văn học nghệ thuật...được nhìn nhận một cách công bằng (A. Rhodes, Philippe de Rosa Bỉnh, Đặng Đức Tuấn, Nguyễn Trường Tộ, Trương Vĩnh Ký, Huỳnh Tịnh Paulus Của, Phạm Quỳnh, Trần Trọng Kim, Phan Khôi, Nhất Linh, Khái Hưng, Hoàng Đạo (nhóm Tự Lực Văn Đoàn). Cũng đã có trường hợp tương tự về Phan Thanh Giản, Lê Văn Duyệt và Hoàng Cao Khải, “những góc tối trong dòng lịch sử trong ngộ nhận đã đươc giải mã” (tr.15). Lê Đình Bảng còn dẫn *Sử ký Tư Mã Thiên, thơ Đường* (Lạc Tân Vương, Lý Bạch, Thôi Hiệu, Đỗ Phủ, Vương Duy, Trương Kế, Lưu Vũ Tích, Trần Tử Ngang, Vương Bột, Liễu Tông Nguyên, Bạch Cư Dị).

Trở về dòng văn học Việt Nam (tr.18) ông dẫn người đọc đi suốt chiều dài lịch sử. Từ thời Lý thế kỷ XI, đời Trần, đời Lê, thời Tây Sơn, “bao nhiêu biến động, đổi đời, là bấy nhiêu tâm sự về việc nước, việc nhà, của chung và nỗi niềm riêng. Ông trích dẫn Lý Thường Kiệt, Mãn Giác, Nguyễn Trãi, Nguyễn Bỉnh Khiêm.

Thời Tây Sơn - Nguyễn Ánh, một bên ca tụng và bên kia phản kháng Nguyễn Huy Lượng, Lê Ngọc Hân, Phan Huy Ích, Phạm Thái, Nguyễn Hữu Chỉnh, Hoàng Quang, Đặng Đức Siêu, Nguyễn Văn Thành. 20-(Dẫn thơ Hoàng Quang, Phạm Thái, Ngọc Hân.

Văn học triều Nguyễn, ông nhắc đến thơ Hồ Xuân Hương (tr.20) Bà Huyện Thanh Quan, Cao Bá Quát, Nguyễn Công Trứ, nhắc đến truyện thơ Nôm (*Nhị độ mai, Nữ tú tài,Tống Trân, Thạch Sanh, Phương Hoa, Hoàng Trù, Quan Âm Thị Kính, Bích câu kỳ ngộ, Hoa điều tranh năng, Phan Trần, Mai Đình mộng ký, Kim Thạch kỳ duyên, Tỳ bà hành, Đoạn trường tân thanh*...), dẫn thơ Tú Xương, Chu Mạnh Trinh, Nguyễn Khuyến, Tản Đà.

Ông nói về khuynh hướng thời thế. Có những người làm chính trị và cũng có những người đứng bên lề thời cuộc. Thỏa hiệp hoặc lặng thinh: Phan Thanh Giản, Tôn Thọ Tường, Bùi Hữi Nghĩa, Phan Văn Trị, Huỳnh Mẫn Đạt, Nguyễn Đình Chiều, Nguyễn Văn Giai, Nguyễn Thị Bích, Phan Bội Châu, Phan Chu Trinh, Huỳnh Thúc Kháng...(tr.22) và dẫn thơ Nguyễn Đình Chiểu, Nguyễn Văn Giai, Tản Đà.

Ông cho rằng ở ta, "sự ra đời, phát triển và sự thừa thắng của chữ Quốc ngữ, khách quan, chủ quan đã trở thành một trong những sự kiện mang tính lịch sử"(tr.25), từ đó nói về thái độ của nhà thơ Công giáo:..." Nói như thế để thấy các nhà thơ Công giáo không hề quay lưng lại lịch sử, không hề đứng bên lề thời cuộc hoặc "đi dưới bóng cờ của đoàn quân viễn chính" như một số dư luận quá ác ý chụp mũ, kết án" (tr.30). Ông dẫn sách báo Phan Bội Châu viết về Công giáo (tr.30).

Lê Đình Bảng nói về nội dung cuốn sách: "Chúng tôi xin giới thiệu chân dung một số nhà thơ Công giáo và tác phẩm của họ ở mỗi chặng đường lịch sử ít nhiều đã để lại dấu ấn hoặc nhắc nhở ta suy nghĩ gần xa về những gì đã diễn ra trong qua khứ" (tr.31). "Nội dung tác phẩm của họ có thể chỉ là những cảm nghĩ, cảm nhận cá nhân về một sự kiện, một biến cố nào đó, có thể như là một ghi chép, một nhật ký văn học..."

Rồi ông lan man sự kiện *Màu tím hoa sim,* sự khiêm tốn chân thành rất mực của Nguyễn Đình Thi, sự kiện *Nhân Văn Giai Phẩm* trở thành bi kịch (Hoàng Cầm, Lê Đạt, Trần Dần...Phùng Quán, Văn Cao, Quang Dũng. Chuyện của những năm gần đây đọc *Di cảo Chế Lan Viên*, chúng ta ngộ ra cái nợ "tìm đường", liên tưởng đến ngẫu hứng triết lý phiêu bồng của Bùi Giáng, về huyền thoại bút danh TTKH chưa được giải mã (tr.40), Hoàng Cầm oan khuất với *Lá Diêu bông*.

Và để khép lại phần dẫn nhập... Ông kể lại một thông tin rất thời sự thơ. Đó là chuyện nhà thơ Hữu Thỉnh (Chủ tịch Hội Nhà Văn Việt Nam) ứng khẩu làm thơ lần về thăm Long An trong cuộc bầu cử quốc hội khóa XII. Lê Đình Bảng kết luận: "Vậy đấy, người Việt mình làm thơ cả trong giao lưu chính trị, trong gặp gỡ, san sẻ chuyện mình" (tr.44).

Cuốn sách giới thiệu các tác giả: Lm. Philipphê Bỉnh (1759-1833), Lm. Gioakim Đặng Đức Tuấn (1806-1874), Phaolô Nguyễn Trường Tộ (1827-1871), Petrus Trương Vĩnh Ký (1837-1898), Huỳnh Tịnh Paulus Của (1834-1907), Phêrô - Giuse Nguyễn Hữu Bài (1863-1935), Gm. Gioan Baotixita Nguyễn Bá Tòng (1868-1944), Mai Lão Bạng (1906-1942), Lm. Giuse Phúc Dân (1906-1974), Gm. Giacôbê Nguyễn Ngọc Quang (1909-1999), Gm. Giuse Maria Nguyễn Quang Tuyến (1945-2006).

Miền thơ trong thánh nhạc, thánh ca

Bài giới thiệu dài 38 trang in, nhận định chung: "Trùng trùng các nhạc đoàn. Điệp điệp các thế hệ nhạc sĩ "(tr. 96).

Trước hết, ông đặt vấn đề chất thơ trong Thánh ca - Thánh nhạc, và tự nhủ: "Liệu có phiêu lưu hoang tưởng không? Xin thưa, nhiều phen tôi đã phân vân, ngập ngừng, vì tự lượng sức mình không thể với tới cái thế giới thánh thiêng và huyền diệu của cung bậc, của tiết tấu... Nếu liều lĩnh thâm nhập vào Thánh nhạc, thánh ca, hóa ra mình chỉ là kẻ ngoại đạo, cùng lắm, như chim chích giữa rừng" (tr.15).

Rồi ông lần đến cội nguồn tinh thần của mình. Ông sống trong không gian thời gian dày đặc nhạc và thơ. Ông nhận ra tiếng Việt là một thứ của báu mà Nguyễn Du đã viết nên *Truyện Kiều,* Phạm Duy, Cung Tiến đã dệt thơ thành nhạc... Ông còn ngược về xa xưa, trích lời Đắc Lộ nhận định về tính nhạc của tiếng Việt (tr.20).

Lê Đình Bảng đặt Thánh ca, Thánh nhạc vào dòng lịch sử âm nhạc của dân tộc, vào cuộc cách mạng tân nhạc ở Việt Nam đầu thế kỷ XX (tr.25) để định vị giá trị của Thánh nhạc, Thánh ca Công giáo. Ông lược qua lịch sử âm nhạc Việt Nam: "khởi đi từ Sài Gòn (1911), ra Hà Nội (1930), vô Huế (1937, tân nhạc Việt Nam đã hình thành" (tr.27), "Các nhạc sĩ Công giáo Việt Nam tập hợp thành từng nhạc đoàn với sinh hoạt độc lập", sáng tác theo hướng dẫn của Giáo hội. "Những thập niên 1930, 1950, và 1960 của thế kỷ trước, chúng ta chỉ có những bài thánh ca mang tính cầu nguyện nặng về cảm xúc hoặc ít nhiều mô phỏng gần xa với *Thánh kinh*. Dần dần, qua huấn giáo, nghiên cứu, họ đã mạnh dạn lấy chất liệu dân ca của dân tộc kết hợp với giọng cầu kinh hàng ngày để sáng tác những bản thánh ca Việt Nam" (tr. 31).

Lê Đình Bảng xem xét đặc điểm thánh ca ở miền Nam, "ca từ đều là thơ"(tr. 33), miền Bắc "lời ca lúc ấy cũng đã rất thơ"(tr.38). Ông điểm qua nhạc Giáng sinh, thánh ca của các nhạc sĩ Duy Tân, Nguyễn Khắc Xuyên, Hoài Đức, Hải Linh, Ngô Duy Linh, Tiến Dũng, Hoài Chiên, Hoàng Kim. Vinh Hạnh...và kể ra một loạt các tên tuổi khác như Kim Long, Hoàng Diệp, Nguyễn Văn Hòa, Xuân Thảo, Hải Triều, Thái Nguyên, Phạm Liên Hùng... (tr. 47).

Ông kết luận: "Tôi biết, còn nhiều, nhiều lắm, không tài nào kể xiết..." các nhạc sĩ Thánh ca (tr.51); "Tôi chỉ biết nói lời cảm tạ, tri ân" (tr.49); "Thật tình là tôi không hề dám có tham vọng viết về một quá trình, thậm chí một chặng đường, một nhân vật nào trong cõi thiêng liêng ấy" (tr.52)

Trong cuốn sách, Lê Đình Bảng viết: Trịnh Công Sơn người hát thơ, như một dụng ý để các nhạc sĩ Công giáo từ đó nâng chất thơ của ca từ thánh ca.

Cuốn sách giới thiệu các tác giả: Phaolô Nguyễn Văn Quy (1855-1914), Gm. Đôminicô Maria Hồ Ngọc Cẩn (1876-1948), Lm. Phaolô Đoàn Quang Đạt (1877-1956), Cha già Vượng (1867-?), Lm. Giuse Maria Sảng Đình Nguyễn Văn Thích (1891-1978), Lm. Giacôbê Nguyễn Linh Kinh (1893-1955), Lm. Gioan Baptixta Lasan Nguyễn Văn Vinh (1912-1971), Lm. Duy Ân Mai (1919-2008), Tâm Bảo (?-?), Anrê Thiên Phụng (1920-1982), Phanxicô Assisi Hải Linh (1920-1988), Lm. Tôma Trinh Cát (1920-2008), Lm. Rôcô Phương Linh (1921-1995), Hồng Y Giuse Maria Trịnh Văn Căn (1921-1990), Phêrô Hùng Lân (1922-1986), Lm. Giuse Ngô Duy Linh (1922-1998), Lm. Giuse Hoài Đức (1922-2007), Lm. Luca Hùng Sỹ (1922-2005), Lm. Giacôbê Nguyễn Khắc Xuyên (1923-2005), Lm. Antôn Tiến Dũng (1924-2005), Lm. Phêrô Hoàng Diệp (1924-2008), Lm. Giuse Nguyễn Duy Vi (1926-1996), Lm. Phêrô Võ Thanh (1927-2003), Lm. Gioakim Hoàng Kim (1927-1985), Lm. Giuse Huyền Linh (1927-2003), Lm. Rôcô Chính Trung (1927-2004), GB Hoài Chiên (1929-2005). Lm. Giuse Vinh Hạnh (1931-1966), Anphong Hoàng Ngô (1932-1997), Lm. Đa Minh Duyên Lý (1937-2007), Giuse Viết Chung (1938-1996), Inhaxio Thy Yên (1941-2005).

LÊ ĐÌNH BẢNG VIẾT TÙY BÚT

Văn phong tùy bút bao trùm mọi trang văn nghiên cứu nên những khám phá, những đánh giá về thi ca đậm dấu ấn chủ quan.

Đặc điểm của Tùy bút là sự xuất hiện trực tiếp của "cái tôi" đầy cảm xúc trên trang văn. "Cái tôi" của Lê Đình Bảng là "cái tôi" tài hoa, uyên bác và lãng mạn. "Cái tôi" ấy "bụi bặm" nhưng hào hoa bay bổng, thăng hoa và rộng mở. Không "ngông và kiêu bạc" như Nguyễn Tuân, nhưng "cái tôi" tùy bút Lê Đình Bảng "... hát trên đỉnh núi cao", không "tài hoa hướng nội" như Hoàng Phủ Ngọc Tường nhưng anh lại trữ tình sâu lắng, không hiền lành như đất trong văn phong của Anh Đức, nhưng anh lại mộc mạc ngát hương hoa đồng gió nội.

Đây là một đoạn tùy bút về Thơ:

"Chẳng hiểu sao, cứ mỗi khi nghe, xướng, đọc lên hoặc ngâm ngợi những ngôn từ trong kinh sách; hoặc mỗi khi đắm mình vào khói hương, nghi lễ tế tự của mỗi tín ngưỡng, của các tôn giáo nơi cung thánh, nhà thờ và đền chùa miếu mạo, là y như tôi có cảm giác đang thả hồn mình trôi đi miệt mài đến vô ưu trong dòng chảy của thi ca. Kinh và thơ. Thơ và kinh. Không còn biên cương nào cả. Lẫn vào nhau, quyến lấy nhau. Sôi tràn, khấp khởi, bồi hồi, tê dại. Như kẻ xuất thế, mộng du, ngồi đồng. Bằng đôi cánh bay bổng tuyệt vời thăng hoa của từng câu chữ, ngôn từ, của từng âm sắc, thanh điệu, của từng tiết nhịp, hình tượng và ý tứ ẩn chìm, thơ dìu dẫn tôi vào cõi mộng, vào bến giác, bờ mê, ngất trí. Thơ cho tôi gặp gỡ vô biên như được khải thị, nhập thần, để rồi thơ lại đưa tôi về trần gian với hệ lụy, với vô thường, mong manh, còn mất, hư huyễn"(*Miền thơ kinh cầu nguyện.* Tr. 11)

Lê Đình Bảng nhận định về thơ Trần Thị Hoa cũng bằng những lời mộng mị như vậy:

"Thi ca là tiếng nói từ trái tim đến trái tim, nên không có tuổi. Và tôi, qua những hàng chữ thô mộc này, muốn mời gọi những ai yêu thơ đạo-con đường tơ lụa của văn hóa và đức tin- cứ đến thật gần, để yêu Chúa... Cứ mở ra mà đọc. Biết đâu sẽ soi thấy bóng dáng tâm hồn mình trong ấy, đắm chìm với tơ trời và mạch đất. Như ta đã nhận ra và chiêm ngắm dung mạo Đức Kitô nơi mọi người xung quanh" (*Miền thơ kinh cầu nguyện* - tr. 493)

Vì là Tùy Bút, Lê Đình Bảng miên man trong dòng suy nghĩ, và rất nhiệt thành, sôi nổi dẫn người đọc đi trên con đường đầy hoa mộng của trí tuệ và cảm xúc, nhiều khi ông quên mất việc giới thiệu nội dung "Miền thơ".

Trong cuốn *Miền thơ trong ký ức dòng đời*, ở bài dẫn luận, Lê Đình Bảng dẫn người đọc đi đến mọi miền chữ nghĩa. Người đọc chắc "ngộp thở" khi nghe ông nói miên man đủ thứ chuyện văn chương từ cổ chí kim chỉ để dẫn giải ý nghĩa nhan đề cuốn sách *Miền thơ trong ký ức dòng đời*: Ký ức là gì, dòng đời trôi dạt thế nào, thân phận nhà thơ, tâm sự và thái độ nhà thơ ra sao trước cuộc bể dâu... Vâng chỉ có thế! nhưng ông phải dẫn cả lịch sử văn học, cả các nhà thơ Đường và tác phẩm văn học dân gian. Lẽ ra ông có thể viết ngắn hơn, nhưng cảm xúc đã đẩy ngòi bút của ông trôi miệt mài với dòng đời, không có chỗ dừng.

Cũng trong mạch Tùy bút đầy ngẫu hứng như vậy, trong *Miền thơ trong Thánh nhạc, Thánh ca*, Lê Đình Bảng đưa vào bài viết: Trịnh Công Sơn người hát thơ giữa bao la đất trời (tr.726) có vẻ như rất lạc lõng. Ai cũng biết ca khúc của Trịnh Công Sơn là những bài thơ ấn tượng, đặt trên nền tư tưởng Thiền, chẳng liên can gì đến Thánh ca, Thánh nhạc Công giáo. Trái lại, trong khi giới thiệu các nhạc sĩ Công giáo, Lê Đình Bảng chỉ nói về "chất thơ" trong ca từ nhưng chưa xác định được nhạc sĩ Công giáo nào là nhà thơ đích thực như Trịnh Công Sơn (?).

Giới thiệu Anrê Thiên Phụng, Lê Đình Bảng viết: "Xuất sắc nhất và đáng nhớ hơn cả là bài *"Mẹ trên trời"*. Cả nhạc và lời đều chuẩn mực, tròn đầy" (tr. 209). Người đọc không hiểu "chuẩn mực, tròn đầy" là gì? Về giai điệu, hay về ca từ? Viết về Hải Linh (bài Hải Linh một thời để nhớ - tr.222), Lê Đình Bảng ghi lại sâu sắc khát vọng làm Ca trưởng của Hải Linh, tuyệt nhiên không có một câu chữ nào nói về "chất thơ" trong ca từ của Hải Linh: "...sự nghiệp đào tạo từ 40-50 lớp ca trưởng trong suốt 32 năm (1957-1988) ở trong và ngoài nước là những minh chứng hùng hồn nhất về 'một Hải Linh ca trưởng' cái danh xưng mà chính bản thân ông lấy làm tự hào" (tr. 224).

Thành ra cuốn sách *Miền thơ trong Thánh nhạc, Thánh ca* có thể được xem là một "công trình" giới thiệu các nhạc sĩ Thánh ca Việt Nam, hơn là một *"Miền thơ trong Thánh nhạc Thánh ca"*. Rất tiếc, Lê Đình Bảng chưa quan tâm chỉ ra đặc sắc giai điệu, cấu trúc, của các ca khúc, và chưa định vị phong cách âm nhạc của từng tác giả. Người sành nghe Thánh ca có thể nhận ra ngay "cái riêng" trong ca khúc của Hải Linh, Tiến Dũng, Hoàng Diệp, Hoàng Kim, Viết Chung...

Dù vậy, đây đó, Lê Đình Bảng cũng có những khám phá, đánh giá cội nguồn thi ca Công giáo Việt Nam có thể định hướng cho người nghiên cứu đi sau.

Ở mỗi tác giả, Lê Đình Bảng nỗ lực khẳng định giá trị thơ ca của họ. Chẳng hạn viết về tập *Sứ điệp tình thương* của Lm. Nguyễn Xuân Văn (*Miền thơ Phúc Âm diễn ca* tr. 509), ông "thú thật, tôi rất ngại đọc loại này, một phần công việc này đã quá nhiều người làm", "một phần vì nó vốn khô khan, chả có gì hấp dẫn". "Cảm giác sợ những pho sách dày cộm là một điều có thật... *Sứ Điệp tình thương* dày 414 trang, 9764 câu thơ, kể chuyện cuộc đời Chúa Cứu thế" (tr. 510). Vậy mà Lê Đình Bảng đã đọc, đã trích được những câu thơ hay của tập thơ. Ông đánh giá về thơ Nguyễn Xuân Văn: Nguyễn Xuân Văn "đã thổi Tin mừng vào tần số âm thanh ngôn ngữ của dân tộc bằng thứ vần điệu mượt mà, nền nã nhất là thơ Lục bát, điều mà không phải ai cũng làm được"(tr. 515).

Thực ra, giá trị tập thơ *Sứ điệp tình thương* - diễn ca cuộc đời Chúa Cứu thế theo Tin mừng Mathêu, Marcô, Luca,và Gioan- cần được nghiên cứu ở phương diện khác, không phải ở chỗ "thổi Tin mừng vào thơ Lục bát" như nhận định của Lê Đình Bảng.

Đây là một vài nhận định có tính Lý luận văn học về thơ trong các " Miền thơ" *Ở thượng nguồn thi ca Công giáo Việt Nam:*

"*Kinh thánh* đã trở thành chất liệu và cảm xúc tôn giáo làm nên tác phẩm đậm đặc mùi đạo trong dòng chảy chung của Văn học Việt Nam" (*Miền thơ Phúc âm diễn ca* - tr.29).

"Kinh đã thành thơ khi đi vào đời sống Công giáo Việt Nam. Thế mới biết tổ tiên mình tài hoa thật, giỏi giang đáo để, mà cũng thánh thiện chẳng thua kém ai" (*Miền thơ trong kinh nguyện* - 19)..."Đọc kinh, nguyện ngắm là sống trọn vẹn tiếng nói có vần điệu biền ngẫu, có đối đăng và cung giọng bổng trầm diễn cảm của người Việt mình xuyên suốt các chặng đường lịch sử" (đd. tr.24); "Đến nỗi ở đâu, làm việc gì cũng vang lên giai điệu, ngôn ngữ kinh. Kinh riêng, kinh chung, kinh sớm, kinh mai, kinh truyền tin giữa ngọ, kinh chạng vạng hoàng hôn. Kinh tối, kinh đêm, kinh theo ta ra ngõ đi chợ. Kinh thăm đất thăm đồng. Kinh reo vui Chúa Nhật, lễ trọng, phiên chầu. Kinh ủ ê giọt sầu báo tử. Bởi thế mà đạo Chúa không nhuốm màu sầu thảm bi quan. Họ nguyện cầu bằng thơ, bằng kinh kệ ca hát" (đd. tr 33).

LỜI GAN RUỘT

Tìm ra chất thơ trong các Miền thơ chính là chỗ độc đáo của Lê Đình Bảng, vừa với tư cách một nhà thơ yêu say mê cái đẹp trong những áng văn thơ Công giáo, vừa với tư cách một nhà nghiên cứu có cách làm khoa học và công phu, khám phá được một điều hết sức quan trọng với thi ca Công giáo. Xưa nay tôi chưa thấy nhà nghiên cứu nào đi tìm chất thơ trong *Kinh Bát Nhã, Kinh Kim Cang, Kinh Hoa Nghiêm*... Phật giáo, bởi những Kinh này thiên về tư tưởng, trí tuệ, mà chỉ giới tu học Thiền mới lĩnh hội được; và xưa nay, kinh nguyện Công giáo là những lời cầu nguyện chung, rất riêng tư, thuộc lĩnh vực tâm linh của Kitô hữu, mấy ai nghĩ đến "chất thơ" trong kinh nguyện. Phát hiện ra "chất thơ" trong kinh nguyện, ca vãn Công giáo, Lê Đình Bảng đã khẳng định đó là kho tàng thi ca Công giáo. Nền thi ca này không chỉ có vài nhà thơ thành danh, mà nền thi ca ấy có một nền tảng rất sâu rộng trong mọi câu chữ của *Kinh thánh*, Kinh nguyện, và thấm rất sâu vào đời sống tâm linh tín hữu, một bộ phận của dân tộc. Làm được việc này, Lê Đình Bảng đã đặt được một cột mốt quan trọng và hết sức ý nghĩa, có tính khai mở cho những nhà nghiên cứu văn học Công giáo đi sau, bởi trước ông, tôi chưa thấy nhà nghiên cứu văn học Công giáo nào lại dành tất cả tâm huyết đời mình cho công việc khó khăn này.

Nỗ lực thứ hai của Lê Đình Bảng là khi nghiên cứu về bất cứ "Miền thơ" Công giáo nào, ông cũng đặt "miền thơ" ấy trong dòng chảy của văn học dân tộc. Ông đặt Huấn ca Công giáo Việt Nam bên cạnh Huấn ca của *Cựu ước* và đối sánh với *Gia huấn ca* của Nguyễn Trãi. Ông đặt Miền thơ trong Thánh nhạc, Thánh ca bên cạnh cuộc cách tân âm nhạc Việt Nam đầu thế kỷ XX, đặt *Miền thơ trong ký ức dòng đời* trong dòng chảy của văn chương Việt Nam suốt từ thời Lý đến nay... Điều này khẳng định được văn học Công giáo Việt Nam có cội nguồn từ *Kinh thánh* kết hợp với những truyền thống dân tộc, và góp phần làm phong phú hơn văn học dân tộc. Những nỗ lực ấy giúp người đọc khai mở khỏi những ngộ nhận, định kiến xưa nay về văn học Công giáo. Đến nay, công luận đã công nhận có một nền văn học Công giáo ở Việt Nam phát triển cùng với văn học dân tộc, đem vào văn học dân tộc mỹ học Kitô giáo và rất nhiều điều mới mẻ về tư tưởng và thi pháp từ *Kinh thánh*.

Tôi có may mắn được trò chuyện với nhà thơ Lê Đình Bảng và được ông gửi gắm nhiều tâm nguyện qua bộ sách *Ở thượng nguồn thi ca Công giáo Việt Nam* (6 cuốn, hơn 4000 trang) và cuốn *Văn học Công giáo Việt Nam-Những chặng đường*. Tôi hiểu đó là những "lời gan ruột" nhà thơ-Nhà nghiên cứu Lê Đình Bảng với văn chương Công giáo Việt Nam.

Ông chia sẻ:

"Bộ sách 6 Tập của tôi đã vắt kiệt tim óc của tôi rồi. Kể cả tập *Văn học Công giáo Việt Nam - Những chặng đường* (nxb Từ Điển và Bách Khoa, 2010)" [Email 29/5/2020]

"Bộ sách 6 Tập này là tất cả mồ hôi, máu lệ của tôi, suốt dòng dài năm tháng khốn khổ, cô độc, cô đơn nhất trên chiếc xích lô già nua, còm cõi, vất vưởng đầu đường xó chợ. Thậm chí, cái ruột bút bi, mảnh giấy, chỗ ngồi yên ả cũng được xem là...xa xỉ, ước mơ. Tất tần tật viết tay, những bao thuốc lá, những mảnh giấy hoá đơn, lặt vặt, vương vãi, những căm xe xích lô xâu chuỗi giấy tờ, chữ nghĩa, hình ảnh... Computer, Google, Net... còn ở mãi... đâu đâu... xa vời, không dám nghĩ tới... Nói thật, không ai có thể ngờ. Bản thân tôi, đến lúc này, cũng không ngờ! Hẳn là hồn thiêng của hơn 100 tác giả, ở cõi bên kia, đã nguyện cầu Chúa gia hộ, độ trì tôi chăng?

Xin Anh hiểu cho tình cảnh... cưu mang, sinh thành và chào

đời của chúng, tôi đã viết ở *Lời dẫn nhập* của 6 tập sách ấy" [Email 25/6/2020].

Thật hiếm có nhà nghiên cứu nào lại say mê và dành tất cả tâm huyết đời mình cho Văn học Công giáo Việt Nam như vậy. Ông đã làm được một "sự nghiệp" mà nhiều người nghiên cứu Văn học Công giáo Việt Nam đi trước chưa làm được. Và nhờ công trình của ông, rồi đây giới nghiên cứu sẽ có nhiều cơ hội tiếp cận được một kho tàng tư liệu quý giá.

Trong cuốn sách *Hành hương với Hành Hương*, phần "Chung mối đồng cảm *Ở thượng nguồn thi ca Công giáo Việt Nam* của Lê Đình Bảng" (Nxb Tôn Giáo. 2013), có rất nhiều ý kiến của các "Đấng bậc" trong Giáo hội đánh giá cao bộ sách. Tôi ghi nhận ý kiến của 20 Giám mục: Gm. Phêrô Nguyễn Văn Nhơn (Gp. Đà Lạt), Tổng Giám mục Giuse Ngô Quang Kiệt (Tgp. Hà Nội), Gm. Phêrô Trần Đình Tứ (Gp. Phú Cường), Gm. Giuse Vũ Văn Thiên (Gp. Hải phòng), Gm. Micae Hoàng Đức Oanh (Gp. Kontum), Tgm. Steph Nguyễn Như Thể (Tgp. Huế), Gm. FX. Nguyễn Văn Sang và Gm. Phêrô Nguyễn Văn Đệ (Gp. Thái Bình), Gm. Dom Nguyễn Chu Trinh (Gp. Xuân Lộc), Gm. Giuse Trần Xuân Tiếu (Gp. Long Xuyên), Gm. Giuse Châu Ngọc Tri (Gp. Đà Nẵng), Gm. Giuse Đặng Đức Ngân (Gp. Lạng Sơn), Gm. Giuse Nguyễn Chí Linh (Gp. Thanh Hóa), Gm. Phaolô Cao Đình Thuyên (Gp Vinh), Gm. Vinc Nguyễn Văn Bản (Gp. Buôn Mê Thuột), Gm. An tôn Vũ Huy Chương (Gp Hưng Hóa), Gm. Phaolô Nguyễn Văn Hòa (Chủ tịch Ủy Ban Thánh nhạc), Gm. Phaolô Tịnh Nguyễn Bình Tĩnh (Gp. Đà Nẵng), Gm. Giuse Vũ Duy Thống (Gp. Phan Thiết), Đức Ông Giuse Đinh Đức Đạo, nhà nghiên cứu Nguyễn Đình Đầu; và ý kiến của 86 linh mục, nhạc sĩ, nhà nghiên cứu, nhà báo bạn bè thân hữu ghi nhận giá trị to lớn của cuốn sách. Thật đáng khâm phục nỗ lực sưu tầm, nghiên cứu thi ca Công giáo của nhà thơ Lê Đình Bảng.

Vấn đề là bộ sách này từ khi được phát hành và giới thiệu đến nay đã 10 năm, song những công trình nghiên cứu Văn học Công giáo có giá trị học thuật vẫn chưa nhiều; và Giáo hội cũng chưa có hoạt động cụ thể nào về việc tổ chức, phát huy Văn chương Công giáo Việt Nam. Nghĩa là, món nợ của chúng ta với tiền nhân vẫn còn nguyên đấy!

Năm 2020 Tạp chí *Nghiên cứu Văn học* (Hội nhà văn Việt Nam) in Chuyên san "*Văn hóa, văn học Công giáo Việt Nam - Diện mạo và đặc sắc"* có tóm lược cuốn sách *Văn học Công giáo Việt Nam-Những chặng đường* của Lê Đình Bảng thành một bài viết giới thiệu trong chuyên san. Tôi nghĩ đó là một tín hiệu vui vì giới nghiên cứu học thuật đã bắt đầu chú ý đến Văn học Công giáo ở phương diện lịch sử. Và chúng ta có quyền hy vọng.

Tháng 7/2020

Nguồn: *Những mùa vàng văn học Công giáo. Nxb Hội Nhà Văn 2020*

HÀN MẶC TỬ
HOA NỞ TRÊN ĐAU THƯƠNG

Maria Nguyễn Thị Thảo Vi

Nhắc đến các nhà thơ Công Giáo Việt Nam, không ai mà không nhớ đến nhà thơ Hàn Mạc Tử. Dù Hàn thi sĩ mang trong mình căn bệnh nan y, nhưng nhà thơ đã để lại cho đời một số lượng tác phẩm rất đáng trân quý. Để có thể hiểu rõ hơn về cuộc đời của nhà thơ "lạ nhất" trong phong trào Thơ Mới, sau đây, chúng ta hãy từng bước đến với tiểu sử của thi sĩ Hàn Mạc Tử.

Nhà thơ Hàn Mạc Tử sinh ngày 22 tháng 09 năm 1912, tại Lệ Mỹ, tổng Võ Xá, huyện Phong Lộc (nay là Đồng Hới), tỉnh Quảng Bình. Tên khai sinh của nhà thơ là Nguyễn Trọng Trí. Hàn Mạc Tử là một người Công Giáo với tên thánh rửa tội là Phanxicô Assisi. Thân phụ của nhà thơ là ông Vinh Sơn Phaolô Nguyễn Văn Toản và thân mẫu là bà Maria Nguyễn Thị Duy.

Từ năm 1924 đến năm 1926, nhà thơ theo gia đình vào Quảng Ngãi và học tiểu học ở đây. Nhưng vào tháng 07 năm 1926, cha qua đời nên cậu bé Trí theo mẹ vào Quy Nhơn ở với anh là Nguyễn Bá Nhân. Lúc này, nhà thơ xướng họa kí tên là Minh Duệ Thị. Trong giai đoạn từ năm 1928 đến 1930, Nguyễn Trọng Trí tiếp tục học trung học Pellerin Huế. Đến kì thi tháng 06 được cấp bằng Pháp Việt sơ học. Năm 19 tuổi, nhà thơ nổi tiếng với bút hiệu là Phong Trần. Sau đó, vào năm 1932, nhà thơ trở lại Quy Nhơn làm viên chức sở đạc điền. Theo một số người cho rằng, đây là giai đoạn nhà thơ có tình ý với Hoàng

Maria Nguyễn Thị Thảo Vi

* *Sinh ngày 20/01/1982*
* *Sinh ra và lớn lên tại Giáo xứ Phương Nghĩa, Giáo phận Kon Tum, tỉnh KonTum.*
* *Là Giáo viên dạy môn Ngữ Văn.*
* *Đã từng viết bài về thơ Hàn Mạc Tử với đề tài "Đặc sắc ngôn ngữ trong thơ Hàn Mạc Tử" tại trường Đại Học Quy Nhơn vào năm 2015.*
* *Email: thaovikontum@gmail.com*

Cúc. Nhưng rồi, năm 1934, chàng trai Trí lại vào Sài Gòn làm báo, tiếp tục đổi bút danh thành Lệ Thanh và sau cùng là Hàn Mạc Tử. Thế rồi, nhà thơ đã gặp gỡ nàng Mộng Cầm. Tuy nhiên, hạnh phúc không đến với thi sĩ Hàn, cuối năm 1936, họ đã chia tay nhau. Lúc này, căn bệnh phong đã nhuốm vào trong cơ thể nhà thơ nhưng chưa phát hiện ra. Đến năm 1937, khi biết mình bị mắc bệnh nan y, Hàn Mạc Tử đã cắt đứt thư từ và xa lánh bạn bè. Từ đây cho đến cuối đời là giai đoạn nhà thơ tập trung sáng tác nhiều nhất. Ngày 20 tháng 09 năm 1940, nhà thơ được đưa vào nhà thương Quy Hòa, mang số hiệu bệnh nhân 1134. Ở đây, nhà thơ đã được các bác sĩ và các Soeur tận tình chăm sóc, cứu chữa. Nhưng vì bị kiết lị đột ngột cộng với căn bệnh hiểm nghèo đang mang trong mình, nên vào lúc 05 giờ 45 phút ngày 11 tháng 11 năm 1940, nhà thơ đã về với Chúa. Ban đầu, nhà thơ được an táng tại Đèo Son gần bệnh viện phong Quy Hòa. Nhưng về sau được cải táng ra Ghềnh Ráng, Quy Nhơn. Giờ đây, thi sĩ Hàn đang yên giấc trong tiếng sóng vỗ rì rào với lá thông reo vi vu ở đồi thi nhân.

Như loài trai phải chịu đau đớn để chiết xuất ra những hạt ngọc quý dâng tặng cho đời, nhà thơ Hàn Mạc Tử từ trong bất hạnh của chính mình đã làm nên điều kì lạ cho Thơ Mới nói riêng và cho văn học Việt Nam nói chung. Dù đời sống ngắn ngủi, nhưng Hàn Mạc Tử đã sống thực sự có ý nghĩa. Giá trị con người không phải ở chỗ sống bao lâu mà ở chỗ con người đã sống như thế nào. Hàn Mạc Tử xứng đáng được chúng ta học tập và noi theo. Vì thi sĩ đã sống không hoài phí những giây phút quý báu và tài năng thiên phú mà Đấng Tạo Hóa đã ban cho nhà thơ. Dù chỉ đi ngang qua cuộc đời này hai mươi tám năm, nhưng Hàn Mạc Tử đã trở thành bất tử trong lòng người.

Dù đến với bầu trời văn học Việt Nam không được bao lâu, nhưng Hàn thi sĩ đã để lại một sự nghiệp văn chương rất đáng cho chúng ta tìm hiểu và học hỏi:

Nhà nghiên cứu văn học Phan Cự Đệ đã nhận định Hàn Mạc Tử là một *"thi sĩ không có hai lần trong rừng thơ Việt Nam, trong rừng thơ quốc tế"*. Thật đúng vậy, vì thơ Hàn Mạc Tử vừa lạ vừa độc đáo từ trong cách sử dụng ngôn từ cho đến nội dung. Đọc thơ của thi sĩ Hàn chúng ta như lạc vào *"vườn thơ rộng rinh, không bờ bến, càng đi xa càng ớn lạnh"*. Nhưng nếu vượt qua được sự *"ớn lạnh"*, chúng ta sẽ tiến tới một khung trời thanh cao, thánh thoát, trong trẻo tốt đẹp của cuộc đời. Thế nên trong thơ Hàn Mạc Tử chúng ta thường thấy tập trung vào bốn đề tài: Thơ, tình, bệnh và Chúa. Từ bốn đề tài này, chúng ta sẽ thấy được *" bên cạnh những tác phẩm bình dị, trong trẻo, chan chứa tình quê là các tác phẩm đầy những cảm hứng lạ lùng, huyền bí…"*. Điều này được thể hiện qua các tập thơ tương ứng với từng chặng đường cuộc đời nhà thơ:

- *"Lệ Thanh thi tập"* là tập thơ gồm những bài thơ Đường và thơ cổ điển mà nhà thơ Hàn Mạc Tử sáng tác từ lúc nhỏ đến trước khi nhà thơ mắc bệnh.

- *"Gái quê"* là tập thơ thể hiện những tình cảm bình dị, trong trẻo của nhà thơ trước khi mắc bệnh.

- "Đau thương" là tập thơ gồm ba phần: *"Hương thơm"*, *"Mật đắng"* và *"Máu cuồng và hồn điên"*. Tập thơ này thể hiện tâm trạng phức tạp khi nhà thơ biết mình đã mắc bệnh nan y.

- Hai tập thơ: *"Xuân như ý"*, *"Thượng thanh khí"* và *"Cẩm châu duyên"* thể hiện tâm hồn thanh cao, bình an hướng đến sự vô biên, huyền nhiệm khi nhà thơ đã vượt lên những đau đớn của bệnh tật. Đặc biệt, trong các tập thơ này có những bài thơ hay viết về đạo Công Giáo như: *"Ave Maria"*, *"Đêm xuân cầu nguyện"*, *"Điềm lạ"*…

- Trong thời gian gần cuối đời, nhà thơ Hàn Mạc Tử có sáng tác thêm hai kịch thơ: *"Duyên kì ngộ"*, *"Quần tiên hội"*.

Ngoài ra, nhà thơ còn viết tập thơ văn xuôi *"Chơi giữa mùa trăng"* và những bài lý luận phê bình.

Với một số lượng sáng tác lớn và lạ như vậy, Hàn Mạc Tử đã xứng đáng là một trong ba đỉnh cao của Thơ Mới như cách nói của nhà phê bình Chu Văn Sơn: *"Trong các nhà Thơ Mới, Xuân Diệu thì "mới nhất", còn Nguyễn Bính thì "quen nhất", trong khi Hàn Mạc Tử thì "lạ nhất""*. Từ mảng thơ Đường, Hàn Mạc Tử đã bước qua trường phái lãng mạn rồi chuyển hướng sang tượng trưng, siêu thực. Đây là những bước táo bạo mà không phải nhà thơ nào cũng làm được. Thơ văn Hàn Mạc Tử không chỉ lạ về nội dung mà còn độc đáo về cách sử dụng ngôn từ đã tạo ra nét đặc sắc cho phong cách "độc nhất vô nhị" của nhà thơ. Với những đóng góp không nhỏ cho thơ văn Việt Nam nói chung và cho văn học Công Giáo nói riêng, nhà thơ Hàn Mạc Tử như là viên ngọc quý mà người thợ lặn tài ba đã tìm được giữa biển cả mênh mông. Nhưng giá trị của viên ngọc còn đang ẩn sâu bên trong nên đòi hỏi chúng ta phải kiên trì khám phá dần dần vẻ đẹp cao quý ấy.

Mộ Hàn Mạc Tử

ĐỨC TIN TRONG THƠ HÀN MẠC TỬ

Đặng Tiến

Nhà thơ Hàn Mạc Tử

Hàn Mạc Tử tên thật là Nguyễn Trọng Trí, sinh ngày 22 tháng 9 năm 1912, tại thị xã Đồng Hới, chính xác là làng Lệ Mỹ, tổng Võ Xá, huyện Phong Lộc, tỉnh Quảng Bình, trong một gia đình công chức, Công giáo thuần thành.

Rửa tội tại giáo xứ Tam Tòa, Đồng Hới, ngày 25-9-1912, tên thánh là Phanxicô (François). Thêm sức tại nhà thờ Quy Nhơn, 1933, dưới tên Phanxicô Xaviê.

Nhà phê bình Đặng Tiến

* Sinh: 1940, tại Quảng Nam. Lập nghiệp tại Pháp từ 1968.
* Giảng viên Đại học Paris VII. Hiện sống tại Orleans, Pháp.
* Tác phẩm chính: Vũ trụ thơ (1972); Thơ - thi pháp và chân dung (2009).
* Email: <tiendang2@gmail.com>

Học tại Quảng Ngãi, Qui Nhơn. Ra Huế, học trường thầy dòng Pellerin (Bình Linh) xong năm thứ nhất bậc trung học, 1930, thì thôi học. Về ở Quy Nhơn. Làm sở đạc điền được ít lâu, sau bỏ sở. Vô Sài Gòn, 1934, làm báo một thời gian, trợ bút cho báo *Sài Gòn*, rồi trở về Qui Nhơn 1936, khi sức khỏe sa sút.

Bắt đầu làm thơ Đường từ năm mười lăm tuổi, ký nhiều bút hiệu: Minh Duệ Thị, Phong Trần, Lệ Thanh. Từ 1935 chuyên làm thơ mới, ký Hàn Mặc Tử, cuối cùng là Hàn Mạc Tử. Đã đăng thơ trên các báo *Phụ nữ Tân văn, Sài Gòn, Trong khuê phòng, Đông Dương tuần báo, Tân thời, Người mới.*

Chứng bệnh phong cùi hiểm nghèo buộc ông phải sống ẩn tránh, trong đau đớn cả tinh thần, thân xác lẫn vật chất, nhưng đã đem đến cho Hàn Mạc Tử nhiều thi tứ đặc biệt, thanh thoát, như một vùng trú ẩn cần thiết cho cõi linh hồn đau khổ triền miên.

Thi phẩm đã công bố: *Gái Quê* (Tự xuất bản, in tại nhà in Tân Dân, Hà Nội,1936, 34 bài thơ, tựa của Phạm Văn Ký); *Thơ Hàn Mạc Tử* (Tuyển tập, nxb Đông Phương, Hà Nội, 1942, tranh vẽ của Phạm Tú. Nhà Tân Việt, Sài Gòn, tái bản, 1959).

Tại trại phong Qui Hòa, ngoại thành Quy Nhơn, Hàn Mạc Tử trút linh hồn ngày 11 tháng 11 năm 1940, hưởng dương 28 tuổi, được mai táng ngay hôm đó tại nghĩa địa trại Quy Hòa.

Số phận ngắn ngủi của ông là một thiệt thòi lớn cho nền văn học đất nước, vì ông được coi như một nguồn thơ tinh khôi và kỳ lạ bậc nhất trong thi ca hiện đại.

Đặc biệt là nguồn thơ cảm hứng từ đức tin Thiên Chúa, và phản ánh đức tin này qua tác phẩm, là đề tài cho chuyên luận dưới đây.

***

Cuối 1942, trong *Nhà văn hiện đại*, Vũ Ngọc Phan đã nhận xét: '*Từ ngày Hàn Mạc Tử từ trần đến nay, mới trong khoảng hai năm trời mà người ta đã nói rất nhiều, viết rất nhiều về Hàn Mạc Tử*".[1]

Và đến nay, bao nhiêu giấy mực đã được dành cho nhà thơ bạc mệnh. Có lẽ ở miền Nam, Hàn Mạc Tử là thi sĩ được nhắc đến nhiều nhất. Nhưng e rằng dù vậy sự hiểu biết của chúng ta về thi tài đó vẫn không tiến bộ được bao nhiêu. Có lẽ lại lùi lại nữa là khác. Năm 1941, Hoài Thanh muốn nói đến Hàn Mạc Tử đã hỏi mượn thơ do Trần Thanh Địch giữ [2]. Cùng năm đó, khi viết cuốn *Hàn Mạc Tử*, có lẽ Trần Thanh Mại cũng dùng nguồn tài liệu đó, tức là của em mình. Ngày nay, 1970, ngoài tập Thơ Hàn Mạc Tử mỏng manh của nhà xuất bản Tân Việt tái bản 1959, chúng ta không còn thi liệu nào khác. Chính Quách Tấn, bạn thân, ân nhân, người đã được nhà thơ ký thác trọn vẹn tác phẩm, cũng tỏ vẻ không có nhiều tài liệu hơn chúng ta. Trong bài nói về nhà thơ quá cố đăng trên *Văn*, Quách Tiên sinh, khi trích thơ Hàn Mạc Tử đã làm một việc mà ai cũng làm được, như Vũ Ngọc Phan đã làm, nghĩa là trích từ tập thơ in 1942 kia, hay trích lại của Trần Thanh Mại và Hoài Thanh – trừ vài bài tứ tuyệt không mấy quan trọng. Nhưng ông ấy may mắn có được đọc tập Gái Quê, xuất bản vào sinh thời tác giả. Lý do rất giản dị: chiến tranh đã làm thất lạc hết tài liệu, mặc dù Quách Tấn giữ gìn cẩn thận, sao nhiều bản gửi Bộ Giáo dục Nam triều thời đó và tất cả bạn bè của Tử [3].

Như vậy trong mọi hành trình vào tác phẩm của Hàn Mạc Tử, chúng ta sẽ dẫm chân tại chỗ, đua nhau kể cuộc đời ái tình và sự nghiệp của nhà thơ - dĩ nhiên là éo le gay cấn, nhưng không giúp hiểu thêm trước tác, sức sáng tạo thi ca, được bao nhiêu. Dù cho một vài bài quan trọng, như của Quách Tấn trên số báo *Văn* thượng dẫn, ngoài việc đưa ra một số sự kiện chung quanh việc sáng tạo của Hàn Mạc Tử còn bổ chính nhiều điều do Trần Thanh Mại đề xuất trong cuốn biên khảo về Hàn Mạc Tử [4] xưa nay vốn là tài liệu tham khảo căn bản cho mọi người.

Về cuộc tranh tụng giữa hai họ Quách và Trần năm 1942, thì chúng tôi không có ý kiến gì. Nhưng xin tán đồng Quách Tấn về hai điểm: thứ nhất là Trần Thanh Mại ẩu, thứ hai là ông không hiểu thơ,

---

[1] Vũ Ngọc Phan, *Nhà văn hiện đại*, III, 1942 – ấn bản 1951, n.x.b Vĩnh Thịnh, Hà Nội, tr. 325. Tái bản nhiều lần.

[2] Hoài Thanh và Hoài Chân, *Thi Nhân Việt Nam*. 1942, Thiều Quang tái bản, Sài Gòn. 1967, tr. 204. Tái bản nhiều lần.

[3] *Văn*, số đặc biệt Hàn Mạc Tử, 73-74, ngày 7-1-1967, tr. 139.

[4] Trần Thanh Mại, *Hàn Mạc Tử*, 1941, Tân Việt tái bản, Sài Gòn, 1957.

và cứ ưa phê bình thơ, và Vũ Ngọc Phan cũng đồng ý như vậy [5]. Tuy nhiên, nếu không có cái ẩu, cái trích dẫn bừa bãi của họ Trần, thì các nhà nghiên cứu về sau – kể cả Quách Tấn – lấy đâu ra thơ Hàn Mạc Tử để tham khảo, sau khi người giữ bản quyền để thất lạc hết di thảo?

Tưởng khi nói chuyện ba mươi năm về trước, Quách Tiên sinh không nên chua cay mới công bình [6].

Chúng tôi trình bày những khó khăn về tài liệu đó là có ý rào đón những thiếu sót trong bài này, khi đề cập đến một đề tài hệ trọng và bao quát: đức tin Thiên Chúa giáo trong thơ Hàn Mạc Tử. Chúng tôi không khám phá ra điều gì mới mẻ, mà chỉ khai triển một nhận xét của các ông Vũ Ngọc Phan, Hoài Thanh, cách đây mấy mươi năm. Chúng tôi chỉ đào sâu thêm tác phẩm để có một cái nhìn nhất quán trên toàn thể thi phẩm. Thay vì trích dẫn những câu có hình thức tôn giáo như *Maria, linh hồn tôi ớn lạnh*, thì chúng tôi mong chứng minh là cấu trúc toàn bộ của thơ Hàn Mạc Tử, phần nào, đã vang vọng lời truyền giảng của *Phúc Âm*.

Bài này chia làm nhiều phần:

- Nhận định tổng quát
- *Gái Quê:* thế giới đợi chờ
- *Đau Thương:* con người sáng tạo và mơ ước
- Xuân như ý: Thế giới khải huyền.

"*Tôi đã sống mãnh liệt và đầy đủ. Sống bằng tim, bằng phổi, bằng máu, bằng lệ, bằng hồn...Thôi mời cô cứ vào... ánh sáng lạ trong thơ tôi..*"[7]

Đối với Hàn Mạc Tử thơ và đời sống là một, bất khả phân, nhất là khi lâm trọng bệnh. *Nàng đánh tôi đau quá, tôi bật ra tiếng khóc, tiếng gào, tiếng rú (tr. 8)*. Tác phẩm của Hàn mang tên là *Thơ Điên*, sau đổi là *Đau Thương* vì nó là Đau Thương, là "*kinh nghiệm trước hết của một con người, một thực tại con người ngay trong thân phận*" [8].

Vũ Ngọc Phan nhận xét: "*Có lẽ ông là người Việt Nam ca ngợi Thánh nữ Đồng trinh Maria và Chúa Jésus bằng thơ trước nhất. Ông ca tụng đạo Gia-tô rất chân thành. Lần này cũng là lần đầu, thi ca Việt Nam thấy được một nguồn hứng mới*" [9]. Hoài Thanh nới rộng đến tương quan giữa tôn giáo và dân tộc, "*Thơ Hàn Mạc Tử ra đời,*

---

[5] Vũ Ngọc Phan, sđd, tr. 63-83.

[6] Quách Tấn, *Văn*, sđd, tr. 141-148.

[7] Thơ Hàn Mạc Tử đều trích từ ấn bản Tân Việt, Sài Gòn,1959 – ấn bản này không đánh số trang, tôi dựa theo mục lục mà ghi số trang, để bạn đọc dễ kiểm chứng.

[8] Huỳnh Phan Anh, *Văn* số 73-74 đã dẫn.

[9] Vũ Ngọc Phan, sđd, tr. 332.

điều ấy chứng tỏ đạo Thiên Chúa ở xứ này tạo ra cái không khí có thể kết tinh lại thành thơ. Tôi tin rằng chỉ những tình cảm có thể diễn ra thơ mới thiệt là những tình cảm đã thấm tận đáy hồn đoàn thể". Nhận xét này của một kẻ "*thiếu lòng tin, du khách bỡ ngỡ*" [10] là Hoài Thanh mang ý nghĩa đặc biệt: trong Gia-tô giáo Việt Nam, niềm tin Thiên Chúa đã nhập vào tín ngưỡng thuần túy Việt Nam. Và thơ Hàn Mạc Tử minh chứng điều đó: một đức tin Việt Nam ở Thiên Chúa, diễn đạt bằng lời ăn tiếng nói Việt Nam, mà ngôn ngữ thi ca là thành phần tinh túy. Đó là điều chúng tôi muốn trình bày qua một bài báo ngắn.

Duy chỉ khai triển thêm một ý của Hàn trong lời tựa tập *Đau Thương,* viết năm 1938: *Người đang say sưa đi trong Mơ ước, trong Huyền diệu, trong Sáng láng và vượt hẳn ra người Hư linh*...(tr. 7) trong đó người đọc gặp lại những chủ đề cương lĩnh của *Kinh thánh*: một vũ trụ ngây thơ đổ vỡ vì nguyên tội; những khổ hạnh của thân xác như một kinh nghiệm của Mơ Ước và Huyền Diệu, để vươn tới một thế giới khác, sáng láng ngoài Hư linh, thế giới của Phục Sinh, của Khải Huyền. Ba giai đoạn đó là cơ cấu của nguồn thơ Hàn Mạc Tử.

Vũ trụ *Gái Quê* đã sụp đổ trong *Đau Thương* mà nhà thơ đã chịu đựng để đợi sống lại một mùa *Xuân Như ý*.

Ai nói vườn trăng là nói vườn mơ. Ai nói bến mộng là bến tình. Người thơ là khách lạ đi giữa nguồn trong trẻo. Trên đầu người là cao cả, vô biên và vô lượng; chung quanh người là mơn mớn với yêu đương...(Tựa *Đau Thương*)

Những dòng mở thi phẩm không khỏi làm ta nhớ đến thiên *Sáng Thế Ký* mở đầu *Cựu ước*. Nhưng vườn, đây không nằm ở hướng đông như vườn Eden (St 2,8), mà chỉ là một *vườn mơ, bến mộng*, niềm nhớ nhung đằng đẵng về một hạnh phúc nguyên thủy. Hạnh phúc của *nguồn trong trẻo* mà loài người phải từ giã ra đi, và bị cấm cản đường về (St 3,24). *Nguồn* ở đây là dòng sông trước khi chia làm bốn nhánh, tưới vườn Eden bằng *tình yêu cao cả, vô biên và vô lượng*, chưa bị giới hạn vì nguyên tội, khi con người chưa khó nhọc, chưa đổ mồ hôi, chưa biết chông gai và mùi cát bụi (St 3,17-19). Bài tựa 1938 của Hàn Mạc Tử đã mơ ước khôi phục lại mùa xuân trinh nguyên của ngày sáng thế, đầy thinh sắc, tinh hoa và châu báu, như nhũ hương và bích ngọc bên bờ nhánh sông thứ nhất (St2,12). Thơ Hàn, cũng như lòng lê thứ, nói như Pascal, là niềm hoài vọng bất lực về một hạnh phúc sơ khai, một tráng lệ đã phôi pha

[10] Hoài Thanh và Hoài Chân, sđd, tr. 212.

Còn đâu tráng lệ những thời xanh
Mùi vị thơm tho một ái tình
Đố kiếm cho ra trong lớp bụi
Ít nhiều hơi hướm của kiên trinh

Sau khi phạm trái cấm, loài người không mang nguyên tội ra khỏi địa đàng rồi dựng lại một bình an khác. Với tội kiêu căng, loài người phải chịu bao nhiêu hưng phế: từ Hồng Thủy cho đến cơn thịnh nộ của Thiên Chúa hủy tháp Babel, thành Sodome và Gomorrhe, bao nhiêu lớp bụi phế hưng đã lấp mất cánh đồng xanh lẫn " *ít nhiều hơi hám của kiên trinh*".

Hồn xưa tự ấy không về nữa
Ở cõi hư vô dấu đã chìm

Dân Do Thái, lưu linh còn hy vọng có ngày tìm về đất Hứa, còn con người đã vĩnh viễn đánh mất tất cả *tráng lệ của thời xanh*. Nhưng thơ Hàn Mạc Tử vẫn là mơ ước, một đón đợi, như *Cựu ước* là sự chờ đón Đấng Cứu Thế. Trong *Gái Quê* và những bài đầu *Đau Thương*, thơ là niềm mong đợi

Trước sân anh thơ thẩn
Đăm đăm trông nhạn về

Ngày xuân mong đợi đó còn thuần lương, là một mùa xuân ngoại đạo – một thứ printemps paien- hồn nhiên và vô tư lự, như tất cả những hội hè của mùa xuân Việt Nam.

Trong làn nắng ửng khói mơ tan
Đôi mái nhà tranh lấm tấm vàng
Sột soạt gió trêu tà áo biếc
Trên giàn thiên lý – Bóng xuân sang
Sóng cỏ xanh tươi gợn tới trời
Bao cô thôn nữ hát trên đồi
- Ngày mai trong đám xuân xanh ấy
Có kẻ theo chồng bỏ cuộc chơi.

Cái hồn hậu đó, như Hoài Thanh đã nói "*chỉ là một mùa xuân đầu năm*"[11], tôi nói thêm là một thế giới đợi chờ để nở lên một mùa xuân sáng thế "*hồi trời đất mới dựng lên*" hay mùa xuân tái tạo "*ra đời một lần với Chúa Giêsu*".

Khác biệt đó không có gì mâu thuẫn và Hoài Thanh cũng không cần ngại người đồng đạo với nhà thơ sẽ khó dễ vì một hai dấu tích Phật giáo còn sót lại. Quách Tấn còn cực đoan hơn: "*Tôi nhận thấy vang*

[11] Hoài Thanh và Hoài Chân, sđd, tr. 211.

bóng của đạo Phật có phần đậm hơn Thiên Chúa" [12]. Sự phân lượng e rằng khó cân đo chính xác nhưng vết tích Phật giáo và ngay cả Lão giáo, Khổng giáo trong thơ Hàn Mạc Tử đậm đà, từ trong rung cảm đến ngôn ngữ. Điều đó không có gì là nghịch lý cả; hạt mầm Thiên Chúa giáo, khi nảy nở trên đất Việt Nam thì tự nhiên thích ứng với khí hậu, phong thổ. Gần đây, tình cờ tôi có đọc tác phẩm của linh mục người Pháp, Jacques Dournes nói về việc truyền giáo tại bộ lạc Jorai, Tây nguyên Trung Bộ. Sách có nhiều điểm tế nhị và sâu sắc, nhằm bảo vệ truyền thống một thị tộc: *"Cơ quan hành chánh phát cho dân Jorai hạt giống bông vải gốc Phi châu, năng suất cao hơn giống địa phương; dân Jorai đã gieo hái, nhưng chỉ một lần thôi rồi không tiếp tục. Lý do là họ phải nhuộm chỉ trước khi dệt, và thuốc nhuộm làm bằng lá cây của họ không ăn vào chỉ bông nhập cảng. Họ lại trở lại với giống bông cũ. Từ đó tôi không quên bài học bông vải"* [13]. Và khi viết bài này, tôi lại càng không dám quên bài học quý hóa của một vị linh mục ngoại quốc, về sau đã có thêm nhiều đóng góp về hiểu biết các bộ tộc anh em ở Tây Nguyên.

Theo Quách Tấn, gia đình Hàn Mạc Tử (dường như) theo đạoThiên Chúa từ đời nội tổ Tử, tên Phạm Bồi, vì liên can quốc sự nên dời quê, được một linh mục Pháp đỡ đầu, vào lập nghiệp tại Thừa Thiên. Thân sinh Hàn Mạc Tử là Nguyễn Văn Toản đổi sang họ Nguyễn; học Đại Chủng viện Huế, đến chức Thầy Tư rồi bỏ ra đời [14] làm công chức ngạch thương chính. Ông sinh hạ được sáu người con và đặt tên là Nhân, Nghĩa, Lễ, Trí, Tín. Hiếu. Dài dòng như vậy là để trình bày không khí và giáo dục gia đình nhà thơ, thấm nhuần nho giáo, một mảnh đất mới đang hấp thụ đức tin Kitô giáo, đang dần dần thấm nhuần ơn trìu mến.

Tôi là trăng cổ độ
Lượng trời rộng bao la

Phải, lòng chàng là bến đợi. Trong những kích thước mông mênh; có thể là một *trời thu man mác*; có thể là *hàng cau nắng mới lên*; thường thường là một đêm *trăng sao đắm đuối*. Vâng, *như đón từ xa*. Như đợi từ xa:

Cho ta nhận lấy không đền đáp
Ơn trọng thiêng liêng xuống bởi trời.

Nhưng chàng đã đền đáp. Bằng tất cả. *Đau thương*: tiếng Thơ và cuộc Sống. Chàng đã đem cuộc đời để trả lời *ơn phước cả* đang ngân vang trong *mầu nhiệm phủ ban đêm*, một tiếng gọi của *thượng*

---

[12] Văn, số đặc biệt HMT, đã dẫn, tr. 120.

[13] Jacques Dournes, *Dieu Aime les Paiens*, Aubier, 1963, tr. 149.

[14] Văn, sđd, tr. 47.

tầng không khí. Từ lúc nhận điềm có tiên tri thì vũ trụ trong *Gái Quê* và những bài *Đau Thương* đầu tiên nhuốm ý thức nguyên tội, người lương sẽ gọi là mặc cảm tội lỗi. Những bài đó gợi cảm giác có tội trước khi phạm lỗi. Vũ Ngọc Phan và Hoài Thanh đồng ý rằng tập *Gái Quê* thiên về dục tính; có lẽ ta cần minh định thêm về khuynh hướng ấy. Một người chỉ *xin hoa đền ngự* và *lòng ni cô* thì dục tính... đi tới đâu? Tôi xin giải thích thêm về điểm này:

Mới lớn lên trăng đã thẹn thò
Thơm như tình ái của ni cô.

Tại sao trăng lại phải thẹn thò? Thẹn thò là cảm giác của Adam và Eva khi lấy lá che thân lánh mặt Đức Chúa Trời (St 3,7-8) sau khi ăn trái cấm. Họ thẹn thò vì phạm lỗi. Còn Trăng việc gì mà phải thẹn thò nhất là khi mới lớn lên? Sự thẹn thò của thân thể, con người đã thừa kế của Adam, cho nên ta mới có thể nói: không khí rạo rực trong *Gái Quê* là di sản của nguyên tội. Những câu thơ mà Vũ Ngọc Phan cho là " *gợi tình, thiên về xác thịt*" [15] là một dục vọng, nhưng đồng thời cũng là một cấm đoán, một lãnh cảm:

Da thịt trời ơi trắng rợn mình.

Hàn Mạc Tử nhắc đến tình *ái của ni cô,* hay da *thịt của nàng dâu* để gợi lên cái vô tội của con người trong một thế giới đã hư hỏng vì nguyên tội, mà mình phải gánh chịu. Ngay trong giáo lý, dục tính, tự nó, không phải là tội lỗi: "*Đó là một căn bệnh, chứ không phải tội lỗi. Tuy nhiên căn bệnh đó là hình phạt của tội lỗi*" [16] tác giả muốn nói đó là nguyên tội; và " *dục tính, bản năng sinh lý như ta thường thấy là tiếng gào phản kháng của một hình hài bị thương tổn*" [17].

Nhà thơ dự phóng những rạo rực của bản năng ra ngoài vũ trụ; cái nhìn của chàng vuốt ve, mơn trớn với yêu thương, tất cả tạo vật. Từ ánh trăng, đến cành liễu, mặt hồ, cơn gió, cho đến bài thơ của người yêu, tất cả đều nồng nàn da thịt, tất cả đều tương giao trong nguồn ái ân ràng rịt trăm dây quyến luyến:

Trăng nằm sóng soải trên cành liễu
Đợi gió đông về để lả lơi
Cây lá ngây tình không muốn động
Lòng em hồi hộp, chị Hằng ơi!

---

[15] Vũ Ngọc Phan, sđd, tr. 326.

[16] J. E. KERNS. S. J, *Les Chrétiens, Le Mariage et la Sexualité.* Edit du Cerf, 1966, Paris, tr. 93.

[17] J. E. KERNS. S. J, sđd, tr. 94

Dục tính trong đoạn thơ nằm trước hết trong cách chọn chữ gợi tình, khi đi đôi với nhau như trăng và gió, trong thành ngữ phong nguyệt hay gió trăng. Hoặc trăng và hoa, hoặc liễu và hoa; trong những hình ảnh nguyệt hoa hay ghẹo nguyệt trêu hoa, hay liễu ngõ hoa tường. Hay hình ảnh " *nguyệt hoa hoa nguyệt trùng trùng*" trong thơ xưa.

Đoạn thơ lại khêu gợi bằng những hình ảnh táo bạo đến suồng sã như nằm *sóng soải, lả lơi, ngây tình*; cuối cùng cơn mê đắm còn biểu lộ trong những ý tưởng lộ liễu. Tất cả những chữ, hình ảnh, ẩn dụ, những ý tưởng đó giao thoa thành một không khí lả lơi, vừa cợt nhả vừa tinh tế, tuy có suồng sã nhưng không phải là không khéo léo. Thơ gợi dục tính của Hàn Mạc Tử, cùng với thơ Bích Khê, bạn thân của Hàn, dường như là môn đệ, có lẽ táo bạo bậc nhất trong thi ca mới; cái tài tình của Hàn, khác với Bích Khê, là táo bạo đến đâu vẫn còn nét ý nhị.

Một cử chỉ, câu nói sống sượng khi tự nó, nó nói hết những điều muốn nói, và đôi khi còn nói luôn những điều không nói. Ở Hàn Mạc Tử – ít ra ở những bài còn lưu truyền đến ngày nay – dù hở hang đến đâu, vẫn còn úp mở của một ngôn ngữ ý nhị và tình tứ. Chúng ta không còn những bài thơ như *Hát Giã Gạo* trong tập *Gái Quê* đã làm cho Vũ Ngọc Phan "*lợm giọng*", nhưng dù muốn hay không, ta phải công nhận nhà thơ có một quan niệm luyến ái thánh thiện, lành mạnh đến "bệnh hoạn":

Cho nên tôi tưởng tối tân hôn
Chưa tới, còn xa để được buồn
Để sống trong niềm thương nhớ đã
Để còn mường tượng đến giai nhân

Đọc Hàn Mạc Tử ta có cảm giác một sự giằng co giữa con người phóng túng và con người khắc khổ? Cái giọng tình của Hàn, dù có cợt nhã, cũng chỉ tả một thứ tình hàm thụ, lối ái ân không tưởng, trong môi giới giữa nhân sinh và tạo vật. Nói gọn hơn, nó không thể thỏa mãn, trong một thế giới không tự mãn.

Vì vẫn còn là một thế giới đợi chờ *Điềm lạ*, trong lòng vũ trụ còn say chìm nơi bất giác, nhưng đã được các tiên tri chuẩn bị để đón mừng Ngôi Hai.

Hàn Mạc Tử mô tả thế giới đợi chờ, trước hết bằng di sản hồn nhiên của một nền văn hóa ngoại đạo nhưng niềm nở và hướng thượng, thứ đến bằng đức tin nuôi dưỡng trong *Phúc âm*; hai phụ lưu sung mãn đó đã đổ vào hồn thơ Hàn Mạc Tử, như một dòng sông vừa nhận được cơn nước nguồn thác lũ bỗng phải vượt qua một địa thế hiểm nghèo: chứng phong nan y đã biến hồn thơ hồn hậu thành một cuồng lưu khốc liệt, nếu không phải là một vùng nước xoáy.

Đau thương. Tên một tập thơ, và tên một định mệnh. Hay tiếng gầm rú của một cuồng lưu lâm vào tuyệt địa. Chúng ta nói qua sự đau thương trong cuộc đời. Rồi trong thơ.

Hàn Mạc Tử nhuốm bệnh từ năm 1936. Hăm bốn tuổi, tuổi anh hoa đang phát tiết "*Khi biết mình đang mang bệnh hiểm nghèo, Tử hết sức đau đớn, đau đớn đến phát điên. Thường ngày trong cơn thác loạn nổi dậy, khi nhiều khi ít. Nhưng ngày rồi ngày, nỗi đau khổ hết phát hiện ra ngoài một cách bồng bột, thì lại ăn sâu vào tâm hồn ngấm ngầm nung nấu nạn nhân, nung nấu đến tột độ*"[18]. Hàn Mạc Tử nhiều lần mô tả những đau đớn của thân xác:

Thịt da tôi sượng sần và tê điếng.
Tôi đau vì rùng rợn đến vô biên

Bên cạnh những hành hạ của bệnh trạng, Hàn Mạc Tử còn phải đương đầu với hai hậu quả khác của hoàn cảnh: nghèo túng và tuyệt vọng vì tình. "*Hiện Trí về tạm ở nhà. Cái nguyên nhân là không tiền uống thuốc. Bữa nay Trí xuống nhà bà thầy thuốc rồi. Có một mái nắng rọi nhiều quá. Cả chiều nếu ở trong nhà thì phải đội mũ*"[19] . Chúng ta còn có nhiều tài liệu khác về nỗi cùng khốn của nhà thơ qua những bức thư gửi Trần Thanh Địch, do Trần Thanh Mại trích dẫn.

Về cuộc tình duyên đau khổ với Mộng Cầm, chúng ta cũng có nhiều tài liệu. Đại khái hai bên yêu nhau khăng khít, thề bồi dữ dội lắm, hẹn hò nhau từ Phan Thiết ra đến Qui Nhơn; khi Hàn Mạc Tử chịu tang cho anh, thì Mộng Cầm tự xin phép được " *thành tâm cư tang cho ông anh một năm cũng như anh, nghe anh*" vì " *người cầm bút biên mấy hàng trên đây là người em dâu chắc chắn, nhất định của anh rồi. Vậy ông anh nên phù hộ cho chúng em thương nhau cho đến bạc đầu*"[20]. Khi biết chàng lâm trọng bệnh, thì nàng "thề" bồi lại một lần nữa đậm đà hơn", để rồi sáu tháng sau nàng đi lấy chồng. Trần Thanh Mại cho rằng nàng không đáng trách, "*duy có cái nàng lấy chồng hơi gấp đấy thôi*"[21]. Quách Tấn cũng cho biết là thái độ của Mộng Cầm đã gây ra cho nhà thơ " *một nỗi buồn thương vô hạn*", "*một phản ứng mãnh liệt*", *những tiếng kêu rên thống thiết*"[22].

Nghệ hỡi Nghệ muôn năm sầu thảm,
Nhớ thương còn một nắm xương thôi,
Thân tàn ma dại đi rồi,

---

[18] Quách Tấn, *Văn*, sđd, tr. 81.

[19] Trần Thanh Mại, sđd, tr. 73.

[20] Thư Mộng Cầm, do Trần Thanh Mại trích dẫn, sđd, tr. 94.

[21] Trần Thanh Mại, sđd, tr. 95.

[22] Quách Tấn, *Văn*, sđd, tr. 88.

Rầu rầu nước mắt, bời bời ruột gan.
(Mộng Cầm tên thật là Huỳnh Thị Nghệ)
Trời hỡi nhờ ai cho khỏi đói?
Gió trăng có sẵn làm sao ăn?
Làm sao giết được người trong mộng
Để trả thù duyên kiếp phụ phàng?

(Trần Thanh Mại, tr 95)

Tiếng kêu trầm thống đó chất chứa cả kiếp cùng khốn vật chất lẫn tinh thần, cho đến ngày bị bệnh tàn phá đến thảm thê, theo như một người bạn, cùng bị hủi, kể lại "*hai mắt nằm lọt vào sâu hai lỗ hũm sâu hóm, đến không còn mở ra được. Thân hình chỉ còn da bọc lấy xương, chân tay thì co rúm lại, mà đầu tóc thì bù xù rối trết lại từng về, trong ấy nhô nhúc những chí là chí*" (thư của ông Nguyễn Văn Xê, để lại Qui Hòa ngày 25-6-1941)[23]. Chúng ta tưởng không có gì thê thảm hơn tình trạng băng hoại đó. Ấy thế mà Hàn Mạc Tử can đảm chịu đựng nữa là đằng khác: "*tuy hơi cực khổ thế mà tôi vẫn an vui, ngày nào cũng có cười cả. Nếu không cườivới ai, thì cười một mình, xem ra thú vị không biết mấy*".[24] Một tự tình chua xót.

Niềm an vui kia, Trần Thanh Mại, người biết cuộc đời thật của nhà thơ cho là "yêu quái" là "kinh dị". Còn Vũ Ngọc Phan chỉ biết Hàn Mạc Tử qua một số thi phẩm cũng không khỏi ngạc nhiên: "*một người mang bệnh rất đau đớn mà có một tâm thần thư thái, bình tĩnh như thế, thật cũng lạ*"[25]. An vui của Hàn Mạc Tử không phải là cay đắng, gượng gạo, có khi nổ tung ra trong những câu thơ hơn hớn:

Hôm nay vui quá anh Phùng ơi
Buồn xa không đến lệ không rơi
Buồn không thắt ruột, tình không lại
Cười nói làm sao cho hả hơi?

(Trần Thanh Mại trích, tr 122)

Biết đâu là Đau thương giam cầm không kỹ, thoát lọt ra trong một biến trạng dị kỳ

Họ Trần cho là "*quái gở, thật đáng rùng mình* ". Sở dĩ ông không hiểu can đảm của bệnh nhân, có thể là ông không hiểu được sức mạnh của đức tin trong con người Hàn Mạc Tử. Khi đề cập đến vấn đề này, Hoài Thanh, cũng là người ngoại đạo, nhưng tinh tường hơn Trần Thanh Mại, thừa nhận ngay "*Thiếu lòng tin tôi chỉ là du khách bỡ*

[23] Trần Thanh Mại, sđd, tr. 193.

[24] Trần Thanh Mại, sđd, tr. 121.

[25] Vũ Ngọc Phan, sđd, tr. 330.

ngỡ”[26] còn họ Trần thì cứ phán đoán ầm ĩ cả lên. Nhưng nhờ có ông mà chúng ta có được một dữ kiện về đời sống tín ngưỡng của nhà thơ: “ *Trong khi sưu tầm tài liệu của nhà thi sĩ, tôi tìm thấy trong một nhà trọ của chàng, một mẩu báo dán trên khung cửa sổ tre, đã nhàu nát vàng vọt, và nhìn lối in chữ và hình ảnh tôi biết ngay là báo “Vì Chúa”. Đoạn bài đăng trên mẩu báo ấy nói về nguồn an ủi trong bệnh tật cho rằng sự đau ốm là do Đức Chúa Trời ban xuống cho ta, để thử lòng ta, nên chẳng những là ta phải chịu một cách nhẫn nhịn mà còn nên vui vẻ bằng lòng nữa*”.[27]

Căn cứ trên đoạn này tôi cho rằng tác giả không mấy thông thạo giáo lý Gia- tô giáo. Nếu bài báo ấy có thật – Vì họ Trần mãi cho đến ngày nay ở Hà Nội vẫn có cái cố tật là ưa bịa đặt tài liệu.[28] - thì chúng ta tiếc rằng họ Trần không trích dẫn chính xác, cho biết rõ xuất xứ, tìm xem báo *Vì Chúa* số mấy, ngày mấy, hoặc ít nhất cũng cho ta nguyên văn. Vì theo kiến thức thô thiển của tôi, thì không có kinh sách nào dạy rằng “*đau ốm là do Chúa Trời ban* ” và chúng ta phải “*vui vẻ bằng lòng*”.

Nhưng vấn đề ở đây không phải cãi nhau về giáo lý, vừa ngoài phạm vi bài viết và thẩm quyền của tôi. Điều quan trọng là, Trần Thanh Mại đã nói, đức tin “ *đã ảnh hưởng tốt đẹp đối với chàng*”. Quách Tấn xác nhận điều này: “*Tử tìm được nguồn an ủi lớn nhất trong nguồn Đạo. Khi đã sống cùng Đạo thì tâm hồn Tử hết bị ray rứt dày vò*”.[29]

Chính nhà thơ đã kể lại một ngày bệnh tật của mình: “ *Lại đọc kinh, lại ngâm thơ, lại làm thơ, lại nhớ, lại nằm. Buổi tối ăn xong, cũng vừa đi bách bộ vừa ngâm thơ một cách sung sướng nhất đời. Cả ngày chỉ ngâm thơ và đọc kinh là nhiều hơn cả. Ngày nào cũng như ngày ấy, không thấy buồn lắm, và ngày nào cũng mong mỏi một cái gì*”.[30]

Đối với Hàn Mạc Tử, Thơ là Đạo và Đạo là Thơ, Thơ đã đạt tới Đạo và Đạo để đi tới Thơ, hoặc như Hoài Thanh đã nhận xét chí lí “*Thơ chẳng những ca tụng Thượng Đế mà cũng để nối liền người ta với Thượng Đế*”[31]. (Sau này có chuyên gia thần học đã lưu ý: danh xưng Thượng Đế không phù hợp với giáo lý Kitô giáo, mà là danh xưng thường gặp trong Lão giáo, mặc dù Hàn có câu“ *giàu sang hơn Thượng Đế.*”)

---

[26] Hoài Thanh và Hoài Chân, sđd, tr. 212.

[27] Trần Thanh Mại, sđd, tr. 120.

[28] Nguyễn Công Hoan, tạp chí *Văn Nghệ* Hà Nội số 67, Tháng 12-1962 và 68 tháng 1-1963 về Tú Xương. Tôi có đề cập tới trong Báo *Văn* số 163 ngày 1-10-1970. Sau này tôi được biết báo *Vì Chúa*, xuất bản ở Huế, do Lm. Nguyễn Văn Thích chủ trương cùng với nhóm Bùi Tuân, bạn thân với Hàn Mạc Tử.

[29] Quách Tấn, Văn, sđd, tr. 120.

[30] Trần Thanh Mại trích, sđd, tr. 120.

[31] Hoài Thanh và Hoài Chân, sđd, tr. 211.

Thơ đưa về Đạo, là nẻo đường đưa đến Con Đường. Thơ là giải pháp tạm thời của Đau Thương, trong khi chờ đợi Đạo và Cứu Rỗi miên viễn. Ngày nào cũng mong mỏi một cái gì. Nếu *Gái Quê,* như tôi đã trình bày ở đoạn trên, là thế giới đợi chờ Điềm Lạ, đợi chờ Chúa ra đời thì *Đau Thương* là một tâm hồn mong mỏi Ngày Chúa trở lại (Mt 24,22) Hàn Mạc Tử chấp nhận bệnh tật không phải là vì "do Đức Chúa ban xuống" như Trần Thanh Mại đã nói; nhưng trước hết vì nó là hậu quả của nguyên tội và thứ đến vì nó là phương tiện thân xác mà Chúa đã dùng để cứu thế. Linh mục Charles Journet, giáo sư Đại Chủng Viện Fribourg đã trình bày vấn đề một cách mạch lạc và nhất quán trong tác phẩm về thống khổ: "*Chúng ta xem khổ ải của thân xác như một mãnh lực hợp - cứu- thế vì chúng ta dự vào đau đớn của Chúa Kitô và trong sự tham dự của chúng ta. Như vậy không nên nói đến chấp nhận Đau Thương mà chỉ nên nói đến gia nhập vào công đức cứu rỗi; chúng ta không chấp nhận (accepter) vì nó là một định luật của thể xác; chúng ta thu nhận (adopter) vì nó nối liền bản thân Thiên – Chúa – hiện – làm – người*". [32]

Đoạn trên rọi sáng lời truyền dạy của sứ đồ Saint Paul trong thư gởi cho người La-Mã: "*Những đau khổ hiện tại không có nghĩa lý gì so với những vinh hiển phải được thể hiện trong mỗi chúng ta. Mỗi hình hài chờ đợi là một khát vọng sự thể hiện con cái Đức Chúa Trời, với Mơ Ước được giải thoát ra khỏi hư nát, và đạt tới tự do vinh hiển của con cái Đức Chúa Trời. Vì chúng ta biết rằng hình hài, đến nay vẫn rên xiết trong công trình thai nghén*" (Rm 8,18-32). *Đau Thương* hôm nay là thai nghén cho ngày mai, thai nghén một mùa *Xuân như ý*, Người Kitô giáo quan niệm đau thương như một huyền nhiệm, nhưng hữu hạn, trước Chúa Trời là một huyền nhiệm, vô hạn.

Tôi thành thật nghĩ rằng Hàn Mạc Tử đã bình an được trong Đau Thương – một hoàn cảnh thể xác, vật chất và tinh thần làm chúng ta rùng mình - là nhờ huyền nhiệm đó, nhờ sức mạnh của xác tín. Có lẽ xác tín đó, cộng với bệnh trạng, đã tạo một linh thị cho nhà thơ. Trần Thanh Mại và Quách Tấn đồng ý " *là mỗi lần chàng chết đi sống lại (trong mấy năm bệnh chàng bị chết đi sống lại bốn đến bốn năm lần) và chàng đều cảm thấy có bà Thánh Nữ Đồng Trinh Maria đến cứu*".[33] Theo Quách Tấn thì bài thơ trứ danh " *Maria! Linh hồn tôi ớn lạnh*" được viết khi Tử sống lại, trong cảnh đó.[34]

---

[32] Charles Journet, *Le Mal*, essai théologique, tủ sách giáo lý, Desclée de Brouwer, Bruges, tr. 271.

[33] Trần Thanh Mại, sđd, tr. 130.

[34] Quách Tấn, Văn, sđd, tr. 75.

Dù cho rằng mộng mị chỉ là một biến thể của bệnh trạng, thì dưới ánh sáng của khoa phân tâm, ta có thể đi đến cội rễ của mộng mị, dù xa lạ đến đâu. Cội rễ ở đây, là xác tín trong tâm hồn Hàn Mạc Tử, người đã cam chịu hư nát để chuẩn bị cho một vinh hiển. Thật ra, niềm tin vào cuộc sinh tồn mai hậu, của linh hồn, ở một thế giới khác, không phải đặc biệt của Thiên Chúa giáo. Trong hầu hết các tín ngưỡng tự nhiên của dân gian, nước nào cũng vậy, đều có mầm hy vọng của một đời sống khác. Chỉ nói đến vòng đai tôn giáo chung quanh địa lý Thiên Chúa giáo, chúng ta có thể kể đến tư tưởng Assyrien, Babylonien, và nhất là Ai - Cập, đều có niềm tin đó, như muốn*: ra không gian và vượt hẳn thượng tầng*. Đức tin của Hàn Mạc Tử không phải ở chỗ mong *hồn tới tấp ở ngoài kia vũ trụ*, mà ở chỗ tìm gặp Một Người ở *cõi quá thinh gian*; Hàn Mạc Tử tìm tới chốn chiêm bao ngoài sự thực, không phải vì chiêm bao đẹp hơn sự thực và "*ứ đầy khoái lạc*". Mà chỉ:

Vì có Đấng hằng sống, hằng ngự trị
Nhạc thiêng liêng dồn trổi khắp hư linh.

Bài "*Ngoài vũ trụ*", mà tôi đã trích các câu trên, tiếp theo hai bài "*Hồn lìa khỏi xác*" và "*Siêu thoát*" soi sáng ý nghĩa của những bài *Đau Thương* và báo hiệu cho *Quần Tiên Hội, Cẩm Châu Duyên* và *Xuân Như ý*.

Vậy ta có thể đề cập đến một kiến trúc trong thi phẩm của Hàn Mạc Tử không? Chúng ta biết rằng sự sắp xếp thứ lớp trong tuyển tập *Thơ Hàn Mạc Tử*, 1942 hay 1959, không phải do thi sĩ, mà những người phụ trách tái bản thơ ông, tức là Quách Tấn hay Hoàng Trọng Miên gì đó. Do đó, không ai dám dựa trên trật tự cụ thể của tập thơ để nói đến kiến trúc, như Marcel Ruff đã nói về " kiến trúc bí mật, architecture secrète" khi trình bày nhất quán thi phẩm *Hoa tội lỗi*, *Les Fleurs du Mal* của Baudelaire. Tôi vẫn theo lối sắp xếp trong ấn bản Tân Việt, 1959, vì nói chung nó phản ánh thứ tự biên niên trong quá trình sáng tác; tôi nghĩ không ai bác bỏ thuyết cho rằng *Gái Quê* sáng tác trước *Đau Thương, Xuân Như Ý*; và *Cẩm Châu Duyên, Duyên Kỳ Ngộ* sáng tác sau cùng, thời kỳ nhà thơ biết Thương Thương. Nhưng dù sao chúng tôi cũng dè dặt mong các nhà biên khảo sau này có nhiều sử liệu chính xác hơn tôi, sẽ đào sâu cơ cấu mạch lạc của vũ trụ Hàn Mạc Tử, trên bình diện này hay bình diện khác, hoặc trong nguồn sáng tạo toàn diện thì càng nghiêm túc.

Khi đề cập đến kinh nghiệm đau thương của Hàn Mạc Tử tôi tiếc chưa được đọc bài của Võ Long Tê, một chuyên gia về văn chương Thiên Chúa giáo, về vấn đề này; nghe nói bài sắp sửa đăng báo, tôi đợi hoài chưa thấy. Tôi cần nói thêm: không riêng gì *Phúc Âm*, những tín ngưỡng khác của người Á Đông cũng tìm một giải đáp cho đau thương; Phật giáo thì cho đó là những đợt sóng triền miên của Mê hà hay Khổ hải; Lão giáo thì cho đó là định luật của Vô Tri. Cái can trường của nhà thơ là do đức tin vững chắc vào Đấng Cứu Thế, và đức tin đó đã được bồi dưỡng trong cái Dũng của triết lý Đông phương lẫn cái kiên trì trong lòng dân tộc. Nói đến xác tín của Hàn Mạc Tử không phải là tôi không biết (hay tệ hơn nữa, tôi không nhớ) đến những giá trị bằng hữu kia. Khi suy nghĩ về khổ lụy của nhân sinh, tôi đọc lại *Kinh thánh Coran* của Hồi giáo thì có cảm giác, hời hợt thôi, như là họ không chấp nhận khổ đau như người Kitô giáo hay người Á Đông, vì họ cho là do sự hành hạ của Chúa Trời. Vậy trong Hàn Mạc Tử có sự giao hòa giữa đức tin tôn giáo sung mãn và một tâm hồn dân tộc niềm nở, tạo ra nguồn thơ hết sức sâu xa.

Trong tinh thần *Phúc âm*, có thể Hàn Mạc Tử đã sống trọn vẹn Đau Thương của hiện thế, trước hết vì đó là phương tiện Chúa dùng để Cứu Thế, thứ đến để chuẩn bị cho vinh hiển mai sau, như lời giảng trên núi, sửa soạn cho Ngày sống lại với Đấng Hằng Sống, Hằng Ngự Trị. Nhưng trên bình diện sáng tạo, quan niệm *Đau Thương* đó đã thể hiện ra sao? Tôi tiếc là không được đọc bài báo của Lê Tuyên về những chủ đề trong thơ Hàn Mạc Tử, đăng trên tạp chí *Đại học Sư phạm* cách đây bảy tám năm gì đó. Nay tôi đề cập vài hình tượng quen thuộc trong thơ Hàn Mạc Tử như Trăng, Máu, và Hồn.

Trăng! Trăng! Trăng! Là Trăng, Trăng, Trăng!

Đó là điệp khúc độc điệu của một ngư phủ, theo lời kể của Quách Tấn. Đó cũng là khúc nhạc lòng của nhà thơ. Trăng là một thứ ánh sáng vừa nội tâm, vừa của ngoại giới; ở đây chúng tôi chỉ đề cập tới tương quan giữa những hình ảnh thi ca và đức tin.

Ảnh hưởng của đêm trăng đối với bệnh phong đã được ông Trần Thanh Mại triển khai đầy đủ. Còn nét quyến rũ muôn đời của ánh trăng đối với thi nhân thì viết bao nhiêu pho sách cũng còn điều chưa nói. Nhưng không thể nói thơ Hàn Mạc Tư mà không đề cập tới trăng, vì theo Trần Thanh Mại thì hai phần ba của tập *Đau Thương* nói về trăng, nửa phần còn lại nói về hồn.[35]

Trăng, trước hết là ánh sáng tràn ngập cả vũ trụ Hàn Mạc Tử:

Gió ùa ánh sáng vô trong bãi
Trăng ngậm đầy sông chảy láng lai

Trăng là thứ ánh sáng êm dịu, *mầu nhiệm phủ ban đêm,* tương phản với ánh sáng chói chang bỏng rát của mặt trời nhiệt đới. Trăng

---

[35] Trần Thanh Mại, sđd, tr. 61.

tạo thi vị cho bóng tối tại những vùng nông nghiệp có sinh hoạt về đêm, và như Xuân Diệu kể, thì có "*trăng của tình duyên, trăng của xa xôi, trăng của ảo huyền*" và của "*những đền đài mỏng thoáng*". Văn học của chúng ta từ xưa đến nay, vẫn le lói những ánh trăng bất tận. Tôi không dài dòng về địa hạt *rộng rinh không bến* này, chỉ muốn đề cập đến khía cạnh tượng trưng của ánh trăng trong giáo lý.

Trăng trước hết là ánh sáng, một chủ đề rọi suốt mặc khải *Kinh thánh*, từ ngày thứ nhất của sáng thế, khi đức Chúa Trời phân định ánh sáng và bóng tối, (St 1,3-4), cho đến chương cuối cùng của *"Khải Huyền"*, khi con người, trong trời đất mới, hưởng được một ánh sáng miên viễn (Kh 22,5). Như vậy thế giới di chuyển từ một vùng ánh sáng tương đối, ánh sáng vật chất đối với bóng tối ban đêm, đến một ánh sáng tuyệt đối, ánh sáng vĩnh cửu ngay trong chân thân Thiên Chúa, vì "*Ngài là Sự Sống mà Sự Sống là Ánh Sáng*" (Ga 1,4). Và quá trình từ tương đối nọ đến tuyệt đối kia là sự phấn đấu không ngừng giữa ánh sáng và bóng tối, tựa hồ như một cuộc phấn đấu giữa nguồn sống và cõi chết. Ở Hàn Mạc Tử, ánh trăng là một thứ Ánh Sáng đang tương tranh cùng Bóng Tối, trong một tư thế bi thảm, khác với mặt trời là chiến thắng – dù là tạm thời – của Ánh Sáng

Ánh trăng mỏng quá không che nổi
Những vẻ xanh xao của mặt hồ
Những nét buồn buồn tơ liễu rủ
Những lời năn nỉ của hư vô

Mâu thuẫn tâm cảm của nhà thơ là vừa yêu bóng đêm – vũ trụ Hàn Mạc Tử là một vũ trụ về đêm – vừa yêu ánh sáng, và vươn tới một nguồn chói lọi

Ta ước ao đội mũ triều thiên
Và tắm gội trong nguồn ánh sáng

Sự thật mâu thuẫn đó nằm trong những hình ảnh đa nghĩa của *Kinh thánh,* vì bóng tối cũng là một sáng tạo của Đức Chúa Trời. (St 1,1-2) *Từ điển Thần học Kinh thánh* khai triển điểm tế nhị này như sau: *"Bóng tối tượng trưng cho một kinh nghiệm kép: hoặc nó xác nhận không có ánh sáng, hoặc bao hàm sự hiện hữu của ánh sáng. Con người muốn có ánh sáng tràn đầy nhưng tìm đến bóng tối; Chúa là ánh sáng, là lửa bỏng, mà cũng là bóng mát; Kinh thánh lý theo sự đa nghĩa đó*".[36]

Chúng tôi muốn đề nghị một ý nghĩa mới của ánh trăng. Ở Hàn Mạc Tử trăng là sự tương tranh đồng thời tương ứng giữa ánh sáng

---

[36] *Vocabulaire de Théologie Biblique*, Edit, du Cerf, Paris 1962, tr. 714.

và bóng tối, vừa tương khắc vừa tương sinh. Trăng là Bóng Tối hết là Bóng Tối và Ánh Sáng chưa đủ là Ánh Sáng. Trong biện chứng Sáng – Tối đó, tâm hồn Hàn Mạc Tử vẫn được xác định bằng Ánh Sáng, tức là "con người của Ánh Sáng" khác với con của bóng tối hay "con của Hiện Thế" (Lc 16,8). Vậy nhà thơ là Ánh Trăng, vì chàng là con của Ánh Sáng

Không gian đầy đặc toàn trăng cả
Tôi cũng trăng mà nàng cũng trăng

Vì, bên dưới bình diện siêu hình, về mặt đạo đức, vẫn phải có sự phân biệt giữa bóng tối và ánh sáng (2Cr 11,14)

Và tình ta sáng láng như trăng thanh

Thỉnh thoảng người đọc gặp một vài hình ảnh của *Kinh thánh* để tả trăng, như

Người trăng ăn vận toàn trăng cả
Gò má riêng thôi lại đỏ hường

(Trần Thanh Mại trích)

Vì liên tưởng ngay đến một câu của *Thánh vịnh* (Tv 104,2) Chúa bao phủ mình bằng "*ánh sáng như cái áo*". Nhưng có lẽ chỉ tình cờ.

Trăng trong Hàn Mạc Tử không những là một thứ ánh sáng ảo huyền, thường rạng rỡ. Nó có hình có trạng, như một vật cụ thể khả xúc. Có khi một món hàng – *ai mua trăng ta bán trăng cho* – có khi là châu báu, là hơi nước chảy, hay là một người đàn bà, mà tôi mường tượng phải đẹp lắm trong nhan sắc làm bằng Ánh Sáng và Im Lặng

Tôi lần cho Trăng một tràng chuỗi
Trăng mới là Trăng của Rạng Ngời

(Trần Thanh Mại trích)

Và nói chung, trăng là hồn, là máu của bóng đêm: tôi có nói đến ba chủ đề, kỳ thật chỉ là ba tiết diện của một thế giới:

Gió rít tầng cao trăng ngã ngửa
Vỡ tan thành vũng đọng vàng khô
Ta nằm trong vũng trăng đêm ấy
Sáng dậy điên cuồng mửa máu ra

(Trần Thanh Mại trích)

Hình ảnh máu hoặc nhỏ từng *giọt*, hoặc ọc từng *búng*, hoặc *đọng* thành *vũng*, hoặc chảy thành *sông*, có lẽ là dấu hiệu của bệnh lý. Ý nghĩa của máu là cuộc sống, vì máu mang đến sinh lực đến cho mỗi tế bào, mà đồng thời cũng là cõi chết, khi đã khô, đã đọng *thành vũng máu đào trong ác lặn*[37]. Về hình ảnh máu vẫn thường gặp trong thơ Baudelaire, Jean-Piere Richard viết: *"Sự xuất huyết thiêng liêng ở chỗ hội tụ cuộc sống hiển nhiên và cái chết tàn nhẫn"*[38]. Máu là cuộc sống đang chết, hay là cái chết tiềm ẩn trong cuộc sống. Máu là hồn của thể xác mà cũng là xác của linh hồn.

Nói khác đi, máu là thơ:

Ta muốn hồn trào ra đầu ngọn bút
Mỗi lời thơ đều dính não cân ta
Bao nét chữ quay cuồng trong máu vọt
Cho mê man chết điếng cả làn da
Cứ để ta ngất ngư trong vũng huyết
Trải niềm đau trên mảnh giấy mong manh
Đừng nắm lại nguồn thơ ta đang siết
Cả lòng ai trong mớ chữ rung rinh

(Trần Thanh Mại trích)

Máu, cũng như thế, vừa là hành hạ, vừa là giải thoát. Chúng ta vẫn thường gặp hình ảnh máu trong *Kinh thánh:* máu là nguyên lý sự sống, nhưng khác với linh hồn ở chỗ máu là thành phần hư nát của cơ thể, còn linh hồn vẫn tồn tại đợi ngày Phục Sinh. Từ máu Cứu Thế trên Thánh Giá đến máu chiên con, hình ảnh của đau đớn, của hư nát lại là hình ảnh của Hy Vọng; máu của chúng sinh tuy không vào được nước Đức Chúa Trời (I, XV, 50) vẫn là một môi giới, một phương tiện, một ánh sáng, một thẩm mĩ:

Và ai gánh máu đi trên tuyết
Mảnh áo da cừu ngắm nở nang

Trong bài "*Biển hồn ta*" bắt đầu bằng câu *Máu tim ta tuôn ra làm biển cả...*, người đọc có cảm giác như máu và hồn là một, hay máu là hồn của xác thịt còn thể phách là hồn của toàn cơ thể, vì chính nhà thơ cũng phân biệt *hồn ngoài* và *hồn trong:*

Hồn hãy thoái ly ra ngoài tâm tưởng
Là hồn đừng nghĩ ngợi đến hồn trong
Cứ để mặc hồn ngoài bay lưởng vưởng
Ngao du cùng khắp cõi trí mênh mông

---

[37] Jean Pierre Richard, *Poésie et Profondeur*, Seuil, Paris 1955.

[38] P. Dhorme, *Revue Biblique*. Số 4 tháng 10 – 1920 tr. 473 – 474. Loạt bài "l'emploi métaphorique dans la Bible", chuyên về hình ảnh của thân xác, rất cần cho việc tìm hiểu thơ Hàn Mạc Tử.

...Rồi hồn ngắm tử thi hồn tan rã
Bốc thành âm khí loãng nguyệt cầu xa

Đã là hồn rồi mà còn có tử thi nữa sao? Lại còn ngắm được tử thi của mình nữa sao? Ở đây, ngoài sự phân biệt "hồn" và xác cố hữu trong tiềm thức người Việt Nam, ta còn phải ghi nhận thêm ảnh hưởng phong thổ vùng từ Qui Nhơn đến Phan Thiết nơi Hàn Mạc Tử sống, vùng đất của người Chàm. Nhà thơ thế nào cũng nghe chuyện ma Hời đêm đêm lìa khỏi xác đi chơi hay ăn đêm, và đã nhớ đến những chuyện đó trong cơn mê sảng bệnh hoạn. Nhưng trong *Thánh kinh*, nhất là *Cựu ước*, chúng ta còn bắt gặp dấu tích sự phân biệt đó, bắt nguồn tư tưởng Do Thái giáo, Thân thể, tiếng Hébreu (Do Thái) gọi là basar, dịch ra la-tinh là caro, thành tiếng Pháp là chair, xác thịt. Xác thịt, nếu không có sinh khí, chỉ là một "tử thi". Hơi thở của Jahweh đã hà sinh khí vào xác thịt, nhưng chỉ tạo nên một quân bình mong manh: "*thần khí của ta sẽ không lưu lại mãi trong loài người, vì loài người chỉ là thân xác*" (St 6,3); vậy trong tư tưởng Do Thái giáo, chẳng những hồn và xác khác biệt nhau, mà hồn là thần khí mà Chúa Trời ký thác vào thân xác con người đó thôi, chứ không hẳn của con người. Do đó, khi chết, Chúa Jésus đã nói "*Thưa Cha, trong tay Cha con trả lại linh hồn*", (Lc 23,46) và Huy Cận đã nhắc lại trong câu "*Lạy Thượng Đế tôi cúi đầu trả lại, Linh hồn tôi...*" Linh hồn đó, là cái thần khí của Jahweh nay trở về với Jahweh, chứ không phải là cái *hồn lìa khỏi xác* của Hàn Mạc Tử. Hồn này lại là một chuyện khác, một biểu hiện của sự sống; hồn này có thể chết, có thể hư nát như thịt xương (Tv 78,50) lang thang xuống âm ty sống đời khổ ải, cho đến ngày Chúa Trời cho lệnh hồi sinh những đống xương tản mác[39]. Trong những lời truyền dạy của Thánh Tự, Hàn Mạc Tử đã nhớ những chi tiết phù hợp với tâm hồn hay bệnh trạng mình nhất, nghĩa là sự phân biệt giữa hồn và xác, trong khi giáo lý Thiên Chúa về vấn đề này, phức tạp hơn nhiều.

Vì nhà thơ, trong cơn hành hạ của bệnh lý dĩ nhiên là tìm cách giải thoát, dù chỉ bằng mê sảng

Thịt da tôi sượng sần và tê điếng
Tôi đau vì rùng rợn đến vô biên
Tôi dìm hồn xuống một vũng trăng êm
Cho trăng ngập dần lên tới ngực (tr. 53)

Ở đây, ta bắt gặp hình tượng Trăng, Hồn và Máu dồn dập lại trong tương quan chặt chẽ: mà thơ *khạc hồn ra khỏi miệng*, hay *điên cuồng mửa máu ra*, hay ngậm cả *miệng ta trăng là trăng*, cả ba hình ảnh đều oà vỡ từ thân xác, và từ thân xác *Đau Thương*.

---

[39] *Vocabulaire de Théologie Biblique*, sđd, tr. 31.

Hàn Mạc Tử đã dùng thơ để sống trọn vẹn tín lý của mình. Chàng đã thấy hồn mình trong máu vọt, và hồn mình chính là máu đang tuôn trào lênh láng; chàng đã ghi lại những cảm giác rùng rợn đó, bằng những hình ảnh ta đã gặp trong *Cựu ước*: hồn trong máu (Lv 17,10) hồn là máu (Lv 17,14), một thứ máu luôn luôn vươn đến ánh sáng, như hình ảnh Đức Chúa Trời chói chan trong tấm áo dệt bằng ánh sáng trong *"Thánh vịnh"* (104, 2) và đẫm máu Chiên con trong *"Khải huyền"* (Kh 19,13). Máu Chiên con trở thành Ánh Sáng, và Chiên con là ngọn đèn bất diệt của Jérusalem mới. Do đó, tôi nói Hồn, Máu và Trăng chỉ là ba màu sắc chiết quang của một Ánh Sáng Duy Nhất. *Người đi trong Mơ Ước*. Trong mơ ước, Hàn Mạc Tử đã gọi Ánh Sáng Khải Huyền đó là *Xuân Như ý*.

Cho mau lên! dồn ánh nguyệt vào đây...
Đưa ra, nào là nhạc thơm, hương gấm, mộng ngọc và hoa trinh bạch, đàn ly tao, tranh tuyệt phẩm...
Vẫn là chưa bưa, chưa đã, chưa nguôi được chí muôn sao!...
Phải mời cho được Xuân Thiên ra đời (tr. 65)

Như vậy *Xuân Thiên* ở đây phải là một mùa xuân khác. Không còn là mùa xuân phảng phất ngày xưa *trong làn nắng ửng khói mơ tan*. Tuy là *trời hạo nhiên* trong thế giới đợi chờ của *Gái Quê: mầu nhiệm của Đấng Vô thỉ Vô chung*, nhưng là một thế giới hư nát, sẽ vỡ lở, sẽ chấm dứt. Vì *công trình châu báu* của Thiên Chúa, sau khi con người tự dấn thân vào tội lỗi, cũng đồng thời là sự phẫn nộ của Thiên Chúa; mặt đất, nguyên là Quê Hương của loài người đã trở thành cõi Lưu Đày, không còn là vườn Địa Đàng long lanh nhũ hương và bích ngọc, cũng không phải là Đất Hứa óng ánh sữa thơm và mật ngọt; trên mặt đất, lúa tốt còn mọc lẫn với cỏ hoang, trái lành ửng chín trong gai bụi, và lương thực loài người còn trộn lẫn cát bụi với mồ hôi.

Và con người không những *thịt da sượng sần và tê điếng* mà còn nứt nẻ như muốn tan rã ra cùng vũ trụ, làm cho mê lẫn máu và hồn *ta là ta hay không phải ta*. Thế giới hiện tại, tuy vẫn có *thanh sắc, nhũ hương*, vẫn mang sẵn mục nát trong mầm sống. Và mầm sống đó, có sung mãn đến đâu, thì nhà thơ vẫn *lòng thương chưa đã mến chưa bưa*, nên phải mời cho được Xuân Thiên.

Chúng ta chưa quên được *Người đang say sưa đi trong Mơ Ước* đã gặp ở bài tựa *Đau Thương*. Vậy Xuân Thiên đây là niềm mơ ước ở sự tồn sinh sau cõi chết, sẽ được phục hồi trong cảnh trời mới đất mới, rạng ngời trong *danh Cha cả sáng*. Những thi phẩm cuối cùng của Hàn Mạc Tử như *Xuân Như Ý* gom góp xong đầu năm 1939, *Thượng Thanh Khí* đầu năm 1940, gồm hai vở kịch thơ *Duyên Kỳ Ngộ và Quần Tiên Hội* viết dở dang, đều nói lên niềm Mơ Ước đó. Trong bài này, tôi tạm xếp ba tác phẩm trên cùng những bài cuối tập *Đau Thương* vào chủ đề Xuân Như ý, cho gọn, và như một giai đoạn trong thi trình Hàn Mạc Tử.

Mùa Xuân Thượng Thanh, đó ra sao? Về chủ đề mơ ước trong *Thánh Kinh*, một chuyên gia về giáo lý Thiên Chúa nhận xét: "*Cuộc sống vĩnh viễn được xác nhận rõ rệt bao nhiêu, thì những đường nét của nó lại mờ nhạt bấy nhiêu. Không những mờ nhạt, mà đôi khi còn thiếu sót. Sự tồn sinh không được mô tả, dù dưới những hình ảnh khải huyền*".[40]

Lẫn trong mơ hồ đó, nhà thơ tha hồ mà tưởng tượng quang cảnh trời đất mới. Nếu *Xuân Như Ý* mang nhiều hình ảnh dựa theo tín lý Thiên Chúa giá, thì *Cẩm Châu Duyên* lại gần với huyền tượng của dân gian phảng phất không khí thần tiên của Đạo giáo - một thứ Đạo giáo bình dân, không ăn thua gì đến tư duy "đạo khả đạo" của Lão Tử. Vì vậy Hoài Thanh cho rằng Hàn Mạc Tử "*chốc chốc lạc vào thế giới đồng bóng*". Thật ra trong cái hoa hoè của dự tưởng, nội hàm nòng cốt của *Xuân Như ý* vẫn là một tín điều Thiên Chúa giáo.

Trước hết đó là một mùa Xuân. Nghĩa là một thế giới mới, một khung cảnh tái tạo, như cảnh thành Jérusalem mới được thánh Gioan rao truyền ở chương cuối *Phúc Âm*, Trời mới đất mới được dựng lên trên cảnh *trộn trạo*, *tán loạn* của ngày tận thế

Cả vũ trụ tàn theo ngày Phán xét
Là khủng khiếp cả Trời Đất tiêu diệt (tr.60)

Mùa Xuân đó ở xa, ở thật xa nếu nhìn từ thế giới hồn nhiên của *Gái Quê*

Cửu Trùng là chốn xa xôi ấy
Chim én làm sao bay đến nơi (tr. 37)

Nhưng kinh nghiệm *Đau Thương*, kinh nghiệm của xác tín trong khổ não, đã chắp lên thân xác nứt nẻ của nhà thơ đôi cánh phượng hoàng. Bằng những bất hạnh, Hàn Mạc Tử đã đến gần với Chúa và gần với mùa xuân *Mơ Ước* hơn là cánh én bơ vơ:

Phượng trì! Phượng trì! Phượng trì! Phượng trì!
Thơ tôi bay suốt một đời chưa thấu
Hồn tôi bay đến bây giờ mới đậu
Trên triều thiên ngời chói vạn hào quang (tr. 37)

Trong bài "*Thánh nữ Đồng Trinh Maria*" này, với nguồn rung cảm mãnh liệt của đức tin, nhà thơ đã sống cả thế giới hiện tại lẫn mùa xuân dự tưởng, đã nói đến *cơn lậm luỵ đã trải qua dưới thế* như là một quá

[40] Jacques Quillet, tủ sách giáo lý, *Thèmes Bibliques*, Aubier, 1950, tr. 175

khứ. Và trong đức tin này, nhà thơ đã vẽ cho ta địa hình của Đất Mới, trong bài tựa tập *Xuân Như Ý*:

Vì chưng muôn xuân là lương thực ngon ngọt, mĩ vì, ánh xuân là nguồn tơ tưởng thơm tho tinh khiết, khí xuân là mạch trường sinh bất tử, tình xuân là cung cầm nguyệt mê ly, tuổi xuân là Ngọc như ý, tên xuân là dạ lan hương.

Và xuân là phong vị thái hoà của năm muôn năm, trời muôn trời, chân lưu trên thượng tầng không khí, bàng bạc cả giải Hà Sa, chen lẫn vô tận hồn tạo vật...

Loài người hãy tận hưởng một hơi cho đã ngán và cao rao danh Cha cả sáng...(tr. 66)

Chúng ta thử khai triển vài nét chính của *Xuân Như Ý*. Chúng ta đã thấy đó là mùa xuân hồi sinh, sau khi "*Trời thứ nhất, đất thứ nhất tan biến*". (Kh 21,2). Như đặc biệt mùa xuân này nảy lộc từ mùa đông, nhưng sẽ không bao giờ chuyển sang mùa hạ *Mai nầy thiên hạ mới tinh khôi*... Và sẽ còn tinh khôi mãi mãi, vì đã đi vào cõi *tứ thời xuân non nước*. Trong *Cẩm Châu Duyên* nhà thơ gọi là *Xuân vô cùng đến ngàn năm ơn phước* và mô tả như một tia sáng triền miên:

Liên hồ đây bốn mùa xuân cả bốn
Ngát hương đưa trong gió sớm chơi vơi
Làm nước mát và chưa bao giờ gợn
Vết phong trần đưa lạ ở xa khơi

(Trần Thanh Mại trích, tr. 147)

Đoạn cuối "*Khải huyền*" truyền giảng rõ ràng. Đất Mới đây, là châu thân Thiên Chúa; mùa xuân của Hàn Mạc Tử (*trường sinh bất tử năm của muôn năm*, vì ở "*Khải huyền*", Chúa đã kết luận: "*Ta làm mới mọi vật. Ta là Alpha và Oméga, là nguyên lý và cực chung*". (Kh 21,5-6)

Xuân Như Ý tiếp đến là một vũ trụ *thơm tho* và *tinh khiết* vì là *càn khôn mới dựng lên*. Ở đây, nhà thơ như rợn ngợp trong trinh nguyên của Đất Mới, mà tượng trưng là Chiên con vô tật và vô tội, làm ngọn đèn trinh bạch rọi sáng cả hoàng thành. Thi sĩ vội nguyện cầu gội rửa:

Tôi van lơn thầm gọi Chúa Giêsu
Ban ơn xuống cho mùa Xuân hôn phối
Xin tha thứ những câu thơ tội lỗi
Của bàn tay thi sĩ kẻ lên trăng (tr, 74)

Và để ngợi ca vinh hiển của *Nguồn thơm*, nhà thơ đã cao ngâm giọng long lanh, thanh thoát:

Ta cho ra một dòng thơ rất mát
Mới tinh khôi và thanh sạch bằng hương (tr. 70)

Theo Hoài Thanh - người may mắn hơn chúng ta, được đọc toàn bộ thi phẩm - thì *Duyên Kỳ Ngộ*, thi phẩm cuối cùng, là "*trong trẻo hơn cả*"[41]. Âu cũng là chuyện lạ. *Gái Quê*, từ ban sơ, đã là một dòng suối rừng vẩn đục, rồi chảy qua một cuộc đời khổ ải, chuyên chở không biết bao nhiêu trần luỵ, ấy mà dần dà lại gạn lọc hết phù trầm, để đổ ra đại dương bằng một giải Cẩm Châu trong vắt. Thật là một đặc điểm trong thẩm mĩ thi ca.

Đất Mới còn là một xứ rực rỡ, cao sang, vì *xuân* mang tên một loài *Ngọc*:

Ánh hào quang chan chói ngắt lưu ly
Ôi! Cao sang khôn ví, trọng ai bì
Trên nước cả có vô vàn châu báu (tr. 67)

Những hình ảnh tráng lệ như *gấm*, *ngọc*, *trân châu*, *thất bảo*, *nhũ hương*, *mộc dược* đều muốn gợi lên vinh hiển, như khi sứ đồ tả thành Jérusalem mới trong "Khải Huyền": "*Thành ấy chói sáng như một viên bửu thạch, như bích ngọc rạng ngời... Tường thì xây bằng bích ngọc, thành thì xây bằng vàng ròng, tợ như thuỷ tinh trong vắt. Mười hai cửa thì làm bằng mười hai hột châu*" (Kh 21,11.18.21). Dựa theo "Khải Huyền", tôi cho rằng những đền đài dự tưởng trong Hàn Mạc Tử là một phóng thể của đức tín Thiên Chúa, vì cảnh Bồng Lai của Á Đông, cảnh thần tiên của Đạo gia không có cái huy hoàng rực rỡ đó.

Cuối cùng *Xuân Như Ý* là một *thái hoà* tuyệt đối, trong không gian và thời gian, *thái hoà* của *năm muôn năm, trời muôn trời*. Ở đó, trời thì *bình an như nguyệt bạch*, còn người thì *hoàn hảo, no nê* nhờ *trái cây bằng ngọc, vỏ bằng gấm*. Còn nói chung:

Thiên hạ thái bình và trời tuôn ơn phước
Như triều thiên vờn lượn khắp không gian (tr. 71)

Ở đây, sầu đau chìm trong quên lãng. Đất Mới không còn cảnh "chết chóc, than khóc, kêu ca hay đau đớn nữa" (Kh 21,4) vì những *lậm luỵ dưới thế* đã qua. Ở đây tất cả đều là ánh sáng. Và ánh sáng là linh thị cuối cùng bao trùm trọn vẹn thi trình *Xuân Như Ý*, đồng thời rọi lại toàn bộ tác phẩm Hàn Mạc Tử như một *Thánh thể kết tinh* triền miên vươn tới ánh Sáng, vươn tới *ánh hào quang chan chói ngất lưu ly*. Hay trở về Ánh Sáng. Ở đây, chúng ta đi sâu vào ngõ ngách cuối cùng trong đức tin Hàn Mạc Tử:

---

[41] Hoài Thanh và Hoài Chân, sđd, tr. 214

Ta ước ao đầu đội mũ triều thiên
Và tắm gội ở trong nguồn ánh sáng

Tôi sẽ dừng lại ở đây, dừng lại ở hình ảnh *Nguồn Ánh Sáng*, vừa là một vươn tới, vừa là một trở về. Mùa*Xuân Như Ý* đẹp trước hết vì là *Xuân* thứ đến vì nó là *Như Ý*, nó đưa con người về với Chúa, về với *Nguồn*. Vậy *Nguồn Ánh Sáng* ở đây là Alpha và là Oméga, vừa là cội rễ vừa là cứu cánh của con người. Và cấu trúc thơ Hàn Mạc Tử do đó gói ghém cả mặc khải Thánh Tự lẫn lịch trình Cứu Rỗi. Tôi có cảm giác đã làm xong một bài luận mạch lạc. Bây giờ là kết.

Tham vọng bài này là đề nghị một lối nhìn nhất quán vào tác phẩm Hàn Mạc Tử trong giới hạn những bài thơ còn lưu truyền, nghĩa là trên một sự nghiệp bị thời gian cắn xén. Khai quật cấu trúc nội tại của sự nghiệp đó, chúng tôi lại còn mong ước rọi sáng những bài, những câu thơ mà các nhà phê bình xưa nay, từ Trần Thanh Mại đến Vũ Ngọc Phan, cả thi sĩ Quách Tấn đều cho là khúc mắc. Theo chúng tôi, hiểu tất cả các câu thơ, các bài thơ trong một tập thơ, chưa hẳn đã là hiểu toàn bộ tập thơ, ít nhất cũng đối với người viết phê bình. Chúng ta còn phải hiểu liên hệ nội tại trong mỗi tập thơ để nắm vững cơ cấu sáng tạo của thi sĩ - ít ra cũng trong chủ quan người đọc.

Liên hệ nội tại đó, tôi đặt trên đức tin của Hàn Mạc Tử. Tôi cũng có thể đề nghị một nền tảng khác; tôi chọn chủ đề này với một dụng ý: giải thích những nhận xét cố hữu của các nhà phê bình tiền bối vẫn cho Hàn Mạc Tử là nhà thơ Thiên Chúa giáo, mà không nói rõ, nói đầy đủ, tại sao. Các vị đó thường trích dẫn những bài thơ hay câu thơ có âm vang tôn giáo, có hình thức tín ngưỡng như *Maria linh hồn tôi...* rồi kết luận; theo tôi, thì chưa đủ, vì một người không có đức tin cũng có thể kể rất nhiều tên Thánh, làm thơ ca tụng đấng Tối Linh, như ngày xưa các cụ Nguyễn Hữu Tiến hay Tản Đà nhắc đến Thượng Đế trong *Quả Dưa Đỏ* hay *Giấc Mộng Con*. Theo tôi, chúng ta chỉ có thể nói đến tín lý trong một tác phẩm khi toàn bộ tác phẩm đó tiềm ẩn đức tin trong cơ cấu. Nói khác đi, một người Thiên Chúa giáo chưa hẳn là kẻ đọc kinh vanh vách, mà là người đem trọn cuộc đời mình đáp lại lời gọi của ơn Trên, và một thi sĩ Thiên Chúa giáo không hẳn là kẻ tự xưng là *thi sĩ của đạo quân Thánh giá* (tr. 71) như Hàn Mạc Tử đã tự nhận, mà là kẻ đem cả sự nghiệp thi ca của mình âm vọng lại tiếng gọi của Thượng Đế. Và dĩ nhiên không phải là kẻ "*dùng thơ để truyền bá tôn giáo của mình*" như Quách Tấn nhận định ở trang 118 số *Văn* thượng dẫn. Do đó mà tôi cố gắng chứng minh toàn tập thi phẩm Hàn Mạc Tử là một tiếng vọng của Thánh Tự.

Dĩ nhiên, trong tác phẩm Hàn Mạc Tử còn nhiều vết tích của một nhân bản Việt Nam. Đức tin Kitô giáo đã nảy mầm trên một nhân bản phiếm thần và đa giáo, thì nguồn thơ Hàn Mạc Tử không khỏi làm một lăng kính hội tụ rồi phát huy nhiều nguồn sáng khác nhau, và hỗ tương lẫn nhau, như Giáo hoàng Paul VI đã tuyên bố trên đài phát thanh Véritas chủ nhật 29-11-1970 vừa qua, nhân chuyến công du sang Á Đông: "*Chúng ta đang ở một vùng đất mà những tư trào cổ kính của Đông phương và những trào lưu mới mẻ hơn Tây phương đã kết hợp lại và làm giàu cho nhau*".[42]

Và bạn đọc sẽ hoan hỉ nếu Quách Tấn thủ lời hứa "*nói về đạo Từ bi trong thơ Tử*" vì sẽ hiểu thêm một khía cạnh của thi phẩm, qua kiến thức uyên bác của tiên sinh về phương diện Phật lý cũng như tác phẩm Hàn Mạc Tử.

Cuối cùng, viết bài này tôi cũng có hai hậu ý riêng tư. Trước là để giải một lời hứa với anh Trần Phong Giao từ hai năm nay; một đề tài bao quát và hệ trọng như vầy đòi hỏi một suy nghĩ dài hạn, khiến anh Trần Phong Giao cứ trách tôi là " thề cá trê chui ống".

Thứ đến là hồi đầu năm nay, tôi có viết một bài điểm sách, về vở kịch *Ngộ Nhận* của Vũ Khắc Khoan. Bài đó đã gây nhiều hiểu lầm, nhất là trong những người thân của tôi, cho là tôi bất kính đối với tín ngưỡng; nếu có hiểu lầm đó, dĩ nhiên lỗi về phần tôi, viết không khéo, nói không trọn, lời không thanh, ý không minh.

Vậy bài này viết vào mùa Giáng sinh, sẽ là một bổ chính cho bài trước, và cũng là lòng thành khẩn, của riêng tôi, nhân mùa Hy Vọng, là cánh hoa huệ từ một lưu vực xa xôi gửi về cho Quê hương Yêu dấu.

Val de Loire, 12/1970, bổ chính, nhân kỷ niệm 100 năm Hàn Mạc Tử, 22/9/1912-22/9/2012 - Từ năm 1970, đã đăng trên báo Văn, Sài Gòn, số 179, ngày 01/6/1971.

Nguồn: Văn nghệ sông Cửu Long

https://sites.google.com/site/tuprocaonguyen/tho/dhuc-tin-trong-tho-han-mac-tu

Nên xem thêm:

- Phạm Đán Bình, Gọi tên Người, https://www.diendan.org/nhung-con-nguoi/goi-ten-nguoi

- Trần Quang Chu, Thơ Hàn Mạc Tử - Tư liệu: https://drive.google.com/file/d/1QQ7YTgWRUT-mgARkXoOgHKv_LctoClzm/view?usp=sharing

[42] *Le Monde*, ngày 1 tháng 12-1970, tr. 8, cột 1

- Trần Quang Chu, Thơ văn Hàn Mạc Tử - Sưu tầm và khảo cứu, https://drive.google.com/file/d/1ghqfKJfvMMbfwDscc3eKVKkvkfUaQZ4N/view?usp=sharing

- Trần Quang Chu, Tìm hiểu thân thế, hiệu chỉnh thơ văn Hàn Mạc Tử, https://drive.google.com/file/d/1kXItILtokr2bwgobKzd8B_XBjwS4LwGA/view?usp=sharing

- Trần Quang Chu, Đi tìm tác phẩm Lệ Thanh thi tập, https://drive.google.com/file/d/1wCYRnnZClXUCsQnh9DbJ7yHqXft4-BLY/view?usp=sharing

- Hồ Quốc Hùng, Có hay không tinh thần Kitô giáo trong cấu tứ Đây Thôn Vĩ Dạ của Hàn Mạc Tử, Tạp chí Nghiên Cứu Văn Học số 7 tháng 7/2020 tr. 129

- Lê Thiên & Lê Tinh Thông, Hàn Mặc Tử (1912-1940), từ miền nhân sinh tới cõi thiên linh, http://www.conggiaovietnam.net/index.php?m=home&v=detail&ia=10065

- Phạm Đình Khiêm, Linh hồn Hàn Mạc Tử, http://www.conggiaovietnam.net/index.php?m=home&v=detail&ia=8267

NHỮNG HUYỀN BÍ BÊN KIA CÕI CHẾT QUA HIỆN TƯỢNG HÀN MẠC TỬ

Linh mục Dũng Lạc Trần Cao Tường

Cả ngàn trường hợp những người đã được các bác sĩ chứng nhận là đã chết thực sự rồi vì một lí do huyền bí nào đó bỗng dưng sống lại, đã được bác sĩ Raymond Moody thu góp trong cuốn *"Đời Sau" (Life After Life)* xuất hiện năm 1975. Tôi đã tìm đọc trước hết vì tò mò muốn biết những điều bí ẩn về hiện tượng này. Nhưng trong lòng thì vẫn hồ nghi, không biết những kết luận của bác sĩ Moody có thực không, hay cũng chỉ do phản ứng thuốc và cơ thể lúc hấp hối, vì óc cũng như các tế bào đang chết mà nảy sinh ảo giác và những hình ảnh như kiểu "nảy đom đóm mắt" vậy.

Nhưng rồi cái tò mò này dẫn tôi đi xa hơn. Về những thay đổi kì lạ và bất ngờ nơi những người như thế, mà cụ thể là Hàn Mạc Tử.

Hàn Mạc Tử là một nhà thơ thiên tài và thần bí. Thơ của ông chất chứa những ý tưởng và hình ảnh lạ lùng vượt qua ngôn ngữ loài người. Bí ẩn gì đàng sau hiện tượng này? Những vần thơ tuyệt tác của ông do tài năng riêng hay do một nguồn huyền bí nào khác? Đời sống của ông đã từ những vật vã cô đơn cùng độ đến những cảm nghiệm hút hồn đầy hoan lạc. Điều gì lạ vậy?

I. Được ánh sáng biến đổi

(Transformed by the Light)

Đó là tựa đề cuốn sách do cuộc nghiên cứu nhiều năm bằng phương pháp khoa học của bác sĩ Melvin Morse về hiện tượng những

Linh mục Trần Cao Tường

** Sn. 1948-2010 tại Chí Tính, Ninh Bình.*
** Học Tiểu chủng viện Phát Diệm Phú Nhuận. Tốt nghiệp đại chủng viện Urbano và Lateranense, Roma 1970-1973. Lm. năm 1975; nhập tổng giáo phận New Orleans, Louisiana. (1975-2010); sáng lập Mạng Lưới Dũng Lạc (2005), ông theo đuổi việc góp tư liệu xây nhà văn hóa và niềm tin.*
** Tác phẩm: Đi Tìm Nét Văn Hóa Việt, Đạo Sống Dũng Lạc, Vũ Khúc Thăng Ca, Nhịp Múa Sông Thanh, Khúc Sáo Ân Tình, Về Nguồn Việt Đạo, vv...*

người chết sống lại (Villard Books, 1992), sau sự thành công của chương trình nghiên cứu khác tại Seattle trong cuốn Gần *Ánh Sáng Hơn* (*Closer to The Light*, Ivy Books 1990). Thực ra thì bác sĩ Raymond Moody đã thu góp, phân tích và đưa tới những kết luận chung về những trường hợp trên từ lâu, nhưng chưa mang tính cách khoa học như của bác sĩ Melvin Morse xác nhận trong cuốn *"Được Ánh Sáng Biến Đổi"*: "Tôi muốn chứng minh một cách khoa học những điều mà những người nghiên cứu khác chỉ phỏng đoán, xem những người chết sống lại được thay đổi như thế nào... " (trang 29)

Đã chết thật khác với tình trạng hôn mê bất tỉnh. Tôi đã có dịp nói chuyện với một người quen, đã bị hôn mê cả tháng trời sau khi mổ, thì không thấy có hiện tượng như trường hợp chết đi sống lại, mà chỉ có những cơn mơ dài. Vì tình trạng hôn mê vẫn chưa phải là chết thật.

Những gì xảy ra trong thời gian một người đã thực sự chết rồi sống lại? Có người chết 5 phút, có người chết nửa giờ. Cả mấy trăm trường hợp như vậy được khảo sát bằng phương pháp khoa học đàng hoàng.

Tất cả mọi trường hợp trên đều có 4 điểm chính:

1. Hồn ra khỏi xác: bay lơ lửng trên không nhìn xuống xác của mình, thấy rõ mọi người và mọi sự đang xảy ra trong khung cảnh mình vừa tắt thở. Thấy các y tá và bác sĩ chạy hối hả. Thấy những người thân yêu đang khóc...

2. Ống tối dài: sau đó hồn như bị hút vào một cái ống dài thật tối đen với một tốc độ nhanh kinh khủng. Betty Eadie kể lại kinh nghiệm của chính mình trong cuốn *"Được Ánh Sáng Ấp Ủ"* (*Embraced by The Light,* Gold Leaf Press 1992): Đây đúng là thung lũng bóng tối sự chết" (trang 39) như *Kinh thánh* đã từng nói tới.

3. Nguồn sáng: bỗng thấy một nguồn sáng xuất hiện đầy yêu thương và an bình. Ánh sáng này thật sáng nhưng không chói mắt. Có người cảm nghiệm thấy Chúa, có người thấy Đức Maria... . *"thấy* *tắm trong ánh sáng và thấy một bà mầu nhiệm mặc áo trắng đến cầm tay nâng đỡ tôi" (trang 191).* Lúc đó hồn được soi sáng nhìn lại và thấy tất cả cuộc đời của mình hiện lên trong một nháy mắt. Giáo lý vẫn gọi là phán xét. *"Tôi thấy tôi là chính những người tôi xúc phạm, và cũng là chính những người tôi giúp đỡ".* Lời thuật này làm chứng lời Chúa trong Tin mừng Thánh Gioan: Chúa không sai Con của Ngài xuống để luận phạt thế gian mà là để cứu rỗi; ai đi trong bóng tối thì đã tự luận phạt rồi.

Rồi hồn sung sướng sửa soạn bước vào vùng ánh sáng thì lại nghe rõ lệnh: chưa phải lúc, hãy trở về. Thế là sống lại. Tất cả đều không thích trở lại như vậy. Cũng có một số trường hợp, thay vì gặp vùng ánh sáng yêu thương, thì lại gặp vùng đen tối hiện hình như quỉ sứ trong biển lửa thật sợ hãi, như bác sĩ Raymond Moody thuật lại trong *"Ánh Sáng Muôn Năm"* (*Light Beyond*, Bantam Books 1989, trang 26-27).

Betty Eadie tả kỹ về cảm nghiệm nguồn ánh sáng:

"Bây giờ thì tôi biết có Chúa thật. Không còn chỉ tin vào một lực vũ trụ, mà tin vào một Đấng đàng sau sức mạnh đó. Tôi thấy Đấng đầy yêu thương đã dựng nên vũ trụ và đặt mọi khôn ngoan vào đó. Tôi thấy Ngài điều khiển trí khôn ngoan và sức mạnh này. Tôi thấy trực tiếp rằng Chúa muốn chúng ta trở nên giống như Ngài, và Ngài cho chúng ta những đặc tính giống như Chúa, như óc tưởng tượng và sáng tạo, ý chí tự do, trí thông minh, và nhất là khả năng yêu thương... " (trang 61). "Tôi cảm nhận tình yêu của Chúa vô điều kiện, vượt trên mọi tình yêu trần thế... Và tôi được ấp ủ trong cánh tay của ánh sáng vĩnh cửu này" (trang 53).

4. Được biến đổi: bác sĩ Morse cho biết: "Tất cả mọi trường hợp đều được biến đổi sau khi đã gặp ánh sáng này... Họ trở nên đầy nhiệt lực và dễ thương hơn, đôi khi họ được sức cảm thụ lạ về những lãnh vực tâm linh trước kia không hề biết" (trang 6). Một số người biết trước truyện sẽ xảy ra trong tương lai hay ở xa "Họ ít sợ hoặc không sợ chết nữa, vì họ biết có một cuộc sống mới. Một số người tự nhiên thông minh hơn ra nhiều... biết nhiều nguyên lí toán học ngay cả về nguyên tử... thuyết tương đối của Einstein... phát triển nhiều khả năng tâm linh... " (trang 9-10).

Tất cả những cái thấy trên đây đều được bác sĩ Melvin Morse chứng nghiệm là có thật, chứ không phải do phản ứng của thuốc hay cơ thể lúc chết do ảo giác vì thiếu dưỡng khí hay vì những thần kinh óc bị hủy hoại. *(xem Được Ánh Sáng Biến Đổi trang 194).*

"Cảm nghiệm ánh sáng không thể tự tạo ra được, mà chỉ có thể có được ở điểm chết hoặc nơi những thị kiến tâm linh rất đặc biệt... Sự thay đổi mạnh nhất và kéo dài lâu nhất được thấy nơi những người đã trông thấy ánh sáng này" (trang 197).

II. Hàn Mạc Tử đã chết mấy lần và đã thấy gì?

Trong thơ Hàn Mạc Tử, có nhiều ý tưởng và hình ảnh kì lạ khó hiểu. Một vài người vội nghĩ ngay đó chỉ là những tưởng tượng hay bám víu vào niềm tin cho khuây khỏa cơn bệnh, hay chỉ là những kiểu chơi chữ cho bay bướm cao siêu. Nhưng qua những khảo cứu và những khám phá khoa học trên thì chắn chắn ai cũng phải nhận rằng những ý tưởng và hình ảnh này đúng là của một người đã chết, đã thấy nhiều điều huyền bí từ "cõi chết" (phải nói là cõi sống thật mới đúng), rồi sống lại trở về kể lại như một lời chứng.

Sự kiện đầu tiên được Nguyễn Bá Tín trong "Hàn Mạc Tử Anh Tôi" thuật lại. Hồi nhỏ Hàn Mạc Tử rất ham chơi. Hết thích bắn ná cao su thì sang bắn súng, rồi quyền Anh và tắm biển, nhất là thời gian gia đình ở Quy Nhơn. "Có lần cả hai anh em suýt chết vì lội ra quá xa bờ, khi vào bị gió nồm quá mạnh, anh Trí đuối sức gần ngất đi, phải nằm ngửa cho gió đẩy vào bờ. Trông anh sợ hãi khác thường, thần sắc ngơ ngác, như không còn trông thấy gì nữa. Anh thều thào: "Ở Huế, bơi qua cầu Bạch Hổ bị rong vấn chân kéo chìm không lội được, mà sao ít sợ hơn bữa ni". Rồi anh lẩm bẩm nghe như: "Đức Mẹ... Đức Mẹ..." Tôi tưởng anh cầu nguyện. Trông anh khác lạ đi, tôi càng hoảng sợ: anh không còn giống anh nữa, với đôi mắt lạc thần. Từ đó, anh không tắm biển nữa, sợ nước, ít hoạt động, nói năng nhỏ nhẹ như sợ ai nghe. Thường ngồi khoanh tay nghe hơn là nói, thân thể gầy sút đi. Nhiều lúc như xuất thần, anh không hay biết gì chung quanh, nhất là lúc anh ngâm thơ, giọng như run run đau đớn" (trang 20-21).

Thật lạ lùng, các diễn tiến trong thơ Hàn Mạc Tử cũng giống hệt như 4 điểm chính trong khảo sát của bác sĩ Melvin Morse:

1. Đã thoát hồn ngoài xác

Hàn Mạc Tử đã thấy gì hôm đó? Trong *"Ánh Sáng Biến Đổi"* bác sĩ Morse thuật lại một truyện xảy ra của Jim cũng suýt chết đuối ở bờ biển California y như trường hợp Hàn Mạc Tử, mà ông gọi là "fear death" (chết vì quá sợ):

"Khi thấy càng bị đẩy xa bờ hơn, tôi quá sợ hãi, và càng đạp mạnh hơn. Bỗng tôi thấy mình bay lên trên không khí nhìn xuống tôi đang bơi, giống như có hai cặp mắt cùng nối vào một óc... Rồi tôi được tràn ngập bởi một nguồn sáng, như mây bao phủ quanh tôi. Tôi thấy thích thú... Bỗng tôi trở lại thân xác tôi. Tôi nghĩ rằng tất cả cảm nghiệm này kéo dài khoảng một phút" (trang 161-162).

Ánh sáng trong trường hợp Hàn Mạc Tử ở bờ biển Quy Nhơn được biểu hiện là chính Đức Maria, mà sau này được ghi lại trong bài "Thánh Nữ Đồng Trinh Maria":

Maria, linh hồn tôi ớn lạnh
Run như run thần tử thấy long nhan
Run như run hơi thở chạm tơ vàng
Nhưng lòng vẫn thấm nhuần ơn trìu mến.

Chính Nguyễn Bá Tín cũng xác nhận điều này: "Anh xúc động đến rơi lệ và thì thầm cảm tạ được ơn cứu thoát trong tai nạn đó" (Hàn Mạc Tử Anh Tôi, trang 82).

Lạy Bà là Đấng tinh tuyền thanh vẹn
Giàu nhân đức giàu muôn hộc từ bi
Cho tôi dâng lời cảm tạ phò nguy
Cơn lâm lụy vừa trải qua dưới thế.

Và ít nhất ba chỗ trong cuốn *"Hàn Mạc Tử"*, Ông Trần Thanh Mại có nhắc tới việc Hàn Mạc Tử chết đi sống lại trong thời gian bệnh đã nặng: đôi ba lần (trang 55, 80) rồi bốn năm lần (trang 136).

Chính Hàn Mạc Tử đã ghi lại:

Toan ngất đi trong cơn mê khoái lạc
Mẹ dấu yêu liền vội đến tay nâng.
...
Anh đã thoát hồn anh ngoài xác thịt
Để chập chờn trong ánh sáng mông lung.

(Sáng láng)

Trong *Kinh thánh*, Thánh Phaolô có lần kể lại chuyện về chính mình bị ném đá chết ngất đi tại Lystra:

"Tôi sắp kể về các cuộc thị kiến và khải minh Chúa ban cho tôi. Tôi biết có một người trong Đức Kitô, cách đây mười bốn năm (hồn còn ở trong xác hay đã ra ngoài xác tôi không biết, có Thiên Chúa biết) được bốc lên tầng trời thứ ba; và tôi biết người đó (hồn còn ở trong xác hay đã ra khỏi xác tôi không biết, có Thiên Chúa biết) đã được bốc lên Thiên Đàng và được nghe thấy những tiếng nói mà người thường không có thể cũng không được phép phát ra. Đó là người tôi muốn khoe chứ tôi đây thì khoe làm gì, vì chỉ thấy những điểm kém hèn. Giả tỉ tôi nhất định khoe thì cũng chớ ai cười tôi là khùng, vì tôi nói đúng sự thực; nhưng tôi sẽ không nói nữa, vì những vụ thị kiến kia quả là vĩ đại khác thường, tôi sợ vì đó mà có người đánh giá tôi cao hơn những tư cách họ mắt thấy tai nghe ở nơi tôi" (2Cr 12,1-6).

2. Hồn bay vùn vụt

Nhất là trong *"Hồn Lìa Khỏi Xác"*, Hàn Mạc Tử đã diễn lại y như bác sĩ Melvin Morse đã khảo sát trong giai đoạn sau khi chết bị hút vào ống tối dài, mà Betty Eadie tả là thung lũng bóng tối sự chết:

Há miệng cho hồn văng lên muôn trượng
Chơi vơi trong khí hậu chín tầng mây
Ánh sáng lạ sẽ tan vào hư lãng
Trời linh thiêng cao cả gợi nồng say.
Vì không giới nơi trầm hương vắng lặng
Nên hồn bay vùn vụt tới trăng sao
Sóng gió nổi rùng rùng như địa chấn
Và muôn vàn thần phách ngả lao đao...
Rồi hồn ngắm tử thi hồn tan rã
Bốc thành âm khí loãng nguyệt cầu xa
Hồn mất xác hồn sẽ cười nghiêng ngả
Và kêu rêu thảm thiết khắp bao la...
Đêm nay ta khạc hồn ra khỏi miệng
Để cho hồn bớt nỗi bi thương
Nhưng khốn nỗi xác ta đành câm tiếng
Hồn đi rồi không nhập xác thê lương.

3. Tắm gội ở trong nguồn ánh sáng

Thấy ánh sáng muôn năm là yếu tố then chốt trong thiên tài nghệ sĩ sáng tác của Hàn Mạc Tử. Ông thấy và diễn tả lại một cách trung thực. Không phải như một luận đề, suy diễn, hay kết luận của hệ thống giáo lí nào cả, mà là một thực chứng.

Nhiều khi ông điên cả lên vì cảm thấy như vậy mà không làm sao dùng ngôn ngữ loài người mà diễn đạt nổi. Cái điên trong tập *Thơ điên* không nhất thiết vì quá đau đớn, mà vì cái xốn xang như trong "Kêu Gọi":

"Ý còn ở trong lòng thì rạo rực xốn xang, khi phô phang lên giấy thì tê dại, ngất ngư, như không có chút gì là rung động nữa... Lòng ta hừng hực mỗi khi nắng hanh lên. Ấy là dấu hiệu mùa thơ đã chín. Gặt hái cho mau, kẻo ngọn thơ càng cao, người thơ càng điên dại... " (*Chơi giữa mùa trăng,* trang 27-28).

Nguồn ánh sáng mà Hàn Mạc Tử thấy là một ngôi vị Thiên Chúa tình yêu, chứ không phải là một lực vũ trụ vô vi, vô vị nhạt nhẽo. Là chính Chúa Giêsu trong cảm nghiệm của thánh Phaolô trên đường Đa-mát: "Đương khi còn đi đường, khúc đó đã gần tới Đa-mát ngay trước cổng mở vào thành, chợt ông trông thấy có ánh sáng từ trời bủa xuống bao kín chung quanh ông. Ông ngã xuống đất, và nghe thấy có tiếng bảo rằng: Saolô, Saolô, sao nhà ngươi bách hại ta hoài? Ông hỏi: Ngài là ai? Tiếng nói trả lời: Ta là Giêsu..." (Cv 9,3-5).

Cảm thông và kết hợp với Thiên Chúa là một tương giao rung động con tim chứ không phải như kiểu tượng muối trở về hòa tan trong biển cả là cội nguồn mình. Đó là một tương giao thân tình kiểu "I - Thou" trong tâm tình của Buber.

Và như Betty Eadie, Hàn Mạc Tử thấy hồn sung sướng được ấp ủ trong Tình Yêu:

Ai tới đó mà chẳng nao thần trí
Tòa châu báu kết bằng hương kì dị
Của Tình Yêu rung động lớp hào quang
....
A ha hả, say sưa chê chán đã
Ta là ta hay không phải là ta?
CÓ gì đâu cả thể với cao xa
Như cội rễ của trăm ngàn đạo hạnh.

("Siêu Thoát")

Và trong bài "Ngoài vũ trụ", hồn thơ còn thấy rõ hơn:

Sáng vô cùng, sáng láng cả mọi miền
Không u tối như cõi lòng ma quỉ
Vì có Đấng Hằng Sống hằng ngự trị
Nhạc thiêng liêng dồn trổi khắp u linh.
...
Tình thơm tho như ngấn lệ còn nguyên
Ta ước ao đầu đội mũ triều thiên
Và tắm gội ở trong nguồn ánh sáng.

4. Được biến đổi: qui tụ thâu về trong một mối

Nhiều người trong cuộc khảo cứu của bác sĩ Melvin Morse, sau khi chết đi sống lại, đã trở nên khác lạ với những khả năng cảm thụ đặc biệt. Trường hợp Olaf trong *"Được Ánh Sáng Biến Đổi"* thì thấy: "đang trôi trong vũ trụ vô bờ bến... *Vũ trụ như những bọt xà bông đang qui về trọng tâm theo một hình thái phức tạp, nhưng tôi hiểu được trọn vẹn, thấy được mọi sự đều có nghĩa... cảm thụ được toàn thể vũ trụ...*" (trang 12-13). Hàn Mạc Tử cũng đã được khả năng lạ lùng này, là thấy mọi trắng đen đỏ vàng, buồn vui, trầm bổng cuộc đời không phải là những mảnh vỡ vô nghĩa hay những cù lao trôi nổi phi lý, mà đều qui tụ thâu về trong một mối, mang trọn ý nghĩa trong một chương trình mầu nhiệm như lời *Kinh thánh: "Chúng ta biết rằng Thiên Chúa làm cho mọi sự đều ăn khớp với nhau sinh ích cho những ai yêu mến Chúa, tức là cho những kẻ được Người kêu gọi theo như ý Người định" (Roma 8,28).*

Cái thấy này cũng đang phù hợp với những khám phá mới nhất về khoa học vật lý. Từ nhãn quan vật lý cá biệt "những cù lao" của Newton đến thuyết tương đối của Albert Einstein, và bây giờ là "quantum physic".*Chơi giữa mùa trăng* dịch thoát là "vật lý vũ trụ nhất thể", mọi sự xuất phát và "qui tụ thâu về trong một mối", đều liên hệ tới nhau vì chia sẻ cùng một lực sống.

Hàn Mạc Tử đã tả lại cái thấy này trong bài *Siêu Thoát:*

Những cù lao trôi nổi xứ mênh mang
Sẽ qui tụ thâu về trong một mối.
Và tư tưởng không bao giờ chắp nối
Là vì sao? Vì sợ kém thiêng liêng
Trí vô cùng lan nghĩ rộng vô biên
Cắt nghĩa hết những anh hoa huyền bí
Trời bát ngát không cần phô triết lý
Thơ láng lai chấp chóa những hàng châu
Ta hiểu chi trong áng gió nhiệm mầu?
Những hạt lệ của trích tiên đầy đọa.

Sứ điệp tin vui

Tất cả những cái thấy trên đúng là như vẽ ra cảnh thiên đàng trong hình ảnh *Kinh thánh* qua các thị kiến của các tiên tri và *Khải huyền*, thật lạ lùng vượt qua sức hiểu biết con người, nhưng có thực, giống như cái thấy của thánh Gioan:

"Tôi thấy một trời mới và một đất mới, cảnh trời thứ nhất và đất thứ nhất đã biến dạng, cả biển cũng không thấy đâu. Tôi thấy thành thánh, thành Giêrusalem mới, từ Thiên Chúa trên trời hạ xuống, xinh đẹp như một tân nương trang điểm chờ chồng. Rồi tôi nghe có tiếng lớn phán ra từ bảo tòa: Ngươi có thấy đô thị này chăng? Tại đây Thiên Chúa sống giữa loài người. Người sẽ đặt trú sở của Người giữa chúng; và chúng sẽ là thần dân của Người, và chính Người sẽ là Thiên Chúa của họ, đúng như mấy chữ Thiên-Chúa-ở-cùng-họ. Người sẽ lau mắt họ cho ráo lệ sầu, sẽ không còn chết chóc, không còn tang chế hay là buồn rầu nữa. Thế giới cũ đã qua" (Kh 21,1-4).

Với cái thấy đã một lần cảm nghiệm, Hàn Mạc Tử đã diễn ra thành những vần thơ tuyệt tác có một không hai trong nền văn học Việt Nam, và của nền tu đức Công giáo. Ông nhìn cuộc sống và mọi sự, ngay cả con người cùi của mình, với một nhãn quan mới chan hòa ánh sáng chứ không u ám vật vã như trước nữa.

Ông Thái Văn Kiểm trong bài nói chuyện tại giáo xứ Paris dịp giỗ 50 năm Thi Hào Hàn Mạc Tử ngày 11-11-1990 đã có những nhận xét: *"Nhà thơ của chúng ta bẩm thụ được cái thiên tư cao quí là nhìn thấy được cái hư ảo, cảm được cái vô lượng và nghe được sự yên lặng của vô thủy vô chung"... "Nơi đây vang dội những lời cầu nguyện, những hương lạ mê ly, những âm thanh kỳ diệu, tất cả chìm ngập trong bể hào quang và trong tinh hoa của thi vị". Vì "theo Hàn Mạc Tử, thi ca là một sáng tạo thuần túy của Thượng Đế, và để báo đáp công ơn đó, thi sĩ phải là kẻ xướng thánh ca, cảm thông với Thượng Đế, ca ngợi chân thành sự nghiệp thiêng liêng và vinh quang bất diệt của Người. Thi sĩ là gạch nối, là trung gian ưu tú giữa Hóa Công và nhân loại"... "Đức Tin tuyệt đối nơi Thượng Đế đã giúp Hàn Mạc Tử trải qua những thống khổ nơi trần gian, đồng thời hoàn bị thi ca của chàng đến mức độ cao siêu và thành tựu".*

Hàn Mạc Tử đã làm chứng đức tin bằng thơ văn về những gì huyền bí đã thấy bằng thực chứng qua những lần chết đi sống lại. Đọc thơ Hàn Mạc Tử, thì một người ngoài Công giáo cũng nhận ra có linh hồn, có thung lũng "ngục tổ tông", bóng tối sự chết, có phán xét, có thiên đàng, có hỏa ngục, có buồn có vui, mọi sự sẽ "qui tụ thâu về trong một mối", và nhất là có Chúa là nguồn Ánh Sáng Tình Yêu.

Có nhiều người Công giáo viết văn, làm thơ, nhưng chỉ khi nào chuyển được sứ điệp Chúa Kitô, của Thập giá và Phục sinh, thì mới có được những nhà văn, nhà thơ Công giáo như Hàn Mạc Tử. Đúng như lời Hoài Thanh đã nhận xét trong *Thi Nhân Việt Nam:*

"Thơ Hàn Mạc Tử ra đời, điều ấy chứng rằng đạo Thiên Chúa ở xứ này đã tạo ra một cái không khí có thể kết tinh lại thành thơ. Tôi tin rằng chỉ những tình cảm có thể diễn ra thơ mới thiệt là những tình cảm đã thấm tận đáy hồn đoàn thể" (trang 212).

Nguồn: http://www.dunglac.org/index.php?m=home&v=detail&ia=6891-

Nên xem thêm:

- NN. Trăng Thập Tự chủ biên, Có một vườn thơ đạo, tập 1, Thi sĩ của Thánh giá, Nxb Phương Đông, 2012, tr. 427-434 https://www.tapsanmucdong.net/2022/01/

bst-co-mot-vuon-tho-ao-tap-1-thi-si-cua.html

- Lm. Trần Cao Tường, Hiện tượng bé Akiane và Hàn Mạc Tử ọc ra thơ từ cùng một ánh sáng, Có một vườn thơ đạo, tập 1, Thi sĩ của Thánh giá, Nxb Phương Đông, 2012, tr. 427-434

- Lm. Trần Cao Tường, Dấu chỉ văn hóa thời đại: Cô bé Akiane vẽ được những bức tranh kỳ lạ do ánh sáng từ trời, Sđd, tr. 435-441

- - Lm. Trần Cao Tường, Phượng trì trong trường ca Hàn Mạc Tử, Sđd, 2012, tr. 427-434

- Trăng Thập Tự, Thơ đạo của Hàn Mạc Tử và một kinh nghiệm được biến đổi, Có một vườn thơ đạo, tập 1, Thi sĩ của Thánh giá, Nxb Phương Đông, 2012, tr. 457-437 https://www.tapsanmucdong.net/2022/01/bst-co-mot-vuon-tho-ao-tap-1-thi-si-cua.html

- Trăng Thập Tự, Theo chân Hàn Mạc Tử tiến vào kinh nghiệm được biến đổi, Sđd, tr. 495-511

- Trăng Thập Tự, Hàn Mạc Tử - từ nghệ thuật đến tâm linh, Sđd, tr. 512-526

NHÀ THƠ BÀNG BÁ LÂN

Võ Long Tê và Phạm Đình Khiêm

Nhà thơ Bàng Bá Lân

TÁC GIẢ VÀ TÁC PHẨM

Có một nhà thơ, khi chưa phải là người Công giáo, đã rất tâm đắc với Thánh nữ thi sĩ Tiên Sa[1], chẳng những dịch thơ Thánh nữ mà còn sáng tác thơ bộc lộ tâm tình của mình với Thánh nữ, và nay đang ở kế bên *"Nữ hoàng bé nhỏ"* của mình trên Quê Trời. Đó là cố thi sĩ Bàng Bá Lân (1912-1988).

[1] Ông Võ Long Tê và ông Phạm Đình Khiêm đề nghị phiên âm tên Teresa thành Tiên Sa, với ý nghĩa là hạt cát thần tiên (TTT).

Nhà nghiên cứu Võ Long Tê

* Sinh: 1927 tại Huế, mất: 2017.
* Năm 1991 sống tại Calgary, Canada.
* Biên khảo: Lịch Sử Văn Học Công Giáo Việt Nam (1965), Dẫn Nhập Nghiên Cứu Tiếng Việt Và Chữ Quốc Ngữ (1997)...
* Thơ: Ánh Sáng Trong Đêm (1966), Tiệc Cưới (1966), Khối Tình (1968),..

Nhà nghiên cứu Phạm Đình Khiêm

* Sinh: 1920, quê ở Ninh Bình. Mất: 2013.
* Tác phẩm: Hành động xã hội của Giáo hội qua các thời đại và ở Việt Nam; Người chứng thứ nhất.
* Dịch thuật: Mẹ tôi, Tình Cha, Thánh Giuse tuyệt diệu, Đức Giêsu quang lâm giữa dòng thời gian theo các văn bản Tân ước.

Ông sinh ngày 9 tháng 11 năm Nhâm Tý, nhằm ngày 1 tháng 12 năm 1912 tại phố Tân Ninh, Phủ Lạng Phương, tỉnh Bắc Giang, nhưng nguyên quán là làng Đôn Thư, tổng Ngô Xá, huyện Bình Lục, tỉnh Hà Nam. Theo gia phả, có sự đóng góp của nhà gia phả học nổi tiếng Dã Lan Nguyễn Đức Dụ, Bàng quân thuộc dòng họ Lý, ngành Nghĩa Nam Vương Lý Hùng Tích là con thứ ba vua Lý Thánh Tông (1054-1072), em vua Lý Nhân Tông (1072-1129). Khi vị vua cuối cùng nhà Lý là Lý Chiêu Hoàng bị Trần Thủ Độ ép lấy cháu mình là Trần Cảnh và truyền ngôi cho chồng, đồng thời bắt con cháu họ Lý đổi sang họ Nguyễn, lại còn có cả âm mưu tận diệt tôn thất nhà Lý, thì dòng họ Lý phải phiêu bạt trốn tránh nhiều nơi, có người sang tận Hàn Quốc là Lý Long Tường, lập nghiệp ở đó, đến nay truyền được gần 30 đời.

Nhà thơ Bàng Bá Lân thuộc ngành họ Lý, ẩn náu tại Đôn Thư (Hà Nam) mang họ Nguyễn Xuân, đổi sang họ Bàng đã ba đời.

Là dòng dõi Nho gia, ông tỏ ra có khiếu làm thơ từ nhỏ, và sau khi tốt nghiệp *"Thành chung" ở* Hà Nội, ông hướng ngay vào sự nghiệp thi ca. Mới in hai tác phẩm đầu tiên *"Tiếng thông reo"* (1934) và *"Xưa"* (1941) ông đã được đưa vào hàng ngũ *"Thi Nhân Việt Nam"* qua tác phẩm mang nhan đề ấy của Hoài Thanh và Hoài Chân (Huế 1942, từ trang 175 đến 178).

Sau ông cho ra đời các tập thơ: *Tiếng võng đưa* (1957), *Vào Thu* (1969). Ông cũng là nhà văn biên khảo và dịch thuật, đã xuất bản: *Việt Văn bình giảng* (1962), *Vài kỷ niệm về các văn thi sĩ hiện đại* (2 tập, 1962-1963), *Người vợ câm* (1969), *Vực xoáy* (1969), *Phương pháp giáo dục mới* (1971), *Thầy giáo làng* (1971), bốn cuốn sau là văn dịch.

Báo chí và đài phát thanh cũng từng là khung cảnh cho hoạt động văn nghệ của ông. Chưa nói đến một nghề có lẽ đã nuôi sống ông nhiều hơn: Nghề nhà giáo. Từ trường Dũng Lạc (Hà Nội) đến các trường Văn Lang, Cộng Hòa, Hoàng Việt, Lê Bảo Tịnh ở Sài Gòn, nhiều thế hệ học sinh đã thích thú nghe ông giảng văn bình thơ và còn giữ mãi kỷ niệm về ông.

Chưa hết, ông còn là nhà nhiếp ảnh nghệ thuật, từng triển lãm và được nhiều giải thưởng trong nước và nước ngoài.

Thi sĩ họ Bàng chịu phép Thánh tẩy với tên thánh là Giuse, vào ngày 11/2/1988, nhân ngày kỷ niệm Đức Mẹ vô nhiễm hiện ra tại Lộ Đức. Ông vẫn sống trên giường bệnh cho đến lúc Chúa rước về trời hồi 16h30 ngày 20/8/1988.

Sinh điếu thi sĩ Bàng Bá Lân

Hồn thơ vi vút Tiếng Thông Reo
Dìu dặt ngân vang tiếng Sáo Diều
Từ độ Vào Thu tình lắng đọng
Trầm tư chiêm ngưỡng Chúa tình yêu.
Tâm tư ước tẩy thiết tha tình
Ký thác trong bài Đêm Giáng sinh
Quá tuổi hiếm người thành hiện thực
Hồng ân thanh tẩy, phúc quang vinh!
Thi sĩ Giuse Bàng Bá Lân
Tụng ca Thiên Chúa với Thiên Thần
Tiến về nước Chúa, quê hương thật
Hưởng phúc trường sinh Chúa hứa ban.

Võ Long Tê
05-7-1988

DUYÊN THƠ CỦA THÁNH NỮ TIÊN SA HÀI ĐỒNG GIÊSU ĐƯA THI SĨ BÀNG BÁ LÂN VÀO NƯỚC TRỜI [2]

… Xuất thân là người "lương", chỉ thờ cúng ông bà mà không

[2] Bài viết nhân kỷ niệm bách chu niên Sinh nhật trên trời của thánh nữ Têrêxa Hài Đồng Giêsu (30//9/1897) và mừng thánh nữ được tôn phong tiến sĩ Hội thánh (Roma 19/10/1997).

quan tâm đến vấn đề tôn giáo, quá trình hoạt động văn nghệ và giáo dục đã cho Bàng Bá Lân cơ hội làm quen và thân với một số văn hữu hay đồng nghiệp Công giáo, từ đó dẫn đến tìm hiểu tôn giáo và sáng tác thi ca Công giáo.

Bài thơ tôn giáo đầu tiên của Bàng quân, nhan đề *"Đêm Giáng Sinh"* đăng trên số đặc biệt Giáng Sinh 1959 của tuần báo Văn Đàn, đã được độc giả lương cũng như giáo nhiệt liệt hoan nghênh và sau thường được ngâm nga trích dẫn trong các buổi sinh hoạt văn nghệ và đặc san về Giáng Sinh.

Ông cũng có một bài thơ nhan đề *"Cầu nguyện Đức Mẹ"*, do chính ông đem đến đọc trước tòa Đức Mẹ nhà thờ Bình Triệu năm 1979.

Tháng 6 năm 1984, ông bị tai biến mạch máu não lần thứ nhất, phải điều trị tại bệnh viện. Dịp này ông được hai học trò là hai chị em Hải và Thanh ngày đêm thay phiên với gia đình ông đến bệnh viện săn sóc ông. Hai chị em này Công giáo, những lúc vắng vẻ đã hát thánh ca cầu nguyên cho ông và xoa dịu cơn đau của ông. Xuất viện rồi, ngày 11 tháng 9, ông sáng tác bài thơ *"Cảm hóa"* tặng hai em và gởi tôi một bản. Qua bài thơ này tôi cảm kích nhận thấy ông đã gần Nước Chúa hơn bao giờ. Và tôi trở lại thăm ông. Những lần thăm viếng trước, tôi thường mang theo một cuốn sách chọn lọc để trao đổi với ông. Lần này vì gần đến lễ Thánh nữ Tiên Sa Hài Đồng Giêsu ngày 1 tháng 10, tôi mang theo cuốn *"Histoire d'une âme"* (Chuyện một tâm hồn) có in thêm Conseil et Souvenirs, Prières - Lettres - Poésies (Lời khuyên và ký ức - Kinh nghiệm - Thư từ - Thi ca) một *"Tiên Sa toàn tập"* mà tôi đã mua, tại ngôi nhà *"Les Buissonnets"* nay đã trở thành bảo tàng viện về Thánh nữ, trong dịp hành hương Lisieux Năm thánh 1950 cùng với cha Nguyền Kim Điền (sau là Tổng giám mục Huế) và bạn Phạm Đình Tân. Tôi đã mở đầu câu chuyện với ông bằng chuyến hành hương này để rồi giới thiệu tác phẩm của thánh nữ, không quên gợi ý ông lưu tâm chuyển sang thơ Việt, một vài bài thơ của Thánh nữ mà ông tâm đắc nhất.

Ngạc nhiên và thích thú cho tôi dường nào! Ngày 8 tháng 9, tôi nhận được bức thư của ông cho biết: *"Ngay tối hôm qua tôi đọc lướt qua 24 bài thơ của St. Thérèse và lựa bài "Ma Paix et ma Joie " vừa phải, không quá dài. Và tôi đã dịch gần xong, chỉ còn hai đoạn sáng nay tôi dịch nốt"*.

Họ Bàng viết thêm: *"Tôi chú trọng dịch sát nghĩa và giữ đúng nhạc thơ của nguyên tác. Chưa được ưng ý lắm, nhưng thôi hãy tạm thế đã, vì thời giờ hơi gấp! Tôi sẽ chọn và dịch thêm ít bài nữa và sẽ gởi anh sau..."*

Đúng ngày 1 tháng 10, lễ Thánh nữ Tiên Sa hài đồng Giêsu, sau khi dự lễ ở Đan viện Cát Minh về nhà, tôi vô cùng cảm kích nhận được thủ bút bài thơ Việt dịch của Bàng Bá Lân nhan đề: *"Sự bình yên và niềm vui của tôi"*, kèm theo cả bản chép nguyên văn Pháp ngữ - tôi liền dâng công trình trí óc này như bông hoa đẹp nhất trên bàn thờ gia đình tôi.

Rồi tôi trở lại Đan viện Cát Minh, dâng bông hồng vừa hé nở mang hồn Thánh nữ, Bổn mạng Dòng kín Sài Gòn, qua tay Mẹ Bề Trên.

Sáu ngày sau, một ngạc nhiên khác lớn hơn chờ đợi tôi: hôm ấy là thứ bảy đầu tháng *Mân Côi* cũng là ngày áp lễ Đức Mẹ *Mân Côi,* ngày 6/10/1984, tôi vừa dự thánh lễ hành hương ở đền Đức Mẹ Hằng Cứu Giúp về nhà, thì nhận được một sáng tác mới của Bàng Quân kèm theo một bức thư. Thư viết: *"Tôi vừa sáng tác được bài thơ về Ste Thérèse de l 'Enfant-Jésus, xin gởi tặng kèm anh một bản (thủ bút). Anh coi nếu được, nhờ anh kính tặng Mẹ Bề Trên Carmel Sài Gòn".*

"Thiết nghĩ đó cũng là những thương khó nhỏ nhoi lúc đầu như là sự sửa soạn hành trang để chuẩn bị lên đường do anh hướng dẫn..."

Bài thơ đính kèm mang nhan đề *"Têrêsa, tôi rất cảm ơn Người"* với phụ đề: *Cảm xúc sau khi đọc: "Truyện một tâm hồn ", "Histoire d'une âme».* Thơ tám tiếng, dài chẵn 40 câu, chia thành hai phần: Phần đầu gợi lại cuộc đời Thánh nữ, phần sau bộc lộ tâm tình của tác giả đối với Thánh nữ.

Bài thơ này sẽ là hoa thiêng liêng trao tặng Mẹ bề trên Dòng kín Sài Gòn ngày 15/10/1984 để mừng lễ Thánh nữ Tiên Sa Avila, vị cải tổ dòng Cát Minh, người Mẹ yêu kính của toàn dòng, thường được gọi là *"Mẹ đường tu đức»* và đã được Giáo hoàng Phaolô VI phong Tiến sĩ Hội thánh năm 1972 cùng với Thánh nữ Catarina thành Siêna.

Bàng Bá Lân có dịch tiếp thơ Tiên Sa hay không? Ông tâm sự: *"Tôi có dịch một bài thơ nữa của Ste Thérèse de l'Enfant-Jésus nhưng mỗi bài chỉ rút được một khía cạnh nào đó, chỉ có bài* "Ma paix et ma joie" *là nói được nhiều và biểu lộ gần đủ tâm hồn và cuộc đời của tác giả (đúng như anh đã nhận xét). Kể cũng lạ, hôm anh đề nghị tôi dịch thơ Thérèse de l'Enfent-Jésus, vì còn ít thời gian, tôi chỉ lướt qua, không kịp đọc kỹ và bỏ lại những bài quá dài, và dịch ngay "Ma paix et ma joie", thế mà lại hay. Phải chăng có bàn tay của tác giả sắp đặt?"* (Thư ngày 24/10/1984).

Một sự trùng hợp đáng suy nghĩ: trước đây, khi muốn dịch thơ Tiên Sa linh mục Sảng Đình cũng đã chọn bài *"Ma paix et ma joie"*.

Thời gian trôi qua. Đầu năm 1988 Bàng quân bị tai biến lần thứ hai. Bệnh tình có vẻ trầm trọng. Ông không cầm bút được nữa, phải đọc cho một nghĩa tử, thi sĩ Quốc Sơn, viết cho tôi một bức thư khẩn, đề ngày 9/2/1988, mời tôi đến thăm để lo việc linh hồn cho ông. Tội nghiệp nhà thơ lão thành Giang Kim tình nguyện mang thơ đi nhưng lại không tìm được nhà tôi, vì một con số viết sai địa chỉ. Mặc dầu vậy, do thần giao cách cảm hay đúng hơn, do tiếng gọi thiêng liêng hay sự xui khiến của Thánh nữ Tiên Sa, ngay ngày hôm sau tôi đã tự động đến thăm Bàng quân và chuẩn bị tâm hồn cho ông. Kế đó là ngày 11/2/1988 ngày kỷ niệm Đức Mẹ Vô Nhiễm hiện ra tại Lộ Đức, tôi dành buổi sáng để đi dự lễ ở một tu viện ngoại thành và cùng cả tu viện cầu nguyện cho ông cũng như tôi đã xin Dòng Kín cầu nguyện.

Buổi chiều như đã hẹn, tôi mời một linh mục có quen biết ông trước, cha Trần Trung Lương, đến làm phép Thánh tẩy cho ông trên giường bệnh với tên thánh là Giuse như ông đã có lòng kính mến và năng cầu nguyện cùng Người.

Ông còn sống thêm tám tháng nữa trên giường bệnh đau đớn, bán thân tê liệt, tiếng nói thều thào rồi mất hẳn. Đó là giường Thánh giá thanh luyện và cứu độ ông, ông đã chấp nhận với trọn niềm Tin, Cậy, Mến, với cả tinh thần hy sinh, tự hiến, phó thác.

Nhiều bạn thơ đã đến đọc sinh điếu cho ông ngay trên giường bệnh, nhưng ông đã được khích lệ hơn hết khi nghe những lời sau đây kết thúc sinh điếu của bạn Võ Long Tê:

Thi sĩ Giuse Bàng Bá Lân
Tụng ca Thiên Chúa với Thiên Thần
Tiến về Nước Chúa quê hương thật
Hương phúc trường sinh Chúa hứa ban.

(Trích "Sinh điếu" ngày 5/7/1988)

Khi chịu phép Thánh tẩy, ông không cho gia đình hay trừ người trưởng nữ là một thiếu tá đã tòng giáo và có chồng con Công giáo. Nhưng lối sống của ông trên giường bệnh đã tỏ rõ đức tin của ông cho cả gia đình. Ông mới về với Chúa dịu êm như đi vào giấc mộng, hồi 1 giờ 30 ngày 20/8/1988, trùng ngày 10/9 năm Mậu Thìn, thọ 77 tuổi. Theo đúng di chúc, ông được hỏa táng tại Bình Hưng Hòa. Tối hôm trước cha Lương đích thân đến nhà hiếu cử hành Thánh lễ an táng, có đại diện Dòng Kín, Dòng Trinh Vương và nhiều giáo hữu tham dự. Giáo xứ Đức Mẹ Hằng Cứu Giúp đã dâng lễ cầu hồn cho ông và hân hạnh tiếp nhận hài cốt của ông tại Nhà hài cốt cạnh nhà thờ giáo xứ như lời di chúc.

Lời giới thiệu này quá giản lược, nhưng sẽ được bù đắp bằng một cuốn sách đầy đủ chi tiết, dưới ngọn bút của văn hữu Võ Long Tê, người đã viết rất tinh tế *"hành trình tâm linh"* của Hàn Mạc Tử[3], hành trình tâm linh của Bàng Bá Lân sẽ nối tiếp không lâu.

Nhưng giờ đây, Bàng quân đang ở giữa chúng ta. Ta hãy lắng nghe giọng ngâm thơ rất truyền cảm của ông, như hồi nào vang trên làn sóng điện hoặc trong những buổi sinh hoạt văn nghệ. Và chúng ta sẽ thưởng thức hai bài thơ kết thúc và siêu biến trọn cuộc đời ông, như hai cánh cửa mở cho ông vào Nhà Cha, và nay là bó hoa thiêng liêng để ta cùng với thi nhân mừng kỷ niệm 100 năm sinh nhật trên trời của Thánh nữ Tiên Sa Hài đồng Giêsu, tân Tiến sĩ Hội thánh *"Nữ Hoàng Bé Nhỏ"* của mỗi con tim.

TP.HCM, tiết quý thu 1997

Nên xem thêm:

NN., *Quách Thoại - Đoàn Thoại,* https://www.thivien.net/Qu%C3%A1ch Tho%E1%BA%A1i/author-gzUWpG75BsfdpE_tzPkd_g

---

[3] Võ Long Tê: *L'expérience poétique et l'itinéraire spirituel de Hàn Mạc Tử,* in BSEL, Sài Gòn, tome XL VII, No 4, 4 trimestre 1972, pp. 567-652, 2 édition. Paris, 1985, 92p.

NỮ SĨ THỤY AN

Vũ Ngọc Phan

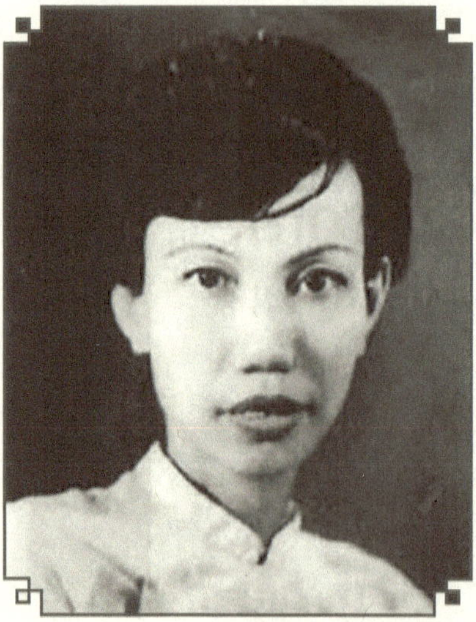

Nhà văn Thụy An

Trong làng thơ, phụ nữ Việt Nam đã dự một phần tuy chưa to tát gì, nhưng cũng đáng cho ta chú ý. Riêng trong các nhà tiểu thuyết, từ xưa đến nay, số phụ nữ vẫn còn là số rất hiếm. Người ta có thể kể mấy tập tiểu thuyết do phụ nữ viết gần đây, như *Tố Mai* của Đoàn Tâm Đan (do Hương Tuyết- Hà Nội, xuất bản -1935), *Bóng mơ* của Tú Hoa (do Đời Nay Hà Nội xuất bản năm 1942). Và trong khi tôi viết những dòng này, thì nhà xuất bản "Nguyễn Du" đang rao tập tiểu thuyết *Trăng đen* của Anh Thơ sắp ra đời.

Nhà phê bình Vũ Ngọc Phan

** Sinh: 1907 tại Hà Nội, nguyên quán: Bắc Ninh. Mất: 1987.*
** Tác phẩm: Nhìn sang láng giềng (1941), Nhà văn hiện đại (1942), Truyện Hà Nội (1944).*

Những tiểu thuyết do các bạn gái viết và làm cho nhà phê bình phải lưu tâm, thật quả không lấy gì làm nhiều. Nhiều người hằng khát khao đọc những thiên tiểu thuyết giá trị của một vài nữ sĩ, vì đến nay, tâm hồn của phụ nữ, tính tình của phụ nữ, đều do các bạn trai khảo sát và phân tích. "Hiểu đàn bà sao bằng đàn bà", người ta đã nghĩ như thế, nên người ta vẫn mong chờ những tập tiểu thuyết tình cảm giá trị của phái đẹp.

Một linh hồn chính là một tiểu thuyết tình cảm. Tác giả Thụy An lại vốn là một nhà thơ. Tôi đã đọc thơ của Thụy An trong Phụ Nữ Tân Văn, trong Đàn bà mới và trong tuần báo Đàn bà[1], nhưng thơ của bà, theo ý tôi, không nên đặt cùng hàng với tiểu thuyết của bà.

Một linh hồn là tập tiểu thuyết tả những tính tình rất ngây thơ, rất trong sáng của Vân, một cô con gái giàu lòng tín ngưỡng và giống như một bông sen, tuy "gần bùn mà chẳng hôi tanh mùi bùn".

Nàng không biết mặt cha -cha nàng là một gã Sở Khanh, bỏ mẹ nàng từ khi nàng còn trong bụng mẹ - còn mẹ nàng bị hết trai này lừa, đến trai khác lừa, rút cục sa vào đời giang hồ và phải gửi nàng vào một trường bà Phước ở Sài gòn. Bảy Thanh -đó là tên mẹ Vân- sống một đời xa hoa ở Hà Nội, hết làm sạt nghiệp người này, đến làm tan cửa nát nhà người khác, trong làng chơi không ai là không biết tiếng, nhưng riêng Vân, cô học sinh thơ ngây ở trường bà Phước vẫn tưởng mẹ mình là người lương thiện, chỉ biết có việc buôn bán để nuôi con.

Trong lúc học trường bà Phước, Vân đã quen biết được Di, một thiếu niên mới ở Pháp về và có bằng cử nhân luật. Hai bạn trẻ rất yêu mến nhau, Vân từ biệt trường bà Phước, cùng đi một chuyến xe hỏa ra Hà Nội với Di. Về với mẹ và thấy những cử chỉ, hành động cùng sự xa hoa của mẹ, nàng đã hơi ngờ vực, nhưng mẹ nàng là một gái đĩ điêu ngoan, có tài bưng bít, nên nàng một lòng kính yêu mẹ, tin cậy ở mẹ.

[1] *Phụ nữ Tân Văn* xuất bản ở Sài Gòn còn báo *Đàn bà mới* xuất bản năm xưa ở Sài Gòn và *Đàn bà* hiện xuất bản ở Hà Nội do Thụy An chủ trương.

Nhưng sự xa hoa vô độ đưa Bảy Thanh đến cảnh nợ nần; mụ nợ nhiều quá, nên muốn gả con cho Phủ Tịch để Phủ Tịch trả nợ cho mình. Vân không thể dứt tình được với Di, tuy mẹ nàng muốn cho nàng cảm động, đã nói dối nàng rằng cuộc hôn nhân do ở ý định của cha nàng trước khi từ trần. Di viết thư nói cho Vân biết cuộc đời trụy lạc của mẹ nàng. Nghe nàng nói lại mẹ nàng thú nhận cả: sở dĩ Bảy Thanh phải lạc vào cảnh giang hồ là vì cha Vân và về sau, cũng vì cả Vân nữa; Bảy Thanh đã bị chồng lừa, đã phải mưu sự sống cho con gái và cho mình. Vân cảm động, vâng theo lời mẹ nàng hi sinh tình yêu, đành lấy Phủ Tịch để mẹ có tiền trả nợ. Nhưng rút cục, vợ Phủ Tịch đánh ghen, cha Phủ Tịch đe dọa, nên anh chàng mê gái đành thúc thủ, đành phải xin nghỉ quan, về làm đồn điền cho cha.

Thế là Bảy Thanh không thoát được cái nạn bị tịch ký, còn Vân phần thì bị nhục nhã, phần thì đã trót dứt tình với Di, tuy đối với Di, nàng vẫn một lòng yêu dấu. Hai mẹ con sa vào cảnh bần hàn, phải thuê một gian nhà nhỏ ở một xóm tại Thái Hà. Vân muốn trông vào nghề may vá và dạy dăm ba đứa trẻ để sống lần lữa qua ngày, nhưng mẹ nàng đã quen nghề bòn rút, nên chỉ muốn trông cậy vào một vài tình nhân cũ. Đến khi Vân ốm, Bảy Thanh lại quay về cuộc đời trụy lạc để nuôi con. Vân ngờ vực mẹ: một hôm nào thuê xe theo sau xe mẹ, thấy mẹ đến một chỗ hẹn hò ở bờ sông Cái, và người đàn ông đứng chờ mẹ nàng lại chính là Di, ý trung nhân của nàng! Nàng tức uất lên, vội gọi mẹ. Lúc đó, Di mới nhận ra Bảy Thanh và Vân. Di đâm ra ngờ vực cả cái đời trong sạch của Vân. Người con gái thơ ngây phẫn uất quá, lại đang ốm nên trở về nhà hóa sơn động hơn và chẳng bao lâu từ giã cõi đời trước sự thương tiếc của mẹ nàng và sự hối hận của Di người đã nghi oan cho nàng.

Một tiểu thuyết đặc tình cảm: tác giả đem mối tình ngày xưa, trong trẻo của Vân để đối với cái tâm hồn trụy lạc và gian trá của Bảy Thanh, mẹ nàng; rồi tác giả lại đem cái tình tính cao thượng và thủy chung của Di để đối với những tính tình đáng bị nguyền rủa của bọn Phủ Tịch, Bảo, Huyền, nhân tình của Bảy Thanh.

Truyện lại xây dựng trong một khuôn tôn giáo. Có ba vai chính: Vân, Bảy Thanh và Di, thì cả ba đều mộ đạo đều tin tưởng ở trời, ở Đấng Cứu Thế.

Lẽ tự nhiên, Vân là người giàu lòng tín ngưỡng hơn cả những kẻ ăn xin, đối với người nào cũng là những người "đã có hạnh phúc mang một sứ mệnh của Trời xuống cho những kẻ giàu có". Vì chính họ là những kẻ nhắc cho người giàu "Tiết chế bớt sự xa xỉ lại và nghĩ đến những kế nghiệp; họ là cái cầu dẫn ta đến Thiên Đường" (trang 55).

Rồi mỗi khi nàng buồn, nàng lại cần sự an ủi trong *Thánh kinh*. "*Nàng giở đoạn Chúa Cứu Thế vác cây Thánh giá lên chỗ tử hình. Chưa bao giờ cái đoạn thảm sầu ấy lại làm cho nàng xúc động đến thế*" (trang 81).

Vân vốn là một thiếu nữ tính tình mềm yếu, nên đến khi biết mẹ là "một gái giang hồ", lại thấy Di là người yêu của nàng đã xa cách, nàng cảm thấy nàng như bị sa vào cõi sa mạc mênh mông và chỉ có cách an ủi là đến nhà thờ cầu nguyện. Hãy đọc đoạn văn miêu tả cả những sự tin tưởng êm đẹp của người con gái giàu tưởng tượng:

"Trên bàn thờ Chúa và những bàn thờ nhỏ chung quanh, vài ngọn nến le lói trong bóng nửa tối nửa sáng. Ánh nến rập rờn làm linh động những pho tượng, những bức tranh. Mặt Đức Bà như càng lúc càng rầu rỉ thêm và cứ dần dần sát xuống mặt Vân và hai bàn tay mềm dẻo của người thường chấp lại, nay từ từ rời ra và đang xoa trên cái trán rạo rực nóng bừng của Vân. Vân tưởng hít thấy cái hơi thở thiêng liêng của Người và nghe Người thì thào như một làn hơi gió: Hỡi con! Hãy đem nỗi đau khổ gửi vào lòng ta đây!

"Vân ngã đầu tựa vào bức tường mà lúc bây giờ Vân mơ màng thấy ấm ấm như tựa vào ngực Đức Bà. Một câu chuyện bắt đầu giữa nguồn an ủi muôn năm và nỗi đau đớn cực điểm".

Di cũng là một người mộ đạo như Vân. Mỗi lần chàng muốn tìm sự an ủi, khi chàng hối hận, chàng đều vào nhà thờ cầu nguyện. Tác giả muốn đặt chuyện vào một khuôn tôn giáo, cho nên đến Bảy Thanh, một người mẹ tàn nhẫn lừa lọc cả con, cũng tin có Trời. Khi ngồi trên xe định đến nhà lão thầu khoán Bảo để xoay tiền, mụ cũng lẩm bẩm cầu nguyện: "Lạy Trời phù hộ cho con thành công! Lạy Trời phù hộ cho con thành công!" (trang 145). Sự tin tưởng ấy cũng không phải vô lý. Bảy Thanh, cũng như nhiều gái giang hồ khác, là một người đàn bà có một tâm hồn phức tạp. Mụ tin tưởng ở Trời khi mụ lo lắng, khi mụ ao ước một mối lợi, nhưng đến khi mụ thấy việc của mụ thất bại thì đến Vân là đứa con mụ yêu thương nhất, mụ gửi vào rất nhiều hi vọng nhất, mụ cũng hành hạ đủ điều.

Riêng Vân là một thiếu nữ mà tâm hồn lúc nào cũng trong sạch lâng lâng. Nàng giàu tình cảm, nên tuy là tuân theo lời mẹ lấy Phủ Tịch, nàng vẫn vấn vương âm thầm với Di trong tưởng tượng. Hãy nghe tác giả tả sự nhớ nhung nồng nàn của Vân trong đêm khuya.

"Nhưng khi ban ngày Vân thế, còn ban đêm mới thật là lúc Vân sống mãnh liệt với bao tình thương nhớ, với những kỉ niệm của Di. Trong thâm tâm Vân nghĩ rằng chả còn bao lâu nữa Vân sẽ mang tên người khác, sẽ chết hẳn cả cuộc đời, Vân muốn sống hoàn toàn về

tâm hồn với Di trong cái thời gian sung sướng còn lại ấy! Vân tỉnh mỉnh chuyện thầm với một Di với mình, những thật đã hiển hiện cả xương cả thịt ở bên Vân giữa lúc đêm khuya lặng lẽ!" (trang 127).

Cái tâm hồn đa cảm ấy, trong cảnh nghèo nàn, cũng có những ý nghĩ nên thơ. Vân ốm, nhà túng vẫn, nàng thấy mẹ nàng bay đi, nên có ý ngờ vực mẹ lại quay về cuộc đời trụy lạc để có tiền.

Đến khi nghe mẹ nói: "má không đi nữa" Vân rất lấy làm vui sướng:

"Vân thở dài như rút được một mối băn khoăn nặng nề, và biết bà Thanh đang có điều suy nghĩ, Vân giả cảnh quay mặt vào vách, nhưng óc nàng lẫn vẫn nghĩ: "Làm thế nào cho mẹ con ta có tiền". Nàng nhớ ngay đến chuyện những con chim quạ mang bánh đến nuôi sống những nhà tu hành ẩn dật đời xưa. Nàng ước ao mẹ con nàng cũng được cái may mắn ấy. Có lẽ bây giờ này nhắm mắt lại, lần nữa mở ra, đã có sẵn sàng cả mọi thứ cần dùng" (trang 214).

Khác với tất cả những tiểu thuyết tình cảm phần đông nhà văn Việt Nam, Một Linh Hồn của Thụy An là một tiểu thuyết đượm rất nhiều màu tôn giáo. Mỗi khi một nhân vật chính trong truyện như Vân và Di- muốn giải điều phiền muộn muốn tìm sự an ủi lại là tìm đến Đấng Cứu Thế, tìm đến Đức Bà; vì thế mà họ không bị những phản động lực làm cho họ sôi nổi điên cuồng. Họ là những tâm hồn bình thản, chịu đựng được đau đớn và sẵn lòng hi sinh.

Đối với cái chết rất khổ não của Vân, giá phải một thanh niên khác, có thể điên cuồng lên được, nhưng Di, một thanh niên cũng mộ đạo như Vân, chỉ gục đầu, khóc tấm tức: "Xin theo ý Trời", sau khi nghe ông cố giảng giải: "*Con hãy bắt chước nàng. "Con không thấy tất cả những sự hy sinh tốt đẹp của nàng đều chan chứa một lời cầu nguyện phục tùng: " Lạy Trời! xin theo ý Trời định đó sao*" (trang 228).

Hàn Mặc Tử đã đem vào thi ca Việt Nam lòng tin tưởng ở đạo Gia-Tô với một giọng say sưa đằm ấm. Thụy An cũng xây dựng cho tiểu thuyết của bà có những nhân vật tin cậy ở đẳng cấp Đấng Cứu Thế ở Đức Mẹ Đồng Trinh và sẵn lòng nhịn nhục, hi sinh.

Nhưng đọc *Một linh hồn*, người ta nhận thấy điều này không được thiết thực: Hà Nội chưa tới cái trình độ có một gái giang hồ sang trọng như Bảy Thanh, có lẽ tác giả đã đem cái khung cảnh Nam Kỳ là nơi tác giả đã từng ở lâu năm ra đất Bắc. Điều thứ hai nữa là đọc *Một linh hồn*, người ta vẫn chưa có cảm tưởng mình sống trong truyện cùng với các nhân vật. Có lẽ Thụy An đã tả Bảy Thanh bằng những nét bút thô bạo quá và tả Vân bằng những nét mềm yếu quá chăng?.

Tuy vậy, *Một linh hồn* cũng đáng kể là một tiểu thuyết xuất sắc của phụ nữ Việt Nam từ trước đến nay: tác giả đã giàu tưởng tượng, truyện lại xây dựng một cách vững vàng, chắc chắn.

*** MỘT CHÚT TRẦM TƯ**

Nhà phê bình Vũ Ngọc Phan đã có cái nhìn thật lạc quan, vẽ phác một viễn ảnh văn xuôi Công giáo, trong đó nhà văn nữ này sẽ đóng vai trò đi đầu như vai trò của thi sĩ Hàn Mạc Tử trong lãnh vực thơ Công giáo. Thế nhưng ít ai biết rằng hai năm trước khi qua đời, bà đã quy y Phật giáo. Trên trang nhà của Lưu tộc Việt Nam, ta đọc thấy:

Nhà văn THỤY AN - LƯU THỊ YẾN (1916 - 1989):

Bút danh Thụy An tên thật là Lưu Thị Yến, sinh ngày 21-9-1916 tại làng Hòa Xá, huyện Ứng Hòa, Hà Đông, qua đời tại Sài Gòn ngày 10-6-1989, hưởng thọ 74 tuổi. Năm 13 tuổi, bà đã có thơ đăng trên báo Nam Phong (1929) và 3 năm sau, lại nhận được giải thưởng văn chương của triều đình Nhà Nguyễn. Bà là Nhà báo nữ đầu tiên chủ trương các tờ Đàn bà mới, tại Sài Gòn, từ 1934, và Đàn bà, Hà Nội, 1937. Bà là Nhà văn nữ tiên phong với tiểu thuyết Một linh hồn (năm 1942).

Chồng Lưu Thị Yến là nhà văn, nhà giáo Bùi Nhung (bút hiệu là Băng Dương, em ruột học giả Bùi Kỷ), sinh được 7 người con. Năm 1949 thì ly thân với chồng, Thụy An - Băng Dương chỉ sống ly thân, nhưng không ly dị vì cả hai đều theo đạo Thiên Chúa giáo.

Trong thời kỳ Nhân Văn-Giai Phẩm, nhà văn Phan Khôi nhận Lưu Thị Yến là con nuôi. Sau khi báo Nhân Văn và Giai Phẩm bị đình bản, bà bị bắt năm 1958 và trong phiên tòa ngày 21 tháng 1 năm 1960 xét xử bà tại Hà Nội, nhiều nhân chứng đều cho rằng bà đã có ảnh hưởng không nhỏ đối với một số văn nghệ sĩ tham gia phong trào này. Tuy nhiên, những người trong cuộc như Nguyễn Hữu Đang, Lê Đạt phủ nhận sự tham gia của bà trong nhóm.

Năm 1973, Lưu Thị Yến cùng với Nguyễn Hữu Đang, cũng bị tù vì vụ Nhân Văn Giai Phẩm, được thả trong diện "Đại xá chính trị phạm trong hiệp định Paris". Vào Thành phố Hồ Chí Minh, bà quy y ở Chùa Quảng Hương Già Lam năm 1987, pháp danh Nguyên Quy, và mất năm 1989, tại nhà riêng ở đường Lê Văn Sỹ.[2]

Quan điểm xã hội của Thụy An đã có xã hội phán xét. Tài năng văn chương của bà đã có nhà phê bình Vũ Ngọc Phan nhìn nhận.

---

[2] http://luutoc.vn/vi/?go=detail/1/9/2014/LBiDD/News/nu-van-si-thuy-an-_-luu-thi-yen-(1916-1989).dhtml

Về phía văn chương Công giáo, hai tác giả Nguyễn Thị Bích Hạt và Nguyễn Thị Thắm gọi sự xuất hiện của bà là đợt nẩy mầm thứ nhất[3]. Còn bà có phải là một nhà văn Công giáo chăng, nhà phê bình Bùi Công Thuấn bảo rằng chưa[4]. Riêng tôi, ở đây, tôi chỉ xin chia sẻ cái nhìn của một linh mục[5].

Tiểu thuyết Một linh hồn được đề tặng một linh mục. Trong câu chuyện, nhân vật Di khi gặp phiền muộn đã đến với một linh mục. Hai chi tiết ấy cho thấy tác giả có một cuộc sống đạo hạnh tích cực, năng động và cởi mở.

Tác giả Thụy An đã viết 25 bài chia sẻ về cách gìn giữ hạnh phúc gia đình. Thế nhưng rồi chính gia đình của tác giả đã không bền vững và cuối đời bà đã quy y để tìm bình an với kinh nghiệm của các Phật tử.

Đây là trường hợp quy y duy nhất mà tôi được biết, còn chuyện khủng hoảng đức tin thì tôi đã từng đồng hành với sáu tác giả nữ và hai tác giả nam. Qua những trường hợp ấy, tôi nhận ra rằng:

- Cần xây dựng lại các khóa bản giáo lý cho đúng sư phạm hơn, làm sao để học viên có được thói quen tự lập, tự nguyện, thường xuyên đọc Lời Chúa để đào sâu đức tin.

- Cần giúp các tác giả văn thơ nói riêng cũng như các văn nghệ sĩ nói chung vượt lên khỏi cái nhìn duy luân lý và tiến sâu vào đời sống hiệp nhất với Thiên Chúa. Chỉ có cuộc sống nhiệm giao mới giúp họ đứng vững trước những thử thách cuộc sống.

- Các nữ tu cần được trang bị kinh nghiệm chia sẻ về đời sống tâm linh, cách riêng là về ơn phân định, để giúp đỡ chị em phụ nữ nói chung và các nữ văn nghệ sĩ nói riêng.

- Các anh chị em văn nghệ sĩ Kitô giáo cần có sinh hoạt gặp gỡ, chia sẻ về đời sống tâm linh.

Trở lại hoàn cảnh tác giả Thụy An, sau những năm dài bị tù, bà chuyển chỗ ở vào Sài Gòn, nhưng giữa Sài Gòn xa lạ biết tìm ai cảm thông ngoài sách vở. Những trang sách và những thực hành đầy thuyết phục đã giúp bà tìm được bình an tâm lý, cùng với những người

---

[3] Nguyễn Thị Bích Hạt và Nguyễn Thị Thắm, *Bước dò dẫm của các cây bút nữ Công giáo Việt Nam,* trong sưu tập này, trang 1020.

[4] Bùi Công Thuấn, Đọc lại tiểu thuyết *«Một linh hồn»* của Thụy An, https://www.vanthoconggiao.net/

[5] Phần suy tư này đã đã có đăng trên *Tuyển tập Mục Đồng* số 19, 2021, ở đây tác giả quảng diễn và sắp xếp lại cho thêm rõ ý hơn.

bạn mới trên hành trình kinh nghiệm mới, bà tìm đến chùa nhận một pháp danh, theo tôi, đó là điều bình thường dễ hiểu như những môn đệ bỏ đi Emmau... Tiếc rằng nếu như có một ai cùng sánh bước với bà trên đường chiều thuở ấy, cùng trao đổi câu chuyện, chắc hẳn ta đã được nghe người trong cuộc kể lại một kết cục khác.

Một khi đã được lãnh bí tích Thánh tẩy, ấn tích không phai mờ. Nếu tác giả đã coi việc quy y như việc phủ nhận đức tin, thì có lỗi với Chúa nhưng vào phút cuối ăn năn thống hối thì vẫn được Chúa tha - và bình thường thì những người thiện chí đến phút cuối đều được ơn quay về. Thánh Phêrô chối Chúa ba lần, sau đó vẫn cứ là Giáo hoàng đầu tiên của Giáo hội Công giáo, thì Thụy An chỉ một lần nhận pháp danh đâu dễ gì mất được ấn tích của phép Thánh tẩy!

Theo tôi, câu chuyện nữ sĩ Thụy An Hoàng Dân rất đáng cho Giáo hội phải suy nghĩ thêm về việc chăm sóc mục vụ cho các văn nhân nghệ sĩ thuộc các ngành nghệ thuật khác nhau. Giáo hội cần đồng hành với các tác giả và nâng đỡ họ, cách riêng là các tác giả nữ. Lắm điều họ không biết trao đổi với ai.

Họ cần gặp một linh mục, một nữ tu, hoặc ít ra một tín hữu có chiều sâu tâm linh biết đồng cảm với tâm hồn nghệ sĩ. Cần có những câu lạc bộ cho giới giáo dân sinh hoạt nghệ thuật, những thánh lễ, những buổi tĩnh tâm dành riêng cho họ. Sau khi được gặp bóng dáng của Thiên Chúa qua những vẻ đẹp của các thụ tạo, họ cần được gặp gỡ chính Thiên Chúa là Đấng Toàn Chân, Toàn Thiện và Toàn Mỹ.

Lm. Trăng Thập Tự

MƠ VỀ NƯỚC CHÚA

Hồ Dzếnh

Tặng Nguyễn Hồng Phúc

Năm tôi còn nhỏ, vào khoảng chín mười tuổi gì đó. Nhà tôi ở gần ngay nách nhà thờ, xẻ đôi ra bằng một con đường nhỏ viền hoa bụt, và là lối đi độc nhất vào làng. Vì nhà ở gần giáo đường như thế, nên tôi thường được nghe đọc kinh vào buổi tối, những hôm có chầu hay các lễ khác. Cứ kể ra thì nhà tôi còn to hơn nhà thờ đến hai gian, đẹp và rộng hơn.

Trong những người đi lễ, tôi chú ý đến một cô gái vào trạc tuổi tôi, cổ đeo cái ảnh Đức Bà bằng vải thêu, và trên mặt có dăm nét ngớ ngẩn. Những lúc chăn bò ở chung quanh nhà thờ, cô ta vẫn đọc hàng tràng kinh với những tiếng rất kỳ lạ, mà ngày nay, tôi không sao nghe rung động được ở đôi môi khác nữa. Dĩ vãng có một ấn tượng mãnh liệt, với những sự thấy và nghe đượm một màu sắc khác thường.

Người con gái ấy tên là Thi. Tóc cô ta dài và mượt, mặt phúc hậu và hiền lành. Cô có đạo gốc, nên sinh ra là được rửa tội ngay rồi. Giọng nói cô ta cũng khác nữa. Chữ "tr" thì đọc chạnh ra "l", "d" thì biến ra "r" và nhiều nữa. Có lần đánh khăng với cô ta xong, về nhà tập nói lại những tiếng ấy, tôi thấy giọng nói của mình dơ dáng quá.

Chúng tôi thả bò cho tự do ăn cỏ, rồi họp thành đôi bạn chơi khăng. Chúng tôi sống tách hẳn các trẻ khác ra, vì cũng như tôi, Thi cho là những tâm hồn ấy không hợp với nàng. Tôi là con nhà giàu nên được chúng nể. Thi, trái lại, xuất thân từ một dòng bạch đinh (tôi dùng chữ bạch đinh theo ý tôi, nghĩa là nghèo) nên thường bị chúng chế. Thi biết mình lép vế, nên không đáp. Nàng nhìn tôi, tôi nhìn nàng...

Tôi thích vào nhà thờ nghe đọc kinh, xem lễ. Những tối nhà thờ đóng cửa, tôi thấy lòng buồn vô hạn. Tôi thờ thẫn đi vòng quanh đấy, miệng lẩm nhẩm đọc những đoạn kinh tôi nhớ, hay mơ màng phác vẽ nét mặt Thi.

Trong nhà thờ, người ngồi ngăn làm hai bên: bên nam và bên nữ. Bên nam đọc, thì bên nữ thưa, và ngược lại. Tôi đứng ở dưới cùng, đưa mắt nhìn lên các tượng to, nhỏ, mồm há ra khi nghe cất lên cái giọng đều đều và buồn hơn tiếng xẻ gỗ.

Nhiều lần đương chơi ngoài sân, chợt nghe tiếng kinh ngân, tôi bỏ chạy sang nhà thờ, và trăm lần, nhìn về một chỗ bên trái, tôi đều gặp mắt Thi nhìn tôi...

Bên trên đầu hai tôi, ngày vui vẫn phấp phới, ánh nắng reo trong sự vô tư. Thi vẫn đến nhà thờ, và nhờ ở sự năng đi lễ, tôi đã nhớ được những bài kinh khó nhớ.

Một hôm, tôi hỏi Thi:

- Cứ ngày nào đi lễ, Thi cũng ăn cái gì như là đồng hào ván ấy?

Thi đáp bằng một giọng kỳ lạ và láu táu hết sức:

- Mọi tội trọn lành mới được chịu Mình Thánh; những lúc ấy Thi không có tội đâu nhé!

Tôi không hiểu, hỏi lại:

- Thi nói cái gì mà dãi dài dài thế?

Thi nhìn tôi, vừa nói, vừa đưa tay như người định bắt chuồn chuồn:

- Thi bảo thế này này: Thi bảo có tội thì không được ăn bánh thánh, phải xưng tội đi đã.

- Tội nó ẩn vào lòng Thi, ai mà thấy được?

Thi đờ hẳn mặt ra. Nàng nhỏ quá thì trả lời sao được câu hỏi hiểm hóc như thế.

Tôi không hỏi vặn Thi nữa, thản nhiên chơi đùa với nàng. Thi dạy tôi làm dấu, dấu đơn và dấu kép, dạy tôi gọi Đức Chúa Trời là Đức Chúa Lời, trọn lành là lọn lành, trở lại là lở lại, vân vân... Tôi thấy những tiếng hay quá, nên tập nói suốt ngày. Tôi nói cả với Thi:

- "Lâu" của Thi đâu rồi?

Thi ngơ ngác không hiểu:

- Cái gì mà anh bảo "lâu" thế?

- Trâu ấy mà!

Thi phá ra cười, cái cười sung sướng, cái cười ngọt lịm, cái cười trong sáng như pha lê. Nhưng ngày nay, đã mất theo tiếng cười ấy, tất cả những cái gì là êm đẹp, thuần túy của hai tôi.

Tôi chỉ được sống với Thi, với căn nhà thờ đến thế, vì ba tôi dọn nhà ra tỉnh ở. Hôm ra đi, tôi không gặp Thi. Tôi buồn lắm. Tôi tưởng đến một người con gái từ nay phải chơi một mình...

Mười sáu năm qua. Tôi không một lần trở về chốn cũ, vì đấy không phải là quê tôi. Mười sáu năm qua, và ngày nay tôi đã đi đạo. Nhà thờ ở Hà Nội đẹp quá, to quá; những người con gái đi lễ lại không một ai giống Thi. Hiện tại tầm thường không ghi nổi một dấu vết của quá khứ. Thi lấy chồng rồi, tôi chắc thế, hay Thi chết rồi cũng nên. Người con gái bên giáo hay khóc mếu ngày xưa có biết rằng thằng bé ngơ ngác là tôi bây giờ đã đi đạo...?

* * *

Nhà thờ rộng mênh mông và sâu thăm thẳm. Những người đi lễ đã về hết. Những chiếc ghế dài thườn thượt, sắp hàng đều nhau, chỉ còn thấy tôi và mấy người ở lại. Tôi quỳ lâu lắm, không biết đã đọc những kinh gì, nhưng chắc chắn là đã đọc nhiều.

Đôi lúc, tiếng còi ô tô ngoài đường vang trong gió mát, vang trong cái u tịch của mấy dãy phố vắng, xui tôi nghĩ đến cảnh tượng của phố phường. Lác đác có vài tà áo xanh phơ phất trước mắt tôi, trong một Hà Nội đẹp đẽ thanh nhàn của ngày Chủ nhật. Tôi cố nhắm mắt lại để không tưởng tượng gì nữa, để xua đuổi những cái ám ảnh lặt vặt như người ta quét vội mấy sợi rác bẩn khi nghe có khách vào nhà. Chung quanh tôi, trên cao, vẫn vang um những tiếng thì thào, bí mật. Tôi bối rối quá, tôi tự nhủ thế này:

- Mình hèn thật! Mỗi tuần lễ chỉ đến nhà thờ có một lần, trong hơn một giờ, mà lại đãng trí đến bốn mươi phút. Phải nghiêm trang lại, phải cầu xin, phải...

Nhiều lúc lạc vào đời, bị quyến rũ theo những sự vui vẻ của trần thế, tôi quên mất tôi là người có đạo, một người đã giao kết hẳn hoi với cuộc sống thiêng liêng về sau. Thiên đường hiện ra với tôi rạng rỡ trong ngày tháng vô tư. Địa ngục cũng hừng lên những lửa, vang dậy tiếng hờn oán. Tôi chạy vào trong nhà thờ, sấp mình xuống cầu xin Chúa. Nhưng trong những phút có thể gọi là trong sạch như thế, tôi lại nhớ đến cõi đời, cõi đời vui vẻ. Ngày sống, tôi thấy nó khô với tôi lắm. Nó bị kiềm chế, dè dặt, nên nó luẩn quẩn trong bốn bức thành, không được thoát ra ngoài như con sông chảy ồ ra biển cả.

Ngày đương còn theo học trong một trường nhà dòng ở Trung Bộ, tôi đã có lần điên người lên khi nghe cha bề trên giảng về những tội lỗi. Tôi sợ lắm, tôi sợ phải sa vào ngọn lửa muôn đời, vì dẫu nhỏ mặc lòng, hình như đầu óc tôi không được sạch mấy.

Chúng tôi kháo nhau:

- Thế nào mày! Tội nhiều thế thì nguy mất!

Các bạn tôi hùa nhau vào đời, mạnh dạn, hăng hái, trong khi tôi chỉ dám hé một khe cửa nhìn trộm nó, vừa nhìn vừa sợ.

Cuối năm học đến, chúng tôi thi ra trường. Chuyện đi đạo của tôi đành phải gác lại. Tôi chưa được rửa tội, nhưng vẫn đến nhà thờ, vì quen lệ hơn là vì lòng hoàn toàn tin tưởng. Tôi cố gây lấy một nhân đức tin mạnh. Tôi tự dọa tôi, nghĩ đến những cực hình có thể xảy ra sau khi chết.

Trong một bức thư gửi về cho mẹ tôi, tôi nhớ mang máng đoạn này: “Nếu mẹ cho con đi đạo, tháng tháng con sẽ gửi nhiều tiền về mẹ tiêu.” Ý tôi muốn nói: nếu mẹ tôi cho tôi đi đạo, tôi sẽ ngoan, sẽ thôi vung phí, sẽ dành dụm được nhiều tiền.

Mẹ tôi trả lời: “Con nên xét kỹ những việc con định làm, xem thật có ích không đã. Mẹ không ở gần con nên không thể biết được. Con có tiền gửi về cho mẹ càng hay mà không cũng được.”

Cuối năm sau, tôi được rửa tội. Sự theo đạo, với tôi, là một vinh hạnh lớn, nó phân biệt tôi ra với những người tầm thường.

° ° °

Bây giờ chép lại những chuyện trên, tôi thấy tâm hồn đã khác. Tôi đọc kinh, tôi dốc lòng mến đạo, nhưng tôi vẫn tiếc như đã bỏ qua một sự gì đẹp đẽ quá...

Nhà tôi, đời rồi đời, đã thấy cháy trên bàn thờ những ngọn nến, ngùi lên những que hương. Tôi sinh ra giữa cái ánh sáng dịu dàng, mùi hương thơm ngát ấy, tâm hồn được tiếp xúc ngay với cảnh sắc thân yêu, được buộc ngay vào cội rễ của đất nước. Mặt trời viễn phương tuy đẹp đẽ, tuy thôi miên, nhưng vẫn không giảm được cái thi vị của căn lầu biếc ánh nến... Tôi đua đòi chạy tìm cái chân trời xa lạ, nhưng mỗi lúc dừng chân, tôi vẫn thích quay về Quê Mẹ. Ở đấy mới thực rộn và sôi lên cái gì là lòng, là máu, máu và lòng không vay mượn, không chế tạo, thiết thực và đơn sơ.

Tôi không thể là người con gái ngày xưa sinh ra đã biết làm dấu, đã biết phụng thờ cái mà tiên tổ phụng thờ. Tôi chỉ là người trở lại đạo, hiểu nghĩa đạo mà theo, nhưng chưa chắc đã mạnh lòng tin tưởng.

Trong tiếng chuông nhà thờ mà bóng chiều đem về trên thành phố, tôi mang máng nghe thấy những tiếng chuông buồn bã khác vang ra, rồi quay vòng tròn trên trời, trong ký ức.

A men! Nhưng bên cạnh chữ A men, than ôi! lại còn câu: A Di Đà Phật!

Tháng Chín, 1941

Nguồn:
https://vietmessenger.com/books/?title=chan%20troi%20cu&page=6

TÌNH TỰ DÂN TỘC VÀ TÔN GIÁO CỦA HỒ DZẾNH

Võ Long Tê *[1]

Nhà thơ Hồ Dzếnh

Quê hương và tôn giáo là hai đề tài lớn của thi ca. Đối với Hồ Dzếnh, đó không phải chỉ là đề tài sáng tác nhưng thiết yếu là hai ý lực chi phối toàn diện đời sống... Mang trong người hai dòng máu Hoa Việt, Hồ Dzếnh đi tìm quê hương và đã dành cho nước Việt là quê Mẹ những cảm tình đằm thắm. Trong hành trình tôn giáo, Hồ Dzếnh đã tìm

*[1] Về tác giả, xem trang 342

về nước Chúa và đã được ơn trở lại đạo Công giáo. Đó là hai sự lựa chọn quan trọng mà Hồ Dzếnh đã tiết lộ trong các công trình sáng tác. Xuyên qua những cảnh của tâm hồn hé mở cho khách văn chương, Hồ Dzếnh hiện ra trong sự hòa điệu diệu kỳ của tình tự dân tộc và khát vọng hướng thượng.

Người lữ khách

Trong bài thơ nhan đề là *Chiều,* Hồ Dzếnh tự ví mình như người lữ khách "*"ngỡ hồn mình là rừng, ngỡ hồn mình là mây"* luôn luôn đi tìm kiếm. Từ bờ sông Ghép lặng lẽ chảy qua làng Ngọc Giáp (tỉnh Thanh Hóa)[2] là nơi sinh quán, Hồ Dzếnh đã từng trải qua một thời niên thiếu hiếu học dưới mái trường của các sư huynh Thiện Giáo ở tỉnh thành[3], vào Nam ra Bắc kết bạn với nhiều văn nhân nghệ sĩ. Đến năm 1954 trong hàng ngũ đồng bào miền Bắc di cư vào Nam, chúng ta thấy vắng bóng Hồ Dzếnh. Chúng ta không rõ lý do gì Hồ Dzếnh ở lại Hà Nội mà chỉ có thể ghi nhận rằng từ dạo ấy đến nay, tiếng Hồ Dzếnh không còn vang lên trên thi đàn miền Bắc. Đó là do sự kín đáo của thi sĩ hay sự khắt khe của chế độ?

Nhưng ở miền Nam, Hồ Dzếnh vẫn còn sống động trong chân tình của độc giả. Bài thơ *Chiều* do Dương Thiệu Tước phổ nhạc là một ca khúc được nhiều người ưa thích vì âm hưởng trầm lặng và chứa chan thi vị. Tập truyện ngắn *Chân trời cũ* do nhà xuất bản Hoa Tiên tái bản vào giữa năm 1968 được tiếp đón niềm nở.

Danh vọng của Hồ Dzếnh gắn liền với danh vọng một thi sĩ tài hoa khác vừa quá cố: chúng tôi muốn nói đến Đinh Hùng, tác giả *Mê hồn ca* do nhà xuất bản Tiếng Phương Đông xuất bản ở Hà Nội vào đầu năm 1954.

Giám đốc nhà xuất bản Tiếng Phương Đông chính là thi sĩ Hồ Dzếnh, thành thực chúng ta có thể nói rằng mặc dầu nội dung thơ Đinh Hùng không phù hợp với đức tin của Hồ Dzếnh, tình bạn đượm tình thơ đã giúp cho quảng đại quần chúng đọc thơ Đinh Hùng trước đó chỉ có thơ in trong các tạp chí hay giai phẩm. Hồ Dzếnh đã nói rõ điều này trong bài tựa *Mê hồn ca* ký tên là *"Nhà xuất bản Tiếng Phương Đông"*

"Có người bảo thơ Đinh Hùng không "phục vụ". Nhưng đó lại là điều tôi cố tránh nói ra đây. Tôi nghĩ rằng, đọc một cuốn thơ để ghi lấy một đoạn đường thơ, điều cần nhất là ta phải cảm thông, rung động hoàn toàn với nhà thi sĩ: ta muốn là thi sĩ, dầu chúng ta khác cuộc đời, nghĩa là không cùng quan niệm.

---

[2] Xem truyện *Ngày gặp gỡ* trong *Chân trời cũ* trang 20.

[3] Xem truyện *Mơ về Nước Chúa* trong *Chân trời cũ* trang 60

Song le, quan niệm khác nhau không ngăn cản một đồng cảm sâu xa. Biết hiểu biết yêu, quan niệm hay lý tưởng của ta có thể sáng suốt. Huống chi đây, là một sự nghiệp tận tụy trong mười mấy năm đằng đẵng những kỳ hoa dị thảo trong khu vườn văn học.

Hai mươi năm nay, Đinh Hùng là một nhà thơ cô đơn. Nhưng từ lúc này nhà thơ không còn lẻ loi nữa: tác phẩm của thi sĩ gởi đi được cuộc đời đón nhận."

Năm 1954 Đinh Hùng di cư vào Nam trong hành trang có mấy trăm tập *Mê hồn ca* in xong vừa ráo mực. Chúng tôi lúc bấy giờ trân trọng đón nhận thi phẩm chan chứa cái thi vị kỳ diệu chưa từng có trong thơ Việt. Nhưng điều làm chúng tôi ngạc nhiên thích thú không kém là thái độ thông cảm cởi mở của Hồ Dzếnh thể hiện trong bài tựa. Một thi sĩ Công giáo đã kết thân với một thi sĩ khác tôn giáo, đó là một phát giác quan trọng của tập *Mê hồn ca,* chứng tỏ Hồ Dzếnh không sống trong một cộng đồng khép kín. Khách yêu thơ đã chào mừng sự có mặt của Đinh Hùng trên thi đàn miền Nam từ dạo ấy. Cho nên chúng ta không hề ngạc nhiên khi hoài niệm Đinh Hùng, nhà văn Mai Thảo đã dành cho Hồ Dzếnh những cảm tình nồng hậu và đã trân trọng mệnh danh thi phẩm của Hồ Dzếnh là những giọt sương hoa trong bài hồi ký trên tạp chí *VĂN*. Trên những nẻo đường nghệ thuật, Hồ Dzếnh đã có bạn đồng hành tri kỷ.

Tác phẩm

Nói theo văn ảnh của Mai Thảo, tác phẩm của Hồ Dzếnh dần đưa chúng ta vào một thế giới lung linh ảo diệu, phảng phất hương hoa và mát dịu hơi sương, trong đó thực tại hàm súc chất thơ của mơ mộng và mơ mộng linh hóa vị trí tầm thường của thực tại.

Văn học Công giáo

Nếu cái trong suốt chứa đầy thiện cảm của Hồ Dzếnh đã tạo nên một trời thơ thanh tú dịu dàng:

Trời đẹp như trời mới tráng gương
Chim ca ánh sáng rộn ven tường
Có ai bên cửa ngồi hong tóc
Cho chảy tan thành một suối hương.

Chúng ta vẫn gặp những thi liệu quen thuộc ánh sáng, tiếng chim, suối tóc, giai nhân nhưng chúng ta ngạc nhiên như chứng kiến cảnh thanh bình chưa vẩn đục mùi tục lụy. Đó là dấu hiệu của thi tài.

Ấn tượng nổi bật trong thơ văn Hồ Dzếnh là sự thành thực dễ cảm, nhất là những khi nói về quê hương đã lựa chọn. Tinh thần gia tộc thâm sâu và sự hòa đồng trong tình mến yêu nước Việt là những chủ đề của tập thơ đầu *Quê Ngoại,* tập truyện ngắn *Chân trời cũ* và tập thơ thứ hai *Hoa Xuân Đất Việt.* Chúng ta cảm động trước sự lựa chọn dứt khoát, được trình bày với một giọng văn đôn hậu, thấm thía chưa từng có trong văn học nước ta. Đó là một món quà nhập tịch vô cùng quý báu.

Đức tin Công giáo thấm nhuần các tác phẩm vừa kể, đặc biệt trong những bài tùy bút, hoặc đăng rải rác trên tạp chí *Thanh Niên* do nhà văn Công giáo Phạm Đình Khiêm làm chủ nhiệm và xuất bản trước ở Nam Định, sau ở Hà Nội từ 1941 đến 1948, hoặc in chung trong tác phẩm tập thể nhan đề là *Tác Phẩm Đầu Xuân* xuất bản ở Hà Nội năm 1944.

Chúa đã mời gọi Hồ Dzếnh và Hồ Dzếnh đã tìm được một quê hương lý tưởng.

Nhớ màu quê khát gió quê

Nói đúng ra Hồ Dzếnh không hề quên quê cha. Nhưng tổ quốc Trung Hoa của Hồ Dzếnh được dệt bằng những hoài niệm súc tích nhờ sự đọc sách hay giao tiếp với người bên họ nội, xét ra chưa đủ thâm sâu để có thể trở nên tình tự dân tộc.

Bài thơ nói về quê cha chỉ trưng dẫn những khái niệm địa lý văn học, xét ra có bề rộng của kiến thức mà thiếu vắng sự sống thực.

Tôi nhớ mầu quê khát gió quê
Mây ôi ngừng đợi cánh ta về
Cho ta trông lại từng xanh thắm
Ngắm lại bài thơ "Phương Thảo Thê"
"Liễu Động Đình" thơm chuyện hảo cầu
Tóc thề che mướt gái Tô Châu
Bâng khuâng trăng sáng trời Viên Hán
Một giải Giang Nam nước rợn màu
Ai hát mà nay gió vẫn thơm?
Ai đâu, non nước não âm đờn
Chiêu Quân nếu mãi người cung Hán
Thi tứ tìm đâu nét tủi hờn.

Trong tiềm thức tích lũy từ nhiều thế hệ, Hồ Dzếnh vẫn hướng về nước Tổ. Thuở nhỏ có lần Hồ Dzếnh đã từng chống đối tiêu cực khi thầy giáo la mắng và xúc phạm đến danh dự nước Trung Hoa. Đó là trường hợp Hồ Dzếnh và người cháu vi phạm kỷ luật nhà trường do chính Hồ Dzếnh kể lại như sau:

"Một hôm khác, đương buổi học, tôi được thầy giáo bên lớp Ba cho gọi sang. Thầy vừa bảo tôi vừa chỉ thằng đứa cháu đương quỳ ở cuối lớp.

Có phải thằng nay là cháu anh không? Sao anh không bảo nó mua giấy đóng vở học?

Tôi sợ quá, không biết đáp thế nào thì thầy đã tiếp:

Tôi bảo nó mua vở tất cả bốn lần, mà vẫn chưa có. Nếu chiều nay không có nữa thì đừng trách tôi ác nhé! Rõ đồ Tàu!

Câu nói sau cùng vừa hết, tôi thấy nổi dậy trong lòng nỗi công phẫn cái đau đớn khi có người dầu là người trên chạm đến quốc thể tôi. Tôi nói:

Thưa thầy, sách vở nó thiếu để con mua. Nhưng thầy đừng mắng chúng con như thế thì hơn.

Giọng tôi nói hơi bướng làm thầy đỏ mặt. Và tiếp theo câu mắng: "Đúng là đồ... Tô Định!" một tờ giấy kê khai rõ tội lỗi gởi lên ông Đốc trường. Tôi bị phạt về tội hỗn, bị quỳ hơn hai tiếng đồng hồ. Lần đó là lần đầu trong đời học sinh, tôi cảm thấy vui vẻ trong lúc chịu phạt" (trích truyện Thằng Cháu Đích Tôn, trang 143-144).

Tình yêu tổ quốc xa vắng khiến Hồ Dzếnh dành những cảm tình tốt đẹp cho những người thân yêu có liên hệ nhiều hay ít đến Trung Hoa. Hồ Dzếnh thông cảm sâu xa với thân sinh trong những lúc chạnh nhớ quê nhà: *"Lắng biết mọi người đã ngủ yên cả, vị thần tử của Giang sơn Trung Quốc (tức thân sinh của Hồ Dzếnh) vắt chân chữ ngũ khe khẽ ngâm một bài thơ cũ"* (trích truyện *Ngày gặp gỡ* trang 27). Người chú keo kiệt hóc hiểm từ Tàu sang thăm để bòn rút gia sản của cha mẹ Hồ Dzếnh, đối với Hồ Dzếnh vẫn là hình ảnh của Tổ Quốc. Sau khi người chú đáp tàu hỏa về Tàu và sẽ không bao giờ trở lại nữa, Hồ Dzếnh theo dõi như nuối tiếc: *"Lần đầu tiên khói tàu hỏa che lấp bóng chú Nhì, ngừng lại trong mắt tôi lâu lắm"* (trích truyện *chú Nhì*). *"Người chị dâu gốc Trung Hoa quý phái, yêu tôi và cho tôi nhiều tiền. Mà chị dâu tôi đẹp thiệt, nói là yểu điệu thì đúng hon"*, (trích *Người Chị Dâu Tôi,* tr. 32). Khi gia đình sa sút, *Thằng Cháu Đích Tôn* mang trong người nhiều máu Trung Hoa hơn, đã được Hồ Dzếnh yêu thương nhiều hơn hết, một phần là vì nó như hiện thân của nước Trung Hoa đau khổ: *"Cuộc cách mạng vĩ đại nhất của đất nước Trung Hoa, tôi tin như thế, nếu đã tạo ra những Tôn Dật Tiên, tôi tin như thế, những chính khách khác, thì nó cũng đã tạo nên thằng cháu tôi, một tâm hồn dạn dày và đau khổ. Có khác là những bộ mặt trên được sáng ngời qua lịch sử, còn cái dưới thì bị chìm đắm trong tối tăm"*. (Trích truyện *Thằng Cháu Đích Tôn).*

Chính Hồ Dzếnh đã thú nhận chưa có đầy đủ tình tự về tổ quốc Trung Hoa: *"Tôi nghĩ đến cái tổ quốc Trung Hoa với những manh áo chàm giang hồ khắp tứ xứ, cái tổ quốc mà tôi chưa từng thấy bao giờ'"* (trích truyện *Người Chị Dâu Tôi,* tr. 35)

"Đất nước Việt Nam của tôi"

Hồ Dzếnh đã lựa chọn một quê hương và khẳng định *"Đất nước Việt Nam của tôi"* (trích truyện *Thằng Cháu Đích Tôn,* tr. 136), chính Hồ Dzếnh đã giải thích sự lựa chọn ấy nhưng không hề che giấu tính chất bi đát của nó:

"Hồn tôi chỉ đầy đủ khi nào nó có lẫn một phần lớn linh hồn Việt Nam. Tôi yêu nước tôi thật nhưng tình yêu ấy, trước khi gieo vào tôi, phải được lọc qua màu cây xanh thẫm vây kín lấy những làng mạc thân yêu. Đôi phen lòng tôi se lại nhưng sự se lòng vì một tình cảm khác lập tức được hòa vào trong âm điệu của một thứ tiếng nói âu yếm, cái tiếng nói của trái tim tôi. Ngày xưa cho đến bây giờ nữa hồn tôi nhiều lúc bỏ tôi đi, và áng chừng không tìm thấy phương trời nhất định, lại trở về với tôi, để rồi lại xa tôi như thế, có ai hỏi tôi yêu nước Nam hay nước Trung Hoa, thì tôi chỉ còn biết... khóc! Tôi khó nói ra đây cái tâm trạng phức tạp của một người mà huyết quản chứa đựng hai thứ tinh hoa, ngoài sự để cho lòng mình rung động, rung động đến tận cùng vì một tâm tình nghìn đời không có lời phân giải". (Trích truyện *Thằng Cháu Đích Tôn,* tr. 137)

Sự căng thẳng tâm tình giữa quê cha và quê mẹ đã đặt Hồ Dzếnh trong một trường hợp cực đoan cần phải có một quyết định dứt khoát. Có một lần Hồ Dzếnh định trốn học và trốn mẹ sang Trung Hoa đầu quân kháng Nhật, thể theo tiếng gọi của Tổ Quốc và sở thích phiêu lưu. Nhưng Hồ Dzếnh đã bỏ cuộc vì lý do lưu luyến nước Việt qua tình yêu mẹ:

"Tôi băn khoăn không hiểu vì sao được đi là thú, tôi lại ngần ngại giữa lúc nên đi. Vì Mẹ tôi chăng? Vì nước Nam yêu quý chăng? Có lẽ những ruộng đất, đồi núi ở xứ Trung bộ bình yên như thế này ai xa mà không nhớ được" (trích truyện *Ngày Lên Đường,* tr. 151).

Mơ về Nước Chúa

Trong khi nước Việt đã dành cho Hồ Dzếnh những ơn nghĩa cao trọng, Thiên Chúa cũng ban phát cho Hồ Dzếnh một hồng ân là đón nhận Hồ Dzếnh trong Giáo hội Công giáo. Trong thiên tự truyện *"Mơ về Nước Chúa"* Hồ Dzếnh đã thuật lại hoàn cảnh và tâm trạng sau khi lãnh phép rửa. Hồ Dzếnh tóm tắt ơn trọng ấy trong một câu nói xác định một đức tin không lay chuyển:

"Sự theo đạo, với tôi, là một vinh hạnh lớn, nó phân biệt tôi ra với người bình thường" (trích truyện *Mơ Về Nước Chúa,* tr. 90-91).

Đành rằng không thể lý luận về ơn Chúa, nhưng chúng ta cũng có thể dựa theo lời tự thuật của Hồ Dzếnh để phác họa những nẻo đường bất ngờ đã dẫn đưa Hồ Dzếnh đến đức tin.

Sự huyền nhiệm này khởi đầu vào khoảng Hồ Dzếnh 9-10 tuổi. Ấn tượng sâu đậm còn in sâu vào tâm trí Hồ Dzếnh là ngôi giáo đường ở cạnh nhà, một cô bạn gái đồng tuổi đạo gốc tên là Thi thường đến tham dự thánh lễ và những tràng kinh do các tín hữu đọc chung ở giáo đường hay do Thi thường đọc cho Hồ Dzếnh nghe:

"Năm tôi còn nhỏ, vào khoảng chín mười tuổi gì đó, nhà tôi ở gần ngay cạnh nhà thờ, xẻ đôi ra bằng một con đường nhỏ viền hoa bụt, và là lối đi độc nhất vào làng. Vì nhà ở gần giáo đường như thế nên tôi thường được nghe, đọc kinh vào buổi tối, những hôm có chầu hay các lễ khác. Cứ kể ra thì nhà tôi còn to hơn nhà thờ đến hai gian, đẹp và rộng hơn.

Trong những người đi dự lễ, tôi chú ỷ đến một cô gái trạc tuổi tôi, cô đeo cái ảnh Đức Bà bằng vải thêu, và trên mặt đậm nét ngớ ngẩn. Những lúc chăn bò ở chung quanh nhà thờ, cô ta vẫn đọc hàng tràng kinh với những tiếng rất kỳ lạ, mà ngày nay tôi không sao nghe rung động được ở đôi môi khác nữa. Dĩ vãng có một ấn tượng mãnh liệt, với những sự thấy và nghe đượm một màu sắc khác thường. " (trích truyện *Mơ Về Nước Chúa*, tr. 85)

Một tình bạn trong sạch đã kết thân đôi trẻ thơ ngây. Hồ Dzếnh thường đi lễ với Thi và do đó đã thuộc lòng rất nhiêu bản kinh khó nhớ. Chính Thi là người đầu tiên đã giảng cho Hồ Dzếnh nghe về phép rước Mình Thánh Chúa:

"Một hôm tôi hỏi Thi:

- Cứ ngày nào đi lễ Thi cũng ăn cái gì như là đồng hào ván ấy?

Thi đáp bằng một giọng kỳ lạ và háu táu hết sức:

- Mọi tội lọn lành mới được chịu Mình Thánh. Những lúc ấy Thi không có tội đâu nhé!

Tôi không hiểu hỏi lại:

- Thi nói cái gì mà dãi dài dài như thế?

Thi nhìn tôi, vừa nói vừa đưa tay như người định bắt chuồn chuồn.

- Thi bảo thế này này: "Thi bảo có tội thì không được ăn bánh thánh, phải xưng tội đi đã. " (trích truyện *Mơ về Nước Chúa*, tr. 87)

Một đức tin mạnh

Chắc chắn là những kỷ niệm trong ba năm sống gần cô Thi đã đưa Hồ Dzếnh vào ngưỡng cửa của siêu nhiên. Sự kiện quyết định chính là những năm học trường các sư huynh Thiện giáo, nhất là bài giảng của một linh mục về vấn đề tội lỗi.

"Ngày còn theo học trong một trường nhà dòng ở Trung Bộ, tôi đã có lần điên người lên khi nghe Cha bề trên giảng về những tội lỗi. Tôi sợ lắm, tôi sợ phải sa vào ngọn lửa muôn đời, vì dẫu nhỏ mặc lòng, hình như đầu óc tôi không được sạch mấy. " (trích tuyên *Mơ về Nước Chúa,* tr. 90).

Sau khi thi ra trường, Hồ Dzếnh vào đời và ý thức về tội lỗi càng mạnh mẽ. Hồ Dzếnh vẫn đi nhà thờ theo thói quen và *"cố gây lấy một đức tin mạnh"* (trích truyện *Mơ về Nước Chúa* tr. 90). Một năm sau, Hồ Dzếnh chịu phép rửa. Trước đó Hồ Dzếnh đã xin phép mẹ, hứa sẽ ngoan ngoãn hơn và được mẹ trả lời cho tự do thực hiện ý định: *"Con nên xét kỹ những việc con định làm xem thật có ích không đã"* (trích truyện *Mơ về Nước Chứa,* tr. 90).

Một cuộc đời mới của một người mới bắt đầu. Hồ Dzếnh phó thác mọi sự trong sự quan phòng của Thiên Chúa, và thường đi lễ với câu kinh ở nhà thờ như cô bé Thi độ nào:

"Nhà thờ rộng mênh mông và sâu thăm thẳm. Những người đi lễ đã về hết. Những chiếc ghế dài thườn thượt sắp hàng đều nhau, chỉ còn thấy tôi và mấy người ở lại. Tôi quỳ lâu lắm, không biết đã đọc những kinh gì, nhưng chắc chắn là đã đọc nhiều" (trích truyện *Mơ Về Nước Chúa,* tr. 88).

Ý thức về tội lỗi

Đức tin của Hồ Dzếnh phát khởi từ một ý thức sâu sắc về tội lỗi. Khởi điểm của đời sống đạo hạnh là sự xét mình. Đã nhiều lần Hồ Dzếnh sa ngã nhưng từ trong nội tâm vẫn có một cuộc chiến đấu kiên trì để vượt lên cao. Sức người có hạn nên Hồ Dzếnh đến với Chúa trong niềm thống hối chân thành để cầu xin Chúa thứ tha:

"Nhiều lúc lạc vào đời, bị quyến rũ theo những sự vui vẻ của trần thế, tôi quên mất tôi là người có đạo, một người đã giao kết hẳn hoi với cuộc sống thiêng liêng về sau. Thiên đường hiện ra với tôi rạng rỡ trong ngày tháng vô tư. Địa ngục cũng bùng lên những lửa, vang dậy tiếng hờn oán. Tôi chạy vào trong nhà thờ, sấp mình xuống cầu xin Chúa" (trích *Mơ về Nước Chúa,* tr. 89).

Kết quả kỳ diệu của Đức Tin là Hồ Dzếnh mỗi ngày mồi tiến lên trên đường đạo hạnh nhờ ơn thánh hóa của các phép Bí tích và kinh nguyện:

"Bây giờ tôi đã đi đạo, vì tôi xét ra là tôn giáo cần cho sự tìm hiểu cái nghĩa tinh thần của cuộc sống. Hằng ngày đọc kinh, hằng tuần quỳ trước tòa giải tội, tôi thấy tôi trong sạch hơn lên " (trích truyện *Vừa Một Kiếp Người).*

Tình cha

Đức tin của Hồ Dzếnh còn lớn mạnh trong những lúc tâm sự với Chúa, những lúc nhìn lên tượng Chúa *"thấy tự nay tỏa ra một lẽ thiêng liêng, nhân từ và đẹp đẽ'* (trích truyện *Vừa Một Kiếp Người,* tr. 116).

Trong thiên tùy bút *"ý nghĩa đêm Noel: Jésus Christ"* Hồ Dzếnh nói về Tình yêu của Chúa với một giọng văn trìu mến:

"Jésus Christ, con của Chúa, đã biết rằng Chúa là Cha, Cha của mọi dân tộc, là ánh sáng rạng trên khắp cõi đời.

Tình vợ chồng có thể mạnh, nhưng vẫn còn nhiều ghen tuông. Tình anh em dẫu cao, nhưng chưa thoát khỏi nỗi ganh tị. Tình bạn hay bị mờ vì những điều nhỏ mọn. Duy tình Cha là bền vững nhất, bởi nó sâu kín và vô tư.

Trước tình Cha, muôn thứ tình chỉ là vị kỷ. Chỉ có tình Cha mới xứng đáng là ái tình. Ái tình thừa trừ mọi ố tật. Quyền lực tạo ra ái tình, không phải là của một người, mà là của một Chúa.

Trầm tư thần bí

Đôi lúc Hồ Dzếnh diễn tả trầm tư thần bí bằng thơ. Bài *Thể Chất* trích dẫn sau đây có những câu nhập thần hòa lẫn thi vị và đạo vị:

Hỡi Thiên Chúa! Sao Người không có xác
Đê tôi sờ? Không máu uống cho no
Sao giấc thiêng. Người lặng lẽ không bờ?
Hay bí mật? Hay Người không phải Chúa?
Sao gió mát không kết thành giải lụa
Lễ tơ hồng, Thiên Quốc cưới nhân gian?
Sao linh hồn to lớn lại không ban
Cho phép lạ mở toang trời giây phút?
Hỡi kinh nguyện hãy xông trầm nghi ngút
Cho thơm lòng hồn nhỏ thoát trông cao!
Cho từng không tuôn uống ngọc ngàn sao
Cho Mơ ảo biến ra làm Thể Chất
Mắt thuê thỏa, ta lùng trong cõi thật,
Ngắm quên say thần sắc Mẹ Đồng Trinh
Riết mê man cả khối lửa ân tình
Của nữ thánh Thérèse kiều ái Chúa!

Hỡi im lặng thiêng liêng, ngập tràn, ứa vựa!
Ta lia gươm gạch ứa máu ngàn không
Để muôn đời không có nữa mênh mông
Vẫn ngăn cách Hồn Yêu cùng Đạo Lý
Nhưng đau đớn! Ta vấp mồ thế kỷ
Chết nơi đây vì xét nghĩa Không Cùng
Đem trí người suy đoán nỗi mông lung
Của Thiên Chúa vẫn muôn đời bí mật!

(Trích tạp chí *Thanh Niên* số 179, tháng 1 năm 1944, tr. 7)

Thánh hóa truyền thống dân tộc

Một khía cạnh của công cuộc truyền giáo đã được Hồ Dzếnh đặt ra khi hoài niệm vẻ đẹp chứa chan thi vị của cổ tục *"Giờ cúng tổ tiên"*: đó là vấn đề thánh hóa các giá trị truyền thống của dân tộc. Ngày nay Giáo hội nhận thấy cổ tục *"thờ cúng tổ tiên"* đã tiến triển và chỉ mang nặng tính chất tưởng niệm những người thân yêu quá cố. Giáo hữu Việt Nam được phép tham dự cổ tục này. Đây chính là nguyện vọng của Hồ Dzếnh đã phát biểu trong đoạn sau đây:

"Tôi đọc kinh, tôi dốc lòng mến đạo, nhưng tôi vẫn tiêng tiếc như bỏ qua một sự gì đẹp đẽ quá. Nhà tôi, đời rồi đời, đã thấy chảy lên bàn thờ những ngọn nến, ngùi lên những quê hương. Tôi sinh ra giữa cái ánh sáng dịu dàng, mùi hương thơm ngát ấy, tâm hồn được tiếp xúc ngay với cảnh sắc thân yêu, được buộc ngay vào cội rễ đất nước. Mặt trời viễn phương tuy đẹp đẽ, tuy thôi miên nhưng vẫn không giảm được cái thi vị của căn lầu biếc ánh nến...

Tôi đua đòi chạy tìm cái chân trời xa lạ, nhưng mỗi lúc dừng chân, tôi vẫn thích quay về quê Mẹ".

(Trích truyện *Mơ về Nước Chúa,* tr. 91)

Nguyện vọng của Hồ Dzếnh đã được thỏa mãn. Mặt trời viễn phương là đức tin Công giáo ngày nay đã giọi một ánh sáng mới trên một hình thức cổ truyền phô diễn lòng hiếu thảo.

Nghệ thuật và đức tin

Một vấn đề quan trọng khác cũng đã được Hồ Dzếnh đặt ra trong lương tâm một nghệ sĩ Công giáo. Nghệ thuật hướng về những giá trị hữu hình, về sự phô diễn bằng những dấu hiệu khả xúc, còn đức tin hướng về những giá trị siêu hình, về sự thông hiệp thần bí với Thiên Chúa.

Phần lớn chất liệu văn nghệ của Hồ Dzếnh là những kỷ niệm vui buồn của người thân yêu. Chính Hồ Dzếnh nhận thấy có gì là bất nhẫn khi xây dựng sự nghiệp văn nghệ trên nền tảng những điều bí mật nội tâm khó tìm lối diễn tả:

"Nghĩ cho cùng ra, ở đời ai cũng ích kỷ cả. Tôi là một người ích kỷ nhất, vì tôi viết văn. Vì tôi đi lên những cái đau khổ của người khác để làm nảy nở cái đau khổ của tôi, và dùng nó làm bàn đạp đưa lên sự nổi tiếng. Nghệ thuật văn chương và nghệ thuật chiến tranh, hai cái đó đều là đáng ghét: dùng máu mủ của người đời để tăng màu rực rỡ của danh vọng tư kỷ"

(Trích truyện *Thiên truyện cuối cùng* tr. 193)

Thạch Lam, người đề tựa *Chân trời cũ* đã nói rất đúng khi nhận xét rằng Hồ Dzếnh là nhà văn của sự đau khổ:

"Điều mà ta nhận thấy ở ông Hồ Dzếnh, cũng là điều gần giống ở bà mẹ ông, nghĩa là cái sức chịu đựng đau khổ.

Tác giả đã đau khổ trong cuộc sống, và chúng ta nhận thấy ông ưa thích quay về dĩ vãng, để lại khiến những đau khổ cũ trở dậy và thêm thắc mắc hơn nữa "

(Trích *Tựa,* tr. X)

Đặc tính mà Thạch Lam đã thấu triệt chính là điểm thắc mắc của Hồ Dzếnh khi suy nghiệm về tương quan giữa nghệ thuật và đức tin. Nghệ thuật thuộc trật tự của trí thức lẽ dĩ nhiên thấp kém hơn trật tự của bác ái. Điều đáng nói, theo ý chúng tôi, là nghệ sĩ Hồ Dzếnh đã khai thác các đề tài nghệ thuật với tấm lòng bác ái quảng đại của một tín hữu. Trong bài khảo luận *"Hai nhánh sông tâm hồn trong thơ Hồ Dzếnh"* (tuần báo Nghệ Thuật, số 4, 25 đến 30-10-1965) nhà văn Mai Thảo dành cho Hồ Dzếnh những lời khen tặng nồng hậu nhưng cho rằng từ khi Hồ Dzếnh *"tìm trú ẩn trong tôn giáo"*, là Hồ Dzếnh hóa thân và *"Hồ Dzếnh đã chết trong cái lớn giả tạo"* (trang 5).

Theo nhận xét của chúng tôi, nghệ thuật của Hồ Dzếnh đã lớn lên trong đức tin và Hồ Dzếnh đã đặt nghệ thuật trong trật tự của bác ái.

Lửa trời thiêng

Hồ Dzếnh đã lựa chọn và trở nên một hiện tượng kỳ bí của văn học nước ta. Một thi sĩ Công giáo đau khổ khác là Hàn Mạc Tử được hồng phúc sinh ra trong một gia đình đạo gốc. Hồ Dzếnh phải đi tìm quê hương cho cuộc đời này và cho cuộc đời mai sau. Trên hành trình thiện chí ấy, Hồ Dzếnh là một lữ khách cô đơn. Đó là đề tài của bài Hiu Quạnh, được kết thúc với lời nguyện cầu thống thiết xin "lửa trời thiêng" sưởi ấm và soi sáng cuộc đời:

Thuở nhỏ tôi run lúc đổ chiều
Gió về trút lá, trải cô liêu
Đường xa thấp thoáng hàng sương trắng
Gối lẻ, giường đơn lạnh rất nhiều.
Đèn chụp chao xanh, dọi chữ vàng
Tay lùa tóc biếc, mắt theo trang
Tôi mơ khi học bài luân lý
Cửa hé nhà ai sáng dịu dàng.
Chữ nở ra hoa, sách có người
Tay nâng nâng sách ép lên môi
Rùng mình khi thấy hồn thay khác
Ngây cả giang sơn, đắm cả trời.
Đó tuổi thanh xuân ngóng bạn về
Đường đời giục giã bước chân đi
Nghìn đôi mắt đẹp, nghìn mắt lạ
Tôi chép song song đậm nét chì.
Trốn tránh đìu hiu kiếm lứa đôi
Quên thân đau khổ giữa vui đời
Khi đèn đỏ ngọn hồn kinh hoảng:
"Lạy Chúa nhân lành thương xót tôi! "
Núi dựng cô đơn, buồn xếp hàng
Ngõ chiều, mây trắng, phất phơ tang
Ái ân khôn lấp hồn sa mạc
Vĩnh viễn thê lương lạnh bóng tàn.
Chiều buốt linh hồn tôi đứng đây
Nguyện cầu Thánh giá chắp đôi tay
Rưng rưng mắt lệ nhìn xa thẳm
Mơ lửa trời thiêng cháy vạn ngày.

(Trong *Tác phẩm đầu xuân* Hà Nội, 1944, tr. 25-26)

Giờ đây một bức màn tre ngăn cách chúng ta với Hồ Dzếnh. Nhưng ở một phương trời xa thẳm, ngọn "lửa trời thiêng"' của đức tin bùng cháy thuở Hồ Dzếnh bắt đầu giao kết với "cuộc sống thiêng liêng về sau" chắc hẳn vẫn còn sáng rực trên những nẻo đường đưa Hồ Dzếnh về nước Chúa.

Nguồn: *Nguyệt san Đức Mẹ Hằng Cứu Giúp Bộ cũ số 241 (6-1969) và Bộ mới số 2 số 3 (7 và 8-1969)*

Nên xem thêm:

Trần Mộng Tú, *Một mảnh đời Hồ Dzếnh,* https://tranthinguyetmai.wordpress.com/tag/tran-mong-tu/

MỘT TUYÊN NGÔN VĂN CHƯƠNG

Bạn đã nghe nói đến “Tuyên ngôn Văn chương Công giáo Việt Nam”? Nhà nghiên cứ Võ Long Tê dùng cụm từ ấy để nói về Lời nói đầu của tập sách Tác Phẩm Đầu Xuân, 56 trang, in năm 1944, thực hiện bởi Hồ Dzếnh, Bàng Bá Lân, Lm. Thanh Hải, Lưu Thị Hạnh, Lê Minh Thu, Phạm Đình Khiêm, Nguyễn Duy Diễn, Phạm Văn Lựu, Đoàn Văn Cừ, Bùi Hiển. (Tủ sách Nước Mặn).

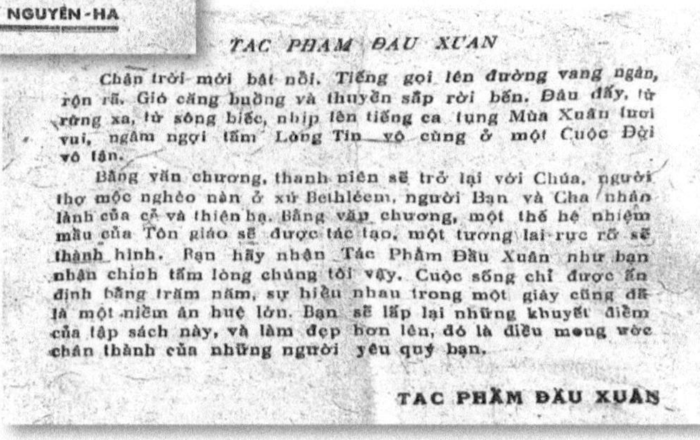

TAC PHAM ĐAU XUAN

Chân trời mới bật nổi. Tiếng gọi lên đường vang ngân, rộn rã. Gió căng buồng và thuyền sắp rời bến. Đâu đấy, từ rừng xa, từ sông biếc, nhịp lên tiếng ca tụng Mùa Xuân tươi vui, ngâm ngợi tấm Lòng Tin vô cùng ở một Cuộc Đời vô tận.

Bằng văn chương, thanh niên sẽ trở lại với Chúa, người thợ mộc nghèo nàn ở xứ Bethléem, người Bạn và Cha nhân lành của cả và thiên hạ. Bằng văn chương, một thế hệ nhiệm mầu của Tôn giáo sẽ được tác tạo, một tương lai rực rỡ sẽ thành hình. Bạn hãy nhận Tác Phẩm Đầu Xuân như bạn nhận chính tấm lòng chúng tôi vậy. Cuộc sống chỉ được ấn định bằng trăm năm, sự hiểu nhau trong một giây cũng đã là một niềm ân huệ lớn. Bạn sẽ lấp lại những khuyết điểm của tập sách này, và làm đẹp hơn lên, đó là điều mong ước chân thành của những người yêu quý bạn.

TAC PHẦM ĐẦU XUẦN

Lời nói đầu,

Tác phẩm đầu xuân đến tay các bạn trong những ngày đẹp đẽ nhất. Đó không phải là tập sách của một nhóm người, mà là cả một Lý Tưởng, xây dựng trên Tôn Giáo, trên Tình Yêu.

Cái hoài bão rộng lớn, vài chục trang chỉ có thể sơ phác và khiến người đọc suy rộng đến. Nhưng chúng tôi đã lo lắng bao nhiêu! Bạn đọc sẽ nghĩ thế nào khi rơi vào tay các bạn cái món quà văn chương thanh nhã này làm bằng sự Tận Tâm và lòng thờ kính Chúa?

Chúng tôi biết rằng nếu không phác ra con đường đi, dẫu chỉ phác ra, sẽ không bao giờ đến kết quả. Chúng tôi biết rằng, rồi ra, bao nhiêu công trình bền vững, rạng rỡ, sẽ được người ta đặt dưới chân Chúa, sẽ được xem như là những tác phẩm xứng đáng nhất của văn chương Việt Nam.

Chúng tôi vui mừng thành thật, sung sướng đến run tay, sửa soạn đón tiếp những thiên tài Công giáo biết chân nhận cái sứ mệnh của văn gia, biết quy tất cả công trình của mình lên Thượng Đế.

Thời kỳ sống vô giác như cây trên đất, cỏ trong rừng, cá dưới nước, bù đầu tối tăm trên trang sách vô nghĩa, đã qua rồi.

Chân trời mới bật nổi. Tiếng gọi lên đường vang ngân, rộn rã. Gió căng buồm và thuyền sắp rời bến. Đâu đấy, từ rừng xa, từ sông biếc, nhịp lên tiếng ca ngợi Mùa Xuân tươi vui, ngâm ngợi tấm Lòng Tin vô cùng ở một Cuộc Đời vô tận.

Bằng văn chương, thanh niên sẽ trở lại với Chúa, người thợ mộc nghèo nàn ở xứ Bethleem, người Bạn và Cha nhân lành của cả và thiên hạ. Bằng văn chương, một thế hệ nhiệm mầu của Tôn Giáo sẽ được tác tạo, một tương lai rực rỡ sẽ thành hình. Bạn hãy nhận Tác Phẩm Đầu Xuân như bạn nhận chính tấm lòng của chúng tôi vậy. Cuộc sống chỉ được ấn định bằng trăm năm, sự hiểu nhau trong một giây cũng đã là một niềm ân huệ lớn. Bạn sẽ lấp lại những khuyết điểm của tập sách này, và làm đẹp hơn lên, đó là điều mong ước chân thành của những người yêu quý bạn.

MỘT GIỜ VỚI CỤ VĂN CAO

Lm. Trăng Thập Tự

Nhà Thơ - Nhạc sĩ VĂN CAO

04-10-1990

Hình ảnh cụ Văn Cao đập vào mắt tôi như một bậc tiền bối đáng kính trong những pho truyện tôi ưa thích. Tôi được đến thăm cụ lần đầu. Cụ đang yếu mệt. Nhưng nhờ sự có mặt của hai người con tinh thần là vợ chồng anh Kha và chị Vân Khanh, cụ vui hẳn lên, và tôi được may mắn nghe chuyện suốt một giờ. Tôi rất tiếc đã không ghi âm buổi nói chuyện này. Hôm nay thì đã hơn 10 ngày rồi, tôi không còn nhớ nguyên văn mọi lời của cụ; dù vậy, tôi cũng cố gắng ghi lại nội dung chính.

Tôi cùng đi với đôi bạn trẻ. Lúc 9 giờ sáng Chúa nhật 23/9/1990, chúng tôi tới trước nhà cụ ở phố Yết Kiêu. Vân Khanh ghé qua chợ mua một bó hoa hồng. Người mở cửa cho chúng tôi là Bác gái - chúng tôi gọi như thế vì bà nom còn rất trẻ. Bác gái mừng rỡ được gặp lại Kha và Khanh từ sau ngày hai người làm lễ cưới tới nay. Bác trai cũng lớn tiếng trách yêu sung sướng. Tôi theo vào chào cụ. Vị lão thành tôi ngưỡng mộ ngồi thẳng người tại bộ bàn ghế tiếp khách thật đơn sơ trong căn phòng hết sức giản dị. Vân Khanh giới thiệu :

- Đây là Cha Khánh ở Đà lạt.

- Một linh mục. Tôi có nói chuyện với các mục sư và linh mục. Có phải là linh mục Vatican II không ?

- Vâng ạ. Thưa cụ có được khỏe không ạ ?

- Với tôi thì đừng nói sức khỏe mà hãy nói còn sống được bao lâu. Sức khỏe mất, nhiều cái mất hết rồi, chỉ còn một cái này *(cụ đưa tay chỉ vào trán)* là nhất định tôi không chịu để mất.

Tôi thinh lặng, nhường chỗ cho hai bác và vợ chồng Kha - Khanh bộc lộ nỗi vui mừng lâu ngày gặp lại. Vân Khanh vừa nói chuyện vừa cắm hoa. Bác trai rất cảm động. Sau dăm bảy phút bầu khí trầm tĩnh lại. Cầm quyển Tây du ký trên tay, cụ cũng nói đôi điều về bộ phim này đang chiếu trên truyền hình Hà nội. Tôi bắt đầu gợi chuyện để nghe cụ chia sẻ. Cụ hỏi lại:

- Có phải linh mục Vatican II không ?

- Thưa vâng ạ.

- Thế thì nói chuyện được, còn nói với mấy ông cụ đã già cứ phải Amen mãi.

Sợ làm lệch những gì cụ sắp nói, tôi thinh lặng không bàn góp vào lời phát biểu ấy, chỉ lắng nghe và câu chuyện quả thật rất diệu kỳ đối với tôi. Mà như đã nói trên, tôi chỉ xin ghi lại nội dung chính. Thỉnh thoảng cụ cũng xoay câu chuyện sang bày tỏ lòng yêu thương trìu mến hai người con, rồi lại trở về điều đang muốn tâm sự.

- Đáng lẽ tôi đã được *baptisé*[1] từ lâu, nhưng vì vấn đề gia đình và làng xóm nên chưa được. Dù vậy, *je suis fort chrétien*.

Từ những năm 1954 - 1955, cụ vẫn treo một tượng Thánh giá trên bức tường trước mặt, ở chỗ bây giờ treo bức tranh đám người leo cột mỡ. Bạn hữu ngạc nhiên hỏi :

- *Toi, chrétien ?*

- *Oui fort chrétien !*

---

[1] Dịch nghĩa mấy từ ngữ Pháp:
- baptisé : *được thánh tẩy*
- je suis fort chrétien: *tôi hết sức là Kitô hữu*
- Toi, chrétien ? : *Bạn mà là Kitô hữu à?*
- Oui fort chrétien ! : *Vâng, hết sức là Kitô hữu!*
- Nous avons été formés par la foi et la musique chrétiennes: *Chúng tôi đã được đào tạo bởi đức tin Kitô giáo và âm nhạc Kitô giáo*
- formation chrétienne: *nền đào tạo Kitô giáo*
- talent: *tài năng, nén bạc*
- Vocation de Dieu: *ơn Thiên Chúa kêu gọi*

Cụ sung sướng kể lại đã trả lời với mọi người như thế, và hôm nay cụ cũng muốn nói với tôi như vậy. Cụ thêm :

- Khi BBC phỏng vấn tôi, tôi đã nhấn mạnh với họ như thế: Chúng tôi *(ý cụ muốn nói nhiều người trí thức và các văn nghệ sĩ thế hệ cụ)* đã được đào tạo bởi đức tin Kitô giáo và âm nhạc Kitô giáo. *Nous avons été formés par la foi et la musique chrétiennes.*

Khi cụ trả lời như thế, một nhạc sĩ lão thành khác, đã rửa tội trong Hội thánh Công giáo đưa mắt ra dấu cho cụ dè dặt, cụ dáp:

- Tôi không sợ chết thì có gì mà phải sợ !

Cụ muốn nhấn mạnh với BBC lời phát biểu trên bởi vì đó là then chốt của vấn đề. Cụ tỏ ra bực bội:

- Bao nhiêu anh nhà báo đã phỏng vấn, chỉ hỏi những câu khiến mình phát chán lên, có những câu đã phải trả lời 5,7 lần, 10 lần. Nào là khi sáng tác bài ấy cụ đang làm gì, ở đâu ... Nào là ... Nhưng người ta không chịu hỏi để tôi trả lời rằng: nếu tôi đã không hiểu Ha-lê-lui-a là gì thì đã không có bài "Làng tôi".

Để diễn tả điều ấy, cụ đã yêu cầu những người làm phim thu hình cảnh cụ quỳ cầu nguyện trong nhà thờ, tham dự các thánh lễ ở nhà thờ... đức tin của cụ không phải chỉ để suy nghĩ và để nói, nhưng cụ thực sự nuôi sống mình bằng đức tin ấy. Cụ vẫn theo dõi thánh lễ truyền thanh hằng tuần của đài Chân Lý Á châu. Mới đây đã phải bán mất chiếc radio, cụ rất tiếc không còn phương tiện để theo dõi thánh lễ.

Tôi hỏi trong những năm tháng cuối đời này cụ đang bận tâm để lại cho đời điều gì nữa chăng? Cụ đáp:

- Có chứ, tôi còn một điều phải làm, mà chưa làm xong thì chưa chịu chết.

Điều cụ đang mong muốn ghi lại chính là hành trình nội tâm, điều hết sức cần thiết để hiểu đúng những gì cụ đã sáng tác. Cụ ví đời cụ như một cái bình vỡ. Người ta có thể nhặt nhạnh các mảnh vỡ đem ghép lại để hình dung ra cái bình. Liệu có ghép gắn được không? Hẳn là được. Và cụ đã ký thác việc viết về nội tâm cụ cho cô con gái cưng là Vân Khanh.

Nói tới việc này, cụ nhắc tới những ngày cuối của cụ Nguyễn Tuân. Anh Kha chợt hỏi:

- Theo bố thì Nguyễn Tuân và Nguyễn Công Hoan, ai hơn ?

- Ai hơn? Mỗi người một vẻ, làm sao mà so sánh được? Nguyễn Tuân phục Nguyễn Công Hoan và Nguyễn Công Hoan phục Nguyễn Tuân. Làm sao mà nói ai hơn được.

Rồi cụ tiếp:

- Vấn đề là bao nhiêu người sẽ đọc mình - không những bây giờ mà sau này. Như chúng ta đang đọc Dostoievski !

Và cụ quay sang khuyên con gái:

- Con đừng bạ gì đọc nấy. Phải chọn mà đọc. Đọc cái chính, theo một hướng, để cho mình có một *formation* vững chắc, mà chính yếu thì phải dựa vào *formation chrétienne*. Hãy đọc Kinh thánh.

Rồi cụ nói về tầm quan trọng của Kinh thánh trong lịch sử tư tưởng nhân loại. Và mắt nhìn vào cõi thăm thẳm, cụ nói về Chúa Giêsu. Giêsu trần trụi trên thập giá, Giêsu không còn gì, thế nhưng có ai hơn Giêsu? Và cụ quay hỏi tôi:

- Có phải thế không?

Trong câu chuyện cụ gọi tôi là anh, một hai lần gọi tôi là cha và bất chợt gọi tôi là đồng chí, có lẽ không phải vì lỡ miệng. Mọi người cười rộ, tôi thì rất cảm động.

Khi cụ nói về Chúa Giêsu, Vân Khanh nhắc đến tập thơ *"Lá"* của cụ mới xuất bản, và lưu ý tôi:

- Trong tập ấy có câu bác đã viết: "Giêsu, sao Người chết mãi không thôi!"

Cụ khoe với con gái rằng người ta vừa đánh giá tập thơ ấy là nhất trong đợt mới đây sau mấy phút mở ngoặc về tập thơ, cụ trở lại chủ đề:

- Khi còn đi học, tôi đã gặp một vị đứng đầu trong Giáo hội. Đừng bắt tôi nhắc tên, tôi không nhớ được. Tôi hỏi việc tôi làm thơ viết nhạc có phải là một *talent* không. Vị ấy đáp: còn hơn thế nữa, một *vocation de Dieu*. Sau bao nhiêu năm, bây giờ nhìn lại tôi thấy đúng là như vậy.

Tôi giải thích cho Kha và Khanh: *Vocation de Dieu* là ơn Thiên Chúa kêu gọi, một sứ mạng do Thiên Chúa trao phó. Cụ tiếp:

- Trách nhiệm của chúng ta không phải là lo kinh tế. Lo kinh tế thì dễ quá. Trách nhiệm của chúng ta là tinh thần, là làm cho người ta có niềm tin.

Như tôi đây, cả đời rao giảng tình cảm, nhưng rồi cũng đến lúc tình cảm bốc thành tiền, người ta gởi quà cho tôi.

Bất chợt cụ nói riêng với tôi:

- Các anh được tự do không phải để đi chơi, nhưng là để hòa mình với mọi người mà giúp họ có lòng tin. Linh mục của Vatican II là người gần gũi với dân chúng, rung động với dân chúng để đem lòng tin cho họ. Tôi không phải là linh mục Vatican II, nhưng tôi đang sống thế... Những phóng viên nước ngoài đã đến thăm chỗ này, họ không dám hỏi tại sao tôi nghèo, họ hỏi tránh đi : "Tại sao anh sống giản dị như thế ?" Tôi đáp : Giản dị như thế là chuyện tự nhiên ; mức bình thường hiện thời của đa số dân tôi là thế nên tôi sống như thế.

Người nhà cũng lắm lần than phiền về tình trạng nghèo khó, nhưng nếu giàu, bạn bè người ta sẽ ngại đến. Cứ như thế này người ta dễ đến, nhiều người đến.

Tôi không thể không nghĩ tới Lời Chúa : "Phúc thay ai có tinh thần nghèo khó vì Nước Trời là của họ". Tình thương, tình người là một biểu hiện của Nước Trời, cụ đã đón nhận nó như người tìm được viên ngọc quý, sẵn sàng bán hết mọi sự để mua. Tôi nói với cụ ý nghĩa ấy và cụ nói thêm :

- Điều tôi quan tâm là quyền con người. Tôi đã nói rõ với các phóng viên nước ngoài như thế.

Cụ bắt đầu mệt, vì từ đầu câu chuyện cụ đã nhắp hai ly rượu. Tôi góp ý với Vân Khanh nên thu băng sẵn phần tự sự của cụ rồi khi có điều kiện sẽ viết sau, đỡ mệt cho cụ mà công việc nhanh hơn. Vân Khanh xin cụ cho tôi một tập thơ *"Lá"* Cụ bảo bác gái lấy cho tôi và ưu ái đề tặng, nét chữ run rẩy. Cầm tập thơ tôi mở đọc mấy bài chót. Xuân Diệu vào cuối đời khi gom thơ lại cho người ta in, đã xếp những bài thơ trẻ vào cuối tập. Còn cụ thì xếp theo thứ tự thời gian. Tôi thật kinh ngạc khi thấy những bài mới sáng tác còn có vẻ tươi trẻ hơn cả những bài cụ sáng tác thời trẻ. Lát sau cụ nói :

- Xong, bây giờ tôi mệt rồi, xong nhé !

Tôi không ngờ đã được gặp cụ và được nghe những điều quý giá như thế. Tôi ngỏ lời cám ơn và hứa ghi nhớ những điều cụ căn dặn. Cụ bắt tay tôi :

- Chúc anh làm tròn trách nhiệm.

Tôi và vợ chồng Kha Khanh ra hồ Thiền Quang ngồi uống nước mía và trao đổi tìm cách giúp Vân Khanh thực hiện điều cụ đã tin cậy giao cho.

Cụ Văn Cao và nhà thơ Đặng Thị Vân Khanh, 23-09-1990

Ngày 4-10- 1990, khi đã trở về Đà Lạt, tôi ghi lại những trang trên đây. Tháng 7/1995, cụ Văn Cao qua đời, tôi đánh máy chia sẻ với một vài người bạn. Lúc ấy, Lm. nhạc sĩ Anrê Đỗ Xuấn Quế chuẩn bị ra mắt nội san Hát Lên Mừng Chúa, chuyên về thánh nhạc. Một người bạn giới thiệu bài viết này và ông cho đăng vào số ra mắt, vào Mùa Vọng tức cuối tháng 11/1995. Nhờ đó, bài viết còn được giữ lại tới nay.

Trong tập thơ được cụ đề tặng, *Lá*, do Nhà xuất bản Tác phẩm Mới ấn hành năm 1988. có bài trường ca *Những người trên cửa biển.*

Bài thơ là một chiêm nghiệm của tác giả về lịch sử của đời ông, của đời người và của dân tộc, như ta đọc thấy trên Wikipedia:

"**Những người trên cửa biển** là bản trường ca thơ được nhiều nhà phê bình văn học xem là tác phẩm đánh dấu sự trưởng thành thực sự của một Văn Cao thi sĩ bên cạnh một Văn Cao nhạc sĩ vốn đã nổi tiếng trong giới văn nghệ Việt Nam từ những năm 1940 trở đi. Những người trên cửa biển là một tác phẩm mang ý nghĩa bước ngoặt trong sự nghiệp sáng tác thơ của Văn Cao. Thiên trường ca được viết năm 1956, chứa đựng trong đó nhiều tâm huyết và nhắn gửi của tác giả với bạn đọc thơ ông.

Đã có nhiều quan điểm nghiên cứu đánh giá vai trò tiên phong mở đường của tác phẩm Những người trên cửa biển đối với sự phát triển của thể loại trường ca trong thơ Việt Nam hiện đại, đặc biệt là giai đoạn kể từ nửa cuối thập niên 1950 trở đi.

Như nhà phê bình văn học Lê Thiếu Nhơn nhận xét: "Với bốn chương chia làm 16 khổ thơ, trường ca "*Những người trên cửa biển*" được viết trên tinh thần "Tôi yêu Hải Phòng như Việt Nam nhỏ lại / Tôi yêu Việt Nam như tôi biết yêu tôi". Cái riêng hòa vào cái chung, "*Những người trên cửa biển*" như một "tổng phổ" về những năm tháng tận tụy của Văn Cao với thành phố cảng, từ sự thủ thỉ "quê mẹ quê cha cách một vườn trầu" đến sự san sẻ "kíp thợ đêm lê về đến xóm/ nghe rét mùa đông nổi cuối sông" và bất chợt hân hoan "những năm đầu chính quyền cách mạng/ giấc mơ của Hải Phòng / như bóng cò trắng bay về lòng tôi thuở nhỏ"."

https://vi.m.wikipedia.org/wiki/Những_người_trên_cửa_biển

Với độc giả Công giáo, ai chẳng giật mình khi đọc thấy:

"Giêsu
Sao người chết mãi không thôi"
(Chương III, 1, dòng 11-12).

Từ lời thầm ngắn ngủi ấy, tôi nhìn thấy nơi bốn chương của bài thơ một bài minh họa cho lịch sử ơn cứu rỗi: Cội nguồn (Ai biết Hải Phòng là đâu?) – Lời hứa (Tình yêu và khát vọng) - Mong chờ (Những ngày động biển) – Tiếng chuông hy vọng (Những ngày báo hiệu mùa xuân).

Xin được đăng lại tiếp đây trọn bài thơ.

NHỮNG NGƯỜI TRÊN CỬA BIỂN

(Trường ca - Văn Cao)

I. Ai biết Hải Phòng là đâu

1

Sinh ra tôi đã có Hải Phòng
Đầu nhà mới trồng cây mận
Bãi sú bồi thành bến
Nhà máy xi măng đã dựng bên sông
Tôi nghe tiếng hát mẹ chiều ru võng
Những ca dao của đồng lúa quê hương
Những dáng cò lặn lội
Những cánh cò bồng bế tôi đi
Những bóng cò trắng như giấc mộng
Đưa võng đời tôi những buổi chiều dĩ vãng
Sáng trưa u ú còi tầm
Đêm dài nghe mưa dầm dãi
Tôi không có quê hương
Nghe đâu như Thái Bình, Hà Nam Phủ Lí
Như Nam Định
Ruộng đất mênh mông trong tiếng hát
Quê mẹ quê cha cách một vườn trầu
Hải Phòng nhiều mây nhiều nước
Mênh mông bốn phía chân trời
Có mùa nhạn bay ra biển
Chim yến từ biển bay về
Lòng sông đất bồi ngày càng nhỏ

Bướm trắng rụng đầy ngọn sú ven sông
Không ai nhớ từ bao giờ
Giữa các ngả sông về biển
Ai đã lấp đầy những dòng sông bãi sú vô danh
Cồn đất lầy um tùm cây cỏ dại
Nổi lên một thành phố
Ngọn khói đùn lên đứng sững chân trời
Người dân thành phố
Mồ hôi còn nước mặn phù sa
Dầu mỡ bụi than
Sống như muối đọng lấy bờ lấy bãi
Sống chắt chiu đùm bọc yêu thương
Che chở nắng mưa đỡ đần buổi gạo
Đoàn thuyền nát buộc vào nhau ngày bão
Chưa quá ba đời, sống trong một xóm
Chưa đầy chục người chết trong một mái nhà thuê
Bạn bè quen thuộc
Các giống người
Từ chân trời bốn phương đi lại
Thuở nhỏ lòng tôi hướng mãi
Theo những con tàu biển ra đi
Đến những đất đai tưởng tượng
Những người anh thủy thủ kể cho nghe
Nơi mọc đêm đêm những ngôi sao biển
Rực rỡ chân trời những hạt lưu li
Tôi bơi như con cá dưới nước
Vẫn không bơi dài ra tới biển
Tôi theo những thuyền cá ra khơi
Vẫn chưa đi tới chân trời

2

Ai biết Hải Phòng là đâu
Từ giã bờ tre mái rạ
Đến đây là chỗ cùng đường
Những hàng ren hàng thêu Nam Định
Những thợ giỏi làng Hề làng Bưởi
Những giọng ca hay nhất Bắc Ninh
Lũ lượt đi vào tỉnh
Gió biển thổi về trắng trời trắng đất
Mười năm chưa nguôi nổi
Mái rạ bờ tre xưa
Cả cuộc đời chỉ thấy rơi nước mắt

Chỉ nghe tiếng thở dài
Buồn của những ngày bếp không đỏ lửa
Những ngày cửa biển vắng tàu
Những ngày kho hàng trống rỗng
Những con người cuối cùng tàn phố
Như những vỏ thùng dầu
Những đống than lò tắt lửa
Giạt ra bên ngoài thành phố
Đầu bờ cuối bãi lênh đênh

3

Đầu ngọn con sông những là thuyền trút xuống
Đoàn lũ tàu đang hùng hục chạy về đây
Đổ đầy Hải Phòng tiền rừng bạc biển
Ngập đường ngập phố
Ngập kè đá tường goòng
Hàng vạn người không ruộng cày ra biển
Từng tấn giấy thống kê không hết vật hết người
Chúng tôi đếm bằng vai bằng mắt bao năm
Còn lại những đám khói đen
Đọng giữa trời sương sớm
Họ đi đâu
Tất cả đi đâu
Ôi Hải Phòng vết thương miền Bắc
Cổ họng chúng ta ngày đêm rỏ máu
Hải Phòng những đêm tối đen như hầm than đá
Lấp lánh lân tinh
Kíp thợ đêm lê về đến xóm
Nghe rét mùa đông nổi cuối sông

—

II. Tình yêu và khát vọng

1

Tôi hay ngủ trên cầu sương
Nửa đêm thức giấc
Thấy mình bay cùng tinh tú
Ngày đến lòng tôi xếp cánh
Sao chim sao bướm lại bay lên
Tất cả tình yêu khát khao hi vọng
Bốc lên trong lòng
Rơi xuống những giọt nước mắt

Có tuổi thanh niên
Như cây mùa xuân mới mọc
Bị tước dần vỏ non
Mất chim mất bướm mất chân trời
Lòng không biết nghĩ điều gì
Như con sơn ca bị bẫy
Thấy mắt lưới sáng nào cũng nhảy
Đâm lên khoảng không giữa tỉnh
Tháp chuông nhà thờ
An ủi những người khổ sở
Chung quanh hỏa lò trại lính
Cha tôi nghe tiếng chuông đổ đầu tiên
Giữa buổi chiều không cơm cháo
Bàn tay mẹ tôi quờ trong thạp gạo
Xóm tôi nghe tiếng kinh chiều văng vẳng
Từ những khoang thuyền những gian nhà tối lạnh
Đêm đêm cầu nguyện bên đèn
Chưa thấy ngày mai hửng sáng
Chỉ thấy những xác thiêu thân
Chết trên mặt bìa những cuốn thánh kinh
Những pho tượng không bao giờ nói
Hai con mắt nhìn an ủi
Ngón tay không chỉ rõ đường

2

Thường gió mùa bay phấn hoa trên mặt bến
Đem từ xa về hạt giống rải qua sông
Mảnh đất nơi đây vùi nông cũng sống
Mấy buổi sương lên đã trổ ngọn xanh cây
Đời người ở đây sao không được như cây
Tôi muốn tìm hiểu cuộc đời
Như lấy bàn tay dò mạch giếng chảy
Đôi mắt người mò hạt trai
Tìm ánh sáng
Trong lòng biển thẳm
Càng khát tình yêu
Càng khát khao hi vọng
Những con chim cứ sáng lên là hót

3

Con đường tôi đi
Sau lưng là dĩ vãng

Hai bàn tay bới đất sống, lấp sông lấp ngòi
Những ngày mùa còn dư âm trong điệu hát
Trước mặt tôi trời đất rộng bao la
Tiếng mẹ hát bên nôi
Như uống nước con sông biết ngọn biết nguồn
Một tiếng vang vang cả lòng cả đáy
Dĩ vãng sống với tôi
Sâu như lòng sông khúc biển
Tôi nghe nơi lòng tôi
Thấy tiếng người trong xóm
Con mắt nhìn như nhau
Trái tim đập như nhau
Cảnh đời khổ như nhau
Bao tình yêu khát khao hi vọng
Là tiếng con sông mảnh đất viên đá Hải Phòng
Người với từng luồng nước mạch đất, gân đá chung quanh
Ràng buộc nhau từng tâm sự
Giữa tuổi con người với thiên nhiên vĩnh viễn
Cuộc đời ôm tôi như trong một cái bình
Một tiếng vang vang cả lòng cả đáy
Bao nhiêu tình yêu khát khao hi vọng
Không phải dư âm mà đã sống nghìn năm
Lớn theo tôi từ chiếc nôi độ ấy
Lớn lên tôi vẫn ngủ trên cầu
Chung quanh những ngôi sao biển
Vẫn thở hơi nồng nàn khát vọng
Cuộc đời
Dĩ vãng
Thời gian
Bỏ neo trên mặt bến

—

III. Những ngày động biển

1

Những năm tháng Hải Phòng đầy biến động
Đời tôi như cái phao trên mặt biển
Có năm người ta đánh Hoa Kiều
Bạn cha tôi về chết bên cây mận
Có năm xóm bạc trắng màu vôi
Những bó chiếu kìn kìn đi ngoài ngõ
Chỉ thấy bàn chân người chết dịch

Có năm bão từ biển dạt vào
Những cây bưởi vừa trổ hoa đã chết
Hàng trăm thuyền không về
Giêsu
Sao người chết mãi không thôi
Có năm truyền đơn rải trên cầu nhà máy
Lòng chúng tôi bắt đầu hi vọng
Có năm cả xóm thợ đình công
Chúng tôi nuôi nhau bòn từng hạt gạo
Có năm Hỏa Lò dựng lên máy chém
Cả Hải Phòng sau những án đau thương
Không ai dám nhìn một con gà bị giết
Cờ búa liềm lại bay đầu ống khói
Chúng tôi nhìn nhau tin tưởng bắt đầu
Có năm những đoàn ngựa Nhật đi bào tỉnh
Xóm tôi không còn một buồng chuối chín
Có năm bom Mĩ đổ xuống quanh nhà
Chỉ còn tiếng kêu trời khóc ra máu
Xóm tôi càng nghèo xơ xác
Đàn gà cũng không kiếm ăn được trên đống rác
Hàng trăm ngàn người lại theo tàu ra biển
Ai biết cao su đất đỏ là đâu
Thỉnh thoảng một xác trôi về bến
Bà con không nhìn rõ mặt
Những năm tháng bồng bế nhau lũ lượt
Vẫn kéo đi vẫn hi vọng ngày ngày
Dù chỉ là hi vọng
Của ngọn lửa đêm trên bờ biển bão
Có con thuyền nào trở lại hay không
Hi vọng của những người đàn bà
Đứng trên bờ biển bão
Thức thâu đêm đợi
Dù biển chưa yên dù trắng xóa chân trời

2

Trong những ngày đen tối ấy
Không thể cúi đầu
Đi hết cuộc đời cùng khổ
Tôi nhớ lại đôi mắt từng đồng chí
Nhìn lại thềm nhà lỗ chỗ vết giọt gianh
Như tìm dấu chân vợ con lần cuối
Sẽ làm những giọt ánh sáng

Trong ngục tối âm u
Những đêm chia tay hành động
Chúng tôi nhớ hết những bàn tay
Những bàn tay sần sùi của đồng chí thợ rèn
Những bàn tay run run của đồng chí thợ điện
Những bàn tay rắn chắc của Com-ben
Những bàn tay ram ráp của Xi-măng
Những bàn tay mịn màng của máy chữ
Ngày mai dù thiếu một hai người
Thiếu một mùi hôi quen thuộc
Con mắt nhìn nhau thấy đời nhau và dĩ vãng
Những bàn tay không nói dặn dò
Mới ngày mồng một tháng năm
Hải Phòng thuộc về tay chúng tôi
Tàu đứng chết trên bến
Máy nằm im rỉ dầu trên mặt đất
Mới ngày mồng một tháng năm
Hải Phòng Nam Định Hồng Gai Uông Bí
Tay chúng tôi
Làm thành những ngày động biển
Rồi cửa biển về ta
Những năm đầu chính quyền cách mạng
Giấc mơ của Hải Phòng
Như bóng cò trắng bay về lòng tôi thuở nhỏ

3

Giấc mơ không thể bay đi
Giấc mơ sáng trên ngọn mác
Giấc mơ làm cánh tôi bay
Vượt vòng đai lô cốt bờ biển đêm ngày
Giấc mơ kín lòng Hải Phòng tạm chiếm
Hải Phòng thành một đống sắt
Hòm đạn vỏ chai vỏ hộp
Một đống quần áo lính
Một cái chợ buôn người
Chúng nó đi như đàn bọ hung
Rũi vào lòng đất nước chúng ta
Chúng nó đi
Như đàn châu chấu năm nào
Về phá lúa mùa sắp gặt
Chúng ta nhớ gì những ngày kháng chiến
Một vết đạn giữa trán em bé lên năm

Một vết dao trên ngực người con gái đương thì
Chúng ta nhớ gì những ngày kháng chiến
Một nền nhà máy một hố bom sâu
Một mồ chôn chung
Một dãy người bị bắn
Chúng ta nhớ gì những ngày kháng chiến
Mất cả mùa xuân mất cả tình yêu
Mất đôi mắt thật rất nhiều rung cảm
Mất rất nhiều đồng chí
Nhưng chúng ta làm chủ được Hải Phòng
Tiếng cười tiếng khóc trên Hải Phòng suy nghĩ
Những mái nhà xưa đếm lại thiếu người

4

Xưa ai hay hoa phượng mọc bên đường là đẹp
Hôm nay hoa đổ vào mắt kính ống quay phim
Tờ báo đầu tiên tả chuyện mùi hoa
Màu phượng làm duyên đầu câu thơ mới
Chúng ta đi mang tâm hồn đứa trẻ
Mới trông thấy nhà thấy đèn thấy phố thấy người đi
Ngày giải phóng những tiếng nổ chào mừng
Góp hơi sức muôn vàn người trong phố
Xi mắng Sở dầu Máy chai Máy chỉ
Giốc núi Hàng kênh Hạ đoạn Sâm bồ
Đò đất Mĩ Khê Phú Xá An Dương
Thủy Tú Thủy Đường Đồ Sơn Đồ Hải
Chào các anh bộ đội
Chào các anh văn nghệ trở về
Ngày đêm tiếng chuyển động Hải Phòng
Ngày đêm tiếng hát càng lồng lộng
Ta còn nghe tiếng sụp đổ tiếng hoài nghi tuyệt vọng
Kẻ thù chúng ta nằm im trong bóng tối hôm nay
Quanh Hải Phòng bọn Pháp nằm ngổn ngang từng gò đống
Những boong ke nằm úp sấp mặt bên đường
Những vỏ rượu vỏ hòm trên đất phù sa dưới từng gốc sú
Hàng hàng thập tự trơ vơ vắng lạnh bãi cỏ xanh
Chúng ta sẽ trả về những bà mẹ Pháp
Núi hài cốt cuộc chiến tranh bẩn thỉu
Cũng như những người mẹ chúng ta
Tiếc những dòng sữa những cái hôn đã mất

5

Chúng tôi giữ Hải Phòng
Ngăn từng cơn gió muối

Phủ trắng máy chúng ta
Phục hồi hàng vạn con người
Đang nhìn nhà máy kho hàng
Cho ngọn lửa nhen trong bếp
Những tiếng còi tàu đầu tiên gọi sáng
Vang vang tiếng guốc tiếng cười
Giữa phố xá mờ sương
Tôi gặp lại chiếc khăn trên vai người phu khuân vác
Sau mười năm trở lại những kho tàng
Đôi mắt lim dim ông thợ hàn gió tới xưởng
Những dáng lưng còng trên khắp ngả đường ray
Chào các anh
Chào đồng chí
Giờ mình lại gặp ta
Ngày nay gặp lại người cùng xóm
Gặp những bàn tay hàng chục năm xưa
Những đồng chí Liên Xô, Trung Quốc, Ba Lan đầu tiên vào bến
Chúng tôi hôn nhau
Những đất đai những chân trời gần lại
Ước mơ thuở nhỏ của lòng tôi mở cánh
Những đường dây cách mạng ngày nay
Đã khâu thành chiếc lưới
Vô cùng vĩ đại
Lòng tôi lại nghe tiếng võng đưa
Như mới sinh ra giữa cuộc đời tươi đẹp
Mẹ ru tôi những ca dao thuở trước
Quê hương chúng ta giờ đã có Hải Phòng
Không có lúa đồng thơm nhưng có trăm nhà máy
Con ngày nay thật đã thấy chân trời

—

IV. Những ngày báo hiệu mùa xuân

1

Tiếng chuông nhà thờ buổi chiều lại đổ
Nghe âm u tối lạnh những ngày xưa
Trở về mây đen và bóng tối
Lãng đãng qua trong mỗi tâm hồn người
Vàng đôi mắt leo lét bên ngọn nến
Vẫn câu kinh mỏi mệt khi xưa
Vòi vọi bao niềm đau khổ
Tôi nghe người mẹ xa con mong nhớ

Vắng bóng con vắng bóng nắng trong nhà
Ai biết cao su đất đỏ là đâu
Ai cứu những tâm hồn sa ngã ấy
Vợ xa chồng
Anh xa em
Chiều Nam chiều Bắc cùng sầu
Tiếng thức dậy niềm cô đơn nuối tiếc
Những con người gần ánh sáng chưa quen
Rúc đầu trở vào bóng tối
Những người bạn gian khổ trong kháng chiến
Vợ ốm con đau nhay nhứt lo phiền
Chưa quen cảnh nhọ mặt người giữa thời gian sáng tối
Chưa hiểu bước đi ngày mới tuổi con
Gió bão tới đâu cũng không một lúc
Rụng hết lá vàng
Ngày báo hiệu mùa xuân mầm nở mầm tàn
Có người tự nhiên tiếc bàn tay đã mất
Từng đêm nhức đau vết đạn trên mình
Có người tiếc những mùa xuân qua mất
Chủ nhật lang thang ngơ ngác giữa kính gương
Những đôi mắt bỗng nhiên thèm tơ lụa
Thèm những gót chân nhỏ nhắn trên hè
Trong những ngày Hải Phòng còn lổng chổng
Xác nhà xác máy xác kho hàng
Những dãy phố bên đường cửa khép cửa giương
Những buổi chiều thưa thớt người trên phố
Bóng tối của ngày xưa vẫn còn bảng lảng
Kẻ thù của chúng ta
Lặng lẽ tấn công những tâm hồn sa ngã
Những tâm hồn khô như tấm bìa da một cuốn sách thánh kinh

2

Nước biển đổ vào quanh Hải Phòng ngày bão
Làng mạc bồng bềnh trời đất bềnh bồng
Ở những ngọn tre xác xơ mốc lên chất muối
Còn lại ít rơm khô của mái nhà trôi
Những mảnh lưới thuyền ai bay tan tác
Xe gạo ngày đêm từ Hải Phòng về các xóm
Chúng tôi đêm ngày vét nước nối đê
Tưới ngọt lại ruộng đồng, dựng lại từng thôn xóm
Tìm lại những nụ cười ở môi người sống sót
Lửa đỏ đêm đêm trên bãi biển bập bùng

Trong những ngày khó khăn chồng chất
Kẻ thù của chúng ta xuất hiện
Những con rồng đất khi đỏ khi xanh
Lẫn trong hàng ngũ
Những con bói cá
Đậu trên những chiếc giây buồm
Đang đo mực nước
Những con bạch tuộc
Bao nhiêu tay chân dìm chết một con người
Đất nước đang lên da lên thịt
Đất nước còn đang nhỏ máu ngày ngày
Ta muốn gói cuộc đời gọn gàng như trái vải
Đã thấy loài sâu nằm tròn trong cuống
Chúng muốn các em nhỏ mới biết đi phải rụng
Mòn mỏi dần sức vỡ đất khai hoang
Làm rỗng những con người, lùi dần niềm hi vọng
Héo dần mầm sáng tạo, mất phẩm giá con người
Chúng nó ở bên ta, trong ta, lẻn lút
Đào rỗng từng kho tiền gạo, thuốc men
Tôi đã thấy từng mặt từng tên xâu chuỗi
Tôi sẽ vạch từng tên từng mặt
Hãy dừng lại
Những tên muốn ôm cây mùa xuân không cho mọc
Những tên muốn làm cây to che cớm mầm non
Con đường ta đi tự hào lực lượng
Con đường nước nguồn thành sông thành biển
Con đường ta đi tự hào duy nhất
Con đường đi trái đất quanh mặt trời

3

Lúa mọc dần chung quanh miền bể
Mới ngọt ruộng đồng mới trong dần tiếng hát
Hải Phòng hiện lên bóng khói nguy nga
Hải Phòng đón tất cả
Những con tàu bạn xa xôi
Đất đai chúng ta nối Đông Tây làm một
Đường bể Đông bể Tây mạch máu chúng ta
Như đôi mắt vừa hé mở tìm lại cuộc đời
Hải Phòng mở ra biển lớn
Đoàn lữ thuyền đi về bốn phía chân trời
Nhà mấy tầng tầng dựng lên tổ mật
Chúng ta ngày ngày cặm cụi làm ong

Mỗi người dân Hải Phòng thật kiếm ăn từ nhỏ
Mỗi người dân Hải Phòng đều biết đổ mồ hôi
Đất nước ngày nay về tay người thợ
Quê hương những người nghèo khổ chúng ta
Sức tự hào của những người ở biển
Không sợ thiên nhiên không sợ cuộc đời
Lòng rộng bao la nhiều chân trời cửa biển
Những con tàu đen trùi trũi ra khơi
Những con tàu cuốc lầm lì trên những dòng sông cạn
Hải Phòng dựng lên âm nhạc
Nhạc đang biến thành sự thực quanh ta
Tôi càng yêu hơn
Những cuộc đời sau bức tường xám xa, lem nhem than khói
Những bức tường hàng chục năm mưa nắng
Trong từng ô từng cửa sổ của dãy phố ven sông
Từng căn gác nhỏ chênh vênh chiếc dây phơi quần áo
Từng cái hầm nhà lom khom lửa bếp
Những lá thuyền chen chúc nép bên nhau
Qua chiếc lưới phơi thấp thoáng bóng người
Cả cuộc đời của những con hà lóng lánh
Bám chắc lấy chân cầu bao nhiêu năm trong bến
Đã quen với tôi cả mùi nước tanh tanh
Cả đến cuộc đời những cây bàng già trên kè đá cũ
Vẫn năm năm trút lá xuống chân cầu
Ràng buộc tôi với Hải Phòng những ngày chiến đấu
Ràng buộc tôi với Hải Phòng vĩnh viễn
Bao tình yêu khát khao hi vọng
Gửi từng cuộc đời nhỏ bé
Từng thế giới con con
Với tôi tất cả
Đều rộng lớn vô cùng
Hải Phòng dựng lên hội họa
Những bức tranh tăng dân số chúng ta
Có người không biết trăng là đẹp
Bỗng nhiên chiều đứng ngắm trăng lên
Trên đầu nhà máy
Nghe như ai hát trong lòng
Có người quên hàng chục năm dĩ vãng
Chợt nhớ ra tất cả những ước mơ
Của những ngày niên thiếu
Có người ghét đến hàng rào cửa ngõ
Mảnh đất chung quanh những người hàng xóm
Đã đến thăm nhau rạng rỡ tiếng cười

Có người mang rất nhiều mộng lớn
Như đứa trẻ khi làm những con thuyền bằng giấy
Quanh quẩn suốt nửa đời
Óc hôm nay thành một xưởng đóng tàu buôn
Có người sống như đường kim mũi chỉ
Ngày ngày soi bóng trên gương
Lắng bên thời gian trên mái tóc rụng dần
Hôm nay tự nhiên mở cửa
Những tâm hồn yêu màu nắng hoa viên
Yêu màu nắng ngả sân nhà thờ cổ
Giữa trưa nghiêng nắng đi chơi phố
Tìm những người quen kể chuyện mình
Có người hàng năm mặt trời không thấy mọc
Khép đùi xếp phách tiễn đêm đi
Hôm nay ngồi chép bài ca mới
Hương cốm mùi rơm ngát giếng đình
Hải Phòng đã dựng lên thơ
Những câu thơ thành sự thật
Xưa nghe thời gian thong thả trôi nhay nhứ
Xưa nghe rụng nhanh với bao nuối tiếc
Không có tiếng vỡ trong không gian
Sao có tiếng vỡ trong lòng tiếng vang âm rên rỉ
Ta ngày nay đợi từng mùa bình tĩnh
Như những người ươm cây
Hái hoa trái tự tay mình vun xới
Thời gian làm trẻ lại chúng ta
Khi thời gian là của chúng ta
Đất nước bao nhiêu dầu mỡ giàu vô hạn
Sinh ra những người khai thác chúng
Những con cá ném lên trời cũng sống
Chúng ta bắt đầu lại ra đi
Dựng lên những Hải Phòng trên miền Bắc
Tin tất cả và hoài nghi tất cả
Chúng ta là những kẻ chài quen biển
Thấy ngọn lửa quay đầu
Biết bão táp đang trở mình trên mặt sóng
Tôi yêu Hải Phòng như Việt Nam nhỏ lại
Tôi yêu Việt Nam như tôi biết yêu tôi
Hải Phòng dựng lên tư tưởng làm nhựa dẫn lòng tôi
Trí tuệ đang dần dần kiến trúc
Từng bước Đảng xây bảo vệ con người
Tâm hồn ta tràn theo sóng ra khơi
Đến chân trời vào các bến xa xôi

Các cửa biển bạn
Các cửa biển chưa giải phóng
Nghe tấm lòng các bạn vỗ hôm nay
Triều sóng vang vang quanh bờ biển đêm ngày

4

Mùa này nhạn bay ra biển
Chim yến từ biển bay về
Những chuyện riêng tư bắt đầu kể lại
Như thoáng một mùi hương
Như chợt nghe một con chim đang hót
Sau những ngày động biển
Nhu nhú trên những cành mận non
Những nụ hoa đang nở hồng hồng
Mát hai vai dưới rặng cây bóng lá
Đôi lứa thanh niên đến tự tình
Những đôi chân trắng ngần trên cỏ
Những ngón tay quấn quít
Hết từng mùa trăng dài
Im lặng
Đêm tắt đi tiếng ồn ào náo động
Cho đôi lứa yêu nhau
Những giờ phút ngày xưa chưa có
Những cái hôn luôn mới
Cái hôn đầu tiên

5

Tôi giờ đây liếm môi nóng bỏng
Nhìn ra biển bao la
Lòng hãy còn nhiều khát vọng
Còn rất nhiều khát vọng
Biến thành người khổng lồ kêu khát suốt ngày đêm
Suốt ngày đêm kêu khát
Những ngọn sóng trên cát khô sủi bọt
Ngày đêm
Mãi mãi
Dưới chân tôi
Nước ngọt của ngàn sông
Bao giờ đổ đầy lòng biển.

Mùa xuân 1956

NHÀ VĂN, NHÀ BÁO HOÀNG MINH TUYNH

Vansu.vn

Chuyên viên ngân hàng, nhà báo, sinh năm 1916 tại Nam Định, con ông Hoàng Văn Tuân và bà Lê Thị An (bà là người sinh ở Long An Nam Bộ), từ năm 1948-1950 định cư ở Sài Gòn.

Thuở nhỏ ông học tại Hà Nội, đậu Tú tài rồi vào học Trường Đại học luật khoa Hà Nội, tốt nghiệp cử nhân luật chuyên về kinh tế, tài chính.

Sau năm 1945 ông làm công chức trong ngành kinh tế ngân hàng, thường đi tu nghiệp ở các nước Tây phương (Pháp, Mỹ), sau năm 1950 định cư ở Sài Gòn, Bảo Lộc cho đến cuối đời.

Sau hiệp định Genève, ông giữ chức Phó Tổng giám đốc Viện Hối đoái Sài Gòn (Tổng giám đốc là ông Huỳnh Văn Lang).

Năm 1957 ông là một trong 3 người (Huỳnh Văn Lang, Lê Ngộ Châu và ông) sáng lập tạp chí *Bách Khoa* ở Sài Gòn (1957-1975) giữ chức chủ bút tạp chí (1957-1963) rồi đến năm 1960 ông sáng lập tạp chí *Mai* giữ chân chủ nhiệm tạp chí này.

Bách Khoa, *Mai* là hai tạp chí có chủ trương và lập trường văn hóa tương tự sống được lâu năm nhất tại miền Nam thuở ấy. (*Bách Khoa:* 1957-1975, *Mai*: 1960-1963) và cũng là nơi tập hợp được các cây bút nghiêm túc ở Sài Gòn trước năm 1975 như có nhà văn đã viết: "Tạp chí *Bách Khoa* là mảnh đất chính cho việc cầm bút dưới các bút hiệu cô Phương Thảo... Thực tế điều hành tờ báo là ở hai người. Một là ông Hoàng Minh Tuynh, trí thức Công giáo, tính tình hào hoa, có phần lãng mạn, sẵn sàng bỏ nhiều thì giờ cắt xén các bài trên báo chí ngoại quốc kết lại thành từng mục để trao cho các anh em cộng sự khai thác tư liệu. Hai là ông Lê Ngộ Châu trí thức miền Bắc di cư nhưng là Phật tử lo phần trị sự. Ông Châu là người thông minh, tinh tế, nhạy bén trong xử sự và nhân hậu với anh em cộng tác" (Vũ Hạnh).

Sau năm 1963, ông từ bỏ đời sống công chức, sống với nghề tự do, đến năm 1977 ông mất tại Bảo Lộc (tỉnh Lâm Đồng) thọ 61 tuổi.

Nguồn:
http://vansu.vn/viet-nam/viet-nam-nhan-vat/627/hoang-minh-tuynh

LINH MỤC THANH LÃNG, NHÀ VĂN HỌC SỬ

Nguyễn Vy Khanh *1

Linh mục Gioan Thanh Lãng

Linh mục, tên thật Đinh Xuân Nguyên, sinh ngày 23-12-1924 tại Nga Sơn, Thanh Hoá. Năm 1936 vào chủng viện Ba Làng, năm 1945 đậu Tú tài, năm 1947 vào học Đại chủng viện Xuân Bích Hà-Nội. Đến 1949 giáo phận Thanh Hóa gởi qua Roma học Trường Truyền giáo và được thụ phong linh mục tại đây ngày 20-12-1953. Sau đó ông du học Thụy Sĩ, đậu cử nhân Thần học và Tiến sĩ văn chương Fribourg năm 1956 với luận án *Apport français dans la littérature vietnamienne,*

*1 Về tác giả, xem trang 32

1651-1945 (NXB Xã-Hội, 1961). Năm 1957, hồi hương về miền Nam Việt Nam, làm giáo sư tiểu chủng viện Tân Thanh ở Bảo Lộc rồi giảng dạy các Đại học Văn khoa Sài-Gòn và Văn khoa Huế. Từng giữ nhiều chức vụ về văn hoá, giáo dục như: Trưởng ban Văn Chương Quốc Âm tại đại học Văn khoa Sài Gòn, Chủ tịch Trung tâm Văn bút Việt Nam (PenClub), Hội viên Uỷ ban Điển chế văn tự thuộc Bộ Văn Hóa, Hội viên Hội đồng văn hoá giáo dục. Là một nhà nghiên cứu văn-học và ngữ học, trước 1975, ông còn là chủ nhiệm hoặc chủ biên của các tạp chí Việt Tiến, Nghiên Cứu Văn Học, Trách Nhiệm,... đồng thời cộng tác thường xuyên với nhiều tạp-chí văn học, nghệ thuật.

Các công trình biên khảo, phê bình và văn-học sử đã xuất bản:

- Bộ *Khởi thảo Văn-Học Sử Việt-Nam* gồm 2 tập: Văn-Chương Chữ Nôm Dân (Hà-Nội, 1953) và Văn-Chương Bình Dân ("Văn-học khởi thảo văn chương bình-dân"; Hà-Nội: Phong Trào Văn Hóa, 1954; Văn Hợi tái bản, 1957. 222 tr.).

- *Biểu nhất lãm Văn học Cận đại Việt Nam* (2 tập, Tự Do, 1957), với mục-đích "tìm đặt các văn phẩm, các tác-giả vào trong từng "thế hệ sống" tựa vào những sự kiện lịch-sử, xã-hội, kinh tế, chính-trị,..., đã tác động mạnh đến sự phát hiện ra trong một thời-gian cả một đường lối cảm nghĩ chung. Những sự kiện đó thường là "những lục lịch-sử quyết liệt"", là "tìm đặt các nhà văn vào các thế-hệ văn-học để xác định, ở mỗi người, ai là người chỉ đạo, ai là người gieo ảnh-hưởng, và ai chỉ là người a dua, bị cuốn theo trào lưu". Và phê-bình văn-học là cuộc đi tìm "cái phần chính, cái phần cốt yếu là mổ xẻ 'con người sinh tồn' để tìm ra ý nghĩa hiện sống của nó và qua đó, của cả đoàn thể loài người".

- *Apport francais dans la littérature vietnamienne (1651-1945).* Sài-Gòn, 1962 (ký Đinh-Xuân-Nguyên, Luận án Tiến sĩ Đại học Fribourg Thụy Sỹ; Sài-Gòn: Imprimerie Xã-Hội, 1961).

- *Sách Sổ Sang Chép Các Việc của Philiphê Bỉnh*; Thanh Lãng giới thiệu "tài liệu chữ quốc-ngữ tối cổ chép tay về thế kỷ XVIII" (Viện Đại Học Đà Lạt, 1968).

- *Phê Bình Văn Học Thế Hệ 1932* (2 tập, Phong Trào Văn Hóa, 1972). Theo "Tại sao xuất-bản?" như lời mở đầu tập Thượng, LM Thanh Lãng cho biết phải "xuất-bản cấp kỳ 3 trong số 17 tập Lịch-Sử Văn-Học Thế Hệ 1932, do Chứng chỉ Văn-chương Quốc Âm trường Đại Học Văn Khoa cho quay ronéo năm 1966" vì đã bị các ông Nguyễn Tấn Long và Nguyễn Hữu Trọng từng "ăn cắp gần 2 chương đầu tập 1A của Bộ (này) đem xuất-bản thành sách nhan đề là Việt-Nam Thi Nhân Tiền Chiến" (tr. 1) (1968) [và Khuynh Hướng Thi Ca Tiền Chiến,

1969] dù đã có bản mới cập nhật từ 1966 đến 1972, và vì do quảng cáo của cùng nhà Sống Mới sẽ in "Biến cố văn-học Việt-Nam qua 9 cuộc bút chiến thời tiền chiến" - cũng là nội-dung văn bản Bộ Phê Bình Văn Học Thế Hệ 1932 này. Ngày 22-9-1972, Tòa Sơ Thẩm Sài-Gòn tuyên án hai ông Phan Canh Và Nguyễn Tấn Long vi phạm tác quyền và bồi thường LM Thanh lãng 'một đồng danh dự' (X. "Bài Bạt 'Tôi đi hầu Tòa'", Tập Hạ, tr. 543).

- *Bảng Lược Đồ Văn Học Việt Nam* ("trình bày và trích tuyển") gồm 2 tập do NXB Trình Bầy in năm 1967 trong Tủ sách Đại-học: Quyển thượng: Nền văn học cổ điển (từ thế-kỷ XIII đến 1862); Quyển hạ: Ba thế hệ của nền văn học mới (1862 đến 1945) ("Tài liệu giáo khoa dành cho sinh viên Dự Bị Việt Đại Cương Đại Học Văn khoa Sài-Gòn. Niên khóa 1966-1967").

- *Lịch Sử Tiểu Thuyết Việt Nam* (1932-1945) tài liệu học tập đại học Văn khoa Sài-Gòn in ronéo, 3 tập, 1964.

Bảng Lược Đồ Văn Học Việt Nam sử-dụng phương pháp thế hệ để phân chặng văn-học sử, như dựa theo cuộc đời, thân phận nàng Thúy Kiều, đã chia văn học Việt Nam thành 7 thời kỳ trôi nổi: 1-Thế hệ những người cùng thời Nguyễn Du (1788-1820); 2-Thế hệ Nguyễn Công Trứ (1820-1862); 3-Thế hệ Chu Mạnh Trinh (1862-1913); 4-Thế hệ Nguyễn Văn Vĩnh, Phạm Quỳnh (1913-1932) 5-Thế hệ Tự Lực Văn Đoàn (1932-1945); 6-Thế hệ sau 45; 7-Thế hệ sau 54: "Kiều đầu thai. Ở miền Bắc nàng bỗng trở thành một cô gái vô sản, là hiện thân của hàng triệu phụ nữ Việt Nam bị các thế lực phong kiến và bọn địa chủ đàn áp bóc lột. Ở miền Nam, nàng là một cô gái hiện sinh dám dấn thân, dù suốt mười lăm năm là những tháng ngày buồn nôn. Và hai nàng Nam và Bắc hơn 20 năm gườm nguýt nhau, chửi bới nhau không thương tiếc"!

Khởi đi từ quan điểm văn học Việt Nam là một, qua nhiều thời kỳ và văn tự sử-dụng, LM Thanh Lãng dùng phương pháp phân chia thời kỳ văn học theo thế hệ văn-chương, khởi từ năm 1862 và từ miền Nam, và biên khảo của ông đặt nặng việc sử-dụng văn bản. Với văn bản, ông chứng minh đã có một nền văn học Thiên Chúa giáo, sự đóng góp này có thật, nhất là với chữ quốc ngữ. Khởi sinh từ Nhà Chung và miền Nam, nền văn học chữ quốc ngữ Việt Nam như khác hướng đi với nền văn học từ đất văn vật ảnh hưởng Nho giáo hình thức và nặng nề.

Ngoài ra, trong quyển Hạ của bộ *Bảng Lược Đồ Văn Học Việt Nam* ("ba thế hệ của nền văn-học mới, 1862 đến 1945"; Trình Bày, 1967), ông khai triển thêm quan niệm "Ý hướng" và phân chia các tác-giả thời trước 1945 theo một số ý hướng như đấu tranh, tình cảm, thi vị, truyền kì, hồi ký, hài biếm, phong tục và tả thực. *Bảng Lược Đồ* ... đặt nền tảng cho toàn bộ lý thuyết văn học sử của linh-mục dựa trên quan niệm "văn học là một sinh hoạt, một cuộc sống" và nó cũng "động đạt, thăng trầm hơn cả cuộc sống con người (Tập 1. PTVH, 1967, tr. 21).

Bảng Lược Đồ Văn Học Việt Nam có những ấn-bản khác đã được xuất-bản trước bộ mang tên này và phân chia theo thế hệ văn-học, như là sơ-thảo. Đó là bộ Văn-Học Việt-Nam gồm nhiều tập, 2 tập đầu đã xuất-bản, các tập sau in ronéo như tài liệu học tập các chứng chỉ Đại học Văn Khoa Sài-Gòn:

- Đối kháng Trung Hoa ("từ đầu đến 1428"; Phong Trào Văn Hóa, 1969; tb, 1971);
- Thế hệ dấn thân yêu đời ("1428-1505"; Phong Trào Văn Hóa, 1969; ; tb, 1971);
- Thế hệ tố cáo thời thế ("1505-1592"; 1963);
- Thế hệ gặp gỡ Tây-phương ("1592-1729"; 1963);
- Thế hệ thác loạn ("1729-1788"; 1963);
- Thế hệ Nguyễn Du ("1788-1820"; 1963);
- Thế hệ Nguyễn Công Trứ ("1820-1862"; 1963);
- Tẩy chay Pháp ("1862-1900"; 1963);
- Thế hệ hóa dân cường quốc ("1900-1913"; 1963);
- Thế-hệ điều hòa Âu-Á ("1913-1932"; 1964);
- Thế-hệ Đoạn tuyệt ("1932-1945"; 1964).

LM Thanh Lãng cũng đã áp dụng tiêu chuẩn "thế hệ" để phân chia các giai đoạn lịch-sử của báo-chí Việt-Nam. Trong bài *"Báo-chí Việt-Nam và 100 năm xây dựng văn-hóa"* đăng trên tập san Văn Bút (1, 1971) của hội Bút Việt, đã chia lịch-sử báo-chí Việt-Nam làm 7 giai đoạn cho đến năm 1971:

- Thế Hệ "Bình Tây Sát Tả" 1862-1900;
- Thế Hệ "Hóa Dân Cường Quốc" 1900-1913;
- Thế Hệ "Dung Hòa Đông-Tây" 1913-1932;
- Thế Hệ "Đoạn Tuyệt Đông Phương" 1932-1945;
- Thế Hệ "Kháng Pháp dành Độc Lập" 1945-1954;
- Thế Hệ "Cộng Hòa I" 1954-1963: Làng báo Việt-Nam dồn mọi nỗ lực cho việc xây dựng chế độ Cộng Hòa Nhân Vị, bỏ quên các mục tiêu khác. Số báo trong thế hệ này lên tới 212 tờ; và
- Thế Hệ "Cách-Mạng" 1963-1971: là "giai đoạn thác loạn của báo-chí nước ta, một cơn lốc khủng khiếp": Số báo năm 1963 là 25,

đầu năm 1964 lên 91 rồi xuống 47 năm 1965 (Hồng Hà Nguyễn Việt Chước. *Lược Sử Báo-Chí Việt-Nam*. Nam Sơn 1974, tr. 16-18).

Sau biến cố năm 1975, Lm. Thanh Lãng tham gia nghiên cứu về ngôn ngữ và văn học sử Công giáo các thế kỷ vừa qua. Sau khi linh mục mất ngày 17-12-1988 [Đặc san *Dòng Việt* ở Huntington Beach California đã tưởng niệm linh-mục trong số 6, Hè 1999], một phần công trình nghiên cứu, biên khảo khác đã được xuất bản:

- *Tự Điển Việt-La-Bồ* (1991) phiên dịch chung với Hoàng Xuân Việt và LM Đỗ Quang Chính;

- *Về Sách Báo Của Tác Giả Công Giáo (Thế Kỷ XVII-XIX)* do Khoa Ngữ Văn Trường Đại học tổng hợp Tp HCM in năm 1993 cùng các tác giả Nguyễn Văn Trung, Trần Thái Đỉnh, Võ Long Tê, Nguyễn Nhã, Trần Thanh Đạm, Phạm Đình Khiêm, Đỗ Như Thắng, Cao Xuân Hạo và Hoàng Châu Kỳ;

- *13 Năm Tranh Luận Văn-Học (1932-1945*; 3 tập; Tp HCM: NXB Văn Học, 1995). Nhờ bộ sưu tập này mà người đọc có thể tham khảo những bài báo đã đăng trên *Hà Nội Báo, Ích Hữu, Phụ Nữ Diễn Đàn, Ngày Nay, Tiểu Thuyết Thứ Bảy* liên hệ đến những cuộc tranh luận thời đó về văn học, ngữ học và cả chính trị, thời sự. Bộ sách này đã được in ronéo tại Đại-học Văn khoa Sài-Gòn năm 1966 với tựa Những Cuộc Tranh Luận Văn-Học (từ 1932-1945) gồm 17 tập.

Nên xem thêm:

Đỗ Lai Thúy, *Thanh Lãng, từ tư liệu đến cách phân kỳ văn học*

http://www.vanhoanghethuat.org.vn/2007.12/dolaithuy.htm

http://www.gpnt.net/diendan/showthread.php?t=5945

Từ Điển Phê Bình Văn Học, *Thanh Lãng (1924 -1990)*

https://phebinhvanhoc.com.vn/t

TIN NHẮN CỦA TỦ SÁCH *TUỔI HOA*

ĐẾN VỚI *TUỔI HOA* - VỀ LẠI TUỔI THƠ

Tủ sách *Tuổi Hoa* được thành lập trước năm 1975 và do những cây bút chuyên viết cho các tạp chí như *Thiếu Nhi, Thằng Bờm, Tuổi Hoa* cộng tác.

Các tác phẩm của Tủ sách *Tuổi Hoa* được chia làm 3 loại:

* Loại hoa đỏ: phiêu lưu, mạo hiểm, trinh thám

* Loại hoa xanh: tình cảm gia đình, bạn bè

* Loại hoa tím: dành cho tuổi 16 - 18

Những tác phẩm này đã từng một thời là "món ăn tinh thần" của thanh thiếu niên Việt Nam vì nó không những giáo dục những đức tính tốt cho con người mà còn giúp thanh thiếu niên tập trau chuốt lời văn để học văn tốt hơn.

Ngoài ra, Bán nguyệt san *Tuổi Hoa* cũng là một tờ báo đã đi vào lòng của thanh thiếu niên Việt Nam vào thập niên 60, đầu thập niên 70. Những giá trị tinh thần do Bán nguyệt san *Tuổi Hoa* đem lại rất nhiều và hầu như các truyện dài được đăng trong Bán nguyệt san *Tuổi Hoa* đều được Nhà xuất bản Tuổi Hoa in thành sách, chính là các truyện loại hoa đỏ, hoa xanh và hoa tím mà chúng ta đang sưu tầm.

Hiện nay Tủ sách *Tuổi Hoa* và Bán nguyệt san *Tuổi Hoa* đang bị mai một nên có lẽ đến một ngày nào đó sẽ không ai còn nhớ và còn biết trong văn hóa Việt Nam có một giai đoạn thịnh hành của sách báo thiếu nhi, đã góp phần trong việc giáo dục tạo nên một thế hệ Thanh thiếu niên ưu tú. Việc sưu tầm và tái lập Tủ sách *Tuổi Hoa* cũng như

Bán nguyệt san *Tuổi Hoa* sẽ giúp chúng ta ghi dấu lại giai đoạn đáng nhớ đó và mặc dù hiện giờ các tác phẩm của Tủ sách *Tuổi Hoa* và các Bán nguyệt san *Tuổi Hoa* bị thất lạc rất nhiều nhưng mong rằng với thời gian và với công sức của tất cả những người đã, đang và sắp là fans của *Tuổi Hoa*, chúng ta sẽ cùng nhau tái lập lại đầy đủ các tác phẩm, các tập san của *Tuổi Hoa* khi xưa.

Cám ơn quý tác giả của Tủ sách *Tuổi Hoa*, dù không trực tiếp gửi sách nhưng những giá trị tinh thần của các tác phẩm mà quý vị cho ra đời thật là vô giá. Mong rằng quý vị sẽ thông cảm và bỏ qua cho việc không xin phép của chúng tôi khi đưa các tác phẩm của quý vị vào website bởi vì sau bao nhiêu sự thăng trầm, khó mà tìm lại được quý vị.

Chân thành cám ơn.

* Quý độc giả nào tìm được những truyện *Tuổi Hoa* sau đây: Hoa Đỏ, Hoa Xanh và Hoa Tím, xin vui lòng liên lạc với Tủ sách *Tuổi Hoa* qua e-mail: tstuoihoa@gmail.com

Tiền thân của *Bán nguyệt san Tuổi Hoa* là Truyện nhi đồng *Tuổi Hoa.*

TRONG NƯỚC:

Số đầu tiên phát hành vào tháng 06-1962 và phát hành mỗi tháng 1 kỳ (nguyệt san).

Sau 8 số thì đổi tên thành *Tạp chí thiếu nhi Tuổi Hoa* và cũng phát hành mỗi tháng 1 kỳ (nguyệt san).

Bắt đầu từ số 36 trở đi báo được phát hành 1/2 tháng 1 kỳ (bán nguyệt san) và đến số 74 thì chính thức đổi tên thành *Bán nguyệt san Tuổi Hoa* và giữ tên này cho đến số cuối cùng là số 233 phát hành vào đầu tháng 04-1975.

HẢI NGOẠI:

Sau biến cố tháng 4-1975, *Bán nguyệt san Tuổi Hoa* cũng như tất cả các loại sách, báo khác hoạt động ở miền Nam Việt Nam trước 1975 đều ngưng phát hành. Tuy nhiên, vẫn có nhiều vị trong Ban biên tập *Tuổi Hoa* còn nhiều tâm huyết đối với *Tuổi Hoa*, nên sau đó... *Nguyệt san Tuổi Hoa* lại được tái phát hành ở hải ngoại với sự chủ xướng của nhà văn Quyên Di.

Theo thông tin TSTH nhận được từ nhà văn Quyên Di thì nguyệt san *Tuổi Hoa* hải ngoại được tái phát hành tới 2 lần:

1- *Tuổi Hoa hải ngoại (bộ cũ):* phát hành được 15 số thì đình bản

- Số 1 là số Xuân Bính Dần phát hành vào 01-02-1986

- Số 15 là số cuối phát hành vào tháng 10-1989

2- *Tuổi Hoa hải ngoại (bộ mới tục bản):* phát hành được 20 số thì ngưng vĩnh viễn.

- Số 1 là số đầu tiên phát hành vào tháng 05-1994

- Số 20 là số Xuân Canh Thìn cũng là số cuối cùng phát hành vào tháng 2 năm 2000.

Báo *Tuổi Hoa* bao gồm nhiều bài viết có giá trị bao gồm đủ các thể loại như truyện ngắn, truyện dài nhiều kỳ, truyện tranh, thơ, đố vui, tìm hiểu kiến thức,... đã từng một thời là tập san không thể thiếu của thanh thiếu niên Việt Nam.

Bán nguyệt san Tuổi Hoa do một số nhà văn, nhà giáo và linh mục Dòng Chúa Cứu Thế Sài Gòn chủ trương từ năm 1962 đã từng một thời là "món ăn tinh thần " của thanh thiếu niên Việt Nam trước 1975, tôi may mắn có người chị cả một thời say mê tạp chí *Tuổi Hoa*. Hồi đó nhà nghèo (giờ vẫn nghèo Huhu), nên chị mua báo bằng tiền mẹ cho để đi xe, và... đi bộ tới trường. Vì *Tuổi Hoa* là bán nguyệt san, nửa tháng ra một số, nên chị cũng hơi chật vật về tài chánh,trước khi đọc một cuốn báo mới, năm chị em tôi hay mân mê cái bìa báo xinh xắn, nhiều màu sắc qua nét cọ tài hoa của họa sĩ Vivi. Hình bìa hầu hết là tác phẩm của Vivi (trừ một số rất ít của các học viên trong Lớp Hội Họa *Tuổi Hoa*).

Đã vài chục năm trôi qua, thời gian khá dài đủ để cho một thế hệ mới sinh ra và trưởng thành dưới chế độ mới- một mô hình xã hội được cho là tiên tiến, không còn áp bức, bất công, người bóc lột người. Những cuốn báo ít ỏi còn sót lại nhờ công cất giấu của mẹ và các chị em tôi (không có tôi) xa xưa giấy đã ngả màu vàng ố. Mẹ tôi đã khuất núi và chị em tôi cũng hết tuổi đọc sách báo thiếu nhi. Tôi thỉnh thoảng vẫn "cảo thơm lần giở trước đèn", mở lại từng trang báo cũ vàng ố, mong manh vì thời gian với thái độ nâng niu trân trọng, vẫn tự trách mình ngu dốt và trách người sao mệnh danh là cán bộ văn hóa mà cư xử với sách kém gì...

Nguồn: *http: vanthoconggiao.net/2017/07/tu-sach-tuoi-hoa.htm.*

HOÀI NIỆM

•Giáo sư, nhà phê bình văn học Huỳnh Như Phương: "Là người đọc sách *Tuổi Hoa* từ khi còn đi học ở một vùng quê miền Trung, tôi có thể tự tin mà nói với các bạn rằng những cuốn sách này là một phần kỷ niệm thời niên thiếu của tôi, khiến bây giờ gặp lại lòng thấy hân hoan như gặp những người thân yêu thời thơ dại mà mình từng sẻ chia, tin cậy. Đời người như cây, trước khi cho quả là lúc kết nụ, nở hoa, tỏa hương khoe sắc. Muốn lưu giữ những kỷ niệm đẹp một thời không quay lại, bạn hãy làm quen với tủ sách này để có thể cảm nhận những bông hoa thời niên thiếu đang nở giữa lòng mình".

•Nhà báo Phạm Công Luận: "Lớp độc giả miền Nam yêu thích tủ sách này, nay đã bước sang tuổi 50-60 vẫn còn nhớ những cái nhan đề gợi cảm, mang đầy âm hưởng gây háo hức. Đó là: *Mật lệnh U đỏ, Chiếc lá thuộc bài, Khúc Nam Ai, Thiên Hương, Lữ quán giết người*..., và tên những tác giả Hoàng Đăng Cấp, Minh Quân, Bích Thủy, Kim Hài, Thùy An, Nguyễn Thái Hải... Khi tình cờ thấy lại được một cuốn sách cũ của tủ sách này, tất cả kỷ niệm đẹp đẽ như ùa về, cái thuở trong sáng đầy mơ ước hướng thiện".

•Nhà văn Nguyễn Thái Hải, tác giả *Chiếc lá thuộc bài*: "Sau 50 năm, dù đã có nhiều thay đổi trong cuộc sống, hầu hết những cuốn sách trong tủ sách *Tuổi Hoa* vẫn khẳng định được giá trị giải trí và giáo dục, ghi lại không gian, thời gian và cuộc sống của lứa tuổi học trò trước năm 1975 ở miền Nam".

Nguồn:
vi.wikipedia: Bán nguyệt san Tuổi Hoa

CÁC BẢN DỊCH TOÀN BỘ *KINH THÁNH* SANG TIẾNG VIỆT

Linh mục Albertô Trần Phúc Nhân

Quá trình phiên dịch toàn bộ *Kinh thánh* sang tiếng Việt đã khởi sự vào đầu thế kỷ XX, cách đây gần 100 năm. Chúng tôi giới thiệu vắn tắt các bản dịch đó và nhận xét sơ lược về một số đặc điểm của các bản dịch. Phải nhận rằng trước đây Giáo hội Công giáo khá dè dặt về việc đọc *Kinh thánh* bằng tiếng địa phương, tuy không cấm giáo dân đọc nhưng cũng không khuyến khích. Vì thế trước đây trong tiếng Việt chỉ có những bản dịch lẻ tẻ từng phần, ví dụ các bài Evan (*Tin mừng*) ngày Chúa nhật. Mãi đến đầu thế kỷ 20 mới có bản dịch toàn bộ *Kinh thánh* sang tiếng Việt.

Để nhắc lại công trình của các bậc tiền bối, đồng thời để cho những người đi sau rút kinh nghiệm, chúng tôi giới thiệu sáu bản dịch toàn bộ *Kinh thánh* do các tác giả Công giáo thực hiện. Chúng tôi đã viết bài này năm 2003. Nay xin điều chỉnh lại và cập nhật một số chỗ. Trong bài này, chúng tôi không đề cập đến các bản dịch từng phần, như của ông Mai Lâm Đoàn Văn Thăng, của Lm. An Sơn Vị hay Lm. Trần Văn Kiệm, v.v..., và các bản dịch của anh em Tin Lành.

Cho đến nay có 6 bản dịch toàn bộ *Kinh thánh* do các tác giả Công giáo thực hiện:

1. Cố Chính Linh (1913)
2. Cha Gérard Gagnon (1963)
3. Cha Trần Đức Huân (1970)
4. Cha Nguyễn Thế Thuấn (1976)

Lm. Albertô Trần Phúc Nhân

** Sinh: 1932, quê ở Phát Diệm. Mất: 2014.*
** Từng theo học trường các cha Dòng Tên tại Poitiers (Pháp), Chủng viện Truyền giáo Rôma, Viện Kinh thánh ở Rôma.*
** Dạy Kinh thánh tại Đại chủng viện Huế và Công tác với Nhóm Phiên dịch Các Giờ Kinh Phụng Vụ (CGKPV).*

5. Đức Hồng Y Trịnh Văn Căn (1985)
6. Nhóm Phiên Dịch Các Giờ Kinh Phụng Vụ (1998)

I. CỐ CHÍNH LINH

Cố Chính Linh, một vị thừa sai thuộc Hội Truyền Giáo Paris (MEP), là người đầu tiên dịch toàn bộ *Kinh thánh* ra tiếng Việt. Trang tên sách ghi:

Kinh thánh cứ bản Vulgata. Cố Chính Linh (Albertus Schlicklin) địa phận Tây Đàng ngoài dịch ra tiếng Annam và thích nghĩa. Bộ này gồm 4 cuốn khổ 18 x 24 cm, với 768, 736, 652 và 894 trang. Sách có chuẩn ấn của Đức Cha P.M. Gendreau (Đức Cha Đông) ký tại Hà Nội ngày 19-03-1913, và in năm 1913-1916 tại Hồng Kông ở nhà in Nazareth của Hội Truyền Giáo Paris. Vậy tính đến nay là chẵn 90 năm.

Chính bản văn *Kinh thánh* chia làm hai cột: bản Vulgata La-tinh và bản dịch tiếng Việt. Bên dưới mỗi trang, thường có các chú thích, dài ngắn tuỳ chỗ ; các chú thích về "Sấm truyền mới" (*Tân ước*) khá dài. Ngoài ra còn có những "Lời mở đàng" chung cho mỗi loại sách và riêng cho từng cuốn sách.

Nói chung, đối với chúng ta, lối văn đã quá xưa, nhất là trong cách xưng hô. Ngay trang đầu có dẫn Ga 5,39: "Hãy lục xét Sách thánh... Sách thánh làm chứng về tao." Hay câu Đức Giêsu "lả lời" cho bà vợ ông Dê-bê-đê và hai con: "Đức Chúa Jêsu bảo các chúng rằng: thật chén tao thì bay sẽ uống ; còn sự ngồi bên tả bên hữu tao, chẳng phải tự tao ban cho bay, bèn là những kẻ Cha tao sắm để cho nó" (Mt 20,23). Dầu sao chúng ta phải khâm phục công trình của một vị thừa sai ngoại quốc đã mở đường cho việc dịch thuật và giải thích *Kinh thánh*.

II. CHA GÉRARD GAGNON

Bản dịch *Kinh thánh* của Cố Chính Linh được in năm 1913-1916. Phải đợi 50 năm sau mới có một bản dịch Công giáo khác, cũng do một linh mục ngoại quốc là Cha Gérard Gagnon (cha Nhân), Dòng Chúa Cứu Thế.

Bản dịch này xuất bản tại Đà Lạt vào những năm 1962-63, in khổ nhỏ 10 x 15 cm, gồm 5 tập: *Ngũ Thư, Lịch Sử, Triết Minh, Tiên Tri* và *Tân ước*, với số trang từ 600 đến 1000. Bản dịch mỗi sách trong *Kinh thánh* thường có phần "Tâm niệm" đi trước, tức là nhập đề vắn tắt; sau bản dịch có phần "Lược giải" tức là những chú thích rất ngắn. Các *Thánh vịnh* được in riêng thành một tập với nhan đề *Nhật Tư Thánh Vịnh* và được xếp theo thứ tự của sách kinh *Nhật Tụng* thời đó ; ở cuối tập có phần "Suy gẫm – Tìm hiểu – Thực hành" cho mỗi Thánh vịnh, để giúp cầu nguyện và thực hành.

Ở đầu mỗi tập, dịch giả khiêm tốn viết: "Đây chỉ là một bản phiên dịch *Thánh kinh*, với mục đích để giáo dân tiện dụng trong công cuộc tìm hiểu và học hỏi *Thánh kinh.* Chúng tôi không dám có tham vọng tự coi đây là một bản dịch 'sát chữ và bình luận'. Chúng tôi mong ước rồi đây sẽ có một bản dịch chính thức do các nhà chuyên môn nghiên cứu *Thánh kinh* dịch thuật, chú giải…". Phải nhận rằng, xét về mặt văn chương, bản dịch này khá xuôi và người đọc không có cảm tưởng rằng bản dịch đã được thực hiện cách đây 40 năm. Tuy nhiên người đọc có thể có thắc mắc về chủ trương của dịch giả chuyển các *Thánh vịnh* và sách *Diệu Ca (Diễm Ca)* ra thơ Việt Nam. Ví dụ:

"Em xinh quá sức, bạn yêu ơi!
Em đẹp biết bao, đẹp tuyệt vời!
Đôi mắt bồ câu đen lóng lánh
Tăng thêm duyên dáng nụ cười tươi" (Dc 1,15)

Phải nhận rằng bốn câu thơ này khá hay… nếu là thơ sáng tác. Nhưng xét như bản dịch thì lại không trung thành, vì phải thêm bớt sửa đổi ý nguyên văn.

III. CHA TRẦN ĐỨC HUÂN

Bản *Kinh thánh Cựu Tân ước* dịch theo bản Phổ thông này của lm. Đa Minh Trần Đức Huân, do Tủ sách Ra Khơi xuất bản năm 1970, tại Sài Gòn. Đây là bản dịch toàn bộ *Kinh thánh* đầu tiên do một linh mục người Việt thực hiện. Sách dày khoảng 2200 trang khổ 15x21 cm; ở đầu có phần "Dẫn vào Kinh thánh" chừng 25 trang, sau đó là bản dịch các sách, với một nhập đề ngắn cho mỗi sách, và những chú thích ngắn ở cuối mỗi trang.

Trong "Lời giới thiệu" ở đầu sách (tr. IV) Đức Tổng Giám mục P. Nguyễn Văn Bình viết: "Đây không phải là bản dịch theo sát chữ (…); cũng không phải là bản dịch phóng tác cốt giữ lấy ý mà không nghĩ đến văn từ. Đây là một bản dịch theo nghĩa chính cống *Kinh thánh* (...) và theo lối văn thuộc sinh ngữ Việt Nam." Bản dịch của Cha Huân nghe cũng khá xuôi, như bản dịch của cha G. Gagnon, tuy xem ra ngôn ngữ bình dân hơn. Bản này cũng dịch ra thể thơ, không những *Diễm ca* và các *Thánh vịnh*, mà rất nhiều những bản văn *Kinh thánh* có chất thơ, như sách *Châm Ngôn, Huấn Đạo (Huấn Ca)* và một số các bài ca trong *Tân ước*, như bài ca của Đức Maria, ông Dacaria và ông Simêôn. Ở đây ta lại gặp thắc mắc như đã gặp trong trường hợp bản dịch của cha G. Gagnon: để làm ra thơ Việt Nam, dịch giả phải thêm bớt, thay đổi ý bản văn. Ví dụ bài ca ông già Simêôn:

> *"Rày cho tôi thác bình an,*
> *như lời Chúa phán rõ ràng lắm thay!*
> *Mắt tôi trông thấy rồi đây!*
> *Giêsu Cứu thế bấy nay tôi chờ.*
> *Đấng mà Chúa đã sắm cho*
> *đặt ngay trước mặt sờ sờ hiển nhiên.*
> *Sáng soi kẻ ngoại muôn dân,*
> *Vinh quang rực rỡ Ít-ran dân Ngài"* (Lc 2,29-32)

Dầu sao, bản dịch của cha Huân cũng là một đóng góp đáng kể và dọn đường cho những dịch giả khác sau này.

IV. CHA NGUYỄN THẾ THUẤN

Đây là bản dịch tiếng Việt đầu tiên được thực hiện từ nguyên ngữ Hípri, Aram và Hy Lạp, khác với những bản dịch từ tiếng Latinh (cố Chính Linh, cha Huân) hay từ một bản dịch khác. Dịch giả là cha Nguyễn Thế Thuấn, Dòng Chúa Cứu Thế, giáo sư *Kinh thánh*. Cha Thuấn đã in cuốn *Tân ước* năm 1969 và sắp hoàn thành phần *Cựu ước* thì qua đời năm 1975. Một số thân hữu và môn sinh đã hoàn chỉnh và Dòng Chúa Cứu Thế xuất bản tại Tp. Hồ Chí Minh năm 1976. Cuốn *Kinh thánh* này dày tổng cộng 3014 trang khổ 14x20cm, tuy in chữ nhỏ trên giấy lụa nhưng khá dễ đọc.

Sách được trình bày theo đúng quy cách các sách *Kinh thánh* dùng để học hỏi, nhất là cuốn *La Bible de Jérusalem*. Ở đầu mỗi sách hay loại sách đều có phần *"Tiểu dẫn"* khá chi tiết. Ở bên lề bản dịch có dẫn chương và câu các chỗ *Kinh thánh* khác có liên hệ. Cuối mỗi trang có những chú thích, đôi khi khá dài như ở St 1,1-7; Mc 14,58-62; v.v... Ở cuối sách có "Bảng kê những chú thích quan trọng", "Niên biểu giản lược" và "Những bản đồ" (12 bản đồ địa lý *Cựu ước* và *Tân ước*).

Xét theo nội dung, trong các tiểu dẫn và chú thích, cha Thuấn theo *La Bible de Jérusalem* khá nhiều. Còn về bản dịch, cha Thuấn xem ra chủ trương dịch sát chữ nguyên văn, lại dùng một số từ cổ hoặc theo phương ngữ, nên câu văn có khi lủng củng và khó hiểu. Ngoài ra, nhiều khi bản dịch không cho thấy tính chất thi ca của một số bản văn (ví dụ: bài ca ông Dacaria ở Lc 1,68-79). Dầu vậy, với khổ sách gọn gàng, những tiểu dẫn, chú thích, ghi chú bên lề, v.v..., cuốn *Kinh thánh* này khá tiện dụng cho những ai muốn học hỏi.

V. ĐỨC HỒNG Y TRỊNH VĂN CĂN

Cuốn *Kinh thánh* này do Đức Hồng Y Gm. Trịnh Văn Căn thực hiện, Toà Tổng Giám mục Hà Nội xuất bản năm 1985, dày 2362 trang. Có nhập đề vắn tắt ở đầu mỗi loại sách và mỗi cuốn sách, nhưng gần như không có chú thích (trừ một ít chỗ như trang 153, 2047, v.v...). Phải nhận rằng trong điều kiện eo hẹp của Giáo hội miền Bắc khi ấy, sản xuất được chiếc "bánh chưng" này (như một số người vui miệng đặt tên cho cuốn *Kinh thánh* này, do khổ gần như vuông 19 x 20 cm và dày 8 cm) là điều đáng quý.

Bản dịch dùng lối văn bình dân, dễ hiểu, nghe xuôi, nhưng nhiều chỗ dịch khá thoáng, chưa lột được hết ý của nguyên văn. Đặc biệt có hai điểm đáng lưu ý: 1) Cách xưng hô khá hợp với tiếng Việt; ví dụ: các môn đệ không được gọi cụt ngủn là "Phêrô, Gioan" như trong các bản dịch trên đây, nhưng là "ông Phêrô, ông Gioan"; 2) Trong các thư, thánh Phaolô gọi các tín hữu là "anh chị em" (cha Gagnon cũng thế) thay vì "anh em" như trong nguyên văn (adelphoi). Cách dịch này biểu lộ một tính nhạy cảm nói lên sự tôn trọng nữ giới; nhưng xét về mặt dịch thuật thì chưa mấy ai dám theo.

VI. NHÓM PHIÊN DỊCH CÁC GIỜ KINH PHỤNG VỤ

Đây là công trình dịch toàn bộ *Kinh thánh* đầu tiên do một tập thể thực hiện. Các dịch giả nói trên đây có thể đã dùng những cộng tác viên, nhưng sách in ra vẫn chỉ có một cá nhân đứng tên. Còn bản dịch sau cùng này là của một số người, gồm linh mục dòng triều, tu sĩ nam nữ và giáo dân, với những khả năng chuyên môn khác nhau (về Kinh thánh, thần học, phụng vụ, mục vụ, thánh nhạc, văn chương, v.v....). Nhóm này hình thành từ năm 1971 và bắt đầu bằng việc phiên dịch sách *Các Giờ kinh Phụng vụ*, do đó mang tên là Nhóm Phiên Dịch *Các Giờ kinh Phụng vụ*. Sau đó Nhóm dịch các bài đọc thánh lễ Chúa nhật và đại lễ, rồi dịch *Tân ước*, và sau cùng dịch và chú thích toàn bộ *Kinh thánh*.

Từ gần 40 năm qua, Nhóm đã cố gắng theo những đường hướng sau đây:

1. Dịch *Kinh thánh* từ nguyên văn Híp-ri, A-ram hoặc Hy-lạp, có đối chiếu với bản dịch La-tinh.

2. Đường lối phiên dịch là làm việc tập thể theo tổ: trong mỗi tổ luôn luôn có chuyên viên *Kinh thánh* và một số người khác (các phần dẫn nhập và chú thích có thể do một cá nhân soạn).

3. Mục tiêu là nhằm cung cấp một bản dịch vừa đúng ý nguyên văn, vừa xuôi tiếng Việt và dễ hiểu. Tất nhiên đòi hỏi này nhiều khi khó thoả mãn, vì có những trường hợp phải hy sinh một bên.

Để đạt mục tiêu này, Nhóm đã lưu ý một số điểm như sau:

a. Cách xưng hô. Cố gắng dùng cách xưng hô cho hợp thói quen tiếng Việt. Ví dụ: Đức Giêsu là một ông thầy trẻ (chừng 30 tuổi), còn các môn đệ chắc cũng ngang hoặc gần bằng tuổi đó (*Tin mừng* nói ông Phê-rô đã có vợ). Vì thế, theo cách tự nhiên, Đức Giêsu tự xưng là "Thầy" và gọi các môn đệ là "anh em", trừ ba chỗ Người gọi các ông cách đặc biệt thân tình là "các con" ở Mc 10,24 (tekna); Ga 13,33 (teknia) và Ga 21,5 (paidia). Cả ba từ Hy-lạp ở số nhiều: "tekna", "teknia" và "paidia" đều có nghĩa là "các con", "những người con bé nhỏ".

b. Các tên riêng. Các tên riêng được phiên âm theo nguyên ngữ (trừ những tên quá quen thuộc như Phê-rô, Ê-dê-ki-en, v.v...). Bản dịch này nhằm đến hết mọi hạng độc giả, kể cả những người không có trình độ học vấn cao (chưa hết cấp I) và không biết tiếng nước ngoài. Đối với những người này, những tên tiếng nước ngoài gồm nhiều âm tiết thường rất khó đọc. Do đó, Nhóm phiên âm theo âm gần nhất trong tiếng Việt, và viết tách âm tiết, ví dụ: Ít-ra-en, Na-bu-cô-đô-nô-xo, Thê-xa-lô-ni-ca, v.v...

c. Các phần bằng thơ. Rút kinh nghiệm những bản đã dịch ra thể thơ Việt Nam, như của cha G. Gagnon, cha Trần Đức Huân (đã nói trên), hoặc của ông Mai Lâm Đoàn Văn Thăng, cha An Sơn Vị, Nhóm đã không dịch các *Thánh vịnh* và các đoạn thơ khác ra thể thơ Việt Nam, ngoại trừ Tv 22 (21),2-23 ; Tv 133 (132) và một ít câu lẻ tẻ khác. Tuy nhiên, Nhóm đã cố gắng dịch các đoạn văn có chất thơ, cách đặc biệt trong *Cựu ước*, như *Thánh vịnh, Châm ngôn, Diễm ca*, v.v..., bằng lối thơ tự do có âm thanh tiết điệu dễ nghe, nhất là khi đọc chung.

Cho tới nay, Nhóm Phiên dịch *Các Giờ kinh Phụng vụ* đã phiên dịch và lần lượt ấn hành các tác phẩm chính yếu sau đây (trong ngoặc là năm in lần thứ nhất):

– *Các Giờ kinh Phụng vụ* (1991)
– *Tân ước: bản dịch với chú thích dài* (1993)
– *Kinh Sách: Các bài đọc* (1994)
– *Tân ước: bản dịch không có chú thích* (1995)
– *Các sách Ngôn sứ: bản dịch với chú thích dài* (1996)

– *Các sách Giáo huấn: bản dịch với chú thích dài* (1998)
– *Kinh thánh trọn bộ: bản dịch với chú thích ngắn* (1998).
– *Ngũ thư: bản dịch với chú thích dài* (1999)
– *Các sách Lịch sử: bản dịch với chú thích dài* (1999)
– *Lời Chúa cho mọi người: Kinh thánh* (2006) (cùng một bản dịch *Kinh thánh* trọn bộ nói trên, nhưng với các dẫn nhập và chú thích nhằm đáp ứng nhu cầu mục vụ)
– *Kể chuyện Kinh thánh cho Trẻ Em* (2007)
– *Kể chuyện Kinh thánh cho Thiếu Niên* (2007)
– *Tân ước: bản dịch và chú thích có hiệu đính* (2008) (bản dịch để học hỏi)
– *Đọc Tin mừng Chúa nhật theo Lectio Divina Năm B* (2008)
– *Đọc Tin mừng Chúa nhật theo Lectio Divina Năm C* (2009)
– *Các Bài đọc trong Thánh lễ* (2009)
– *Đọc Tin mừng Chúa nhật theo Lectio Divina Năm A* (2010)
– *Ngũ thư: bản dịch để học hỏi* (2010)

Tính cho đến nay, tổng số các sách đã ấn hành là 130.000 cuốn *Các Giờ kinh Phụng vụ,* 250.000 cuốn *Kinh thánh* trọn bộ và 1.855.000 cuốn *Tân ước*.

Để đáp ứng nhu cầu mục vụ, Nhóm vẫn tiếp tục tái bản bản dịch *Kinh thánh* đã và đang được phổ biến rộng rãi trong giới Công giáo Việt Nam ở trong cũng như ngoài nước. Đồng thời Nhóm muốn đáp ứng nhu cầu học hỏi của các học viên Kinh thánh. Vì vậy sau khi đã ấn hành cuốn *Tân ước* và cuốn *Ngũ thư* như đã ghi trên đây, Nhóm hy vọng sẽ có thể ấn hành *Các Sách Lịch sử* vào cuối năm 2011 hoặc đầu năm 2012, và tiếp tục với *Các Sách Ngôn sứ* và *Giáo huấn*.

* * *

Nhìn lại quá trình dịch *Kinh thánh* sang tiếng Việt, chúng ta ghi nhận những dò dẫm đáng quý của các vị tiền bối mở đường. Từ sau Công Đồng Vaticanô II, Hội thánh khuyến khích mọi tín hữu đọc *Kinh thánh*, nên việc phiên dịch và giúp hiểu *Kinh thánh* càng cấp bách hơn. Hy vọng có nhiều người tiếp tục hoặc bắt đầu công việc này để phục vụ Lời Chúa.

Ngày 25-10-2010,
Nguồn: https://ktcgkpv.org/articles/get-article?id=41

Nên xem thêm:

- Đỗ Mạnh Tri, *Kinh Thánh ở Việt Nam và Nhóm phiên dịch Các Giờ kinh Phụng vụ,* http://eglasie.mepasie.org/asie-du-sud-est/vietnam/2013-03-22-pour-approfondir-la-bible-et-le-groupe-des-traducteurs-de-la-liturgie-des-heures-au-vietnam

- NN, *Lm. Giuse Nguyễn Thế Thuấn, Dòng Chúa Cứu Thế,* https://tgpsaigon.net/bai-viet/chan-dung-lmvn-giuse-nguyen-the-thuandong-chua-cuu-the-43189

HỌC GIẢ VŨ VĂN KÍNH. NGƯỜI TÌM NGUYÊN TÁC *TRUYỆN KIỀU*

Khổng Đức

Học giả Vũ Văn Kính

Nhà nghiên cứu Hán - Nôm Vũ Văn Kính sinh năm 1919 ở thôn Thanh Sầm, xã Đồng Thanh, huyện Kim Động, tỉnh Hưng Yên, đã vĩnh viễn giã từ chúng ta hồi 7h30 ngày 27/8/2009, hưởng thọ 90 tuổi. Trước khi ra đi, cụ đã để lại cho chúng ta một gia tài Hán - Nôm khá đồ sộ, ngoài cụ ra ít có ai làm nổi. Để hiểu hơn về một học giả quan trọng và kín tiếng này, TT&VH xin trân trọng giới thiệu bài viết của nhà nghiên

Dịch giả Khổng Đức - Đinh Tấn Dung

* *Sinh: 1925, quê tại Quảng Ngãi. Mất: 2021.*
* *Giảng viên triết học và văn học trước năm 1975.*
* *Tác phẩm: Thăng trầm quyền lực, Tâm lý văn nghệ, Hậu Tây Du ký, Từ Tống, Hí khúc Trung Quốc, Ngũ thiên tự...*

cứu, dịch giả Khổng Đức - người đã có rất nhiều năm trao đổi học thuật và cả làm việc chung với cụ Vũ Văn Kính.

Người đầu tiên tìm nguyên tác *Truyện Kiều*

Người có khả năng khai thác kho tàng Hán - Nôm không nhiều, chưa kể là mỗi ngày mỗi hiếm, dù biết đây là kho báu của dân tộc; chính UNESCO cũng từng đề cao và khuyến khích chúng ta khai thác. Nhưng chữ Nôm là thứ chữ khó học, phải thông Hán học thì mới có thể giỏi chữ Nôm, bởi nó được sáng chế từ chữ Hán.

Thế mà từ thập niên 1960, lũ chúng tôi dù đã lớn, mang cả một gánh nặng vợ con gia đình, vẫn vừa làm kiếm cơm, vừa chịu khó cắp sách vở đến ĐH Văn khoa Sài Gòn học; trong số đó cụ Kính là người lớn tuổi hơn cả. Do đó chúng tôi rất thân nhau vì cùng cảnh ngộ nên biết rõ; cũng từ đó cụ Kính đã tìm hiểu chữ Nôm vì trong chương trình Việt - Hán ở Văn khoa có môn chữ Nôm. Đến năm 1965, cụ khoe với chúng tôi là đã hoàn thành được hai bộ sách quan trọng là *Tự vị Nôm* và *Tự điển chữ Nôm*; quyển *Tự vị Nôm* thì được in bằng roneo năm 1970. Rồi đến năm 1971 thì quyển *Tự điển chữ Nôm* xuất bản. Bộ tự điển này lần đầu xuất bản có đứng tên chung với Nguyễn Quang Xỹ (ông này cũng mất lâu rồi), nhưng toàn bộ công trình đều là công lao của cụ Kính. Lúc bấy giờ vì hoàn cảnh gia đình, cụ Kính đã bán bộ sách cho Nguyễn Quang Xỹ với giá rẻ mạt.

Vũ Văn Kính cũng là người đầu tiên *"Trên đường đi tìm nguyên tác truyện Kiều"*, đối chiếu so sánh với bốn tác phẩm *Kiều* bằng chữ Nôm, được khắc in khác nhau, cũng là đề tài cao học mà cụ trình tại ĐH Văn khoa Sài Gòn năm 1974. Đề tài có một nội dung vô cùng phong phú, được in roneo, vì điều kiện ấn loát khó khăn nên chỉ có phần quốc ngữ chứ không có chữ Nôm mà đã dày 215 trang khổ 26 x 20 cm. Năm 1953, Bảo tàng Lịch sử cho tái bản, có thêm phần chữ Nôm, trên 400 trang khổ 19 x 13 cm; năm 1998 Trung tâm Nghiên cứu Quốc học tại Tp.HCM lại tái bản, nhưng bỏ phần chữ Nôm, gồm có 358 trang.

Nhìn chung đây là một công trình biên khảo khá tốt, khá chuyên sâu, xứng danh là luận án cao học thuộc hạng tối ưu lúc bấy giờ.

Nhưng nếu xét về giá trị khả dụng và hàm lượng tri thức, thì phải kể như là một luận án tiến sĩ. Phần quan trọng của *Trên đường đi tìm nguyên tác truyện Kiều* mô tả bốn bản *Kiều* Nôm: bản Nôm của Quán Văn Đường, bản Nôm của Kiều Oánh Mậu, bản Nôm của Duy Minh Thị và bản Nôm của Ưng Gia. Phần mô tả này khá chu đáo, gồm trên 30 trang khổ 26 x 20 cm; những lần tái bản sau này, đã cắt bỏ đi hay chỉ nói giản lược. Đây là một công trình mà theo tôi biết, cụ Kính phải bỏ ra bốn năm làm việc liên tục.

Ngoài ra, cụ còn soạn các bảng tra chữ Nôm thế kỷ 17, và bảng tra chữ Nôm miền Nam. Năm 2000, cụ cho ra đời quyển *Đại tự điển chữ Nôm* với hơn 37.000 chữ Nôm và trên 7.000 âm, gần 1.600 trang, sách khổ 24 x 16 cm.

Công trình lớn nhưng ít người biết

Cụ Vũ Văn Kính đã phiên âm và dịch toàn bộ kho tàng chữ Nôm trong kinh điển Kitô giáo của Maiorica, gồm 8.000 trang - không phải trên giấy trắng mực đen mà là trên "phích" microfilm rất khó đọc, có khi phải dùng máy phóng đại (projecteur) mới nhìn ra chữ.

Chính tôi là người được cụ rủ rê cộng tác làm bộ kinh điển nặng nề này, nhưng sau khi xem mấy tấm fiche microfilm, tôi thú thật không đọc nổi và xin rút lui. Thế mà cụ vẫn cặm cụi làm suốt 4-5 năm, kết quả là những năm cuối đời mắt cụ yếu hẳn đi, không còn đọc được chữ nữa, "tiền thù lao" cũng chỉ là công quả của một con chiên hết lòng với Chúa.

Cụ còn là người đóng góp quan trọng trong việc khai thác địa bạ triều Nguyễn; nhưng kết quả cũng chẳng khác nào làm bộ *Tự điển chữ Nôm* trước kia. Cụ cũng là người hoàn thành bộ *Quốc âm thi tập và Gia huấn ca* của Nguyễn Trãi; soạn quyển *Tự học chữ Nôm* giúp cho các bạn trẻ chìa khóa và bí quyết mở cửa kho tàng chữ Nôm; dịch *Gương hiếu* cho NXB Trẻ. Cụ Kính vốn sinh ra trong gia đình Đông y, phụ thân là một lương y, nên cụ đã soạn và sưu tầm hai bộ sách Đông y: *500 bài thuốc gia truyền* và *400 bài thuốc gia truyền diễn ca*. Cụ cũng là người dịch khá nhiều sách thuốc cho các vị lương y đời nay, nhưng vì dịch sách Hán- Nôm được coi như là nghề nghiệp mưu sinh nên ít ai biết chỉ trừ những bạn bè thân.

Sự ra đi của cụ mãi là niềm thương tiếc, bởi cho đến bây giờ vẫn chưa có ai đủ sức kế thừa sự nghiệp nghiên cứu chuyên sâu của cụ; những đồng nghiệp khác, vốn ít ỏi, cũng đã ở tuổi gần đất xa trời.

Nguồn: *https://thethaovanhoa.vn/*

Nên xem thêm:

NN., *Vũ Văn Kính - người xuất bản sách chữ Nôm nhiều nhất,* http://vusta.vn/chitiet/khac/Vu-Van-Kinh-nguoi-xuat-ban-sach-chu-Nom-nhieu-nhat-1016

HỌC GIẢ HOÀNG XUÂN VIỆT

Wikipedia

Học giả Hoàng Xuân Việt

Hoàng Xuân Việt tên thật là **Nguyễn Tùng Nhân** (sinh 13 tháng 8 năm 1928 tại Vĩnh Thành, Bến Tre, mất ngày 20 tháng 7 năm 2014) là một học giả, nhà văn, dịch giả, nhà ngôn ngữ học, nhà giáo dục và là một nhà hùng biện. Ông tốt nghiệp cao học tại trường Đại chủng viện Saint Joseph và Saint Sulpice. Ông còn theo học và nghiên cứu chuyên sâu những môn triết học, thần học, xã hội học, phụ nữ học, thiên văn học và năng lực hạch tâm. Ông có thể sử dụng thành thạo tiếng Hy Lạp, Latinh, Hán Nôm, Anh, Pháp, Bồ Đào Nha. Hoàng Xuân Việt từng đảm nhiệm vị trí hiệu trưởng của Trường Nhân Xã Học Làm Người, dạy các Đại học Văn khoa và Sư phạm (Sài Gòn, 1966 – 1975), Trường Hán Nôm Học Làm Người Nguyễn Trãi (1993 – 2001), và là tác giả của 373 đầu sách trong nhiều lĩnh vực. Cùng với Nguyễn Hiến Lê, Nguyễn Duy Cần, Phạm Cao Tùng, ông là một trong bốn học giả nổi bật trong loại sách "học làm người".

TIỂU SỬ VÀ SỰ NGHIỆP

Từ năm 11 tuổi, ông đã theo học tại các chủng viện Công giáo với mong muốn trở thành linh mục. Từ năm 18 tuổi, ông bắt đầu viết những cuốn sách như: *Đức tự chủ, Ngón thần để luyện lâm, Đức điềm tĩnh,*... Trong khoảng từ năm 1950 – 1957, ông đã viết khoảng 9 tác phẩm. Ngày 29 tháng 6 năm 1957 theo lịch định là ngày ông được thụ phong linh mục, tuy nhiên lễ thụ phong này bị hoãn lại, vì trước đó 2 ngày, cuốn sách *Rèn nhân cách* của ông được xuất bản mà chưa thông qua Giám mục Ngô Đình Thục.

Năm 2005, ông sang định cư tại Hoa Kỳ, rồi về lại Việt Nam. Ông mất ngày 20 tháng 7 năm 2014 tại nhà riêng tại Thành phố Hồ Chí Minh.

MỘT SỐ TÁC PHẨM

Sách học làm người

- *Rèn nhân cách*. Khai Trí. 1972.
- *Sống trí thức*. Sống Mới.
- *Người tánh tốt*. Khai Trí. 1970.
- *Đức điềm tĩnh:* thuật gây uy tín và gieo ảnh hưởng. Thanh Niên. 2005.
- *Sống trên trung bình*. Khai Trí. 1970.
- *Hành trang vào đời*. Thanh Niên. 2002.
- *Nên thân và yên tâm* (sống người và sống nhàn). Thanh Tân. 1972.
- *Thuật sống dũng*. Sống Mới.
- *Luyện trí nhớ*. Khai Trí. 1972.
- *Một nghệ thuật sống*. Văn Hoá.
- *Thinh lặng cũng là hùng biện*. Văn Hoá.
- *Thành bại đều do tổ chức*. Đồng Tháp.
- *Muốn thuyết phục*. Khai Trí.
- *Chữ tín trước đã*. Văn hóa Thông tin. 2005.
- *Lòng băng tuyết*. Sống mới.

- *Sen giữa lầy*. Sống mới.
- *Gương thầy trò:* phân lý và tổng hợp triết lý tình thầy trò. Văn hóa. 1995.
- *Người bản lĩnh*. Thanh niên. 2001.

Thơ

- *Tập thơ Hoàng Xuân Việt*. 2010.

Lịch sử

- *Tìm hiểu lịch sử chữ Quốc ngữ*. Văn hóa Thông tin. 2007.
- *Lược sử triết học phương Đông* - Tổng lược triết sử. Tổng hợp. 2004.

Triết học

- *Lược sử triết học Đông phương*. Khai Trí. 1968.
- *Lược sử triết học Tây phương*. Khai Trí.

Văn hóa - Xã hội - Tôn giáo

- *Xem quả biết cây* – khoảng 400tr
- *Việt Nam học Thiên Chúa giáo* – khoảng 500tr

Từ điển

- *Từ điển văn nghệ sĩ Hy Lạp La Tinh*.
- *Từ điển Thần học Thiên Chúa giáo*.
- *Bách khoa danh ngôn từ điển*. Khai Trí.
- Hoàng Xuân Việt, Thanh Lãng và Đỗ Quang Chính. *Từ điển Việt-Bồ-La*.
- *Bách khoa danh ngôn từ điển: văn minh nhân loại*. Nhà xuất bản thành phố Hồ Chí Minh. 1992.

Đạo đức học liên tôn

- *Đức Tin nhập lưu văn hóa* – khoảng 1000tr
- *Chủ chăn thứ thiệt* - khoảng 400tr
- *Gương Thầy Trò* - Sống Mới xuất bản 1973
- *Hùng Biện Thánh* (Phương pháp thuyết giảng Liên Tôn) khoảng 600tr
- *Học Không Đủ Làm Ông Vua Con*
- *Thở hơi Đấng hà hơi*
- *Hạch toán tâm lý và lý tưởng các loại Tu Hành* – 300tr

Khoa học

- *Những phát minh khoa học*

Tư tưởng

- *4000 câu "Bật Não Sống"* (Tư tưởng cô đọng) khoảng 1500tr

Xem thêm:

Hoàng Nhân: *Học giả Hoàng Xuân Việt - Quái kiệt với 180 tác phẩm và 1 vạn học trò*

https://thethaovanhoa.vn/van-hoa/hoc-gia-hoang-xuan-viet-quai-kiet-voi-180-tac-pham-va-1-van-hoc-tro-n20091118010221496.htm

Lam Điền: *Học giả Hoàng Xuân Việt qua đời*

https://tuoitre.vn/hoc-gia-hoang-xuan-viet-qua-doi-624976.htm

HỌC GIẢ LÊ NGỌC TRỤ (1909 - 1979)

Vansu.vn

Học giả Lê Ngọc Trụ

Giáo sư ngôn ngữ học, nhà nghiên cứu Việt Nam, bút hiệu Ngọc Toàn, nguyên họ là Lê Văn, đến đời ông nội đổi là Lê Ngọc, quê ở Cây Gõ, Châu Thành Chợ Lớn (nay thuộc quận 5 Thành phố Hồ Chí Minh). Thuở nhỏ học tại trường tỉnh Phú Lâm (Chợ Lớn), trường Sư phạm Sài Gòn. Năm 1929 tham dự cuộc bãi khóa (ngày 17-5) bỏ thi nên "không có mảnh bằng gì cả".

Từ năm 1932-1945 ông ở nhà trông coi tiệm vàng Lê Văn Nga (cha vợ ông) ở Chợ Lớn. Trong thời gian này ông ra công tự học về ngữ học để nghiên cứu tiếng mẹ đẻ. Từ năm 1946 làm phó Thủ thư rồi chủ sự phòng sưu tầm Thư viện và có chân trong Hội Khuyến học Nam Kỳ. Sau năm 1954 làm Giám đốc Viện Khảo cổ, Thư viện Quốc Gia, Giáo sư tại Đại học Văn Khoa Sài Gòn phụ trách ban ngôn ngữ học.

Lê Ngọc Trụ bước vào làng văn từ những năm còn làm thợ bạc ở Chợ Lớn.

Do tiếp xúc nhiều với các khách hàng người Hoa, ông thấy cách đọc của đồng bào Hoa kiều - gốc Quảng Đông - có những điểm tương đồng và dị biệt với cách phát âm tiếng Việt. Từ đó ông trực tiếp nghiên cứu và phát kiến nhiều suy nghĩ với những kiến giải mới mẻ, khoa học về cách phát âm của hai loại tiếng nói này. Cuối cùng ông rút ra được một số điểm đặc thù và một số nét đặc trưng để áp dụng vào chính tả tiếng Việt. Công trình của ông có tên là *Luật tứ thinh và luật hỏi ngã* (công bố trong tập *Kỷ yếu hội Khuyến học Nam Kỳ* tháng 1-1943, nhà in Mỹ Khoan, Chợ Lớn). Chuyên đề này sau đó được tác giả chỉnh lý, bổ sung sắp đặt thành một đề sách có tên *Chánh tả Việt ngữ* (Nam Việt xuất bản, Sài Gòn, 1954). Sách được tái bản nhiều lần. Công trình này đã giúp ích rất nhiều cho người Việt ba miền Trung, Nam, Bắc viết ít sai chính tả hơn. Đây là một cống hiến sáng giá và sớm nhất về chính tả tiếng Việt mà ông đã nghiên cứu trong nhiều năm.

Tác phẩm nối tiếp chuyên đề trên cũng là một công trình ngôn ngữ học có tên *Việt ngữ chánh tả tự vi* (NXB Thanh Tân, Sài Gòn, 1959) cũng là một công trình dài hơi, nghiêm túc của tác giả về chính tả tiếng Việt. Bộ sách thứ hai này là một sự tìm tòi lâu dài và nghiêm cẩn nhất của ông. Cho đến nay chưa có tác phẩm cùng loại nào có thể vượt qua được.

Ngoài các chuyên đề về chính tả tiếng Việt ông còn có mấy công trình khác về cổ văn nhằm chú thích, so sánh về văn bản học các tác phẩm văn học cổ Việt Nam như:

- *Nguyễn Cư Trinh và quyển Sãi Vãi* (soạn chung với Phạm Văn Luật, NXB Tân Việt, Sài Gòn 1951). Sách chú thích, hiệu đính, khảo luận về tác phẩm trên của Nguyễn Cư Trinh, một tác giả hồi thế kỷ XVIII.

- *Kim Thạch kỳ duyên* (tuồng)

- *Kim Vân Kiều* (tuồng soạn chung với Trần Văn Hương, NXB Khai Trí, Sài Gòn, 1966). Sách giới thiệu, chú thích, khảo dị tuồng hát bội của Bùi Hữu Nghĩa và của Ngụy Khắc Đản.

Do thành quả lao động học thuật, năm 1968 ông được phong Giáo sư diễn giảng rồi thực thụ thuộc Viện Đại học Sài Gòn.

Năm 1977 ông được nghỉ hưu, mất ngày 11 tháng 8 năm 1979 tại TP. Hồ Chí Minh.

Sau khi ông qua đời NXB TP.HCM xuất bản bộ: *Tầm nguyên tự điển Việt Nam* (1993)

Ông còn là tác giả nhiều chuyên đề về ngữ học:

- *Bàn thêm về vấn đề âm dịch* (Báo Tự Do, 1939)

- *Tại sao tôi viết dống (giống) và giám (dám) hay là vấn đề viết chữ Quốc ngữ* - Báo Đọc 1939

- *Bàn góp về luật tứ thanh* - Báo Đông Dương 1940...

Nguồn: http://www.vansu.vn/

Nên xem thêm:

Đỗ Thị Bích Lài, *Vài đóng góp của Giáo sư Lê Ngọc Trụ,* http://nnh.hcmussh.edu.vn/

HỒNG Y PHẠM ĐÌNH TỤNG
90 năm cho đời, 120 năm cho đạo

Xuân Ba

Hồng Y Phạm Đình Tụng

TP- Chiều ngày 22/2/2009, khoảng thinh không trên vòm xà cừ mặt tiền Nhà thờ lớn Hà Nội dường như chút chi đó rung rinh khi những hồi chuông dồn đổ loan tin Hồng y Phạm Đình Tụng, vị Hồng y thứ 3 của Việt Nam đã về hưởng nhan thánh Chúa lúc 10 giờ 10 phút sáng.

90 năm cuộc đời trần thế, 60 năm làm linh mục (1949-2009) 45 năm ở chức giám mục (1963-2009) và 15 năm ở ngôi Hồng y (1994-2009). Như vậy là chẵn 90 năm cho cõi trần thế và cũng chẵn 120 năm Đức Hồng y Phaolô Giuse Phạm Đình Tụng liên tục các thang trật mục vụ cho giáo hội Công giáo Việt Nam!

Nhà báo Xuân Ba

* Tên thật là Trịnh Huyên; Sinh: 1954, tại Việt Yên, Biện Thượng, Thanh Hóa.
* Hội viên Hội Nhà văn Việt Nam, chuyên viết phóng sự và bút ký văn học.
* Tác phẩm chính: Mọi linh hồn đều được đưa tiễn (1992), Vẫn phải tin vào những giọt nước mắt (1995), Thời chưa xa, người chưa cũ (2004), Một tuần nước Mỹ (2006), Đêm dài lắm mộng (2016).
* Email: vietyentp77@gmail.com

Cuối buổi thăm, An Duyệt bỗng "à quên" rồi vui vẻ giới thiệu tôi với vị khách cùng buồng. Có lẽ do thời gian nằm viện cũng lâu lâu với nhau. Có thể giữa cụ với ông bạn tôi đây có mối quan hệ thân gần hoặc giả tính tình An Duyệt vốn vui vẻ xởi lởi ai cũng dễ gần thì cung cách giới thiệu của An Duyệt mới có thể thân mật nhưng vẫn chả giảm đi phần nào sự kính trọng như thế?

Năm sáu cái "à" thầm... Hóa ra vị khách cùng buồng với An Duyệt là Đức Hồng y Phạm Đình Tụng, Tổng Giám mục Tổng Giáo phận Hà Nội.

Tôi nhớ năm đã lâu, lần ấy vào bệnh viện Việt Đức thăm ông bạn Trần An Duyệt (Pv Đài THTW) đang phải nằm điều trị. An Duyệt không nằm một mình. Giường bên là một cụ manh mảnh khuôn mặt nhẹ nhõm... Không biết bệnh chi mà cụ lúc nào cũng thường trực nụ cười hom hóm.

Vẫn nụ cười hom hóm, Đức Hồng y cho tôi hay, bửng tưng gần hai tuần trước vẫn quen lệ 4 giờ sáng dậy lo việc kinh bổn, chả may cụ trượt chân ngã. Cú ngã tai ác dẫn đến việc rạn xương vai. Nhà nước Việt Nam gợi ý nếu cụ sang bên Roma chữa trị thì sẵn sàng tạo mọi điều kiện! Nhưng Hồng y tự lượng sức mình, bệnh mình nên đã dứt khoát đề đạt nguyện vọng xin được chữa trị tại Việt Nam mà cụ thể là ngay ở bệnh viện Việt Đức. Thời gian nằm viện cùng với phác đồ điều trị lẫn săn sóc của các thầy thuốc, bệnh Hồng y có cơ thuyên giảm.

Hình như không khí vốn cô tịch lẫn u ám của nhà thươngkhiến người ta dễ gần và những khoảng cách nếu có cũng bớt doãng ra so với khi thường. Chuyện gần chuyện xa... Tôi nhớ khi biết cả hai chúng tôi đã từng can dự vào việc làm báo mà đối tượng là thanh thiếu nhi (An Duyệt trước khi là một yếu nhân ở truyền hình trung ương từng phụ trách chương trình thanh thiếu nhi của Đài TNVN), cụ vui vẻ hồi tưởng cái thời lăng lắc khi cụ từng nhiều năm làm thầy làm cha phục vụ trẻ mồ côi ở cô nhi viện Têresa phố Hàng Bột.

Rồi xa hơn những năm phục vụ cho đám dân nghèo mà đa phần ở quê ra phố ở khu nhà bác ái Bạch Mai. Cụ bảo thời nào cũng vậy, đám cô nhi cùng thanh niên không có việc làm bao giờ cũng là đối tượng ngơ ngác và dễ nhạy cảm nhất, thường bị lợi dụng và sai khiến vào những mục đích xấu!

Phần đời cùng với phần đạo, tôn giáo nào cũng vậy thôi chả riêng chi Catholic (Công giáo), phải quyết liệt chứ đừng nói tích cực nữa có cách quan tâm hữu hiệu đến hai đối tượng này.

Tôi nhớ Hồng y có trích lời Đức Giáo Hoàng Jean Paul II về "địa ngục" theo cách định nghĩa riêng khá hiện đại và không mấy lạ xa với thế tục rằng: "Địa ngục không phải là một nơi có những hình phạt do Thượng đế đặt ra mà chỉ là kết quả của những thái độ và hành động con người tạo ra trong đời sống của họ". Vẫn cái cười hom hóm, cụ bộc bạch rằng, bày ra phương cách giáo dục khoa học, bày ra việc làm lương thiện, có vẻ như việc của chúng ta chả xa lạ nhau mấy nhỉ?

... Lại có một lúc hình như chuyện của chúng tôi lạc sang địa hạt kinh bổn thì phải. Ấy là khi An Duyệt bật mí, Hồng y đây vốn là người rành rẽ tiếng Pháp, tiếng Anh, tiếng Latinh, nữa nhưng đã làm được cái việc khá độc đáo là chuyển phần kinh Phúc âm ra lục bát!

Trước vẻ tò mò của tôi, Hồng y vẫn cái cười hom hóm cố hữu, cụ nói đại ý, lục bát là tài sản vô giá của người Việt thì hà cớ gì lại không dùng mà bỏ phí đi. Chỉ hiềm một nỗi như cụ cho hay, mình tài hèn sức mọn nên, mặc dù đã cố gắng lắm, phần nhân bản nhân văn lẫn minh triết của kinh Phúc âm như nó vốn có, cụ mới chuyển tải được phần nào nhưng giáo dân, nhất là các vùng sâu vùng xa, đọc thuộc lẫn lĩnh hội được các ý tứ đó khá mau.

Tôi ngồi nghe lẩn mẩn nghĩ thêm, trật tự thế giới đang thay đổi, đời sống trần thế đang đổi mới, Giáo hội muốn tồn tại ắt cũng phải đổi mới? Tỷ như chuyện xin lỗi. Hình như chưa bao giờ giáo hội Công giáo có việc ấy nhưng Giáo hoàng Jean Paul II tiên khởi phá lệ. Trong cuốn *Quand le Pape demandé pardon - Khi Đức Giáo hoàng xin lỗi,* người ta thống kê trong thập niên cuối của thiên niên kỷ thứ hai, Đức Giáo hoàng có chín mươi tư việc và lời xin lỗi.

Kinh thánh có câu "*Bước đầu của khôn ngoan và viên mãn của sự khôn ngoan là kính sợ Chúa*" (Hc 1, 14-16). Xin lỗi hay ăn năn có lẽ cũng là dấu hiệu của lối hành xử khôn khéo và là tín hiệu đáng mừng của sự đổi mới vậy!

Boong. Binh boong... Trong âm thanh của hồi chuông dồn đổ, nhìn từ lối cổng phụ qua vai tượng Thánh Phanxico Khó khăn ở Nhà thờ Lớn, tưởng như dáng đi khó nhọc của cha Sinh, linh mục phụ tá cho Hồng y Phạm Đình Tụng. Cha Sinh tuổi chưa cao, từng tu nghiệp ở Roma, không may một lần bị bạo bệnh. Di chứng để lại là đi lại khó khăn nhưng cha, như chỗ tôi biết, là người ham đọc và có sức đọc kinh khủng.

Cha đọc nhiều thứ. Nội báo chí ta ra hàng ngày, hàng tuần... cha cấm có bỏ tờ nào. Và cứ mỗi độ Noel, vào đêm Giáng sinh, cha lại cho mấy anh em báo chí chúng tôi cái phiếu vào dự lễ trong Nhà thờ Lớn Hà Nội như hàng chục đồng nghiệp nước ngoài khác đang thường trú tại Việt Nam (bây giờ không còn cái lệ đó nữa kể từ năm cha Sinh đột ngột về hầu Chúa).

Vậy nên nhiều năm, trong dịp Noel, tôi đều được nghe các bài giảng của Đức Hồng y. Noel năm 2000, Hồng y Phaolo Giuse Phạm Đình Tụng xuất hiện lần cuối với bài giảng trong đêm cực thánh ấy. Những Noel sau (năm 2005, cụ nghỉ hưu) do tuổi cao sức yếu, cụ không xuất hiện nữa.

Tôi nhớ mang máng bài giảng cuối của cụ hình như về trẻ em, một đề tài từng đeo bám cụ trong nhiều thập kỷ. Sau khi dẫn dắt mọi người cùng liên tưởng vẻ đẹp đẽ đơn sơ của Chúa Hài Đồng nằm trong máng cỏ với vẻ giản dị thiên bẩm của mọi trẻ nhỏ trên hành tinh, về trách nhiệm và sứ mạng phải bảo vệ gìn giữ cái điều đơn sơ thiên bẩm ấy, cụ cũng gài luôn một việc cảnh báo bằng cách dẫn thông tin từ UNICEF, là cứ mỗi năm có bảy triệu rưỡi trẻ em chết vì tật bệnh vì suy dinh dưỡng. Đó là nỗi đau là sự xấu hổ của tất cả chúng ta, của người có tín ngưỡng và không cùng chung tín ngưỡng... Rồi bữa đó cụ có ứng khẩu Càng thêm tuổi lại càng ngoan, trước mặt trần thế, trước nhan Chúa Trời!

Loanh quanh trước cửa Nhà thờ Lớn trong dư ba của hồi chuông sầu, lẩn thẩn nghĩ thêm, nếu đạo lẫn đời mà ai cũng xúm tay và sốt mến như Hồng y Phạm Đình Tụng thì việc chăm sóc dạy dỗ trẻ nhỏ của sự sống trần thế này chắc cũng bớt đi lắm muộn phiền?

“Ngày 23/2/2009, Giáo hoàng Biển Đức XVI đã gửi điện chia buồn tới Giáo hội Công giáo Việt Nam về việc Hồng Y Phaolô Giuse Phạm Đình Tụng qua đời.”

Đêm 23-2-2009

Nguồn: *https://tienphong.vn/90-nam-cho-doi-120-nam-cho-dao-post153368.tpo*

CẢM NHẬN THƠ LÊ ĐÌNH BẢNG

An Thiện Minh

Nhà thơ Lê Đình Bảng

Lê Đình Bảng sinh ngày 17 tháng 9 năm 1942 (Nhâm Ngọ), tại làng Đình Bảng, huyện Từ Sơn, tỉnh Bắc Ninh. Nguyên quán: thôn Thọ Cách, xã Thụy Quỳnh, huyện Thái Thụy, tỉnh Thái Bình.

Các bút danh trước 1975: Mạc La Đình, Đình Bảng, Thụy Anh, Mộ Dung Phục.

Các bút danh sau 1975: Lê Đình Bảng, Lê Quán Thư, Người Sông Hóa, Mộ Dung, Nhất Kiếm, Quốc Chính, Ngũ Kinh, Lại Thị Hương Nhu, Phan Gia Kiều, Đàm Như.

An Thiện Minh

* Tên thật là Thomas Đoàn Xuân Vũ; Sinh: 09-09-1962 tại Nha Trang.
* Kỹ sư, Cử nhân Quản trị Kinh doanh, Cử nhân Luật.
* Tác phẩm chính: Cuộc Khổ Nạn Của Đức Giêsu Qua Tấm Khăn Liệm Turin, Tiếng Suối Reo, Nốt Lá Dịu Nghiêng.
* Email: <vuanminhat@gmail.com>

Học triết học tại Đại chủng viện Lê Bảo Tịnh (Gia Định, 1960); Cử nhân Giáo khoa Văn chương Việt Hán, Đại học Văn khoa Sài Gòn, 1966; Đại học Sư phạm Sài Gòn (ban Việt Hán, 1971); Báo chí tại Đại học Chính trị Kinh doanh Đà Lạt (Ban Cao học, Sài Gòn, 1972)

Giảng dạy chuyên khoa Việt văn tại các trường Sài Gòn-Gia Định.

Cộng tác với các báo trước 1975: *Trái Tim Đức Mẹ, Đức Mẹ Hằng Cứu Giúp, Đức Mẹ La Vang, Thẳng Tiến, Sống Đạo, Thông Cảm, Đối Thoại, Dân Chủ, Hòa Bình, Xây Dựng, Ngàn Thông...*

Cộng tác với các báo sau 1975: *Công giáo và Dân Tộc, Người Công giáo Việt Nam, Hiệp Thông, Bài Giảng Chúa Nhật, Hương Trầm, Hát Lên Mừng Chúa, Thánh Nhạc Ngày Nay, Đồng Hành, Mục Đồng, Nhịp Sống Tin mừng, Tuổi Trẻ, Phụ Nữ, Thanh Niên, Văn Hóa Phật Giáo, Giác Ngộ....*

Giải thưởng Liên Tài về Thi Ca của Ban Tao Đàn (Đài Phát Thanh Sài Gòn). Giải thưởng Truyện Ngắn của các báo: *Đức Mẹ Hằng Cứu Giúp, Sài Gòn Giải Phóng, Người Lao Động, Giác Ngộ, Vũng Tàu Chúa Nhật...*

Đã xuất bản: 39 tác phẩm theo hai hướng khác nhau, trong đó:

Hướng nghiên cứu với 4 tập bút ký, 3 tập cảm nhận, 5 giáo trình, 1 tiểu luận, 12 tác phẩm biên khảo gồm *Gia Phả Lê Tộc (1980), Ở Thượng Nguồn Thi Ca Công giáo Việt Nam (2009), Các Giám Mục Nước Ngoài Phục Vụ Tại Việt Nam (2009), Văn Học Công giáo Việt Nam-Những Chặng Đường (2010), Như Hương Trầm Bay Lên (2010), Hành Trình Một Trăm Năm Báo Chí Công giáo Việt Nam 1908-2008 (2012), Vè Vãn Ca Ngâm Công giáo Việt Nam (2015), Lòng Đạo Dân Gian Việt Nam, Dâng Hoa Toàn Tập, Văn Hóa Lễ Hội Công giáo Việt Nam, Thánh Nhạc Thánh Ca Việt Nam-Những Chặng Đường, Công giáo Việt Nam Và Văn Hóa.*

Hướng sáng tác gồm 3 tạp bút, 2 tập thơ in chung và 9 tập thơ riêng gồm *Bước Chân Người Giao Chỉ (1967), Hành Hương (2006), Quỳ Trước Đền Vàng (2010), Lời Tự Tình Của Bến Trần Gian (2012), Đội Ơn Lòng Chúa Bao Dung (2012), Lời khấn Nhỏ Chiều Chúa Nhật (2012), Về Cõi Trời Mênh Mang (2012), Kinh Buồn (2014), Ơn Đời Một Cõi Mênh Mang (2014).*

1. HỒN QUÊ

Thơ của Lê Đình Bảng là những trải nghiệm hiện thực sinh động trên từng miền quê hương, chan chứa những lối nói ví von, đầy ắp những câu hò ví dặm và lung linh những ẩn dụ tri nhận xuyên qua những sinh hoạt đời thường và những rung động của trái tim, để tạo nên một giai khúc dạt dào cảnh quê tình làng, hồn quê nhịp sống.

Một vùng cỏ lá đua chen
Mới hay đời vẫn đang yên, đang lành
Ở đây bần đước lên xanh
Có rừng ngập mặn vây quanh bốn mùa
Ở đây cồn bãi lưa thưa
Thoảng nghe chuông lễ nhà thờ hôm mai
Ở đây, trứng cá, bông xoài
Một cơn gió thoảng rụng ngoài hiên mưa

("Về thăm Mẹ Hòn Chồng" – *Quỳ Trước Đền Vàng*, 2010, tr.82)

Cảnh quê trong thơ của Lê Đình Bảng tươi mát như làn gió ban mai thổi qua cánh "đồng chiêm xuân vào vụ", để gợn lên những làn sóng thân thương và hương vị làng quê gần gũi biết bao, "tựa điềm lành" của niềm vui hân hoan đón chào một sự sống mới.

Tôi đã thấy đồng chiêm xuân vào vụ
Và chim ơi hò hẹn trước hiên nhà
Tựa điềm lành, khăn gói trẩy phương xa
Nghe tiếng trẻ thơ nhảy mừng trong dạ

("Gió ơi, thổi về đâu?" – *Lời Tự Tình Của Bến Trần Gian,* 2012, tr.254)

Thơ của Lê Đình Bảng dung dị như vị ngọt của những lóng mía lau mát dịu buổi trưa hè, thanh tao như hương thơm của hoa bưởi vừa mới bung nụ đầu xuân. Càng đọc ta càng cảm thấy vị ngọt ấy tan ra theo từng cái chạm của tâm hồn, càng xem ta càng cảm nhận hương thơm thấm đẫm đến từng làn hơi thở.

Thật vậy, mượn hình ảnh cây bưởi với hương thơm vị ngọt để nói cái duyên cái tình của người mình thương "thơm tho, ngọt lịm tình người phương Nam", mượn cái cớ "ra thăm" vườn bưởi "trĩu trái" để nói về sự thay đổi mặn mà đến không ngờ của người em gái "mới đây, cây đã nhành năm, nhành mười". Cái cách mượn cớ này thật khéo làm sao, đi thăm người mà cứ nói đi thăm bưởi "thơm, ngọt", đi gặp em mà lại thấy cây "nhành năm, nhành mười". Cái ý vị ấy dễ thương đến nao lòng. Nếu dừng lại ở đây cũng là thỏa ý mãn dạ nhưng thi nhân lại ví von xa hơn nữa để biểu đạt hết những nhịp rung chấp chới của trái tim. Ơi em nhà quê áo rách thì tôi cũng là người quê rách áo có khác chi đâu? Thế nên, "áo rách" mà còn biết "thương nhau", sao ta lại không biết gần nhau. Kìa cây cam, cây quýt nó khác nhau nhưng là cùng họ đấy, vậy em và tôi khác xứ nhưng có cùng một "duyên" mà, cái duyên ấy "vừa sâu vừa đằm", vừa "ngọt" vừa "thơm". Xứ có "xa xăm" nào có ngại gì, tôi xin "một lần quá giang", người có "về" đâu thôi đừng ngần ngại "cho tôi theo với". Cảnh quê thật dễ thương mà lòng quê càng dễ mến.

Con về xứ Bưởi Năm Roi
Thơm tho, ngọt lịm tình người phương Nam
Mùa màng trĩu trái ra thăm
Mới đây, cây đã nhành năm, nhành mười

....

Cũng đành áo rách thương nhau
Cái duyên cam quýt vừa sâu vừa đằm
Ai về Mỹ Thuận xa xăm
Cho tôi theo với, một lần quá giang.

("Con về thăm xứ bưởi"- *Quỳ Trước Đền Vàng*, 2010, tr.60)

Thi nhân chắt lọc chất liệu ngôn ngữ và hình ảnh từ những điều bình dị và mộc mạc của quê hương, để biến tấu và cách điệu nó vào nội hàm của tâm hồn.

Dưới góc nhìn ngôn ngữ học tri nhận, những phương ngữ của miền Trung như "ngoài nớ", "bây chừ", "lâu ngày chày tháng", những làn điệu ca dao quan họ của Kinh Bắc như "con trăng ra ở cành cau", "ru cả ngọn tre trên đầu", cứ dào dạt rơi rơi như muôn hạt mưa tắm mát từng con chữ, làm hả hê từng nụ cười trẻ thơ, làm tươi mới từng ánh nhìn trong vắt.

Thật thế, cái thi vị của phương ngữ "nớ", "chừ" như một nét làm dáng của người thiếu nữ, vừa bẽn lẽn mà lại rất duyên, vừa e thẹn mà lại rất hữu tình. Cái hay của thi nhân là "thả" được "con chữ" đúng cảnh, là "nhấn" được "tiếng ngân" đúng vần. Ta hãy cứ ngâm lên từng chữ, rung lên từng dòng sẽ cảm được từng giọt mật ngọt ngào rơi trên đầu lưỡi "Ở ngoài nớ, bây chừ mưa hay nắng"... Cái âm hưởng toát ra từ phương ngữ này như một dao động mềm mại của ngọn tre vờn theo gió chiều. Đẹp quá và thi vị quá! Nhưng chỉ cần đổi hai từ "nớ", "chừ" thành "đó" và "giờ" "Ở ngoài đó, bây giờ mưa hay nắng" thì cả một giai điệu tự nhiên như khô cứng và mất cả nét duyên. Cái hồn quê bay bổng là ở chỗ bắt đúng cái tần số trái tim nhạy cảm qua những phương ngữ hiếm hoi trên! Cái lòng quê dạt dào là ở chỗ rung được đúng âm điệu của tiếng sáo thanh tao qua làn hơi hương thổ.

Ở ngoài nớ, bây chừ mưa hay nắng
Gió mùa Thu tháng Tám đã về chưa?
....
Mau lên nhé, kẻo lâu ngày chày tháng
Kẻo chậm chân, vơi cạn hết dầu đèn.

("Trường ca Mẹ La Vang" - *Quỳ Trước Đền Vàng,* 2010, tr.40)

Những câu ca dao nên thơ trong làn điệu lãng mạn và huê tình của quan họ Kinh Bắc...rơi rơi... nhấn nhá... đã thấm đẫm vào máu thịt thi nhân từ thuở lọt lòng, để rồi theo tiếng mẹ ru cứ vọng mãi trong từng nhịp sống, khiến mỗi ý thơ của thi nhân như họa lại giai điệu ru hời của nơi đồng đất chân quê, từng con chữ trong trái tim thi nhân như mặc lấy hình hài của sự sống quê hương. Nó là "bờ giếng", "ngọn tre", là "con trăng", "cành cau" nay được thi nhân vun da đắp thịt mình vào, truyền máu tiếp hơi mình cho, để thổi cả nguồn thơm của hồn đất nước và hồn mình thấm đẫm, biến chất liệu ngôn từ thành nhịp thương bổi hổi bồi hồi lên cả dòng thơ.

Em ngồi "bờ giếng bên kia" để làm gì, sao lại ngồi hát ru? "Bờ giếng bên kia" với bên này có xa đâu nhưng sao lại là khoảng cách mà em không vượt qua được... Em hát để "ru ai" chẳng biết? Nào có ai đâu để ru? Chỉ có "ngọn tre trên đầu" để em tâm sự, để em thả nỗi lòng sâu kín theo làn gió, cho ngọn tre nghiêng qua ngã lại nhắn giùm em sợi tiếc sợi thương, cho ngọn gió chao qua đảo lại nhắn thay em giọt ngắn giọt dài.

Em ru từ trưa đến đêm, từ ngày đến tháng, để con trăng mỏi mòn ẩn mình canh cánh nỗi niềm "đêm ba mươi" nay cũng tròn vành "mười lăm" để "ra ở cành cau" mong chờ, nhưng đã mấy mùa trăng, "đã mấy mùa ngâu hững hờ"... Ô! Cái lối ví von ẩn dụ của thi nhân đẹp đến sững sờ, thanh đến ngơ ngác...

Và em bờ giếng bên kia
Ru ai, ru cả ngọn tre trên đầu
Con trăng ra ở cành cau
Nghe đâu đã mấy mùa ngâu hững hờ.

("Đã mấy mùa ngâu" - *Lời Tự Tình Của Bến Trần Gian,* 2012, tr.398)

Và tiếp nối những câu chuyện cổ tích với "ông bụt, bà tiên", với "quả thị làm giấc mơ thêm đẹp", những "nắm xôi, cơm nếp" "bên bếp lửa", nhịp à ơi "theo lời mẹ ru" cùng "Nguyễn Du với truyện Kiều lục bát" được thi nhân nhấn thả rất dịu và rất êm trên từng dòng thơ vắt ngang mặt chữ, như bật lên cái hồn của quê hương, cái tình của nơi chôn nhau cắt rốn.

Thật vậy, ai lại không có một miền cổ tích trẻ thơ trong trái tim, những lời ru ngọt ngào của Mẹ quê hương trong tâm hồn. Những nét chấm phá của họa tiết ban đầu ấy luôn tạo nền cho một bức bích họa vĩ đại của đời người. Thi nhân tắm mình trong cội nguồn quê hương, hái lấy những tinh hoa của dân tộc, để choàng lên cuộc đời mình những cung bậc thơm quý của "bếp lửa" ấm êm và rực sáng, để "phải lòng" những giai điệu óng ánh của muôn câu "lục bát" ngọt ngào và thi vị.

Sao, mơ hoài những ông bụt, bà tiên
Những quả thị làm giấc mơ thêm đẹp
Bên bếp lửa, thèm nắm xôi, cơm nếp
Lời mẹ ru theo nhịp võng xôn xao
Tôi phải lòng chuyện cổ tích ca dao
Mê Nguyễn Du với Truyện Kiều lục bát.

("Trò chuyện với cây ngô đồng" - *Lời Tự Tình Của Bến Trần Gian*, 2012, tr.331)

Đó là cảnh quê, còn tình quê của thi nhân thì thế nào? Đó là nhịp điệu tình tang của những câu ca dao, câu hò ví dặm rất gần và rất thương, với cái làm quen như vu vơ "bỗng dưng", nhưng với cái nhớ rất thật về "cô em gái", đẹp như "tình làng quê ta" và thân thiết như "họ hàng", để mơ ước cùng em "chẻ tre, đan diều" để tình ta bay "lên tít" "mây cao".

Bỗng dưng nhớ họ nhớ hàng
Nhớ cô em gái tình làng quê ta
....
Chẻ tre, hồ giấy, đan diều
Thả lên, lên tít, trông chiều mây cao.

("Tình tang" - *Lời Tự Tình Của Bến Trần Gian*, 2012, tr.28)

Cái tình quê ấy xôn xao hy vọng như "lúa chờ trổ bông" trên vùng "nước mặn đồng chua", khó nhưng vẫn hoài mong. Cái tình quê ấy cũng chênh chao "chấp chới nước ròng nước lên" như con thuyền "ở ngã ba sông", nào biết nơi đâu để neo đậu.

Đã quen nước mặn đồng chua
Mẹ cha gieo hạt lúa chờ trổ bông
Hẹn em ở ngã ba sông
Thuyền tôi chấp chới nước ròng nước lên.

("Ơi, đồng đất quê ta" - *Lời Tự Tình Của Bến Trần Gian,* 2012, tr.11)

Cứ thế, thi nhân dìu chúng ta vào một tình quê mộc mạc, một hồn quê giản dị của những nhịp rung đầu đời trong buổi bình minh yêu thương.

Cái cách ví von và so sánh của thi nhân mới ngạc nhiên và thi vị làm sao! Ai đời có "thấy cây rau muống lên bờ trổ bông" chưa? Chắc hẳn là chưa vì rau muống nước mà xa nước thì làm sao trổ bông được? Thế mà thi nhân lại "thấy" và mượn hình ảnh "cơn mưa" và "cây rau muống" để nói lên cả tiếng lòng của mình. Thi nhân dùng cấu trúc song song và ẩn dụ để lột tả được hết nỗi niềm của cuộc đời, của sự "trổ bông" xót xa, của sự xa cách và chia lìa một mối tình chân chất đậm màu quê hương. Cái "xa mấy quãng đồng" thì gần thôi mà, nhưng xa đến mấy "non khơi" thì quả là xa thật rồi, xa mãi không còn chạm đến được...

Hai người đứng trú cơn mưa
Thấy cây rau muống lên bờ trổ bông
Thế rồi trời nổi cơn giông
Xa nhau, xa mấy quãng đồng, non khơi.

("Chắp đôi tay" - *Lời Tự Tình Của Bến Trần Gian,* 2012, tr.300)

Cái cách thương thầm nhớ trộm của những rung động đầu đời, của những nhịp đập rất nên thơ được thi nhân mượn chút "mưa" hạt "bụi", mượn chút gió, những "chiều" để chuyển tải cả cung bậc cảm xúc, của những giọt thương chưa đọng thành lời, của những bẽn lẽn khó tạo thành câu.

Thi nhân dùng thủ pháp từ láy "hiu hắt", "hắt hiu" và hình ảnh đối lập "ngọn trong", "ngọn ngoài" để diễn tả cảm khái mông lung và mong manh của niềm thương nỗi nhớ như gần mà xa, như được mà mất...

Câu thơ "Ngọn trong hiu hắt, ngọn ngoài hắt hiu" là câu mà chủ từ được phiếm định và không có động từ cho nên các chữ, những đơn vị ngữ nghĩa, như gần lại nhau, quyện vào nhau tạo nên một sức hút nội tại mạnh mẽ, sâu lắng; đồng thời điệp từ "ngọn" biểu thị ẩn của "ngọn cây", "ngọn lửa" hay biểu thị tĩnh lược "em" và "tôi", đã tạo thành một dòng tư tưởng xuyên suốt cho sự nối kết, quyến luyến của hai chủ thể trong hai câu sau. "Em" bên trong tường cao nội cấm còn "tôi" bên ngoài hải hồ phong sương... đối lập mà đồng cảm cùng nỗi "hiu hắt", gần mà lại xa mang một nhịp thầm "hắt hiu", như "mưa" vỡ tan khi chạm đến tay và như tình "bay bay" khi chạm đến sóng mắt.

Cái vi diệu của tứ thơ là đây! Cái hương thầm của hồn thơ là đấy!

Sớm nào mưa bụi bay bay
Ngọn trong hiu hắt, ngọn ngoài hắt hiu
Gởi về em chút thương yêu
Tôi, xa xôi lắm, những chiều nhớ nhung.

("Hương thầm" – *Hành Hương,* tái bản lần hai 2011, tr.75)

Cái tình quê đẹp lắm, nó đằm thắm như "sợi vương trên lá, sợi nằm bụi hoa", nó mang cả bầu trời ca dao "bao giờ cho hết can qua" để thi nhân se tơ, kết sợi, để dệt ước vọng "làm nhà em sang". Thi nhân dùng thủ pháp ví von bắc cầu rất nhẹ nhàng, để diễn tả hết cung bậc trái tim về nỗi khao khát được đón em vào cuộc đời "xa xăm" của mình bằng những sợi lắng sợi lo, được choàng lên em những bóng mát trìu mến với những sợi thương sợi nhớ. Thi nhân đang ví mình như chim quyên tha từng nỗi buồn nét vui, mang những cành mong cọng đợi để làm tổ ấm thật êm cho em. Nhưng biết chừng nào chim quyên mới xuống đất làm tổ, để thi nhân được gần em? Thế thì chỉ còn một cách hoán đổi thực tại, trái tim thi nhân sẽ thay chim quyên để "xuống đất" nối kết những thăng trầm cuộc sống, những chênh chao tháng ngày "sợi vương trên lá, sợi nằm bụi hoa", thành một sự bình yên và an lành cho em. Thi nhân tự tình "xuống đất" như một sự trải lòng mình thật chân thành trước tình em, để từ đây em có thể bước sang ngôi nhà mới được dệt bằng sợi thương của trái tim chỉ rung vì em, một mái ấm thật sự được xây nên từ những chắt chiu của giọt yêu tận trong sâu thẳm của tâm hồn chỉ dành cho em, "Hồn tôi xuống đất, làm nhà em sang". Hình ảnh thật khiêm hạ và thi vị làm sao! Đây là hình ảnh đẹp và lạ trong cách ví von thật khéo của thi nhân.

Hồn tôi nghìn nỗi xa xăm
Sợi vương trên lá, sợi nằm bụi hoa
Bao giờ cho hết can qua
Chim quyên xuống đất, làm nhà em sang.

("Hồn tôi" - *Hành Hương,* tái bản lần hai 2011, tr.88)

Cái tình quê gần lắm, gần như "mặt trời gần" làng quê vậy, gần như tấm lòng thi nhân gần nhịp thương em đó, để như mặt trời làm "nụ tầm xuân đẫy đà", làm "cành đào măng sữa ra hoa" thì nhịp thương của thi nhân cũng làm tươi mát hồn em để "đêm đêm nằm mộng sương sa đầy trời". Cái ý cái tình của thi nhân như kín ẩn, như hé mở, nói hết mà chưa hết… "Cành đào măng sữa" mà "ra hoa" ư? Sao lại vội quá thế!

Mới có "nụ tầm xuân" mà đã "đẫy đà" ư? Sao lại mong quá vậy! Hình như những trái tim biết rung đều quên quy luật của thời gian, mỗi phút chờ như cả thiên thu, mỗi giây đợi như cả cuộc đời. Cái liêu xiêu đó mới ý vị! Cái nôn nóng ấy mới là yêu! Và cái hay của thi nhân là nhấn được nhịp lòng thật duyên, là thả được sợi tơ thật nhẹ để mượn "mặt trời" sưởi ấm cùng em, mượn "sương sa" để đi vào ước mơ với em.

Với thủ pháp dùng điệp từ "em em" "đêm đêm", điệp ngữ "Nụ tầm xuân, nụ tầm xuân" và cách ngắt nhịp lẻ 3/3 ở câu lục và 3/3/2 ở câu bát, thi nhân như đang tạo ra những đợt sóng trào dâng liên tiếp của niềm mong nỗi nhớ, của mắt khát tim khao... Đồng thời, việc dùng hình ảnh phóng chiếu, cường điệu tràn đầy cả khổ thơ 4 dòng, và dòng lớn hơn cả câu, thi nhân tạo một dòng thác ấn tượng thật mạnh như muốn vượt lên thời gian để mau chạm tới chữ thương, như muốn phá bỏ mọi tích tắc đo đếm để bước vội vào miền yêu cho vang tiếng gọi "Em ơi em" "Nụ tầm xuân, nụ tầm xuân đẫy đà". Cái tha thiết của sóng yêu là đây! Cái da diết của điệu thương là đấy!

Em ơi em, mặt trời gần
Nụ tầm xuân, nụ tầm xuân đẫy đà
Cành đào măng sữa ra hoa
Đêm đêm nằm mộng sương sa đầy trời

("Nhã ca" - *Hành Hương,* tái bản lần hai 2011, tr.87)

Chỉ bằng vài hình ảnh thân quen "sông vắng, nước ròng", vài ngôn từ dân dã "người bỏ, ta về", thi nhân đã đưa cái buồn của mình vào cái mênh mông của trời đất, vào cánh đồng cơn mê, vào từng hạt mưa nỗi lòng, để "thấy" cái buồn "rụng xuống hai vai", để "nghe" cái buồn dâng lên theo "nước ròng" và tự tình một giai điệu man mác nhớ thương, nhắn gọi...

Cái buồn qua tâm hồn của các thi nhân đều mang một nét riêng và độc đáo. Xuân Diệu buồn một cái buồn "hiu hiu" trong *"Chiều"*, vì "tôi buồn không hiểu vì sao tôi buồn"; Huy Cận buồn một cái buồn kéo thành sợi và "sợi buồn" đó nặng như "trái sầu rụng rơi" trong *"Ngậm Ngùi"*. Còn cái buồn của Lê Đình Bảng là cái buồn "sông vắng, nước ròng" một cái buồn của đất, là cái buồn "thinh không, mưa rơi" một cái buồn của trời. Cái buồn của thi nhân mang cả trời và đất phải là một cái buồn day dứt và nặng ngàn cân chứ? Nhưng không, cái buồn ấy mang cung điệu bổng chứ không phải cung bậc trầm, cái buồn của "si thăng" chứ không phải "si giáng", nó cũng "rụng" nhưng "rụng xuống hai vai" để có thể gánh vác, có thể bước đi... chứ không "rụng" vào tim để bị vây kín, để bị đắm chìm. Vì sao thế? Vì cái buồn của thi nhân là cái buồn của hy vọng trông lên "nghìn nẻo thiên hà", cái buồn của đất níu trời, cái buồn của "thương hoài nghìn năm", cái buồn của sự "trong veo" cho một điều cao cả hơn "bởi em thánh nữ, bởi ta phàm trần", cái buồn của "khi không" là chính "khi không" "ta về". Đây là cái buồn "vô ngôn" mà chỉ nhịp rung mới hiểu nhịp rung, chỉ có ánh mắt mới hiểu ánh mắt.

Hình ảnh cái buồn này lạ lẫm với nhiều trái tim nhưng là hình ảnh đậm chất "khiết" của nhịp rung thi nhân. Cái sâu lắng và tài tình của thi nhân là địu nỗi buồn đó trên vai, là gánh nỗi buồn đó đi khắp sơn khê, để nhịp nhàng hát nó thành câu quan họ thật ngọt ngào hương đồng cỏ nội, để kĩu kịt quyện nó thành điệu ca dao, câu lục câu bát thật dịu dàng duyên thắm tình quê.

Khi không người bỏ ta về
Buồn ra sông vắng, chiều nghe nước ròng
Buồn đâu ở tận thinh không
Cơn mê sũng ướt đầy đồng mưa rơi

....

Buồn đâu rụng xuống hai vai
Ấy ai còn ngóng thương hoài nghìn năm.

("Buồn" - *Lời Tự Tình Của Bến Trần Gian*, 2012, tr.57)

Trông lên nghìn nẻo thiên hà
Bởi em thánh nữ, bởi ta phàm trần

....

Ở đây, trời vẫn trong veo
Hình như gió nói những điều thiêng liêng.

("Thanh Xuân" - *Lời Tự Tình Của Bến Trần Gian*, 2012, tr.22)

Tính cách trữ tình trong thơ của Lê Đình Bảng mang phong cách ca dao nên rất nhẹ và rất duyên. Thật vậy, những câu thơ lục bát với những từ láy tăng cường nghĩa như "nhớ nhung", từ láy lập lại diễn tả ý nghĩa tiếp diễn trong thời gian "chiều chiều", với cách ngắt nhịp trắc trở 2/4 ở câu lục "chiều chiều, mây trắng bay ngang" và 2/2/4 ở câu bát "ấy ai, đò dọc, đò ngang xa vời", cùng với biện pháp tu từ song song tổng hợp, liên kết hai câu thơ liền nhau, câu sau mở rộng và bổ nghĩa cho câu trước tạo thành một tổng thể hoàn chỉnh, thi nhân đã mượn cảnh tả tình, mượn tình nói ý, như để diễn tả lý do khiến đôi tình nhân phải xa nhau, vì "mây trắng bay ngang" nên em và tôi cũng "đò dọc, đò ngang xa vời"; vì "sông rẽ ngăn đôi" nên trái tim tôi và em bây giờ chỉ biết "nhớ nhung là của hai người nhớ nhung".

Chiều chiều, mây trắng bay ngang
Ấy ai, đò dọc, đò ngang xa vời
Bây giờ, sông rẽ ngăn đôi
Nhớ nhung là của hai người nhớ nhung.

("Nhớ nhung" - *Quỳ Trước Đền Vàng,* 2010, tr.23)

Có lẽ hồn quê đã thấm sâu và in đậm trong tâm hồn của thi nhân trên từng ánh nhìn, trên từng dấu bước, nên mỗi câu thơ như bàng bạc cảnh quê, mỗi ý thơ như phảng phất tình quê, khiến thơ của Lê Đình Bảng chân chất và rất thật như "cái cổng làng râm mát", như "cái giếng gạch đời nảo đời nao" "cứ yên ả soi bóng mình".

Lòng chúng ta nhà quê, nên rất thật
Như cái cổng làng râm mát, lao xao
Cái giếng gạch xây đời nảo đời nao
Cứ yên ả soi bóng mình trong ấy.

("Nhã ca lễ nửa đêm" - *Lời Tự Tình Của Bến Trần Gian*, 2012, tr.362)

Hồn quê ấy không chỉ có cảnh, có tình nhưng còn dâng trào hào khí của trái tim dân tộc. Cái hào khí của một tấm lòng yêu quê hương của người cầm viết không ngại gian khó "nửa khuya" "gõ thanh kiếm trận lên tường thành cao", dù ở môi trường hạn hẹp chỉ là "một khung trời nhỏ, xanh xao", chỉ là những con chữ, vần thơ chắt chiu nhưng tràn đầy một ý chí vươn lên để khai phá cánh đồng mênh mông của hồn quê đất nước.

"Nửa khuya, dậy có hơi sương
Gõ thanh kiếm trận lên tường thành cao
Một khung trời nhỏ, xanh xao
Ngựa len lỏi bước đi vào đồng hoang."

("Viễn Du" - *Bước Chân Người Giao Chỉ,* 1967, tr.14)

Hồn quê của thi nhân rất thanh và rất tịnh hình như được hun đúc và phát khởi từ tấm lòng biết chiu chắt từng giọt hương vị của quê hương, đồng thời trân quý những hạt mưa thuần khiết đạo hạnh, nên thơ của thi nhân mang một nét đẹp bình dị và trong sáng đến lạ! Cái trong sáng ấy dìu ta đến một nét thơ mới của thi nhân, để cảm hưởng một hồn đạo gần gũi như nhịp rung của trái tim, như làn hơi của từng nhịp thở trong cuộc sống.

2. HỒN ĐẠO

Ẩn hiện trong cảnh quê của thi nhân là câu kinh, bàng bạc trong tình quê của thi nhân là hồn đạo. Câu kinh, hồn đạo đó không ở trên trời cao xa tít tắp để mãi không với chạm tới nhưng được "sinh thành" và hun đúc "từ mẹ cha làng xóm", gần gũi và thân thuộc "trong câu hát, trong lời ru mẹ kể". Câu kinh, hồn đạo đó không phải là những điều quá siêu nghiệm không cảm thấu được nhưng là những điều thiết thực của nhân sinh "bát cơm" manh áo. Qua đó, thi nhân gọi mời bạn và tôi "thắp giùm ngọn nến trong tay" để khẩn cầu cho "mưa xuống bát cơm đầy", để nguyện xin cho "lúa ngô reo ngoài nội".

Tôi múc lấy ở trong kho nguồn đạo
Từ mẹ cha làng xóm để sinh thành
....
Trong câu hát, trong lời ru mẹ kể
Lạy trời mưa, mưa xuống bát cơm đầy
Em thắp giùm tôi ngọn nến trong tay
Nghe phơi phới lúa ngô reo ngoài nội.

("Ngôi sao bé lòng tôi" - *Hành Hương,* tái bản lần hai 2011, tr.111)

"Câu kinh mẹ đọc" sớm tối bao ngày, đã trở thành những lời thơ ru dạt dào hạnh phúc và lời ru ấy mang theo hồn đạo chìm sâu vào máu thịt, cuộc sống của thi nhân, thấm sâu vào "kẽ tóc chân tơ đời người". Lời ru bằng những câu kinh diệu vợi ấy bây giờ đã trở thành những nhịp rung sâu lắng và chân thành của thi nhân để bật lên dư vị man mác của trái tim mẹ hiền và tấu lên cả âm hưởng của lòng mến hạnh nguyện. Thi nhân giờ đây hát lên giai điệu từ lòng Mẹ quê dân tộc, ngâm vang những vần thơ từ đức tin nguồn đạo, để kết tinh thành hương thành hoa, để xâu lại thành chuỗi ngọc chuỗi ngà choàng lên "kẽ tóc chân tơ" cuộc đời.

Câu kinh mẹ đọc, lời thơ
Ru con kẽ tóc chân tơ đời người.

("Của để dành cho con" - *Quỳ Trước Đền Vàng,* 2010, tr.74)

Hồn đạo của thi nhân rất đơn sơ chân thành như người nông phu nhìn trời để biết thời gian cày cấy đất đai, đón cơn mưa để sạ gieo muôn hạt.

"Trời với đất" hôm nay như quyện vào nhau để cuộc sống nhận ra rằng cảm hưởng trời là cảm hưởng đất, để ngỡ ngàng thấy "đây là thời măng sữa của trần gian", để hò vui với muôn "lá thắm, bốn mùa ong làm mật". "Đất với trời" giờ đây như bện chặt lấy nhau để trái tim thấu hiểu rằng hơi thở của đất cũng là hơi thở của trời, để nhịp thơ rung lên khi "thử nếm mùi hương của đất", để tâm hồn ngất ngây cảm khái khí thiêng "còn thơm tho, nguyên vẹn buổi cầu kinh".

"Trời với đất" trong lòng thi nhân là một điều gì đó rất thật vì "đã nên duyên nên nợ" và "Đất với trời" trong nhịp sống của tác giả là một cái gì đó rất hữu tình vì đã thành "tơ sợi buộc vào nhau". Trời và đất giờ như thành một trong tâm hồn của thi nhân.

Đây là thời măng sữa của trần gian
Vẫn lá thắm, bốn mùa ong làm mật
Người cứ thử nếm mùi hương của đất
Còn thơm tho, nguyên vẹn buổi cầu kinh.

....

Trời với đất đã nên duyên nên nợ
Đất với trời, tơ sợi buộc vào nhau.

("Cửa đẹp" - *Quỳ Trước Đền Vàng,* 2010, tr.65)

"Trời với đất", câu kinh hồn đạo đã theo thi nhân trên từng nhịp đập nhân sinh, trên từng dấu bước cuộc sống, để chuyển tải những ước mơ thanh thoát, để "cùng em đi lễ nhà thờ", để thấy cuộc đời thật dịu dàng xanh thắm và thấy "hoa bằng lăng nở tím bờ ao sen", cho tất cả như một điềm lành, một lời chúc phúc khi "em quỳ, tôi cũng quỳ bên", cho "hương" của em và "khói" của tôi từ trái tim bụi đất quyện vào nhau bay lên cõi trời cao sáng.

Hình ảnh nối tiếp hình ảnh và nhịp rung tiếp nối nhịp rung là một thủ pháp rất hay và tài tình của thi nhân. Thật vậy, nó chụp hình ảnh bên ngoài "cùng em đi lễ" để in vào chiều sâu của trái tim làm cả mảnh vườn bên trong sáng rực "Hoa bằng lăng nở tím". Nó đưa hình ảnh bên ngoài "Em quỳ, tôi cũng quỳ bên" vào nhịp đập bên trong của tâm hồn, để nhịp đập ấy biến đổi trở nên một nhịp rung thăng hoa tỏa bay lên cõi Thiên Thượng "Hương trầm lên, khói trầm lên trước tòa". Đó chính cái tinh túy của hồn đạo, cái duyên bình an của những tâm hồn thuần khiết. Cái tình của em và tôi là cái tình hướng thượng, cái chung của em và tôi là cái chung của trời đất. Tôi không còn sống cho tôi nhưng là sống cho em, cho một sự gọi mời nên hoàn thiện hơn như "trời với đất", cho một sự gắn bó sâu lắng hơn như "đất với trời", để tình của em và tôi hòa nhịp vào Cõi Phúc bằng những nhịp thơ rất trần nhưng là những nhịp rung rất thiêng thánh.

Cùng em đi lễ nhà thờ
Hoa bằng lăng nở tím bờ ao sen
Em quỳ, tôi cũng quỳ bên
Hương trầm lên, khói trầm lên trước tòa.

("Quê nhà" - *Quỳ Trước Đền Vàng,* 2010, tr.31)

Thơ của Lê Đình Bảng thật hiền hòa và gần gũi vì nhịp đập của thi nhân rung lên trong cội nguồn dân tộc, đồng thời thơ của thi nhân cũng thật thanh cao và trong sáng vì làn hơi của thi nhân được thở trong Nguồn Hương Khí đạo hạnh.

Phải chăng Lê Đình Bảng đang tấu một giai khúc mới đầy ấn tượng khi hòa quyện hồn quê và hồn đạo vào nhau, để tạo nên một âm hưởng rất thơ và cũng rất thiêng? Bài viết nho nhỏ và câu hỏi gợi mở khiêm tốn này... xin dành riêng cho những ai yêu Thơ Công giáo Việt Nam của Lê Đình Bảng kiếm tìm thêm và thẩm định.

Lời buồn thánh

Hồn tôi, một cánh đồng không
Lạy trời, mưa xuống thành sông thành ngòi
Mai kia, sóng dạt cát bồi
Quê em liền với quê tôi, cũng là

Rất gần mà tưởng đâu xa
Đêm đêm trăng sáng, trăng tà, thấy nhau
Hồn tôi nghìn mũi kim khâu
Sợi thưa, thưa mãi, sợi mau, mau dần

Sợi nào dệt được vuông khăn
Hòng khi sớm tối, ăn năn tội mình
Tôi là một gã Sơn Tinh
Mải mê theo những bóng hình đó đây

Lạy trời, mưa suốt đêm nay
Hồn tôi là những luống cày khô khan
Hồn tôi, một mảnh gương tan
Làm sao soi thấu dặm đàng em đi?

(Lê Đình Bảng - *Hành Hương*, tái bản lần hai 2011, tr.99)

Sài Gòn 30/08/2019

LINH MỤC NHÀ THƠ XUÂN LY BĂNG

Bùi Công Thuấn *[1]

Nhà thơ Xuân Ly Băng

Xuân Ly Băng là bút danh của Đức Ông G.B Lê Xuân Hoa (1926-2017). Ngài thụ phong linh mục năm 1959 tại Gia Định. Ngài từng là Giáo sư Tiểu Chủng viện Chân Phước Tự, Thủ Đức-Gia Định, Tiểu Chủng viện Sao Biển, Nha Trang. Ngày 25-1-1998, ngài được Đức Thánh Cha Gioan Phaolô II phong tặng Giám Chức Danh Dự (Đức

*[1] Về tác giả, xem trang 285

Ông). Từ 2006 ngài là Tổng Đại diện giáo phận Phan Thiết. Đức cha Phaolô Nguyễn Văn Hòa, Giám mục Gp. Nha Trang trong thánh lễ mừng Kim Khánh Linh mục của Đức ông đã nhận xét: Ngài "*Dùng thi phú để hát ca tán tụng Thiên Chúa. Ngài nhìn thấy Thiên Chúa trong mọi sự và tâm hồn thi sĩ đã tác tạo nên những vần thơ ngợi khen cảm tạ...Ngài ca tụng Thiên Chúa với cả hồn thơ trữ tình dạt dào lòng yêu mến Chúa.*"[2]

Đức Ông Xuân Ly Băng đã viết trên 1000 bài thơ và đã xuất bản các tập thơ[3]: *Thơ kinh, Hương kinh, Trầm tư, Nỗi niềm, Bài ca thương khó, Dụ ngôn Phúc âm, Như trầm hương, Kinh trong thời gian, Khúc hát ân tình, Một vùng châu lệ, Kinh sầu trên quê hương...*

Để hiểu Xuân Ly Băng về quan niệm sáng tác, hành trình nghệ thuật, và những nguồn cội thơ của ngài, xin đọc *"Nhà thơ Xuân Ly Băng-Cuộc đời và tác phẩm"* (Nxb Phương Đông 2011) và bài phỏng vấn của nhà thơ-Linh mục Trăng Thập Tự với Xuân Ly Băng ngày 25.8.1988.[4] Tôi xin không nhắc lại trong bài viết này.

NHÀ THƠ CÔNG GIÁO CÓ NHIỀU THƠ PHỔ NHẠC

Theo nhà thơ An Thiên Minh [2 đd], Xuân Ly Băng có tới 120 bài thơ được các nhạc sĩ Công giáo phổ nhạc.

Đơn cử bài thơ "Say Noel":

Đêm nay Noel về
Hồn hỡi lắng tai nghe
Đàn muôn cung réo rắt
Dồn dập khắp sơn khê

---

[2] tường thuật của Lm Giuse Nguyễn Hữu An
https://sites.google.com/site/giadinhpherokhoa/co-cau-to-chuc/Gii-thiu/dhuc-ong-j-b-le-xuan-hoa

[3] hiện các sáng tác của Đức ông Xuân Ly Băng chưa được tập hợp đầy đủ:
- **Phan Chính** cho biết: Xuân Ly Băng có 25 tập thơ, trên 120 bài thơ phổ nhạc: https://www.vanchuongviet.org/index.php?comp=tacpham&action=detail&id=18007
- **Lm Giuse Nguyễn Hữu An**: Ngài đã sáng tác 12 tập thơ đạo đời (đd 1]
- **Nguyễn Quân** TT, VRNs tường thuật Buổi ra mắt tác phẩm nhà thơ Xuân Ly Băng vào lúc 18g 15 phút chiều qua, ngày 13.02.2012 cho biết: Xuân Ly Băng có gần 30 tập thơ và hơn 1000 bài thơ: (chuacuuthenews.wordpress.com › 2012/02/14 › xuan-ly-bang.)
-**Nhà thơ An Thiện Minh** trong Thánh lễ "Tưởng niệm Đức ông – Nhà thơ Xuân Ly Băng" ngày 17.8.2017, tại Trung tâm Mục vụ TGPSG cho biết: Xuân Ly Băng có 27 thi phẩm, tổng cộng trên 1000 bài thơ; 1 kịch; 4 tác phẩm dịch; 4 bản thảo bị thất lạc. Có trên 120 bài thơ đã được phổ nhạc: https://tgpsaigon.net/bai-viet/tuong-niem-duc-ong-%E2%80%93-nha-tho-xuan-ly-bang-48029

[4] Xuân Ly Băng trả lời Trăng Thập Tự ngày 25/8/1988:
https://www.tgpsaigon.net/bai-viet/xuan-ly-bang-hon-tho-va-tam-long-muc-tu-48041

Đêm nay Hài Đồng đến
Đem hoan lạc trời cao
Đêm nay thơ kính mến
Sẽ say ngã lao đao
Ôi Noel đêm trời nhiệm mầu
Rượu nồng ta không nếm
Sao lòng trí ngất ngư?
Ta say muôn ánh nến
Ngời rạng vạn hào quang

Ta say tiếng chuông vàng
Trong gió trời hổn hển
Từng trận đổ vang vang...
Ta say muôn lời kinh
Thơm như hoa thiên đình
Êm như dòng suối nhạc
Đẹp như lệ đồng trinh
Ôi Noel! Đêm trời nhiệm mầu
Nhạc an hòa, thơ kính mến
Hương phượng thờ đang ngào ngạt dâng lên
Ban cho lòng người đau khổ trần gian
Hiểu ý nghĩa Noel miền cao cả.

Nhạc sư Lm. Kim Long phổ bài thơ này thành một bài hợp xướng hoành tráng. Trong đêm Noel, tiếng hát ca đoàn vang lên như tiếng của hàng vạn thiên thần hân hoan. Cái thần của bài hợp xướng này là thanh âm diễn tả được trạng thái "Say Noel" của mọi tâm hồn trong đêm thánh. Câu thơ "Đêm nay sẽ say ngã lao đao" rất khó phổ nhạc, nhưng nhạc sư Kim Long đã phổ rất tuyệt câu này. Hầu như các ca đoàn Công giáo đều đã có lần hợp giọng trong bản hợp xướng này. Xin nghe ca đoàn Hương Kinh hợp xướng bài hát này theo link:

https://nghenhacthanhca.com/music/listenone/4272/Say-Noel/

Nhạc sĩ Lm. Xuân Thảo phổ nhạc bài thơ Say Noel thành bài hát "*Đêm Noel*" giai điệu Slowrock ngọt ngào, đằm thắm, lắng rất sâu trong mọi tâm hồn giáo dân giờ phút Con Thiên Chúa nhập thể làm người. Bài hát này không chỉ được các ca sĩ Công giáo trình bày mà còn thịnh hành trong các CD nhạc phổ thông mùa Noel. Xin nghe ca sĩ Thu Phương hát ca khúc này (theo link):

https://thanhcavietnam.net/ThanhCaVN/#Play,5472

Say Noel

Thơ: Xuân Ly Băng
Nhạc: Lm. Kim Long
Phụ soạn: Hải Linh

(“Say Noel” Đoạn mở đầu)

Đêm Noel

Lm. Xuân Thảo
Lm. Xuân Ly Băng

(“Đêm Noel” - Trích đoạn đầu)

`Cả hai khuôn mặt lớn của nhạc sĩ Công giáo Việt Nam cùng phổ một bài thơ và tạo nên hai tác phẩm âm nhạc rất hay, và rất khác nhau về màu sắc thẩm mỹ. Điều này là biểu hiện của một nền nghệ thuật Công giáo có tầm vóc riêng, có bản sắc riêng, giàu có sự sáng tạo trong lòng nghệ thuật dân tộc.

Tôi ghi nhận được (không đầy đủ) trên mạng xã hội một số bài thơ sau đây của Xuân Ly Băng đã được phổ nhạc và được vang lên trong nhiều nhà thờ Công giáo:

Nhạc sư Lm. Kim Long phổ nhạc 31 bài: 1. *Cho hồn con hát* -2. *Chúng tôi có Ngài* -3. *Đêm về con yêu Ngài* - 4. *Hát bài tân ca* 5. *Khi nào Ngài đến* - 6. *Nếu hôm nay* -7. *Ngài là tất cả* -8. *Người thợ vô danh* -9. *Vì Lời Ngài* -10. *Xin Ngài là ánh sáng* -11. *Giao duyên* -12. *Noel không có Chúa* -13. *Ngài đi vào lịch sử* -14. *Say Noel* – 15. *Theo vì sao cứu thế* – 16. *Hỡi người bộ hành* – 17.*Trong máu giao hòa* – 18. *Bên tòa Mẹ* – 19. *Đoàn người diễm lệ* - 20. *Con sợ gì* – 21.*Hương xuân/1*- 22. *Xuân chầu Mẹ* – 23. *Xuân sang* - 24. *Khi nào Ngài đến* – 25. *Cho hồn con hát*- 26. *Bên hang đá* (hợp xướng) -27. *Ngày về* – 28. *Nhạc hòa bình* (hợp xướng) - 29. *Khúc hát mùa xuân* (hợp xướng) - 30. *Mầu nhiệm Tình thương* (hợp xướng) -31. *Bài ca máu đỏ* (hợp xướng)...

Nhạc sĩ Tuấn Kim phổ nhạc 14 bài*: Lời trên Thập giá, Phút linh thiêng, Đến lượt con, Hết nghe chuông Noel, Dứt lời cầu nguyện, Tán tụng Mẹ, Kính mừng Maria 2, Thuyền bơi sông Mẹ, Đức Mẹ Tà Pao 1. Bóng hồng trong sương – Hỡi người bộ hành – Nếu con nhớ – Thơ mừng Xuân – Trên sông Babilon...*

Đức cố Giám mục Vũ Duy Thống (Ns Thông Vi Vu) phổ nhạc bài *Sao không* (*Sao em không lần chuỗi*). Ns Phạm Trung phổ bài *Linh mục một huyền nhiệm*, Ns. Linh Huyền Dung phổ bài *Mẹ TàPao*...(Xin lỗi các nhạc sĩ đã phổ nhạc thơ Xuân Ly Băng mà tôi không nêu ở đây).

Nhớ lại trước đây (1958) Nhạc sư Hải Linh phổ thành hợp xướng bài thơ *Đà Lạt trăng mờ* của Hàn Mạc Tử và từ bài thơ *Ave Maria* của Hàn Mạc Tử viết thành *Trường ca Ave Maria*. Cả thơ và nhạc đều đạt đến đỉnh cao nghệ thuật, đưa người nghe vào thế giới huyền diệu, cao rộng của âm thanh, ánh sáng và sự thánh thiện. Bài *Say Noel* của Kim Long cũng như bài Xuân Thảo đều đem người nghe vào thế giới của tâm linh cao rộng, đẹp đẽ như vậy.

Hiện tượng thơ Xuân Ly Băng được phổ nhạc nhiều có ý nghĩa gì?

Các ca khúc Công giáo đều dùng trong phụng vụ, hát lên để ca tụng và cảm tạ Thiên Chúa. Điều ấy có nghĩa, thơ Xuân Ly Băng đậm tính chất cầu nguyện, là tiếng nói của tâm hồn giáo dân vươn lên tới Thiên Chúa. Ca khúc hát trong thánh đường còn là ca khúc dành cho cộng đoàn. Vì thế thơ Xuân Ly Băng được phổ nhạc là thơ hướng về công chúng. Lời thơ gần gũi, dễ hiểu.

Các nhạc sĩ tìm đến thơ để phổ nhạc còn có một nhu cầu khác. Lời kinh đọc, Kinh thánh, bài giảng lễ hầu như đã trở thành ngôn ngữ đời thường. Một đời sống đạo mấy chục năm nghe giảng *Kinh thánh*, đọc kinh cầu nguyện thì những lời kinh đạo ấy đã thành ngôn ngữ đời thường. Viết được giai điệu mới đã khó, viết được lời mới còn khó hơn. Người nghệ sĩ sáng tác làm thế nào để tìm được ý tứ mới, ngôn ngữ mới, cách diễn đạt mới? Vì thế nhiều người tìm đến thơ. Thơ Xuân Ly Băng đáp ứng yêu cầu này. *Say Noel* có cái mới ấy.

Ta say muôn lời kinh
Thơm như hoa thiên đình
Êm như dòng suối nhạc
Đẹp như lệ đồng trinh
Ôi Noel! Đêm trời nhiệm mầu
Nhạc an hòa, thơ kính mến./

("Say Noel")

ĐỐI THOẠI VỚI CÁI TÔI CỦA "THƠ MỚI"

Tôi hát tôi ca
Và tôi ngân nga
Tôi buông ra muôn cung huyền diệu…
Cần chi ai hiểu
Thế giới hồn tôi.

("Thanh sắc")

Những dòng thơ ấy của Xuân Ly Băng có dáng dấp khẩu khí của Xuân Diệu nhưng lại rất khác Xuân Diệu. Trên đỉnh Hy Mã Lạp Sơn, Xuân Diệu viết:

Ta là Một, là Riêng, là Thứ Nhất.
Không có chi bè bạn nối cùng ta…
…Ta bỏ đời mà đời cũng bỏ ta
Giữa vắng ngắt, giữa lạnh lùng thê tuyệt!

("Hy Mã Lạp Sơn")

Xuân Ly Băng có một mảng thơ viết theo thi pháp của "Thơ Mới" (1930-1945). Nhà thơ cũng khai thác thi tứ Thơ Mới, nhập thân vào "Cái Tôi" của nhà thơ tiểu tư sản, nói tiếng nói của họ trước thực tại, rồi từ đó thoát hẳn ra bên ngoài để đối thoại, cảm thông. Bạn đọc phổ thông thường được đọc những đánh giá rằng thơ lãng mạn trước 1945 là thơ của *Cái Tôi* cô đơn, buồn và bế tắc.

Xuân Diệu: "Tôi là con nai bị chiều đánh lưới/ Không biết đi đâu đứng sầu bóng tối" *(Khi chiều giăng lưới)*. Huy Cận: "Sóng gợn tràng giang buồn điệp điệp" *(Tràng giang)*. Chế Lan Viên: "Với tôi, tất cả như vô nghĩa/ Tất cả không ngoài nghĩa khổ đau!"*(Xuân)*...

Hoài Thanh nhận định: "Đời chúng ta nằm trong vòng chữ Tôi. Mất bề rộng ta đi tìm bề sâu. Nhưng càng đi sâu càng lạnh. Ta thoát lên tiên cùng *Thế Lữ,* ta phiêu lưu trong trường tình cùng *Lưu Trọng Lư*, ta điên cuồng với *Hàn Mạc Tử, Chế Lan Viên,* ta đắm say cùng *Xuân Diệu*. Nhưng động tiên đã khép, tình yêu không bền, điên cuồng rồi tỉnh, say đắm vẫn bơ vơ. Ta ngẩn ngơ buồn trở về hồn ta cùng *Huy Cận*. Cả trời thực, trời mộng vẫn neo neo theo hồn ta."

Xin đọc Xuân Ly Băng:

Chuông chiều

Chiều tàn trên bến cô liêu
Đò ngang thưa chuyến, quán chiều vắng tanh
Gió đưa hiu hắt trên cành
Đồng không sương bủa buồn tanh chim về
Hồn chiều lên ý não nề
Buồn ơi! xa vắng đê mê là buồn
Bỗng nghe một tiếng chuông buông
Xa xôi tự tháp thánh đường nào đây!
Vang lên cao vút tầng mây
Rồi ngân nhè nhẹ như ngây ngất lòng.

Tiếng êm nhạc gió rừng thông
Ru như tiếng trúc dịu trong chiều vàng
Rồi tan trong gió mênh mang
Những âm thanh đã nhịp nhàng trong tôi
Bắc cầu nối ý xa khơi
Hồn tôi với lại nước trời xa xăm.

Huy Cận viết "Sông dài trời rộng bến cô liêu.../ Mênh mông không một chuyến đò ngang/ Không cầu gợi chút niềm thân mật" *(Tràng giang)*. Xuân Ly Băng dùng lại tứ thơ này: "Chiều tàn trên bến cô liêu/ Đò ngang thưa chuyến, quán chiều vắng tanh".

Thế Lữ viết: "Tiếng đưa hiu hắt bên lòng, Buồn ơi! Xa vắng, mênh mông là buồn" *(Tiếng sáo Thiên Thai)*. Xuân Ly Băng nhắc lại tứ thơ này: "Hồn chiều lên ý não nề/ Buồn ơi! xa vắng đê mê là buồn".

Rõ ràng Xuân Ly Băng nhắc lại các tứ thơ của "thơ mới" là để gợi ra không gian nghệ thuật và không gian tư tưởng của Huy Cận, Thế Lữ (cũng là của thơ lãng mạn). Xuân ly Băng nhập thân vào nhà thơ tiểu tư sản để hiểu và cảm thông với họ rồi dùng *tiếng chuông thánh đường* dẫn đến không gian tư tưởng mới, đầy màu sắc, âm thanh trong sáng, cao rộng hơn. Không gian ấy hướng lên trên. Cái Tôi không còn buồn cô đơn và bế tắc mà tràn ngập niềm vui của sự kết nối với "nước trời" (một nội dung quan trọng của *Kinh thánh*).

"Bỗng nghe một tiếng chuông buông
Xa xôi tự tháp thánh đường nào đây!...
...Bắc cầu nối ý xa khơi
Hồn tôi với lại nước trời xa xăm"

Bài thơ *Củi mục*, cũng đối thoại với triết lý vô thường, hư vô trong thơ lãng mạn.

Huy Cận từng viết, đời người như một cành củi khô trôi dạt không viết về đâu giữa giòng đời trăm ngả: "Thuyền về nước lại sầu trăm ngả/ Củi một cành khô lạc mấy dòng" (*Tràng Giang*). Xuân Ly Băng suy tư từ một cành củi mục:

Khi vớt lên một cành củi mục
Và bắt về chiếc lá vàng trôi
Ta sẽ nghe tiếng hồn ai thổn thức
Lệ trào tuôn than khóc ngậm ngùi.
Đó là quy luật của vô thường:
Nhưng than ôi gió thời gian quét sạch
Hồn thảo thu man mác bóng tà dương
Khiến bao nhiêu cành vàng cùng lá ngọc
Dạt về đâu trên mặt đất vô thường.

Và đây là tâm trạng nhà thơ lãng mạn:

Và người nghệ sĩ những chiều hôm
Ngắm bóng non xa bỗng thấy buồn
Trời không mưa gió không tiễn biệt
Mà thấy trong lòng giọt lệ tuôn.

Xuân Ly Băng chia sẻ với nhà thơ Lãng mạn và gieo một niềm tin yêu:

Thôi đừng khóc nữa lá cành ôi
Có khóc đời cũng thế mà thôi
Vì trong thời gian có vĩnh cửu
Trong ly rượu nồng có mùi ngải cứu
Vị đắng đót sẽ còn lại muôn năm
Là lộc trời để nhắc nhở xa xăm. ("Củi mục")

Trong đối thoại, Xuân Ly Băng tuyệt nhiên không nói gì đến tôn giáo, mà nhà thơ đối thoại bằng tư tưởng với tư tưởng, đem cái *"vĩnh cửu"*, *"cái muôn năm"* để hóa giải cái *"vô thường"*, những cái bị *"thời gian quét sạch"*. Đó là thái độ trân trọng và cảm thông chia sẻ, và là nghệ thuật. Dùng thi pháp thơ Lãng mạn để nói chuyện nghệ thuật với nhà thơ Lãng mạn.

Điều đặc sắc là Xuân Ly Băng *làm mới thơ Lãng mạn* bằng cách đem tư tưởng mới, ý tứ mới thay cho nỗi buồn sự bế tắc hư vô chủ nghĩa trong thơ Lãng mạn.

Do đâu Xuân Ly Băng có cuộc đối thoại này với thơ Lãng mạn? Nhà thơ cho biết: "*Khi còn nhỏ, học theo chương trình Pháp, nhờ học văn chương Pháp, tôi biết và chịu ảnh hưởng của Paul Verlaine, Alfred de Vigny, Alfred de Musset, đặc biệt là Lamartine. Nguồn ảnh hưởng thứ hai là Thơ Mới Việt Nam: Thế Lữ, Huy Cận, Xuân Diệu, Thanh Tịnh, nhất là Hàn Mạc Tử.*" [3 đd]

Lưu ý rằng, sau thơ Lãng mạn (1930-1945), thi ca Việt Nam có nhiều nỗ lực cách tân. Xu hướng Hiện thực xã hội chủ nghĩa trở về với công chúng. Nhóm Sáng Tạo ở Sài Gòn, các nhà thơ miền Bắc như Trần Dần, Lê Đạt, Hoàng Cầm đều nỗ lực vượt qua Thơ Mới. Họ chủ trương đổi mới bằng bút pháp. Xuân Ly Băng đổi mới về tư tưởng mỹ học.

Tư tưởng mỹ học trong thơ Xuân Ly Băng là tư tưởng thần học và mỹ học Thiên Chúa giáo. Xuân Ly Băng ý thức rõ: "*Phải khẳng định rằng thơ là để nói lên cái đẹp là Thiên Chúa. Những gì thuộc về Thiên Chúa đều đẹp. Chúng ta ca tụng Thiên Chúa bằng cái đẹp thể hiện qua văn chương, qua thơ ca*"[3, đd]. Ngài chủ trương làm "nghệ thuật" dưới bóng cây Thánh giá và Ánh sáng Phục sinh của Đức Kitô. Thơ Xuân Ly Băng miêu tả rất nhiều thiên nhiên đẹp, và đó là cái đẹp của Thiên Chúa. Ngài mong muốn *làm sao để đem Chúa từ trong ánh trăng, từ gió vào trong khối óc, trái tim, rồi từ đó trào ra nơi ngọn bút?* Thiên nhiên này hoàn toàn khác với thiên nhiên trong thơ Lãng mạn, khác cả với thiên nhiên trong thơ Đường và thơ Trung đại Việt Nam.

CỐT CÁCH THƠ XUÂN LY BĂNG

Nhà thơ Xuân Ly Băng trước hết là một Linh mục. Ngài dùng thơ để ca tụng Thiên Chúa, để loan báo Tin mừng. Đó là nhiệm vụ ngài nhận từ Đức Giêsu và Giáo hội của Người. Đời dâng hiến của ngài là để thực hiện nhiệm vụ đó. Thế nên phần lớn thơ Xuân Ly Băng có nội dung giáo huấn. Mảng thơ này bị giới hạn trong nội dung, tư tưởng và ngôn ngữ giáo huấn của Giáo hội. Xuân Ly Băng khó thể hiện cốt cách thơ. Ngày xưa, thời cộng đoàn dân Chúa không biết chữ, các "cố đạo" đã đặt thành vè các nội dung giáo lý để cộng đoàn đọc trước giờ lễ. Vè bình dân dễ thuộc, dễ nhớ nên có tác dụng dạy đạo rất hiệu quả. Ngày nay, trình độ của cộng đoàn đã khác. Vè, kinh vãn không còn là phương tiện dạy đạo đắc dụng như ngày xưa. Nếu các nhà thơ Công giáo làm thơ chỉ ở dạng vè, sẽ không có người đọc.

Bậc làm cha làm mẹ
Xin gởi gắm đôi lời
Ghi nhớ lấy ai ơi
Để thi hành bổn phận
Hầu chu toàn bổn phận
Sinh con thì cẩn thận
Có chừng mực điều hòa
Có trách nhiệm sâu xa
Vì gia đình hạnh phúc
Để giống nòi hạnh phúc.

("Bổn phận cha mẹ")

Xuân Ly Băng có nhiều bài thơ giáo huấn. Ở những bài này, tính giáo huấn lấn át tính thơ (thí dụ: *Bổn phận cha mẹ, Bài học truyền giáo, Sao em không lần chuỗi, Chuỗi Môi Côi, Xâu chuỗi Mân Côi, Sự thánh thiện của Chúa Giêsu, Những danh hiệu của Chúa Giêsu, Năm Linh Mục, Linh mục, ngài là ai? Trái Thánh kinh, Đoản khúc Tin mừng, Lâu đài đêm*...). Tuy vậy cũng có những vừa bài đáp ứng được nhiệm vụ giáo huấn lại vừa đạt được phẩm chất văn chương. (*14 chặng đàng Thánh giá*).

Cốt cách thơ Xuân Ly Băng hiển lộ ở những bài thơ tự tình (*Bài ca tình ái, Thanh sắc, Say Noel, Đàn vọng cố hương, Bao giờ cho hết mùa thu, Suy nghĩ cúi đầu, Thơ không về, Vì Ngài là tất cả, Tôi nằm xuống*...) và thơ trải nghiệm tư tưởng từ đời thực (*Noel không có Chúa, Ha-ga và Ít-ma-ên, Lời Chúa Trên Đại Dương, La Vang đất Mẹ*...)

Thơ tự tình bộc lộ một hồn thơ thanh khiết, trọn vẹn tin yêu phó thác, hồn thơ hòa vào hạnh phúc miên viễn của Nước Trời, không vướng bận trần ai.

Gửi vào Chúa tâm hồn tín thác
Đêm linh hồn man mác tình yêu
Có bình minh sáng thật nhiều
Có hiu hiu gió mỗi chiều mơn man
Gửi vào Chúa muôn vàn giọt lệ
Đêm linh hồn xiết kể hân hoan

Du dương tiếng sáo tiếng đàn
Giữa cô liêu ấy chứa chan ân tình.

("Lâu đài đêm tối")

Thơ trải nghiệm tư tưởng lại khác hẳn. Nhà thơ phóng túng trong nghĩ suy, trong cách thể hiện những điều gan ruột và trong tìm tòi những tứ thơ mới lạ. Xin đọc

Ha-ga và Ít-ma-ên

(St 21, 8-20)

Nàng bế con chúi đầu đi trong sa mạc
Gió cát dập vùi
Hừng hực nắng trời như thiêu đốt mẹ con
Bánh ăn đã kiệt
Bầu nước cạn hết từ lâu
Khốn đốn vô cùng!
Nàng ngồi bệt xuống
Hôn con rồi đẩy nó vào bụi cây
Ngước mắt lên trời
Nghẹn ngào nàng than thở:
Đức Chúa ở đâu rồi?
Đau lòng tôi lắm, Chúa ơi!
Làm sao để con tôi thoát chết
Nàng ngoái lại nhìn bầu trời quê hương
Nước mắt chảy ròng ròng
Nhớ lúc ra đi!
Nàng nghẹn ngào than thở:
Ap-ra-ham, tôn chủ ơi!
Tình nghĩa sao chỉ có thế thôi,
Ai đem tôi đến cho ông?
Sao ông nhẫn lòng xua đuổi tôi đi?
Sa-ra, lệnh bà ơi!
Ghen chi ghen lắm hủy đời tôi nay

Rồi nàng khóc rống lên
Ít-ma-ên khóc giật giọng
Âm thanh chạm đến mây trời
Đức Chúa sai thần sứ xuống:
Can đảm lên, đừng sợ, Ha-ga ơi!
Hãy nâng đứa trẻ dậy
Nước uống đã có đây
Hãy cho nó uống gấp!

Nàng biết chăng:
Đức Chúa đã chọn nó từ lâu
Làm thành một dân tộc
Lang thang khắp sa mạc
Cung tên vút kín bốn phương trời.

Sáng Thế ký kể rằng: "Ha-ga và Ít-ma-ên bị đuổi đi

8 Y-sác lớn lên và khi cậu bé đủ tuổi ăn thức ăn bình thường thì Áp-ra-ham bày một bữa tiệc lớn ăn mừng. 9 Nhưng Sa-ra thấy đứa con, mà người nữ nô lệ Ha-ga đã sinh cho Áp-ra-ham, cười giỡn [a]. 10 Nên Sa-ra bảo Áp-ra-ham, "Ông hãy đuổi con nhỏ nô lệ nầy và con nó đi đi. Con nó sẽ không được hưởng chút gia tài nào hết; con tôi sẽ hưởng tất cả."

11 Lời yêu cầu nầy khiến Áp-ra-ham khó xử, vì nó cũng là con mình. 12 Nhưng Thượng Đế bảo Áp-ra-ham, *"Đừng quá băn khoăn về đứa trẻ và người nữ nô lệ. Hãy làm theo điều Sa-ra yêu cầu. Dòng dõi mà ta hứa với con sẽ ra từ Y-sác. 13 Ta cũng sẽ làm cho dòng dõi của con trai người nữ nô lệ thành ra một dân lớn vì nó cũng là con trai con."* 14 Sáng sớm hôm sau Áp-ra-ham lấy ít thức ăn và một túi da đựng đầy nước. Ông trao mọi thứ cho Ha-ga rồi đuổi nàng đi. Mang các thứ đó theo người, Ha-ga đi lang thang trong sa mạc gần Bê-e-sê-ba.

15 Chẳng bao lâu, túi đựng nước cạn, Ha-ga để con mình dưới một bụi cây. 16 Rồi nàng đi một khoảng xa xa xong ngồi xuống. Nàng nghĩ, "*Con tôi thế nào cũng chết. Tôi không có can đảm nhìn cảnh đau lòng nầy.*" Nàng ngồi đó và òa khóc.

17 Thượng Đế nghe tiếng đứa trẻ, nên từ thiên đàng thiên sứ của Thượng Đế gọi Ha-ga, *"Ha-ga, có việc gì vậy? Đừng sợ! Thượng Đế đã nghe tiếng đứa trẻ đàng kia. 18 Hãy đến cầm tay đỡ nó dậy. Ta sẽ khiến dòng dõi nó thành ra một dân lớn."* 19 Rồi Chúa chỉ cho Ha-ga thấy một giếng nước. Nàng đến đó lấy nước đổ đầy bình cho đứa nhỏ uống.

20 Thượng Đế ở cùng đứa nhỏ khi nó khôn lớn. Ích-ma-ên sống trong sa mạc và trở nên tay bắn cung rất giỏi".

Nếu so sánh bài thơ với đoạn tường thuật của Sáng Thế ký, người đọc sẽ nhận ra những đặc sắc của ngòi bút Xuân Ly Băng.

Xuân Ly Băng sáng tạo hẳn một tác phẩm mà không trói mình trong khuôn khổ của *Sáng thế ký*. Nhà thơ xây dựng riêng một hình tượng người phụ nữ của thơ mình. Thơ tự do làm cho hồn thơ Xuân Ly Băng trở nên khoáng đạt mạnh mẽ. Truyện được kể với tốc độ nhanh, đường nét miêu tả, dựng cảnh, thiết kế hành động nhân vật đầy sáng tạo (Ít-ma-ên khóc giật giọng/ Âm thanh chạm đến mây trời". Người phụ nữ bị ruồng bỏ, xua đuổi, cô độc bồng con đi trong sa mạc đầy nắng, đối mặt với cái chết. Con người đau khổ ấy trở nên lớn lao và lẫm liệt. Nàng Ha-ga được khắc tạc trong không gian, thời gian và tình huống, với chiều cao "*chạm đến mây trời*" và trải ra chiều rộng "*bốn phương trời*". Nàng tiếp cận được với Đức Chúa, và Đức Chúa đã an ủi và cứu giúp nàng. Ẩn sâu dưới câu chuyện kể khách quan và con chữ tưởng như vô tình lại là tấm lòng của nhà thơ với con người đau khổ cô độc và niềm tín thác vào Chúa. Chúa lắng nghe và thấu hiểu, Chúa chở che và an ủi, Chúa còn làm những điều kỳ diệu mà con người không thể biết. Đức Chúa nói với Ha-ga rằng Ngài đã chọn con nàng, dù nàng chỉ là nô tỳ, để "*Làm thành một dân tộc/ Lang thang khắp sa mạc/ Cung tên vút kín bốn phương trời.*"

Chuyện của Haga là truyện của *Sáng thế ký.* Chuyện của Thánh Phanxicô Xavie là đời thực:

Lời Chúa Trên Đại Dương

(Kính nhớ Đức Hồng Y F. X. Nguyễn Văn Thuận)

Có những con hải âu soãi cánh,
Bay sà xuống ngỡ ngàng,
Hơn một lần,
Trên đại dương,
Để nghe lời Kinh Thánh,

Từ một chiếc thuyền nan.
Và những đám mây chiều,
Chụm đầu trên hải đảo cô liêu,
Khi nghe reo lên một hồi chuông nhỏ,
(Dù cuộc hành trình còn dang dở)
Để nghe lời Chúa Tình Yêu,
Từ một người bé nhỏ.
Và những đợt sóng bạc đầu,
Bỗng một ngày thấy mình sáng láng,

Oà kìa, cây Thánh giá
Xuất hiện trên bầu trời,
Khi một người khách lạ,
Nói về Chúa Ba Ngôi
Cho chim cho cá,
Cho người thổ dân nghèo đói tả tơi.
Hỡi người con của lâu đài Navarre,

Thừa vinh quang phú quý,
Thừa gấm vóc lụa là,
Thừa học vấn cao xa,
Đã bỏ mình cô đơn trên hoang đảo.

Hôm nay đây,
Trên độ dày lịch sử,
Tôi thấy người hiện ra
Trên nhật nguyệt thành Goa,
Trên đại dương đầy dông bão,
Trên sương mù eo biển Ma-lắc-ca,
Trên vườn đào của xứ Mặt trời thức giấc.

Với đàn hải âu, tôi kính chào Người,
Với mây biển muôn màu, tôi hát bài ca đẹp nhất,
Với sóng bạc trùng dương,
Tôi vỗ tay reo,
Hỡi Phanxicô loan Tin mừng Cứu độ.

Chỉ có vài chi tiết trong bài thơ giúp người đọc nhận ra thánh Phanxicô Xaviê: Ngài là *người con của lâu đài Navarre* (miền bắc Tây Ban Nha), truyền giáo ở Goa (Ấn Độ 1542), *ở xứ Mặt trời (*Nhật)... Và người "*Đã bỏ mình cô đơn trên hoang đảo*" (Xaviê qua đời trên đảo Thượng Xuyên, ngay cửa khẩu Quảng Châu khi chờ thuyền lén vào Trung Quốc).

Xuân Ly Băng sáng tạo hẳn một hình tượng Phanxicô Xaviê trong không gian và thời gian cao rộng tráng lệ. Nhà thơ không kể "thành tích" truyền giáo của Xaviê. Cũng không kể như "hạnh các thánh". Xaviê hiện lên là *một người khách lạ, một người bé nhỏ,* vây quanh là *Có những con hải âu soãi cánh, một chiếc thuyền nan, đám mây chiều, Và những đợt sóng bạc đầu* để nghe Lời *Kinh thánh*, để nghe lời của Chúa Tình Yêu. Bài thơ mở rộng lên cao bằng một hình ảnh đẹp đến lạ lùng: *"Òa kìa, cây Thánh giá/ Xuất hiện trên bầu trời,/ Khi một người khách lạ,/ Nói về Chúa Ba Ngôi/ Cho chim cho cá,/ Cho người thổ dân nghèo đói tả tơi."* Xaviê có sức thu hút tất cả đến với mình để nghe *Kinh thánh*, và cũng chính Lời Tình yêu từ Thánh nhân có sức làm biến đổi mọi thụ tạo:

Và những đợt sóng bạc đầu,
Bỗng một ngày thấy mình sáng láng,

Sóng bạc đầu trên biển là sóng dữ, nhưng sau khi nghe Lời Chúa Tình Yêu, nó tự nhận *thấy mình sáng láng.* Sóng trở nên đẹp hiền hòa rạng rỡ, không còn là sóng dữ. Khám phá được một hình ảnh diễn tả sự cảm hóa của Tin mừng với tạo vật như vậy không phải người làm thơ Công giáo nào cũng có thể đạt tới.

Hình tượng Phanxicô Xaviê còn được tô đậm hơn nữa trên nền thiên nhiên tráng lệ giàu ý nghĩa biểu tượng và chiều sâu lịch sử, nhờ thế "*người khách lạ, một người bé nhỏ*" trở nên thân thiện và kỳ vỹ:

Hôm nay đây,
Trên độ dày lịch sử,
Tôi thấy người hiện ra
Trên nhật nguyện thành Goa,
Trên đại dương đầy dông bão,
Trên sương mù eo biển Ma-lắc-ca,
Trên vườn đào của xứ Mặt trời thức giấc.

Khổ thơ gồm những câu thơ ngày càng dài ra như là một bức tường thành đang xây lên, sự khẳng định tầm vóc Xavie ngày một bề thế vững chãi và vươn dài hơn trong lịch sử và thời đại.

Với đàn hải âu, tôi kính chào Người,
Với mây biển muôn màu, tôi hát bài ca đẹp nhất,
Với sóng bạc trùng dương,
Tôi vỗ tay reo,
Hỡi Phanxicô loan Tin mừng Cứu độ.

Nhân vật "Tôi" (nhà thơ) cũng đẹp trong không gian cao rộng (*biển mây, trùng dương sóng bạc)* giữa muôn loài hội tụ đầy màu sắc, thanh âm reo vui hân hoan."Tôi" trong bài thơ này thật mới lạ so với thơ lãng mạn.

Viết về thánh Phanxicô Xaviê để "Kính nhớ Đức Hồng y F. X. Nguyễn Văn Thuận", hẳn Tác giả muốn làm sống lại hình ảnh Đức Hồng y F. X. Nguyễn Văn Thuận trong lòng người đọc Công giáo hôm nay? Đức Hồng y F. X. Nguyễn Văn Thuận cũng là người rao giảng Tin mừng trong mọi hoàn cảnh, và ngài, bằng sức mạnh của Tin mừng, đã cảm hóa mọi người đến với ngài như Xaviê. Xuân Ly Băng đã khẳng định tầm vóc lịch sử và thời đại của ngài.

NÓI VỚI NGƯỜI TRẺ

Đức cha Giuse Vũ Duy Thống giải thích bút danh Xuân Ly Băng: *"Xuân Ly Băng quả là "Mùa Xuân trên núi Ly Băng". Vừa mượt mà tươi xanh, vừa nhẹ nhàng trìu mến ..." Mùa xuân ấy một mùa xuân mầu nhiệm, rất diệu huyền và rất đỗi anh hoa "..."Xuân Ly Băng là một cuộc đời đã làm nên Mùa Xuân cho mình và không ngừng kiến tạo Mùa Xuân cho những người mình gặp gỡ..."* (gpphanthiet.com)

Đức Ông Xuân Ly Băng chia sẻ với Lm. nhà thơ Trăng Thập Tự điều tâm huyết của mình: "*Cha phải tìm kiếm những mầm non trong Hội thánh để nối dõi tông đường: Liên lạc gặp gỡ nhau, vun trồng, nâng đỡ nhau về thi ca và về đức tin. Có thế ta mới làm tròn nhiệm vụ Chúa trao phó và đáp ứng điều Hội thánh chờ đợi.*"

Nhà thơ Xuân Ly Băng đặc biệt lưu ý: "*Làm thơ là sáng tạo. Khi Xuân Diệu viết: "Bữa nay lạnh mặt trời đi ngủ sớm", Tản Đà đòi lôi ra chém vì Xuân Diệu dám bảo mặt trời đi ngủ. Thế nhưng làm thơ là phải vậy, phải sáng tạo.*"

Người làm *thơ "cần hai chữ thành thực và khiêm nhường, đừng tự tôn vinh mình. Thời gian sẽ sàng lọc và đào thải những gì không phải là thơ".*[5]

Tôi tâm đắc hai điều trong ý thức sáng tạo của nhà thơ Xuân Ly Băng. Đó là: *làm thơ là sáng tạo* và sự sàng lọc *"những gì không phải là thơ"***.**

Nhiều người làm thơ Công giáo chỉ chú ý đến nội dung giáo huấn mà không nỗ lực sáng tạo (làm ra cái mới nghệ thuật), thành ra thơ rất cũ. Người làm thơ không biết rằng mình đang làm ra những thứ "*không phải thơ*", tất nhiên những *gì không phải là thơ* sẽ bị đào thải.

Xuân Ly Băng đã góp vào thi ca Công giáo và thi ca dân tộc những *hình tượng mới* như hình tượng người phụ nữ bồng con đi trong sa mạc (*Ha-ga và Ít-ma-ên*), hình tượng Phanxicô Xaviê, *con người bé nhỏ* giảng *Kinh thánh* cho muôn loài trên hoang đảo giữa biển khơi (*Lời Chúa trên đại dương*); làm mới *hình ảnh thiên nhiên* trong thơ so với thơ cổ điển và Thơ Mới, đem vào thơ một *Cái Tôi* mới (khác với Cái Tôi trong thơ Lãng mạn và thơ Hiện thực xã hội chủ nghĩa); Đem vào thơ cái nhìn mới của *Kinh thánh* về vạn vật về cuộc đời (Mỹ học Thiên Chúa giáo): Tất cả đều đẹp, đều tốt tươi; và thay thế hồn thơ bi thiết của Hàn Mạc Tử bằng một *hồn thơ trong veo* hân hoan kết nối với trời cao.

Chỉ một tiếng chuông ngân cũng dạt dào cảm xúc thơ mới mẻ và thánh thiện.

Bỗng nghe một tiếng chuông buông
Xa xôi tự tháp thánh đường nào đây!
Vang lên cao vút tầng mây
Rồi ngân nhè nhẹ như ngây ngất lòng…
…Bắc cầu nối ý xa khơi
Hồn tôi với lại nước trời xa xăm. ("Chuông chiều")

Tháng 5/ 2020

---

[5] https://www.tapsanmucdong.net/2017/07/xuan-ly-bang-loi-ngo-cho-em-tho.html

Nguồn: *Những mùa vàng văn học Công giáo. Nxb Hội Nhà Văn 2020*

Nên xem thêm:

Trăng Thập Tự, *Xuân Ly Băng - Hồn thơ và tấm lòng mục tử, https://tgpsaigon.net/bai-viet/xuan-ly-banghon-tho-va-tam-long-muc-tu-48041*

QUAN HỆ VĂN HỌC VÀ TÔN GIÁO NHÌN TỪ KHUYNH HƯỚNG PHÊ BÌNH VĂN HỌC ẢNH HƯỞNG TƯ TƯỞNG TÔN GIÁO Ở MIỀN NAM TRƯỚC 1975

Trần Hoài Anh

1. Không phải ngẫu nhiên

Không phải ngẫu nhiên, trong Đại lễ Phật đản 2516, tổ chức tại Viện Đại học Vạn Hạnh, một cái nôi truyền bá tư tưởng Phật giáo tại miền Nam trước 1975, Thượng Tọa Thích Minh Châu đã khẳng định chủ đề của việc cử hành lễ Phật đản năm 1972 là: "Đạo Phật với Văn học và Nghệ thuật".

Bởi theo ông: "Văn học và Nghệ thuật là đời sống hướng thượng và đời sống căn bản. Một đằng với khả năng trừu tượng, thế giới của Văn học là những chân lý cao cả bao gồm mọi giải thích đa dạng; đấy là thế giới lý tưởng trong đời sống hướng thượng của đạo Phật. Và đằng khác, với tính cách cụ thể, thế giới của Nghệ thuật là tất cả khát vọng trần gian trong đời sống căn bản." [1] Còn Võ Long Tê trong cuốn *Lịch sử Văn học Công giáo* đã cho rằng: "Kể từ bốn trăm năm nay, Đạo Công giáo đã du nhập xã hội Việt Nam, đem lại những ảnh hưởng sâu xa trong đời sống dân tộc chẳng khác gì tác động của Khổng giáo, Lão giáo, Phật giáo." [2] Và Nguyễn Văn Trung lại đặt vấn đề "Tại sao chưa có một nền văn nghệ Thiên Chúa giáo ở Việt Nam" [3]

---

[1] Thích Minh Châu, "Đạo Phật với Văn học và Nghệ thuật", *Tư tưởng* số 3 tháng 5/1972, tr.7

[2] Võ Long Tê, *Lịch sử Văn học Công giáo*, Nxb. Tư duy, S. 1965, tr.35, tr.35

[3] Nguyễn Văn Trung, *Nhận Định IV*, Nam Sơn Xb., S. 1966, tr. 170

PGS. TS. Trần Hoài Anh

** Sinh: 1958 tại Quảng Ngãi.*
** Giảng viên cao cấp Khoa Văn hóa học, trường Đại học Văn hóa TP HCM. Hội viên Hội Nhà Văn Việt Nam - Ủy viên Hội đồng Lý luận Phê bình HNVVN.*
** Các công trình nghiên cứu đã xuất bản:*
Lý luận - phê bình văn học ở đô thị miền Nam 1954-1975
Văn hóa văn chương và hành trình sáng tạo - Văn học nhìn từ văn hóa - Thơ - Quan niệm và cảm nhận
** Đi tìm ẩn ngữ văn chương - Đi tìm mỹ cảm văn chương*
** Email: <anhhoai1108@gmail.com>*

Như vậy, trong quan niệm của các nhà lý luận - phê bình văn học ở miền Nam mối quan hệ văn học và tôn giáo là thực thể hiện hữu trong đời sống văn học, là qui luật vận động trong tiến trình phát triển của văn học dân tộc, không chỉ trong sáng tác mà cả trong phê bình văn học. Và ở lĩnh vực nào mối quan hệ này cũng được thể hiện sinh động, đa dạng và phong phú.

Trong giai đoạn 1954-1975, miền Nam không chỉ là một xã hội đa văn hóa mà còn là một xã hội đa tôn giáo. Sự khủng hoảng niềm tin, lý tưởng, sự hoài nghi cuộc sống, khiến con người tìm đến tôn giáo như một điểm tựa tinh thần, để làm dịu nỗi đau mà họ phải gánh chịu trong chiến tranh. Tôn giáo, vì thế, cũng là một lực lượng chi phối đời sống xã hội trong đó có văn học. Vì vậy, nhiều phe nhóm chính trị dựa vào tôn giáo hoặc lợi dụng tôn giáo để tạo thanh thế. Sự chi phối của tôn giáo đối với văn học không chỉ ở mặt tư tưởng mà còn ở mặt tổ chức đội ngũ, đặc biệt là đội ngũ lý luận phê bình. Võ Phiến, khi bàn đến mối quan hệ giữa tôn giáo và văn học ở miền Nam giai đọan 1954-1975 đã viết: "Hãy khoan nói tới những con số tân tín đồ của các tôn giáo lớn vào các thập niên 50, 60, đến các tỷ số gia tăng cao khác thường của tín đồ cũng như của các giáo đường, chùa chiền trong khoảng thời gian này, hãy khoan nói đến những biểu dương lực lượng tôn giáo cực kỳ lớn lao trong các cuộc tranh đấu chống chính quyền, các cuộc đấu tranh giữa tôn giáo với tôn giáo trong thời gian này... Chỉ để ý một chút đến cái bóng dáng của tôn giáo trong sinh hoạt văn học nghệ thuật lúc bấy giờ đã thấy nó đặc biệt đến chừng nào rồi. Hồi tiền chiến chỉ có một Hàn Mạc Tử cầu nguyện Chúa mà đã làm náo động cả làng thơ: ai cũng chú ý đến hiện tượng tôn giáo này. Sau 1954 ở miền Nam không phải chỉ có một con chiên hay những con chiên mà có nhiều kẻ chăn chiên xông pha tích cực trong làng văn, làng báo, đồng thời ở phía Phật giáo cũng có bao nhiêu là tu sĩ, cao tăng múa bút trổ tài nào những Nhất Hạnh, Phạm Công Thiện, những Thạch Trung Giả, Phạm Thiên Thư, Tuệ Sỹ... ấy là chưa kể những nhà văn, nhà thơ, những học giả không phải là tu sĩ viết về Phật giáo như: Trần Ngọc Ninh, Nghiêm Xuân Hồng, Quách Thoại, Lê Văn Siêu... Bên Thiên Chúa giáo, các linh mục Thanh Lãng, Trần Thái Đỉnh, Kim Định... đều là những cây bút dồi dào, có ảnh hưởng rộng. Các đạo Cao Đài, đạo Hòa Hảo đều có những viện đại học riêng (Thiên Chúa giáo và Phật giáo đã có trước những viện qui mô lớn). Nguyễn Văn Hầu viết về triết lý đạo Hòa Hảo, Hồ Hữu Tường viết về đạo Bửu Sơn, Kỳ Hương... Chuyện nghe có vẻ khác thường nhưng không vô lý chính vì thiếu niềm tin, vì khủng hoảng tin tưởng cho nên người ta mới cần khẩn cấp tìm đến các tôn giáo, mới hấp tấp tra hỏi các triết thuyết." [4]

Quả thật, những gì Võ Phiến đã nói ở trên cho thấy tôn giáo đã trở thành một trong những nhân tố không chỉ tác động đến đời sống vật chất và tinh thần của xã hội trong đó có đời sống văn hóa tâm linh mà còn tác động đến đời sống văn học, quan hệ chặt chẽ với văn học, trong đó có lý luận phê bình mà biểu hiện rõ nhất là sự hình thành các khuynh hướng phê bình chịu ảnh hưởng tư tưởng các tôn giáo ở đô thị miền Nam 1954-1975, theo chúng tôi có thể chia làm các khuynh hướng cơ bản sau:

2. Khuynh hướng phê bình ảnh hưởng tư tưởng Phật giáo

Cùng với Nho giáo và Lão giáo, tư tưởng Phật giáo là một trong ba hệ tư tưởng ảnh hưởng sâu sắc trong văn học dân tộc. Song, là một tôn giáo được phổ biến sâu rộng, tư tưởng Phật giáo là hệ tư tưởng có ảnh hưởng lớn trong cộng đồng, và là tôn giáo có sức sống mạnh mẽ trong tâm linh người Việt. Vì vậy, Phật giáo cũng là tôn giáo có mối quan hệ khắng khít với văn hóa dân tộc mà bộ phận tiêu biểu nhất đó là văn học. Và mối quan hệ này cũng được thể hiện sinh động trong đời sống văn học.

Ở miền Nam giai đoạn 1954-1975, Phật giáo có những bước thăng trầm. Thời kỳ Ngô Đình Diệm cầm quyền Phật giáo luôn bị đàn áp. Cho nên, Phật giáo lúc này không chỉ hoạt động tôn giáo mà còn tham gia vào các hoạt động chính trị xã hội, trong đó có văn học. Tạp chí *Tư Tưởng,* cơ quan ngôn luận của Viện Đại học Vạn Hạnh, một cơ sở đào tạo đại học do Phật giáo quản lý, là nơi tập hợp những người viết văn, những nhà phê bình theo tư tưởng Phật giáo như: Thích Nhất Hạnh, Phạm Công Thiện, Tuệ Sỹ, Nguyễn Đăng Thục, Lê Mạnh Thát, Chơn Hạnh, Thạch Trung Giả... Chính vì vậy, có nhiều tác phẩm phê bình văn học, lấy tư tưởng Phật giáo làm hệ qui chiếu để đánh giá các hiện tượng văn học như: *Chân dung Nguyễn Du* (Nhiều

---

[4] Võ Phiến, *Hai mươi năm Văn học miền Nam 1954-1975*, Nxb Văn Nghệ, 1987, CA, USA, tr.120.

tác giả, Nam Sơn xb,1960); *Giá trị triết học tôn giáo trong Truyện Kiều* của Thích Thiên Ân (Đông Phương xb, 1966); *Văn học sử Phật giáo* của Cao Hữu Đính, (Minh Đức xb, Sài Gòn, 1971); *Thế giới thi ca Nguyễn Du* của Nguyễn Đăng Thục (Kinh thi xb, 1971); Phạm Thế Ngũ, *Việt Nam văn học sử giản ước tân biên* tập 2, (Quốc học Tùng thư Xb, S. 1962), *Việt Nam văn học giảng bình* của Phạm văn Diêu, (Hoành Sơn Xb, 1970); *Những khuynh hướng trong thi ca Việt Nam (1932 – 1962)* của Minh Huy (Khai Trí xb, S,1962); "Ảnh hưởng của Phật giáo trong thi ca Việt Nam" (Phạm Xuân Sanh, *Đại học* số 9/1959); "Bóng trăng thiền với Nguyễn Du" (Nguyễn Đăng Thục, *Tư Tưởng* số 8 ra ngày 1/12/1970); "Nguyễn Du trên con đường trở về của Phật giáo" của Chơn Hạnh (*Tư Tưởng* số 8 ra ngày 1/12/1970); "Đạo Phật với Văn học và Nghệ thuật" của Thích Minh Châu (*Tư Tưởng* số 3, 5/1972); "Tinh thần Phật giáo trong văn học Việt Nam" (Thạch Trung Giả, *Tư Tưởng* số 3, 5/1973); "Sự thích ứng giữa tư tưởng Phật giáo với tinh thần dân tộc qua một số tư liệu văn học" của Khiếu Đức Long (*Tư Tưởng* số 2 ra ngày 6/7/1974) ....

Tư tưởng Phật giáo được vận dụng vào phê bình văn học là quan niệm triết học của Phật giáo như: *nhân quả, luân hồi, tứ diệu đế, từ bi, duyên nghiệp*... Và như vậy, tinh thần triết lý Phật giáo đã trở thành một hệ qui chiếu, một chuẩn thẩm mỹ để đánh giá các hiện tượng văn học. Vì vậy, ở các tác phẩm phê bình, ta thấy xuất hiện lớp từ Phật học như: *từ bi, hỷ xả, nhân quả, nghiệp chướng, duyên phận, luân hồi*.... Chẳng hạn ở bài viết "Nguyễn Du trên con đường trở về của Phật giáo" (*Tư Tưởng* số 8 ra ngày 1/12/1970), khi lý giải về nỗi đau khổ trong suốt mười lăm năm lưu lạc của Kiều, Chơn Hạnh không cho rằng nguyên nhân đau khổ của Kiều là do xã hội mà do "sự nghiệt ngã tất yếu của *Khổ đế*, dưới hình thức *số và mệnh*" [5] Ở đây, nhà phê bình đã nhìn cuộc đời Kiều qua lăng kính của triết lý Phật giáo. Trên quan niệm về nhân duyên, nghiệp báo của nhà Phật, Chơn Hạnh đã cho rằng định mệnh của đời Kiều cũng xuất phát từ nghiệp chướng nên tư tưởng của Nguyễn Du trong truyện *Kiều* là tư tưởng của Phật giáo. Có thể nói, việc vận dụng triết lý Phật giáo như một hệ qui chiếu để phê bình giá trị nội dung và nghệ thuật truyện *Kiều* và thế giới thơ Nguyễn Du là vấn đề phổ biến trong phê bình văn học ở miền Nam. Trong *Việt Nam văn học sử giản ước tân biên*, lý giải về kiếp sống bị đọa đày vùi dập của Kiều, Phạm Thế Ngũ đã viện dẫn tư tưởng *duyên nghiệp* của Phật giáo cho rằng: "Kiều phải đày đọa vào kiếp đoạn trường không phải chỉ vì tài mệnh tương đố mà cũng bởi cái nghiệp của nàng đã

---

[5] Chơn Hạnh, "Nguyễn Du trên con đường trở về của Phật giáo", *Tư tưởng* số 8 ra ngày 1/12/1970, tr. 87.

hình thành từ kiếp trước. Có *nhân quả*, có *duyên nghiệp* tức là có khả năng biến cải, có tự do cho con người. Do đó mà có sự cân phúc cân tội để đi đến sự cứu vớt ở sông Tiền Đường."[6] Thanh Lãng cũng giải thích những đau khổ của Kiều trên cơ sở của thuyết *nhân quả nghiệp báo* khi cho rằng: "Kiều là một tiểu thư tài sắc tuyệt vời mà cuộc đời đã trải qua bao lưu lạc, duyên phận hẩm hiu. Tại sao không làm gì nên tội mà Kiều phải đoạn trường như vậy? Để giải quyết tác giả mượn *thuyết luân hồi* và *nghiệp báo* của đạo Phật, uyên nguyên của mọi đau khổ trên đời chính là sự chuyển biến bất diệt nơi vạn vật cứ sinh ra để rồi chết, chết để rồi lại tái sinh không ngừng. Cái kiếp sinh sinh tử tử ấy, không phải vô cớ, cuộc sống hiện tại đối với kiếp trước là kết quả và đối với kiếp sau, nguyên nhân. Bởi có *nghiệp báo* nên có *luân hồi* và ngược lại, *luân hồi* đòi *nghiệp báo*. Đau khổ đoạn trường chỉ là kết quả tất yếu do đó đi ra. Thúy Kiều long đong đoạn trường là để trả nợ và rửa tội kiếp trước."[7] Còn Thạch Trung Giả cho rằng, tư tưởng Phật giáo thể hiện trong truyện Kiều ở chỗ "Nguyễn Du không những cho các nhà tu như Giác Duyên, Tam Hợp, Đạo Cô, đóng vai trò đáng kể trong truyện mà còn giải thích nguyên nhân sự trầm luân và giải thoát của đời Kiều với quan niệm Phật giáo."[8] Không những vận dụng tư tưởng Phật giáo trong phê bình truyện *Kiều* của Nguyễn Du, các nhà phê bình còn vận dụng triết lý Phật giáo để làm cơ sở tư tưởng lý giải nhiều hiện tượng văn học khác. Chẳng hạn, khi phê bình tiểu thuyết Hồ Biểu Chánh, Nguyễn Khuê cho rằng tư tưởng Phật giáo có vai trò rất quan trọng trong tiểu thuyết Hồ Biểu Chánh, tác động mạnh mẽ đến tư tưởng và hành động của các nhân vật. "Trong *Thầy Thông Ngôn*, sau khi bị vợ làm nhục, vỡ mộng giàu sang, thầy Thông Phong đêm nằm nghe tiếng chuông chùa mà não nề, thế sự, nhận thấy đời là *vô thường*, vinh hoa phú quý tan như bọt nước, rã như chòm mây."[9] Còn Nguyễn Đình Tuyến, khi phê bình thơ Vũ Hoàng Chương cho rằng, thơ Vũ Hoàng Chương hấp thụ nhiều tinh hoa của văn hóa Đông, Tây nhưng nền văn hóa Đông phương với tất cả vẻ đẹp huyền bí và thâm sâu đã lấn át văn hóa phương Tây. Trong thơ Vũ Hoàng Chương "Thuyết *luân hồi* của Phật giáo đã ám ảnh nhà thơ một cách sâu sắc. Và có lần người ta đã đua nhau nhìn nhận tác giả *Lửa từ bi* là nhà thơ Phật giáo, điều ấy căn cứ vào giấc mộng *luân hồi* tràn ngập trong thơ Vũ Hoàng Chương:

---

[6] Phạm Thế Ngũ, *Việt Nam văn học sử giản ước tân biên* tập 2, Quốc học Tùng thư Xb., S. 1962, tr. 365

[7] Thanh Lãng, *Bảng Lược đồ văn học Việt Nam*, quyển thượng, Nxb Trình bày, S. 1967, tr. 687.

[8] Thạch Trung Giả, *Văn học phân tích toàn thư*, Lá bối Xb., S. 1973, tr. 372.

[9] Nguyễn Khuê, *Chân dung Hồ Biểu Chánh*, Lửa thiêng Xb., S. 1974, trang 257.

Ngơ ngác luân hồi mấy thuở /Mộng ra bay hề cánh ta trôi
Bể Nam mù tịt không mà có / Hay có mà không dị điều dỉ" [10]

Và cũng trong dòng suy cảm ấy, Minh Huy ở tác phẩm *Những khuynh hướng trong thi ca Việt Nam 1932 – 1962* cho rằng trong các loại thơ ảnh hưởng chủ nghĩa tượng trưng của thơ ca phương Tây, vẫn còn màu sắc của tư tưởng Phật giáo như một mạch ngầm trong thi pháp. Vì vậy, ông cho rằng: "Thơ tượng trưng của Nguyễn Huyền Không là thi ca tình yêu đượm vẻ thiêng liêng, siêu hình của Phật giáo. *Lòng dưới sụp quỳ van lạy Phật / Xin về nẻo trước bước điêu linh / Tơ duyên còn rối lòng tơ tóc / Kiếp trước chưa thâu trọn lưới tình*" [11]

Kiếp trước, kiếp sau phải chăng đó là ý niệm triết học từ kiếp luân hồi trong tư tưởng của nhà Phật đã biến thành tâm thức hiện sinh không chỉ trong đời sống mà còn cả trong thơ ca.

Phạm Văn Diêu cũng lý giải mối quan hệ giữa văn chương và tôn giáo trong thơ Chu Mạnh Trinh qua ảnh hưởng của tư tưởng Phật giáo thật tinh tế và độc đáo khi ông xác quyết: "Trước bức tranh rộng lớn xinh đẹp của Nam Thiên đệ nhất động... nhà thơ của chúng ta như hòa đồng với cỏ cây, mây nước, thông cảm với Trời Phật, chim cúng trái, cá nghe kinh, hồn tan trong suối nhạc thông sênh... Người du khách tục lụy bỗng dưng lại giật mình vì bấy lâu mải chần chừ trong giấc mộng lớn. Và tâm hồn như thoáng rộng thanh cao thêm trước cảnh vật, họ Chu buông thơ thả tâm tình, tư tưởng lâng lâng theo "thang mây", "bóng nguyệt": cái mỹ cảm thiên nhiên đã pha lẫn màu tôn giáo vậy". [12]

Và cũng theo Phạm Văn Diêu, tư tưởng trong thơ của Chu Mạnh Trinh không chỉ có sự tích hợp giữa tư tưởng Nho giáo và Lão giáo mà còn là sự gặp gỡ hài hòa giữa tư tưởng Phật giáo và Lão giáo trước sự cảm nhận và suy ngẫm của Chu về vẻ đẹp của Hương Sơn. "Rõ ràng đâu đấy đều như có cả một không khí êm ả tươi đẹp đã bao trùm các bài thơ Hương Sơn: ở đây ta thấy hòa đồng hai dòng tư tưởng Phật – Lão, biên giới thực mông lung. Màu sắc yếm thế và vắng im của Thích Ca mâu-ni đã được màu sắc xuất thế nồng thắm của Lão Trang xoa dịu, sửa đổi cho khuông diện càng phong phú tươi xinh: *Khách trần lạc lối cõi tiên / Họa sau này có nhân duyên chăng là!*" [13]

---

[10] Nguyễn Đình Tuyến, *Nhà văn hôm nay* (t1), Nhà văn Việt Nam Xb., S. 1969, tr. 218; tr. 135; tr. 141.

[11] Minh Huy, *Những khuynh hướng trong thi ca Việt Nam 1932 – 1962,* Khai Trí xb, S. 1962, tr.137; tr.123, 125

[12] Phạm văn Diêu, *Việt Nam văn học giảng bình*, Nxb. Hoành Sơn, S. 1970, tr.318; tr.319.

[13] Sđd.

Thật vậy, ảnh hưởng của tư tưởng Phật giáo trong văn học dân tộc trong đó có lý luận phê bình là một vấn đề đã được minh định. Phạm Xuân Sanh đã chỉ rõ mối quan hệ giữa tư tưởng Phật giáo với thi ca Việt Nam từ văn chương bình dân đến văn chương bác học, từ văn chương trung đại đến văn chương hiện đại, và cho rằng: "Bàn đến đạo Phật và thơ ca Việt Nam thật chúng ta khó lòng nói hết mối tình huynh đệ đầy nghệ thuật đã đượm nồng từ mấy nghìn năm và đã nẩy nở dồi dào theo chiều tiến triển oai hùng của lịch sử dân tộc".[14]

Như vậy, khuynh hướng phê bình chịu ảnh hưởng tư tưởng Phật giáo là một trong những khuynh hướng phê bình có ảnh hưởng sâu rộng trong sáng tác cũng như lý luận phê bình văn học ở miền Nam, góp phần tạo nên sự đa dạng và phong phú cho diện mạo lý luận phê bình văn học miền Nam trước 1975. Đồng thời, cũng cho thấy mối quan hệ khăng khít giữa văn học và tôn giáo như là một vấn đề mang tính qui luật trong văn học dân tộc. Và điều này chúng ta không chỉ thấy trong khuynh hướng phê bình chịu ảnh hưởng tư tưởng Phật giáo mà còn thấy trong khuynh hướng phê bình chịu ảnh hưởng tư tưởng Thiên Chúa giáo.

3. Khuynh hướng phê bình ảnh hưởng tư tưởng Thiên Chúa giáo.

So với các tôn giáo khác, Thiên Chúa giáo vào nước ta có muộn hơn nhưng không vì thế mà ảnh hưởng của nó bị hạn chế. Ngược lại nó có tầm ảnh hưởng khá lớn, và có những thời điểm lấn át các tôn giáo khác. Xã hội miền Nam giai đoạn 1954-1975, nhờ sự tiếp sức của chính quyền, Thiên Chúa giáo phát triển khá nhanh, có ảnh hưởng lớn đến đời sống chính trị xã hội, trong đó có văn học. Chính vì vậy trong *Lịch sử văn học Công giáo Việt Nam*, tác phẩm duy nhất trong văn học đô thị miền Nam viết về lịch sử văn học Công giáo còn lại cho đến nay, Võ Long Tê đã xác quyết: "Riêng trong phạm vi văn học, đạo Công giáo đã đem lại những nguồn cảm hứng mới. Những công trình sáng tác biên khảo Công giáo đã làm cho văn học Công giáo phát sinh và trưởng thành theo một đường hướng riêng biệt nhưng không phải là không có mối liên hệ hỗ tương với các thành phần khác của nền văn học Việt Nam"[15] Và cách đây hơn sáu mươi năm, kể từ khi *Nhà văn hiện đại* của Vũ Ngọc Phan ra đời, trong phần viết về thi sĩ Hàn Mạc Tử, ông đã khẳng định "*Thơ tôn giáo đã ra đời với Hàn Mạc Tử. Tôi dám chắc rồi đây còn nhiều thi sĩ Việt Nam sẽ tìm nguồn hứng trong đạo giáo và đưa thi ca vào con đường triết học, con đường rất mới, rất*

[14] Phạm Xuân Sanh, "Ảnh hưởng Phật giáo trong thi ca Việt Nam", *Đại học* số 9/1959, tr. 47.
[15] Võ Long Tê, *Lịch sử Văn học Công giáo*, Nxb. Tư duy, S. 1965, tr.35, tr.35.

xa xăm mà đến nay chưa mấy nhà thơ dám bước tới".[16] Điều dự cảm và tiên đoán của Vũ Ngọc Phan đã trở thành hiện thực trong văn học ở đô thị miền Nam 1954-1975. Đây cũng chính là tiền đề hình thành khuynh hướng phê bình văn học ảnh hưởng tư tưởng Thiên Chúa giáo ở miền Nam trước 1975.

Khuynh hướng phê bình chịu ảnh hưởng tư tưởng Thiên Chúa giáo lấy triết lý Kitô giáo làm cơ sở mỹ học và làm hệ quy chiếu phê bình các hiện tượng văn học. Chính vì vậy, ở những bài phê bình này, ta thấy rõ dấu ấn tư tưởng của Kitô giáo được các nhà phê bình lấy làm căn cứ để giải mã một số hiện tượng văn học, mà tiêu biểu là thơ Hàn Mạc Tử. Theo Võ Long Tê, trong *Lịch sử văn học Công giáo*, có một số bài phê bình về thơ Hàn Mạc Tử dưới ánh sáng tư tưởng Thiên Chúa giáo như "Hàn Mạc Tử, thi sĩ của đạo quân thánh giá" (Tạp chí *xã hội, xuân Giáp thân*, S,1954); "Sự hiện diện của Hàn Mạc Tử" của Võ Long Tê (1956), "Sứ mạng của Hàn Mạc Tử" của Lê Hữu Mục (1956); "Sự đau khổ của Hàn Mạc Tử" của Trần Điền (1956)... Ngoài ra, từ điểm nhìn Phúc âm của người Kitô giáo, trong bài viết về Hàn Mạc Tử ở *Vũ trụ thơ*, Đặng Tiến đã phân tích sự hòa hợp giữa đạo và thơ, xem đây như một cơ sở lý giải hành trình sáng tạo thơ Hàn Mạc Tử. Theo Đặng Tiến, ở Hàn Mạc Tử "Thơ là Đạo và Đạo là Thơ". Và "Thơ đưa về Đạo là nẻo đường đưa đến Con Đường. Thơ là giải thoát tạm thời của Đau Thương, trong khi chờ đợi Đạo là cứu rỗi miên viễn"[17]. Vì vậy, "Nếu *Gái Quê* là thế giới đợi chờ *Điềm Lạ*, đợi chờ Chúa *Ra đời*, thì *Đau Thương* là một tâm hồn mong mỏi Ngày Chúa trở lại (Mt 24-42). Hàn Mạc Tử chấp nhận bệnh tật không phải là vì "do Đức Chúa trời ban xuống" như Trần Thanh Mại đã nói, nhưng trước hết vì nó là hậu quả tất nhiên của nguyên tội và thứ đến vì nó là phương tiện thân xác mà Chúa đã dùng để cứu thế."[18] Cũng như Đặng Tiến, Lê Huy Oanh đã dựa trên cơ sở tư tưởng Thiên Chúa giáo để lý giải hành trình sáng tạo thi ca của Hàn thi sĩ và cho rằng đức tin vào Chúa Trời là lẽ sống của Hàn Mạc Tử, là nguồn cảm hứng để ông sáng tạo thơ ca. Bởi "là một tín đồ ngoan đạo, ông đã tìm được nhiều sự an ủi từ tấm gương chịu đựng đau khổ của Chúa Giêsu và của Thánh nữ đồng trinh Maria; càng đau khổ bao nhiêu ông càng trông cậy vào sự an ủi của Chúa và Đức Mẹ (...) Cho nên, trong thơ ông, nhất là trong tập thơ Hàn Mạc Tử, chúng ta thấy có rất nhiều ảnh hưởng và màu sắc Thiên Chúa giáo" [19]

---

[16] Vũ Ngọc Phan, *Nhà văn hiện đại*, Thăng Long xb., S.1960, tr.769

[17] Đặng Tiến, *Vũ trụ thơ,* Giao điểm Xb., S. 1972, tr.101, tr.101.

[18] Sđd.

[19] Lê Huy Oanh, *Văn* ra ngày 15/09/1974, tr.56.

Rõ ràng, Hàn Mạc Tử trong đời là một tín đồ ngoan đạo, chắc hẳn, những lời Chúa dạy đã trở thành dấu ấn trong tâm thức nhà thơ, biến thành những dự phóng trong ông và thăng hoa thành những đam mê sáng tạo. Vì vậy, khi phê bình thơ Hàn Mạc Tử, các tác giả trong *Quốc văn diễn giảng* cũng cho rằng, những rung động thẩm mỹ trong thơ Hàn Mạc Tử đều bắt nguồn từ "tình thương bao la của Thượng Đế trong hành động nhập thể cứu chuộc tội lỗi của nhân loại. Đó là một biến cố trọng đại và thiêng liêng, báo hiệu một *Tin mừng* từ bao năm đợi chờ, mong mỏi, làm xao xuyến cả vũ trụ. Hành động nhập thế này tinh túy như ý thơ, là bản thể của thơ, làm thơ thành tiếng nói mầu nhiệm kết hợp con người với Thượng Đế".[20]

Và cũng trong dòng tâm tưởng này khi viết về Hàn Mạc Tử, Minh Huy trong tác phẩm *Những khuynh hướng trong thi ca Việt Nam (1932-1962)* cho rằng: "Trong *'Ave Maria'*, Hàn Mạc Tử cho thơ là nhiệm mầu, thơ là linh giác, "kiếm thần" và "thấu thị", một sáng tạo "huyền bí", không cần thời gian và không gian, thi sĩ nói đến phép lạ, sứ thần Thiên Chúa...

Tôi no rồi ơn vũ lộ hòa chan / Tấu lạy bà, bà rất nhiều phép lạ".[21]

Điều đáng ghi nhận ở đây, Minh Huy đã chỉ ra một vấn đề có tính qui luật trong thơ Hàn Mạc Tử cũng như thơ ca hiện đại Việt Nam đó là sự gặp gỡ, sự tích hợp giữa tư tưởng triết mỹ phương Tây và phương Đông mà ở Hàn thi sĩ là sự gặp nhau giữa tư tưởng Thiên Chúa giáo và Phật giáo trong thơ. Bởi theo Minh Huy "Hàn Mạc Tử không hề đi quá xa để trở thành "quá" Tây. Thơ Hàn Mạc Tử, bắt nguồn từ trong Thiên Chúa giáo, vẫn giữ được cái bản chất Đông phương và nhờ đó đến được đỉnh của thơ tượng trưng với màu sắc thật dân tộc."[22] Và sự quyện hòa giữa hư và thực, có và không... phải chăng là hiện thân của tư tưởng sắc không vốn thấm nhuần trong triết lý Phật giáo được Hàn Mạc Tử hiện thực hóa trong thơ!?

Còn Thế Phong trong *Lược sử Văn nghệ Việt Nam (Nhà văn tiền chiến 1930-1945)* cũng cảm nhận thơ Hàn Mạc Tử từ góc nhìn của Kitô giáo khi cho rằng: "Lòng tín ngưỡng ở đạo giáo tôn nghiêm thiêng liêng đã làm cho Hàn Mạc Tử nhiều nghệ cảm mới mẻ đặc biệt. Hàn Mạc Tử lần đầu tiên ca ngợi Thiên Chúa giáo bằng những lời thơ thật chân thành: *Maria! Linh hồn tôi ớn lạnh / Run run như thần tử thấy long nhan / Run như run hơi thở chạm tơ vàng / Nhưng lòng vẫn thấm nhuần ơn trìu mến*".[23]

---

[20] Nhiều tác giả, *Quốc văn diễn giảng*, Thiện Mỹ Xb., S, 1974, tr.199; tr.197; 196; tr.203.

[21] Minh Huy, *Những khuynh hướng trong thi ca Việt Nam 1932 – 1962,* Khai Trí xb, S. 1962, tr.137; tr.123, 125

[22] Sđd.

[23] Thế Phong, *Lược sử Văn nghệ Việt Nam*, (Nhà văn tiền chiến 1930-1945), Vàng Son xb, S.1974, tr.234-235.

Như vậy, khi tìm hiểu thơ Hàn Mạc Tử các nhà phê bình đều dựa trên tư tưởng của Thiên Chúa giáo để phê bình thơ ông. Có thể những kiến giải về thơ Hàn Mạc Tử nếu chỉ dựa trên tư tưởng Thiên Chúa giáo có khi chưa thật khách quan và đậm màu sắc duy tâm. Và nếu chỉ căn cứ duy nhất từ điểm nhìn này để lý giải hành trình sáng tạo thơ Hàn Mạc Tử thì cũng không tránh khỏi cực đoan, áp đặt. Nhưng dẫu sao, việc dựa trên cơ sở tư tưởng Thiên Chúa giáo để lý giải thơ Hàn Mạc Tử, hồn thơ của một con chiên ngoan đạo như Hàn chắc cũng có phần hợp lý. Điều quan trọng hơn, từ đây đã hình thành khuynh hướng phê bình văn học ảnh hưởng tư tưởng Thiên Chúa giáo trong lý luận phê bình văn học ở đô thị miền Nam và cũng cho thấy mối quan hệ giữa văn học và tôn giáo gắn bó với nhau như thế nào trong tiến trình vận động của văn học!?.

Thế nên, ngoài việc cảm nhận thơ Hàn Mạc Tử từ điểm nhìn của tư tưởng Kitô giáo, chúng ta còn thấy rất nhiều những bài viết về các hiện tượng văn học khác thuộc khuynh hướng phê bình này. Chẳng hạn khi phê bình bài thơ "Đêm giáng thế" của Tạ Ký, các nhà nghiên cứu cho rằng ở bài thơ này "nhà thơ được "thánh hóa" để trở nên chiên lành xin Chúa đem tình thương yêu cứu nhân loại khỏi cảnh đau buồn khói lửa."[24] Còn ở bài thơ "Hoa trắng thôi cài trên áo tím" của Kiên Giang là nỗi "trông chờ ở Đấng Tối Cao cứu rỗi linh hồn"[25] trước sự tuyệt vọng vì tình yêu đã mất. Còn trong khảo luận *Những nhà thơ hôm nay*, Nguyễn Đình Tuyến khi phê bình thơ Hữu Phương cũng cho rằng: "Trong vườn thơ hôm nay, Hữu Phương có một sắc thái riêng biệt. Đó chính là cảm xúc chân thật của một niềm tin Thiên Chúa giữa trùng dương biển cả"[26]. Hay khi phê bình thơ Khải Triều, Nguyễn Đình Tuyến cũng nhận ra cảm hứng về Chúa trong thơ Khải Triều là một khát vọng của sáng tạo "Khi những bài thơ thành hình, nỗi buồn đó biến thành đá, để xây nhà thương cho nhân loại. Trên cao nhà thương đó sẽ có hình ảnh Đấng Cứu Thế bị đóng đinh trên thánh giá và văng vẳng âm thanh tiếng hát của người nữ tu."[27]

Còn đây là thế giới nghệ thuật trong truyện của Nhật Tiến qua cảm nhận của các nhà nghiên cứu trong *Quốc văn diễn giảng*: "Thế giới của Nhật Tiến là thế giới trầm lặng cô tịch của những kẻ bất hạnh, những trẻ mồ côi trong cô nhi viện của các Bà Phước, và đó là khung cảnh cho phần lớn các tiểu thuyết của ông, tiểu biểu là *Những Người*

[24] Nhiều tác giả, *Quốc văn diễn giảng*, Thiện Mỹ Xb., S, 1974, tr.199; tr.197; 196; tr.203.

[25] Sđd.

[26] Nguyễn Đình Tuyến, *Nhà văn hôm nay* (t1), Nhà văn Việt Nam Xb., S. 1969, tr. 218; tr. 135; tr. 141.

[27] Sđd.

Áo Trắng"[28] Một tác phẩm khác của Nhật Tiến cũng mang đậm dấu ấn tư tưởng của Chúa Kitô đó là *Tay Ngọc*. Tác phẩm thể hiện sự tin tưởng mãnh liệt nơi Thiên Chúa và ý nghĩa sứ mạng cứu chuộc của Người. Vì vậy khi phê bình tác phẩm *Tay Ngọc* của Nhật Tiến, Tạ Ty cho rằng: "nội dung *Tay Ngọc* không mang một ẩn dụ nào về tư tưởng, chỉ là những ý nghĩ hồn nhiên, hiền hòa như một dòng suối trong suốt chảy từ trên cao của ý thức. *Tay Ngọc* gồm 18 bài bút ký, mỗi bài gói ghém một vấn đề của tuổi nhỏ đã sống gần gũi Chúa trong khuôn khổ giáo dục của các mẹ bề trên"[29].

Như vậy, cùng với khuynh hướng phê bình ảnh hưởng tư tưởng Phật giáo, khuynh hướng phê bình chịu ảnh hưởng tư tưởng Thiên Chúa giáo là một thực tế không thể phủ nhận đã góp phần hoàn thiện diện mạo khuynh hướng phê bình ảnh hưởng tư tưởng các tôn giáo ở miền Nam cũng như minh chứng cho mối quan hệ mật thiết giữa văn học và tôn giáo trong đời sống văn học ở đô thị miền Nam trước 1975.

4. Không phải ngẫu nhiên trong diện mạo lý luận – phê bình văn học ở miền Nam trước 1975 lại có mặt của khuynh hướng phê bình chịu ảnh hưởng tư tưởng của các tôn giáo!? Sự hiện diện của khuynh hướng phê bình này phải chăng là hiện thực hóa mối quan hệ giữa văn học và tôn giáo vốn đã có nguồn gốc lâu đời trong văn học dân tộc. Tuy nhiên, khi vận dụng khuynh hướng này vào việc thẩm bình các giá trị văn học, chúng ta cũng cần thấy được những mặt tích cực và hạn chế của nó.

Khuynh hướng phê bình chịu ảnh hưởng tư tưởng của các tôn giáo đã giúp người phê bình một cơ sở triết học và mỹ học để lý giải những hiện tượng văn học vốn được sáng tác dưới ánh sáng tư tưởng của các tôn giáo mà nếu quy chiếu từ hệ tư tưởng khác, chắc chắn sẽ không làm rõ được nội dung tư tưởng tác phẩm. Không những thế, sự hiện tồn của khuynh hướng phê bình này đã tạo nên sự đa dạng cũng như làm rõ hơn sự phân hóa, vốn là nguyên nhân tạo nên đặc điểm đa phức trong lý luận phê bình văn học ở đô thị miền Nam. Từ đó giúp người đọc có thêm một hệ hình để tiếp nhận tác phẩm văn học. Như thế, phê bình văn học mới có thể tiệm cận với chân lý nghệ thuật và chân lý đời sống.

Mặt hạn chế dễ nhận thấy của khuynh hướng phê bình này, do nhiều lúc quá đề cao tư tưởng triết học duy tâm thần bí của tôn giáo, nhà phê bình có thể dẫn đến tư tưởng cực đoan, khi siêu hình hóa các hiện tượng văn học, không thấy được mối quan hệ gắn kết giữa văn học và đời sống vốn là một yếu tính trong phương thức phản ánh của

[28] Nhiều tác giả, *Quốc văn diễn giảng*, Thiện Mỹ Xb., S, 1974, tr.199; tr.197; 196; tr.203

[29] Tạ Ty, *Mười khuôn mặt văn nghệ hôm nay*, Lá bối Xb. S,1972, tr. 408

văn học. Bởi lẽ, văn học dù được qui chiếu từ điểm nhìn triết mỹ nào, nhà phê bình cũng phải thấy được căn tính giá trị của các sáng tác văn học đều bắt nguồn từ hiện thực cuộc đời.

Việc khám phá các hiện tượng văn học từ nhiều điểm nhìn của những quan điểm triết mỹ khác nhau đã tạo nên sự phong phú, đa dạng cho đời sống lý luận phê bình. Đồng thời cũng tạo nên nhiều con đường khám phá các hiện tượng văn học, tránh được bệnh *công thức, giản đơn, đồng phục* trong phê bình văn học. Và như vậy, mối quan hệ giữa văn học và tôn giáo từ điểm nhìn của khuynh hướng lý luận phê bình chịu ảnh hưởng tư tưởng tôn giáo thực chất cũng là biểu hiện sinh động của mối quan hệ giữa văn học và văn hóa nói chung cũng như văn học và văn hóa tâm linh nói riêng, một lĩnh vực đang được quan tâm rất nhiều trong xã hội hiện đại, không chỉ trong lĩnh vực văn học mà còn trong nhiều lĩnh vực khác của đời sống xã hội.

Bài viết này, vì thế, cũng chỉ mong góp phần nhỏ bé trong việc thức nhận cho chúng ta về một cách tiếp cận mới, một cách nhìn mới với một hệ hình mới, trong hành trình tìm hiểu quá trình vận động của văn học. Đó là hành trình đi tìm mối quan hệ giữa văn học và tôn giáo, như một biểu hiện sinh động của mối quan hệ giữa văn học và văn hóa nói chung và văn học với văn hóa tâm linh nói riêng mà chúng tôi đã đề cập ở trên.

Nguồn:

https://www.vanchuongviet.org/index
php?comp=tacpham&action=detail&id=20982

http://tapchisonghuong.com.vn/tin-tuc/p7/c98/n15595/Quan-he-van-hoc-va-ton-giao-nhin-tu-khuynh-huong-phe-binh-van-hoc-anh-huong-tu-tuong-ton-giao-o-mien-Nam-truoc-1975.html

Nên xem thêm:

- Vĩnh Liêm, *Vài kỷ niệm về học giả Cao Thế Dung,* http://thothanhuu.tripod.com/tanmanuc/vaikyniem.htm

- Nguyễn Văn Trường, *Huế, Viện Đại Học, Cha Luận và chúng tôi...*, https://thanggianhome.wordpress.com/2014/08/22/hue-vien-dai-hoc-chaluan-va-chung-toi/comment-
page-1/)

- Nguyễn Văn Sâm, *Gs. Lê Hữu Mục (1925-2017)*, http://www.conggiaovietnam.net/index.php?m=home&v=detail&ia=20699

- NN., *Học giả Nguyễn Đình Đầu,* Bách khoa toàn thư mở Wikipedia

- NN., *Cha Gioan Lasan Nguyễn Văn Vinh (1912 – 1971),* https://tgpsaigon.net/

- Phùng Quán, *về Cha Nguyễn Văn Vinh,* https://www.vanthoconggiao.net/2018/12/co-linh-muc-gioan-lasan-nguyen-van-vinh.html

7. NHỚ 1980, SỐNG PHÚC ÂM GIỮA LÒNG DÂN TỘC

Cuối tháng Tư 1975, đất nước thống nhất. Năm 1980, lần đầu tiên Hội đồng Giám mục Việt Nam họp hội nghị toàn quốc. Với định hướng "Sống Phúc Âm giữa lòng dân tộc để phục vụ hạnh phúc của đồng bào", thư chung của Hội đồng mở ra cho Dân Chúa tại Việt Nam một trang sử mới trên căn bản Lời Chúa và giáo huấn của Hội thánh.

Năm 1976, có bản dịch trọn bộ *Kinh thánh* của Lm. Giuse Nguyễn Thế Thuấn, năm 1985 có bản dịch trọn bộ *Kinh thánh* của Đức Hồng y Giuse Maria. Công cuộc của Nhóm phiên dịch *Kinh thánh* Các Giờ Kinh Phụng Vụ đã khởi đầu từ năm 1971 vẫn tiếp tục và năm 1998 đã có được bản dịch *Kinh thánh* trọn bộ. Thành quả này cho thấy cần phát huy kinh nghiệm làm việc chung.

Lời Chúa thấm sâu vào lòng Dân Chúa qua những nhóm chia sẻ Lời Chúa, qua các phiên bản *Kinh thánh* diễn ca, đặc biệt là danh tác Sứ Điệp Tình Thương của Lm. FX. Nguyễn Xuân Văn, các kịch bản của nhà giáo F. X. Trần Duy Nhiên và các tiểu thuyết của tác giả Song Nguyễn, tức là Đức cha Đa Minh Nguyễn Chu Trinh, Giám mục Giáo phận Xuân Lộc sau này.

Trước kia, số lượng báo giấy Công giáo rất đáng kể. Giờ đây, nhịp sống văn hóa chuyển sang nghe nhìn, các giáo phận, giáo xứ, đoàn thể cũng đua nhau mở các trang mạng. Có nhiều trang mạng mang tính toàn quốc và cả những trang mạng mang tính toàn cầu.

Xin giới thiệu 30 bài trình bày chung về giai đoạn này.

TỪ NGUỒN SÁNG LẠ ...

Lại Nguyên Ân

Được truyền bá vào đất Việt từ bốn thế kỷ nay, Thiên Chúa giáo (cũng gọi là Cơ đốc giáo, Kitô giáo) đối với phần đông cư dân Việt dẫu sao dường như vẫn là "ngoại nhập". Song, đã có một số lượng hàng triệu giáo dân thì tất sẽ có những người trong số đó làm nghề cầm bút. Nhưng vẫn là lạ lùng nếu nghe nói có nhà văn Việt Nam nào có thể được coi là "nhà văn Thiên Chúa giáo", bởi văn hóa của người Việt dường như xa lạ với tinh thần Thiên Chúa giáo.

Vậy mà trên đất thuộc vẫn có thể mọc những cây lạ, nở những hoa lạ, kết quả của những mùa gió lạ, những nguồn sáng lạ. Ngay trong văn học người Việt ở thế kỷ này cũng đã có thể thấy tinh thần Thiên Chúa thấm vào cảm hứng sáng tác của không ít nhà văn, mà lại là những nhà văn đặc sắc. Tạm nhắc đến ba tên tuổi lớn: Hàn Mạc Tử (1912-1940), Nam Cao (1917-1951), Nguyên Hồng (1918-1982).

Sống những ngày cuối trong một bệnh viện của nhà thờ, chết trên tay những bà xơ nhân từ, Hàn Mạc Tử còn để lại những bài thơ trực tiếp lấy đề tài từ Thiên Chúa, và nếu gọi ông là một nhà thơ Thiên Chúa giáo thì cũng không phải không ít nhiều hợp lý.

Còn Nam Cao và Nguyên Hồng? Những hồi ức về tuổi thơ của Nguyên Hồng thế nào cũng có đoạn gắn với ngôi trường của nhà thờ ở Nam Định mang tên thánh Tôma. Nam Cao thì lọt lòng được rửa tội theo đúng cách thức của gia đình theo đạo, lễ cưới của ông cũng được cha đạo làm phép, và chung cục, theo người ta kể lại, ông cũng bị giặc xử bắn ngay trước một ngôi nhà thờ Chúa Kitô. Thiếu thời, hẳn họ là những đứa trẻ ngoan đạo của những gia đình ngoan đạo, nghĩa

Nhà nghiên cứu Lại Nguyên Ân

* Sinh: 1945 tại Hà Nam.
* Ông hoạt động chủ yếu trong tư cách nhà phê bình văn học, nhà nghiên cứu văn học; là tác giả/đồng tác giả của hơn 60 cuốn sách đã xuất bản, nhiều công trình sưu tập về các tác giả văn học.
* Tác phẩm chính: Văn học và phê bình, 1984; Từ điển văn học Việt Nam, từ nguồn gốc đến hết thế kỷ XIX; Từ điển thuật ngữ văn học; 15 quyển sưu tầm và nghiên cứu về Phan Khôi.
* Email: <anlainguyen@gmail.com>; <lainguyenan1@gmail.com>

là chăm đi lễ, năng cầu kinh. Nhưng từ lúc vào đời, rời xa xóm Đạo, ngược xuôi kiếm sống, lại giao du với đám người làm nghề tự do, khó mà tin họ còn giữ được nếp quen ngày bé. Rồi nữa, cả hai trở thành cán bộ của chính thể mới, trở thành người cộng sản... Nhưng vị tất phải chờ đến lúc đó, cả hai mới có vẻ đã “nhạt đạo”, nếu xét về bề ngoài...

Và cũng chỉ là bề ngoài. Bởi trong sáng tác của cả hai nhà văn này, ngay đến những đoạn cuối đời họ, nếu ngẫm kỹ, ta vẫn thấy dấu vết kín đáo của điều vẫn được gọi là đức tin Thiên Chúa (cố nhiên là một đức tin Thiên Chúa đã Việt hóa từ lâu trong giáo dân), nhưng đúng hơn, có thể gọi đấy là những dấu ấn của văn hóa Thiên Chúa giáo.

Trong một bài hồi ký nhan đề “Từ bình nước phép bằng đá ở nhà thờ đến làn sóng mặn ở Biển Đen”, Nguyên Hồng giãi bày hai đoạn của một nhận thức của ông về cuộc đời và văn chương. Đoạn đầu là những giọt nước phép mà cậu bé Hồng hồi nhỏ được rảy lên đầu trong các dịp lễ ở nhà thờ, đoạn sau là cảm nhận một truyện ngắn M.Gorky kể việc ông này tắm cho đứa con lọt lòng của một thiếu phụ đẻ rơi bên bờ Hắc Hải. Ý Nguyên Hồng muốn bảo rằng tâm hồn ông “ngay từ nhỏ” đã thoát khỏi nhà thờ, đã từ Đạo vươn ra Đời; và để rửa tội cho một con người lúc khai sinh thì cần phải tắm nó vào biển mặn của Cuộc Đời, như ông nhà văn vô sản hàng đầu là M. Gorky kia! Cố nhiên, đây chẳng qua là Nguyên Hồng đang nói “làm phép”, nói cho hợp thời, nói cho trôi, cho trót lọt cái “gốc gác Giáo dân” của mình. Bởi, nếu ông đã quên hẳn Đạo rồi thì trí nhớ không thể rành rõ đến thế, sự hồi tưởng không thể cảm động đến thế. Ông mới chỉ “chối Chúa” có một lần, cũng là cực chẳng đã, nên cũng dễ tha thứ. Nguyên Hồng trước sau không thể giấu được cái chất phác thực thà của mình. Bước vào văn học từ đám dân nghèo phiêu bạt ở các đô thị, Nguyên Hồng đã mang vào văn chương cái phần lương thiện của họ. Không chỉ cái thế giới của những mẹ La, cụ Cam, Gái Đen, ngay những Tám Bính, Năm Sài Gòn, dẫu bị cuốn vào đám “dao búa”, “anh chị”, vẫn đau đáu trông về một dịp hoàn lương, bởi luôn nghĩ rằng cuộc sống hiện thời là không phải với lương tâm, là có tội trước Đức Chúa Trời! Trong thế giới lầm than của văn xuôi Nguyên Hồng không có kẻ ác thực sự. Dường như nhà văn này tập trung hết mọi cảm tình cho cái thời mà lớp vô sản chỉ mới vừa trở thành vô sản, còn đầy niềm tin và sự chân thật, nó có cái gì tựa như một nhân loại ở buổi sáng thế, để rồi khi đã mắc tội tổ tông, phải chịu lưu đầy, phải vác thập giá, thì vẫn không nguôi hoài nhớ thuở ban đầu. Đám người bị đánh bật khỏi các làng quê ấy dường như vừa lam lũ cơ cực vừa mong ngóng đợi chờ một ngày mai tốt đẹp, một điềm lạ. Bảo rằng Nguyên Hồng đứng hẳn về phía người nghèo, truyền đạt cái lương thiện và lạc quan của họ cũng được, nhưng bảo rằng Nguyên Hồng và đám dân nghèo theo Đạo như ông, do đã thấm đức tin Thiên Chúa mà sống và tin như thế, thì cũng vẫn cứ được.

Khí chất Nam Cao không cho phép ông hồn nhiên, càng không lạc quan như Nguyên Hồng. Cuộc đời và con người thực tại, qua văn ông, chỉ bày ra một quá trình xuống dốc, thoái hóa, suy sụp, biến tướng biến dạng. Không chỉ đổ lỗi cho hoàn cảnh để bênh lấy con người, Nam Cao và giới nhân vật tiểu trí thức của ông thường phải đi tới chỗ tự phán xét, tự phân tích những cái kém cỏi của mình, mổ xẻ tâm địa chính mình. Cái tinh thần ấy, bảo là dấu vết của Nho giáo, của các phương châm "khắc kỷ phục lễ", "tiên trách kỷ...". v.v... thì cũng tạm được; nhưng khó mà hình dung Nho giáo lại yêu cầu một cách gắt gao, riết róng kiểu ấy. Với Nho giáo, có lẽ chỉ cần biết giữ lễ, biết đối nhân xử thế, biết đứng đúng chỗ, đóng đúng vai. Nho giáo không cần một sự thành thực tự mổ xẻ, tự phán xét, không cần sự sám hối, bởi sám hối thật sự tức là tự giải phóng để có được cái tự do bên trong – điều này với Nho giáo lại là quá nguy hiểm! Tận cuối những năm 1980-1990 này ta vẫn còn thấy những người chỉ mang trong mình một chút dấu tích Nho giáo phổ thông thôi, họ cũng đã khó chịu và tức tối ra sao khi nghe những ai kia nói đến ý niệm "sám hối"!

Trong óc vừa lóe lên tia hy vọng, lập tức nảy tiếp một ý nghĩ thẹn thùng: Liệu có xứng đáng không? Mình đã làm gì chưa? – Tinh thần này, như ở đoạn kết *"Sống mòn"*, ít đặc trưng cho nho sĩ, những lại khá đặc trưng cho tín đồ Thiên Chúa giáo. Điều hơi lạ là chất tín đồ tự giày vò khe khắt ở Nam Cao lại xui ta nghĩ đến *Thanh giáo*[1] hoặc *Chính giáo Slavian*[2] nhiều hơn là Công giáo – tông phái Thiên Chúa giáo phổ biến nhất ở ta. Chất tín đồ kiểu này vẫn hầu như còn nguyên vẹn ở anh cán bộ Nam Cao giữa rừng Việt Bắc những năm đầu kháng chiến. Chưa ai trong đám văn nghệ sĩ thời ấy tự phê bình gay gắt và quyết liệt như

[1] Thanh giáo: Một phái cải cách Kitô giáo tại Anh thế kỷ XVII

[2] Chính thống giáo theo phụng vụ Slave ở các xứ Đông Âu và BalKan. Sau thế thứ XVII

Nam Cao. Một cách tự động, tự nguyện, mình tự phê mình, trước hẳn các đợt "chỉnh phong" riết róng về sau. Quyết liệt và thành thực hơn cả so với Nguyễn Tuân, người sớm lên tiếng "giết chết thằng người cũ" trong mình, một cách khá ầm ỹ ồn ào. Cũng thành thực khác hẳn so với lối sám hối bằng tự sỉ vả và thề thốt ở Chế Lan Viên mãi về sau này. Kiểu "sám hối" và tự hành hạ mà Nam Cao áp dụng cho mình và cho các nhân vật đồng dạng đã đem vào văn học của người Việt một màu vẻ mới, một màu vẻ lạ, nếu đặt cạnh cái hời hợt nửa vời vẫn là "đại trà" cả trong cuộc đời lẫn trong văn học xứ này. Hơn thế, chính vào giai đoạn sau, chất kiên tín của một kẻ thành thực "cải tạo" trong phong cách sống và viết của Nam Cao đã sớm làm vinh dự và gây uy tín cho văn học đầu thời chính thể mới, sau tháng Tám 1945.

Đặt cạnh Nguyên Hồng và Nam Cao thì Hàn Mạc Tử là trường hợp hơn hẳn, tức là đích đáng và trọn đầy để được xem là nhà thơ Thiên Chúa giáo. Không chỉ vì đã có lúc hùng dũng tự xưng là "thi sĩ của đạo quân thánh giá". Không chỉ vì đã có những bài thơ tôn giáo thực sự như *Ave Maria!* Không chỉ vì các tên thánh, các ý niệm Thiên Chúa thường hay xuất hiện trong thơ Hàn. Hơn hẳn thế, toàn bộ thơ Hàn như thấm thía và vang vọng cái thế giới của *Kinh thánh* Thiên Chúa giáo. Ở đây có nỗi nhớ một quá khứ nào đó tinh sạch, thơm tho, trinh nguyên đã bị đánh mất. Ở đây có sự thăng hoa của những đam mê tội lỗi, những đau đớn bí mật. Ở đây có sự vươn tới một cõi cao xa, rực rỡ, kỳ vĩ. Người ta gặp lại ở thơ Hàn những cái mà các nhà văn hóa học gọi là những mẫu gốc (archétype) của *Kinh thánh* Thiên Chúa giáo. Nói như ông Đặng Tiến, ở ba giai đoạn cấu thành thơ Hàn Mạc Tử, qua *Gái quê, Đau thương, Xuân như ý*, người đọc gặp lại những "chủ đề cương lĩnh" của *Cựu ước* và *Tân ước:* một vũ trụ ngây thơ đã đổ vỡ do tội tổ tông; những khổ hạnh của thân xác như một sự thể nghiệm của *Mơ ước* và *Huyền diệu* trong đợi chờ *Điềm lạ*; để vươn tới một thế giới khác, sáng láng ngoài hư linh – thế giới của Phục sinh và *Khải huyền*.

Vậy là, nếu dấu ấn Thiên Chúa giáo ở Nguyên Hồng, Nam Cao tựu trung là một quan niệm đạo đức hoặc một phong thái đạo đức, thì ở Hàn Mạc Tử, ảnh hưởng ấy chủ yếu là ở phía văn hóa huyền thoại Thiên Chúa, chứa đựng trong *Kinh thánh.* Thiết tưởng, khỏi phải nhắc lại rằng, càng với thời gian, *Kinh thánh* Thiên Chúa giáo (*Bible*) càng nổi trội ở ý nghĩa văn hóa, ý nghĩa nghệ thuật. Người sáng tạo ra thế giới của *Trăm năm cô đơn* là García Marquez cũng không giấu diếm một sự ghen tỵ với cái thế giới mà *Kinh thánh* tạo ra: nó bộc lộ một quyền năng sáng tạo mà chỉ Thượng Đế mới có nổi (chính nó tự coi là "thác lời" Chúa!).

Với phần đông cư dân ở ta, việc cải giáo là một lễ thức hơn là một nguyên tắc triệt để; bằng cứ là hiếm có giáo hữu nào bỏ hẳn tục thờ cúng ông bà cha mẹ. Người Việt từ xưa vốn vậy: sự tiếp nhận, sự du nhập (cái gì đó từ ngoài) chỉ là phép cộng chứ không phải là phép loại suy. Ngôi chùa thờ Phật vẫn có thể đặt thêm bàn thờ các thần tượng tôn giáo nguyên thủy, các thần tượng (thậm chí ngẫu tượng) của từng vùng, từng địa phương có thần tích thần phả. Với văn chương của các nhà văn trong giáo hữu vừa nói đến ở đây cũng vậy. Tinh thần Thiên Chúa giáo chỉ thấm vào, thêm vào, thậm chí có thể làm nên nét trội, nhưng không loại bỏ hay cạnh tranh với các truyền thống tín ngưỡng khác, các hành trang văn hóa khác đã có.

Noël 1991

Nguồn: Báo Thể thao & Văn hóa, 1991
https://lainguyenan.free.fr/DLNX/TuNguon.html

ĐỨC GIÁM MỤC, NHÀ VĂN BÙI TUẦN

Nguyễn Thị Ngọc Hải

Đức Giám mục Bùi Tuần

Ngày 30-4 vừa qua[1], giáo phận Long Xuyên đón lễ tưng bừng hơn mọi năm, với cuộc gặp mặt mang nhiều nỗi mừng. Mừng thượng thọ bát tuần, 32 năm giám mục và đón bộ sách *"Thao thức"* gồm 5 tập của Đức cha Gioan Baotixita Bùi Tuần. Đây là vị Giám mục duy nhất của Việt Nam được thụ phong đúng vào ngày 30-4-1975 lịch sử.

---

[1] Năm 2007 (TTT).

Nhà báo Nguyễn Thị Ngọc Hải

** Sinh: 1944 tại Sơn Tây, Hà nội.*

** Tốt nghiệp ĐH Tổng hợp Hà Nội. Công tác tại báo Phụ nữ Việt Nam, chuyên viên công tác báo chí Thành ủy Tp. Hồ Chí Minh. Hội viên Hội nhà văn VN.*

** Tác phẩm: Tôi chết, bắt đầu một TG sống, Giải thưởng Hội Nhà văn VN; Phạm xuân Ẩn - Tên người như cuộc đời, - Giải thưởng của Bộ Công an và Hội nhà văn VN...*

Hơn 300 vị khách, đại biểu Ban tôn giáo, Mặt trận Tổ quốc tỉnh An Giang, Cần Thơ, các linh mục, cựu chủng sinh Gp. Long Xuyên, người dự đông đến chỗ ngồi không đủ. Nhà thơ Đình Bảng làm MC luôn thông báo tin tức bên lề: Ngoài hội trường, ở dưới sân có nhiều bà con giáo dân ngồi ở dưới lắng nghe, không khí trang trọng mà quá vui.

MC cũng thông báo tình hình ở quầy bán sách, chỉ chưa đầy một giờ đồng hồ, số đăng ký lên tới 1.140 bộ. Tổng giám mục Hà Nội mua 50 bộ. Một giáo dân ở TPHCM mua 100 bộ, một Việt kiều ở nước ngoài vốn là cựu chủng sinh Gp. Long Xuyên đăng ký mua 1.000 bộ sách. Cứ dựa vào tốc độ này, thì đây có thể coi là một kỷ lục, một bộ sách best seller.

"Thao thức" hơn 2.500 trang, tập hợp các bài viết của Đức giám mục trong nhiều năm do NXB Tổng hợp TPHCM ấn hành. Đây không chỉ là cuốn sách, mà còn là tư duy sâu sắc của nhà hiền triết cùng với những trăn trở suy tư của con người hôm nay.

Đúng như lời Giám mục chánh tòa Long Xuyên Trần Xuân Tiếu phát biểu về Đức giám mục Bùi Tuần, người tiền nhiệm của mình: "Con người giám mục nơi ngài hội tụ nhiều khuôn mặt làm nên một con người đáng cho chúng ta phải khâm phục". Ngài là một nhà giáo uyên bác, nhà đạo đức có nền tảng nội tâm sâu sắc, nhà văn với tư tưởng thâm sâu với lối hành văn nhẹ nhàng lôi cuốn không thể lẫn lộn với ai khác, một nhà báo luôn đi sát với thời cuộc, một nhà tiên tri...

Trong lời tâm sự, Đức giám mục Bùi Tuần nói lên mối tương quan giữa đạo với đời, giữa sách báo và não trạng của quần chúng, giữa tình yêu và chân lý, tư tưởng và hành động... Đức giám mục cho biết cách đó mấy ngày, Thủ tướng Nguyễn Tấn Dũng có điện thoại chia sẻ suy nghĩ về các mối tương quan giữa chính trị và tín ngưỡng, giữa sự ổn định chính trị và sự phát triển đời sống đồng bào, giữa Nhà nước và Giáo hội, giữa Việt Nam và Tòa thánh... Thủ tướng cũng có nhã ý muốn đọc bộ sách...

Đức giám mục Bùi Tuần viết rất nhiều. Có người muốn biết đã có bao nhiêu tác phẩm tất cả? Như một cụ già hiền hậu và một thi nhân, Đức giám mục trả lời không nhớ. Có ba thứ cụ không bao giờ nhớ: số điện thoại của mình, tiền để đâu và sách viết ra. Vị giám mục về hưu này một đêm chỉ ngủ có 2 tiếng. Trong căn phòng nhỏ, không biết tác giả đã viết lách ở đâu. Không có vi tính, tất cả đều viết tay trên một tấm gỗ giấu bên dưới mặt chiếc bàn nhỏ có thể kéo ra, đẩy vào. Nó độc đáo đến nỗi nhà báo Khổng Thành Ngọc viết hẳn một bài báo đầy cảm xúc "Từ bàn viết của một cụ già".

Cụ già ấy hóm hỉnh cầm ngón tay của mình bảo: "Phải trao huân chương cho ngón tay này. Viết nhiều đến nỗi nó không co lại được. Đau lắm". Trên cái tấm gỗ ấy, cụ viết ra bao cảm nghiệm của mình. "Mà giấy nháp trắng quá viết không ra, phải vàng vàng đục đục quen thuộc với cái nghèo khổ của một quá khứ đau thương của đất nước, xứ sở".

"Tôi không nhắn riêng cho người Công giáo mà viết cho mọi người thiện chí. Có người bảo: Sao lại khoe cái tôi? Là bởi đây là những cảm nghiệm của tôi". Cụ kể, thời kỳ sang Đức làm luận án triết học, ông giáo bên ấy bảo, không nên dùng "chúng ta", "người ta", mà khi nói quan điểm của mình nên dùng "tôi", phải chịu trách nhiệm lời anh nói.

Một vị giám mục đã tốt nghiệp, đã học triết học nhiều năm: Cử nhân tại Rôma, Tiến sĩ triết 3 năm tại Thụy Sĩ, sang Đức cũng học 1 năm triết... nhưng khởi nguồn lại rất yêu thơ, thích nhạc tiền chiến, dân ca. Cho đến nay cụ vẫn coi "thơ là lương thực của tinh thần". Ngày còn nhỏ đi học thường dành tiền mua thơ Tố Hữu, Xuân Diệu, không những học thuộc lòng, cụ còn diễn ra văn xuôi để tập viết câu.

Cụ nói: "Thời kỳ làm thầy giảng mỗi ngày tôi làm một bài thơ định để gửi cho Xuân Diệu". Trong thơ, có màu xanh nhưng các lá xanh khác nhau ra sao, ban đêm tiếng sáo khác tiếng tiêu thế nào. "Chính những quan sát đó giúp tôi học triết tốt sau này.

Tôi thích quan sát, phân tích, tổng hợp. Việc viết sách của tôi có sự chuẩn bị từ lâu rồi. Chuẩn bị lâu, vốn sống và học". Những bài cảm nghiệm nhiều, chứ không phải lý thuyết. Cái "gắn liền" nhiều lắm. Gắn lý thuyết với kinh nghiệm, đức tin với thực tế, đất nước với Giáo hội. Nhiều người hỏi nhau: Đức cha đọc sách nào mà viết hay vậy nhỉ? Đó là vốn sống thao thức với thời cuộc mấy chục năm. Không đánh mất mình, tìm sự thật và yêu mến sự khôn ngoan.

"Điều gì khiến Đức cha thao thức nhất?" Đức giám mục Bùi Tuần bảo: "Làm sao có sự hòa hợp trong đất nước, trong Công giáo, đó là điều tôi tha thiết nhất. Làm sao dân tộc mình hòa hợp nhau, thương yêu thật sự. Là bởi bản tính người Việt mình cũng có khi hay có sự chia rẽ, ngôi thứ không chan hòa...

Đất nước ta tiềm năng lớn. Làm sao cho nông thôn đừng quá nghèo. Lứa trẻ đừng đánh mất bản thân. Giới trẻ phải có trình độ suy nghĩ nhiều hơn. Đừng quá vay mượn của người khác..."

Những câu chuyện lớn về cuộc đời, con người, việc viết lách được nói như lời trò chuyện thật giản dị trong căn phòng của vị giám mục sức khỏe đã giảm sút nhiều. Cụ tự trào: "Khỏe là không bình thường, không khỏe mới là bình thường" và tự tìm nguyên nhân: do đau sầu, hơi nhạy bén, "đau mướn" nỗi đau người khác. Nhớ âm thầm.

"Quê tôi ở Thái Bình. Gia đình gốc nông dân nghèo lắm. Bố đi ở, mẹ đi ở. Bố không đủ tiền nộp thuế bị trói đánh ngoài đình. Thuở nhỏ tôi đã trải qua cảnh cơn bão lớn, nước dâng lên cao, mẹ ôm tôi trên mái nhà nhai gạo sống cho con ăn. Đã có lần tôi thấy lính đi đốt làng, bắt người kẹp chân lên băng ghế, dùng búa đập. Nỗi đau thương của đất nước nó vào thành vết thương đời mình".

Đại diện NXB Tổng hợp TPHCM tặng quà Đức giám mục.

Đức giám mục hay nhà văn? Khi qua Liên Xô, thấy một người cô đơn cầm hòn đá ném xuống dòng sông vẻ mặt thẫn thờ. Sang Đức, vào nhà thờ Chính thống vắng vẻ tưởng không có ai, hóa ra trong góc tối có một ông già ngồi khóc.

Tất cả ăn sâu vào lòng thương, sống trong tâm tưởng làm nên tính nhân văn sâu sắc nơi vị giám mục. Có một lần (những năm 80? Đức giám mục không còn nhớ rõ) cụ đã ra Hà Nội tìm đến nhạc sĩ Văn Cao. "Mình thấy nhà Văn Cao cũng nghèo. Chúng tôi trò chuyện: bài *Làng Tôi* có chịu ảnh hưởng âm nhạc nhà thờ không. Tôi thích bài *Đàn chim Việt, Thiên Thai*. Những năm ở ngoại quốc, ngồi trên taxi nghe những bài này tôi thường khóc. Văn Cao nói về sáng tác có khi xuất thần lóe ánh sáng bất ngờ. Giống như tôi lóe ánh sáng thiêng liêng khi làm lễ, lúc thường tìm không ra".

Nhà sử học Nguyễn Đình Đầu còn cho biết chi tiết: sau lần Đức giám mục tìm Văn Cao ấy, do không vào Nam được, Văn Cao muốn đáp lễ, đã đến thăm Đức Hồng y Tụng ở Hà Nội.

Một lần, Đức giám mục Bùi Tuần ra Nha Trang tìm thăm nhà văn Võ Hồng. "Tôi hỏi: trong đời anh nhớ thương ai nhất. Võ Hồng bảo: Vợ tôi. Xưa cô ấy là con nhà giàu, tôi nghèo, cô ấy vẫn bỏ gia đình đến với tôi. Gánh nước sông như người nhà quê".

Võ Hồng dẫn vị giám mục ra hàng hiên chỉ cho xem chiếc ghế sắt ngày nào ông cũng ngồi nhìn ra biển chờ vợ về, dù vợ ông mất đã lâu rồi...

Những gương sáng tình chung thủy với đất nước, thầy trò, cha con... những câu chuyện cuộc đời được vị giám mục - nhà hiền triết và nhà văn tâm sự hôm đó như chuyện riêng tư kể giữa những người thân yêu.

Những điều đó làm nên sự hấp dẫn và xao xuyến lòng người của một vị giám mục, một nhà văn không đứng trong Hội Nhà văn nào, viết không với chủ đích làm văn học, nhưng đã làm thổn thức rung động bao con tim.

Có thể nghĩ thế này: Vị giám mục này là người "đau khổ vì tình". Tình đây không phải tình yêu nam nữ. Đó là tình yêu thương đất nước, con người tha thiết nhất. Giá trị nhân văn sâu sắc ấy không tách bạch được trong chức phận cao quý của một vị giám mục và một nhà văn. Đúng như lời Đức giám mục viết ước nguyện của mình: "để sống Phúc âm giữa lòng dân tộc... làm một tấm khăn lau, để lau lòng người được bớt đi những mệt mỏi, lo âu, phiền muộn".

Nguyễn Thị Ngọc Hải

Nguồn:

https://www.sggp.org.vn/duc-giam-muc-nha-van-bui-tuan-7082.html

Nên xem thêm:

Hy.F. X. Nguyễn Văn Thuận, *Tác phẩm Đường Hy Vọng,* http://www.conggiaovietnam.net/index.php?m=home&v=detail&ia=9002

NHỚ VỀ ĐỨC CỐ HỒNG Y PHANXICÔ XAVIÊ NGUYỄN VĂN THUẬN

Gm. G. B. Bùi Tuần

Đức Hồng Y Phanxicô Xaviê NGUYỄN VĂN THUẬN

Bình thường, tôi hay nhớ về Đức Cố Hồng y Thuận như một người bạn. Khi gặp thử thách, tôi hay nhớ về Ngài như một người thánh để học hỏi. Trong cảnh tối tăm, tôi hay tìm đến Ngài, như tìm đến một người gần gũi, để được đỡ nâng. Hôm nay, tôi viết đôi chút về Ngài. Như một bó hoa gửi tặng Ngài, dịp mừng thánh bổn mạng Ngài, Phanxicô Xaviê. Bó hoa gồm vài hương sắc tu đức mà tôi học được nơi Ngài. Ngài là một ngôi sao sáng và là một sứ điệp.

Gm. Gioan Baotixita Bùi Tuần

** Sinh năm 1927 tại Cam Lai, Thái Bình. Năm 1954, du học Hồng Kông. Thụ phong linh mục ngày 2/7/1955 rồi tiếp tục học tại Rôma, Thuỵ Sĩ và Đức, nhận bằng tiến sĩ Triết học. Năm 1964, về Việt Nam làm Giáo sư nhiều chủng viện.*

** Ngày 15/4/1975, ngài được bổ nhiệm làm Giám mục Phó Giáo phận Long Xuyên; năm 1997 trở thành Giám mục chính tòa Gp. Long Xuyên đến năm 2003 về hưu. Ngài rất yêu thích thơ văn. Giám mục Bùi Tuần thường gặp gỡ các nhà văn, đã xuất bản nhiều sách, nổi bật nhất là bộ "Thao thức" phát hành vào năm 2007. Ngài được Nhà nước Việt Nam trao tặng Huân chương Độc lập và Huân chương Đại đoàn kết dân tộc.*

1. Yêu thương

Đức Cố Hồng y Thuận có nhiều sức thu hút. Đối với tôi, sức thu hút mạnh nhất nơi Ngài là đức tính yêu thương.

Ngài yêu thương bạn bè, trong đó có tôi. Yêu thương đó rất cụ thể, nhất là hết sức chân thành.

Ngài yêu thương Quê hương Tổ quốc và Hội thánh Việt Nam. Yêu thương đó được thể hiện trên chặng đường dài.

Ngài tâm sự với tôi về những khó khăn đủ thứ Ngài đã gặp trong phục vụ cho tình yêu. Xã hội có gây khó khăn. Nội bộ Hội thánh cũng không luôn dễ dàng. Tính nhân loại ở đâu cũng có. Ngay trong bản thân Ngài cũng không thiếu. Chúa giúp Ngài thắng vượt nhờ cố gắng phấn đấu. Phấn đấu nhất là bằng sự khiêm nhường nhịn nhục.

Yêu thương của Đức Hồng y Thuận toả hương thơm khiêm nhường.

Khiêm nhường kèm theo quảng đại. Không bao giờ Ngài đã nói lời hận thù đối với những tướng lãnh đã phản bội cậu Ngài là Cố Tổng thống Ngô Đình Diệm. Không bao giờ Ngài đã có phản ứng chống đối căm ghét đối với những người đã bắt bớ Ngài. Không bao giờ Ngài đã tỏ thái độ bất kính đối với những người trong Hội thánh đáng lẽ phải nâng đỡ Ngài tích cực hơn trong lúc Ngài bị giam cầm và thiếu nơi nương tựa.

Khiêm nhường kèm theo nhẫn nại. Ngài cho tôi biết là suốt thời gian xa Việt Nam, Ngài vẫn giữ liên hệ tốt với Nhà nước Việt Nam. Những năm tháng cuối đời, Ngài muốn về thăm quê hương Việt Nam. Nhà nước Việt Nam đã tỏ ý chấp thuận trên nguyên tắc. Nhưng cần chuẩn bị kỹ, để chuyến về thăm quê đạt được nhiều hiệu quả tốt nhất. Tiếc là ý định chưa thành, thì Ngài đã qua đời. Tuy nhiên, Ngài vẫn luôn là con người hoà giải, đầy yêu thương quảng đại khiêm tốn. Có lẽ cũng nhờ vậy, mà giữa Nhà nước và Toà thánh đã có những bước gần lại, mở ra một trang sử mới.

Nếu muốn tìm nguồn gốc của tình yêu thương khiêm nhường nơi Đức Hồng y Thuận, thì không khó. Nguồn gốc đó là tình mến tin của Ngài đối với Chúa. Ngài có Chúa trong mình Ngài. Chúa trong mình Ngài là Chúa tình yêu. Chúa chia sẻ sự sống của Chúa cho Ngài. Nên Ngài yêu thương người khác như Chúa yêu thương. Quảng đại khiêm tốn mà hồn nhiên nhẹ nhàng.

2. Đau khổ

Đức Hồng y Thuận đã có nhiều vinh quang. Nhưng Ngài cũng đã nếm nhiều đau khổ. Hỏi về đau khổ thì Ngài mới trả lời. Những gì Ngài nói về đau khổ của Ngài không có tính cách kể lể than vãn. Đôi khi tôi có cảm tưởng là Ngài kể những đau đớn của Ngài, như một chuyện vui, như một chuyện bình thường. Cao thượng là ở đó.

Đau khổ của Ngài tất nhiên là những bệnh tật, những xỉ nhục, những thiếu thốn Ngài phải chịu. Nhưng đau khổ của Ngài còn là những tội lỗi vô vàn xung quanh. Ngài rất có kinh nghiệm về sự hiệp thông hiệp nhất trong Hội thánh Việt Nam. Có lần Ngài nói với tôi: Một đống đá to, hòn nọ sát hòn kia, nhưng không dính vào nhau. Đôi khi hiệp thông hiệp nhất ở một vài nơi cũng như vậy. Cảnh đó làm Ngài đau khổ.

Đau khổ do nội bộ thường là âm thầm, nhưng xót xa cay đắng. Tuy nhiên Ngài không vì thế mà bớt yêu thương. Ngài dâng tất cả thân Ngài và đời Ngài như một của lễ, hiệp với của lễ Chúa Giêsu trên thánh giá, để cứu độ các linh hồn.

Một hôm, tôi đang làm việc trong phòng riêng ở Long Xuyên, thì nhận được điện thoại của Ngài. Ngài nói từ Rôma. Ngài cho biết là lịch sử đời Ngài không còn thuộc về Ngài. Vì thế, Ngài cũng phải nói đôi chút về những đau khổ của Ngài, vì vâng lời mà thôi. Tôi nghĩ những gì Ngài không nói còn nhiều hơn những gì Ngài đã nói.

Giờ đây, khi viết về Ngài, tôi mặc chiếc áo ấm mà Ngài đã mặc. Tôi cảm thấy được bình an. Tôi như được Ngài an ủi đỡ nâng. Tôi xác tín: Chúa Giêsu đã cứu chuộc tôi và nhân loại nhờ mầu nhiệm thánh giá, thì tôi cũng phải sống mầu nhiệm thánh giá một cách thiết thực, như Đức Hồng y, bạn thân thiết của tôi.

3. Hy vọng

Hy vọng thường xuyên nhất của Đức Cố Hồng y Thuận là một Hội thánh Việt Nam phát triển trong một Tổ quốc Việt Nam phát triển.

Được gần gũi Ngài, tôi hiểu sự phát triển của Hội thánh Việt Nam là phát triển trên nền tảng Phúc Âm. Phát triển từ những việc tốt lành nhỏ, từ những nhóm đạo đức nhỏ.

Phát triển cần có những khởi đầu thực tốt. Thực tốt nghĩa là không phải đẹp ở cái vỏ bề ngoài, mà tốt ở thực chất bên trong và đàng sau các hiện tượng. Ngài khuyên tôi phải cảnh giác, đừng bị ru ngủ bởi những lạc quan ảo.

Để phát triển trong Hội thánh Việt Nam, Đức Cố Hồng y Thuận hay đề cập đến vấn đề đào tạo. Ngài chú ý cách riêng đến việc đào tạo giáo dân. Ngài mong ước có một đội ngũ giáo dân trí thức có khả năng phục vụ Đất nước. Hy vọng của Ngài hướng về giáo dân là rất rõ, rất mạnh, rất cởi mở. Với tâm tình yêu mến kính trọng, Ngài hay nhắc đến những giáo dân trí thức đã và đang giữ những địa vị quan trọng trong chính trị, khoa học, văn học, kinh tế tại các nước trên thế giới. Ngài hy vọng Hội thánh Việt Nam sẽ cống hiến cho Tổ quốc Việt Nam những giáo dân tốt, có nhiều khả năng phục vụ trong bất cứ lĩnh vực nào. Phục vụ như một đồng hành, như một cộng tác, như một gắn bó.

Hy vọng sau cùng của Ngài là được ở bên Chúa đời đời.

Đức Cố Hồng y Phanxicô Xaviê Nguyễn Văn Thuận nay đang ở trên thiên đàng. Đối với tôi, Ngài đã là thánh. Tôi cảm thấy Ngài gần gũi hơn xưa. Vì thế, tôi hay gọi Ngài như đã gọi hồi xưa. Chúng tôi cùng nhau khiêm tốn tạ ơn Chúa giàu tình yêu thương xót.

+ Giám mục Gioan B. Bùi Tuần

Lễ thánh Phanxicô Xaviê, 03/12/2010

Nguồn:

https://tgpsaigon.net/bai-viet/nho-ve-duc-co-hong-y-phanxico-xavie-nguyen-van-thuan-41425

NĂM CHIẾC BÁNH VÀ HAI CON CÁ
(Trích đoạn)

Đấng đáng kính Hồng y F. X. Nguyễn Văn Thuận

CON CÁ THỨ HAI: TÔI CHỌN CHÚA

Các bạn trẻ hôm nay,

Các bạn được mời gọi để đón nhận một sứ điệp, và lớn tiếng loan báo sứ điệp ấy cho bạn bè cùng lứa tuổi:

"Loài người được Thiên Chúa yêu thương!
Thiên Chúa yêu thương con người vô hạn!
Đó là sứ điệp đơn giản nhất,
Mà Hội thánh có nhiệm vụ chuyển đến cho nhân loại".

(Tông huấn *"Người tín hữu giáo dân"*, số 34, trích lại trong Sứ điệp Ngày Quốc tế Giới trẻ lần XII, số 9).

Các bạn trẻ thân mến,

Tôi đã chia sẻ với các bạn kinh nghiệm sống của tôi trên bước đường theo Chúa Giêsu, để gặp Ngài, sống bên Ngài, để rồi ra đi, mang sứ điệp của Ngài cho mọi người.

Các bạn hỏi tôi: "Làm sao thực hiện được sự kết hiệp với Chúa Giêsu cách toàn vẹn trong một cuộc sống lắm biến động trong cũng như ngoài?" Tôi đã không giấu giếm các bạn, tôi đã viết ra trong sách ***"Đường Hy Vọng".***

Trong đời tôi, giai đoạn gian lao nhất là thời gian hơn mười ba năm lao tù. Với cuốn ***"Năm Chiếc Bánh và Hai Con Cá"*** *này, tôi đã chia sẻ với các bạn, làm sao Chúa đã giúp tôi vượt qua mọi khó khăn và sống đến ngày nay. "Năm Chiếc Bánh và Hai Con Cá" là lương thực nuôi đời sống thiêng liêng của tôi. Nhiều bạn muốn tôi nói rõ ràng chi tiết của bí quyết theo Chúa Giêsu đến cùng cách vững vàng. Tôi xin các bạn hãy nhìn lên 24 ngôi sao đang chiếu sáng con đường hy vọng của các bạn. Dưới đây, bạn lưu ý sẽ thấy đánh số phía tay phải, từ số 1 đến số 24. Tôi muốn cho 24 số đối lại với 24 giờ trong ngày. Rất thực tế, nếu ta sống 24 giờ trên 24 hoàn toàn theo Chúa Giêsu, chúng ta sẽ làm thánh.*

Trong 24 số ấy, tôi nhắc đến tiếng "một" 24 lần. Ví dụ, một cuộc cách mạng, một chiến dịch, một đường lối tông đồ, một khẩu hiệu, v.v... một là cao quý nhất.

Đó là 24 ngôi sao, tôi không cần phải giải thích, tôi mời các bạn bình tĩnh suy niệm các tư tưởng ấy, như chính Chúa Giêsu dịu dàng nói với bạn, thân mật lòng bên lòng. Bạn đừng sợ nghe Ngài, nói với Ngài. Bạn đừng ngần ngại, mỗi tuần bạn hãy đọc lại một lần. Bạn sẽ thấy ơn thánh tỏa sáng ra và biến đổi cả đời bạn.

Thời gian ở biệt giam, mỗi năm mấy lần tôi nhận thư mẹ hoặc em tôi. Nhưng đặc biệt một hôm tôi được thư của bà *Chiara Lubich*, người sáng lập *Phong Trào Focolare (Bác Ái Hiệp Nhất)*. Lạ lùng thật, tôi hay nhớ một câu bà nói: *"Tôi không nghĩ đến việc lôi kéo ai theo tôi; tôi chỉ biết hết lòng theo Chúa Giêsu, rồi người khác sẽ theo tôi".*

Hai mươi bốn ngôi sao

Con muốn thực hiện một cuộc cách mạng: canh tân thế giới. Hoài bão lớn lao đó, sứ mệnh cao đẹp đó, Chúa trao cho con; con thi hành với "quyền lực Chúa Thánh Thần". Mỗi ngày con chuẩn bị lễ Hiện Xuống mới quanh con.

1. Con xúc tiến một chiến dịch: làm cho mọi người hạnh phúc.

Con *hy sinh* mình từng giây phút với Chúa Giêsu, để đem an bình trong tâm hồn, phát triển thịnh vượng cho các dân tộc. Đường lối tu đức thầm kín và thiết thực!

2. Con nắm vững một đường lối tông đồ: "Thí mạng vì anh em", vì không có tình yêu nào lớn lao hơn (x. Ga 15,13). Con *hao mòn* từng giây phút và sẵn sàng tiêu hao để chinh phục anh em về với Chúa.

3. Con hô một khẩu hiệu: "Tất cả hiệp nhất", hiệp nhất giữa các người Công giáo, hiệp nhất giữa các Kitô hữu, hiệp nhất giữa các dân tộc. Như Chúa Cha và Chúa Con là một (x. Ga 17,22-23).

4. *Con tin một sức mạnh: Thánh Thể.* Thịt Máu Chúa sẽ làm cho con sống, *"Ta đã đến, là để chúng được có sự sống và có một cách dồi dào"* (Ga 10,10). Như manna nuôi dân Do Thái đi đường về Đất Hứa, Thánh Thể sẽ nuôi con đi cùng Đường Hy Vọng (x. Ga 6,53).

5. *Con mang một đồng phục, nói một ngôn ngữ: Bác ái.* Bác ái là chứng tích để biết con là môn đệ Chúa (x. Ga 13,35), là dấu hiệu rẻ mà khó kiếm nhất. Bác ái là sinh ngữ số một mà thánh Phaolô cho là cao trọng hơn tiếng nói của loài người và các thiên thần, là ngôn ngữ độc nhất sẽ tồn tại trên thiên đàng (x. 1Cr 13,1).

6. *Con nắm một bí quyết: Cầu nguyện.* Không ai mạnh bằng người cầu nguyện, vì Chúa đã hứa ban tất cả. Khi các con hiệp nhau cầu nguyện có Chúa ở giữa các con (x. Mt 18,20). Cha tha thiết khuyên con ngoài giờ kinh, hãy cầu nguyện mỗi ngày tối thiểu một giờ, nếu được hai giờ càng tốt. Không phải là mất mát vô ích đâu! Trên quãng đường cha đi, cha đã thấy lời Thánh Têrêxa Avila ứng nghiệm: *"Ai không cầu nguyện, không cần ma quỉ lôi kéo, sẽ tự mình sa xuống hỏa ngục".*

7. *Con giữ một nội quy: Phúc Âm.* Đó là hiến pháp trên tất cả mọi hiến pháp, là hiến pháp Chúa Giêsu đã để lại cho các tông đồ (x. Mt 4,23). Hiến pháp ấy không khó khăn, phức tạp, gò bó như các hiến pháp khác; ngược lại, linh động, nhân hậu, làm phấn khởi tâm hồn con. Một vị thánh ngoài Phúc âm là "thánh giả".

8. *Con trung thành theo một vị lãnh đạo là Chúa Kitô và đại diện của Ngài: Đức Giáo Hoàng, các Giám Mục, kế vị các thánh tông đồ* (x. Ga 20,22-23). Hãy sống và chết vì Hội thánh như Chúa Kitô. Đừng nghĩ chết vì Hội thánh mới hy sinh. Sống vì Hội thánh cũng đòi hỏi nhiều hy sinh.

9. *Con có một tình yêu: Mẹ Maria.* Thánh Gioan Maria Vianney đã nói: "Mối tình đầu của tôi là Mẹ Maria". Nghe Mẹ sẽ không lầm lạc, hoạt động vì Mẹ sẽ không thất bại, làm vinh quang Mẹ sẽ được sống đời đời.

10. *Con có một sự khôn ngoan: Khoa học Thánh Giá* (x. 1Cr 2,2).

Nhìn Chúa Giêsu trên Thánh Giá, con giải quyết ngay được vấn đề đang khiến con xao xuyến. Thánh Giá là tiêu chuẩn để chọn lựa và quyết định, tâm hồn con sẽ bình an.

11. *Con có một lý tưởng: Hướng về Chúa Cha, một người Cha đầy yêu thương.* Cả cuộc đời Chúa Giêsu, mọi tư tưởng, hành động đều nhắm một hướng: *"Để cho thế gian biết là Ta yêu mến Cha, và như Cha truyền dạy Ta sao, Ta làm như vậy" (Ga 14,31), "Ta hằng làm những sự đẹp lòng Người" (Ga 8,29).*

12. Con chỉ có một mối lo sợ: Tội lỗi. Triều đình hoàng đế Hy Lạp đã nhóm họp để bàn cách trả thù Thánh Gioan Kim Khẩu bởi ngài đã thẳng thắn khiển trách bà hoàng hậu.

Kế hoạch I: Bỏ tù. Nhưng ông ấy sẽ được dịp cầu nguyện, chịu khó vì Chúa như ông hằng mong muốn.

Kế hoạch II: Lưu đày. Nhưng đối với ông ấy, đâu cũng là đất Chúa.

Kế hoach III: Tử hình. Ông ấy sẽ được tử đạo, chúng ta sẽ thỏa mãn nguyện vọng của ông: được về với Chúa.

Tất cả kế hoạch I, II, III, không làm cho ông khổ đau, ngược lại ông sẽ vui sướng chấp nhận.

Kế hoạch IV: Chỉ có một điều ông khiếp sợ nhất, gớm ghét nhất là tội lỗi, nhưng bắt ông phạm tội thì không được.

Nếu con chỉ sợ tội, thì không ai mạnh hơn con.

13. Con ôm ấp một ước nguyện: "Nước Cha trị đến, ý Cha được thành sự, dưới đất cũng như trên trời" (Mt 6,10). Dưới đất lương dân biết Chúa như trên trời. Dưới đất mọi người khởi sự yêu nhau như trên trời. Dưới đất đã bắt đầu hạnh phúc như trên trời. Con sẽ nỗ lực thực hiện nguyện vọng ấy. Khởi sự đem hạnh phúc thiên đàng cho mọi người ngay từ trần thế.

14. Con chỉ thiếu một điều: "Có gì đem bán mà cho kẻ khó, và ngươi sẽ có một kho tàng trên trời, đoạn hãy đến theo Ta!" (Mt 10,21), nghĩa là con phải dứt khoát. Chúa cần hạng tình nguyện thoát ly!

15. Con dùng một phương pháp tông đồ hữu hiệu: tiếp xúc để hòa mình, nhập thể với mọi người để hiểu, để nghe, để yêu mọi người. Tiếp xúc hữu hiệu hơn giảng, hơn viết sách. Tiếp xúc giữa người với người, lòng bên lòng, bí quyết bền đỗ, bí quyết thành công.

16. Con chỉ có một việc quan trọng nhất, Maria đã chọn phần tốt nhất: "Ngồi bên Chúa" (x. Lc 10,41-42). Nếu con không sống nội tâm, nếu Chúa Giêsu không phải là linh hồn các hoạt động của con thì ... Con thấy nhiều, hiểu nhiều rồi, cha miễn nói.

17. Con chỉ có một của ăn: "Thánh ý Chúa Cha" (x. Ga 4,34), nghĩa là con sống, con lớn lên bằng ý Chúa, con hành động do ý Chúa. Ý Chúa như thức ăn làm con sống mạnh, vui; ngoài ý Chúa con chết.

18. Con chỉ có một giây phút đẹp nhất: Giây phút hiện tại (x. Mt 6,34; Gc 4,13-15). Sống trong tình yêu Chúa cách *trọn vẹn,* đời con sẽ tuyệt đẹp nếu kết tinh bằng từng triệu giây phút đẹp nhất. Con thấy đơn sơ, không phải khó!

19. Con chỉ có một tuyên ngôn: "Phúc thật tám mối". Trên núi, Chúa Giêsu đã tuyên bố: "Bát phúc" (x. Mt 5,3-12). Hãy sống như vậy, con sẽ nếm được hạnh phúc rồi rao truyền cho mọi người con gặp.

20. Con chỉ có một công việc quan trọng: Bổn phận, không kể lớn hay nhỏ, vì lúc ấy "con làm việc của Cha con" trên trời. Ngài chỉ định cho con thực hiện chương trình của Ngài trong lịch sử (x. Lc 2,49; Ga 17,4). Làm bổn phận là đường lối tu đức chắc chắn nhất. Nhiều người bày vẽ một lối tu đức rắc rối, rồi phàn nàn là khó!

21. Con chỉ có một cách nên thánh: Ơn Chúa và ý chí con (x. 1Cr 15,10). Chúa không bao giờ thiếu ơn; con có đủ ý chí không?

22. Con chỉ có một phần thưởng: Thiên Chúa (x. Mt 25,21, 23; 2Tim 4,7-8; Kh 2,26-28; 3,21-22). Khi Chúa hỏi Tôma Aquinô: "Con viết rất đúng về Ta, con muốn phần thưởng nào? – "Con chỉ muốn Chúa!"

23. Con có một Tổ Quốc.

Tiếng chuông ngân trầm,
Việt Nam nguyện cầu.
Tiếng chuông não nùng,
Việt Nam buồn thảm.
Tiếng chuông vang lừng,
Việt Nam khởi hoàn.
Tiếng chuông thanh thoát,
Việt Nam hy vọng.
Con có một tổ quốc: Việt Nam,
Quê hương yêu quý ngàn đời.
Con hãnh diện, con vui sướng.
Con yêu non sông gấm vóc,
Con yêu lịch sử vẻ vang,
Con yêu đồng bào cần mẫn,
Con yêu chiến sĩ hào hùng.
Sông cuồn cuộn, máu chảy cuộn hơn.
Núi cao cao, xương chất cao hơn.
Đất tuy hẹp, nhưng chí lớn.
Nước tuy nhỏ, nhưng danh vang.
Con phục vụ hết tâm hồn,
Con trung thành hết nhiệt huyết.
Con bảo vệ bằng xương máu,
Con xây dựng bằng tim óc.
Vui niềm vui đồng bào,
Buồn nỗi buồn của dân tộc.

Một nước Việt Nam,
Một dân tộc Việt Nam,
Một tâm hồn Việt Nam,
Một văn hóa Việt Nam,
Một truyền thống Việt Nam.
Là người Công giáo Việt Nam
Con phải yêu Tổ quốc gấp bội.
Chúa dạy con, Hội thánh bảo con,
Cha mong dòng máu ái quốc,
Sôi trào trong huyết quản con.

Viết xong tại Cây Võng, Phú Khánh, nơi quản thúc,

Ngày 8.12.1975, Lễ Đức Mẹ Vô Nhiễm Nguyên Tội

24. Kết luận:

Để kết luận, chúng ta sẽ cầu nguyện với kinh "Con chọn Chúa".

Cuộc đời Chúa Giêsu tóm tắt: Tử nạn và Phục sinh,

Bạn hãy lưu ý 14 bước của Chúa Giêsu trong kinh này:

- Bước lang thang, bước hồi hộp, bước bồn chồn.
- Bước phấn khởi, bước vất vả, bước yêu thương,
- Bước thao thức, bước xót xa, bước cô đơn,
- Bước ê chề, bước thất bại, bước khải hoàn,
- Bước khổng lồ, bước liều mạng.

Cầu Nguyện (14 bước theo Chúa Giêsu)

Con Chọn Chúa.

Lạy Chúa Giêsu,
Trên đường hy vọng suốt 2,000 năm nay,
Tình thương Chúa như một lượn sóng
Đã lôi cuốn bao người lữ hành.
Họ đã yêu Chúa với một mối tình sống động,
Thể hiện qua tư tưởng, lời nói, việc làm,
Với một tâm hồn mạnh mẽ hơn mọi cám dỗ,
Mạnh hơn mọi đau khổ, hơn cả sự chết,
Họ đã là lời Chúa ở trần gian,
Đời họ là một cuộc cách mạng,
Đổi mới cục diện của Hội thánh.
* * *

Nhìn những tấm gương sáng ngời ấy,
Từ tấm bé con đã mang một ước vọng:
Bước toàn hiến đời con,
Cuộc đời duy nhất con đang chiếm hữu,
Cho một ý tưởng bền vững không bao giờ sụp đổ.
Và con cương quyết
* * *
Nếu chúng con làm theo ý Chúa,
Thì Chúa sẽ hoàn tất ý định đó,
Và con lăn xả vào cuộc mạo hiểm mầu nhiệm này.
Con đã chọn Chúa,
Và con không bao giờ hối hận.
Con nghe Chúa bảo con:
"Hãy ở trong Thầy, trong tình yêu Thầy".
Làm sao ở trong người khác được?
Chỉ có tình yêu Chúa mới làm được sự lạ này,
Con hiểu Chúa muốn trọn cuộc đời con:
"Tất cả vì yêu mến Chúa".
* * *
Con theo từng bước của Chúa trên đường hy vọng:
Bước lang thang ra chuồng bò ở Bêlem,
Bước hồi hộp trên đường trốn sang Ai cập,
Bước bồn chồn trở về trú ngụ Nagiarét,
Bước phấn khởi lên Đền thánh với Mẹ Cha,
Bước vất vả suốt 30 năm trời lao động,
Bước yêu thương ba năm rao giảng Tin mừng,
Bước thao thức kiếm tìm chiên lạc,
Bước xót xa vào Giêrusalem đầm đìa nước mắt,
Bước cô đơn ra trước tòa không một người thân,
Bước ê chề vác thánh giá lên đồi tử nạn,
Bước thất bại chết chôn mồ kẻ khác,
Không tiền không bạc,
Không manh áo, không bạn hữu,
Chúa Cha cũng xem chừng bỏ rơi Chúa,
Nhưng Chúa phó thác tất cả vào tay Cha.
* * *

Lạy Chúa, quỳ trước Nhà Chầu,
Một mình con với Chúa,
Con hiểu rồi:
Con không thể chọn con đường khác,
Đường khác sung sướng hơn,
Bên ngoài vinh quang hơn,
Nhưng không có Chúa, người Bạn muôn năm,
Người Bạn duy nhất của con trên đời.
Nơi Chúa là tất cả thiên đàng với Chúa Ba Ngôi,
Tất cả trần gian với toàn nhân loại.
Khổ đau của Chúa là của con,
Của con, nỗi khốn khổ của những tâm hồn sát cạnh,
Của con, tất cả những gì không phải an hòa, tươi vui, đẹp đẽ, sung sướng, dễ thương...
Của con, tất cả sầu muộn, thất vọng, chia ly, bỏ rơi, khốn nạn...
Những gì là chính Chúa, vì Chúa đã gánh hết;
Những gì nơi người anh em, vì có Chúa trong họ.
* * *
Con tin vững vàng,
Vì Chúa đã cất bước khải hoàn sống lại:
"Hãy vững lòng, Thầy đã thắng thế gian".
* * *
Vì Chúa dạy con:
Hãy bước những bước khổng lồ:
"Đi khắp thế gian rao giảng Tin mừng".
Con lau sạch nước mắt ưu phiền
Và những con tim chán nản;
Con sẽ đưa về sum họp
Những tâm hồn xa cách;
Con sẽ đốt cháy trần gian bằng lửa tình yêu,
Thiêu sạch những gì cần phải hủy bỏ.
Để chỉ còn lại chân lý, công bình và yêu thương.
* * *
Nhưng lạy Chúa! Con biết con yếu đuối lắm!
Xin giúp con bỏ tính ích kỷ, yêu an nhàn;
Cho con đừng sợ kham khổ dày vò,

Không xứng tông đồ của Chúa;
Cho con sẵn sàng mạo hiểm,
Mặc cho thiên hạ khôn ngoan;
Con xin làm "đứa con điên"
Của Chúa, Mẹ Maria và Thánh cả Giuse;
Con muốn lăn xả vào thử thách,
Chấp nhận mọi hậu quả,

Vì Chúa đã dạy con liều mạng.
Nếu Chúa dạy con bước lên thánh giá nằm mãi đó,
Vào trong Nhà Chầu thinh lặng cho đến ngày tận thế,
Con cũng xin liều mạng bước theo.
Con sẽ mất tất cả,
Nhưng Chúa vẫn còn!
Tình thương Chúa vẫn còn!
Tràn ngập quả tim con,
Để yêu thương tất cả.
Và chừng ấy đủ hạnh phúc cho con.
Vì thế con xin lập lại:
"Con chọn Chúa!
Con chỉ muốn Chúa!
Con chỉ muốn vinh danh Chúa".

ĐỨC GIÁM MỤC, NHÀ VĂN F. X. NGUYỄN VĂN SANG

*Xuân Ba *1*

Giám mục F. X. Nguyễn Văn Sang

Nhân việc kết nạp hội viên của Hội Nhà văn năm nay đang hoàn tất thủ tục, tôi chợt nghĩ đến lời phàn nàn của không ít người viết rằng cánh cửa của Hội Nhà văn có vẻ chưa được rộng mở lắm? Tự dưng tôi nghĩ ngay đến một vị giám mục viết văn người Việt! Trên thế giới có nhiều vị linh mục, giám mục như thế, nhưng ở ta thì...

---

*1 Về tác giả, xem trang 424

Tôi quen giám mục Nguyễn Văn Sang là do nhà thơ Trần Anh Thái ở báo *Quân Đội* và nhà báo Huy Thông giới thiệu.

Trong hàng giáo phẩm Công giáo Việt Nam, trước khi trở thành giám mục, cha Phanxicô Xaviê Nguyễn Văn Sang được Chúa chọn là người vinh dự can dự vào rất nhiều sự kiện.

Trước khi là giám đốc đại chủng viện Hà Nội, Tổng Thư ký Hội đồng Giám mục Việt Nam, cha là linh mục thư ký cho hai đức hồng y tiên khởi là Hy. Trịnh Như Khuê và Hy. Trịnh Văn Căn.

Năm 1978, cha tháp tùng Hy. Trịnh Như Khuê đi Roma dự lễ tang hai đức Giáo hoàng và dự lễ bầu Giáo hoàng Jean Paul II. Do thông thạo nhiều ngoại ngữ nên nhiều lần cha được chọn đi dự các hội nghị quốc tế về tôn giáo. Cha cũng là người chứng kiến giây phút Chúa gọi các đấng hồng y Trịnh Như Khuê và Trịnh Văn Căn về.

Người ta cứ nghĩ, con đường thăng tiến của vị giám mục từng là thư ký cho các đấng hồng y sẽ thênh thang. Nhưng năm 1990, địa phận Thái Bình đang rất cần một nhân sự mới, Giáo hội chú mục vào Phanxicô Xaviê Nguyễn Văn Sang này...

Dịp đó, nhân một hội nghị quốc tế ở Roma, không biết bằng cách nào mà Đức Giáo hoàng Jean Paul II biết được hoàn cảnh của cha Sang mà vị chủ chăn thay mặt cho Chúa Kitô dưới trần thế này cho gọi cha Sang tới: *"Ta biết con đang có hai thứ phải chọn. Một là sẽ làm mục vụ ở một nơi xa vắng thương khó, hai là được cất nhắc với chức sắc cao hơn. Nhưng có lẽ Chúa đã chọn. Ta sẽ tặng cho con cái xe tàng tàng của ta cho con đi làm mục vụ..."*

Cái xe của Đức Giáo hoàng thì giám mục Nguyễn Văn Sang không dám nhận nhưng ngài đã vui vẻ về chăn chiên ở quê lúa Thái Bình với chức danh Giám mục địa phận.

Có lẽ khỏi kê ra ở đây công sức của ngài qua 18 năm làm mục vụ ở địa phận Thái Bình, đã trải bao thương khó gian nan, làm sầm uất thêm xứ đạo cùng với làn gió đổi mới lộng thổi khắp đất nước nói chung và Thái Bình nói riêng.

VĂN DĨ TẢI ĐẠO

Những lần được hầu chuyện ngài đều thú vị. Nhất là khi nghe chuyện của ngài rồi chợt đối chiếu, liên tưởng đến những trang viết sinh động rất đời nhưng vẫn nhuần nhuyễn cân bằng chừng mực của một thầy tu trong *Bước đường hành hương* mang lại nhiều dư vị khoát hoạt cho người đọc.

Mạo muội nghĩ thêm Hội Nhà văn ta có một giám mục? Tại sao không? Chưa hẳn là Hội vời được một vị giám mục, một trong những hàng giáo phẩm quan trọng của Thiên Chúa giáo (mà hình như trong Hội mình, chưa có vị sư sãi cao tăng nào, ấy là bên Phật giáo! Còn Thiên Chúa giáo chưa có một tu sĩ, một linh mục lại càng không có vị giám mục nào viết văn?)

Nội sức viết của vị giám mục này cũng là đáng nể. Sơ sơ gần 20 đầu sách của những NXB Hà Nội, NXB Hội Nhà văn (cuốn *Hành Hương Và Thăm Viếng* với hàng ngàn trang in được tái bản đến 3 lần), NXB Tôn giáo... Sách dịch cũng có đến 5 cuốn, rồi thơ 2 tập, cả kịch nữa vv...

ĐỐI THOẠI TÔN GIÁO

Điều độc đáo trong những ấn phẩm của vị giám mục này, tỷ lệ giáo lý *văn dĩ tải đạo* chiếm chỉ khiêm tốn thôi, còn là chứa chan, ăm ắp những chuyện đời thường, đời sống trần thế mà không cứ người bình thường không tôn giáo hay con chiên và cả các đấng chăn chiên cũng phải chiêm nghiệm nếm trải.

Những quy luật tình cảm - quy luật muôn đời giúp cho ranh giới ngăn cách (nếu có) giữa tôn giáo và đời sống trần tục đỡ hoăm hoắm sâu thẳm.

Lần ấy về Thái Bình, trong văn phòng của ngài, thấy tôi cứ ngó mãi tấm ảnh chụp chung với Hòa thượng Thích Thanh Tứ hình như trong một cuộc họp của Mặt trận Tổ quốc, ngài cười đưa cho cuốn *Đối Thoại Tôn Giáo* mà ngài là tác giả. Sách mới in của NXB Tôn Giáo.

Hóa ra tấm ảnh ấy được in ở bìa 4 của cuốn sách. Hai vị chức sắc của hai tôn giáo này hóa ra từng quen biết nhau từ lâu! Chắc khi cho in bức ảnh ở bìa 4 này, chả phải chỉ là ghi lại dấu ấn của một kỷ niệm?

Cũng chợt thêm một ý nghĩ, nếu như hai tôn giáo này trên thế giới hòa hợp ở mức độ nào đó, mà tìm được tiếng nói chung ở những lĩnh vực nào đó, thì quả là hồng phúc cho nhân loại? Và với dân Việt mình nữa chứ?

Cứ ngó hai vị cao lão chức sắc hai tôn giáo đang hòa hợp vững chãi với nhau trong thế đứng trên đất Việt, đồng một hướng nhìn *vị nhân sinh* như thế này thì đức tin những lương dân Việt nào mà lại không yên tĩnh?

Về nhà lật giở thêm cuốn *Đối thoại tôn giáo* dày gần 600 trang, ngạc nhiên chưa phải là sức nghĩ, sức đọc và cả sức đi được thể hiện trong cuốn sách của vị giám mục đã cao niên này...

Trong trật tự của thế giới hiện đại, đối thoại là âm hưởng chủ đạo để tìm ra chân lý. Có phải đạo và đời gặp gỡ ở sự đối thoại này? Chợt nghĩ thêm, cố Giáo hoàng Jean Paul II từng kêu gọi *cuộc đối thoại giữa đức tin và nền văn hóa trong thời đại hiện nay là lãnh địa mang tính sinh tử*...

Và nữa, trong một sứ điệp của Hội đồng Giám mục Á Châu cũng thủ thỉ *sự đối thoại được khuyến khích ở mọi cấp độ ở gia đình và cộng đoàn. Đối thoại cơ bản nhất là đối thoại bằng trái tim và tâm hồn*...

40 câu hỏi cũng là 40 vấn đề được lần lượt trình bày kèm câu giải đáp trong phần I với 378 trang in trong *Đối thoại tôn giáo* từ những vấn đề đơn giản đến phức tạp như *"Tôi nghĩ rằng không có Đức Chúa Trời? Tại sao những người làm ác ở thế gian này thường được thành công? Thế ra Chúa ủng hộ những người xấu ư?*

Đạo được ích gì đâu, tôi thấy khối người giữ đạo mà chả tốt hơn người khác cứ gì người Công giáo mới thánh thiện, rất nhiều anh hùng vĩ nhân quân tử hơn cả người Công giáo do đó cần gì phải gia nhập Giáo hội?

Giáo hội vẫn dạy yêu thương bác ái nhưng thời Trung cổ lại lập ra Thập tự chinh để gây chiến với người Hồi giáo? Giáo hội là tay sai, là công cụ đắc lực cho tư bản bóc lột dân nghèo vv... và vv..."

Rõ ra không phải là cái sự *thích* đến đâu thì giải đến đấy hoặc nói lấy được mà vị giám mục này đã sử dụng phương pháp tư duy logíc để tiếp cận dẫn dắt cũng như lý giải vấn đề.

Nguyên tắc mà ngài đặt ra là *sự hiểu biết không thấu đáo, suy nghĩ phiến diện do thiên vị chủ quan, vơ đũa cả nắm, lý luận không logic* thì khó mà can dự vào sự đối thoại như thế này.

Phần II, với ưu thế của một người viết, giám mục Nguyễn Văn Sang đã trình bày những dạng vấn nạn của đời sống và tôn giáo bằng những truyện ngắn ghi chép khá sinh động.

Vậy nên *Đối thoại tôn giáo* không hẳn là thích hợp với những đối tượng nghiên cứu tôn giáo nói riêng mà nhiều bạn đọc có đạo và không có đạo đều có thể tiếp cận một cách thú vị. Để mà tự tin hơn ở vị thế, vị trí của mình! Để mà cân bằng yên tĩnh hơn trong cõi ta bà nhân sinh vô thường này?

Tôi nhớ thêm, dịp Nhà xuất bản Tôn Giáo ấn hành tập thơ *Dâng*, ngài cũng cho người đem sách đến. Dịp Lễ Kim khánh nhân sự kiện 50 năm ngài làm linh mục, 25 năm ở chức giám mục, ngài cũng thân đánh giấy tới.

Năm 2007, tôi có mặt trong lễ khánh thành nhà thờ chính tòa Thái Bình. Nhà thờ được xây mới từ nền ngôi nhà thờ cũ đổ nát được xây từ năm 1906. Người ta nói vui là nhà thờ mới này nhất Bắc Kỳ nhì Đông Dương, ý muốn tôn vinh vị giám mục này đã góp công sức rất lớn để giáo phận Thái Bình có nơi thờ phượng Chúa khang trang!

Ngắm ngài nổi trội trong hàng giáo phẩm, như trẻ lại hơn cái tuổi 77 hào sảng đọc những câu văn vần cảm ơn quan khách và các con chiên dịp khánh thành nhà thờ chính tòa Thái Bình, thấy tự dưng dậy lên cảm giác an lành đẹp đạo tốt đời!

24/12/2009 - Mùa Noel năm Sửu

https://tienphong.vn/co-mot-vi-giam-muc-viet-van-post181342.tpo

SONG NGUYỄN
NHÀ VĂN CÔNG GIÁO GIÀU SỨC SÁNG TẠO

Bùi Công Thuấn *[1]

Giám mục Đa Minh Nguyễn Chu Trinh

Đức Giám mục Đa Minh Nguyễn Chu Trinh là Giám mục giáo phận Xuân Lộc 12 năm (2004-2016). Người được mọi thành phần dân Chúa trong giáo phận rất kính yêu. Ngài cũng là người trực tiếp

---

*1 Về tác giả, xem trang 285

cùng với giáo phận Xuân Lộc xây dựng Trung tâm Đức Mẹ Bãi Dâu và tượng Chúa Kitô núi Tao Phùng ở Vũng Tàu. Từ 2014 đến nay, ngài phụ trách xây dựng *Trung tâm Hành hương Đức Mẹ Núi Cúi,* một công trình lớn của giáo phận Xuân Lộc.

Tôi được gần Đức cha Đa Minh từ những năm 1970 đến nay (2020), tôi có nhiều dịp được nghe Đức cha chia sẻ những tâm nguyện văn chương. Đặc biệt là khi biên tập, in ấn 14 tác phẩm văn chương của Ngài, tôi nhận ra Đức cha còn là một nhà văn Công giáo rất giàu sức sáng tạo.

1. Tác giả Song Nguyễn

Cho đến nay, tác giả Song Nguyễn đã in 14 tác phẩm trong đó có 9 truyện dài:

1. *Một Đời Dâng Hiến*, truyện dài. Nhà xuất bản Tôn Giáo, 2009.
2. *Đất Mới*, truyện dài 3 tập. Nhà xuất bản Hội Nhà văn, 2018.
3. *Đồng Hành*, truyện dài. Nhà xuất bản Tôn Giáo, 2010.
4. *Định Hướng*, truyện dài. Nhà xuất bản Tôn Giáo, 2011.
5. *Chuyến Xe Về Trời*, tập truyện ngắn 1. Nhà xuất bản Tôn Giáo, 2011.
6. *Còn Một Niềm Tin*, tập truyện ngắn 2. Nhà xuất bản Tôn Giáo, 2011.
7. *Suối Nguồn*, tập truyện ngắn 3. Nhà xuất bản Tôn Giáo, 2011.
8. *Người Cha Hiền*, tập truyện ngắn 4. Nhà xuất bản Tôn Giáo, 2012.
9. *Những Người Mẹ*, tập truyện ngắn 5. Nhà xuất bản Tôn Giáo, 2012.
10. *Chỉnh Hướng*, truyện dài. Nhà xuất bản Tôn Giáo, 2013.
11. *Đồng Cỏ Xanh*, truyện dài. Nhà xuất bản Phương Đông, 2013.
12. *Vì sao sáng*, truyện dài. Nhà xuất bản Tôn Giáo, 2015.
13. *Tiếng Kêu*, truyện dài. Nhà xuất bản Hồng Đức, 2019.
14. *Đường lên Núi Cúi*. Truyện dài tư liệu. Nxb Hồng Đức, 2019.

Nhìn vào số lượng tác phẩm trên, hẳn chúng ta sẽ ngạc nhiên tự hỏi, Đức cha bận bao nhiêu công việc mục vụ, Người lấy thời gian đâu để viết. Tuổi tác đã khá cao, sao Đức cha có thể kham nổi công việc viết văn nặng nhọc ấy. Nhưng điều quan trọng là, Đức cha tích lũy vốn sống như thế nào để có thể ghi lại được bao nhiêu cảnh đời, chia sẻ được với bao nhiêu là số phận giáo dân?

Viết văn còn là khám phá những vấn đề, lựa chọn cách viết, thể hiện tư tưởng và thái độ trách nhiệm trước cuộc sống. Song Nguyễn đã viết và in 14 tác phẩm với bút lực thật dồi dào.

Ông Lê Đình Bảng, nhà thơ, nhà nghiên cứu văn học Công giáo, trong cuốn *Văn học Công giáo Việt Nam-Những chặng đường,* đã nghiên cứu các nguồn mạch văn hoá Công giáo trong suốt 400 năm qua. Ông cho biết, dù đã cố gắng tìm kiếm, nhưng số tác giả Công giáo có tác phẩm truyện cũng chỉ đếm trên đầu ngón tay. Lm. Philipphê Lê Thiện Bá (1891-1981) in 4 cuốn, Lm. Nguyễn Duy Tôn (1919-1976) in được 4 cuốn, Lm. Vũ Duy Trác (1927-2003) 1 cuốn, nữ sĩ Thuỵ An 5 cuốn, còn lại người in 1 cuốn hoặc 2 cuốn. Những tác giả tác phẩm ấy không gây được tiếng vang nào, ngoài truyện ngắn *Truyện Thầy Lazarô Phiền* (1887) của Nguyễn Trọng Quản. Truyện này được coi là truyện đầu tiên viết bằng chữ Quốc ngữ theo lối phương Tây.

Như vậy xét trên dòng chảy lịch sử của văn chương Công giáo Việt Nam, tác giả Song Nguyễn là người tiếp tục khơi nguồn mạnh mẽ về văn học nghệ thuật của Giáo hội. Hiện Giáo hội đang có những nỗ lực trong hoạt động Mục vụ văn hóa, trong đó có Giải *Văn hóa nghệ thuật Đất Mới* của Giáo phận Xuân Lộc, Giải *Viết văn đường trường* của giáo phận Qui Nhơn, nỗ lực xây dựng thư viện Công giáo, tủ sách Ra Khơi và Câu lạc bộ thơ văn Công giáo của "nhà đạo Bùi Chu"…Những nỗ lực này đều hướng đến mục đích đem Tin mừng hội nhập với văn hóa dân tộc. Nhiều Giám mục của Giáo hội Công giáo Việt Nam đã quan tâm sâu sắc đến văn chương nghệ thuật Công giáo[2]. Đức Giám mục Phanxicô Xavie Nguyễn Văn Sang, Đức cha Micae Hoàng Đức Oanh, Đức cha Gioan Baotixita Bùi Tuần đã viết những tác phẩm giá trị… Rồi đây các nhà nghiên cứu văn học Công giáo sẽ tìm thấy nhiều vấn đề lý luận văn chương rất đáng quan tâm từ những tác phẩm của Song Nguyễn.

2. Mục vụ văn hóa

Nhà nghiên cứu Lại Nguyên Ân nhận xét rằng: "*Nhưng vẫn là lạ lùng nếu nghe nói có nhà văn Việt Nam nào có thể được coi là "nhà văn Thiên Chúa giáo", bởi văn hóa của người Việt dường như xa lạ với tinh thần Thiên Chúa giáo*"[3]. Ông nhắc đến ba tên tuổi lớn của văn chương Việt Nam là: Hàn Mạc Tử (1912-1840), Nam Cao (1917-1951), Nguyên Hồng (1918-1982). Ở những nhà văn này, phẩm chất và đức tin Công giáo đã thấm rất sâu trong trang văn của họ.

Có thể hiểu được như thế này: Trong nỗ lực dấn thân của người Mục tử, nhiều vị chủ chăn đã viết những bộ sách rất quý để gieo trồng đức

---

[2] Xt. Mục vụ văn chương Công giáo-Những chia sẻ của chủ chăn: http://www.tonggiaophanhanoi.org/van-hoa-nghe-thuat/tho-van/1972-muc-vu-van-tho-cong-giao-2-nhung-chia-se-cua-cac-chu-chan

[3] Xt. Lại Nguyên Ân-***Nguồn sáng lạ***: http://lainguyenan.free.fr/DLNX/TuNguon.html

tin. Đức cha Phanxicô Xavie Nguyễn Văn Sang đã viết gần 20 đầu sách. Đức cha Gioan Baotixita Bùi Tuần đã viết bộ sách *Thao Thức* rất nổi tiếng, bộ sách *Đường Hy Vọng* của Đức Hồng Y Phanxicô Xavie Nguyễn Văn Thuận đã trở thành ánh sáng tâm linh cho nhiều người, không chỉ ở Việt Nam mà còn ảnh hưởng lớn đến người đọc trên thế giới...

Xin hãy học ở Giáo hội. Tông huấn *Ecclesia in Asia* (Giáo hội tại Á Châu) của Đức Thánh Cha Gioan Phaolo II dạy rằng: "*Việc trình bày Đức Giêsu Kitô là một Đấng Cứu Độ duy nhất, cần phải theo một khoa sư phạm, từng bước dẫn đưa dân chúng đến việc đón nhận trọn vẹn mầu nhiệm... phương pháp kể truyện, quen thuộc với văn hoá Á Châu, thì đáng được dùng ưu tiên. Quả thực, việc rao giảng Đức Giêsu Kitô có thể có hiệu quả nhất bằng cách kể lại câu chuyện về Người, như sách Phúc âm làm*".(Chương IV, mục 20)

Kinh thánh là bộ sách được cả nhân loại công nhận như những tác phẩm văn chương - tư tưởng vĩ đại nhất từ xưa đến nay. Chính cuộc đời Đức Giêsu là câu chuyện được kể trong *Tân ước* trở thành ánh sáng Cứu độ. Và hơn bất cứ nhà văn nào, chính Đức Giêsu là bậc thầy của các nhà văn. Trên đường rao giảng, Người đã kể những dụ ngôn tuyệt hay. Đó là những truyện ngắn rất gần gũi, rất hiện thực nhưng lại giàu có về ý nghĩa và tư tưởng; đồng thời có sức khai mở, giác ngộ tâm linh cho nhân loại. Những dụ ngôn như *Người cha nhân hậu* (Lc 15,1-32), *Người Samari nhân lành* (Lc 10,29-37) là những truyện ngắn tư tưởng mẫu mực cho muôn đời.

Văn chương của Song Nguyễn có cội nguồn trong truyền thống quê hương Bùi Chu. Theo Lm. Đa Minh Trần Ngọc Đăng [4]. "*Bùi Chu không chỉ là chiếc nôi của công cuộc loan báo Tin mừng tại Việt Nam (1533), mà còn là một trong những chiếc nôi của văn hoá Công giáo nói chung và văn chương, thi ca Công giáo nói riêng.*" Nơi đây có các cơ sở giáo dục rất sớm: các Tiểu chủng viện, Đại Chủng viện, trường Trung học đệ Nhị cấp (trường cấp III), có cơ sở ấn loát đầu tiên tại Đàng Ngoài là nhà in Phú Nhai Đường tại Phú Nhai. Cơ sở này đã ấn loát hàng loạt sách đạo bằng chữ Nôm, chữ Nho và chữ Quốc ngữ. Nơi đây có Đức cha Đa Minh Hồ Ngọc Cẩn. Người đã viết rất nhiều sách về văn hoá, văn học (thí dụ cuốn: "*Văn chương thi phú An Nam*" - Littérature et Prosodie Annamite – HK 1923 và 1933). Ngoài ra, Ngài còn tham gia viết bài trên các báo: *Nam Kỳ địa phận, Vì Chúa, Sacerdos Indosinensis, Đông Dương tạp chí, Nam Phong tạp chí;* lập nhà in Thánh Gia, nhà sách Đa Minh, chủ biên *tạp chí Đa Minh bán*

---

[4] Xt. Lm Đa Minh Trần Ngọc Đăng: http://www.tonggiaophanhanoi.org/-muc-vu-van-tho-cong-giao-2-nhung-chia-se-cua-cac-chu-chan

nguyệt san, Thời Mới... Ngài cũng sáng tác thơ ca giáo lý, như *"Lưỡi không xương nhiều đường lắt léo", "Tu thân huấn đức", "Ca dao về Mẹ", "Bài ca nghĩa binh Thánh Thể".*

3. Khắc họa dung mạo Đức Giêsu giữa mọi người.

Tác giả Song Nguyễn không viết văn như nhà văn đời thường. Ngài nói rõ mục đích cầm bút của mình là: "*Viết lại những mảnh đời, những số phận, những trải nghiệm, tác giả chỉ có ý rút ra cho đời mục vụ của mình những bài học từ cuộc sống. Hay nói khác đi, tác phẩm là những bài suy niệm sống qua các nhân vật. Và nếu có thể, chia sẻ với bạn bè tất cả những kinh nghiệm quý báu này. Mục đích chỉ đơn giản như vậy... Hơn nữa tác phẩm được xem như là những bài huấn đức, những sứ điệp gửi cho nhiều thành phần Dân Chúa*" (*Lời ngỏ* mở đầu các tác phẩm).

Dù mục đích sáng tác văn chương của Song Nguyễn "*chỉ đơn giản như vậy*", song tác phẩm văn chương là một thế giới nghệ thuật biệt lập với tác giả. Thế giới này vừa chứa đựng hiện thực được phản ánh, vừa là hình tượng kết tụ từ thế giới quan, nhân sinh quan, lý tưởng thẩm mỹ và toàn bộ thế giới tinh thần của nhà văn, vì thế nó đa nghĩa. Những tầng nghĩa của nó xa rộng hơn rất nhiều so với chủ đích của tác giả. Xin hãy đọc lại *Tự Thuật* của Thánh Augustinô (*Confessions*-Nxb Tôn giáo 2010) và cuốn *Lịch sử Vương quốc Đàng Ngoài* từ 1627 tới năm 1646 của Alexandre de Rhodes.[5]

Trong *Tự Thuật*, Thánh Augustino kể lại hành trình tư tưởng suốt đời đi tìm sự thật về Thiên Chúa, về chính mình, về thế giới. Cuốn sách không chỉ là cái nhìn sâu vào nội tâm, vào bản thể của thánh Augustinô, mà còn giúp người đọc khai minh nhiều vấn đề về hiện sinh, về chân lý. Ngược lại sách của Alexandre de Rhodes không chỉ kể lại hành trình truyền giáo của riêng tác giả, mà còn ghi nhận tình hình chính trị, quân sự và xã hội, kinh tế và văn hoá của nước Việt Nam vào đầu thế kỷ 17. Là một nhà truyền giáo, Alexandre de Rhodes quan tâm đặc biệt tới các tôn giáo, các tín ngưỡng cũng như những điều mê tín dị đoan của người bản xứ. Ông không quên những phong tục và nhất là tiếng nói của người Việt Nam. Những điều ông ghi chép ngày nay trở thành những sử liệu rất quý để tìm hiểu về xã hội Việt Nam thế kỷ XVII. Quyển 2, với 51 chương, Alexandre de Rhodes kể lại tất cả hoạt động của ông và các người kế tiếp ông để đem Tin mừng của Đức Kitô đến cho Đàng Ngoài. Với người Công giáo, đó sẽ là những kinh nghiệm rất quý báu. Ngoài những giá trị nội dung như vậy, hai cuốn sách này còn cho người đọc thấy sức mạnh của văn chương trong việc phản ánh hiện thực như thế nào.

---

[5] Nxb Khoa học xã hội, tháng 4. 2016.

Tác giả Song Nguyễn cũng để lại những kinh nghiệm viết quý báu cho nhà văn Công giáo. Đó là mục đích viết văn, về sự chọn lựa những câu chuyện "nhà đạo" trong hiện thực để miêu tả và phản ánh, và đặc biệt là *tư tưởng nhân văn Công giáo* làm nên những giá trị tác phẩm của Song Nguyễn[6]. Song Nguyễn đã bước hẳn vào lòng đời, theo bước chân Đức Giêsu ngày xưa, di đến mọi miền đất nước, sẻ chia với mọi kiếp người trong những tình huống khốn khổ nhất được nói đến trong Tám mối phúc (Mt 5, 3-12). Đó là bối cảnh, là nhân vật, là nội dung cũng là tư tưởng của văn chương Công giáo, đặc biệt *tư tưởng Nhân văn* và *tư tưởng Mỹ học Kitô giáo*. Đức Giêsu ngày xưa có thể cùng ăn uống với người thu thuế và kẻ tội lỗi (Mc 2,15), Ngài còn nói với các thượng tế và kỳ mục trong dân rằng: *"Tôi bảo thật các ông: những người thu thuế và những cô gái điếm vào Nước Thiên Chúa trước các ông" (Mt 21,31)*, thì văn học nghệ thuật Công giáo không chỉ đóng khung trong nhà thờ, không chỉ viết với hai tâm tình là thống hối ăn năn và ngợi ca Thiên Chúa. Nếu vậy, đó mới chỉ là điều răn thứ nhất: yêu mến Thiên Chúa. Điều răn thứ hai cũng quan trọng như thế: *"Ngươi phải yêu người thân cận như chính mình."* (Mc 12,30-31). Đức Giêsu đến trong thế gian, sống giữa mọi người, mang lấy thân phận con người và chịu chết để cứu rỗi con người là vì yêu thương con người. *"Không có tình yêu nào lớn hơn tình yêu của người thí mạng vì bạn hữu mình. Các con là bạn hữu của Thầy" (Ga 15,13-14)*. Văn học nghệ thuật Công giáo phải viết về con người với tình yêu thương như thế. Và người đọc có thể tìm thấy ánh sáng của tình yêu thương ấy trong tác phẩm của Song Nguyễn.

Xin Chúa chúc phúc cho những tác phẩm của Song Nguyễn, để qua đó Tin mừng được thấm nhuần vào văn hóa dân tộc như lời dạy của Giáo hội trong Tông huấn *Giáo hội tại Châu Á: "Trong quá trình gặp gỡ các nền văn hoá khác nhau của thế giới, Giáo hội không những truyền đạt các chân lý và những giá trị của mình và đổi mới các nền văn hoá từ bên trong, nhưng Giáo hội cũng tiếp thu từ các nền văn hoá khác nhau, những yếu tố tích cực có sẵn trong các nền văn hoá đó. Đó là con đường bắt buộc cho những nhà rao giảng Tin mừng khi trình bày đức tin Kitô giáo và làm cho nó trở nên một thành phần của di sản văn hoá của một dân tộc." (Số 21).*

Tháng 9. 2019

Nguồn: Những mùa vàng văn học Công giáo. Nxb Hội Nhà Văn 2020

Nên xem thêm:

Đỗ Thị Thu Huyền, *Tiếp cận thế giới nghệ thuật của Song Nguyễn*, Tạp chí Nghiên Cứu Văn Học số 7 tháng 7/2020 tr. 134

[6] Xt. Đọc thêm: Bùi Công Thuấn, *Tư tưởng nhân văn Công giáo trong Đất Mới của Song Nguyễn.*

CHẶNG ĐƯỜNG 40 NĂM
"CÔNG GIÁO VÀ DÂN TỘC" NHƯ TÔI BIẾT

Gs.Ts. Đỗ Quang Hưng [*1]

Là người nghiên cứu tôn giáo và sử học, từ lâu tôi có mơ ước viết một cuốn sách về lịch sử báo chí Công giáo ở Việt Nam, đặc biệt từ cuối thập kỷ 80, khi tôi đã có thể cho ra mắt bạn đọc sinh viên các trường đại học cuốn *Lịch sử báo chí Việt Nam (1865-1945)*. Tiếc rằng đến nay vẫn chưa thể thực hiện được. Nhiều đấng bậc, học giả, nhà nghiên cứu thân thiết trong giới Công giáo đã khích lệ bằng cách tặng cho tôi những bộ sưu tập báo chí Công giáo (linh mục Thiện Cẩm, Nguyễn Khắc Xuyên, Nguyễn Nghị...), kể cả những tờ báo Công giáo bằng tiếng các dân tộc thiểu số ở Tây Nguyên (Lê Đình Bảng), các tư liệu gốc liên quan [...]

[*1] Về tác giả, xem trang 139

Nhà nghiên cứu nổi tiếng Chương Thâu, chuyên gia "Phan Bội Châu học" còn tặng tôi một số năm đầu tiên trong bộ sưu tập *Công giáo và Dân tộc*, đến nay tôi vẫn còn lưu giữ.

Công giáo và Dân tộc cũng đã là đề tài mà tôi gợi ý và hướng dẫn không ít các luận văn cao học, tiến sĩ về lịch sử báo chí hoặc nghiên cứu tôn giáo.

Đặc biệt, tôi cũng được khích lệ bởi những dòng chữ như thế này của nhà báo Phạm Huy Thông: Nói về báo chí Công giáo, nhiều người đồng tình với nhận xét của Gs.Ts. Đỗ Quang Hưng: "*Người Công giáo, các tờ báo Công giáo được kể như người mở đầu trong hình thức sinh hoạt văn hóa mới (trong quỹ đạo tiếp xúc và đụng độ với nền văn minh phương Tây) và nói riêng là nghề làm báo ở nước ta*".[2]

Hôm nay, chúng ta kỷ niệm 40 năm *Công giáo và Dân tộc*, mọi thứ như càng thôi thúc tôi ít nhất phải "biểu lộ" một cái gì đó về tờ báo mà tôi gắn bó, trân trọng.

1. Một tờ báo Công giáo đã ở độ tuổi cao nhất trong làng báo

Báo chí tôn giáo mới có ở Việt Nam từ khi tờ *Nam Kỳ địa phận* (Semaine religieuse) ra số 1 ngày 8.1.1908, nghĩa là muộn hơn tờ báo tiếng Việt đầu tiên hơn nửa thế kỷ là tờ *Gia Định báo (1865)* xuất bản ở Sài Gòn[3]. Tờ báo này tồn tại được 37 năm 2 tháng, số cuối cùng ra ngày 1.3.1945.

Từ đầu thế kỷ XX, báo chí Công giáo đã nổi lên như một dòng báo chí chuyên biệt với nhiều tờ có bạn đọc đông đảo, vượt khỏi khuôn khổ giới Công giáo như *Vì Chúa* (1936, Huế); *Đa Minh* (Dòng Đa Minh, Bùi Chu); *Đức Mẹ hằng cứu giúp* (Hà Nội, 1929); *Hy vọng* (Hải Phòng, 1937). Tuy vậy cũng chỉ có tờ *Trung Hòa nhật báo* ở Hà Nội là tồn tại được 22 năm (từ 9-1923 đến 1945)...

Có những tờ báo của các tổ chức yêu nước của người Công giáo Việt Nam ra đời trong kháng chiến chống Pháp, đặc biệt từ sau Hiệp định Giơnevơ (1954). Đáng kể nhất là tờ *Chính nghĩa* (1955), đến 1984 đổi tên thành *Người Công giáo Việt Nam* ở Hà Nội.

Như vậy, có thể nói rằng *Công giáo và Dân tộc* đến nay thực sự là tờ báo Đạo nổi tiếng và có "lịch sử nhất". Nếu tính thêm 5 năm, khi tiền thân của tờ báo này được khai sinh và xuất bản ở Paris (Pháp) do nhóm *Huynh đệ Việt Nam* - đứng đầu là linh mục Nguyễn Đình

---

[2] TS. Phạm Huy Thông, *Diện mạo của báo chí Công giáo ở Việt Nam*, Tạp chí Công tác tôn giáo, số 6, 2009.

[3] Có tư liệu nói rằng, số đầu tiên của *Nam Kỳ địa phận* ra ngày 26-11-1908. Xem bài TS. Phạm Huy Thông, *Diện mạo của báo chí Công giáo ở Việt Nam*, đã dẫn

Thi -thì tờ báo này đã 45 tuổi, kể cả "tuổi mụ". Người làm báo *Công giáo và Dân tộc* nhiều thế hệ đều ghi nhận vị linh mục đáng kính này là người đồng sáng lập *Công giáo và Dân tộc*, ấn phẩm ở Paris và tại Sài Gòn ngay sau 30-4-1975.

Cũng phải nói thêm rằng, trong điều kiện cụ thể hiện nay, báo chí và giới truyền thông tôn giáo còn có vị trí rất khiêm tốn. Tuy vậy, *Công giáo và Dân tộc*, dù trên danh nghĩa chỉ là cơ quan ngôn luận của Ủy ban Đoàn kết Công giáo Thành phố Hồ Chí Minh, nhưng với 2 ấn phẩm song hành *Nguyệt san* và *Tuần báo*, với số lượng cao nhất có thể, vẫn có tiếng nói trong làng báo cả nước. Đặc biệt, *Công giáo và Dân tộc* còn là thành viên của Hiệp hội báo chí Công giáo Quốc tế (UCIP = Union Catholique International de la Presse) có trụ sở tại Cộng hòa Liên bang Đức từ 1989[4].

Trong làng báo Việt Nam, trừ một số ít những tờ báo chính trị xã hội lớn có điều kiện tồn tại thì độ tuổi 40 của một tờ báo tôn giáo như *Công giáo và Dân tộc* là điều hiếm thấy. Báo chí tôn giáo, cách riêng là báo chí Công giáo trong các xã hội châu Á, nhất là trong môi trường chủ nghĩa xã hội là điều mà các nhà nghiên cứu chắc còn phải quan tâm.

2. Chứng từ Công giáo ở Việt Nam

Tôi lấy cảm hứng này từ bài viết giá trị của Nguyễn Thanh Long *40 năm của một chứng từ Kitô giáo Việt Nam*, nhân 35 năm kỷ niệm *Công giáo và Dân tộc*[5]. Là người tham gia lãnh đạo tờ báo thời điểm ấy, tác giả có cái nhìn bao quát, sâu sắc không chỉ trong việc phân tích nội dung (*cái bề mặt* tờ báo) mà còn mổ xẻ *phía sau tờ báo*, tức hoạt động của Ban biên tập, chân dung nghề nghiệp các Tổng biên tập *Công giáo và Dân tộc* từ Lm. Huỳnh Công Minh (1975-1988), Lm. Vương Đình Bích (1989-1992), Lm. Trương Bá Cần (1992-2009) và "phác thảo" về Tổng biên tập Lm. Phan Khắc Từ (từ 2010)...

Tôi rất chia sẻ với cách nhìn của Nguyễn Thanh Long rằng "chứng từ" này của *Công giáo và Dân tộc* kết lại trong 4 chủ đề xuyên suốt: *Một kết tinh của thời cuộc*; *Sống Phúc âm giữa lòng dân tộc để phục vụ hạnh phúc của đồng bào*; *Từ hòa giải, hòa hợp dân tộc... Đến nỗ lực gây ý thức về phát triển và trong phát triển*. Nguyễn Thanh Long viết: "Nhìn lại 40 năm qua, những quan điểm, những chọn lựa và những mục tiêu hoạt động của *Công giáo và Dân tộc* như đã tóm lược trên

---

[4] Tháng 9-2001, Tổ chức này đã trao huy chương vàng UCIP cho *Công giáo và Dân tộc*, lễ tổ chức tại Fribourg, Thụy Sĩ.

[5] Xem Nguyễn Thanh Long, số 1765-1766 (tuần lễ từ 9-7 đến 15-7-2010) của Tuần báo *Công giáo và Dân tộc*.

đây – trở về và hòa giải với Dân tộc, đối thoại và hợp tác với mọi thành phần Dân tộc để xây dựng và phát triển đất nước, ý thức về bổn phận và quyền lợi của công dân trong công cuộc dân chủ hóa đời sống xã hội ... - không xa lạ mà trái lại rất gần gũi với những giáo huấn của Giáo hội, với tinh thần của Công đồng Vatican II, cụ thể hơn, với đường hướng mục vụ của bức Thư chung 1980 của Hội đồng Giám mục Việt Nam"[6].

Đành rằng, *Công giáo và Dân tộc* là gương mặt phản ánh đời sống tôn giáo, đặc biệt là các vấn đề thần học, giáo lý, Giáo hội... của thế giới Kitô giáo, thậm chí nó còn vươn lên trao đổi, đối thoại với nhiều tôn giáo khác ngoài Kitô. Nhưng theo tôi, chủ yếu nhất tờ báo này vẫn là "chứng từ Công giáo" ở Việt Nam. Ở đây tôi muốn "đối chứng" với một trong những nhân vật Tổng biên tập của tờ báo mà tôi có điều kiện gần gũi...

Những năm đầu tiên sau khi Sài Gòn giải phóng (1975), khi bắt đầu có ý định nghiên cứu về lịch sử báo chí Việt Nam, tôi đặc biệt chú ý đến nhóm báo *Công giáo và Dân tộc ở* Paris của Lm. Nguyễn Đình Thi (1969), trong đó có những bài viết đáng chú ý của Lm. Trương Bá Cần, đặc biệt là những loạt bài viết về người Công giáo yêu nước Nam Bộ trong kháng chiến 9 năm.

Sau này qua nhà nghiên cứu Nguyễn Đình Đầu, tôi mới được biết Trương Bá Cần cùng với những nhân vật tên tuổi như Nguyễn Đình Đầu, Trịnh Viết Đức, Nguyễn Quý Đức, Hoàng Minh Thức, Trần Văn Toàn, Nguyễn Văn Trung, Lý Chánh Trung...lập ra nhóm báo *Sống Đạo* (số 1 ra ngày 1.11.1964), tờ báo có khuynh hướng canh tân, nhập thế đầu tiên ở miền Nam theo đường hướng của Công đồng Vatican II khi Công đồng còn chưa kết thúc. Tôi chưa có dịp đọc cả bộ *Sống Đạo*, nhưng qua các sử liệu và một vài bài tiêu biểu, đã hiểu được giá trị đặc biệt của nó với lịch sử báo chí Công giáo Việt Nam thời hiện đại và dấu ấn của nó với một khuynh hướng chính trị xã hội tiến bộ, vì hòa bình dân chủ, dân sinh, khách quan đã hòa nhập với phong trào yêu nước ở Sài Gòn và các đô thị miền Nam lúc đó.

Nhưng phải đợi đến sau này, khi chúng tôi có điều kiện theo dõi – với tư cách độc giả, cộng tác viên và cả người nghiên cứu lịch sử báo chí, tôn giáo – công việc của ông với vai trò là người đảm trách cương vị Phó rồi Tổng Biên tập báo *Công giáo & Dân tộc* từ 1976 đến khi qua đời. Và cũng là chuyện hy hữu trong lịch sử báo chí Việt Nam đương đại, khi ông qua đời (ngày 10.7.2009), cho tới gần nửa năm sau, tên của ông vẫn ngự ở vị trí Tổng biên tập của tờ báo này.

---

[6] Nguyễn Thanh Long, *40 năm chứng từ Kitô giáo Việt Nam*, bài đã dẫn.

Ngòi bút báo chí của Trương Bá Cần cũng thật đặc biệt. Dày dặn về kiến thức, sắc sảo trong bút pháp và lịch lãm trong những "ứng xử nghề nghiệp" báo chí. Chúng ta cũng biết rằng, ngày nay trong báo giới nước nhà, tờ *Công giáo và Dân tộc* có vị trí khá đặc biệt. Từ những vấn đề "gai góc" như Công giáo và Dân tộc, Công giáo và Chủ nghĩa xã hội, đến những vấn đề sống đạo của người Công giáo Việt Nam hôm nay trong hoàn cảnh đất nước mở cửa hội nhập và toàn cầu hóa..., dưới nhiều hình thức từ chính luận, thư bạn đọc, bình luận, tư liệu lịch sử..., ngòi bút Trương Bá Cần thật tung phá và uyển chuyển, luôn giữ được cái sắc sảo và cái hóm hỉnh, thâm trầm của ông đồ Nghệ. Ông tự sự: "Làm báo *Công giáo và Dân tộc*, thực sự, đã không dễ dàng, bởi vì phải chu toàn, cùng một lúc hai bổn phận: đối với Công giáo và đối với Dân tộc, nhất là khi Công giáo và Dân tộc không hoàn toàn hiểu nhau, không thực cùng đồng hành với nhau. Tuy vậy, trong 33 năm qua, Công giáo và Dân tộc đã cố gắng giữ được thế cân bằng để có thể đứng vững" (Lm. Trương Bá Cần, *50 năm nhìn lại 28.6.1958 – 28.6.2008*, xuất bản nội bộ, 2008, tr.33).

Lm. Trương Bá Cần không phải là Tổng Biên tập đầu tiên của báo, nhưng ông thực sự là gương mặt tiêu biểu của tờ báo này. Đến nay, trong làng "báo đạo" lực lượng còn khiêm tốn, gần như chưa có sự hiện diện trên sạp báo, nhưng *Công giáo và Dân tộc* vẫn có một lượng độc giả trong và ngoài đạo khá trung thành vì chất lượng và vị thế đặc biệt của nó. Thậm chí, nghệ thuật làm báo vững vàng của nó đã có tiếng vang trong báo chí Công giáo quốc tế.

Cũng cần nói thêm rằng, trong quan hệ với chính quyền, ông không ngần ngại nêu lên những trục trặc trong quan hệ với Nhà nước của tờ báo mình như các số báo liên quan đến "Thư chung ngày 9.11.1951", vụ đăng loạt bài liên quan đến cuốn "*Tây dương Da tô bí lục*" (1983, 1987), đặc biệt đăng tải những bài liên quan đến sự sụp đổ của Liên Xô, phe xã hội chủ nghĩa Đông Âu (1990-1991) cũng như một số vấn đề liên quan đến việc xây dựng chủ nghĩa xã hội ở nước ta.

Đối với *giáo quyền*, mặc dù *Công giáo và Dân tộc* chưa hề gặp rắc rối nào nhưng ông cũng không ngần ngại trình bày những điều "không bằng lòng" của các đấng bậc trong Giáo hội với tờ báo. Tác giả bộc lộ những trải nghiệm của mình về thế đứng của tờ *Công giáo và Dân tộc* là "rất tế nhị, nhất là vào những lúc giữa Giáo hội và Chính quyền có những khác biệt trong những vụ việc cụ thể" (trang 47, sđd). Những trang viết như thế đem lại những thông tin thú vị, những hiểu biết sâu sắc hơn cho người đọc, dù là người Công giáo hay ngoài Công giáo, người bình dân hay người trí thức, thậm chí cả những người làm chính trị, quan chức có liên quan đến vấn đề tôn giáo.

Tôi thường tâm sự với các bạn đồng nghiệp, học trò trong giới tôn giáo và sử học rằng, *Công giáo và Dân tộc* không chỉ là một tờ "báo Đạo chuẩn mực" mà còn là một "tờ báo xã hội đáo để", với ý nghĩa đáng yêu của từ này, thể hiện một sự trân trọng về trình độ nghề làm báo.

Hiếm có một tờ báo tôn giáo nào làm được điều này. Các chuyên mục về tôn giáo vốn đã khá ổn định và sắc nét phục vụ cho từng đối tượng bạn đọc chủ yếu của mình như với các linh mục, tu sĩ, chưa nói với "Giáo hội", giáo dân... mà còn có thêm những chuyên mục "nhỏ xinh" rất xã hội như *Dừng chân* (Khổng Thành Ngọc giữ gôn trong nhiều năm), hoặc *Góc nhỏ phố đạo* (Lê Quán Thư là chủ yếu)... Đặc biệt, *Công giáo và Dân tộc* còn dành hẳn mục *Góc nhà* cho một cây bút... Cao Đài tên tuổi (Dũ Lan, Huệ Khải tức nhà nghiên cứu Lê Anh Dũng) kéo dài đã ngót 10 năm gần như là một "cửa sổ nhỏ" về "đối thoại liên tôn", rất tinh tế và nghệ thuật. Một vài năm gần đây, chuyên mục *Thời sự suy nghĩ* với cây bút chủ yếu Ngô Quốc Đông, cũng cố gắng đi theo truyền thống này.

Có những chuyên mục còn đi thẳng vào những vấn đề nóng bỏng của chính trị - xã hội, quan hệ Đạo – Đời mà tôi phải chăm chú theo dõi thường xuyên như chuyên mục *Sổ tay hàng tuần* mà cây bút Thanh Long đảm trách trong nhiều năm với nhiều bài viết thật sắc sảo. Trong đó có những loạt bài về đụng độ tranh chấp đất đai, kể cả ở khu vực Tây Nguyên có thể coi là rất chuẩn mực. Tương tự như vậy trong những vấn đề "thời sự" căn bản của nhà Đạo là mục *Nhìn từ Vatican* của Giang Quốc Chung, chỉ dẫn cho bạn đọc trong và ngoài Công giáo dễ nắm bắt "nhịp thở" của Tòa Thánh.

Lẽ dĩ nhiên, những chuyên mục nói trên chủ yếu thuộc về tuần báo *Công giáo và Dân tộc*. Ấn phẩm *Nguyệt san Công giáo và Dân tộc* dĩ nhiên phải có một cấu trúc nội dung tính cách khác. Mặc dù khổ báo này nhỏ nhắn nhưng khá dày dặn. Chắc chắn những ưu tư chia sẻ về thần học giáo lý và những vấn đề phụng vụ và mục vụ phải là căn cốt của tờ này.

Ngay từ trước khi Giáo hội có thêm tờ *Bản tin Hiệp thông* (2001)[7], thực chất là một tờ tạp chí chuyên lo những vấn đề căn bản của thần học, *Công giáo và Dân tộc* đã tìm cho mình một con đường chuyển tải thần học và giáo lý khá độc đáo. Theo quan sát nhiều năm của chúng tôi, mảng bài viết quan trọng bậc nhất này, một mặt thu hút được những cây bút thần học, học thuật có tên tuổi nhất trong Giáo hội, mặt

---

[7] Trước năm 2006 Lm. Nguyễn Ngọc Sơn đảm trách bản tin này, sau đó là Gm. Vũ Duy Thống, Ủy ban Văn hóa HĐGM Việt Nam đảm trách. Tháng 5-2009 Hiệp thông được 47 số và đã lên mạng internet qua trang dunglac.net.

khác quan trọng hơn đó là một phong cách thể hiện "thần học thời hiện đại" kết hợp với lối "phong cách chính luận nhà Đạo". Chúng ta dễ dàng tìm thấy hàng loạt những bài viết theo phong cách ấy của những cây bút như Vương Đình Bích, Thiện Cẩm, Nguyễn Hồng Giáo, Hoành Sơn (Hoàng Sĩ Quý) và gần đây như Giám mục Bùi Văn Đọc... Những ấn tượng của họ thật sâu đậm trong bạn đọc nhất là với những chủ đề lớn và lặp lại có chủ đích như *Công đồng Vatican II* (20 năm, 30 năm, 35 năm, 40 năm...) cho đến những vấn đề thần học mới và giáo lý trước ngưỡng cửa thế kỷ XXI.

Một dòng chảy khác của Nguyệt san *Công giáo và Dân tộc* là phải giải quyết những chủ đề lớn bậc nhất của sứ mệnh tờ báo, kéo dài hàng chục năm, đó là vấn đề Công giáo và Dân tộc với chữ "và" đơn giản liền mạch nhưng lại là một nhiệm vụ vô cùng lớn lao và phức tạp. Cụ thể hơn, đó là việc hòa giải, hòa hợp dân tộc từ trong nhận thức đến hành động Đạo - Đời. Từ năm 1980, khi có bức Thư Chung nổi tiếng "sống Phúc Âm giữa lòng dân tộc để phục vụ hạnh phúc của đồng bào" được coi là một dấu mốc lịch sử; đến những nỗ lực *sống Đạo* ngày hôm nay của người Công giáo Việt Nam trong quan hệ Đạo – Đời.

Có thể coi đấy là những "nhiệm vụ chính trị" của tờ báo mà người làm báo *Công giáo và Dân tộc* qua nhiều thế hệ vẫn tâm niệm. Ngoài những cây bút quan trọng mà chúng tôi đã đề cập ở trên, chúng ta còn phải đặc biệt ghi nhận đến nhiều cây bút khác nổi bật trong dòng "tìm về dân tộc", đó là những cây bút nổi tiếng ngay từ thập kỷ 70 như Nguyễn Đình Thi, Chân Tín, Nguyễn Ngọc Lan, Lý Chánh Trung đến Trần Tam Tỉnh, Phan Khắc Từ, Trương Bá Cần mà chúng tôi "dành riêng một sự phân tích". Riêng trường hợp Giám mục Bùi Tuần với tôi lại có những đặc biệt khác. Từ lâu tôi vẫn nghĩ rằng cùng với Lm Thiện Cẩm, đó là hai cây bút "mạnh nhất" theo cách dùng từ của một cây bút khác của *Công giáo và Dân tộc*. Thậm chí đã có lúc Giám mục Bùi Tuần tuyên bố "gác bút", nhưng rồi cho đến nay cây bút này vẫn hiện diện trở lại và đều đặn. Tôi có nhận xét ngòi bút thần học của Giám mục Bùi Tuần là một thứ "thần học văn cảnh" (contextuazion) như lối nói của anh em Tin Lành, bao giờ suy tư thần học cũng đi qua tình cảm con người mà tôi cũng may mắn có lần được "nối mạng" với ngài[8]. Tiếp theo là hàng loạt cây bút khác như Luật sư Nguyễn Văn Phương, Luật sư Nguyễn Ngọc Bích, Trần Khuyết Nghi... những năm gần đây.

Chúng tôi nghĩ rằng *Công giáo và Dân tộc* là tờ báo đạo bề thế và có kinh nghiệm nhất trong việc hòa giải và hòa hợp dân tộc, giải quyết

---

[8] Năm 2012, nhân đăng bài *Tỉnh thức trong tình hình mới* trên Tuần san *Công giáo và Dân tộc*, tôi được Giám mục chia sẻ ít nhiều qua điện thoại. Tôi đã viết bài *Tiếng gọi của sự tỉnh thức* cũng đăng trên tuần san *Công giáo và Dân tộc* 1, 2 tuần sau đó.

khá căn bản những lôgic tôn giáo và đời sống cần thiết trong việc hàn gắn, xây dựng lại mối quan hệ Đạo – Đời, giữa *Công giáo và Dân tộc*.

Tôi cũng sẽ thiếu sót lớn nếu không nhắc đến một đóng góp độc đáo khác của *Công giáo và Dân tộc* là câu chuyện hội nhập văn hóa của người Công giáo ở Việt Nam. Đây là một chủ đề bền bỉ, được xuất hiện đều đặn, nhưng xuất hiện thường rất đúng lúc, đúng chỗ. Nó có thể là những vấn đề lý thuyết, học thuật, cũng có thể là những vấn đề thực tiễn của đời sống văn hóa tôn giáo, cũng có khi là dịp kỷ niệm những nhân vật tiêu biểu... Xin kể ra đây một số cây bút tiêu biểu với chút lo lắng chưa chắc tôi đã phản ánh hết đóng góp của họ: từ Thanh Lãng, Phạm Đình Khiêm, Nguyễn Khắc Xuyên, Đỗ Quang Chính... đến Nguyễn Đình Đầu, Nguyễn Nghị, Phạm Hân Quynh, Vũ Duy Thống, Hoàng Minh Thức, Vương Đình Chữ...

Có những ấn tượng khác mà tôi khó phân định theo "nội dung", nhưng nó vẫn tạo nên một cái gì rất đặc biệt của các cây bút tờ báo này. Đến nay trong tôi dường như đã có một ấn tượng định hình về "văn chương nhà Đạo" của *Công giáo và Dân tộc* từ Nguyễn Khảm, Ngô Phúc Hậu, Nguyễn Tầm Thường đến Khổng Thành Ngọc, Lê Đình Bảng, Lê Hữu Tuấn... Trường hợp Nguyễn Ngọc Lan và Lý Chánh Trung thì đã có ấn tượng đối với tôi ngay từ những năm đầu giải phóng, trước khi tôi được làm quen với *Công giáo và Dân tộc*.

Là người nghiên cứu tôn giáo, tôi đặc biệt chú ý đến mảng "lý luận về tôn giáo", thần học và chính sách tôn giáo của *Công giáo và Dân tộc*. Trong một công trình nghiên cứu như thế tôi đã khẳng định chính *Công giáo và Dân tộc* là một trong những tờ báo đầu tiên ở nước ta sau 1975 giới thiệu *chính sách tôn giáo ở Liên Xô và các nước xã hội chủ nghĩa* (qua các bài dịch và bài viết của Tòa soạn). Hơn thế nữa nó còn là tờ báo đầu tiên đề cập một cách hệ thống, có lý lẽ sắc sảo và thực tiễn phong phú về *sự hình thành và phát triển chính sách tôn giáo của Đảng và Nhà nước Việt Nam*; tác động, hiệu quả và cả những bất cập của chính sách ấy trong thực tiễn. Tôi đặc biệt thích thú và khẳng định loạt bài viết của Việt Tùng, kéo dài 4 số liền trên *Công giáo và Dân tộc* (các số 473-474-475-476) có tựa *"Tìm hiểu chính sách của Đảng và Nhà nước đối với Tôn giáo"* giữa thập kỷ 80 (số cuối ra ngày 19.8.1984). Đến nay tôi cũng chưa biết tác giả thực sự là ai nhưng ấn tượng nhạy bén mà *Công giáo và Dân tộc* đem lại là một mẫu mực.

Đặc biệt tôi còn lưu tâm hơn đến loạt bài của Vương Đình Bích, kéo dài 9 hoặc 10 số Nguyệt san *Công giáo và Dân tộc* (từ tháng 3 đến tháng 6-1986) với tiêu đề rất độc đáo "Đời sống Công giáo và đời sống xã hội chủ nghĩa". Với những tri thức sâu sắc về Đạo và Đời, thần học và "học thuyết chủ nghĩa xã hội", thêm nữa với những tình cảm chân thành của ông với Chủ tịch Hồ Chí Minh và cách mạng, thống nhất vừa thành công, Vương Đình Bích theo tôi đã để lại những dòng chữ cảm động bậc nhất về chủ đề này.

3. Vượt lên "tính đặc thù của báo chí tôn giáo" trong môi trường xã hội thế tục

Trong bài viết *40 năm của một chứng từ Kitô giáo Việt Nam*, tôi rất chú ý đến ý kiến của linh mục Nguyễn Đình Thi, người đồng sáng lập báo *Công giáo và Dân tộc* ở Paris năm 1970 và tại Việt Nam năm 1975: "Có thể nói *Công giáo và Dân tộc* là con đẻ của Công đồng Vatican II, là kết tinh của một nhận định và ý thức về trách nhiệm của một thế hệ người Việt Nam Công giáo được thúc đẩy bởi Công đồng Vatican II... Sự ra đời của tờ báo không phải do ai giật dây hay là công cụ của một ai, mà là kết tinh của thời cuộc, thai nghén trong lòng Giáo hội và để phục vụ Giáo hội và Đất nước (CGvDT 1465-1466, 9.7.2004)".

Mục tiêu chính trị và tôn giáo rất cao đẹp ấy của *Công giáo và Dân tộc*, nhưng khi đặt nó trong thực tại "một tờ báo cụ thể" thì nó lại chịu tác động của những tác động của môi trường chính trị và báo chí cụ thể. Những người làm tờ báo này hiểu rõ điều này từ rất sớm: "làm báo Công giáo dưới chế độ xã hội chủ nghĩa là một thể nghiệm", chính nhà báo, nhân vật chính trị nổi tiếng của Thành phố Hồ Chí Minh là Trần Bạch Đằng đã nói như vậy. Trong một bài viết trên *Công giáo và Dân tộc*, ông còn phân tích bước đi 5 năm đầu tiên của tờ báo: "Trong 5 năm, tờ báo "thể nghiệm" trên hai hướng: "thể nghiệm" làm báo với chế độ do những người Cộng sản lãnh đạo và "thể nghiệm" với độc giả Công giáo vốn nhiều mặc cảm trước thời thế"[9].

Điều này cũng nhanh chóng được những người làm báo *Công giáo và Dân tộc* trải nghiệm. Trần Khuyết Nghi trong bài viết "Tính đặc thù của loại hình báo chí tôn giáo" với nhận thức rằng, trong thể chế chính trị hiện tại, báo chí được coi là công cụ thông tin, tuyên truyền đường lối, chủ trương của nhà nước (tác giả cũng đã quên rằng, từ năm 1990 khi có Luật báo chí, thì chức năng của báo chí nước ta còn một "vế quan trọng" là *tiếng nói của nhân dân* – ĐQH), và tờ báo luôn "đặt dưới sự giám sát chung của cơ quan Tuyên giáo Trung ương". Tác giả viết thêm: "Cực nhất, theo tôi, là làm báo tôn giáo, vì ngoài sự chặt chẽ với các vấn đề quan điểm liên quan Nhà nước, còn có những vấn đề thuộc về quan điểm chính thống hay tôn ti trật tự của Giáo hội. Muốn cho không bị khiển trách, phê bình, an toàn nhất cứ viết theo

[9] Xem bài của Trần Bạch Đằng, *Công giáo và Dân tộc* số 261-262, ngày 13-7-1980. Năm 1975 với tư cách Trưởng ban Tuyên huấn Trung ương Cục, ông là người có tiếng nói khá quyết định trong việc cho phép ra mắt Công giáo và Dân tộc tại Việt Nam.

quan điểm chính thống của Nhà nước hay của Giáo hội, nhưng như thế thì lại chưa chu toàn vế kia của báo chí là đáp ứng được đầy đủ nhu cầu nguyện vọng thiết thực đa dạng của quần chúng hoặc giáo dân"[10].

Ngày nay nhìn lại lịch sử 40 năm của tờ báo, như ý kiến của Lm Trương Bá Cần mà chúng tôi có đề cập ở trên, hóa ra *Công giáo và Dân tộc* là một tờ báo "đứng cheo leo giữa hai bản thể", tuy có một đôi lần có trong danh sách những tờ báo "bị nhắc nhở" (dĩ nhiên của cơ quan quản lý báo chí nước ta, trước hết là Ban Tuyên giáo Trung ương), nhưng chưa bao giờ bị "treo chén". Đó quả là một thành tích nghề nghiệp, nói đúng hơn là bản lĩnh nghề nghiệp của những người làm báo đạo ở nước ta.

Tôi cũng nghĩ rằng, trong khi vẫn sống, tồn tại và phát triển của tờ báo trong "môi trường xã hội chủ nghĩa"[11], thì *Công giáo và Dân tộc* vẫn giữ được "bản thể" của mình và ngày một làm sáng thêm "thế giới Công giáo" của mình, và đó mới là những lý do đích thực để được Hiệp hội Báo chí Công giáo Quốc tế năm 2001 trao tặng Huân chương vàng (Gold Medal) vì thành tích "bảo vệ một cách mẫu mực quyền tự do thông tin".

Nghiên cứu các văn kiện truyền thông báo chí của Tòa Thánh về công tác này, tôi nghĩ rằng, ngoài việc phải thích ứng trong việc làm báo ở môi trường xã hội chủ nghĩa như nước ta, báo chí Công giáo có lẽ còn phải gắn với một thao thức cơ bản, đó là *sự khả tín* của Giáo hội được khẳng định như thế nào trong thế giới hôm nay. Hội nghị Báo chí Công giáo thế giới năm 2010 với chủ đề "Hiệp thông và những tranh cãi trong Giáo hội. Quyền tự do phát biểu và sự thật về Giáo hội" đã đưa ra nhận định: "Trước con mắt thế gian, Giáo hội chỉ có thể là khả tín nếu Giáo hội đó nghèo khó, thành thật, không sợ sệt và không có gì để dấu diếm"[12]. Bài báo cũng dẫn ý kiến của Giáo hoàng Bênêđictô XVI với Hội nghị đó: "Báo chí phải mang tính thực tế và hiệu quả trong một xã hội trong đó truyền thông qua truyền thanh và truyền hình ngày càng gia tăng. Tính cách Công giáo của báo viết bao hàm trách nhiệm phải trung tín với chân lý một cách minh nhiên về nội dung và trong từng bước đi hàng ngày. Các nhà báo Công giáo có bổn phận phải tìm kiếm sự thật với trái tim và trí

---

[10] Trần Khuyết Nghi, *Tính đặc thù của loại hình báo chí tôn giáo*, số 1815-1816, tuần lễ từ 8-7 đến 14-7-2011

[11] Báo *Công giáo và Dân tộc* theo những số liệu gần đây thì số lượng phát hành khoảng 4000 bản một kỳ với Nguyệt san, Tuần báo khoảng 15.000-18.000. Trong khi đó, tờ *Người Công giáo Việt Nam* ở Hà Nội cũng chỉ có lượng phát hành trên dưới 2000 bản.

[12] Xem bài *Cần phải chân thành, minh bạch, không sợ sệt và không có gì dấu diếm*, số 1779, tuần lễ từ 15-10 đến 21-10-2010.

óc của mình... Báo chí Công giáo có sứ vụ giúp con người quay về Đức Kitô..."[13].

Một trong những vấn đề được coi là nhạy cảm nhất đối với *Công giáo và Dân tộc* trong suốt mấy chục năm qua chính là ở chỗ này. Một mặt tờ báo luôn nêu cao nhiệm vụ hòa hợp, hòa giải dân tộc, thúc đẩy đường hướng duy nhất đúng là Công giáo đồng hành với dân tộc, nhưng mặt khác lại phải góp phần từ nhiều chiều kích để xóa bỏ những mặc cảm trong người Công giáo về chủ nghĩa vô thần, chủ nghĩa duy vật và chủ nghĩa cộng sản. Ngược lại nó cũng phải góp phần xóa bỏ những định kiến của người ngoài Công giáo với người Công giáo mà lịch sử để lại.

Hàng loạt bài viết của *Công giáo và Dân tộc* đã làm tốt việc này như chúng tôi đã phân tích ở thời điểm xảy ra *vụ án phong Thánh* (1988). Tờ báo luôn tỏ ra vững vàng, khách quan khi lột tả "không dấu diếm" những khoảng tối trong lịch sử Giáo hội cũng như sự dính líu với chủ nghĩa thực dân. Đồng thời tờ báo cũng chỉ ra những cách nhìn lệch lạc, phiến diện từ phía người ngoài Công giáo do nhiều lý do chủ quan và khách quan, thậm chí ngay với các cây bút "văn học Công giáo" chủ yếu ở miền Bắc trước 1975...

Vị thế người Công giáo ở nước ta lâu nay vẫn là một chủ đề đặc biệt. *Công giáo và Dân tộc* bằng cách đăng lại bài viết của Lm. Nguyễn Đình Thi *"Tội" của linh mục Trương Bá Cần*, vốn được đăng trên *Công giáo và Dân tộc* số 7, tháng 4-1971 tại Paris, cho thấy cái vị thế đặc biệt ấy của người Công giáo. Nêu lại vắn tắt quan điểm tôn giáo và chính trị cấp tiến của Lm. Trương Bá Cần ở thập kỷ 60-70, trong đó có nhiều hoạt động đứng ở "thế kẹt" giữa tôn giáo và chính trị, tác giả viết: "Tội" của Linh mục Trương Bá Cần là ở chỗ đó, là "tội" dám công khai hoạt động cho hòa bình, "tội" dám lên án chiến tranh, "tội" muốn thực hiện Giáo lý Phúc Âm "phúc cho những ai xây dựng hòa bình"... và khi đặt vấn đề "Tại sao đạo Công giáo chưa Việt Nam hóa được với người Việt Nam".

Nhắc thêm một chút để thấy rõ *Công giáo và Dân tộc* đã phải vượt qua những thử thách khó khăn dai dẳng như thế nào về chỗ đứng của mình trong làng báo.

Tôi cũng muốn kết lại bài viết này bằng một sự kiện mà hôm nay lại là thời sự, khi Quốc hội đã quyết định lộ trình xây dựng *Bộ luật tín ngưỡng, tôn giáo*. Tôi còn nhớ nhiều cây bút của *Công giáo và Dân tộc* trước đây và hiện nay đã và đang tham gia *Hội đồng Tư vấn*

---

[13] Xem bài *Cần phải chân thành, minh bạch*... bài đã dẫn.

Tôn giáo của Trung ương Mặt trận Tổ quốc Việt Nam. Trước và sau khi *Pháp lệnh tín ngưỡng, tôn giáo* (2004), tiếng nói phê bình, xây dựng của họ đối với hàng chục bản dự thảo của Pháp lệnh, thảy đều thẳng thắn, tâm huyết. Khi Pháp lệnh được thông qua và ban bố, Lm. Thiện Cẩm đã có bài "Xin chào Pháp lệnh tín ngưỡng, tôn giáo" đầy ý nhị. Là người trong cuộc, vị linh mục này, bên cạnh sự hồ hởi, vui mừng, đã rất tỉnh táo "phản biện" ngay: "Đọc xong văn bản chính thức của Pháp lệnh vừa được công bố, tôi thấy điều mà các tôn giáo và nhiều nhà chuyên môn mong muốn được ghi vào Pháp lệnh đã không được thể hiện. Đó là điều khoản pháp lý quan trọng, có tính thuyết phục cao về ý muốn của nhà nước đảm bảo tự do tôn giáo, đã được chính Hồ Chủ tịch đề ra ngay từ 1955. Điều khoản đó là "Chính quyền không can thiệp vào nội bộ tôn giáo" (Sắc lệnh 234-SL. Điều 13)[14].

Tương tự như vậy, luật sư Nguyễn Văn Phương, Linh mục Nguyễn Hồng Giáo cũng có nhận định thẳng thắn, khách quan: "Tuy đã có đổi mới, có nới rộng, nhưng các quy định của Pháp lệnh vẫn nặng nề về mặt quản lý các hành động tín ngưỡng, tôn giáo. Người tôn giáo vẫn nghĩ rằng Nhà nước cảnh giác với tôn giáo, vẫn nhìn tôn giáo chủ yếu theo quan điểm mác-xít và kinh nghiệm lịch sử Việt Nam. Sự chờ đợi của giới tôn giáo trong nước về Pháp lệnh tín ngưỡng, tôn giáo tuy chưa được đáp ứng đầy đủ, nhưng dù sao về một số phương diện nào đó, Pháp lệnh cũng đã thể hiện một bước tiến mới"[15].

Tôi không thể kéo dài bài viết hơn được nữa. 40 năm tờ báo mà tôi hết sức yêu mến, quý trọng, biết bao nghĩa tình. Có lẽ đây lại là dịp mà tôi tự nhắc mình về một "món nợ" tinh thần với tờ báo: làm sao có được một nghiên cứu nghiêm túc, đầy đủ hơn để bạn đọc xa gần, nhất là bạn đọc ngoài Công giáo hiểu biết hơn về một tờ báo Công giáo mà tôi luôn coi là một *dấu son* nữa trong lịch sử báo chí Công giáo nước nhà, cũng như lịch sử báo chí Việt Nam nói chung.

http://www.cgvdt.vn/cong-giao-viet-nam/cha-ng-duo-ng-40-nam-cong-giao-va-dan-toc-nhu-toi-biet_a1074

---

[14] Xem Tuần báo *Công giáo và Dân tộc* số 1467 ngày 16-7-2004

[15] Lm. Nguyễn Hồng Giáo, *Vài nhận định về Pháp lệnh tín ngưỡng, tôn giáo*, *Tuần san Công giáo và Dân tộc* số 1471 từ 20-8 đến 26-8-2004

NGUYỄN XUÂN VĂN, CON DẾ NỈ NON

Linh mục Vũ Khởi Phụng

Linh mục F. X. Nguyễn Xuân Văn

Suốt đời, cha Nguyễn Xuân Văn đã ước mơ chia sẻ với mọi người một sứ điệp. Cái ước mơ suốt đời ấy chính là Tin mừng mà cha đã chuyển thể thành tập thơ lục bát dài hơn 9000 câu. Tôi nhớ tới một bài hát của một nhạc sĩ Công giáo Việt Nam đã khuất, nhạc sĩ Lê Thương. Đây là một bài hát Trung Thu dành cho thiếu nhi, nhưng thiết tưởng có nhắc đến trong bầu khí này cũng chẳng có gì là bất kính đối với cha Nguyễn Xuân Văn, bởi vì trong Tin mừng thì cụ già và con nít có thể gặp nhau được:

Linh mục Matthêu Vũ Khởi Phụng

** Sinh: 1940, quê ở Thanh Hóa. Mất: 2016.*
** Thuộc dòng Chúa Cứu Thế.*
** Từng là Phó Giám Tỉnh Dòng Chúa Cứu Thế Việt Nam, kiêm Giám học Học viện.*
** Nguyên chủ bút Nguyệt san Đức Mẹ Hằng Cứu Giúp.*

"Có con dế mèn,
Thức trong đêm khuya,
Hát xẩm không tiền,
Nên nghèo xác xơ.
Trời thương con dế nỉ non,
Trời cho sao sáng ngàn muôn..."

Khi nói về Chúa, hát về Chúa, có lẽ chúng ta cũng chỉ là những người hát xẩm, vì thực ra chúng ta cũng hát trong bóng tối với cả lòng tin. Chúng ta là người hát xẩm nghèo, nhưng "trời thương con dế nỉ non, trời cho sao sáng ngàn muôn". Cha Nguyễn Xuân Văn cũng thế. Ngài dùng những đoạn lục bát, như những câu hát xẩm, để chia sẻ.

Đọc lại cuộc đời cha Nguyễn Xuân Văn, ta thấy nhiều nét cảm động: Cha được mẹ dâng cho Chúa khi còn trong bào thai. Cha mới lên bốn, người mẹ qua đời. Trước khi nhắm mắt, bà dặn chồng: "Tôi đã dâng nó cho Chúa, anh nhớ cho nó đi nhà trường". Đi nhà trường tức là đi tu chủng viện. Cha Văn kể tiếp: "Mẹ tôi đã buộc cha tôi hứa điều ấy. Như vậy, điều quý báu nhất mẹ tôi để lại chính là đã định cho tôi một hướng đi".

Người chồng đã giữ đúng lời hứa với vợ. Ông đã giáo dục con đến nơi đến chốn và đã cho con vào chủng viện. Khi thầy Văn học xong thần học thì ông cụ qua đời. Trước khi mất, cụ dặn con: "Cha không buộc con đâu. Nếu con thấy mình có thể làm linh mục được, mà làm linh mục đàng hoàng, thì con đi tới, bằng không thì con cứ lui về. Vì chẳng thà làm một giáo dân tốt còn hơn làm một linh mục xấu". Cha Văn thấy cụ cố yếu lắm rồi. Cha thưa lại: "Con vẫn ước ao dâng lễ mở tay khi cha còn sống, nhưng nay Chúa không muốn vậy, thì con cố gắng trung thành đến cùng, để làm linh mục, dâng lễ cầu nguyện cho cha." Và cha Văn đã đi hết hành trình.

Thời gian thầy Văn ở chủng viện là thời kỳ chiến tranh. Dù phải sống ở vùng sâu, vùng xa, xa cách các đấng Bề Trên trong giáo phận, việc học bị gián đoạn, chuyện phong chức thì mịt mù chẳng biết đến bao giờ, thầy Văn vẫn luôn trung thành.

Từ nỗi buồn mất mẹ, đến những gian nan trong cuộc sống thời chiến, và tình cảnh riêng của gia đình, cha Văn tâm sự: "Ngay từ nhỏ tôi đã biết khổ đau, đã đối diện với khổ đau. Lên năm, lên sáu, tôi đã biết khóc thầm vì những chuyện không nên kể, do thấy mình bị đời hắt hủi, do nỗi tủi buồn vì mồ côi, mất mẹ". Cha còn nói: "Thi sĩ là gì? Theo tôi, thi sĩ là người diễn tả được nỗi khổ đau của mình và của người khác."

Không biết có phải vì thế, vì cuộc đời gian truân gắn liền với con người nhà thơ Nguyễn Xuân Văn hay không, mà tôi đã ngồi đọc *Sứ Điệp Tình Thương* của cha, từng trang...

Trong *Sứ Điệp Tình Thương*, cha đã rất cẩn thận, hễ câu nào diễn ca Tin mừng thì in chữ đứng, còn câu nào do cha suy niệm, gắn kết suy tư riêng của cha vào Tin mừng thì in chữ nghiêng, để biết rằng đây là tâm sự riêng chứ không phải là lời *Thánh kinh*. Tôi đã tìm những đoạn chữ nghiêng để đọc, vì đó chính là nỗi lòng của cha. Qua đó, tôi thấy đoạn tha thiết nhất, cha viết dài nhất, mà như thể tình cảm dâng trào nhất, chính là đoạn Đức Mẹ ngồi ru Chúa Giêsu khi mới sinh:

Con ơi, con ngủ cho ngon,
Để rồi thức tỉnh nước non mai ngày.
Con ơi, con ngủ cho say,
Đời con trăm đắng nghìn cay đợi chờ!

Hình như cha Nguyễn Xuân Văn đã lấy cái đau mất mẹ của mình mà biến nên lời ru con, thương con mà tưởng tượng ra trước cả một cuộc đời vô cùng sóng gió.

Cha Nguyễn Xuân Văn có một tấm lòng nhạy cảm sâu sắc trước cuộc đời. Tấm lòng ấy được cụ thân sinh nuôi dưỡng bằng tất cả kho tàng văn hoá Việt Nam. Cho nên giờ đây đọc thơ cha Nguyễn Xuân Văn, chúng ta nhận ra cha làm thơ rất tình cảm. Mà đó lại còn là thơ lục bát, rất là cổ điển, rất là Việt Nam, như các chuyện dài bằng thơ của Việt Nam ngày trước.

Cũng với tấm lòng ấy, cha đã đi tìm Chúa, và cha đã tìm được. Tôi muốn nói đến những câu thơ cha mô tả việc môn đệ được Chúa gọi và đi theo Chúa:

Vội vàng cuốn gói theo Thầy,
Bên đường dừng lại bóng cây đợi chờ!

Thật bình dị. Con người của Cha thật bình dị khi gặp Chúa cũng như khi gặp giáo dân của cha.

Lân la ướm tiếng hẹn hò,
Không quen, chung một chuyến đò cũng quen.

Con người bình dị ấy mà chạm phải lời Chúa thì gặp gỡ và đón nhận được ngay:

Lời sao như gột lòng trần,
Như lôi đất thấp đến gần trời cao.

Và từ đó, dâng lên một quyết tâm:

Chia cay, sẻ đắng cùng Thầy,
Nước non là bạn, trời mây là nhà!

Có lẽ khi làm câu thơ ấy, cha đang nghĩ tới những ngày đi học xa nhà, vào chủng viện, giúp xứ chỗ này, chỗ kia, khi đau yếu, khi làm việc ở vùng sâu, vùng xa, đổi chỗ này sang chỗ khác. "Nước non là bạn, trời mây là nhà!"

Tâm tình ấy, cha ước mơ được đem chia sẻ với người khác. Trong trang đầu của tập thơ, cha viết: "Tôi muốn đem lời Chúa, lời thơ tình thương ghép thành vần, đặt lên miệng các bà mẹ, để từ đó chảy vào tai các em bé nằm trong nôi."

Và thưa Cha, nếu Cha ước mơ như thế thì vào cuối cuộc đời hay trong khung cảnh hôm nay, Chúa đã cho ước mơ của Cha thành hiện thực.

Thơ của cha không phải là thơ ca bác học, đọc đến năm lần bảy lượt vẫn chưa hiểu. Thơ cha không phải là thơ không thể thuộc lòng. Bà mẹ nào cũng có thể đọc thơ cha để ru con cách dễ dàng, và những lời thơ ấy chảy vào tai các em bé chắc cũng dễ thôi.

Trong tiểu sử của cha có kể rằng: Khi về xứ đạo đầu tiên trong cuộc đời linh mục, một xứ miền quê, cứ mỗi tối sau giờ kinh, cha ngồi kể chuyện cho giáo dân, già trẻ, lớn bé cùng nghe. Giáo dân ngồi kín hè nhà xứ. Sau khi cha đổi đi, suốt ba tháng liền, mỗi tối giáo dân vẫn kéo tới hè nhà xứ, ngồi khóc vì nhớ thương cha.

Có lẽ những câu chuyện cha kể ngày đó không gì khác hơn là *Sứ Điệp Tình Thương*. Trong lễ giỗ hôm nay, có nhiều cha đang làm mục vụ. Xin lỗi các cha, nhiều khi con nghĩ lẩn thẩn thế này: Chúa Giêsu ngày xưa chuyên giảng bằng dụ ngôn, còn bây giờ các linh mục chúng ta lại hay giảng bằng lý thuyết trừu tượng. Cho nên thật là thích thú khi biết cha Nguyễn Xuân Văn tối tối đã tập họp giáo dân lại ngay trong sân nhà xứ mà kể chuyện. Con người ấy rõ ràng muốn đưa hết tấm lòng mình chia sẻ cho người khác.

Về nghệ thuật thơ của *Sứ Điệp Tình Thương*, tôi không dám bàn. Tôi chỉ nghĩ đến tác dụng Tin mừng của nó. Với tấm lòng muốn chia sẻ niềm vui, không muốn cho lời Chúa và giáo lý của Chúa tách biệt với chuyện đời, cha Nguyễn Xuân Văn có thể giảng cho người khác nghe như là kể chuyện. Kể chuyện như con dế nỉ non. Thế nhưng không riêng cha Nguyễn Xuân Văn kể mà chính Trời Cao đang kể. Trời thương, trời cho sao sáng ngàn muôn.

Trên tường hội trường hôm nay có nhiều tấm thư pháp trang trí, ghi những câu thơ của cha Nguyễn Xuân Văn. Có một câu như sau:

Đây là bữa tiệc nửa vời,
Chờ ngày kết thúc trên trời mai sau.

Đối với chúng ta hôm nay, bữa tiệc có thể chỉ mới nửa vời, nhưng đối với cha Nguyễn Xuân Văn, chắc hẳn giờ đây bữa tiệc đã đạt tới viên mãn. Như chúng ta đã đọc trong Lời Chúa: “Ai không ăn thịt và uống máu Ta, thì không có sự sống nơi mình... Còn ai ăn thịt và uống máu Ta thì được sống muôn đời, và Ta, Ta sẽ cho người ấy sống lại vào ngày sau hết.” (Ga 6,54-56).

Bí tích chúng ta cử hành không phải là bữa tiệc nửa vời nhưng là bí tích của Nước Trời đã trở nên trọn vẹn. Thế nhưng, chúng ta, những người cử hành bí tích, lại đang sống kiếp lữ hành, cho nên chúng ta vẫn chỉ đang hát xẩm. Tiếng hát chúng ta chỉ là tiếng hát xẩm bởi vì chúng ta hát về điều mà chúng ta không nhìn thấy được. Cha Nguyễn Xuân Văn đã hát như thế và ngày nay chúng ta vẫn hát như thế. Ngay cả bữa tiệc Nước Trời đang có ngay đây thì chúng ta cũng chỉ có bằng đức tin.

Trong khi đó, cha Nguyễn Xuân Văn và những người đã ra đi trước chúng ta đang tham dự một cách khác. Và giờ đây có lẽ cha Nguyễn Xuân Văn cũng đang ngâm một bài thơ khác, hay hơn cả những bài thơ ngài đã để lại cho chúng ta. Bài thơ ấy, chúng ta chờ đợi ngày kết thúc lịch sử sẽ được nghe. Còn bây giờ, trong lòng tin, chúng ta cùng kết hợp với ngài trong cùng một lời tạ ơn, trong tấm bánh và trong chén rượu của thánh lễ này. Amen.

Bài giảng lễ giỗ 100 ngày cố linh mục thi sĩ F.X. NGUYỄN XUÂN VĂN

tại Dòng Chúa Cứu Thế Sài Gòn, 19-4-2002

TÍNH HÌNH TƯỢNG VÀ BIỂU CẢM TRONG TÁC PHẨM *SỨ ĐIỆP TÌNH THƯƠNG* CỦA NGUYỄN XUÂN VĂN

Đoàn Xuân Dũng

Tóm tắt: Giới thiệu tập diễn ca *Sứ điệp tình thương* tóm lược bốn sách Tin mừng trong Kinh thánh Tân ước, dài 9764 câu lục bát, được Lm. Phanxicô Xaviê Nguyễn Xuân Văn viết trong thời gian mười năm khi làm cha xứ ở Mằng Lăng. Phân tích và nhấn mạnh *Sứ điệp tình thương* được tác giả viết với tất cả tâm hồn dành cho Đấng mà mình yêu mến nhất. Đây là tập thơ dài mà mỗi dòng thơ đều mang tính hình tượng sinh động và biểu cảm nhịp điệu trữ tình.

Từ khóa: Lm. F.X. Nguyễn Xuân Văn, *Sứ điệp tình thương* hình tượng, biểu cảm.

1. Tác giả Phanxicô Xaviê Nguyễn Xuân Văn và tác phẩm *Sứ điệp tình thương*

Tác giả Phanxicô Xaviê Nguyễn Xuân Văn (1922-2002) sinh tại thôn Mỹ Đức, xã Ân Tín, huyện Hoài Ân, tỉnh Bình Định, thuộc giáo phận Qui Nhơn. Tu học tại Tiểu chủng viện Làng Sông (1936-1943) và Đại chủng viện Qui Nhơn (1943). Thụ phong linh mục (1956) và phục vụ tại các Giáo xứ Trúc Hà (1956), Đà Nẵng (1957), Chủng viện Làng Sông - Qui Nhơn (1958-1962), Chánh xứ Phú Hương (1962-1964), Hoà Khánh (1965-1975), Mằng Lăng (1975- 1986) và Tuy Hoà (từ 1986). Về Nước Chúa tại Tuy Hòa, tỉnh Phú Yên.

Bs. Giacôbê Đoàn Xuân Dũng

* Bút danh: Bình Nhật Nguyên. Sn. 1955 tại Nha Trang. Bác sĩ chuyên khoa cấp hai. Bệnh viện Giao Thông Vận Tải Nha Trang.
* Tác phẩm: Nguyễn Xuân Văn, một nhà thơ lục bát chuẩn mực (2017)
* Viết chung với An Thiện Minh: Tiếng Suối Reo (2012)
* Viết chung với Song Lam: Tình thơ Mân Côi (2017), Lắng trong Sương (2019), Khúc Thần nhạc (2020)
* Sẽ in: Hàn Mạc Tử - Vẻ đẹp thinh lặng và cô tịch, Hàn Mạc Tử - Vẻ đẹp nghèo khó.
* Email: binhnhatnguyen55@gmail.com

Về tác phẩm *Sứ điệp tình thương*, Lm. Phêrô Võ Tá Khánh (Trăng Thập Tự) xác định: "Tại Mằng Lăng, những năm sau 1975, chỉ có một tủ sách nhỏ mấy trăm cuốn, thiếu hẳn những sách tham khảo cần thiết cho một công trình như *Sứ điệp tình thương*. Cha Nguyễn Xuân Văn đã trực tiếp lấy tư liệu từ những giờ chầu Thánh Thể và những giờ suy tư trầm ngâm tại nhà xứ hoặc bên cạnh hòn non bộ. Lục bát của cha phảng phất Kiều. Điều đó không cần chối cãi, tuy nhiên phải nói rằng công việc của cha gặp khó khăn gấp bội công việc của Tố Như tiên sinh. Khi viết *Đoạn trường tân thanh*, Tố Như tiên sinh chỉ dựa vào cốt truyện của Thanh Tâm Tài Nhân mà viết ra một tác phẩm mới [5]. Còn cha Xuân Văn khi viết *Sứ điệp tình thương* chẳng những đã không tự dàn dựng lấy câu chuyện và tình tiết mà còn tự buộc mình phải theo sát từng câu của bản văn Tin mừng, xếp đặt các sự kiện trong đời Chúa theo sát thứ tự được đề nghị trong quyển Phúc âm tổng hợp của Senatus (Sài Gòn xuất bản, 1972)" [7, tr. 56]...

Sứ điệp tình thương là trường thiên lục bát viết về cuộc đời, con người và giáo lý Chúa Giêsu của Lm. Nguyễn Xuân Văn đã được xuất bản lần đầu ở Huế (1999) và tái bản tại Hà Nội (2001). Theo cảm nhận của tôi, *Sứ điệp tình thương* không phải một quyển Kinh thánh chứa đựng Lời Thiên Chúa, cho dù tác giả đã tóm lược toàn bộ nội dung ba sách *Tin mừng nhất lãm* và *Tin mừng theo thánh Gioan*, mà thực sự là một tác phẩm văn chương, trong đó tác giả dựa trên các trình thuật Tin mừng để diễn tả lại cảm xúc của mình khi mở lòng đón nhận Đấng Cao Cả. Chính sự yêu mến tột cùng đó mà tác giả đã quyết định chọn Ngài, theo Ngài, hiến dâng tất cả cuộc đời của mình cho Ngài và bây giờ thì viết về Ngài. Nhưng tác giả vẫn không thể nào diễn tả được hết tình thương vô biên mà Đấng Tình Yêu đã dành cho mình như chính tác giả bộc bạch trong lời phi lộ:

Tôi muốn viết về Người, Người tôi yêu mến tôn thờ
Đó là Chúa Giêsu Kitô
Rất là Chúa

Rất là người
Biết viết làm sao đây?
Tay cầm bút của tôi run lên Biết nói làm sao đây?
Miệng lưỡi của tôi tê cóng Người vĩ đại quá
Siêu việt quá [1]

[8, tr.9].

2. Đặc điểm ngôn ngữ nghệ thuật *Sứ điệp tình thương*

2.1. Thi tập *Sứ điệp tình thương* của Lm. thi sĩ Nguyễn Xuân Văn không đơn thuần là một tập diễn thơ kể lại cuộc đời Chúa Giêsu dựa theo các sách Tin mừng của bốn thánh sử Mátthêu (Mt), Máccô (Mc), Luca (Lc) và Gioan (Ga), mà đã thể hiện sâu sắc tính hình tượng, âm thanh, nhịp điệu cùng với tính sinh động và biểu cảm nghệ thuật trữ tình. Trong các tác phẩm thi ca nổi tiếng đều mang cả phong cách tạo hình của điêu khắc và hội họa cũng như phong cách tạo thanh của âm nhạc [2]. Nhà thơ Nguyễn Xuân Văn cũng đã khéo kết hợp cả hai phong cách này vào trong tác phẩm *Sứ điệp Tình thương* một cách thật hài hoà và sinh động, có được những câu thơ mô tả hình ảnh ở các cấp độ cụ thể, trừu tượng và nâng cấp đan xen cả hình ảnh cụ thể lẫn với hình ảnh trừu tượng.

Trước hết là những hình ảnh cụ thể. Ví dụ 1:

Thầy trò trải mấy ngày đường,
Nắng thiêu sạm mặt, bụi vương trắng đầu.

Mô tả sự khổ nhọc của thầy trò sau những ngày bộ hành mệt mỏi bằng những từ tạo nên hình tượng thật cụ thể bởi cái nắng nóng làm khô đen cả mặt mày "Nắng thiêu sạm mặt" và đầy ấn tượng về nỗi vất vả của Chúa Giêsu cùng các môn đệ "bụi vương trắng đầu".

Ví dụ 2:

Dứt lời tay vẫn nhẹ nhàng,
Viết rồi lại xoá từng hàng từng câu.
Kẻ thù xịu mặt quắp râu,
Già rồi tới trẻ quay đầu rút lui.

Cái hình ảnh tiu nghỉu một cách thảm bại của bọn Thông luật và Biệt phái khi bị Chúa Giêsu vạch trần âm mưu gài bẫy Ngài vào vụ án xử người đàn bà ngoại tình đã được tác giả mô tả một cách thật cụ thể và hài hước "xịu mặt quắp râu" (Ga 8,3-11).

---

[1] Các trích dẫn tác phẩm *Sứ điệp tình thương* đều theo ấn bản Nxb Tôn Giáo, Hà Nội, 2001

Ví dụ 3:

Thánh Nhan muôn ủ nghìn sầu,
Nhìn trăng, trăng nhuộm một màu xanh xao.

Để diễn tả trạng thái đau buồn, bị sỉ nhục, đánh đập cách dã man, gây nhiều vết thương trên cơ thể và mất nhiều máu (Ga 19,1-3), tác giả chỉ cần qua câu thơ: "Nhìn trăng, trăng nhuộm một màu xanh xao" là đủ thấy được cảnh tượng bọn chúng hành hạ Chúa Giêsu tàn độc như thế nào. Cái hay là dùng ánh trăng xanh xao để mô tả hình ảnh của một người bị mất nhiều máu, bởi vì trăng chỉ có sáng đẹp chứ không thể xanh xao. Cho nên chữ "trăng" ở đây còn được ngầm hiểu là tác giả muốn nói đến Chúa Giêsu. Có thể nói "Nhìn trăng, trăng nhuộm một màu xanh xao" là nghĩa biểu cảm hàm ẩn của ngôn ngữ nghệ thuật.

Ví dụ 4:

Canh tàn, trăng lặn, sao thưa,
Đất chưa rõ mặt, trời chưa thấy đàng.

Trời làm chi có mắt để mà "thấy đàng", đất đâu có con ngươi để nhìn "rõ mặt". Tạo hình tượng cái chưa rõ, cái chưa thấy ở đây chính là để mô tả cảnh trời tờ mờ sáng.

Ví dụ 5:

Giơ tay trang trọng chúc lành,
Mắt nhìn lên cõi trời xanh ngưng thần.
Nhẹ nhàng như cánh hồng vân,
Tách rời mặt đất bay dần lên cao.
Dưới chân mây bạc giăng chào,
Trên đầu rực rỡ ánh hào quang bay.

Mô tả sự kiện Chúa Giêsu lên trời, tác giả chỉ cần viết "Nhẹ nhàng như cánh hồng vân" để nói lên Chúa Giêsu Phục sinh không còn bị lệ thuộc bởi những quy luật vật lý tự nhiên. Ngài trở về nơi mà từ đó, Ngài được Chúa Cha sai xuống trần gian "Tách rời mặt đất bay dần lên cao" và cũng nơi mà Ngài sẽ nhận lại vinh quang của mình "Trên đầu rực rỡ ánh hào quang bay". Câu thơ như là một xác định lời của Chúa Giêsu nói với ông Philatô: "Nước tôi không thuộc về thế gian này... Nhưng thật ra Nước tôi không thuộc chốn này" (Ga 18,36).

Về hình ảnh trừu tượng, ví dụ 1:

Người ngay sợ nẻo tối tăm,
Kẻ gian sợ đuốc soi nhằm dấu chân.

Tác giả đã tạo hình tượng "sợ nẻo tối tăm", để nói lên người công chính làm việc gì cũng công khai trong ánh sáng. Còn kẻ gian tà lén lút làm điều mờ ám phi pháp trong bóng đêm, nên rất sợ người ta thấy và biết được "sợ đuốc soi nhằm dấu chân" (Ga 3,20-21). Rõ ràng hình ảnh mà nhà thơ sử dụng ở đây là nhằm diễn tả trạng thái tâm lý của lòng người.

Ví dụ 2:

Chỉ trong một lát nữa đây,
Trông Thầy chỉ thấy trời mây một màu
Nhưng rồi trong một ít lâu,
Lại nom thấy bóng minh châu Thầy về.

Cả 4 câu thơ không tìm thấy một chữ "chết" hay chữ "sống" nhưng tác giả đã diễn tả được việc các môn đệ sẽ không còn nhìn thấy Chúa Giêsu trong một thời gian ngắn, nghĩa là nói đến việc Chúa chịu tử nạn "trời mây một màu" (Mc 15,33-37), và sau đó là sự phục sinh huy hoàng "bóng minh châu" của Chúa Giêsu thì thật tuyệt diệu (Lc 24,36-43).

Ví dụ 3:

Giuđa chán nản ê chề,
Mặt trông hổ mặt lòng chê trách lòng.
Ruột gan lộn tréo lộn vòng,
Lương tâm rắn rít cắn trong rút ngoài.
Gối tay thao thức canh dài,
Tiếng đâu thét mắng vào tai không ngừng.

Sự hối hận muộn màng của Giuđa đã khiến cho hắn vô cùng hổ thẹn về việc làm bất nhân bất nghĩa của mình "Mặt trông hổ mặt lòng chê trách lòng". Chính lương tâm hắn dằn vặt dữ dội chứ nào có "rắn rít cắn trong rút ngoài". Và chính lương tâm của Giuđa là vị thẩm phán kết tội hắn chứ nào có ai kết tội hắn đâu "Tiếng đâu thét mắng vào tai không ngừng" (Mt 27,3-4).

Ví dụ 4:

Hắn rút ngay chiếc hầu bao,
Bấy lâu cột kỹ dắt vào bên hông.
Mở ra đếm lại từng đồng,
Nghe như những cục than hồng trên tay.
Không còn thơm mát mảy may,
Không còn làm hắn ngất ngây vui mừng.
Mắt nhìn túi bạc trừng trừng,

Mà lòng nguội lạnh dửng dưng mất rồi.
Cho hay những thú tanh hôi,
Vui trong chốc lát buồn thôi một đời.

Trước những khổ nạn mà Chúa Giêsu gánh chịu, Giuđa đã nhận thức được hậu quả khủng khiếp do sự phản bội của mình. Chính khi đó, những đồng bạc tội lỗi đã trở nên "những cục than hồng" thiêu đốt tâm can hắn, chứ chẳng còn chút gì "thơm mát". Giờ đây Giuđa xác tín rằng chỉ có Chúa Giêsu mới là Đấng đem niềm vui và hạnh phúc cho cuộc sống, chứ những đồng bạc kia chỉ là những miếng kim loại lạnh ngắt không tình không nghĩa "nguội lạnh dửng dưng mất rồi" (Mt 27,5-10).

Về khả năng phối kết hình ảnh cụ thể và trừu tượng, ví dụ 1:

Đời sao cơ cực điêu linh,
Thân sao dơ dáng dại hình bấy thân!
Đói lòng buộc phải dời chân,
Về miền thôn dã tảo tần kiếm ăn.

Kết hợp diễn tả tâm trạng chán nản "cơ cực điêu linh" và thân thể tiều tụy "thân sao dơ dáng" của đứa con hoang đàng sau khi tiêu hết tiền bạc lại gặp nạn đói trong vùng phải lang thang đi kiếm ăn, tác giả đã tạo nên hình ảnh một con người nghèo đói thật thảm hại (Lc 15,14-16).

Ví dụ 2:

Bể sâu rừng rậm núi cao,
Giờ đây còn biết tìm vào nơi đâu?
Nhẹ lưng nhẹ túi mặc dầu,
Lòng không nhẹ được mối sầu vạn cân.

Mặc dầu đã quăng lại những đồng bạc tham lam nhưng nỗi đau khổ vẫn đeo đuổi theo kẻ bán Chúa "Lòng không nhẹ được mối sầu vạn cân", và mặc dầu "Nhẹ lưng nhẹ túi", nhưng nỗi tủi hổ đã làm cho Giuđa không tìm thấy nơi nào cho mình dung thân trong cõi trời cao đất rộng (Mt 27,3-4).

Ví dụ 3:

Bỏ thôi ý định bôn đào,
Vất thôi những tiếng thét gào sau lưng.
Lấy gân tiến bước vào rừng,
Lấy can đảm cột dây thừng lên cây.
Một cây lá rậm cành dày,
Vừa che tội ác vừa thay mộ phần.

Giuđa, dù là một kẻ phản Thầy bán Chúa, đã quyết tâm tự vẫn, nhưng cái tâm lý cuối cùng của người chết vẫn là muốn che giấu cái xấu của mình và mong được mồ yên mả đẹp mặc dù vẫn biết mình là bất xứng. Thi sĩ Nguyễn Xuân Văn đã không quên tình tiết quan trọng này và đã kết hợp thật hài hoà cái tâm lý đó trong câu thơ "Một cây lá rậm cành dày", để tạo hình tượng "Vừa che tội ác, vừa thay mộ phần" một cách thật thâm thuý (Mt 27,5).

2.2. Không như trong nghệ thuật điêu khắc và hội họa, thi ca tạo nên những âm thanh không chỉ riêng nhờ hình tượng mà còn ngay bản thân của từ sử dụng, nhất là từ láy [1]. Nhà thơ Nguyễn Xuân Văn đã khai thác triệt để lợi điểm này để diễn đạt tâm trạng nhân vật bằng sự liên tưởng để tạo nên những âm thanh tương ứng. Trước hết là âm thanh diễn tả sự kiện. Ví dụ 1:

Lòng dân sôi sục lên ngay,
Đồng thanh hò hét như bầy quỉ ma:
"Baraba! Baraba!
Xin quan phóng thích xin tha khỏi tù".

Tác giả dùng từ "sôi sục", "hò hét" và cách ngắt câu ở vị trí 3/6 đã tạo cho câu thơ không những có vần điệu, có âm thanh mà còn diễn tả được quang cảnh hỗn tạp của một vụ biểu tình hơn là một buổi nghị án (Mt 27,20-21).

Ví dụ 2:

Tiếng dân dữ tợn hét la,
Kinh thiên động địa vang xa bốn bề.
Nghe sao rờn rợn gớm ghê,
Nghe nhưng nhức óc, nghe tê buốt người.

Khi sự ác đã dâng lên tột điểm thì âm thanh càng trở nên "Nghe sao rờn rợn gớm ghê" đến nỗi nó làm cho một con người bình thường không chịu đựng được vì "Nghe nhưng nhức óc, nghe tê buốt người" (Mt 27,22-25).

Trong *Sứ điệp tình thương*, âm thanh được sử dụng như một phương thức nghệ thuật diễn tả tâm trạng. Ví dụ 1:

Dội lên những tiếng rõ kêu,
Như gây thất vọng như khêu hận sầu.
Bạc chạm nền đá hoa màu,
Nghe như vỡ ngọc tan châu đầy nhà.
Bạc rơi vào lọ cắm hoa,

Kêu như não bạt phèng la rộn ràng.
Có đồng chạm trụ đèn vàng,
Tiếng kim khí dội nghe càng thê lương.
Đồng nhằm vách đá hoa cương,
Nghe như đao kiếm một trường chiến chinh.
Đồng rơi nhằm bục giảng kinh,
Kêu như tiếng búa gõ đinh quan tài.

Tác giả đã khéo vận dụng sự va chạm đơn điệu của các đồng bạc để tạo nên những âm thanh phức tạp xâu xé trong tâm hồn của Giuđa, kẻ phản Thầy bán Chúa với những cụm từ diễn tả sự thất vọng: "Nghe như vỡ ngọc tan châu", não nùng: "Kêu như não bạt phèng la", than khóc: "Tiếng kim khí dội nghe càng thê lương", xâu xé: "Nghe như đao kiếm một trường chiến chinh", huỷ hoại: "Kêu như tiếng búa gõ đinh quan tài" (Mt 27,5).

Ví dụ 2:

Giuđa tuyệt vọng vô hồi,
Miệng cười hăng hắc chân dời đòn kê.
Tiếng cười lạc giọng lê thê,
Kêu lên ằng ặc nghe ghê rợn người.

Mô tả sự tự vẫn của Giuđa bằng cách thắt cổ với tiếng cười "hăng hắc" của một kẻ tự mãn nhưng "lê thê" đầy tuyệt vọng, tác giả không dùng từ chết mà vẫn tái hiện một cách rõ ràng cảnh Giuđa đang giãy giụa "ằng ặc" vì ngạt thở, thật rùng rợn.

Kết hợp âm thanh để tạo nên hình tượng sinh động là một phương thức nghệ thuật rất hay, được Nguyễn Xuân Văn sử dụng để làm nổi bật tình tiết và làm rõ nội dung muốn ám chỉ.

Ví dụ 1:

Phướn tang cờ rũ đen trời,
Sáo ngân điệu thảm kèn khơi mạch sầu.
Người đi vào cõi thiên thâu,
Kẻ đưa tư lự cúi đầu trang nghiêm.

Không cần phải mô tả dài dòng, chỉ qua 4 câu thơ mà tác giả đã tạo được hình ảnh của một đám tang với đầy đủ nghi thức "Phướn tang cờ rũ" và "Sáo ngân điệu thảm, kèn khơi mạch sầu" làm cho những người đưa tang cũng phải đắn đo suy nghĩ về thân phận mỏng manh của kiếp người và ngày trở về cùng cát bụi: "Kẻ đưa tư lự cúi đầu trang nghiêm" (Lc 7,11-13).

Ví dụ 2:

Đám tang buồn thảm dở chừng,
Biến thành đám hội như rừng nở hoa.
Hồng ân Thiên Chúa ngợi ca,
Đàn reo dậy đất, kèn loa vang trời.
Tiên Tri Cả đã ra đời,
Xuân tan băng giá, thu khơi mưa rào.

Cũng đám tang đó, khi người con trai của bà goá đã được Chúa Giêsu cho sống lại thì trở thành "đám hội như rừng nở hoa" với những tiếng "Đàn reo dậy đất, kèn loa vang trời", và quan trọng hơn cả là họ tin có một Đấng Cứu Tinh đang cứu họ thoát khỏi những bế tắc của cuộc sống: "Xuân tan băng giá, thu khơi mưa rào" (Lc 7,14-17).

Ví dụ 3:

Vườn Dầu vắng ngắt vắng teo,
Mơ màng với mảnh trăng treo đầu cành.
Côn trùng rỉ rả liên thanh,
Nghe như ma quỷ vờn quanh chuyện trò.

Hằng ngày Chúa Giêsu và các môn đệ vẫn thường vào vườn cây Dầu, một nơi yên tĩnh với "mảnh trăng treo" thích hợp cho việc cầu nguyện. Nhưng hôm nay, trước cuộc khổ nạn, vườn cây Dầu không còn thân thuộc nữa mà trở nên "vắng ngắt vắng teo", đệm tiếng "Côn trùng rỉ rả liên thanh", tạo nên cảnh "Nghe như ma quỷ vờn quanh chuyện trò", hình ảnh ghê sợ đến nỗi "Trông như thú dữ đang bò dưới trăng", với những âm thanh xui xẻo đầy chết chóc của "Cú sầu đưa giọng nghe văng vẳng sầu". Tất cả những hình tượng và âm thanh đó đều nhằm diễn tả tâm trạng cô đơn và sợ hãi của Chúa Giêsu trước cuộc khổ nạn trong thân phận con người (Mt 26,36-44)...

2.3. So với tất cả các phong cách nghệ thuật, thơ có tính sinh động và biểu cảm cao nhất. Chính đặc tính này đã tạo ra một con đường riêng làm thành bản chất của thơ: tác động bằng tình cảm. Có thể nói, tính sinh động và biểu cảm của ngôn ngữ là một trong các thành tố quan trọng làm nên chất trữ tình trong văn bản nghệ thuật. Thơ ca mà ít tính biểu cảm sẽ rơi vào triết lý khô khan, khó giao hoà với người đọc. Việc khai thác đặc điểm về tính biểu cảm của ngôn ngữ nghệ thuật chính là đã tạo ra một cái cầu nối với người đọc để tìm sự chia sẻ, tri âm [3], [4]... Chính vì thế, khi sáng tạo ra những kiểu kết hợp từ, các kiểu kết cấu cú pháp mới lạ nhưng Nguyễn Xuân Văn vẫn không đi chệch khỏi chuẩn mực và sử dụng đúng chỗ và hợp lý những từ tình thái.

Ví dụ 1:

Hờn duyên tủi phận với người,
Chịu câu khinh bạc nhịn lời mỉa mai.

Trong bối cảnh xã hội Do Thái thời Chúa Giêsu, người phụ nữ mà không sinh con là một điều vô cùng sỉ nhục và đáng hổ thẹn, chẳng thua gì quan điểm "thất xuất" đối với người phụ nữ Đông phương, trong đó không có con nối dõi tông đường là một tội lớn. Để diễn tả tâm trạng người phụ nữ già nua mà chưa có con, thi sĩ Nguyễn Xuân Văn đã nói lên cái mặc cảm "hờn duyên tủi phận", cái đau khổ "chịu câu khinh bạc", và cái nén lòng "nhịn lời mỉa mai" của bà Elisabét (Lc 1,5-7).

Ví dụ 2:

Người đi lưu luyến núi rừng,
Cỏ sầu hoa ủ không ngừng nhớ thương.

Tác giả đã khéo tách từ "cỏ hoa" và "ủ sầu" và kết hợp các từ đó lại để diễn tả tình cảm thân thiết với nơi mình đã ở bằng các cụm từ "lưu luyến núi rừng", "cỏ sầu hoa ủ", "không ngừng nhớ thương" thì quả thật câu thơ tạo nên sự sinh động và biểu cảm cao cái giây phút chia tay với thiên nhiên không khác chi với con người.

Ví dụ 3:

Non sông chung gánh chung chèo,
Thôi mây ngũ sắc, thôi bèo phồn hoa.

Cải biên từ thành ngữ "Chung lưng đấu cật" để tạo nên một thành ngữ mới "chung gánh chung chèo" cũng diễn tả sự hợp sức với nhau để thực hiện một mục đích chung. Và để diễn tả quyết tâm theo Chúa của thánh Mátthêu bằng việc từ bỏ sự nghiệp, từ bỏ danh lợi giàu sang, tác giả đã sử dụng các cụm từ có sức biểu cảm cao nhưng không kém phần sinh động: cái mau tan biến của danh vọng "thôi mây ngũ sắc", cái mau hư mất của giàu sang "thôi bèo phồn hoa" (Lc 5,27-28).

Ví dụ 4:

Ngày lo đêm sợ bồi hồi,
Đem theo sợ mất, cất ngồi không yên.

Bằng cách tách từ "ngày đêm", "lo sợ" và kết hợp các từ này lại với nhau, tác giả đã diễn tả tâm trạng "ngày lo đêm sợ" của kẻ chỉ biết cất giữ loại của cải "đem theo sợ mất" vì coi nó như là cùng đích của đời mình "cất ngồi không yên" (Lc 12,33-34).

Ví dụ 5:

Trổ tài nhảy múa hát ca,
Lẳng lơ đưa đẩy, thu ba gợi tình.

Nếu không mang tính sinh động "lẳng lơ đưa đẩy" và biểu cảm "thu ba gợi tình" thì làm sao người đọc tưởng tượng được hình ảnh của một cô gái ăn mặc khêu gợi, với những điệu nhảy uốn éo khiến cho gã "Râu dê" hài lòng đến mức dám hứa cho cả nửa đất nước của mình nếu cô gái này muốn xin (Mt 14,6-7).

Ví dụ 6:

Lau sao cho tóc rối bời,
Hôn sao cho dại đôi môi héo buồn.
Càng lau lệ thảm càng tuôn,
Tóc mây vấn vít, nụ hôn nồng nàn.

Cái sinh động của câu thơ là ở chỗ "lau sao cho tóc rối bời" và biểu cảm ở câu "Hôn sao cho dại đôi môi héo buồn". Cái sinh động và biểu cảm đó còn được nâng cao hơn khi tác giả kết ở câu "Tóc mây vấn vít, nụ hôn nồng nàn". Chỉ cần qua bốn câu thơ mà tác giả đã lột tả trọn vẹn tấm lòng hối lỗi chân thành của người phụ nữ, thì dù ai có lòng dạ sắt đá thế nào đi nữa cũng phải tha thứ mà thôi (Lc 7,36-38).

Ví dụ 7:

Xưa sao hoa bướm dập dìu,
Giờ sao đói rách, đìu hiu một mình...
Lắm phen ăn đói ngủ trần,
Dành rơm thú vật, bớt phần cám heo.

Tình cảnh đói khổ của đứa con hoang đàng được tác giả miêu tả thật sống động bởi cách tạo hình tượng thật sâu sắc về cái nghèo "Áo quần tơi tả xác xơ", với cái đói "Sáng xơi canh cặn, tối nhần cơm thiu", kết thành cái nghèo đói "Dành rơm thú vật, bớt phần cám heo" (Lc 15,14-16).

Ví dụ 8:

Bầu trời tím ngắt một màu,
Vầng trăng lơ lửng trên đầu mét meo.
Cỏ cây ủ rũ buồn teo,
Người sầu cảnh cũng sầu theo với người.

Đêm trước khi chịu khổ nạn, trong vườn Cây Dầu, với thân phận con người, Chúa Giêsu cảm thấy sợ hãi và cô đơn trước những đau khổ sắp gánh chịu. Tác giả đã mô tả thật tài tình cái không gian buồn da diết "Bầu trời tím ngắt một màu" và cái thời gian trong cô đơn gần như tuyệt vọng "Vầng trăng lơ lửng trên đầu mét meo". Và tính sinh động của câu "Cỏ cây ủ rũ buồn teo" càng biểu cảm rõ hơn tâm trạng của nhân vật "Người sầu cảnh cũng sầu theo với người" tương tự như câu thơ trong *Truyện Kiều* "Người buồn cảnh có vui đâu bao giờ" (Mt 26,37-38; Mc 14,32-34; Lc 22,39-40).

Ví dụ 9:

Mặc ai phím lỏng tơ chùng,
Phần con nguyện sẽ thuỷ chung với Thầy.

Tác giả dùng từ "phím lỏng tơ chùng" để làm hình ảnh so sánh nhằm diễn tả lòng trung thành của Thánh Phêrô đối với Chúa Giêsu thì quả là gây ấn tượng mạnh cho người đọc. Sự "thuỷ chung với Thầy" chỉ có thể là "đứt dây" chứ không thể là "lỏng chùng". Điều đó đã được chứng minh bằng cái chết treo ngược của Thánh Phêrô sau này (Lc 22,33; Ga 13,36-37).

Ví dụ 10:

Giọng ngài xa vắng mơ hồ,
Trầm buồn như tự dưới mồ đưa lên.
Nghe sao chan chứa ưu phiền,
Buồn sao day dứt liên miên là buồn.
Cô đơn xâu xé tâm hồn,
Chúa quay lại chỗ ba môn đệ ngồi.

Tác giả mô tả lời cầu nguyện của Chúa Giêsu trong vườn Cây Dầu với cái giọng "Trầm buồn như tự dưới mồ đưa lên" tạo một hình ảnh sinh động để diễn tả cái tâm trạng "Buồn sao day dứt liên miên là buồn" của nỗi "Cô đơn xâu xé tâm hồn" gần như tuyệt vọng của Chúa Giêsu trước khi chịu khổ nạn, thật không gì biểu cảm cho bằng (Mt 26,39; Mc 14,35-36; Lc 22,41-44).

2.4. Về tính sinh động và biểu cảm trong *Sứ điệp tình thương*, tôi xin đơn cử một số đặc điểm nổi bật và mạn phép được so sánh với *Truyện Kiều* của thi hào Nguyễn Du [2], [5]. Trong sự so sánh này, tôi không có ý nói đến cái hay dở hoặc sự hơn thua - bởi vì mỗi tác giả đều có cách sử dụng ngôn từ riêng, rất độc đáo và thi vị - nhưng là nhằm nói lên sự phong phú của tiếng Việt, với thi cảm riêng của mỗi tác giả, đồng thời giúp chúng ta có thể nhận ra được giá trị văn chương của thi phẩm *Sứ điệp tình thương* trong dòng văn học Việt Nam cho dù đó là một tác phẩm thuần Kitô giáo.

Về nghệ thuật tả người, thi hào Nguyễn Du đã mô tả cái đẹp của Thuý Vân bằng những lời thơ như sau:

Vân xem trang trọng khác vời,
Khuôn trăng đầy đặn, nét ngài nở nang.
Hoa cười ngọc thốt đoan trang,
Mây thua nước tóc, tuyết nhường màu da.

Với "Khuôn trăng đầy đặn, nét ngài nở nang", Nguyễn Du miêu tả một thiếu nữ có khuôn mặt tròn trịa, với đôi lông mày to dài thì có lẽ chỉ là tướng của một cô gái phúc hậu nhờ cách "Hoa cười ngọc thốt đoan trang", với cái đẹp chỉ thuần tuý bên ngoài "Mây thua nước tóc, tuyết nhường màu da". Nguyễn Du mô tả sắc đẹp của Thuý Vân chủ yếu là cái đẹp của dung mạo với đức hạnh đoan trang. Và sắc đẹp của Thúy Kiều càng trổi vượt hơn:

Kiều càng sắc sảo mặn mà,
So bề tài sắc lại là phần hơn.
Làn thu thủy, nét xuân sơn,
Hoa ghen thua thắm, liễu hờn kém xanh.

Nhưng cái đẹp của đôi mắt đào hoa "làn thu thủy" và khuôn mặt hồng loan "nét xuân sơn" của Thúy Kiều lại tiềm ẩn một cá tính không được đoan trang như cô em Thúy Vân. Thêm vào đó cái đẹp sắc sảo đến mức hoa phải ghen, liễu phải hờn "Hoa ghen thua thắm liễu hờn kém xanh" như là tiên báo một cuộc đời không được êm xuôi và hạnh phúc. Tất cả những cái đẹp đó cũng chỉ là sắc đẹp ngoại hình của một phàm nhân.

Còn Lm. Thi sĩ Nguyễn Xuân Văn đã diễn tả dung nhan của Đức Maria như thế nào?

Trăng tròn mười sáu xuân xanh,
Xinh tươi như sắc mây lành rạng đông.
Dung nhan rực rỡ vừng hồng,
Trăng in đáy nước, mây lồng bóng gương.
Vườn xuân khoá kín thiên hương,
Cõi trần không chút vấn vương bụi trần.

Với "Xinh tươi như sắc mây lành rạng đông" tác giả miêu tả nét đẹp của Đức Maria dịu dàng thanh khiết nhưng không kém phần sống động "rực rỡ vừng hồng" của ánh hào quang thánh thiêng chứ không phải cái chim sa cá lặn. Bởi vì nét đẹp thuần khiết không kiêu sa của "Trăng in đáy nước, mây lồng bóng gương" sẽ tồn tại vững bền theo năm tháng và được giữ gìn "Vườn xuân khoá kín thiên hương" để dâng trọn cho Thiên Chúa "Cõi trần không chút vấn vương bụi trần". Vì thế nét đẹp của Đức Maria mà thi sĩ Xuân Văn mô tả là cái Thiện và Mỹ của cả thân xác và tâm hồn. Cái đẹp hướng về sự thánh thiêng và dành cho Thiên Chúa. (Lc 1,26-30).

Trong khi thi hào Nguyễn Du ca ngợi sắc đẹp của hai nàng Thúy chủ yếu bằng những hình ảnh dưới đất "mây, tuyết, hoa, liễu"; thì Lm. Nguyễn Xuân Văn lại ca tụng nét đẹp của Đức Maria chủ yếu bằng những hình ảnh trên trời "mây lành", "vừng hồng", "trăng in", "thiên hương". Điều này nói lên hai cái đẹp cơ bản khác nhau, một bên sắc đẹp phàm nhân và một bên sự mỹ thánh thiêng. Mà cái đẹp, sự duy mỹ nào cũng có những nét độc đáo riêng của nó.

3. Tạm kết

Với những ví dụ dẫn chứng được nêu trên, chúng ta có thể cảm được phần nào nét độc đáo và rất riêng về tính sinh động và biểu cảm trong *Sứ điệp tình thương* của Lm. Thi sĩ Nguyễn Xuân Văn. Đây chỉ mới là một nét độc đáo về mặt văn chương của thi phẩm. Còn rất nhiều nét thi vị và độc đáo của thi phẩm mà chỉ khi lắng hồn để nghiền ngẫm, chúng ta mới có thể cảm được sức sống mà Nguyễn Xuân Văn muốn chuyển tải cho người đọc, không những về mặt nghệ thuật văn chương mà còn cả một nghệ thuật sống theo Lời dạy và gương mẫu của Chúa Giêsu Kitô.

Tài liệu tham khảo

[1] Hữu Đạt (1999), Phong cách học tiếng Việt hiện đại, Nxb Khoa học xã hội, Hà Nội.

[2] Bùi Công Hùng (2000), Quá trình sáng tạo thơ ca, Nxb Văn hóa thông tin, Hà Nội.

[3] Đinh Trọng Lạc (2005), 99 Phương tiện và biện pháp Tu Từ Tiếng Việt, Nxb Giáo dục, Hà Nội.

[4] Đinh Trọng Lạc, Nguyễn Thái Hòa (2001), Phong cách học Tiếng Việt, Nxb Giáo dục, Hà Nội.

[5] Lê Xuân Lít (2003), Tìm hiểu từ ngữ Truyện Kiều, Nxb Giáo dục, Hà Nội.

[6] Trần Đình Sử (2001), Những thế giới nghệ thuật thơ, Nxb Đại học Quốc gia, Hà Nội.

[7] Trăng Thập Tự (2006), "Thi sĩ Lm. Nguyễn Xuân Văn và *Sứ điệp tình thương*", Tin mừng trong dáng đứng Việt Nam, Trung tâm Mục vụ Tổng hợp Anrê Phú Yên. Tài liệu lưu hành nội bộ.

[8] Nguyễn Xuân Văn (2001), *Sứ điệp tình thương*, Tái bản. Nxb Tôn giáo, Hà Nội.

LINH MỤC PIÔ NGÔ PHÚC HẬU

Wikipedia

Linh mục Piô Ngô Phúc Hậu

Linh mục Piô Ngô Phúc Hậu sinh ngày 9 tháng 5 năm 1936 tại Giáo Phận Hưng Hóa, là một linh mục truyền giáo của Giáo hội Công giáo Rôma. Ông cũng là một nhà văn, nhà báo với rất nhiều tác phẩm được công chúng biết đến. Ông nguyên là phó xứ của Nhà thờ chính tòa Cần Thơ, nguyên Giám đốc Trường trung học Đồng Tâm tại Cần Thơ, nguyên chánh xứ Bảo Lộc, Cà Mau và chánh xứ Cái Rắn, Cà Mau.

Sự nghiệp

Ngô Phúc Hậu còn được gọi là Tám Hậu, ông sinh ngày 9 tháng 5 năm 1936 tại xã Hiền Quan, huyện Tam Nông, tỉnh Phú Thọ, thuộc Giáo phận Hưng Hoá.

Từ năm 1955 đến năm 1961, ông theo học tại Đại chủng viện Thánh Tôma và Học viện Lê Bảo Tịnh. Năm 1962 đến năm 1964, ông học tại Đại chủng viện Thánh Giuse Sài Gòn. Ông được thụ phong linh mục vào ngày 10 tháng 05 năm 1964 tại Cần Thơ.

Năm 1965 linh mục Hậu là phó xứ của Nhà thờ chính tòa Cần Thơ và Giám đốc Trường Trung học Đồng Tâm tại Cần Thơ. Từ năm 1967 đến 1971, ông là Giám đốc trường Trung học Đồng Tâm tại Cần Thơ.

Bắt đầu từ năm 1971 đến năm 1975 khi Việt Nam thống nhất, ông thi hành mục vụ truyền giáo tại Năm Căn, Cà Mau. Từ năm 1979 đến năm 1994, ông là Chánh xứ Bảo Lộc, Cà Mau. Từ năm 1994, ông làm Chánh xứ Cái Rắn, Cà Mau.

Từ tháng 7 năm 2020, ông nghỉ hưu tại nhà thờ Sơn Lộc, Trung Sơn Trầm, Sơn Tây, Hà Nội.

Cuộc sống

Lm. Piô Ngô Phúc Hậu làm việc không ngừng nghỉ cho dù tuổi của ông ngoài 70. Ông vẫn lội bộ băng ruộng đồng dưới trời nắng cháy đi thăm giáo dân và truyền giáo. Ông chọn lối sống rất bình dân cùng những nông dân mà mình truyền giáo. Dù linh mục Hậu bị mắt phải hỏng và tai phải yếu, nhưng ông lại cho rằng "Có khi tôi mù và điếc lại nảy sinh ra nhiều sáng kiến truyền giáo hơn là sáng mắt và thính tai!". Linh mục truyền giáo Ngô Phúc Hậu có lối nói chuyện dí dỏm, hóm hỉnh, sâu sắc và thu hút người nghe. Ông có cách suy nghĩ về công việc truyền giáo khác với một số tu sĩ. Ông không tha thiết lắm với việc xây nhà thờ, ông cho rằng xây dựng con người là cần trước đã.

Ngoài công việc mục vụ, truyền giáo của linh mục, ông thường viết văn, viết báo và thường được mời tham gia những khóa thường huấn Linh mục của các Giáo tỉnh về công tác truyền giáo, dạy giáo lý cho thiếu nhi, hội thảo giới trẻ của Hội đồng Giám mục Việt Nam

Tác phẩm

Ông viết nhiều truyện ngắn dưới dạng hồi ký, nhật ký, tự thoại, tùy bút. Các tác phẩm của ông được xuất bản và đăng trên nhiều báo Công giáo. Rất nhiều những bài viết của ông được đăng trên báo *Công giáo và Dân tộc*. Các bài viết của ông chứa nhiều giá trị nhân văn nên được cả người ngoài đạo Công giáo biết đến và mến mộ. Một số tên tác phẩm:

Nhật Ký Truyền giáo, xuất bản lần đầu tại Sài Gòn năm 1996, in ba lần ở Hoa Kỳ năm 1999, 2000, 2006.

Viết Cho Em, Sài Gòn, 2002.

Nhật Ký Đức Giêsu, Sài Gòn, 2005.

Dấu Chân Của Chúa

Linh mục Của Ai

Vatican II

Canh Tân Giáo hội từ dưới lên trên

Chòi thờ và Nhà thờ

Vai trò Giáo Dân trong việc truyền giáo

Vai trò của người phụ nữ trong Giáo hội

Công Bằng Xã hội

Hội Nhập Văn Hoá

Thờ cúng tổ tiên

Cây roi của mục vụ

Ăn chay và kiêng thịt

Cộng đồng cơ bản

Tản mạn về Vaticano II

Cái Rắn của tôi

Lòng khiêm tốn là chứng tá Tin mừng

Đến với người nghèo

Công việc truyền giáo

Trong hơn 10 năm thực hiện công việc truyền giáo tại địa điểm Cái Rắn, Cà Mau, linh mục Ngô Phúc Hậu đã thực hiện rửa tội cho hơn 2000 người. Ông giúp cho người dân tại các giáo điểm truyền giáo những công việc như đổ bê-tông cho hơn 4.790m đường, xây 20 cây cầu bắc qua các con rạch, đào gần 200 giếng nước, xây 60 căn nhà tình thương cho người nghèo, xây dựng một tổ y tế với chi phí mỗi năm trên 100 triệu đồng Việt Nam. Ông cũng trợ cấp học bổng cho học sinh nghèo với chi phí khoảng 200 triệu đồng mỗi năm.

Đánh giá

•"... Lm. Piô Ngô Phúc Hậu, một vị truyền giáo nổi tiếng của vùng Năm Căn, Cà Mau, sông nước mênh mông. Nay, Ngài đã trở về quê hương Hưng Hóa và nhập tịch địa phận Hưng Hóa. Với kinh nghiệm truyền giáo tuyệt vời và sâu sắc, Ngài đã giúp linh mục đoàn Đà Lạt ý thức hơn về việc truyền giáo, đặc biệt việc loan báo Tin mừng cho lương dân như lời Thánh Gioan Phaolô II đã nhấn mạnh "đến với muôn dân" (Ad gentes)" - trích bài tổng kết tĩnh tâm năm 2012 của linh mục đoàn Đà Lạt do Tòa Giám mục Đà Lạt viết.,

Câu nói

•"Xin anh chị em luôn nhớ đến những người lương nghèo khó và quê hương Việt Nam."

•"Truyền giáo là đem sự yêu thương, đem Chúa đến mọi người, không phân biệt trong đạo hay ngoài đạo, vì Chúa là Tình Yêu".

Nguồn: *Bách khoa toàn thư mở Wikipedia*
https://vi.wikipedia.org/wiki/Piô_Ngô_Phúc_Hậu

THI SĨ HÀN LỆ THU: CUỘC ĐỜI VÀ THƠ

Lê Minh Sơn

Thi sĩ Hàn Lệ Thu

1. Như giọt nước mắt lạnh buồn, long lanh sương thu

Hàn Lệ Thu tên thật là Clara Cecilia Nguyễn Thị Thu Cúc, sinh ngày 11/8/1940 tại thôn Thiều Quang, xã Phước Thắng, huyện Tuy Phước, tỉnh Bình Định, là con út của cụ Nguyễn Thế Anh (tức Đại đức Thích Quảng Nguyện) và bà Bùi Thị Diễn. Gia đình có tất cả 9 anh chị em, 3 người mất sớm. Vì là con út trong nhà nên Thu Cúc được Thầy, Mẹ và các anh chị thương lắm! Chị đã từng trải qua một tuổi thơ trong trẻo trong vòng tay ấm của gia đình.

Phêrô Lê Minh Sơn

* *Sinh: 15-10-1968 tại Kon Tum.*
* *Một số tác phẩm:*
* *Giải nhất "Cuộc thi Nhánh Huệ Nước Trời 2011".*
* *Kon Tum, vần thơ đạo ngày ấy (Sưu tập).*
* *Tiểu sử các Giám mục, Linh mục truyền giáo và phục vụ Giáo phận Kon Tum đã qua đời từ năm 1848 tới nay.*
* *Các Linh mục Thừa sai Hải ngoại Paris đã phục vụ Giáo phận Kon Tum (1850-1975).*
* *Email: <lmsonkt@gmail.com>*

Năm 7 tuổi chị xin Thầy cho đi học đàn. Năng khiếu đàn hát của chị sớm bộc lộ và càng ngày càng tiến triển theo thời gian, như anh ba Nguyễn Thế Diêu (tức nhà thơ Xuân Quang) đã viết ở quê nhà Thiều Quang - Tuy Phước - Bình Định:

Em tôi Thu Cúc tí ti
Ưa đàn thích hát làm gì cũng ngoan.

Nhưng cuộc đời của "nàng công chúa" *(Và em công chúa ngồi trên kiệu - HLT)* sớm chìm trong khổ đau với căn bệnh quái ác. Năm 12 tuổi, lứa tuổi bắt đầu dệt bao mộng đẹp, thì thật oái ăm chị lại khởi phát căn bệnh phong. Thời gian đầu bệnh còn nhẹ, gia đình đưa vào khám và điều trị tại trại phong Qui Hòa, Qui Nhơn, sau đó vào trại phong Nha Trang năm 1955, ra Huế năm 1957 rồi về trại phong Qui Hoà, Qui Nhơn năm 1959 và ở đó cho đến cuối đời, Trong thời gian này, thỉnh thoảng chị có vào Nha Trang, và cũng có một giai đoạn về Gò Bồi sống với gia đình.

Dù mang trong người bệnh tật và chớm thấy một viễn cảnh không được sáng sủa trong tương lai, nhưng cô gái trẻ vẫn theo đuổi niềm hy vọng thay đổi số phận. Chị vất vả ngược xuôi tìm thầy chạy thuốc nhưng bệnh tật cứ vẫn không chịu buông tha chị. Thời gian ở Bệnh viện phong Núi Sạn - Nha Trang, Kiều Lệ (biệt hiệu khác của Thu Cúc) tham gia hát trong chương trình *"Tiếng hát người nghèo"* của Đài phát thanh thời đó. Chị thường hát những bài về mẹ, về làng quê, *"Đồng lúa quê hương"*, *"Lúa mùa duyên thắm"*.v.v., hát cùng các ca sĩ khác có người lành bệnh và người bị bệnh. Và Thu Cúc cũng có thơ đăng trong *"Nguyệt san Niềm Thương"* do thầy Tôma Huỳnh Thông chủ nhiệm, với bút danh nghe lạnh buồn hiu hắt và gợi nhiều liên tưởng: **Hàn Lệ Thu**.

Hàn Lệ Thu: Nhà thơ tự coi mình như giọt nước mắt lạnh buồn, long lanh sương thu, tình cờ gặp trong ý thơ của thi thánh Đỗ Phủ: *Khóm cúc tuôn theo dòng lệ cũ*; và cũng tình cờ như một sự tiếp diễn cuộc đời và thơ ca *thi sĩ của Thánh giá* Hàn Mạc Tử[1].

---

[1] x. Tạp chí *Sông Hương*, số 338 (T.04-2017)

Liên tiếp nhiều bài thơ của Hàn Lệ Thu được đăng trên các báo: Nguyệt san *Niềm Thương* (Nha Trang, Huỳnh Thông chủ nhiệm), Nguyệt san *Lành Mạnh* (Huế, Bác sĩ Lê Khắc Quyến chủ nhiệm), Tạp chí *Phổ Thông* (bán nguyệt san do ông Nguyễn Vĩ làm giám đốc), Đặc san Bình Định.v.v. trong suốt thập niên 1960. Thơ của Hàn Lệ Thu được bình giải và diễn ngâm trong chương trình *"Tiếng Chuông Chùa"* của Đài phát thanh Sài Gòn, chương trình *Tao Đàn* của Đài phát thanh Huế, Đài phát thanh Qui Nhơn... Tiếng lòng khổ đau và tâm trạng cô đơn cùng cực của người con gái tuổi đôi mươi, đồng thời cũng là thi sĩ mang mặc cảm tật nguyền Hàn Lệ Thu đã tạo được nhiều nỗi xúc động và cảm thông nơi tâm hồn người đọc, có sức mạnh lay động lòng người.

Thân phụ của Hàn Lệ Thu là người xuất gia - Đại đức Thích Quảng Nguyện, hiệu Trí Thành không muốn con mình theo đuổi nghiệp thơ, như chị đã từng thổ lộ trong bài *Tâm sự*:

Thầy bảo: "Con thôi làm thi sĩ
Tứ thơ bay bướm hại linh hồn
Cho người mê cảm lời hoa mỹ
Là tự nâng mình con biết không?"

Nhưng chị vẫn làm thơ! Vì chị không biết làm gì khác hơn khi đang sống trong khổ đau. Nhà thơ đã tạ lỗi với Thầy mình:

Con ghi nhớ cả lời răn dạy
Trừ tội làm thơ con chẳng chừa!
Đứng trước ảnh Thầy, con cúi lạy
Mong Thầy hủy bỏ ý năm xưa.

(Bài "Tâm sự" được Đài phát thanh Sài Gòn bình giải và diễn ngâm vào ngày 16/5/1969 trong chương trình *"Tiếng Chuông Chùa"*).

Và như vậy, thơ đã tìm đến Hàn Lệ Thu như một sự tình cờ, như số mệnh đã an bài. Khi đành chịu cho vi trùng cùi đục khoét thân thể, tâm hồn thơ tự nhiên thổn thức tỏ bày tiếng lòng thầm kín. Tiếng thơ của chị là tiếng thơ não lòng khổ đau và tận cùng tuyệt vọng: Âm thầm con khóc cùng trăng tỏ - Và thổi thơ lên khỏi áng mây ("Tâm sự" - HLT).

Năm 1969, tác giả Lương Trọng Minh trong thi tuyển *"Thi ca Miền Trung Việt Nam"* (Cẩm Sa Sơn Châu, Qui Nhơn xuất bản 1969) đã trịnh trọng tuyên bố: *"Thi đàn Việt Nam hôm nay hân hạnh có Hàn Lệ Thu"*.

Và cũng như một sự tình cờ, ngẫu nhiên, cuộc đời và thơ ca của Hàn Lệ Thu có nhiều nét tương đồng với thi sĩ thiên tài Hàn Mạc Tử[2]. Cả hai đều rơi vào thảm kịch ác nghiệt của số phận với căn bệnh

[2] Nhà thơ Hàn Mạc Tử tên thật là Phanxicô Assisi Nguyễn Trọng Trí, sinh ngày 22/9/1912

phong, và vầng trăng trở thành nỗi ám ảnh đau thương tan vỡ. Có thể nói, cùng với Hàn Mạc Tử, tiếng thơ của Hàn Lệ Thu đã "vượt được đèo bay ra ngoài bao la dịu vợi" (*Ai có về Qui Nhơn* - Trần Đình Thái, Tủ sách Đẹp Quê Hương 1973) để đến với rất nhiều trái tim người yêu thơ.

2. Cuộc biến đổi trong hồn thơ Hàn Lệ Thu

Cùng với nỗi đau thể xác và tâm hồn đang dằn vặt, đay nghiến Hàn Lệ Thu, thì một khát vọng sống mãnh liệt cũng trào dâng, vươn tới niềm khao khát tìm kiếm vô biên:

Ngừng tay lại xin đừng quăng chồng chất
Thượng Đế ơi! Nhìn xuống tấm hình hài

Chung quanh chị, còn có biết bao con người tốt, những tâm hồn quảng đại luôn biết chia sẻ yêu thương: các Cha Thừa sai MEP, các linh mục, các nữ tu dòng Phan Sinh Thừa Sai Đức Mẹ, các y bác sĩ, nhân viên phục vụ...và biết bao tấm lòng hảo tâm khác đã mang đến cho nhà thơ niềm vui và hy vọng:

Trong bệnh viện tôi thấy mùa xuân đến
Một mùa xuân không sặc sỡ xa hoa...
...Xuân chúng tôi: hiền lành như mái rạ
Bàn tay nhung hàn gắn, nét môi cười. ("Xuân vô giá" 1964)

Chính niềm khắc khoải tìm kiếm Thượng Đế và những tấm gương tốt mà chị gặp trong cuộc sống đã dẫn đưa nhà thơ đến với niềm tin Kitô giáo: chị đã tìm gặp được Chúa Giêsu! Hàn Lệ Thu nhận lãnh bí tích Rửa Tội ngày 23/12/1966 do cha Rohmer (Triết)[3] thuộc Hội Thừa Sai Paris, với tên thánh Clara, lúc ấy chị 26 tuổi; ba ngày sau (26/12) chị lãnh nhận bí tích Thêm sức, tên thánh Cecilia.

Kinh nghiệm sống kết hợp với Chúa qua thời gian đã biến đổi nhận thức và hành động của nhà thơ:

Chẳng biết làm sao để có thơ
Dâng lên Thiên Chúa thật đơn sơ
Người khô, cây héo, chim thôi hát
Nắng đốt thiêu quay đến dại khờ!

Trong túp lều tranh ẩn cư nho nhỏ ở khu dưỡng lão Qui Hòa, Hàn Lệ Thu thường ngồi lặng lẽ... Chị sống với hoài niệm. Tuy vẫn cùng

---

tại Lệ Xá, Đồng Hới, Quảng Bình. Nghỉ học đi làm công chức rồi làm báo, sau mắc bệnh phong vào điều trị tại Bệnh viện Qui Hòa (Qui Nhơn). Sống tại đó chưa đầy 2 tháng thì ông qua đời vào ngày 11/11/1940, chôn cất tại Nghĩa trang Bệnh viện Qui Hòa. Mộ Hàn Mạc Tử được cải táng đến Ghềnh Ráng ngày 13/2/1959.

[3] Linh mục Camille Rohmer (Triết), MEP (1896-1978), linh hướng trại Phong Qui Hòa 1957-1972. Về Pháp năm 1972. Qua đời ngày 28/12/1978 tại Montbeton, Pháp.

nỗi khổ đau ấy, vẫn đang phấn đấu từng giờ từng phút với loài vi trùng ác hại, nhưng những bài thơ của chị trong giai đoạn này nhẹ nhàng và thanh thoát hơn.

Và cứ thế tháng năm dài tuổi tác
"Hỏa Diệm Sơn" lạnh ngắt đứng chơ vơ
"Con Cuốn Chiếu" cuộn mình nghe biển hát
"Công Dã Tràng" ôm cát vãi đường thơ.

Hồn thơ giờ đây được biến đổi thành lời kinh nguyện của một tín hữu, thành những vần thơ Đạo hướng lên chốn trời cao: *Thơ! Thơ! Thơ! Vang dội tới Thiên Đường.*

Được cảm nhận ơn Chúa, chị muốn chia sẻ cho người khác. Chị luôn mau mắn góp phần phục vụ các bệnh nhân khác trong viện dưỡng lão Qui Hoà, như một sự nối tiếp những bước chân đi trước:

Gót chân Cha Maheu[4]

……

Cha Maheu đứng đó
Mỉm cười nhìn chim ca
Chẳng ngại gì sương gió
Sau lưng Cha nối tiếp
Những-áo-trắng-hiền-hòa
Những-chân-tình-hào-hiệp
Lau khô mắt lệ nhòa.

Đồng cảm với nữ thi nhân ưa thích cuộc đời ẩn sĩ, nhiều độc giả khắp nơi trong và ngoài nước đã họa thơ Hàn Lệ Thu, làm cho thơ "*giàu lên muôn hình muôn vẻ*". Một số bài thơ vịnh ảnh, thơ "vòng tròn"…của chị thường ngắn gọn, sâu sắc pha thêm chút dí dỏm.

Đặc biệt chị hoàn toàn tin tưởng, phó thác nơi Chúa Giêsu và Đức Mẹ, như chị đã bộc lộ qua nhiều bài thơ:

Nhìn xác thân tàn tật - Với tâm hồn khổ đau - Đời này thôi đã mất - Chỉ còn chút đời sau.

Xin giữ chặt đôi tay con tàn tật
Dìu con đi từng bước giữa ba thù.
Cha ơi Cha! Đời này con đã mất
Phút sau cùng cho con gọi: Giêsu.

---

[4] Linh mục Paul Maheu Mỹ, MEP (1869-1931), người Pháp, sang phục vụ Gp. Qui Nhơn năm 1895. Năm 1929, Cha Maheu sáng lập trại phong Qui Hòa, có bác sĩ Lemoin và các nữ tu dòng Phanxicô trợ giúp. Về Pháp dưỡng bệnh cuối năm 1930 và qua đời ngày 27/2/1931.

Mấy năm cuối đời, bị thêm căn bệnh tim hành hạ làm chị khổ sở nhưng chị vẫn vui lòng chấp nhận những ngày tháng khổ đau, với niềm tin yêu phó thác hoàn toàn:

Ôi lạy Chúa! Con chờ bao lâu nữa!
Mới được vào cõi sống hưởng niềm vui?
Mẹ Maria! Xin thương con cứu chữa
Giờ ra đi không luyến tiếc bùi ngùi.

Và chị đã ra đi an bình vào lúc 13 giờ 20 phút, ngày 18/1/2007 tại trại phong Qui Hòa, sau một thời gian chuẩn bị tâm hồn thật chu đáo. Hưởng thọ 68 tuổi.

Hàn Lệ Thu được an táng tại nghĩa trang Bệnh viện Qui Hoà.

3. Sưu tập thơ Hàn Lệ Thu

Ngoài một số bài thơ in rải rác trong các báo, nguyệt san và tuyển tập thơ vào thập niên 1960-1970, phần lớn thi phẩm của Hàn Lệ Thu, nhất là từ sau 1975 được tác giả ghi chép trong sổ tay, trong tập vở học trò...; một số chép trong các chuyên san nội bộ của trại phong Qui Hòa; thơ đề ảnh, thơ viết tặng bạn bè, ân thân nhân.v.v. Phần thì phải khổ sở chống đỡ với bệnh tật dày vò, phần thì tuổi tác ngày càng cao, lại bận bịu với công tác phục vụ tại nhà hưu dưỡng..., các bài thơ của thi sĩ Hàn Lệ Thu vì một lẽ nào đó bị lãng quên, bị tản mác hoặc thất lạc nhiều. Ngay cả những bài thơ vang bóng một thời in trong các tập san trước 1975 đến nay cũng trở nên hiếm, khó tìm lại cho được đầy đủ.

Thật may mắn! Ông Louis Gonzaga Nguyễn Đình Luyện (sinh 1936, Bình Định), người thường xuyên vượt đèo Qui Hòa ra vào trại phong giúp đỡ người bệnh: dạy giáo lý, mục vụ bệnh nhân..., được Hàn Lệ Thu coi như một người anh. Tuy lớn hơn Hàn Lệ Thu chỉ vài tuổi, nhưng ông được nhà thơ quý mến, kính trọng gọi là "Bác Hai":

Người ta sống bon chen tìm vật chất
Riêng Bác Hai đơn độc vượt qua đèo
Tìm cho được những bàn tay bệnh tật
Chờ ngày về thiên quốc dắt đem theo.

Ông Luyện đã cất công góp nhặt các tác phẩm của nhà thơ, từ trước đến nay *"được chừng nào hay chừng ấy với khả năng có thể - để lưu lại cho chị Nguyễn Thị Thu Cúc và cho những ai yêu thơ Hàn Lệ Thu"* (x. Lời Ngỏ). Ông cũng là người được nhà thơ trăn trối đọc *"Đôi lời cảm tạ và từ biệt"* sau thánh lễ an táng tại nhà tang lễ Bệnh viện Phong

Qui Hòa, chiều thứ Ba, ngày 16/1/2007 (x. Sưu tập *Có Một Vườn Thơ Đạo*, Trăng Thập Tự chủ biên, tập 2).

Linh mục Phêrô Nguyễn Vân Đông[5] (em của ông Nguyễn Đình Luyện), người chuyên lo giúp đỡ người nghèo, người bệnh phong cùi giáo phận Kon Tum, vì tình thương người bệnh tật và mến mộ một tài năng thơ Công giáo, cũng đã tích cực chung tay sưu tập những thi phẩm của Hàn Lệ Thu. Điều này đã mang lại niềm an ủi lớn lao cho nhà thơ trong khoảng thời gian cuối đời:

Cha tìm thơ con như Chúa tìm bệnh tật
Để chữa lành hư hốt tháng năm qua
Để hiện tại con no tròn ngọt mật
Để tương lai ánh sáng tỏa chan hòa

Một ý nguyện sau cùng của nhà thơ là ước mong cho thơ của mình không bị thối rữa, tan biến đi mãi mãi, để giờ sau hết được ra đi thanh thản *"vượt qua đau buồn mỏi mệt"* mà *"lên tới đỉnh yêu thương"*:

-Vậy lạy Chúa! Con đây xin cứu chữa
-Và thưa Cha! Xin chỉ dạy đường thơ
Để mãi mãi thơ con không thối rữa
Lũ vi trùng không khoét nổi trời mơ…

Cho con vượt qua đau buồn mỏi mệt
Mỗi chiều về lên tới đỉnh yêu thương
Xin Chúa hứa hồng ân giờ sau hết
Được ăn mày chút bánh vụn thơm hương…

(Xem bài "Thưa! Con đây ạ!" Kính dâng Cha Đông để đáp lại tình thương Cha đi tìm thơ con - Clara HLT).

Di nguyện của nhà thơ đã được đáp thỏa nhờ những tấm lòng hào hiệp. Chính vì vậy mà hôm nay chúng ta có trong tay ***"Sưu tập Thơ Hàn Lệ Thu"*** đơn sơ nhưng khá đầy đủ này. Xin chân thành cám ơn ông Nguyễn Đình Luyện, Lm. Nguyễn Vân Đông và tất cả những ai bằng cách này cách khác đã cộng tác để những vần thơ của nữ sĩ được sưu tầm và giới thiệu đến mọi người.

Sưu tập chắc chắn không tránh khỏi những thiếu sót, rất mong sự góp ý, bổ sung của các bạn yêu thơ, cách riêng các bạn yêu mến thơ Hàn Lệ Thu, để giữa cuộc đời dù còn nhiều đau khổ chồng chất:

Thơ-nối-thơ-cùng-tận-chẳng-hao-mòn…

(HLT) Kon Tum, 21/10/2020

---

[5] Linh mục Phêrô Nguyễn Vân Đông sinh năm 1941 tại Nhà Đá, Bình Định; Thụ phong linh mục: 1972, nguyên Tổng đại diện, nguyên Giám đốc Caritas Giáo phận Kon Tum. Hiện hưu và phục vụ người nghèo, ở tại Nhà Hưu Tòa Giám mục Kon Tum.

NGUYỄN KHẮC DƯƠNG - NGƯỜI TÌM MÌNH QUA NHỮNG XUNG ĐỘT VĂN HÓA

Đỗ Lai Thúy

Nguyễn Khắc Dương (sinh năm 1925), ảnh do Nguyễn Khắc Phê chụp

PGS. TS. Đỗ Lai Thúy

* *Sinh: 1948 tại Quốc Oai, Hà Tây.*

* *Ông là nhà nghiên cứu phê bình theo khuynh hướng phân tâm học. Ông giới thiệu các lý thuyết văn học, văn hóa của thế giới.*

Tác phẩm chính:

* *Mắt thơ (Phê bình phong cách Thơ mới).*

* *Sự đỏng đảnh của phương pháp.*

* *Bút pháp của ham muốn.*

1.

Tôi biết Nguyễn Khắc Dương vào năm 1982, nhân một chuyến đi công tác với bác sĩ Nguyễn Khắc Viện vào Quảng Nam. Nghỉ một đêm ở Huế, sáng hôm sau lên đường thì thấy trên xe có thêm một người khách lạ. Bác Viện giới thiệu: chú Dương nhà tôi, đi nhờ xe đến Đà Nẵng. Rồi ông quay xuống chỗ chúng tôi, hạ giọng: tôi đã gàn, nhưng chú Dương còn gàn gấp mấy! Tôi chưa hiểu chữ "gàn" ông dùng ở đây theo nghĩa nào. Khi xe qua đèo Hải Vân, bác Viện bảo dừng cho mọi người ngắm cảnh. Trong khi ai nấy còn đang tíu tít trò chuyện, tôi chợt thấy Nguyễn Khắc Dương đứng một mình trước biển. Với mái tóc dài bù xù, ông giống tượng đài một triết gia.

Đầu năm 1990, một hôm bác Viện bảo tôi: ngày mai chú Dương nói chuyện về Kitô giáo ở Đại học Văn hóa, Thúy nên đi nghe, nhớ mang theo cả máy ghi âm. Chú Dương hiện nay có lẽ là người am hiểu Kitô giáo hơn cả. Chiều hôm ấy, khi đi làm về, tôi thấy một ông già ngồi ngoài cửa, chơi với thằng Hải Anh, con trai tôi, ở trong cửa. Nhìn kỹ hóa ra Nguyễn Khắc Dương. Tôi vội vàng mở khóa, mời ông vào nhà. Ông nói, nghe anh Viện bảo ông Huỳnh Khái Vinh, Hiệu trưởng nhà trường, muốn tôi nói chuyện nội bộ. Sợ Thúy đi mất công, tôi hỏi chỗ ở, đến để báo lại. Trong lúc chờ, bác cháu tôi vừa ăn bỏng cốm vừa chơi với nhau rất vui. Tôi thực sự ngạc nhiên, chỉ vì chuyện nhỏ ấy, ông cất công đi bộ đến nhà tôi, lại còn ngồi chơi với cháu qua cửa sắt, để chờ. Đấy là người gàn, hoặc một triết nhân. Lúc ấy, quả thực, tôi còn chưa biết Nguyễn Khắc Dương là một Kitô hữu.

Từ đó, con người Nguyễn Khắc Dương cứ ám ảnh tôi hoài. Sinh ra trong một gia đình Nho giáo chính thống vậy mà ông lại muốn theo Kitô giáo làm tu sĩ. Rồi khi tâm nguyện đã thành, ông lại cứ chuyển đổi dòng tu, để, cuối cùng, xuất tu làm cư sĩ. Làm một ông thầy tài tử ở Văn khoa Đại học Đà Lạt. Những năm sau này, mỗi khi có dịp vào Sài Gòn, tôi đều đến thăm ông ở một ngôi nhà nữ tu nhỏ, gần cầu Bình Triệu, quận Thủ Đức. Căn phòng ông ở nằm cuối sân tu viện, cạnh một chiếc ao con.

Cuộc đời Nguyễn Khắc Dương là một hành trình tìm kiếm bản thân. Ông là người đa văn hóa. Trong ông, các văn hóa khác nhau xung đột nhau. Và cứ mỗi lần một xung đột được hóa giải, thì một xung đột mới lại nổi lên như mây mưa tụ ở chân trời. Cứ như thế, sau mỗi lần một xung đột được hóa giải, phác thảo chân dung con người ông dần dần hiện rõ hơn. Nhưng, hình như, không bao giờ có bức tranh cuối cùng.

2.

Với mọi trí thức Việt Nam, kể từ khi người phương Tây đầu tiên đặt chân lên xứ này, đều thấy có một xung đột văn hóa. Trước đây, người ta không trải nghiệm cảm giác này, bởi ta với Tàu, dẫu sao, cũng là những nước đồng chủng đồng văn. Còn Tây thì khác, khác cả nòi giống lẫn văn hóa. Sự xung đột văn hóa Đông Tây là không tránh khỏi. Với nhiều nhà trí thức Nho học và Tây học, sự xung đột này có thể quy vào xung đột giữa Nho giáo và Kitô giáo. Với Nguyễn Khắc Dương, do hoàn cảnh gia đình và cá nhân, lại càng như vậy.

Tôi đã đọc cuốn *Tây dương Gia Tô bí lục* được viết vào thế kỷ XVIII. Hai tác giả của nó, mặc dù là cha cố, lại được tu nghiệp tại La Mã, mà vẫn nhìn Kitô giáo bằng con mắt kỳ thị của nhà nho. Các ông Nguyễn Trường Tộ và Trương Vĩnh Ký, hẳn theo đạo từ nhỏ, lại chỉ là những nhà nho tự học, không hấp thụ nền giáo dục khoa cử chính thống, nên tránh được những mâu thuẫn ấy chăng? Nguyễn Khắc Dương, tuy theo Tây học, nhưng được sinh ra trong một gia đình Nho học đại quan chính thống, nên từ nhỏ đã nhiễm cái tinh thần Nho giáo. Bởi, văn hóa Nho giáo đào luyện con người không chỉ có học, mà còn phải có đức, không chỉ có đức mà còn phải có lễ, nghĩa được thể hiện trong nếp sống hàng ngày. Hơn nữa, ngoài cái nho quyển ấy, cậu bé Dương còn cảm nghiệm Nho giáo qua hình ảnh người cha.

Cụ Nguyễn Khắc Niêm là một thần đồng Nho học, 18 tuổi đỗ tú tài, 19 tuổi đỗ Hoàng giáp, làm quan đến hàm nhất phẩm. Nhưng cụ sinh bất phùng thời: nước mất, Nho giáo suy tàn. Yêu nước, nhưng vì sinh kế gia đình buộc phải ra làm quan, không theo được "đại sự", tức tham gia vào các hoạt động chống Pháp bấy giờ; muốn làm học cũng không được, phải làm quan cai trị; về già theo đạo Phật, và cũng chủ yếu ở cạnh khía đạo đức. Đó là hình ảnh một người cha có nhiều nét khả ái, đáng kính, nhưng cũng gợi lên một cái gì đó bất túc, không hoàn hảo. Có lẽ, chính cái nhìn (hay đúng hơn, sự cảm nhận?) lưỡng giá này về người cha đã khiến Nguyễn Khắc Dương, khi lớn lên, có hướng tìm một cái gì khác và hơn cái lý tưởng Nho giáo thời mạt vận.

Và, một sự tình cờ đã đưa Nguyễn Khắc Dương đến với thế giới Kitô giáo. Năm 1938, do hỏng thi vào Quốc học Huế vì môn dictée, ông được mẹ gửi vào học ở Providence (Thiên Hựu) để rèn luyện tiếng Pháp. Qua những giáo sư - linh mục giảng dạy ở trường, qua nền học vấn nhân văn Tây phương trong tinh thần Công giáo, đặc biệt qua nhà tư tưởng, nhà triết học tự nhiên, nhà văn, nhà thần hiệp Kitô giáo Pascal, ông thấy được ở Kitô giáo nhiều điều khác với Nho giáo. Nếu Nho giáo là thế giới của nghi thức, nghiêm trang và có phần lạnh lùng, tức thiên về tính, thì thế giới Công giáo ân cần, thân mật và nghiêng về tình. Bởi, Kitô giáo đề cao tình yêu. Thiên Chúa là tình yêu.

Mỗi Kitô hữu đều cảm nhận được tình yêu của Chúa, thậm chí được yêu một cách khủng khiếp, si mê, một thái độ như đối với người tình duy nhất, và được mời gọi đáp lại bằng một tình yêu tương tự. Sống một tình yêu như vậy, người được yêu thấy mình là một giá trị độc nhất vô nhị đối với người yêu mình, tức mình là một ngã vị, một phẩm giá người. Điều này thật khác với đức thương người của Nho giáo, một tình thương có phần trừu tượng, nghiêng về lý trí, như "kỷ sở bất dục vật thi ư nhân", hoặc "thương người như thể thương thân". Nguyễn Khắc Dương tìm thấy ở Giêsu những gì còn thiếu ở Khổng Tử. Hình ảnh người cha trong ông lúc này có thêm những nét của người mẹ, một hiền mẫu chứ không phải một mẫu nghi. Và, hẳn cũng vì thế, cái nhìn của Nguyễn Khắc Dương về những "người cha khác" cũng thay đổi, hoặc trở nên sâu sắc hơn nhờ sự đối lập.

Nguyễn Khắc Dương rất quen thân với một tu sĩ Phật giáo là Thượng tọa Thích Mật Thể. Ông là một bậc chân tu, đạo cao đức trọng. Về phương diện này hẳn ít tu sĩ Công giáo sánh kịp. Vậy mà mỗi lần tiếp xúc Thượng tọa, Nguyễn Khắc Dương vẫn cảm thấy ở thái độ của ông có một cái gì đó lạnh nhạt. Có lẽ, tình thương của người tu sĩ Phật giáo với một con người cụ thể nào đó là thương trong cái đại từ bi vô ngã đối với một chúng sinh cũng vô ngã như bất cứ chúng sinh nào! Thậm chí, có thể nói, đó là sự xót thương cho cái chấp ngã hiện hữu của người đó, thay vì vui mừng vì hiện hữu của anh ta như một ngã vị. Và khi chiêm ngưỡng tượng Đức Thích Ca điềm nhiên ngồi trên tòa sen, ông cũng có cảm tưởng như vậy. Thật khác với Thánh Âu Tinh, khi ngài nói: "Tình yêu là niềm vui của tôi vì sự hiện hữu của anh".

Con người cá nhân muốn hình thành và, quan trọng hơn, tồn tại phải có môi trường của nó. Trường Thiên Hựu và sau này là Trường Công giáo Hương Sơn quê nhà đã cho Nguyễn Khắc Dương một không khí gia đình. Nhưng khác với gia đình gia trưởng Nho giáo coi trọng tính cộng đồng, duy trì tôn ty trật tự, mỗi thành viên tồn tại bằng cái phận vị của mình, môi trường Công giáo là một cộng đồng liên ngã vị. Ở đây cái thân phận không quan trọng bằng cái con người, con người như một cá nhân, như một ngã vị. Điều này được biểu trưng bằng hình ảnh Ba Ngôi. Mỗi Ngôi là một tồn tại độc lập, tự thân. Sống - cùng, sống - với người khác chứ không phải sống - như người khác, là người khác. Như vậy, người Kitô hữu giải phóng mình khỏi con người chức năng, ứng xử với nhau như là những ngã vị, con người này. Trong bối cảnh văn hóa tiểu nông Khổng giáo bấy giờ, đây không chỉ là một cái nhìn mới về con người, mà còn đưa ra một phẩm chất mới của cộng đồng.

Quyết định trở thành một tu sĩ Kitô giáo là một "lựa chọn khó khăn nhưng tất yếu" của Nguyễn Khắc Dương. Nhưng điều làm cho ông băn khoăn hơn cả là quyết định ấy đánh một đòn nặng vào gia đình. Nhất là trong hoàn cảnh Nguyễn Khắc Viện, người anh cả đang ốm đau ở Pháp, người anh thứ hai thì mới mất, lại sinh toàn con gái, nên trách nhiệm nối dõi tông đường, gánh vác gia đình, phụng dưỡng bố mẹ già đặt cả vào vai Nguyễn Khắc Dương. Đấy là chưa kể trong hoàn cảnh kháng chiến chống Pháp bấy giờ, hành động ấy không thể không gây hiểu lầm, ngộ nhận về chính trị. Nếu không thoát khỏi con người bổn phận Nho giáo, không phát triển đến một mức độ nào đó ý thức cá nhân, con người cá nhân, hẳn Nguyễn Khắc Dương đã không thể dứt áo ra đi. Mặc dù ông theo Công giáo là để đi tu. Và đi tu với ông là đi tìm một lý tưởng sống phù hợp với bản thân mình, hướng về một cuộc sống xa hẳn việc đời, hiến thân cho Chúa trong một đời tu nghiêng về ẩn dật và khổ hạnh.

3.

Như vậy, với việc trở thành một tu sĩ Công giáo ở Nguyễn Khắc Dương, Kitô giáo đã chiến thắng Khổng giáo. Nhưng dần dà ông cảm thấy dòng Phanxicô có một cái gì đó không phù hợp với bản chất người sâu xa của ông. Vốn là một người bề ngoài thì rất kỷ luật, biết vâng lời, đúng giờ giấc, nhưng bên trong thì cháy bỏng một khát vọng sống ngoài vòng bất kỳ sự cương tỏa hay rập khuôn nào. Vậy mà, dòng tu Phanxicô lại có rất nhiều những khuôn khổ, quy chế, luật lệ hết sức gò bó. Hơn nữa, lối tu cộng đoàn này lại còn có xu hướng bộc phát ra bên ngoài. Điều này trái với quan niệm tu hành của ông. Ông chỉ thích lối tu đơn độc của các tu sĩ Công giáo trước thời có lối tu cộng đoàn, thích hình ảnh các thiền sư, đạo sĩ chỉ một mình mình, nếu có đệ tử thì cũng chỉ là đệ tử tâm truyền. Họ theo thầy một thời gian, rồi lại ra đi theo con đường riêng của mình. Tu như vậy là theo kiểu tung gieo hạt giống, chứ không thành luống thành hàng, thành dòng thành dõi. Đọc sách, ông thấy dòng tu Cát Minh của Thánh nữ Têrêsa Hài Đồng, có lẽ, hợp với ông hơn.

Vào đầu những năm 60, sau khi tốt nghiệp Cử nhân triết học ở Sorbonne, Nguyễn Khắc Dương ghi danh làm tiến sĩ cho có chuyện, ông chủ yếu dành thời gian tìm một nếp tu. Ông kiếm tìm một hình thức tu nhỏ gọn và âm thầm. Được giới thiệu đến một ngôi làng nhỏ ở miền Bắc nước Pháp, ông tu trong một nhóm nhỏ thuộc đan viện cổ truyền Bouveret dòng Biển Đức. Nửa năm ở đấy khác nào như cá trong nước. Nhưng khi được đưa sang Thuỵ Sĩ, nơi có đan viện chính, để chuẩn bị vào nhà tập, ông lại thấy nặng nề, gò bó, sức khoẻ lại giảm sút nghiêm trọng. Hơn nữa, đan viện này lại không thuộc về một liên-đan-viện phụ trách các dòng tu ở Việt Nam, nên mộng ước sau này về nước thiết lập và phổ biến lối đan tu nhỏ gọn không thể thực hiện được. Thế là, một lần nữa, Nguyễn Khắc Dương lại ra khỏi dòng tu. Ông quyết định rời Pháp về Việt Nam làm một cư sĩ, một tu hụt.

Sự "vụng đường tu" của Nguyễn Khắc Dương ảnh xạ một xung đột trong nội bộ văn hóa Kitô giáo. Nói rõ hơn là giữa tinh thần Kitô và cái gọi là Kitô-chế. Hay nói khác giữa tính tôn giáo và tổ chức tôn giáo như là một thiết chế văn hóa - xã hội. Ông gần với tinh thần Kitô và xa lạ với Kitô-chế, thậm chí dị ứng với nó. Ông thấy Kitô giáo thời kỳ còn khốn khó giàu tinh thần Kitô hơn thời kỳ đã nắm quyền, đặc biệt là thế quyền. Các tu sĩ Kitô giáo thanh bần bao giờ cũng nhiều tinh thần Kitô hơn các tu sĩ đầy quyền bính. Bởi lẽ, quyền bính nào, nhất là những quyền bính nhờ quyền bính, cũng là sự sa đoạ. Nếu chỉ chứng kiến cảnh những tu sĩ béo tốt đi xe vào dinh quan Sứ như trước Cách mạng tháng Tám, nếu không thấy các tu sĩ đi bộ cùng các Kitô hữu trong nhiều nẻo đường kháng chiến, hẳn Nguyễn Khắc Dương đã không thể đi tu. Tinh thần Kitô khuyến khích con người tự mình trực tiếp đối diện trước Chúa: một mình mình biết, một mình mình hay. Ở cạnh khía này, ông có vẻ gần với người anh em Tin Lành hơn.

Có lẽ, cũng do ảnh hưởng của tinh thần Kitô, Nguyễn Khắc Dương có một cái nhìn "không giống ai" về văn minh phương Tây. Ông rất coi trọng nền văn hóa trung đại mang tinh thần Công giáo, thời kỳ mà chúng ta, những đầu óc duy lý và duy tiến bộ, vẫn coi là "đêm trường trung cổ". Bởi thế, ông phê phán nền văn hóa Phục Hưng vì đã khôi phục lại tinh thần duy lý Hy Lạp, duy luật La Mã và mở đầu cho thời đại duy khoa học và kỹ thuật. Từ đó, Nguyễn Khắc Dương dị ứng với mọi thứ triết học duy hệ thống. Platon, Aristote, Kant, Hegel với những Tinh thần, Lịch sử, Nhân loại viết hoa làm ông nghẹt thở. Ông chỉ tiếp thu được những tư tưởng triết học đề cao con người, con người cá nhân cá thể, con người như là một ngã vị. Ông yêu thích các triết gia hiện sinh hữu thần như Kierkegaard, Jaspers, Marcel...

4.

Cuối năm 1965, Nguyễn Khắc Dương về nước. Sau một năm dạy học ở Sài Gòn, ông được mời lên dạy triết học ở Đại học Công giáo Đà Lạt. Lúc này, linh mục, nhà ngôn ngữ học Lê Văn Lý làm Trưởng khoa Văn, còn Lm. Lê Tôn Nghiêm làm Trưởng ban Triết. Cuộc sống của một cư sĩ, một ông thầy tài tử có vẻ thích hợp hơn với ông. Đặc biệt làm một ông thầy Triết.

Nhớ lại những năm học Triết ở Sorbonne. Bấy giờ Nguyễn Khắc Dương chủ yếu đi tìm một lối sống, một nếp tu, chứ không phải một triết lý, nên ông trở nên hững hờ với Triết, thật khác xa với anh chàng tú tài háo triết thuở nào. Bởi vậy, những điều ông tiếp thu được ở trường không phải là những tri thức cao siêu, mà chính là thái độ trí thức của những giáo sư Sorbonne. Họ rất khiêm tốn, liêm khiết trí tuệ, thận trọng và trung thực trong phán đoán, không a dua theo phong trào. Bài giảng của họ chỉ là sự trình bày một cách từ tốn, giản dị những gì họ tìm kiếm được. Đó là thái độ của người đang đi tìm chân lý chứ không phải đã sở hữu chân lý trong tay. Mà, nói cho cùng, chân lý là đạo, là con đường, mãi mãi là cái đang - là, chứ không phải cái đã - là; lại càng không phải một đồ vật để người ta tranh giành và hễ chiếm được thì độc quyền ban bố, phân phát.

Làm ông thầy tài tử ở Đà Lạt, Nguyễn Khắc Dương không coi mình như một giáo sư, mà chỉ như người phụ giảng, anh trưởng tràng giúp đỡ sinh viên. Bởi thế, ông không viết giáo trình hay cho in sách vở gì cả. Bài ông giảng cho sinh viên, có ai ghi chép lại mà muốn nhân lên để anh em khác cùng lớp dùng, ông chỉ sửa chữa vài chỗ rồi cho họ tự ý muốn làm gì thì làm. Ngoài giờ học, thầy trò quây quần quanh quán phở, tiệm cà phê cũng là thường. Ông muốn là người đồng hành với thế hệ trẻ. Bởi, ông quan niệm, không có ai dạy triết cho ai, không có ai học triết với ai được cả. Chỉ là kẻ trước người sau đi tìm chân lý cho mình và do mình; gặp nhau thì giúp đỡ nhau, trao đổi kinh nghiệm với nhau.

Trở về làm một cư sĩ, sống tận cùng với cá nhân mình, Nguyễn Khắc Dương, nhất là những năm sau 1975, như trở lại giai đoạn anh nhi của cuộc đời. Nhưng đứa trẻ thông thái ấy tưởng như đã "biết tuốt", đã "tri thiên mệnh", vậy mà vẫn có điều băn khoăn. Có lần, ông nói với tôi, mà như nói với chính mình, là cả đời ông chưa một lần được gặp Chúa, dĩ nhiên là gặp theo lối thần hiệp. Ông là người dành trọn tình yêu cho Chúa, hoàn toàn phó thác đời mình cho Chúa, tin tưởng vào mọi sự xếp đặt huyền bí của Chúa, kể cả những năm 1955 - 56 đi làm quân dịch và 16 tháng gối hai năm 1975-76 trong trại học tập. Vậy mà chưa một lần được nhận Thiên Ân. Hẳn là lỗi ở cái óc duy lý đã bị ông tống ra cửa chính mà nó vẫn vào bằng cửa sổ. Đây có lẽ là xung đột sau cùng ở một con người: niềm tin và trí óc, tôn giáo và khoa học.

5.

Trước khi mất không lâu, một hôm, bác sĩ Nguyễn Khắc Viện bảo tôi: chú Dương là người suốt đời tìm đường mà không thấy. Còn ông, tôi nghĩ, hẳn ngay từ đầu đã thấy đường rồi. Đó là con đường của người sĩ phu hiện đại. Nhưng, cũng như bao sĩ phu truyền thống, sau một đời hoạt động bận rộn, ông cũng phải tìm về với chữ Tâm. Như vậy, giống như sự "lại giống", một đại trí thức Tây học như Nguyễn Khắc Viện mà vẫn đi lại con đường "vào Nho ra Phật", "trẻ Nho già Lão" của người trí thức Nho học ngày xưa. Và, cho đến nay, trên con đường đó, hẳn ông không độc hành.

Nguyễn Khắc Dương, cũng vậy, sớm khao khát một cuộc sống có lý tưởng, cái lý tưởng hành đạo giúp đời theo kiểu Nho giáo mà người cha, người anh đã vạch sẵn. Nhưng rồi sự tiếp xúc và, sau đó, trở thành người Kitô hữu, cái lý tưởng đẳng cấp ấy ở Nguyễn Khắc Dương trở thành một lý tưởng cá nhân của riêng ông. Đó là nguyện vọng thực hiện một đời sống tu hành. Và, oái oăm thay, lý tưởng cá nhân này trong con mắt số đông người ở thời kỳ đó lại như là sự "phản bội" lại lý tưởng của gia đình, vùng đất, thậm chí dân tộc. Nếu không có một ý thức cá nhân phát triển cao, không tự coi mình như một ngã vị có giá trị tự thân thì không thể bứt được khỏi truyền thống người cha, khỏi vô thức tập thể. Trợ lực cho điều đó, ngoài nền học vấn nhân văn thế kỷ XVII của Pháp, ngoài văn chương lãng mạn Việt Nam những năm 30 thế kỷ trước, hẳn Kitô giáo giữ một vai trò quyết định.

Con người cá nhân Nguyễn Khắc Dương, dù phát triển cao như vậy, mà vẫn không phải là con người thuần nhất. Đằng sau người trí thức Tây học là một tu/cư sĩ Công giáo; đằng sau con người tu/cư sĩ Công giáo là một anh "đồ Nho", mà lại là "đồ Nghệ", gàn đến ba đời. Những con người trong con người này khập khiễng nhau, tranh chấp nhau, ảnh xạ những khác biệt, những xung đột về văn hóa, triết học, tôn giáo và kiểu tư duy. Những khác-xung-biệt-đột này ở Nguyễn Khắc Dương thúc đẩy một loạt các lưỡng phân giữa văn hóa phương Đông và văn hóa phương Tây, giữa văn hóa phương Tây duy kỹ thuật và văn hóa phương Tây tâm linh, giữa lối tu cộng đoàn có tổ chức chặt chẽ và lối tu đơn độc, tự do và, cuối cùng, khi chỉ là một cư sĩ, thì giữa lòng tin và đầu óc, giữa sự phó mình để bước ra ngoài ngọn sào và sự phân tích, lý giải, so sánh, bình luận đời mình như một nhà phê bình văn học mổ xẻ một văn bản. Sự lưỡng phân, có lẽ, không có tận cùng. Và hình như càng lưỡng phân bao nhiêu thì nguyện vọng hợp nhất trong ông càng tha thiết bấy nhiêu. Hợp nhất Đông và Tây, hợp nhất Nho giáo và Kitô giáo, hợp nhất đoàn thể và cá nhân, trái tim và đầu óc, hợp nhất những gì tưởng như không thể hợp nhất nổi, để có được một Kitô giáo Việt Nam, và những Kitô - Việt - hữu. Bởi thế, Nguyễn Khắc Dương là một trường lữ đi trên con đường không có đường.

Chùa Thầy, Xuân Mậu Tý

Nguồn: *Tạp chí Văn hoá Nghệ thuật, Hà Nội, số 2/2008*

Nên xem thêm:

Thánh lễ tạ ơn của thầy Stêphanô Nguyễn Khắc Dương, Francis Cao, https://www.hdgmvietnam.com/chi-tiet/thanh-le-ta-on-cua-thaystephano-nguyen-khac-duong-40655
Nguyễn Chính Kết, *Ẩn tu giữa đời, Giáo sư Nguyễn Khắc Dương (1925-*

http://nguyenchinhket4.blogspot.com/2009/09/antugiuadoigsnguyenkhacduong.html

HỌC GIẢ PHẠM ĐÌNH KHIÊM

Linh mục Antôn Nguyễn Trường Thăng

Vào Sài Gòn lần nầy, tôi quyết tâm gặp gỡ cho được cụ Phạm Đình Khiêm, tác giả cuốn sách quan trọng *Người chứng thứ nhất Anrê Phú Yên* xuất bản năm 1959. Qua các chuyến du khảo để viết sách này, ông đã phát hiện hai di tích lịch sử quan trọng mà trước đó chưa mấy ai quan tâm: Dinh trấn Phú An (Yên) cũng gọi là Dinh trấn biên và Dinh trấn Thanh Chiêm hay Dinh trấn Quảng Nam. Các tài liệu trên đã được *Tập san Sử Địa* trước năm 1975 công bố và giúp đỡ nhiều cho những ai quan tâm tìm hiểu lịch sử xứ Đàng Trong buổi đầu. Tại Quảng Nam, các bô lão làng Thanh Chiêm luôn nhớ ơn ông vì đã giúp mọi người đánh giá đúng di tích này.

Tôi đã có dịp gặp ông năm 1997 nhưng nghe nói bây giờ do tuổi già ông đã liệt giường và trí khôn không còn như xưa. Tôi nhớ lại cụ Hồng Nhuệ Nguyễn Khắc Xuyên đã cùng tôi du khảo Hội An, Phước Kiều sau năm 2000. Chúng tôi mơ ước xây dựng bao công trình về chữ Quốc ngữ khai sinh tại đây nhưng cụ ra đi không một lời trăn trối. Hai năm trước đây, tôi đến Thủ Đức thăm cha Đỗ Quang Chính. Vị thầy mà tôi kính yêu, người đã gieo mầm yêu môn lịch sử cho cậu bé lớp Đệ Ngũ trường Trung học Nguyễn Bá Tòng niên khóa 1958-59, giờ nằm yên bất động.

Các cây cao bóng cả về lịch sử Giáo hội Việt Nam đã âm thầm ra đi mà chưa thấy có kẻ kế thừa. Tre đã già mà măng chưa mọc. (*Các bạn trẻ ơi, học lịch sử… sẽ vô cùng… hạnh phúc!)*

Nhờ một người bạn, anh H. C. quen thân, tôi tưởng sẽ đi đến ngay địa chỉ, hóa ra phải loanh quanh trong thành phố mấy vòng taxi

Lm. Antôn Nguyễn Trường Thăng

** Sinh: 1942, quê An Ngãi Tây, Hòa Vang, Đà Nẵng. Mất: 2018.*
** Du học Pháp (1994-1997).*
** Tác phẩm: Lưu dấu Chămpa (Cố đô Simhapura - Trà Kiệu thế kỷ I đến thế kỷ XI).*

mà vẫn không thấy "ánh sáng cuối đường hầm". Không chịu thua, chúng tôi bỗng trở thành những "thám tử bất đắc dĩ". Cái "mô bai phôn" quả là lợi hại, qua tiếp xúc vòng vo các nhân vật, nhờ nhiều cuộc gọi... chúng tôi tìm được số "phôn" và địa chỉ nhà cụ Khiêm. Hóa ra lại quay về địa điểm ban đầu, chỉ cần đi thêm mấy số nhà. Ôi cái "nan đề" địa chỉ thành phố này...biết bao giờ gỡ cho xong vì nạn "xóa và thêm"!

Gõ cửa!

Vừa lúc đó một người đàn ông trung niên, đẩy cửa dắt xe gắn máy ra.

– Các anh muốn tìm ai?

Một giọng Nam Bộ đặc sệt. Tôi thầm nghĩ, chết cha rồi, lại lầm địa chỉ nữa. Gia đình cụ Phạm Đình Khiêm gốc "Bắc Kỳ" mà.

– Xin hỏi, dạ đây có phải là nhà cụ Phạm Đình Khiêm không ạ?

– Dạ, đúng rồi.

– Xin lỗi, anh là con trai cụ.

– Không, tôi là con rể...

À ra thế, hú hồn!

Nhanh chóng, cánh cửa sắt được mở ra và thay vì hình ảnh tưởng tượng cụ Khiêm nằm trên giường, mắt nhắm nghiền... tôi mừng đến muốn la to lên khi thấy cụ ông và cụ bà, áo quần tươm tất, bước ra đón. Dĩ nhiên, cụ ông phải tì lên cái gậy... bốn chân sắt, còn cụ bà thì không.

Rút ra bài học thực tiễn: là người nghiên cứu lịch sử, không nên tin vào những gì người khác nói và viết trước khi chính mình kiểm chứng tài liệu cụ thể và rõ ràng hết sức đã... Nếu chỉ nghe tin đồn đại mà không trực tiếp gặp mặt, hình ảnh về cụ Khiêm chắc khác xa cuộc gặp gỡ hôm nay.

Chỉ có đôi tai "hơi nặng", đôi chân yếu...còn đầu óc thì phải nói quá minh mẫn đối với một người đã 92 tuổi.

Tôi xin thay mặt cư dân làng Thanh Chiêm, đền thánh Phước Kiều, gửi lời cám ơn cụ vì nhờ cụ mà hôm nay di tích lịch sử này mới được quan tâm đúng mức. Cụ như trẻ lại khi nhắc đến những cuộc du khảo năm xưa khi tìm tài liệu viết về Á thánh Anrê Ranran (Phú Yên). Nếu cụ có được những tài liệu nguyên bản Bồ Đào Nha mà linh mục Roland Jacques Dương Hữu Nhân OMI phát hiện tại thư viện Adjuda, Bồ Đào Nha mới đây, chắc cụ sẽ viết về Thầy giảng Anrê hay hơn nữa. Tuy nhiên vào thập niên 1950 – 1960 chỉ căn cứ vào sử liệu còn khá hạn chế mà viết được như thế phải gọi là siêu đẳng. Phải chi cụ được trẻ lại để giúp đối chiếu và cập nhật sử liệu giúp chúng ta thì hay quá.

Chúng tôi nói chuyện khá lâu về Á thánh Anrê, về Thánh Cả Giuse, về nhà thơ Hàn Mạc Tử... những nhân vật mà cụ tâm đắc và dành cả cuộc đời để giúp mọi người yêu mến.

Trước khi chúng tôi ra về, cụ ngồi vào bàn làm việc, viết đề tặng tôi cuốn sách *Như hương trầm bay lên* của đôi bạn Phạm Đình Khiêm, Võ Long Tê..trong đó có nhiều bản dịch thơ Hàn Mạc Tử ra Pháp văn của cụ. Cuốn sách mới được in vào cuối năm 2010.

Tôi quá xúc động khi được nhận món quà này, nét bút này.
Ngày mai biết còn có dịp may này nữa không?

Sợ tiếp khách lâu làm cụ mệt nhưng khi nhìn lên bàn thờ gia đình, cụ lại thao thao cắt nghĩa. Cụ có hai di tích Á thánh Anrê là những sợi tóc được bó lại đặt trong một mặt nhật. Một cái, nhiều tóc hơn, hai cụ đã tặng cho đền thánh Anrê Mằng Lăng, một cái hiện cụ đang giữ tại nhà. Tại Phước Kiều hiện nay, đền thánh này chỉ có chừng 2 cm tóc mà thôi.(*Sau nầy, mong gia đình cụ sẽ tặng thánh tích này cho Phước Kiều nhé. Tôi nghĩ trong lòng mà không dám nói).*

Bàn thờ gia đình cụ cũng phải nói là "độc chiêu". Phía trên là hai chữ Duy Sinh được đặt trong khung chạm cổ truyền khá đẹp. Duy Sinh chính là tên Việt hóa của thánh Giuse, người mà cụ yêu mến. Thánh Giuse duy trì, gìn giữ, bảo vệ sự sống của Ngôi Lời Thiên Chúa nhập thể. Hiện sinh, hiện hữu, cuộc sống có giá trị vô song. Ba Đấng là Chúa Giêsu, Mẹ Maria và thánh Giuse cùng bảo trợ sự sống. Phải chăng khi dùng hai từ Duy Sinh, cụ Phêrô Khiêm thuộc làng Dục Đức, Phát Diệm còn có hàm ý ca ngợi cuộc sống trần thế hôm nay và cuộc sống vĩnh hằng mai hậu. Quá ý nghĩa. Dưới đó là bức họa Thánh gia Nagiaret, mẫu gương gia đình theo phong cách Việt Nam. Hai bên là hai câu đối ngắn: Chí ư Đạo. Cứ ư Đức. Phương châm cuộc đời hai cụ và cũng là lời nhắn gửi cho con cháu. Chỉ có Đạo và Đức.

Một chữ đạo làm người, một chữ đạo làm con Chúa. Một chữ đức xử thế đời này, một chữ đức đi vào cõi vĩnh hằng. Đơn sơ, dễ hiểu mà thâm thúy vô cùng.

Ước mong nhiều gia đình Công giáo cũng sẽ noi gương hai cụ.
Chúng tôi bịn rịn chia tay.
Biết bao giờ lại có dịp gặp nhau.

Sài Gòn vẫn ầm ào xe cộ xuôi ngược. Mọi người vẫn chạy theo những giấc mơ hạnh phúc huyền hoặc xoáy vào trôn ốc.

Không ai biết trong con hẻm kia có một đôi bạn già hạnh phúc trong cuộc sống hôm nay và sẵn sàng cho một chuyến đi thật xa, mãi mãi bên nhau.

Lm. Antôn Nguyễn Trường Thăng.
Sài Gòn, ngày 15 tháng 6 năm 2011.

NỮ TU MAI THÀNH

Huệ Khải

Nữ tu Mai Thành Bùi Thị Như Kha

Chị Lớn Mai Thành về nhà rồi!

Tôi có thói quen check e-mails vào buổi sớm đầu ngày. Sáng Thứ Bảy 12.1.2019, vừa nhấp chuột xong, tôi bàng hoàng khi mở hộp thư: Lúc 6 giờ 38 website Nhịp Cầu Tâm Giao gởi tôi một cáo phó; mười ba phút sau, người bạn đạo thân quý nhiều năm nay ở Ban Mục vụ Đối thoại Liên tôn Tổng Giáo phận TPHCM là chị Maria Lý Ngọc Anh chuyển đến tôi một ai tín... Cả hai điện thư đều cho biết nữ tu Mai Thành Bùi Thị Như Kha, dòng Đức Bà, sinh ngày 12.6.1928 tại Huế vừa an nghỉ trong Chúa lúc 4 giờ chiều ngày 11.1.2019...

Đạo huynh Huệ Khải

** Sinh năm:*
** Tên thật là Lê Anh Dũng, quê An Giang. Tên thánh: Huệ Khải, Bút danh: Dũ Lan.*
** Nguyên giảng viên trường Đại học Kinh tế Tp. Hồ Chí Minh.*
** Tác phẩm: Đã xuất bản hơn 70 đầu sách về đạo Cao Đài và liên tôn giáo.*
** Tiêu biểu: Giải mã truyện Tây Du; Lược sử đạo Cao Đài thời tiềm ẩn 1920-1926; Đất Nam Kỳ - Tiền đề văn hóa mở đạo Cao Đài.*
** Chủ biên "Chương trình chung tay ấn tống kinh sách Đại Đạo".*
** Email: <leanhdung@gmail.com>*

Khoảng hơn 6 giờ rưỡi tối Thứ Bảy 12.1, tôi có mặt ở tu viện Regina Mundi. Thấy tôi mặc đạo phục Cao Đài, một chị liền đi đến chào, rồi hướng dẫn tôi bước vào nơi quàn linh cữu. Bấy giờ thánh lễ cầu nguyện cũng vừa xong. Nhân lúc ấy, tôi liền đến xin thắp hương và quỳ lạy mà không thể cầm được cơn xúc động bất thần dâng tràn khi nhìn di ảnh thật gần. Rồi tôi nán lại đến 7 giờ tối, để hiệp lòng cùng với Ban Mục Vụ Đối Thoại Liên Tôn và quý cộng đoàn kính dâng thánh lễ cầu nguyện cho giác linh nữ tu Mai Thành Bùi Thị Như Kha sớm được hưởng Nhan Thánh Chúa.

Trở về nhà, suốt buổi tối trong tâm tôi vẫn vương mang những tình cảm kính yêu đằm thắm dành cho người vừa ra đi, mà thể theo đề nghị của Lm. F. X. Bảo Lộc, một số người ở lại đã lần lượt chia sẻ bằng ngôn từ, bằng vần thơ, bằng lời ca, tiếng đàn, tiếng sáo...

Tôi biết danh tiếng nữ tu Mai Thành đã lâu trước khi được gặp mặt và trò chuyện với bậc trưởng lão chân tu rất tài hoa, rất trí tuệ, và cũng rất vui tính này.

Nhiều năm trước, trong một khóa tu bảy ngày tổ chức vào tiết Đông Chí tại Cơ quan Phổ thông Giáo lý Đại Đạo (171B đường Cống Quỳnh, quận 1), giữa những đợt thực hành đạo pháp (công phu) nơi chánh điện, khi trở về phòng nghỉ, tôi thư giãn bằng cách đọc sách. Tình cờ tôi tìm được ở kệ sách trong phòng một quyển nho nhỏ, khổ A5, photocopy; dường như nhan đề là *Từ Ánh Sáng Mặt Trời Tình Yêu* (tập II).

Hiệp tuyển này kể lại hành trình rất đặc biệt của nhiều nhân vật tên tuổi khi các vị đến với đạo Chúa. Riêng bài của nữ tu Mai Thành khiến tôi không cầm được nước mắt trong lúc dõi theo từng dòng, từng trang hồi ức. Đọc đến dòng chót rồi thì tôi đóng sách lại, không muốn đọc thêm bài nào khác, và để mặc cho tâm hồn mình rung động với những dư chấn của câu chuyện.

Thế rồi, nhân một cuộc lễ do Ban Mục vụ Đối thoại Liên tôn tổ chức, lần đầu tiên tôi được gặp con người đã chinh phục con tim tôi vào mùa tu Đông Chí năm xưa. Chiều hôm ấy, khi tôi đến, Lm. F. X. Bảo Lộc liền vui vẻ giới thiệu và mời tôi ngồi cạnh nữ tu Mai Thành. Nhìn gương mặt hiền từ, ánh mắt hòa ái của bậc trưởng lão, tôi chắp tay thưa: "Con chào sœur ạ". Người nở nụ cười mà bảo: "Ai lại xưng con với sœur bao giờ. Sœur là chị kia mà". Rồi hỏi thăm tôi, người xưng là con, gọi tôi là thầy. Hoảng quá, tôi lật đật cản lại: "Xin sœur đừng xưng con với Huệ Khải và đừng gọi con là thầy. Theo cách xưng hô trong đạo Cao Đài, hãy gọi con là đạo đệ".

Rốt cuộc, từ đó về sau, người gọi tôi là đạo huynh Huệ Khải, xưng là Mai Thành; còn tôi vẫn gọi người là sœur và xưng là tệ đệ, hay đạo đệ, hay con, hay Huệ Khải.

Mùa Giáng Sinh 2011, sáng ngày 24.12 tại thánh thất Bàu Sen tôi có buổi nói chuyện với chủ đề Con Đường Hạnh Phúc . Hôm ấy, tôi trích dẫn Phúc âm để trình bày về con đường tìm đến hạnh phúc học theo lời Chúa dạy. Dứt câu chuyện, tôi vừa chào cảm tạ cử tọa xong, chưa kịp rời khỏi bục, thì từ hàng ghế thính giả, nữ tu Mai Thành nhẹ nhàng bước tới gần, tươi cười trao tặng tôi một nhánh hoa trạng nguyên đỏ thắm. Tôi thật bất ngờ mà cũng rất cảm kích tấm lòng của người, lãnh hội ý tứ sâu sắc mà người kín đáo gởi gắm trong tên hoa trạng nguyên, bởi lẽ theo giáo lý Cao Đài thì mọi người tu trong thời mạt pháp này đều làm sĩ tử đang dự kỳ thi chót là Hội Long Hoa.

Nếu nói về đạo nghiệp hoằng đại và công đức sâu dày của người, và gọi theo đạo Lão, thì người quả là Đạo Trưởng Mai Thành. Nhưng tôi xin được kính gọi người là Chị Lớn, theo cách thân thương vẫn dành cho các bậc nữ chức sắc cao cấp trong Hội thánh Cao Đài.

Chị Lớn Mai Thành ơi! Nhánh hoa trạng nguyên năm ấy mỹ miều lắm, và kết bằng nhung mịn màng nên rất bền bỉ, vẫn còn là một kỷ vật nguyên vẹn trong nhà tệ đệ; thế mà người Chị tặng hoa thì nay đang cố quận quy hồi, quay về quê cũ.

Vâng, Chị Lớn rời khỏi thế gian là để trở lại mái nhà xưa của Chị Lớn trên Thiên đàng, cõi thiêng liêng mà từ đó Chị Lớn đã tạm chia tay để xuống chốn bụi hồng này chu toàn sứ vụ làm sáng danh Thiên Chúa.

Xin kính tiễn Chị Lớn trở về nhà, Chị Lớn Mai Thành ơi!

Huệ Khải Nhiêu Lộc, 14.1.2019

Nguồn:

http://www.cgvdt.vn/cong-giao-viet-nam/chi-lon-mai-thanh-ve-nha-roi_a8560

THƯƠNG NHỚ LINH MỤC VINCENT NGUYỄN HƯNG

Thomas Nguyễn Văn Hiệp

Linh mục Vinh Sơn Nguyễn Hưng sinh ngày 06/6/1927 tại giáo xứ Quỹ Đê, Trực Ninh, Nam Định, thuộc Giáo phận Bùi Chu. Năm 1940 vào trường tập rồi Tiểu chủng viện Bùi Chu, năm 1950 học Đại chủng viện Bùi Chu. Thụ phong linh mục tại Sài Gòn ngày 19/07/1959. Du học tại đại học Sorbonne, Pháp (1964 – 1971) với học vị Tiến sĩ Ngôn ngữ học.

Từ 1971-1974 cha giảng dạy tại các trường Chu Văn An, Trưng Vương, và các Đại học Sài Gòn, Huế, Đà Lạt, Tiền Giang, Duyên Hải, Cao Đài, Minh Đức. Cha đã biên soạn nhiều sách Triết học, Thần học, Linh hướng, Tu đức…

Từ 1972, cha phục vụ tại Giáo xứ An Tôn, thuộc hạt Chí Hoà, Tổng Giáo phận Sài Gòn.

Từ 1982, kiêm nhiệm Tuyên úy cho Tu viện Mân Côi Chí Hòa.

Được sự cho phép và hỗ trợ của Đức Giám quản Nicolas Huỳnh Văn Nghi, cha Vinh Sơn Nguyễn Hưng lập ra Nhóm Dịch thuật Hán Nôm Công

Giáo. Số sách Hán Nôm đã được sưu tập, dịch thuật và in ấn lên tới hơn 120 cuốn.

Tháng 6 năm 2005, cha nghỉ hưu tại Nhà Hưu dưỡng Chí Hoà và qua đời tại đó ngày 21-02–2010.

Cha đã dồn hết thời giờ và tâm huyết cho công trình nghiên cứu Hán Nôm Công Giáo. Thao thức lớn nhất của ngài là thực hiện quyển Từ điển Hán Nôm Công Giáo nhưng công việc còn dở dang.

(Theo bản tiểu sử đọc trong tang lễ, được lưu giữ tại dòng Mân Côi Chí Hòa)

Lm. Thomas Nguyễn Văn Hiệp

* Sinh: 14-03-1976 tại Bình Thuận.
* Linh mục: 2012, thuộc giáo phận Phan Thiết. Du học Mỹ, cử nhân Hán Nôm.
* Hiện quản xứ Đức Thắng, Giáo phận Phan Thiết.
* Email: <thomashiep76@gmail.com>

Khi nghe hung tín cha Nguyễn Hưng qua đời, lòng tôi quặn thắt bật thành tiếng: Hết rồi! Hết rồi! Cây cổ thụ nối kết quá khứ với hiện tại, nối kết mạch nguồn di sản Hán Nôm Công giáo với hôm nay đã không còn!

Bản thân tôi biết Cha Nguyễn Hưng rất trễ, vào năm 1997, khi vừa tốt nghiệp đại học. Khi ấy, *Nhóm Dịch thuật Nghiên cứu Hán Nôm Công giáo* được thành lập từ năm 1985 gồm một số giáo sư, nhà nghiên cứu trước 1975 chỉ còn lại một mình ngài (một số đã mất, một số định cư tại nước ngoài). Nhờ Ngài tôi mới biết được một dòng văn học Hán Nôm Công giáo đồ sộ chứa đựng bao tinh hoa vô giá về đời sống đức tin, ngôn ngữ và văn học chưa được thế hệ con cháu đào sâu, nghiên cứu và học hỏi. Bởi lớp bụi thời gian phủ dày với bao biến cố thời cuộc đổi thay khắc nghiệt mà đến hôm nay dòng văn học Hán Nôm Công giáo hơn ba thế kỷ (từ thế kỷ XVII – thế kỷ XX) vẫn chưa được xã hội nhìn nhận. Đó là nỗi trăn trở thao thức khôn nguôi của Cha Nguyễn Hưng. Cha luôn nói: "Nhiệm vụ quan trọng nhất của tôi hiện nay là phiên âm dịch nghĩa và giới thiệu hết tất cả các tác phẩm Hán Nôm Công giáo cho mọi người". Âm thầm miệt mài lặng lẽ chấp nhận bao cay đắng xót xa của thời cuộc như "Ông Đồ" trong bài thơ cùng tên của Vũ Đình Liên, hơn 20 năm qua Ngài đã giới thiệu gần 130 tác phẩm Hán Nôm Công giáo. Những tác phẩm cuối cùng sắp in thì Ngài đã phải ra đi. Qui luật cuộc đời thật khắc nghiệt! Ngài đành ngậm ngùi chuyển bầu nhiệt huyết ấy cho thế hệ kế thừa. Nhưng ai có thể thay thế và kế thừa được nhân cách, tri thức và bầu nhiệt huyết của Ngài?!

Song song với việc giới thiệu các tác phẩm Hán Nôm Công giáo, Ngài đã tiến hành soạn *Đại Tự Điển Chữ Nôm Công giáo.* Công việc mới xong phần lập phiếu, đang nhập dữ liệu vào vi tính được nửa chừng thì Ngài lại ra đi vĩnh viễn. Đó là một mất mát cho Giáo hội Việt Nam.

Ngoài những tác phẩm và công trình liên quan đến Hán Nôm, Ngài còn để lại nhiều tác phẩm liên quan đến ngôn ngữ, linh đạo, triết học, thần học... mà Ngài đã viết hay dịch thuật từ tiếng nước ngoài. Với gần 10 năm du học tại Pháp, với bằng Tiến sĩ Ngôn ngữ tại Sorbonne, nhiều năm làm giáo sư tại nhiều trường đại học ở miền Nam trước 1975, hàng chục năm âm thầm nghiên cứu viết lách đã làm nên một Nguyễn Hưng thông tuệ và uyên bác.

Vượt trên tất cả những điều ấy, Ngài luôn là một linh mục thánh thiện, hàng chục năm làm chánh xứ giáo xứ Antôn, hạt trưởng hạt Chí Hòa, linh hướng dòng nữ Mân Côi ... Ngài đã diễn tả thật hiệu quả châm ngôn "Tốt đạo đẹp đời". Ngài đã cống hiến cả cuộc đời cho Nước Trời, đồng thời cũng hết mình phục vụ xã hội trong lĩnh vực văn hóa. Nơi Ngài chúng ta nhận ra một mẫu gương cho một linh mục thời đại: làm sáng tỏ chân lý đức tin trong nền văn hóa Việt Nam. Trong Năm thánh Linh mục và Năm thánh Giáo hội Việt Nam, sự ra đi của cha Nguyễn Hưng là một nhắc nhở cho các chủng sinh và các linh mục trẻ: phải nỗ lực hết mình trong học tập và làm việc để hạt giống Tin mừng được sinh hoa kết quả hơn nữa trên quê hương Việt Nam.

Viết đến đây, đôi mắt tôi nhập nhòe bởi những giọt lệ long lanh thương tiếc một linh mục thánh thiện, nhiệt thành tận hiến cả cuộc đời cho Chúa, cho Giáo hội; tận dụng mọi khả năng có thể phục vụ xã hội. Tuy những công trình, những thao thức của Ngài còn dang dở chưa thực hiện xong, nhưng tôi tin Thiên Chúa sẽ thực hiện những điều tốt đẹp nhất cho Ngài. Ngài đã trồng, đã tưới, nhưng Thiên Chúa mới là Người cho mọc lên cây cối tốt tươi, hoa thơm trái ngọt (x. 1Cr 3,6).

Xin cám ơn "Bố Hưng"! (Tiếng "Bố" thân thương mà mọi người trong Nhóm Dịch Thuật Hán Nôm hay gọi Ngài) Xin cám ơn những gì Bố đã làm cho Giáo hội, cho xã hội và cho mọi người. Riêng con, sự ra đi của Bố là một nỗi đau và mất mát khôn nguôi. Mất đi một người Cha, một người thầy dạy dỗ bảo ban. Chính 2 năm công tác trong nhóm Dịch Thuật Hán Nôm, đã giúp con lớn lên rất nhiều trong đời sống tận hiến và tri thức. Xin Thiên Chúa yêu thương đón nhận Bố vào nơi Quê Trời vĩnh cửu.

Thomas Nguyễn Văn Hiệp

Nhóm Dịch Thuật Hán Nôm Công giáo

THÀNH TỰU 20 NĂM CỦA NHÓM DỊCH THUẬT NGHIÊN CỨU HÁN NÔM CÔNG GIÁO

Suốt 20 năm (1995-2005), Lm. Vinh Sơn Nguyễn Hưng và các cộng sự viên trong Nhóm Dịch thuật Nghiên cứu Hán Nôm Công giáo đã phiên chuyển sang chữ Quốc ngữ được hơn 120 tác phẩm Hán Nôm Công giáo Thế kỷ XVII-XX. Khi cha Nguyễn Hưng về với Chúa (2010), di sản này được giao cho Ban Văn hóa Tổng giáo phận Sài Gòn bảo quản. Nay Ban Văn hóa Tổng giáo phận Sài Gòn cùng với Tiểu ban Từ vựng Hán Nôm của Ủy ban Giáo lý Đức tin xem lại và lên kế hoạch ấn hành để lưu trữ và bảo tồn. Thông tin về lộ trình xuất bản, xin xem cuối sách này.

Danh sách các tác phẩm:

1. *Bà Thánh Đê – Cố Thánh Bắc – Cụ Thánh Hưởng*, Đức Cha P. M. Gendreau, Histoire de Sainte Đê, Saint Bắc et Saint Hưởng, Évêque P. M. Gendreau, 242 trang.

2. *Các Thánh Truyện, Tháng Giêng* – 1646 各聖傳 (𣎃𦝄), 495 trang– Cha Jeronimo Maiorica, S.J.

3. *Các Thánh Truyện, Tháng Hai* – 1646 各聖傳 (𣎃𠄩), 350 trang– Cha Jeronimo Maiorica, S.J.

4. *Các Thánh Truyện, Tháng Ba* – 1646 各聖傳 (𣎃𠀧), 493 trang– Cha Jeronimo Maiorica, S.J.

5. *Các Thánh Truyện, Tháng Bốn* – 1646 各聖傳 (𣎃𦊚), 312 trang– Cha Jeronimo Maiorica, S.J.

6. *Các Thánh Truyện, Tháng Năm* – 1646 各聖傳 (𣎃𠄼), 258 trang– Cha Jeronimo Maiorica, S.J.

7. *Các Thánh Truyện, Tháng Bảy* – 1646 各聖傳 (𣎃⊠), 292 trang– Cha Jeronimo Maiorica, S.J.

8. *Các Thánh Truyện, Tháng Tám* – 1646 各聖傳 (𦝄𨑮), 358 trang– Cha Jeronimo Maiorica, S.J.

9. *Các Thánh Truyện, Tháng Chín* – 1646 各聖傳 (𦝄𨑮), 300 trang– Cha Jeronimo Maiorica, S.J.

10. *Các Thánh Truyện, Tháng Mười* – 1646 各聖傳 (𦝄𨑮), 302 trang– Cha Jeronimo Maiorica, S.J.

11. *Các Thánh Truyện, Tháng Mười Một* – 1646 各聖傳 (𦝄𨑮𠬠), 308 trang– Cha Jeronimo Maiorica, S.J.

12. *Các Thánh Truyện, Tháng Mười Hai* – 1646 各聖傳 (𦝄𨑮𠄩), 330 trang – Cha JeronimoMaiorica, S.J.

13. *Cải Táng Hài Cốt Các Thánh Tử Đạo* 改葬骸骨各聖死道, 1862, 214 trang.

14. *Cấm phòng cho bổn đạo*, tập 1 禁房朱本道, 集𠬠, 1907, 278 trang.

15. *Cấm phòng cho bổn đạo*, tập 2 禁房朱本道, 集𠄩, 1907, 278 trang.

16. *Cụ Thánh Tịnh, Ông Thánh Vân* 具聖淨 - 翁聖雲, Đức Cha P.M. Gendreau – Histoire de Saint Tịnh et saint Vân, Evêque P.M. Gendreau, 250 trang.

17. *Dọn mình trước chịu Cô-mô-nhong*, 1646 迍命略𠄼姑模絨, 294 trang – Cha Jeronimo Maiorica, S.J.

18. *Đức Chúa Giêsu ngự trong phép Mình Thánh*, tập 1 德主支秋御𥪝法命聖, 集𠬠 - In tại Ninh Phú, 1906, 345 trang.

19. *Đức Chúa Giêsu ngự trong phép Mình Thánh*, tập 2 德主支秋御𥪝法命聖, 集𠄩 - In tại Ninh Phú, 1906, 345 trang.

20. *Đức Chúa Giêsu truyện*, quyển thứ 2 – 德主支秋傳, 卷之二 La vie de Jésus-Christ, Tome 2, 1646, 484 trang – Cha Jeronimo Maiorica, S.J.

21. *Đức Chúa Giêsu truyện*, quyển thứ 3 – 德主支秋傳, 卷之三 La vie de Jésus-Christ, Tome 3, 1646 – Cha Jeronimo Maiorica, S.J.

22. *Đức Chúa Giêsu truyện*, quyển thứ 4 – 德主支秋傳, 卷之四 La vie de Jésus-Christ, Tome 4, 1646 – Cha JeronimoMaiorica, S.J.

23. *Đức Chúa Giêsu truyện*, quyển thứ 7 – 德主支秋傳, 卷之七 La vie de Jésus-Christ, Tome 7, 1646 – Cha Jeronimo Maiorica, S.J.

24. *Đức Chúa Giêsu truyện*, quyển thứ 8 – 德主支秋傳, 卷之八 La vie de Jésus-Christ, Tome 8, 1646 – Cha Jeronimo Maiorica, S.J.

25. *Đức Chúa Giêsu truyện*, quyển thứ 9 – 德主支秋傳, 卷之九 La vie de Jésus-Christ, Tome 9, 1646 – Cha Jeronimo Maiorica, S.J.

26. *Đức Chúa Giêsu truyện*, quyển thứ 10 – 德主支秋傳, 卷之十 La vie de Jésus-Christ, Tome 10, 1646 – Cha Jeronimo Maiorica, S.J.

27. *Hội Đồng Tứ Giáo Danh Sư* 會同四教, chú giải, ĐC Gioan Đỗ Văn Ngân chuẩn ấn (Imprimatur)

28. *Kinh những lễ mùa Phục Sinh* – quyển thứ 3 經仍禮務復生一卷次叱, Les Sermons du Temps Pascal – volume 1, 1646, 247 trang – Cha Jeronimo Maiorica, S.J.

29. *Lễ Nhật Chung Niên Toàn Thư* 禮日終年全書, Lectures Bibliques, Ninh Phú, 1905, 168 trang.

30. *Lộ Đức Thánh Mẫu* 路德聖母, tập 1, Notre Dame de Lourdes, tome 1.

31. *Lộ Đức Thánh Mẫu* 路德聖母, tập 2, Notre Dame de Lourdes, tome 2.

32. *Một số thư chung Địa Phận Hà Nội*, Quelques Lettres Pastorales, Hanoi, 346 trang.

33. *Ngắm Thương Khó* 吟傷庫 (2) – Méditation de la Passion de Jésus Christ, Phú Nhai, 1865, 64 trang.

34. *Những điều ngắm trong các ngày lễ trọng,* quyển 1 – 仍調吟鼢各時禮重, 卷之一 Les Médiations pendant les Grandes Fetes, volume 1, 1646, 438 trang – Cha Jeronimo Maiorica, S.J.

35. *Những điều ngắm trong các ngày lễ trọng,* quyển 2 – 仍調吟鼢各時禮重, 卷之二 Les Médiations pendant les Grandes Fetes, volume 2, 1646, 428 trang – Cha Jeronimo Maiorica, S.J.

36. *Phép Dòng Chị Em Mến Câu-Rút Đức Chúa Giêsu* 法洞姉婄勉枸椊德主支秋, 1869, 188 trang.

37. *Qua-gia-giê-say-mã Mùa ăn chay cả,* quyển 2 –戈耶支槎瑪務咹齋奇一 卷之貳 Quadragesima, volume 2, 1646, 248 trang – Cha Jeronimo Maiorica, S.J.

38. *Sách Các Phép* 冊各法, XVIII, Livre liturgiques, 180 trang, ĐGM. Hilario De Jesu.

39. *Sách Dạy Đấng Làm Người Sửa Mình,* tập 1, Đức Cha P.M. Gendreau, Invitation à la Correction de Soi-même – Tome 1, Evêque P.M. Gendreau, Kẻ Sở, 1912, 633 trang.

40. *Sách Dạy Đấng Làm Người Sửa Mình,* tập 2, Đức Cha P.M. Gendreau, Invitation à la Correction de Soi-même – Tome 2, Evêque P.M. Gendreau, Kẻ Sở, 1912, 633 trang.

41. *Sách Dạy Tập Đi Đàng Nhân Đức Trọn Lành,* quyển 1 – 冊吪習趍塘仁德論苓,卷之一 La Perfection Chrétienne, livre 1, 1865 – Cha Alphonse Rodriguez, S.J.

42. *Sách Dạy Tập Đi Đàng Nhân Đức Trọn Lành,* quyển 2 – 冊吪習趍塘仁德論苓,卷之二 La Perfection Chrétienne, livre 2, 1865 –

Cha Alphonse Rodriguez, S.J.

43. *Sách Dạy Tập Đi Đàng Nhân Đức Trọn Lành,* quyển 3 – 冊吪習趍塘仁德論苓,卷之三 La Perfection Chrétienne, livre 3, 1865 – Cha Alphonse Rodriguez, S.J.

44. *Sách Dạy Tập Đi Đàng Nhân Đức Trọn Lành,* quyển 4 – 冊吪習趍塘仁德論苓,卷之四 La Perfection Chrétienne, livre 4, 1865 – Cha Alphonse Rodriguez, S.J.

45. *Sách Dạy Tập Đi Đàng Nhân Đức Trọn Lành,* quyển 5 – 冊吪習趍塘仁德論苓,卷之五 La Perfection Chrétienne, livre 5, 1865 – Cha Alphonse Rodriguez, S.J.

46. *Sách Dạy Tập Đi Đàng Nhân Đức Trọn Lành,* quyển 6 – 冊吪習趍塘仁德論苓,卷之六 La Perfection Chrétienne, livre 6, 1865 – Cha Alphonse Rodriguez, S.J.

47. *Sách Dạy Tập Đi Đàng Nhân Đức Trọn Lành*, quyển 7 – 冊吪習趍塘仁德論苓,卷之七 La Perfection Chrétienne, livre 7, 1865 – Cha Alphonse Rodriguez, S.J.

48. *Sách Dạy Tập Đi Đàng Nhân Đức Trọn Lành*, quyển 7 – 冊吪習趍塘仁德論苓,卷之七 La Perfection Chrétienne, livre 7, 1865 – Cha Alphonse Rodriguez, S.J.

49. *Sách Dạy Tập Đi Đàng Nhân Đức Trọn Lành*, quyển 8 – 冊吪習趍塘仁德論苓,卷之八 La Perfection Chrétienne, livre 8, 1865 – Cha Alphonse Rodriguez, S.J.

50. *Sách Dạy Tập Đi Đàng Nhân Đức Trọn Lành*, quyển 9 – 冊吪習趍塘仁德論苓,卷之九 La Perfection Chrétienne, livre 9, 1865 – Cha Alphonse Rodriguez, S.J.

51. *Sách Dạy Tập Đi Đàng Nhân Đức Trọn Lành,* quyển 10 – 冊吪習趍塘仁德論苓,卷之十 La Perfection Chrétienne, livre 10, 1865 – Cha Alphonse Rodriguez, S.J.

52. *Sách Dạy Tập Đi Đàng Nhân Đức Trọn Lành*, quyển 11 – 冊吪習趍塘仁德論苓,卷之十一 La Perfection Chrétienne, livre 11, 1865 – Cha Alphonse Rodriguez, S.J.

53. *Sách Dạy Tập Đi Đàng Nhân Đức Trọn Lành*, quyển 12 – 冊吪習趍塘仁德論苓,卷之十二, La Perfection Chrétienne, livre 12, 1865 – Cha Alphonse Rodriguez, S.J.

54. *Sách Dạy Tập Đi Đàng Nhân Đức Trọn Lành*, quyển 13 – 冊吪習趍塘仁德論苓,卷之十三, La Perfection Chrétienne, livre 13, 1865 – Cha Alphonse Rodriguez, S.J.

55. *Sách Dạy Tập Đi Đàng Nhân Đức Trọn Lành*, quyển 14 – 冊吪習趍塘仁德論苓,卷之十四, La Perfection Chrétienne, livre 14, 1865 – Cha Alphonse Rodriguez, S.J.

56. *Sách Dạy Tập Đi Đàng Nhân Đức Trọn Lành*, quyển 15 – 冊𠰺習趍塘仁德論苓,卷之十五, La Perfection Chrétienne, livre 15, 1865 – Cha Alphonse Rodriguez, S.J.

57. *Sách Dạy Tập Đi Đàng Nhân Đức Trọn Lành*, quyển 16 – 冊𠰺習趍塘仁德論苓,卷之十六 La Perfection Chrétienne, livre 16, 1865 – Cha Alphonse Rodriguez, S.J.

58. *Sách Dạy Tập Đi Đàng Nhân Đức Trọn Lành*, quyển 17 – 冊𠰺習趍塘仁德論苓,卷之十七, La Perfection Chrétienne, livre 17, 1865 – Cha Alphonse Rodriguez, S.J.

59. *Sách Dạy Tập Đi Đàng Nhân Đức Trọn Lành*, quyển 18 – 冊𠰺習趍塘仁德論苓,卷之十八, La Perfection Chrétienne, livre 18, 1865 – Cha Alphonse Rodriguez, S.J.

60. *Sách Dạy Tập Đi Đàng Nhân Đức Trọn Lành*, quyển 19 – 冊𠰺習趍塘仁德論苓,卷之十九, La Perfection Chrétienne, livre 19, 1865 – Cha Alphonse Rodriguez, S.J.

61. *Sách Dạy Tập Đi Đàng Nhân Đức Trọn Lành*, quyển 20 – 冊𠰺習趍塘仁德論苓,卷之廿, La Perfection Chrétienne, livre 20, 1865 – Cha Alphonse Rodriguez, S.J.

62. *Sách Dạy Tập Đi Đàng Nhân Đức Trọn Lành*, quyển 21 – 冊𠰺習趍塘仁德論苓,卷之廿一, La Perfection Chrétienne, livre 21, 1865 – Cha Alphonse Rodriguez, S.J.

63. *Sách Dạy Tập Đi Đàng Nhân Đức Trọn Lành*, quyển 22 – 冊𠰺習趍塘仁德論苓,卷之廿二, La Perfection Chrétienne, livre 22, 1865 – Cha Alphonse Rodriguez, S.J.

64. *Sách Dạy Tập Đi Đàng Nhân Đức Trọn Lành*, quyển 23 – 冊𠰺習趍塘仁德論苓,卷之廿三, La Perfection Chrétienne, livre 23, 1865 – Cha Alphonse Rodriguez, S.J.

65. *Sách Dạy Tập Đi Đàng Nhân Đức Trọn Lành*, quyển 24 – 冊𠰺習趍塘仁德論苓,卷之廿四, La Perfection Chrétienne, livre 24, 1865 – Cha Alphonse Rodriguez, S.J.

66. *Sách Dạy Về Đánh Giặc Thiêng Liêng* 冊𠰺衛事打賊聲靈, tập 1, 1912, 312 trang.

67. *Sách Dạy Về Đánh Giặc Thiêng Liêng* 冊𠰺衛事打賊聲靈, tập 2, 1912, 340 trang.

68. *Sách Dẫn Đàng Giữ Đạo*, phần 1, tập 1 冊引塘侍道, 分没集没 1911, 438 trang.

69. *Sách Dẫn Đàng Giữ Đạo*, phần 1, tập 2 冊引塘侍道, 分没集𠄩 1911, 438 trang.

70. *Sách Dẫn Đàng Giữ Đạo*, phần 2, tập 1 冊引塘侍道, 分𠄩集没

1911, 564 trang.

71. *Sách Dẫn Đàng Giữ Đạo*, phần 2, tập 2 冊引塘侍道, 分𠄩集𠄩 1911, 564 trang.

72. *Sách Dẫn Đàng Nhân Đức*, phần 1, 冊引塘仁德, 分沒 1907, 458 trang.

73. *Sách Dẫn Đàng Nhân Đức*, phần 2, 冊引塘仁德, 分𠄩 1907, 458 trang.

74. *Sách Sấm Truyền Cũ*, phần 1, tập 1 冊讖傳寠, 分沒集沒.

75. *Sách Sấm Truyền Cũ*, phần 2, tập 1 冊讖傳寠, 分𠄩集沒.

76. *Sách Sấm Truyền Cũ*, phần 2, tập 2 冊讖傳寠, 分𠄩集𠄩.

77. *Sách Thánh (truyện các thánh), Tháng Giêng* – 1848 冊聖 (傳各聖) 一 𣎃正), Histoires des Saints, Janvier, 777 trang – Đc. Dominique Marti.

78. *Sách Thánh (truyện các thánh), Tháng Hai* – 1848 冊聖 (傳各聖) 一 𣎃𠄩), Histoires des Saints, Février, 654 trang – Đc. Dominique Marti.

79. *Sách Thánh (truyện các thánh), Tháng Ba* – 1848 冊聖 (傳各聖) 一 𣎃𠀧), Histoires des Saints, Mars, 567 trang – Đc. Dominique Marti.

80. *Sách Thánh (truyện các thánh), Tháng Bốn* – 1848 冊聖 (傳各聖) 一 𣎃罘), Histoires des Saints, Avril, 619 trang –Đc. Dominique Marti.

81. *Sách Thánh (truyện các thánh), Tháng Năm* – 1848 冊聖 (傳各聖) 一 𣎃𠄼), Histoires des Saints, Mai, 769 trang – Đc. Dominique Marti.

82. *Sách Thánh (truyện các thánh), Tháng Sáu* – 1848 冊聖 (傳各聖) 一 𣎃𦒹), Histoires des Saints, Juin, 677 trang – Đc. Dominique Marti.

83. *Sách Thánh (truyện các thánh), Tháng Bảy* – 1848 冊聖 (傳各聖) 一 𣎃 □), Histoires des Saints, Juillet, 611 trang – Đc. Dominique Marti.

84. *Sách Thánh (truyện các thánh), Tháng Tám* – 1848 冊聖 (傳各聖) 一 𣎃糁), Histoires des Saints, Août, 592 trang – Đc. Dominique Marti.

85. *Sách Thánh (truyện các thánh), Tháng Chín* – 1848 冊聖 (傳各聖) 一 𣎃□), Histoires des Saints, Septembre, 570 trang – Đc. Dominique Marti.

86. *Sách Thánh (truyện các thánh), Tháng Mười* – 1848 冊聖 (傳各聖) 一 𣎃进), Histoires des Saints, Octobre, 572 trang – Đc. Dominique Marti.

87. *Sách Thánh (truyện các thánh), Tháng Mười Một* – 1848 冊聖 (傳各聖) 一 𣎃进沒), Histoires des Saints, Novembre, 664 trang – Đc. Dominique Marti.

88. *Sách Thánh (truyện các thánh), Tháng Mười Hai* – 1848 冊聖 (傳各聖) 一 𣎃进𠄩), Histoires des Saints, Décembre, 453 trang – Đc. Dominique Marti.

89. *Sách truyện các thánh, Tháng Giêng* – 1908 冊傳各聖 一 𣎃正, Histoires des Saints, Janvier, 469 trang – J.M. Bigollet Kính MEP.

90. *Sách truyện các thánh, Tháng Hai* – 1908 冊傳各聖 一 𦚢𠄩, Histoires des Saints, Février, 461 trang – J.M. Bigollet Kính MEP.

91. *Sách truyện các thánh, Tháng Ba* – 1908 冊傳各聖 一 𦚢𠀧, Histoires des Saints, Mars, 492 trang – J.M. Bigollet Kính MEP.

92. *Sách truyện các thánh, Tháng Bốn* – 1908 冊傳各聖 一 𦚢𦊚, Histoires des Saints, Avril, 523 trang – J.M. Bigollet Kính MEP.

93. *Sách truyện các thánh, Tháng Năm* – 1908 冊傳各聖 一 𦚢𠄼, Histoires des Saints, Mai, 569 trang – J.M. Bigollet Kính MEP.

94. *Sách truyện các thánh, Tháng Sáu* – 1908 冊傳各聖 一 𦚢𦒹, Histoires des Saints, Juin, 485 trang – J.M. Bigollet Kính MEP.

95. *Sách truyện các thánh, Tháng Bảy* – 1908 冊傳各聖 一 𦚢□, Histoires des Saints, Juillet, 491 trang – J.M. Bigollet Kính MEP.

96. *Sách truyện các thánh, Tháng Tám* – 1908 冊傳各聖 一 𦚢糝, Histoires des Saints, Août, 562 trang – J.M. Bigollet Kính MEP.

97. *Sách truyện các thánh, Tháng Chín* – 1908 冊傳各聖 - 𦚢□, Histoires des Saints, Septembre, 492 trang – J.M. Bigollet Kính MEP.

98. *Sách truyện các thánh, Tháng Mười* – 1908 冊傳各聖 一 𦚢𨑮, Histoires des Saints, Octobre, 488 trang – J.M. Bigollet Kính MEP.

99. *Sách truyện các thánh, Tháng Mười Hai* – 1908 冊傳各聖 一 𦚢𨑮𠄩, Histoires des Saints, Décembre, 488 trang – J.M. Bigollet Kính MEP.

100. *Sách truyện ông Thánh Phan xi cô Xaviê* 冊傳翁聖潘支姑車為哝– Hisroire de Saint François Xavier, 538 trang.

101. *Sơ thảo thư mục Hán Nôm Công Giáo Việt Nam*, Lm Nguyễn Hưng, 2008, 192 trang.

102. *Tam thập nhất điều tư lương* 三拾壹條思量 - 印在寧富堂 - In tại Ninh Phú Đường, 1904, 255 trang.

103. *Tập dụng thần công* 集用神公 – Les Exercices Sprиritutes, Saint Ignace de Loyola, 1864, 518 trang.

104. *Tháng Ông Thánh Giu-se* 𦚢翁聖樞槎 Le mois de Saint Joseph.

105. *Thánh Giáo giảm lược*, tập 1 聖教監畧,集没 – Les Exemples Bibliques, tome 1.

106. *Thánh Giáo giảm lược*, tập 2 聖教監畧,集𠄩 – Les Exemples Bibliques, tome 2.

107. *Thánh Giáo Kinh Nguyện*, tuyển tập 聖教經願，選集 – Les prière Chrétience, textes choisis, 680 trang.

108. *Thánh giáo yếu lý*, tuyển tập 聖教要理，選集 – La Doctrine Chrétience, 644 trang.

109. *Thánh Lộ Thiện Công* 聖路善工, Chemine de Croix, 1907,

270 trang.

110. *Thiên Chúa thánh giáo hối tội kinh* – 天主聖教誨罪經 Le Livre de pénitence, 1646, 54 a-b trang.– Cha Jeronimo Maiorica, S.J.

111. *Thiên Chúa Thánh Giáo Khải Mông* 天主聖教啟蒙, Initiations au Christianisme, 1646, 338 trang– Cha Jeronimo Maiorica, S.J.

112. *Thiên Chúa Thánh Mẫu* – quyển thượng 天主聖母一卷上, La Mère Divine – volume 1, 1646, 252 trang– Cha Jeronimo Maiorica, S.J.

113. *Thiên Chúa Thánh Mẫu* – quyển trung 天主聖母一卷中, La Mère Divine – volume 2, 1646, 386 trang– Cha Jeronimo Maiorica, S.J.

114. *Thư mục Công Giáo* 書目公教 – Sommaire Bibliographie en Nom de la Chrétienté Vietnamienne, 192 trang.

115. *Truyện Bà Thánh Isave* – 傳妃聖衣車蝸 Histoire de Sainte Elizabeth, Reine, 1646, 95 a-b– Cha Jeronimo Maiorica, S.J.

116. *Truyện hai mươi hai Đấng Thánh Tử Đạo Việt Nam* 傳廿𠄩等聖死道越南, Đức Cha P. M. Gendreau – Les 22 saints martyrs), Evêque P. M. Gendreau, Ninh Phú, 1902, 656 trang.

117. *Truyện ông Thánh An-tôn* 傳翁聖安宗 – Histoire de Saint Antoine de Padoue, Phero Mai Van Luong, 1910, 250 trang.

118. *Truyện ông Thánh Inaxu, Truyện ông Thánh Phanxicô Xaviê* 傳翁聖衣那樞 - 傳翁聖潘支姑車為咴– Hisroire de Saint Ignace de Loyola et de Saint François Xavier – 1646, 334 trang – Cha Jeronimo Maiorica, S.J.

119. *Truyện Thánh Ven tử đạo* 傳聖边死道– L'hisroire de Saint Venard martyr – 600 trang.

120. *Tứ Chung Lược Thuyết* 四終畧說 – Précis des Quatre Fins Dernières.

121. *Tứ Chung Quốc Ngữ* 四終國語 – Précis des Quatre Fins Dernières.

122. *Tứ nguyên yếu lý*, tập 1 聖教要理，集没 –Doctrine Chrétience en 4 points, tome 1.

123. *Tứ nguyên yếu lý*, tập 2 聖教要理，集𠄩 –Doctrine Chrétience en 4 points, tome 2.

124. *Tứ nguyên yếu lý*, tập 3 聖教要理，集𠀧 –Doctrine Chrétience en 4 points, tome 3.

125. *Vãn Thánh Cả Giuse* 挽聖奇樞槎, Trần Lục – Les poemes en honneur de Saint Joseph, Tran Luc – 425 trang.

Đây là một sưu tập quý giá người xưa để lại, đáng được nâng niu trong tủ sách các gia đình và các cộng đoàn. Nó rất đáng được các vị hảo tâm ủng hộ để tặng đến các thư viện đạo và đời để lưu trữ và bảo tồn. Quý bạn đọc quan tâm, muốn góp phần giữ gìn và tôn tạo những cống hiến của người xưa, mời xem dự án VƯỜN XƯA HOA LẠI NỞ ở những trang cuối quyển II bộ sưu tập này.

NHÀ THƠ ĐƠN PHƯƠNG VÀ NỖI ĐAU HÀN MẠC TỬ

Lê Anh Đủ

Nhà thơ Đơn Phương

1. Vị đắng tuổi xuân

Có một người cùng cảnh ngộ như nhà thơ Hàn Mạc Tử, ông tên là Trần Hồng Phương hay còn gọi là Đơn Phương. Ông đang sống những ngày cuối đời tại Trại phong Bến Sắn (Bình Dương) khi đôi chân đã mất, còn đôi bàn tay thì không lành lặn.

Nhà báo Lê Anh Đủ

Cuộc đời ông là một chuỗi những ngày cay đắng. Sinh ra trong chiến tranh, cha chết, mẹ tảo tần nuôi ba đứa con rồi bà cũng chết vì bệnh lao. Sống kiếp mồ côi từ nhỏ, ở nhờ cô nhi viện, ông biết làm thơ từ năm 13 tuổi. Nhưng thật nghiệt ngã, khi hồn thơ đang bay bổng thì ông mắc phải bệnh phong, căn bệnh nan y thời đó. Ông trải qua những ngày trốn chạy vào trong rừng, vào núi, rồi phải vào trại phong, sau đó lang thang hành khất...

Tuy vậy, với nghị lực phi thường và niềm tin mãnh liệt, ông đã đứng lên và bước đi trên chính đôi chân tàn tật của mình. Điều đó càng khiến nhiều người khâm phục. Trong suốt chặng đường đối diện với nỗi đau, Đơn Phương đã viết hàng trăm bài thơ thống thiết, y như cố thi sĩ Hàn Mạc Tử cùng cảnh ngộ một thời vang bóng. Đặc biệt hơn, chính ông đã hoàn thiện kịch thơ *Quần Tiên Hội* của Hàn Mạc Tử, từ 41 câu dang dở thành 700 câu hoàn chỉnh, đến nỗi khó ai phân biệt câu thơ nào của Hàn Mạc Tử, câu thơ nào là của Đơn Phương.

Bệnh nhân nan y

... Đó là năm 1958, thời thơ ấu đã qua, Phương không còn rong chơi phá phách để rồi phải nhận lãnh những trận đòn đau rát. Tưởng rằng cuộc đời sau những đau thương sẽ có ngày tươi đẹp. Nhưng không ngờ... Anh thường bị đau nhức trong xương, có lúc suốt đêm không sao ngủ được. Việc học hành ban đầu còn miễn cưỡng, dần dà đành chịu buông xuôi. Anh đã mắc phải bệnh nan y!

Phương cho biết, tình trạng đau nhức kéo dài không bao lâu thì tại bàn tay phải của anh, thịt giữa hai ngón trỏ và cái (thường hay gọi là trái chanh) lần hồi biến mất. Vì từ thuở nhỏ đến lớn chưa một lần thấy người phong nên Phương không rõ bệnh phong như thế nào và hình thù ra sao. Do vậy Phương cũng không biết mình đã mắc phải.

Mãi cho tới một hôm, khi cơn đau hoành hành dữ dội thì Phương được cô quản lý đưa đi bác sĩ. Sau một hồi đo khám, ông bác sĩ kéo cô quản lý ra ngoài, ông nói bằng tiếng Pháp rằng Phương đã mắc phải bệnh phong. Bệnh này cần phải cách ly với bạn bè ở chung hoặc phải đưa đi điều trị ở Nhà thương Chợ Quán. Cuộc trò chuyện giữa hai người dù cố tình kín đáo và nói bằng tiếng Pháp nhưng đã bị Phương nghe lén và hiểu hết!

Chạy trốn

Phương gào lên trong lòng, còn đau khổ nào hơn khi biết mình vướng phải căn bệnh khủng khiếp nhất trong tứ chứng nan y thời bấy giờ. Người Phương như sụp đổ, hôm đó anh không trở về viện mồ côi mà lang thang một mình trong khu rừng Thiên Nhiên. Dù rất đói nhưng anh cũng chẳng màng tìm đến khu Trai Đường để ăn. Phương nghĩ trong đầu: "Có lẽ lúc này cả viện mồ côi và những người quen đều biết anh mang bệnh phong cùi và chắc họ cũng lánh xa anh, chi bằng tự mình rời bỏ trước thì hơn". Luôn mấy tuần liền anh chịu cảnh đói rét trong rừng, chỉ ăn trái rừng hoặc hái trộm đào lộn hột lót dạ cho đỡ lòng.

Trong chuỗi ngày cực kỳ tuyệt vọng và cô đơn đó, Phương luôn nhớ đến cô bạn học tên Liên chung viện mồ côi. Có một vài đêm vì không chịu nổi sự nhớ nhung dày vò, anh lẻn về đứng ngoài tường rào chờ Liên ra trộm nhìn cho đỡ nhớ. Sau nhiều lần tuyệt vọng, cuối cùng anh nhất quyết cố quên, vì cả cuộc đời còn bị phế bỏ huống hồ chỉ là thứ tình cảm đơn phương! Ý nghĩ trong anh lúc ấy không gì ngoài cái chết. Nhưng anh không đủ can đảm tự tử. Nằm khoanh người trong màn đêm đen mịt, anh dù có muốn làm thơ cũng không có đèn, không có viết mà ghi. "Có nguồn cảm xúc mà không có sức lực và phương tiện thì cũng là hư vô", Phương nói.

Có một điều anh không ngờ là khi anh đang lẩn trốn thì bạn bè trong viện mồ côi tìm anh ở khắp nơi. Có mấy lần anh thấy các bạn ấy vào rừng kêu tên anh dáo dác. Nhìn sự lo lắng đó của các bạn, Phương càng thấy lòng xốn xang vô hạn... Nhưng vì mặc cảm chứng bệnh quái ác dễ gây cho người ta hãi sợ, nhất là câu dặn dò phải "cách ly" của bác sĩ luôn ám ảnh, thúc giục anh phải càng chạy xa lẩn trốn. Theo Phương, bất cứ ai trong hoàn cảnh ấy cũng hành động như vậy thôi...

Đang nằm đau đớn, tuyệt vọng bên bìa rừng thì bất chợt có người đi tới. Đó lại là chú Ba Mai, một người bà con xa của Phương. Nhìn qua dáng điệu thảm hại của cháu, chú khuyên nên trở về cô nhi viện rồi hãy tính sau. Tuy nhiên Phương lại tha thiết yêu cầu chú giúp anh phương tiện đi Sài Gòn để anh vào Chợ Quán. Thấy vậy, chú Mai thuyết phục đưa anh về nhà bà nội ở Qui Thiện cách đó gần 20 km, ở tạm vài hôm rồi sẽ liệu cách đưa đi Sài Gòn.

2. Người tù không án

Cuối năm 1959, bệnh tình của Phương phát tác mạnh, không còn giấu được ai. Hai chân anh giống như người bệnh phù thũng lâu năm, nhức nhối suốt ngày đêm. Từ đây thân anh như chiếc xe đứt thắng lao nhanh xuống vực, và anh dứt khoát đi Bệnh viện Chợ Quán. Đó là vào cuối năm 1960.

Bắt đầu hồn thơ thương đau

Bệnh viện Chợ Quán nằm trên đường Hàm Tử thuộc quận 5 của Sài Gòn thời đó. Trong bệnh viện, Trại 10 là nơi dành riêng cho bệnh nhân phong. Thuở ấy, người phong thường gọi nơi này bằng một cái tên châm biếm là "địa ngục trần gian". Theo Phương, gọi như vậy thật cũng không ngoa, bởi chỉ một khoảnh đất nho nhỏ mà chứa trên 300 bệnh nhân, phương tiện vệ sinh rất tồi. Ngày anh mới đặt chân tới Trại 10, không biết ai đó đã viết lên tường hai câu thơ gây nản lòng người bệnh như thế này: *Bệnh cùi không bao giờ chữa hết/Người cùi như xác chết chưa chôn!*

Có đến đây Phương mới rõ hình thể người bệnh phong như thế nào. Đó là một thế giới dị dạng, mỗi người một vẻ. So với nhiều người thì bệnh Phương đã quá nặng. Anh được đưa vô phòng liệt. Khám cho anh là một nữ bác sĩ, tuổi khoảng 40, tên Trịnh Thị Mộng Đơn. Bà nói một câu như có ý than phiền: "Còn quá trẻ sao để cho bệnh trở nặng mới vào đây?". Phương hối hận nhưng đã muộn.

Tệ hơn nữa, theo Phương, người đến thăm bệnh chỉ được đứng bên ngoài song cửa sắt nhìn vào, điều đó gây cho người bệnh phong cảm giác mình là một "người tù không bản án". Khi người thân ra về, từ bên trong song cửa sắt Trại 10 nhìn theo, Phương thấy anh trai mình (vừa về từ Campuchia) bật khóc. Phương lại liên tưởng đến hình ảnh giờ phút ra đi, em gái anh cũng đã khóc rất nhiều, gần như đang tiễn đưa người đi vào cõi chết! Mà thật vậy, mặc cảm cộng thêm thành kiến thâm sâu của người đời ít nhất là trong giai đoạn này đã đẩy bệnh nhân phong vào cảnh "một xác chết chưa chôn", mặc nhiên tách họ ra khỏi xã hội.

Khoảng tháng 4.1961, tức hơn ba tháng sau ngày Phương nhập viện, không rõ làm thế nào mà ban điều hành Trại 10 lại liệt anh vào danh sách cùng nhóm 12 người trẻ khác được đưa lên điều trị tận trại phong Bến Sắn ở Thủ Dầu Một.

...Mơ ơi! Em là sương đục/Tôi là sao rơi/Sáng mai, bình minh đến/ Ta dắt nhau về trời!... Nhiều bài thơ hay như vậy của Đơn Phương đã ra đời ở Bến Sắn. Tuy nhiên, vào những năm đầu thập niên 70, cuộc đời của Đơn Phương bước sang bi kịch mới: làm hành khất để nuôi thân và... làm thơ.

Gặp người con gái Song Thu

Trong một buổi tối cuối thu 1975, khi Phương đang ở hè phố thì Ngọc - bạn gái của một người bạn - dẫn đến một cô gái, tuổi độ 20, tên Liên, trên mặt có vài vết bầm vì bị dân "bụi đời" ức hiếp. Ngọc nhờ Phương đưa Liên đi trốn vì cô đang bị bọn du đãng Cầu Ông Lãnh tìm bắt do cô không chịu đi theo làm chuyện phi pháp với chúng. Phương thấy cô gái cũng hiền lành và có chút dáng ngây thơ, nếu để bọn lưu manh ức hiếp quả là không nỡ, nên đồng ý mà không cần biết nhà cô ở đâu, cô đang làm gì...

Sau khi đưa Liên về gửi bạn ở Tây Ninh, Phương trở xuống Sài Gòn tiếp tục nghề hành khất và lang thang sống bụi đời. Độ nửa tháng sau, Phương dò biết nhà Liên hiện ở Gò Vấp, anh khuyên cô nên về nhà nhưng cô không nghe mà quyết ở lại cùng anh. Qua Ngọc, Phương biết được Liên rất có cảm tình và thích phong cảnh êm mát ở Tây Ninh nên mong được sống ở đây, không muốn rời xa. Thế là Phương và Liên sống với nhau cho đến ngày nay, có với nhau hai người con, một gái, một trai. Để kỷ niệm ngày đưa Liên bỏ trốn khỏi bọn du đãng Cầu Ông Lãnh trong những ngày cuối thu, Phương đặt cho Liên tên là Song Thu. Vì vậy mà ngày nay, người xung quanh thường gọi vợ Phương là Thu.

Đầu mùa thu 1981, Phương đưa hết vợ con về TP.HCM, nhập vào sống ở trại phong Thanh Bình. Địa thế Thanh Bình như một cù lao nhỏ, vây chung quanh là sông, bao bọc ven bờ toàn cây dừa nước. Đó là một thắng cảnh nho nhỏ dễ thu hút những ai có tâm hồn yêu thích thiên nhiên. Căn chòi do người bạn tên Hường nhường lại cho Phương cạnh bờ sông, phần phía trước, Phương lót thêm một gian sàn nhô ra bờ sông, vừa đủ năm, bảy người tụ họp uống trà, ngắm sông, đón gió... Có được căn chòi, Phương từ từ rút chân ra khỏi nghiệp hành khất, bắt đầu sống bằng nghề cào bịch nilon trên sông và bán vé số dạo quanh phố.

Phương đặt cho căn chòi của mình là Lều gió ven sông. Từ căn lều này, Phương đã viết tiếp kịch thơ *Quần Tiên Hội* của Hàn Mạc Tử, từ 41 câu còn sót lại thành 700 câu hoàn chỉnh. *Quần Tiên Hội* – kịch thơ gồm 5 hồi của Hàn Mạc Tử – Đơn Phương được Nhà xuất bản Văn Nghệ Tp.HCM xuất bản năm 1991 và được dư luận đặc biệt quan tâm.

3. Lều gió ven sông - viết tiếp Quần Tiên Hội

Năm 1986. Một hôm lúc rỗi rảnh, Đơn Phương lục lại đống bản thảo cũ, bất chợt thấy bản thảo viết tay *Quần Tiên Hội* có từ năm 1972, độ 150 câu, dựa theo kịch thơ của nhà thơ Hàn Mạc Tử đang làm dở, chỉ lưu truyền được 41 câu (theo sách nghiên cứu - phê bình của nhà văn Trần Thanh Mại). Bản viết tiếp của Phương cũng chưa hoàn thành, vì phải đi Quy Hòa nên còn bỏ dở...

Hoàn tất kịch thơ

Phạm Xuân Tuyển - một nhà khảo cứu dành cả đời khắc họa chân dung Hàn Mạc Tử - sau một lần ghé thăm *Lều gió ven sông* đã yêu cầu Phương đưa tập bản thảo *Quần Tiên Hội* cho ông Võ Long Tê xem thử, bởi ông Tê là một chuyên gia nghiên cứu văn học, đặc biệt về Hàn Mạc Tử. Đúng như Tuyển dự đoán, sau khi xem xong bản thảo, Võ Long Tê hết lời ca ngợi, rằng quả là một tác phẩm vượt mức tưởng tượng của ông. Lấy tư cách nhà nghiên cứu văn học, Võ Long Tê yêu cầu Phương viết tiếp ba hồi còn lại, theo đề cương của Hàn Mạc Tử còn lưu truyền.

Được khen ai mà không hứng khởi, nhưng thời gian đối với Phương lúc này quá quý hiếm, vì phải vật lộn trong cuộc mưu sinh cho cả gia đình. Tuy vậy, với nguồn cảm hứng đang tuôn trào, Phương quyết định vừa đi bán vé số, vừa tiếp tục sáng tác, lợi dụng thời giờ trống buổi trưa, tìm đến góc phố nào đó ít ồn ào mà ngồi viết, không thì đợi lúc về tới *Lều gió ven sông* để viết. Phương nói, kể lại thì nghe có vẻ nhẹ nhàng đơn giản nhưng để thực hiện là điều thật sự khó khăn. Viết tiếp tác phẩm dở dang của một tác giả lừng danh, làm cách nào để hòa nhập được cả hai mặt ý tưởng và văn phong, làm sao để tránh được cảnh đầu voi, đuôi chuột?

Phương kể, quá trình sáng tác *Quần Tiên Hội*, Phương có những kỷ niệm vừa xót đau mà cũng thật khó quên. Một hôm đang đi bán vé số ở chợ Thủ Đức thì cảm hứng thơ xuất hiện. Tuy nhiên do buổi sáng lúc ra đi quá vội, quên mang theo bản thảo, sợ chờ lúc về đến nhà thì sẽ quên nên Phương đành hỏi mượn cây bút của một cô gái bên đường. Cô gái có lẽ nhìn thấy hình hài khá "cổ quái" của anh, nhất là cặp móc sắt nơi bàn tay giả nên cô ngoảnh mặt từ chối. Trong lúc

Phương đang thẫn thờ thất vọng thì một người đàn ông ngồi trên xe Honda, có lẽ đang chờ người thân đi chợ, bước tới rút viết đưa anh mượn. Thấy Phương cầm viết quá khó khăn, ông bảo anh muốn ghi gì thì ông ghi giúp. Phương liền đọc 4 câu thơ anh vừa nghĩ được: *«Tình chàng không giống Trương Quân Thụy/Có nghĩa trinh nguyên thấm tận hồn/Chảy mãi trong tim nguồn Thánh Ý/Hoa lòng không đậu xứ Tân Hôn* (*Quần Tiên Hội* - câu 679 - 682).

Phương kể thêm chuyện khác. Trước đó, cũng vào buổi trưa, bên một chung cư, đang lúc anh cắm cúi ghi lại những dòng thơ mới nghĩ ra thì bất ngờ mâm vé số của anh bị bọn cướp giật mất. Thế là toi công, lại mất sạch cả vốn, nhưng Phương vẫn thấy được an ủi vì đổi lại, anh có được hơn chục câu thơ: *"Nương nương ơi! Đàn lòng ra thơm nức/Lửa hồng thơ hừng hực đốt tâm trung/Ta nắn nót phím đàn căng tột bực/ Tình đôi ta đến tuyệt mức vô cùng..."*.

Trại phong Thanh Bình là một cù lao nhỏ nằm bên sông Sài Gòn, trong đó *Lều gió ven sông* của Phương nằm một góc biệt lập, yên tĩnh, cách xa hẳn nơi ở của những trại viên khác. Nhờ cảnh sắc thanh tịnh đó mà dòng thơ trong hồn Đơn Phương luôn dào dạt. Ban ngày vừa kiếm sống, vừa làm thơ, đêm đến lại đọc lại những gì của ban ngày rồi viết tiếp.

Có khi Phương mải mê thức viết cả đêm, tới sáng kiệt sức không đi nổi để bán vé số, đành phải mang trả cho đại lý. Nhưng thật may là nhờ vào sự đam mê thơ ca cộng với nguồn cảm hứng dâng trào, chỉ chưa đầy hai tháng, Phương đã hoàn thành bản thảo *Quần Tiên Hội* 700 câu, với 41 câu thơ còn lưu truyền của Hàn Mạc Tử, vượt xa ý định ban đầu.

Giờ đây nhớ lại, Phương thực sự mang ơn những động viên, khơi mào của nhà nghiên cứu Võ Long Tê cùng với sự khích lệ của Phạm Xuân Tuyển để Phương có đủ cảm hứng và tự tin, làm được một công việc có một không hai như vậy.

Trong một buổi ăn sáng ở tư gia, ông Võ Long Tê tiết lộ cho Phương biết, có một phụ nữ rất say mê *Quần Tiên Hội*, dù mới đọc qua bản thảo mà đã thuộc lòng rất nhiều câu, như: *"Em vốn biết tẩy trần là mỹ tục/Nên vừa rồi đã tắm biển trăng sao". Hoặc: "Từ thuở gặp hồn em trên phím nhạc/Thơ luôn bay, mở rộng xứ Tương Tư/Vâng, đêm nay anh chôn niềm khao khát/Gần bên em, thục nữ động Huyền Hư..."*.

Tìm đường xuất bản

Đơn Phương nhớ, đúng thời gian này cũng là lúc nhà thơ Chế Lan Viên ngã bệnh, đang điều trị tại Bệnh viện Chợ Rẫy.

Trước đó ít lâu, ông Võ Long Tê có trao cho nhà thơ Chế Lan Viên xem bản thảo *Quần Tiên Hội*. Cũng như ông Tê, Chế Lan Viên cho đó là một tác phẩm kỳ diệu hiếm hoi của hậu bán thế kỷ 20. Khi gặp Phạm Xuân Tuyển vô thăm, Chế Lan Viên có hứa sau khi lành bệnh sẽ vận động để tác phẩm được xuất bản. Thật đáng tiếc là sau đó chẳng bao lâu, nhà thơ Chế Lan Viên qua đời (19.6.1989).

Hai năm sau, kể từ khi Phương hoàn thành kịch bản thơ *Quần Tiên Hội*, bất ngờ Báo *Công Giáo và Dân Tộc* số 782 ra ngày 11.11.1990, trang 3 có đăng bài "Người viết tiếp *Quần Tiên Hội*". Bài ký tên tác giả Huỳnh Hay, trong đó ghi rõ nơi hoàn tất thi phẩm là Lều gió ven sông bên trại phong Thanh Bình.

Khoảng một tháng sau khi có bài giới thiệu, linh mục Cosma Hoàng Văn Đạt, một người luôn thường xuyên giúp đỡ bệnh nhân phong, sốt sắng nhận tài trợ chi phí xuất bản *Quần Tiên Hội*. Phương quá mừng, giao hết mọi việc nhờ Phạm Xuân Tuyển đảm trách. Từ tài ngoại giao và nhiệt tình của Tuyển, kịch thơ *Quần Tiên Hội* cuối cùng cũng đã được trình làng với hơn 1.000 bản in, vào ngày 30.3.1991.

Vài hôm sau khi tập sách *Quần Tiên Hội* ra mắt, linh mục Cosma Hoàng Văn Đạt đích thân mở một tiệc trà tại "Lều gió ven sông" để chúc mừng sự ra đời đứa con tim óc của Phương. Linh mục còn mời các em trong ca đoàn Thanh Bình đến dự, tặng hoa chúc mừng Phương. Tiệc tuy nhỏ và đơn sơ nhưng ý nghĩa thì vô cùng lớn lao và thật đáng trân trọng.

4. Về với "Tịnh bần viên"

Sau 18 năm lăn lộn nhiều nơi, năm 1992, Đơn Phương quyết định quay về Trại phong Bến Sắn, nơi anh coi là quê hương thứ 3 của anh. Tại đây, dù cuộc sống mới bắt đầu nhưng ký ức ngày xưa lại cứ ùa về.

Anh cất nhà bên một con suối nhỏ, làm thơ và hồi tưởng, gọi chỗ ở của mình là "Tịnh bần viên". Dù đó chỉ là trại phong nhỏ bé, nhưng Bến Sắn đã có trên 10 năm gắn bó, cũng là nơi chất chứa biết bao kỷ niệm vui buồn trong cuộc đời và sự nghiệp thơ của ông. Ông còn nhớ mãi khi giới thiệu thơ mình, nhà văn Sơn Nam đã viết: "Thi sĩ Đơn Phương từ Bến Sắn gởi về".

Ai cũng bảo ông khùng nhưng ông thì cho là mình rất thông minh. Từ một căn chòi dột nát, nhờ vá víu tạm bợ đã trở thành một căn nhà với vóc dáng đơn sơ, nghèo nàn nhưng đầy không khí trong lành, không một tiếng người khuấy động, chỉ có tiếng côn trùng reo hát lúc nửa đêm. Phương gọi đây là "Tịnh bần viên", có nghĩa nghèo nàn mọi mặt nhưng thanh tịnh bốn bề.

Để đánh dấu ngày về đây, Đơn Phương viết: *Ẩn cõi tục phàm thơ cạn khô/Chừ đây thanh tịnh quá chừng mô/Ở đây gió thổi ra toàn nhạc/Náo nức hoa hương tận đáy mồ... Sáng vui hớp gió bên khe ngọc/Chiều mượn liềm trăng gọt bớt sầu.*

Lúc quyết định lên Bến Sắn, Đơn Phương đã thấy trước mọi khó khăn về vật chất, nhưng vì ông chẳng cần gì ngoài ngày 2 bữa cơm rau đạm bạc nhưng lòng luôn thư thả với cảnh điền viên, hơn là sống giữa thành phố phải bươn chải đầu đường cuối chợ vất vả suốt ngày để được bữa ăn ngon. Nhờ không mấy bận tâm về cuộc sống, cộng với thiên nhiên yên tĩnh, trong lành, việc sáng tác mở đầu rất thuận lợi, thậm chí có ngày ông viết đến hàng trăm câu thơ lục bát cho một trường thơ. Có lẽ đây là khoảng thời gian hạnh phúc nhất và sáng tác nhiều nhất trong đời của Đơn Phương.

Ông đánh giá, vợ ông là một phụ nữ hiền lành, chưa một lần gây phiền hà trong việc viết lách của ông. Dù không góp được ý kiến gì trong việc sáng tác, nhưng bà ấy đã đóng góp rất nhiều công sức trong việc hoàn thành tập trường ca dài trên 3.500 câu và trong những tác phẩm trước đó cũng như những tác phẩm sau này. Nhiều lúc nhìn bà lui cui trong bếp núc, Đơn Phương ghẹo: *Sớm chiều bếp núc lui cui/Chồng kêu, vợ dạ mới vui gia đình.* Hoặc: *Mỗi khi mắt khói chui vào/Em ơi, giữ kẻo thơ trào tràn mi.*

Đến giờ thì Đơn Phương không nhớ mình đã làm ra bao nhiêu bài thơ cả thảy vì có một số đã mất, thất lạc từ lâu. Tuy vậy, hiện trong tủ thơ của mình, Đơn Phương còn lưu giữ hàng mấy mươi tập thơ do ông sáng tác, đặc biệt là những tập thơ dài như *Giao châu trường hận, Lời ca hoang, Khói cuộn rừng hương, Ngọc đàn tranh, Hận trường ca*... Những tập trường thi ngắn nhất là 2.000 câu, dài cũng đến 4.000 câu. Về kịch thơ thì ông có *Vườn Xuân Thánh, Hồn rụng non tiên, Lệ Trăng*... và đặc biệt là *Quần Tiên Hội*. Còn "thơ rời" thì phải đến hàng chục tập.

Tuy nhiên, ngoại trừ *Quần Tiên Hội*, những tập thơ, kịch thơ, trường thi đó, thật đáng tiếc chưa xuất bản được dòng nào. Do vậy, khi trò chuyện với chúng tôi vào những ngày cuối năm Mậu Tý 2008, Đơn Phương nói ước nguyện cuối đời của ông là có được 1.000 USD, tức hơn 16 triệu đồng để xuất bản một tập thơ, trong đó ông sẽ chọn lọc khoảng 100 bài thơ tiêu biểu nhất trong kho thơ của mình giới thiệu đến những người yêu thơ và cũng để làm quà khi về với thế giới bên kia.

Phương nói, điều đáng buồn là trong lúc cần nhiều sức khỏe để thực hiện tác phẩm mới thì mắt ông lại trở chứng, bên phải đột nhiên mất hẳn thị lực, mắt trái độ sáng cũng kém trước đôi phần, ông có cảm giác như mình sắp mù lòa đến nơi, mặc dù được giúp đỡ chữa trị ở nhiều nơi nhưng vẫn không kết quả. Người ta cho biết các tế bào quanh nhãn cầu đã bị thương tổn vô phương chữa trị. Thêm một lần thất vọng trong đời của Đơn Phương, nhưng sau thời gian ngắn chấn chỉnh nội tâm, ông vẫn tiếp tục làm việc với phương châm: "Trời cho bao nhiêu thì dùng bấy nhiêu, đến lúc cạn kiệt ánh sáng mới đành buông bút!"

***

Đơn Phương cho rằng quãng đời của mình tỷ như những mảnh vụn thời gian chứa đầy độc tố buồn thương, được lắp ghép lại cho ra một hình thể. Dẫu vậy ông vẫn thường nhủ với lòng rằng "sống trong đau khổ tức ngồi giữa vườn thơ": "Tôi bó lại miếng hương đời mềm nhũn/Bằng đôi tay tàn lụn... nạo thành thơ". Đơn Phương tự thuật: Mấy mươi năm, một cuộc hành trình dài đằng đẵng, nếu không có vật gì đó trám vào chỗ trống của khoảng thời gian kia thì thực là khủng khiếp biết bao. Cho nên thơ là mớ hành trang tối cần, thiêng liêng và thân thương nhất cho một khách độc hành mà cuộc đời rỗng trống như túp lều hoang như ông.

Bây giờ ông chỉ chờ đợi, đợi chờ ngày dừng chân để kết thúc một cuộc hành trình dai dẳng trên đường đời trong vai lữ khách trần gian.

5. "Nhà thơ với nỗi đau Hàn Mạc Tử" từ trần

(TNO) Nhà thơ Đơn Phương, tên thật là Trần Hồng Phương, nhân vật trong loạt bài bốn kỳ "Nhà thơ nghiệp dư và nỗi đau Hàn Mạc Tử" Báo Thanh Niên từng giới thiệu đã từ trần hôm 15.11 vì bệnh nặng, hưởng thọ 73 tuổi.

Thi hài của ông sẽ được an táng ngày 17.11 tại nghĩa trang Bến Sắn, thuộc trại phong Bến Sắn, Bình Dương.

Như *Thanh Niên* từng giới thiệu, cuộc đời ông là một chuỗi những ngày cay đắng.

Sinh ra trong chiến tranh, sống kiếp mồ côi từ nhỏ, ở nhờ cô nhi viện, Đơn Phương biết làm thơ từ năm 13 tuổi, rồi mắc bệnh phong, phải trốn chạy vào rừng, rồi vào trại phong, sau đó lang thang hành khất...

Trong suốt chặng đường đối diện với nỗi đau, Đơn Phương đã viết hàng trăm bài thơ thống thiết, giống như cố thi sĩ cùng cảnh ngộ.

Ông chính là người đã hoàn thiện kịch thơ *Quần Tiên Hội* của Hàn Mạc Tử, từ 41 câu dang dở thành 700 câu hoàn chỉnh.

Lê Anh Đủ

Nguồn: *thanhnien.vn*
https://thanhnien.vn/van-hoa/nha-tho-nghiep-du-va-noi-dau-han-mac-tu-tu-tran-49255.html

THƠ ĐƠN PHƯƠNG

NGOÀI ĐỊA ĐÀNG

Vì bất nghĩa Trời đuổi ra Địa Giới
Nơi u sầu lút ngập đến muôn năm
Nơi đau thương vùng dậy mãi khôn cầm
Người vất vả và cỏ cây khô héo
Trời ở đây, trời không còn huyền diệu
Thơ trong lòng người cũng bớt tuôn ra
Hương anh linh trong thể chất sum hoà
Bỗng dưng biến ra thành câu tình ái
Và ở đây người trở nên ngây dại
Hồn thất tình lạc lõng đến vô biên
Ôi, mất rồi tất cả nét trinh nguyên
Người chết chóc!
Ngọc hoá ra thành đất!
Muôn tinh tú đắm chìm trong ngây ngất
Quên mất lời vạn tuế Đức Chúa Cha
Và còn đâu khúc hát tự trời sa
Từng kết hợp bởi ngàn hoa ấm áp
Trăng bẽn lẽn trong đêm trường ngơ ngác
Ôi, u sầu giăng kín cả không gian
Nơi muôn năm rối rắm sợi tơ vàng
Nơi miệng ngậm phải ngàn câu ly biệt
Nơi hồn chở đầy tình yêu thê thiết
Nơi chân thần u ám giấc chiêm bao
Nơi tơ lòng vạn thuở đỏ xanh xao
Nơi tăm tối trở nên thành bất diệt
Chỉ còn ngoài không gian là tinh khiết …

ĐÊM NGUYỆN CẦU

Rừng trầm hương cao dâng nhiều sa số
Trời lên cao đường sáng đến vừa khi
Dưới ngai thiêng rón rén một thân quỳ
Miệng ngậm cứng vô vàn câu nguyện ước
Vì trời đất chói chang nguồn ơn phước
Châu bằng thừa, ngọc mạ cũng như không
Bến hư vô lồng lộng một màu hồng
Mà thanh tịnh như chìm trong làn biếc
Cửa thời gian bắt ngang cầu nhật nguyệt
Trời đất căng vì nhân đức từ bi
Ánh sáng chìm trong thế giới phương phi
Dâng, xin nhả ra đây nguồn tinh khiết
Được kết hợp bởi hằng hà giai tiết
Trong như sao và huyền dịu như hương
Chín tầng trời ánh sáng lộn màu sương
Và này đây, một hình hài đang sống
Khi tâm linh vừa trải qua cơn mộng
Tôi sấp mình cầu nguyện trắng đêm nay
Để yên hồn nín lặng một vài giây
Nghiệm cho hết đêm Tình Yêu vô tận …
Maria! Xin nghe tôi cầu khẩn!
Lời bay cao truyền nhiễm mấy mươi trăng
Lời bay cao chếnh choáng vũng sông Hằng
Bất chấp cả cao sang và trọng vọng
Xin nhận lấy một linh hồn lạc lõng
Đang điên cuồng trong thể chất đau thương
Đang chơi vơi trong thế giới đoạn trường
Đang cho ra những lời thơ rên xiết
Bà là đấng mang đầy nguồn tinh khiết
Một lệnh truyền thay đổi vạn hành tinh
Một tiếng hô kinh khiếp đến muôn hình
Xin cứu vớt một linh hồn tội lỗi
Đang khi viết lên đây lời sám hối
Những mầm đau run rẩy khắp toàn thân
Nhưng đức tin như giọt nước trong ngần
Luôn luân chuyển ở buồng tim không ngớt
Tôi là kẻ rất giàu niềm mơ ước
Thích ôm trăng và ngủ với ngàn hương
Nhưng đêm nay hồn quá đỗi bi thương
Lời cầu nguyện chen vào thơ xanh biếc
Tôi run rẩy vì toàn thân rã riệt

Máu ngừng lưu, khô héo cả làn da
Tôi để hồn được thanh thản bay ra
Vì khi chết tất bước vào lý tưởng …

THEO DẤU HƯ VÔ

Con tàu chở bao nhiêu là giọng ngọc
Trời tiêu diêu theo khói sóng Bồng Lai
Mỗi đường trăng là phô bao gấm vóc
Chim đùa bay lùa tiếng nhạc sơ khai.
Tàu đang đi chưa tới bờ Thiên Cổ
Trong hư vô mờ mịt bóng trăng sao
Trên không giới tinh anh phơi lồ lộ
Ôi tuyệt vời! Ai vẽ nét chiêm bao.
Trời thực rộng cũng như pho triết lý
Nghĩa là bao tình vị chảy phiêu phiêu
Có hơi lạ, nghĩa là điềm thiện mỹ
Đây, a ha! Trời rất mực cao siêu.
Trời là một dải lụa vàng căng thẳng
Mà tàu đi không lùa vết phàm nhân
Nguồn ánh sáng trên đôi bờ thinh lặng
Ta đến đây châu ngọc chạm toàn thân.
À, thì ra ta đã vào Bạch ngọc
Trời đưa ra nào muôn đạo hồng quang
Bên kia dải huyền vi trăng mời mọc
Ta nghe như dòng nhạc chảy thênh thang.
Trăng và nước hoà tan ra thành vũng
Còn thơ là bầu khí quyển vây quanh
Trăng ngập lút, song không hề nao núng
Ta cứ đi trong màu sáng tinh anh.
Con tàu chở một đêm thơ bát ngát
Đầu canh hai là nhập nước Thiên Đàng
Trăng hoà khúc sao sương và thơ nhạc
Tan, tiêu tan không còn biết thời gian.

GỞI LẠI MAI SAU

Trăng vun cao
Trăng vun cao từng đống
Tiếng tơ nào vướng giữa lùm cây
Gỡ ra e lỡ chao làn mộng

Va chạm mảnh vàng rớt xuống ao
Còn ta!
Một mai ta chết thì sao,
trăng, thơ và mộng có cùng vào áo quan?
Có ai gạn được trong sương lạnh
Một mớ u buồn bay ngổn ngang
Trời dựng trăng sao riêng từng mảnh
Như lòng ta một khoảng trống mênh mang
... Trăng vun cao
Trăng vun cao từng đống
Mảnh lòng nào chôn dưới ao sâu
Ai đem liệm cả trăng và mộng
Với tiếng tơ khuya rợn trũng sầu?
... Rồi đêm nay – ta khẩn cầu
Xin các anh hoa trời đất
Cùng hoan hỉ hết đêm nay...
Để rồi ...nếu rủi một mai ...
Xin đem tơ bện hình hài·áo quan
Xin dâng kinh hạt một tràng
Xin chôn theo cả trăng vàng cùng ta.

ẨN SỐ CUỘC ĐỜI

Đêm thác loạn trầm mình trong hoang tưởng
Chợt mất rồi phương hướng mảnh hồn bay
Ta lang thang ròng rã hết đêm nay
Như cuốn hút đến lâu đài xa cổ
Ta cố vượt ra vô vàn thách đố
Trải qua cơn thịnh nộ của thời gian
Chưa bao giờ cầm được tiếng rên than
Để thơ ọc nhuộm từng trang chữ máu!
Ta như kẻ mất hết thần... lơ láo
Trơ vơ nhìn dung mạo để mà thương
... Khi hồn bay không tìm trạm ẩn nương
Thẳng một mạch tới Thiên Đường vòi vọi
Nơi sẵn có đấng Tiên Tri mời gọi
Nơi muôn trùng sáng chói biển hào quang
Ta giũ lòng buông sạch khói mơ tan
Ngộ phút chốc đã chói chang nguồn cội
Góp thơ nhạc đệm thành kinh sám hối
Gò tinh anh chắp nối khoảng đường bay
Mượn Thanh Trì tẩy sạch nỗi sầu cay
Nén lục dục ... lưu đầy trong tháp báu

Ta ao ước có một ngày hoan hảo
Ngưng mạch sầu huyên náo chảy trong mơ
Cho hào quang cuồn cuộn chảy vào Thơ
Khuân tĩnh mạch đắp cao bờ quá khứ.
Xin đổ xuống tràn trề ơn tích trữ
Trong kho hương toả sáng đạo Từ Bi
Nếu hốt bao trọng vọng đến so bì
Nguồn độ lượng khác chi dây cầm phổ
Dẫu phúc – hoạ còn nằm trong ẩn số
Ngưỡng xin ơn đãi ngộ đấng Từ Bi
Cho hồn tôi cao vượt chốn Thiên Trì
Thơ hoà chiếu ngọc lưu ly tráng lệ
Xin được hớp no tròn ơn trọng thể
Của bàn tay thiết kế cả không gian
Xin khuông phò … dập tắt lửa nghiệt oan
Sắp thiêu rụi cả kho tàng đạo hạnh
… Và lạy Chúa xin cho tôi sức mạnh
Khóc ra Thơ và cười cũng ra Thơ …

DÒNG ƯỚC AO

Tôi muốn làm hạt giống
Trên mảnh đất phì nhiêu
Tôi muốn ngậm giáo điều
Thổi xanh màu chân lý
Tôi thiêu dòng mộng mị
Bằng ánh lửa Thần khai
Tôi ôm lời Ngôi Hai
Ngủ một thời thực đã
Quên bao ngày tàn tạ
Trong dải mộng buồn thiu
Tôi căm giận tình yêu
Nung ngập lòng khô héo
Tôi yêu nguồn trong trẻo
Trong pho sách quần phương
Tôi yêu Đức Trinh Vương
Tay nâng toà Bắc Đẩu
Tôi muốn hồn luôn đậu
Trong bể sáng Từ Bi
Dứt bỏ giọng cuồng si
Trong dòng thơ tội lỗi
Dây tơ nào phăng cội

Từ bàn cổ đơm hoa
Âm điệu nào đưa ra
Toàn trầm hương sáng láng
Tôi yêu không chê chán
Dòng phước lộc tinh khôi
Tôi muốn bẻ thành đôi
Vành trăng thanh đang mọc
Tôi muốn hồn hoả tốc
Bay về chốn thiên thu
Tôi xé màn âm u
Nghiền nát ra từng mảnh
Tôi muốn thành sức mạnh
Trong dòng chảy thao thao
Tôi ước là vì sao
Chiếu khắp cùng thiên hạ
Tôi muốn là chứng tá
Trong cuộc sống cồn dâu
Hứng từng giọt nhiệm mầu
Chảy từ dòng Thánh tích …

HỒN XUÂN TRONG ĐÁ

Nắng xuân ai rượt bắt
Mất hồn rơi xuống ao!
Em ơi, xuân chết thì sao
Ta cùng xuống vớt hương đào lên phơi.
Ai khắc trên bia đá
Hàng chữ triện thơm vàng
Phải rồi, trong miếng xuân tan
Đố em mở được kho tàng điển kinh.
Em bên cây Thập Giá
Hứng phước lộc trời ban
Trái lòng chín rụng ngổn ngang
Xin dâng này cả sợi vàng héo khô.
Ta hút trong biển nắng
Tia bức xạ vàng bay
Rà trong ánh mắt Ngôi Hai
Chất xuân thượng thặng buổi Ngài giá lâm
……………………………
Thôi rồi, xuân đốt cháy
Khô cạn nứt hoài mong!
Bên em nạo đáy tim hồng

Niềm đau hốt sạch ra đong dâng Người.
Nắng xuân em rượt bắt
Mất hồn rơi xuống ao!
Theo em nhặt miếng môi đào
Vô tình để rớt rơi vào khoảng không!

TRẦN DUY NHIÊN - KỊCH VÀ ĐỜI

Nhà soạn kịch F. X. Trần Duy Nhiên

Tiểu sử

Phanxicô Xaviê Trần Duy Nhiên sinh năm 1941 tại Kontum. Năm 1967, tốt nghiệp Đại học Sư Phạm Sài Gòn, dạy học tại Cần Thơ. Năm 1973, chuyển lên dạy học ở Đà Lạt đến năm 1988. Sau đó về Tp Hồ Chí Minh dạy ngoại ngữ ở Trung tâm Nguyễn Trường Tộ và Đại Học Luật. Qua đời ngày 08/02/2009.

Tác phẩm

- *13 người thay đổi thế giới* (về 13 vị tông đồ của Chúa)
- *Cuốn Phúc âm thứ năm* (kịch bản, 2 phần)
- *Người con hoang đàng và 16 kịch bản ngắn.*

Do chưa tìm được bài viết về các kịch bản của anh, chúng tôi xin giới thiệu ở đây một tác phẩm thuộc thể loại kịch và đời, vở *Người con hoang đàng*, kèm với bài chia sẻ đức tin của anh để độc giả tiếp cận với kinh nghiệm sống của chính tác giả. (Trăng Thập Tự)

MỘT KINH NGHIỆM ĐÊM TỐI

Ngày tôi đậu tú tài xong, tôi bỗng thấy một lô vấn đề nảy ra làm đức tin tôi bị dao động. Vấn đề đầu tiên là vấn đề quan phòng. Thiên Chúa không thể đồng thời vừa biết trước mọi sự, yêu thương vô cùng và công bình vô cùng được. Nếu Ngài biết trước một ai đó sẽ bị chết đời đời mà vẫn dựng nên nó, thì Ngài còn thương yêu vô cùng ở chỗ nào? Vấn đề thứ hai là vấn đề tội nguyên tổ. Tôi tự nhủ: Tôi xuất hiện trên thế giới thật vô lý. Loài người chỉ ăn có một quả cây mà bị án phạt đến muôn ngàn đời sau, rồi đến ngày nào đó Con Thiên Chúa tới, để cho người ta đánh đập, sỉ vả, giết chết thế là Thiên Chúa vui vẻ tha thứ cho mọi người. Hoặc là Thiên Chúa không công bình hoặc là Thiên Chúa đành hanh, dù áp dụng cho Ngài hình dung từ nào thì Ngài cũng không xứng đáng là Đấng tôi tôn thờ. Từ đó tôi đi đến kết luận là Thiên Chúa chỉ là hậu quả của suy tư và sợ hãi của con người. Sở dĩ người ta không dám phủ nhận là vì người ta sợ. Nếu Thiên Chúa yêu thương thì lý giải thế nào về những đau khổ trên thế giới? Đặc biệt là những người vô tội nhất lại bị khổ sở nhất! Tôi thấy rằng vì danh dự của Thiên Chúa, không nên có Ngài.

Nhưng sau bao nhiêu năm từ chối Chúa mà không tìm ra hạnh phúc, và khi thân thế đã mệt nhoài, tôi ngồi tính sổ lại với linh hồn tôi, tôi thấy một lỗ hổng dễ sợ, và tôi nghĩ một người nữ sẽ lấp đầy được lỗ hổng đó. Tôi lập gia đình. Tôi lập gia đình khá sớm. Vợ tôi không phải là người Công giáo. Tôi không thắc mắc gì cả. Tôi bỏ Thiên Chúa từ lâu rồi nhưng gia đình tôi cũng trống vắng hạnh phúc. Chẳng những thế nó còn đưa tôi đến bờ vực thẳm, đến độ có lần tôi muốn tự tử.

Khi tôi bắt đầu đi dạy, tôi sống xa vợ tôi, và vì không thể sa đà mất uy tín giáo sư, tôi vào một hội nhỏ có nam nữ để sinh hoạt cho vui và để giết những thì giờ trống rỗng. Đoàn thể đó lại là đoàn Thanh Sinh Công. Nhập gia thì tuỳ tục, tôi cũng nghe đọc *Kinh thánh*, suy niệm, bàn thảo về thánh hóa môi trường, nhưng mục tiêu của tôi chỉ là để vui chơi mà không ai có quyền nói tôi thiếu tư cách của một giáo sư. Nhưng rồi một hôm tôi được phân công suy niệm. Bài tôi suy niệm là bài thương khó đoạn đầu, Đức Giêsu ở Ghetsêmani. Không hiểu sao tôi có cảm giác tôi thông cảm Ngài rõ ràng, thông cảm sự bất công đè nặng trên Ngài, sự cô đơn của Ngài, mà trên cao thì Thiên Chúa im lặng. Tôi khám phá nỗi dằn vặt của tôi rõ ràng, thì ra, từ bao năm qua tôi chống đối một Thiên Chúa mà tôi tự vẽ ra, hay người ta đã vẽ ra cho tôi, một Thiên Chúa hung ác, cầm một cái búa trên tay sẵn sàng trừng phạt. Và tôi chống đối Thiên Chúa đó. Nhưng tôi vẫn bị Ngài làm dao động. Nói cho cùng, hình như tôi vật lộn với Ngài và tôi đã ở trong tình trạng của Đức Giêsu tại vườn Ghetsêmani, cô đơn, tuyệt vọng. Và câu hỏi dứt khoát được đặt ra: Có Thiên Chúa hay không? Tôi tự hỏi tôi như thế và không hiểu vì sao tôi không thể bảo rằng không có Thiên Chúa. Tôi không có lý do nào để xác quyết điều đó một cách logic, nhưng tôi thấy không thể nào nói "không" mà không đồng thời thấy mình tự dối lòng mình. Nếu có Chúa thì tôi phải tuân phục. Và khởi từ ngày ấy tôi bắt đầu trở lại một cách tiệm tiến. Cho đến ngày tôi suy gẫm về đứa con hoang đàng, tôi thấy thấm thía, vì tôi thấy rằng mình không để ý đủ đến người Cha trong Thiên Chúa mà chỉ đề ý đến những vấn đề làm mình nản lòng.

Và tôi quyết định trở về. Tôi khuyên nhủ vợ tôi. Và sau một năm, vợ tôi chịu phép rửa, chúng tôi hợp thức hóa hôn nhân trong Giáo hội, sau 10 năm chống đối và chối bỏ.

Còn những vấn nạn kia? Thú thật, tới bây giờ tôi cũng chưa thấy có câu trả lời logic. Thật ra tôi đã được học và biết những câu trả lời làm tôi thỏa mãn, nhưng xét cho cùng, tôi tin nơi Ngài, mà những câu trả lời ấy tôi thấy là thỏa đáng. Trước kia cũng những câu trả lời ấy người ta trình bày cho tôi, tôi thấy nó ngây ngô, khờ khạo, thiếu logic thế nào ấy. Vì vậy tôi không nhắc lại những câu trả lời làm gì. Điều tôi muốn nói, là trong Ngài tôi đã tìm được hạnh phúc, và trên đường đi của Ngài, tôi càng ngày càng khám phá ra Thiên Chúa là TÌNH YÊU (Tôi không ghi lại những chặng đường khám phá đó). Tôi chỉ muốn nói một điều: Trong tình yêu, một ngàn lý lẽ cũng không thêm được gì, và một triệu phản chứng cũng không làm cho mình lay chuyển. Với cặp mắt tình yêu, mọi sự trở nên rõ ràng, vì suy tư làm cho con người khôn ngoan nhưng yêu thương làm cho con người sống và phát sinh sự sống.

Trần Duy Nhiên

(Đà Lạt, 1978)

CUỐN PHÚC ÂM THỨ NĂM, DIỄN ĐÀN MỞ RÚT NGẮN KHOẢNG CÁCH GIỮA LỜI CHÚA VÀ ĐỜI SỐNG

Lê Thị Lệ Hằng

Tác giả Phanxicô Xaviê Trần Duy Nhiên sinh năm 1941 và qua đời năm 2009. Sinh thời, ông thường viết kịch bản để phục vụ cho một số sinh hoạt của cộng đồng dân Chúa. Trong những kịch bản ông để lại, *Cuốn Phúc âm thứ năm* là tác phẩm đáng chú ý hơn cả.

Điểm nhấn làm nên giá trị của vở kịch này khác với những gì mà khán giả thường kỳ vọng ở một vở kịch mới. Nói đến kịch là nói đến những xung đột, mâu thuẫn, những sự kiện, những tính cách, những hành động kịch tiêu biểu được tác giả chọn lựa và xây dựng kỹ càng nhằm truyền tải tư tưởng nghệ thuật đến khán giả. Điều khán giả muốn biết và chờ đợi nơi vở kịch chính là "chuyện", một câu chuyện hoặc thống thiết bi thương hoặc hả hê sảng khoái hoặc sâu sắc lãng mạn... Tất cả sẽ được kể thông qua những nhân vật hư cấu trong những bối cảnh được dàn dựng có chủ ý và công phu. Có thể nói nhà soạn kịch phải tạo ra những "nguyên liệu" mới rồi sáng tạo, dàn dựng dựa trên những "nguyên liệu" ấy. Không phải mọi vở kịch đều được sáng tạo bởi cùng một công thức hay cùng một cách thức như nhau, nhưng tất cả những điều vừa nêu là điểm chung của thể loại kịch.

Xét trên bình diện vừa nêu, trong *Cuốn Phúc âm thứ năm*, Trần Duy Nhiên đã không sáng tạo ra "nguyên liệu" mới mà thay vào đó, tác giả sử dụng "nguyên liệu" đã có sẵn, và hơn nữa là đã quá quen thuộc

Maria Lê Thị Lệ Hằng

* *Bút danh: Lệ Hằng, Carol Thoughtson;*
* *Sn. 1988 tại T.T Huế - Cử nhân SP ngoại ngữ*
* *Đã xuất bản: Khu vườn ươm ánh sáng (trường ca), Nguyễn Hoàng Đức và những dấu chân khai phá trên con đường thi ca (tiểu luận phê bình), Thư Ấu Nhi Gửi Chúa (dịch và biên soạn) The Nursery of Light (trường ca); This Is How We Make Our World (tập truyện thiếu nhi); Inside A Lockdown Diary (thơ và tản văn); Growing Up Together (tập truyện thiếu nhi)...*
* *Email: lethilehang@yahoo.com*

với khán giả, đó là nội dung *Kinh thánh* mà đặc biệt là những nhân vật trong Tân ước và giáo lý Giáo hội Công giáo. Khán giả hay bạn đọc của *Cuốn Phúc âm thứ năm* chắc chắn không tìm thấy một sự bất ngờ đáng kể nào với những nhân vật Phúc âm mà tiểu sử của họ đã là một phần trong nền tảng giáo lý và đức tin. Thế nhưng, ở đây chúng ta không thể phủ nhận được sự tìm tòi và sáng tạo của Trần Duy Nhiên, điều đã khiến cho *Cuốn Phúc âm thứ năm* trở nên thành công và đáng chú ý hơn cả. Trần Duy Nhiên đã xây dựng thành công một diễn đàn chia sẻ và tranh luận về đức tin mà bất cứ ai có mặt khi vở kịch đang diễn ra đều là nhân vật chính. Bất cứ ai và mỗi một người dù đang ở vai trò diễn viên hay khán giả khi thực sự hòa nhập vào vở kịch sẽ nhận ra rằng kịch không còn là kịch, sân khấu chính là cuộc đời và diễn viên không phải diễn mà phải sống.

Để đánh giá về thành công và nhìn ra sự khác biệt của *Cuốn Phúc âm thứ năm*, điều cần thiết là phải nhìn tác phẩm ở một khoảng cách đủ xa để thấy những phát kiến mang tính sáng tạo của Trần Duy Nhiên. Vở kịch được xây dựng với hình thức là một buổi chia sẻ về đời sống đức tin của một cộng đoàn Kitô hữu. Mở màn, người ký giả lên tiếng chia sẻ về một nguyện vọng khá điên rồ của anh ta, anh ta muốn tự viết *Cuốn Phúc âm thứ năm* bởi bốn cuốn Phúc âm của Tân Ước đã quá lỗi thời. *"Tôi nghĩ đã đến lúc phải có một người trình bày về Đức Giêsu Kitô cho thời đại này, đã đến lúc phải có một cuốn Phúc-âm thứ năm. Và nếu không có ai viết, thì tôi, tôi sẽ tự viết lấy."* Lời tâm sự của nhân vật ký giả vừa toát lên sự chân thành vừa bộc lộ sự bức bối lẫn ngông cuồng. Thoạt tiên, ai cũng sẽ cho rằng anh ta ngông cuồng bởi ngót nghét hai nghìn năm trôi qua chưa từng có thêm cuốn Phúc âm nào và người đọc *Kinh thánh* vẫn luôn được thuyết phục rằng cuốn sách này đã dừng ở đây, mãi mãi không dày thêm nữa. Nhưng thật không may, sự ngông cuồng của anh ký giả lại cũng chính là sự ngông cuồng mà mỗi chúng ta âm thầm cưu mang trong sâu thẳm con người mình. *Kinh thánh* đã cũ, những dụ ngôn và bối cảnh xã hội không còn gần gũi với con người hôm nay, chúng ta có cần một Phúc âm mới không? Và có muốn chính tay mình sẽ viết lấy?

Xuyên suốt *Cuốn Phúc âm thứ năm*, Trần Duy Nhiên đã cho thấy rằng ông đã dành nhiều thời gian để chiêm nghiệm, suy tư và thực sự tinh tế trong việc tạo ra những xung đột tâm lý và tư tưởng của các nhân vật trong vở kịch này. Chính sự sâu sắc và am tường tâm lý chung của xã hội, Trần Duy Nhiên đã từng bước xây dựng được một diễn đàn không chỉ ở trên sân khấu mà còn mở rộng với mọi cuộc đời. Ông đã biến "nhược" thành "ưu", biến cái bất lợi thành điểm mạnh của *Cuốn Phúc âm thứ năm*. Lời Chúa và các nhân vật Phúc âm không có gì mới mẻ với khán giả, thậm chí nếu không khéo léo tạo ra các xung đột, vở kịch của ông chỉ là những hoạt cảnh nghèo nàn và nhàm chán. Sự đầu tư trí tuệ của Trần Duy Nhiên thể hiện rõ ràng nhất thông qua những màn đối thoại tư tưởng gay gắt, ráo riết, triệt để khiến *Cuốn Phúc âm thứ năm* không phải là hoạt cảnh đọc Lời Chúa mà cao hơn thế, đó là một vở kịch với đầy đủ đặc trưng hấp dẫn của thể loại sân khấu này. *Cuốn Phúc âm thứ năm* không kể cho khán giả một câu chuyện ly kỳ nào như khán giả thường mong đợi, thay vào đó nó bày ra những bi kịch và xung đột trong tư tưởng của con người nói chung giữa hai bờ đúng - sai, thiện - ác, giữa yêu thương và phản bội, tin tưởng và chối bỏ... Những xung đột này có thể tồn tại ngay trong chính một người và thậm chí ở cùng một thời điểm. Điều đáng nói nhất ở đây là những cuộc đấu tranh tư tưởng âm thầm này không dành riêng cho những nhân vật trong vở kịch hay là những nhân vật của Phúc âm mà dành cho mọi người, mỗi một con người có trí khôn có óc phán xét đang tồn tại trên mặt đất này. Đây là lý do khiến vở kịch không còn là hư cấu và sân khấu đã trở thành cuộc đời, khán giả bằng cách này hay cách khác đều tham gia vào diễn đàn mở này. Người đọc Phúc âm thật khó có thể phủ nhận việc họ đã tự mình đưa ra lời nhận xét về các nhân vật Phúc âm, có lẽ ai cũng từng mong muốn có một Chúa Giêsu như mình thích, mình kỳ vọng hay nghĩ rằng mình sẽ làm gì nếu bản thân là Giuđa, Gioan, Phêrô... Diễn đàn Trần Duy Nhiên xây dựng trong vở kịch này chỉ là dịp để mỗi người được sống phần tâm tư sâu kín trong tâm hồn. Như tác giả đã khéo léo bày tỏ tư tưởng của mình trong tác phẩm, rằng mỗi một chúng ta đều âm thầm cưu mang một Giuđa, một Maria Mácđala, một Phêrô chối Chúa..., lời mời gọi của người ký giả trong vở kịch chỉ là dịp để mỗi người được sống lại phần sâu kín của tâm hồn nhưng với nhiều sự sẻ chia hơn, nhiều góc nhìn và nhiều trải nghiệm hơn để từ đó, cũng như người ký giả, mỗi khán giả cũng tìm ra hướng đi cho cuộc đời mình.

Một điểm nổi bật khác nữa của *Cuốn Phúc âm thứ năm* chính là tính linh hoạt của vở kịch. Nhìn tổng quan, vở kịch này không đòi hỏi diễn viên phải thực sự có nhiều kinh nghiệm sân khấu, cũng không đòi hỏi dàn dựng bối cảnh công phu. Ngược lại, vở kịch có thể diễn ra bất cứ nơi đâu miễn là nơi ấy có những con người đang băn khoăn và khát khao tìm lẽ sống nơi Lời Chúa. Khi đứng ở một khoảng cách đủ xa để quan sát, có một điều rất dễ nhận thấy từ *Cuốn Phúc âm thứ năm* chính là cảm giác về một sự cởi mở từ một diễn đàn nơi mọi tiếng nói được tôn trọng. Có thể không nếu người vào vai Giuđa không cần đến kịch bản mà mặc lòng chia sẻ ý nghĩ riêng của mình? Có thể không nếu bất ngờ một khán giả bước lên sân khấu xin tham gia chia sẻ và tranh luận? Câu trả lời cho những giả định trên đây đã được thể hiện qua vở kịch mà sân khấu cũng chính là cuộc đời.

Cuốn Phúc âm thứ năm là một vở kịch nhưng đồng thời có thể xem là một cuốn cẩm nang cho những ai đang băn khoăn trên con đường đức tin của mình, đến với nó để khám phá lại Tin Mừng, để chân thật thú nhận mình với Chúa và để sống Lời Chúa cho hôm nay. Trần Duy Nhiên đã cho thấy người ký giả không hề ngông cuồng khi mơ ước về một *Cuốn Phúc âm thứ năm* bởi *"Quả thật từ Gioan tông đồ cho tới nay, không có ai dùng giấy trắng mực đen để viết một cuốn Phúc âm, nhưng thực ra Thiên Chúa đã dùng Thánh Linh viết trên tim của những người tín hữu chân thành. Và Ngài đã không viết một cuốn mà thôi, nhưng hàng chục triệu cuốn."*

Bằng một vở kịch được xây dựng tưởng chừng đơn sơ nhưng đầy đầu tư trí tuệ, tác giả đã thực sự đạt được thành công bằng việc khắc sâu thông điệp trong lòng khán giả.

Nên xem thêm:

Nguyễn Chính Kết, *Vài lời về anh Trần Duy Nhiên* http://cacbaivietnck.blogspot.com/2009/03/vailoiveanhtranduynhien.html

DỰ ÁN "VƯỜN XƯA HOA LẠI NỞ" ẤN HÀNH 125 SÁCH HÁN NÔM ĐÃ CHUYỂN SANG QUỐC NGỮ

Suốt 20 năm (1995-2005) Lm. Vinh Sơn Nguyễn Hưng và các cộng sự viên trong Nhóm Dịch thuật Nghiên cứu Hán Nôm Công giáo đã phiên chuyển sang chữ Quốc ngữ được hơn 120 tác phẩm Hán Nôm Công giáo Thế kỷ XVII-XX. Khi cha Nguyễn Hưng về với Chúa (2010), di sản này được giao cho Ban Văn hóa Tổng giáo phận Sài Gòn bảo quản. Nay Ban Văn hóa Tổng giáo phận Sài Gòn cùng với Tiểu ban Từ vựng Hán Nôm của Ủy ban Giáo lý Đức tin xem lại và lên kế hoạch ấn hành để lưu trữ và bảo tồn.

Sách sẽ được tiến hành xuất bản thành nhiều đợt, sẽ được thông báo cụ thể tại Facebook "Hội những người thích đọc sách Công giáo".

Trong năm 2022-2023 dự kiến ấn hành 4 đợt:

ĐỢT 1 - *dự kiến vào tháng 12.2022:*

1. *Hội Đồng Tứ Giáo Danh Sư* 會同四教, chú giải, Đc. Gioan Đỗ Văn Ngân chuẩn ấn (Imprimatur), 480 trang.

2. *Ngắm Thương Khó* 吟傷庫 – Méditation de la Passion de Jésus Christ, Phú Nhai, 1865, 192 trang.

3. *Sách Các Phép* 冊各法 , XVIII, Livre liturgiques, 240 trang, ĐGM. Hilario De Jesu.

4. *Sơ thảo thư mục Hán Nôm Công Giáo Việt Nam*, Lm. Nguyễn Hưng, 2008, 192 trang.

5. *Truyện Bà Thánh Đê* 傳妑聖低 , Đức Cha P. M. Gendreau, Histoire de Sainte Đê, Évêque P. M. Gendreau, 64 trang.

6. *Truyện Cố Thánh Bắc* 傳故聖北 , Đức Cha P. M. Gendreau, Histoire de Sainte Bắc, Évêque P. M. Gendreau, 80 trang.

7. *Truyện Cụ Thánh Hưởng* 傳具聖享, Đức Cha P. M. Gendreau, Histoire de Sainte Hưởng, Évêque P. M. Gendreau, 112 trang.

8. *Truyện Cụ Thánh Tịnh* 傳具聖淨, Đức Cha P. M. Gendreau – Histoire de Saint Tịnh, Evêque P. M. Gendreau, 112 trang.

9. *Truyện Ông Thánh Vân* 傳翁聖雲 , Đức Cha P. M. Gendreau – Histoire de Saint Vân, Evêque P. M. Gendreau, 32 trang.

10. *Truyện ông Thánh An-tôn* 傳翁聖安宗 – Histoire de Saint Antoine de Padoue, Phero Mai Van Luong, 1910, 250 trang.

11. *Truyện ông Thánh Inaxu, Truyện ông Thánh Phanxicô Xaviê* 傳翁聖衣那樞 – 傳翁聖潘支姑車為吱– Hisroire de Saint Ignace de Loyola et de Saint François Xavier – 1646, 334 trang – Cha Jeronimo Maiorica, S.J.

ĐỢT 2 - dự kiến vào tháng 04.2023:

1. *Các Thánh Truyện, Tháng Giêng* – 1646 各聖傳 (𦝄𪀄), 495 trang– Cha Jeronimo Maiorica, S.J.

2. *Các Thánh Truyện, Tháng Hai* – 1646 各聖傳 (𦝄仁), 350 trang– Cha Jeronimo Maiorica, S.J.

3. *Các Thánh Truyện, Tháng Ba* – 1646 各聖傳 (𦝄巴), 493 trang– Cha Jeronimo Maiorica, S.J.

4. *Các Thánh Truyện, Tháng Bốn* – 1646 各聖傳 (𦝄罘), 312 trang– Cha Jeronimo Maiorica, S.J.

5. *Các Thánh Truyện, Tháng Năm* – 1646 各聖傳 (𦝄䖵), 258 trang– Cha Jeronimo Maiorica, S.J.

6. *Các Thánh Truyện, Tháng Bảy* – 1646 各聖傳 (𦝄□), 292 trang– Cha Jeronimo Maiorica, S.J.

7. *Các Thánh Truyện, Tháng Tám* – 1646 各聖傳 (𦝄糝), 358 trang– Cha Jeronimo Maiorica, S.J.

8. *Các Thánh Truyện, Tháng Chín* – 1646 各聖傳 (𦝄□), 300 trang– Cha Jeronimo Maiorica, S.J.

9. *Các Thánh Truyện, Tháng Mười* – 1646 各聖傳 (𦝄进), 302 trang– Cha Jeronimo Maiorica, S.J.

10. *Các Thánh Truyện, Tháng Mười Một* – 1646 各聖傳 (𦝄进沒), 308 trang– Cha Jeronimo Maiorica, S.J.

11. *Các Thánh Truyện, Tháng Mười Hai* – 1646 各聖傳 (𦝄进仁), 330 trang – Cha Jeronimo Maiorica, S.J.

ĐỢT 3 - dự kiến vào tháng 8.2023:

1. *Cải Táng Hài Cốt Các Thánh Tử Đạo* 改葬骸骨各聖死道, 1862, 214 trang.

2. *Cấm phòng cho bổn đạo*, tập 1 禁房朱本道, 集沒, 1907, 278 trang.

3. *Cấm phòng cho bổn đạo*, tập 2 禁房朱本道, 集𠄩, 1907, 278 trang.

4. *Dọn mình trước chịu Cô-mô-nhong*, 1646 㐌命略𠰘姑模絨, 294 trang – Cha Jeronimo Maiorica, S.J.

5. *Đức Chúa Giêsu ngự trong phép Mình Thánh*, tập 1 德主支秋御𠓨法命聖, 集沒 - In tại Ninh Phú, 1906, 345 trang.

6. *Đức Chúa Giêsu ngự trong phép Mình Thánh*, tập 2 德主支秋御𠓨法命聖, 集𠄩 - In tại Ninh Phú, 1906, 345 trang.

7. *Đức Chúa Giêsu truyện*, quyển thứ 2 – 德主支秋傳, 卷之二 La vie de Jésus-Christ, Tome 2, 1646, 484 trang – Cha Jeronimo Maiorica, S.J.

8. *Đức Chúa Giêsu truyện*, quyển thứ 3 – 德主支秋傳, 卷之三 La vie de Jésus-Christ, Tome 3, 1646 – Cha Jeronimo Maiorica, S.J.

9. *Đức Chúa Giêsu truyện*, quyển thứ 4 – 德主支秋傳, 卷之四 La vie de Jésus-Christ, Tome 4, 1646 – Cha Jeronimo Maiorica, S.J.

10. *Đức Chúa Giêsu truyện*, quyển thứ 7 – 德主支秋傳, 卷之七 La vie de Jésus-Christ, Tome 7, 1646 – Cha Jeronimo Maiorica, S.J.

11. *Đức Chúa Giêsu truyện*, quyển thứ 8 – 德主支秋傳, 卷之八 La vie de Jésus-Christ, Tome 8, 1646 – Cha Jeronimo Maiorica, S.J.

12. *Đức Chúa Giêsu truyện*, quyển thứ 9 – 德主支秋傳, 卷之九 La vie de Jésus-Christ, Tome 9, 1646 – Cha Jeronimo Maiorica, S.J.

13. *Đức Chúa Giêsu truyện*, quyển thứ 10 – 德主支秋傳, 卷之十 La vie de Jésus-Christ, Tome 10, 1646 – Cha Jeronimo Maiorica, S.J.

ĐỢT 4 - dự kiến vào tháng 12.2023:

1. *Thiên Chúa thánh giáo hối tội kinh* – 天主聖教誨罪經 Le Livre de pénitence, 1646, 54 a-b trang.– Cha Jeronimo Maiorica, S.J.

2. *Thiên Chúa Thánh Mẫu* – quyển thượng 天主聖母一卷上, La Mère Divine – volume 1, 1646, 252 trang– Cha Jeronimo Maiorica, S.J.

3. *Thiên Chúa Thánh Mẫu* – quyển trung 天主聖母一卷中, La Mère Divine – volume 2, 1646, 386 trang– Cha Jeronimo Maiorica, S.J.

4. *Truyện Bà Thánh Isave* – 傳妃聖衣車蝺 Histoire de Sainte Elizabeth, Reine, 1646, 95 a-b– Cha Jeronimo Maiorica, S.J.

5. *Truyện hai mươi hai Đấng Thánh Tử Đạo Việt Nam* 傳廿𠄩等聖死道越南, Đức Cha P.M. Gendreau – Les 22 saints martyrs), Evêque P.M. Gendreau, Ninh Phu, 1902, 656 trang.

6. *Truyện ông Thánh Inaxu, Truyện ông Thánh Phanxicô Xaviê* 傳翁聖衣那樞 - 傳翁聖潘支姑車為哝– Hisroire de Saint Ignace de Loyola et de Saint François Xavier – 1646, 334 trang – Cha Jeronimo Maiorica, S.J.

NGƯỜI PHỤ TRÁCH VÀ ĐỊA CHỈ LIÊN LẠC

Quý độc giả quan tâm muốn có sách, có thể đặt trước qua email của:

1/ Đức Ông Phêrô Nguyễn Chí Thiết: *<toan14131@gmail.com>*

2/ Ông Michel Nguyễn Hạnh: *<cavangchamcom@gmail.com>*

Hoặc Zalo: *0908118553*

Mong quý độc giả đăng ký trước, ghi rõ họ, tên, địa chỉ nhận sách và số điện thoại.

- Đăng ký lẻ từng quyển: người mua chịu cước phí bưu điện.
- Đăng ký lẻ từ 5 quyển trở lên: bên phát hành chịu cước phí bưu điện.
- Đăng ký nguyên từng đợt: bên phát hành chịu cước phí bưu điện.

Chúng tôi chân thành tri ân hảo tâm giúp đỡ của mọi người.

Trân trọng

Michel Nguyễn Hạnh

MỤC LỤC

4. NHỚ 1887, NGUYỄN TRỌNG QUẢN TIỂU THUYẾT QUỐC NGỮ

MỤC LỤC QUYỂN II

5. NHỚ 1908, TUẦN BÁO *NAM KỲ ĐỊA PHẬN*

7. NHỚ 1980, SỐNG PHÚC ÂM GIỮA LÒNG DÂN TỘC

MỤC LỤC QUYỂN III

8. VĂN HỌC CÔNG GIÁO VIỆT NAM HẢI NGOẠI

9. NHỜ 2005, VĂN HỌC NỐI MẠNG

DỰ ÁN "VƯỜN XƯA HOA LẠI NỞ"

ẤN HÀNH 125 SÁCH HÁN NÔM ĐÃ CHUYỂN SANG QUỐC NGỮ

Suốt 20 năm (1995-2005)
Lm. Vinh Sơn Nguyễn Hưng và các cộng sự viên
trong Nhóm Dịch thuật Nghiên cứu Hán Nôm Công giáo
đã phiên chuyển sang chữ Quốc ngữ được
hơn 120 tác phẩm Hán Nôm Công giáo Thế kỷ XVII-XX.
Khi cha Nguyễn Hưng về với Chúa (2010),
di sản này được giao cho Ban Văn hóa Tổng giáo phận Sài Gòn bảo quản.
Nay Ban Văn hóa Tổng giáo phận Sài Gòn
cùng với Tiểu ban Từ vựng Hán Nôm của Ủy ban Giáo lý Đức tin
xem lại và lên kế hoạch ấn hành để lưu trữ và bảo tồn.
Sách sẽ được tiến hành xuất bản thành nhiều đợt,
sẽ được thông báo cụ thể trên các trang truyền thông Công giáo.
Xin mọi người góp tay giúp bảo tồn di sản tiền nhân.

NGƯỜI PHỤ TRÁCH VÀ ĐỊA CHỈ LIÊN LẠC

Quý độc giả quan tâm muốn có sách, có thể đặt trước qua email của:
1/ Đức Ông Phêrô Nguyễn Chí Thiết: *<toan14131@gmail.com>*
2/ Ông Michel Nguyễn Hạnh: *<cavangchamcom@gmail.com>*
Hoặc Zalo: 0908118553
Mong quý độc giả đăng ký trước, ghi rõ họ, tên, địa chỉ nhận sách
và số điện thoại.
- Đăng ký lẻ từng quyển: người mua chịu cước phí bưu điện.
- Đăng ký lẻ từ 5 quyển trở lên: bên phát hành chịu cước phí bưu điện.
- Đăng ký nguyên từng đợt: bên phát hành chịu cước phí bưu điện.

Chúng tôi chân thành tri ân hảo tâm giúp đỡ của mọi người.

Mời xem bài viết tại Quyển II trang 543-545, Quyển III, trang 427-432

và danh sách tác phẩm tại Quyển II các trang 546-554.

THẦN KHÚC
CỦA ĐẠI THI HÀO DANTE ALIGHIERI

NHẬN XÉT CỦA CÁC ĐỨC GIÁO HOÀNG

Đức Giáo hoàng Biển Đức XV

"Thực vậy, tất cả Thần Khúc của ông, xứng đáng mang danh hiệu thần thánh. Ngay cả trong các hư cấu mang tính biểu tượng và trong ký ức về đời sống của con người trên trái đất, Thần Khúc không nhằm mục đích nào khác hơn là để tôn vinh Thiên Chúa là Đấng công chính và quan phòng tất cả". (Tông thư Trên Đỉnh Hào Quang, dịp 600 năm giỗ Dante).

Đức Thánh Giáo hoàng Phaolô VI

"Chắc chắn thi phẩm của Dante Alighieri có giá trị phổ quát: trong bề rộng mênh mông ôm trọn cả thực tại, cả trời và đất, cả vĩnh cửu và thời gian, cả những mầu nhiệm của Thiên Chúa và những sự kiện của con người, cả những giáo lý thánh thiêng và những quy luật thế tục". (Tự sắc Ca Khúc Tuyệt Đỉnh, dịp 700 năm sinh nhật Dante).

Thánh Giáo hoàng Gioan Phaolô II

"Thi sĩ trác tuyệt như Dante Alighieri thì sáng tác ra "Thần Khúc, thi phẩm do trời và đất chung tay nhau tạo thành" (Thư gửi các nghệ sĩ).

Đức nguyên Giáo hoàng Biển Đức XVI

"Chuyến du ngoạn vũ trụ, mà Dante muốn người đọc tham gia trong Thần Khúc, kết thúc trước Ánh sáng vĩnh cửu là chính Thiên Chúa, trước Ánh sáng đồng thời là " Tình yêu xoay mặt trời xoay tinh tú" (Thiên Đàng XXXIII). Ánh sáng và tình yêu là một và giống nhau. Đó là sức mạnh sáng tạo nguyên thủy để xoay chuyển vũ trụ" (Diễn từ với Hội Cor Unum, 2006).

Đức Thánh Cha Phanxicô

"Tôi khuyến khích các nghệ sĩ thể hiện giọng nói, khuôn mặt và trái tim, tạo hình dạng, màu sắc và âm thanh cho Thi Phẩm của Dante, theo con đường của cái đẹp, mà ông đã bước đi một cách thành thạo, và do đó truyền đạt nhiều chân lý sâu sắc hơn và lan tỏa hơn, với ngôn ngữ nghệ thuật, thông điệp về hòa bình, tự do và tình huynh đệ". (Tông Thư Vẻ Huy hoàng của Ánh Sáng Vĩnh Cửu, dịp 700 giỗ Dante)

THẦN KHÚC
CỦA ĐẠI THI HÀO DANTE ALIGHIERI

Trong cảm nghiệm của người Việt

Đức TGM Giuse Ngô Quang Kiệt, *Nguyên Tổng Giám mục Hà Nội*

"Thật kỳ diệu một kiệt tác. Đó là vẻ đẹp tinh khôi nguyên tuyền. Nhìn đâu cũng thấy đẹp. Kỳ diệu nhất là ai cũng thấy mình trong đó. Giáo hội tán dương *Thần khúc* là một lời tuyên xưng đức tin tuyệt hảo. Nước Ý tự hào *Thần khúc* là áng thi ca làm rạng ngời ngôn ngữ tuyệt vời này. Thế giới yêu mến *Thần khúc* đã nói lên tâm tư nguyện vọng của mọi người mọi nơi mọi thời".

Lm. Nhà văn Nguyễn Trung Tây

"Chuyển ngữ không dễ. Nói chi, đây là dịch thơ của tác giả ngoại quốc Dante Alighieri. Tôi đọc *"Thần Khúc"* và tưởng đây là bản nguyên thủy viết trong tiếng Việt"

Lm. Giuse Cao Gia An, S.J

"Tôi gọi đây là chấp bút, vì không thể xem tác phẩm của Đình Chẩn chỉ đơn thuần là một bản dịch. Công việc mà tác giả này đã miệt mài từ những tháng ngày còn là một chủng sinh thần học tại Rôma cho đến khi đã lãnh nhận thiên chức linh mục ở Việt Nam chính là sáng tác lại tác phẩm *Thần Khúc* từ khởi nguồn cảm hứng của Dante".

Nhà PBVH Bùi Công Thuấn, *Hội Nhà Văn Việt Nam*

"Dịch một tác phẩm lớn như *Thần Khúc* của Dante, quả là một thử thách đối với tri thức, tài năng và nghị lực của một dịch giả… Đình Chẩn có tất cả những phẩm chất ấy".

Nhà văn Nguyễn Thị Khánh Liên, *Hội Nhà Văn Việt Nam*

"Tóm lại, *"Thần Khúc* Hoả Ngục" không phải là một tác phẩm dễ đọc. Nó là một tác phẩm "nổ não". Nhưng những tác phẩm "nổ não" thường đáng đọc. Đỉnh núi càng cao leo càng thú vị".

Lệ Hằng, *nhà thơ, nhà nghiên cứu trẻ*

"Đọc bản Việt ngữ *Thần Khúc* của linh mục Đình Chẩn, tôi thấy mình như thâu góm được tất cả tinh hoa của các thể thơ truyền thống của dân tộc mình, đồng thời sự xuất hiện của một số lượng lớn những câu thơ từ các tác phẩm kinh điển khác và ca dao, thành ngữ cũng giúp tôi củng cố vốn kiến thức văn học của mình".

Nhà thơ Xuân Cát, O.P

"Người viết mong có nhiều người say mê đọc *Thần Khúc*. Vì đây là là thi phẩm được coi như "Kinh Thánh" thời Trung Cổ, là bản dịch đầu tiên do người 'nhà mình', người cùng niềm tin viết ra".

Tu sĩ Minh Đức, *độc giả*

"*Thần Khúc* là một hành trình thân mật giữa người hướng đạo và bất kỳ ai khát khao tìm về với Chúa. Bạn đọc sẽ thực sự có được một trải nghiệm vượt sức tưởng tượng trong từng ca khúc".

Anh Jena, độc giả

"Người đọc sẽ cảm nhận được hồn thơ Việt thấm nhuần, hòa lẫn với văn hóa, tín ngưỡng, triết lý và những thứ quen thuộc từ mấy trăm năm trước ở một đất nước xa xôi như hiện rõ trong cấu trúc ngôn từ chắc chắn, không cao siêu xa vời, không màu mè nhưng lại tràn ngập màu sắc của âm điệu như đang nghe những bản vĩ cầm của Lindsey Stirling".

www.ingramcontent.com/pod-product-compliance
Lightning Source LLC
LaVergne TN
LVHW060309051026
849517LV00004B/1041